ĐÈN CÙ

TRẦN ĐĨNH

ĐÈN CÙ

truyện tôi

Quyển Hai

Người Việt Books

ĐÈN CÙ, quyển 2
tác giả **Trần Đĩnh**
Người Việt Books xuất bản lần thứ nhất
tại Hoa Kỳ, 2014

Biên tập:
Ngô Nhân Dụng
Võ Ngàn Sông
Đinh Quang Anh Thái

Tranh bìa: Nguyễn Thanh Bình
Bìa và Trình bày: Trần Minh Triết

ISBN: 978-1-62988-474-5

Có thể ĐÈN CÙ sẽ không hấp dẫn những độc giả khác như tôi bởi các nhân vật trong cuốn sách hoàn toàn xa lạ với họ hoặc vì họ không quan tâm đến chính trị. Nhưng với tôi, người coi việc chống Cộng sản Việt Nam như ý nghĩa chính của cuộc đời mình thì cuốn sách này vô cùng bổ ích. Thêm nữa, khá nhiều nhân vật xuất hiện trong đó đã có những lần gặp gỡ với tôi. Đọc ĐÈN CÙ là dịp gặp lại họ, cả người đã khuất núi lẫn những ai đang tồn tại. Một đoạn đường lịch sử của Việt nam được phản ánh qua các trang viết. Đọc, để thêm một lần nữa, khẳng định rằng con đường đấu tranh cho dân chủ là con đường duy nhất có thể thay đổi vận mạng của dân tộc, và con đường ấy phải đi qua nấm mồ chôn chủ nghĩa cộng sản cùng các di sản thối rữa của nó.

Dương Thu Hương, tác giả Thiên Đường Mù.

Trần Đĩnh là một trong rất ít nhân chứng còn lại có thẩm quyền nhất để kể những câu chuyện này. Nhưng Đèn Cù là một cuốn tự truyện, giá trị ưu tiên của nó không phải là tư liệu mà là sự chia sẻ những trải nghiệm lịch sử hết sức con người.

Huy Đức, tác giả Bên Thắng Cuộc.

Trần Đĩnh là nhà văn cung đình, như ông tự nhận. Nhưng nhờ có ông, người may mắn được "gần mặt trời" trong lịch sử Việt Nam cận đại nên mới thấy được những vết đen trên bề mặt nó, nay hào phóng kể lại cho bàn dân thiên hạ được biết trong đống rác cung đình nọ có cái gì. Dưới dạng đặc biệt của thể loại ký mà ông gọi là "truyện tôi," người đọc sẽ được biết nhiều sự kiện, đôi khi là động trời, với những con người, đôi khi được coi là thánh và á thánh, có hình thù ra sao. Tác giả dùng lối kể tếu táo của người chứng kiến, không cần đưa ra dữ liệu, ai tin thì tin, không tin thì thôi, mặc. Thế nhưng tác phẩm của ông lại rất đáp ứng nhu cầu của người đọc muốn biết những gì đã xảy ra trong một giai đoạn lịch sử không có lịch sử".

Vũ Thư Hiên, tác giả Đêm Giữa Ban Ngày.

Trung thu này không thấy con nít rước đèn cù mà chỉ thấy cư dân mạng rước sách "Đèn Cù" của Trần Đĩnh. Cụ Trần Đĩnh vốn Tây học, nên viết lách gãy gọn, linh hoạt và chính xác. Cụ viết từ gan ruột, hoàn toàn theo ý mình. Trước nay, những "Đêm giữa ban ngày" của Vũ Thư Hiên, "Hoa xuyên tuyết" của Bùi Tín, "Đỉnh cao chói lọi" của Dương Thu Hương ...mới chỉ tập trung vẽ chân dung một ông...Judas. Nay cụ Trần Đĩnh chơi tuốt luốt cả 13 ông... ông nào cũng Judas cả nên có thể nói cụ không chỉ lật đổ thần tượng mà cụ đã đốt đền giống Herostratos ngày xưa đốt Artemis. Tất nhiên, cụ Trần Đĩnh "đốt đền" không vì háo danh như Herostratos mà vì ở "trong chăn" cụ biết quá nhiều sự thật về "ngôi đền cộng sản Việt Nam", và tinh thần "sĩ phu Bắc Hà" thúc ép cụ phải nói ra. Đám cháy này nhờ ngọn gió *internet* nên nó bốc đùng đùng, cháy lan khắp nơi tới cả "khu mật viện" của mấy bác Ba Đình. Không biết có phải gỡ chút sĩ diện mà các bác [Ba Đình] dại dột cho triển lãm Cải Cách Ruộng Đất không? Nhưng rõ ràng gậy ông lại đập lưng ông.

Nhật Tuấn, tác giả Đi Về Nơi Hoang Dã.

Để "trục độc" những ai muốn hiểu ra cái ác tại đầu nguồn của đảng cộng sản Việt Nam, khởi đi từ Mao Trạch Đông và Hồ Chí Minh cho tới sau này thì nên đọc - và đọc kỹ - bộ "Đèn Cù" của Trần Đĩnh. Những ai muốn thế giới nhìn ra sự lầm lạc của nhiều người về Việt Nam thì nên phiên dịch bộ sách ra ngoại ngữ, vì nội dung còn *vượt xa* những gì Boris Souvarine đã viết về chế độ Stalin tại Liên Xô.

Nguyễn-Xuân Nghĩa, Chuyên gia Kinh tế.

Với một bút pháp linh động và riêng biệt, Trần Đĩnh kể từng mẩu chuyện của riêng mình suốt cuốn "Đèn Cù." Từng mảng nối tiếp nhau hồn nhiên không theo một bố cục trước. Nhưng khi nhìn toàn bộ cuốn sách thì những mảng ấy kết thành một bức tranh vĩ đại mô tả chính xác và nghệ thuật cảnh vật của chiếc đèn kéo quân ngót 70 năm qua trên đất nước Việt Nam: Một bức tranh cực tả bản chất của đảng Cộng sản với các đặc tính bất biến Dối trá, Bạo lực và Vô nhân.

Phạm Xuân Đài, Chủ bút Thế Kỷ 21 Online.

Ngòi bút Trần Đĩnh với khẩu ngữ sắc mạnh, chấm phá, khoan đục vào xã hội một thời để bật ra cái đồi bại chen lẫn cái cao quí nhất của con người. Hãy khoan lục bới những giai thoại "chống cộng" trong tác phẩm, mà hãy mở lòng ra quần quại với nỗi đớn đau trên từng trang giấy của tác giả và của dân tộc. Chúng ta thường than văn về sự thiếu vắng một tác phẩm lớn cho một giai đoạn lớn, nhưng thực ra, chúng ta đã có sẵn tâm và tầm để nhận ra sự xuất hiện của nó hay chưa?

Phan Quốc Tâm, Tiến sĩ Tâm lý

"Đèn Cù" không chỉ là quyển sách nên đọc, mà là quyển sách cần phải đọc. Trở ngại duy nhất khi cầm quyển sách cần đọc này là nếu đã giở trang đầu, phải đọc một mạch cho đến trang cuối cùng mới buông ra được.

Nguyễn Văn Khanh, Giám đốc ban Việt ngữ RFA.

Ngoài giá trị lịch sử, giá trị chính trị và nhất là giá trị văn học, điều làm cho cuốn sách vượt trên tất cả chính là mỗi câu chuyện, mỗi giai đoạn, mỗi sự kiện đều được tác giả viết lại bằng tấm lòng. Dưới tàn bạo và đàn áp, nhân cách con người nhất thời có thể bị chà đạp, vấy bẩn, nhưng tấm lòng tử tế còn ở lại khiến những trang sách quay vòng của Đèn Cù gây xúc động và hy vọng.

Hòa Bình Lê, nhà báo, California.

Nhận xét tinh tế, chi tiết, bút pháp chắc nịch và đậm ngôn ngữ điện ảnh, Đèn Cù soi rọi cận cảnh mọi khuôn mặt chính trị, văn hóa, văn nghệ, một thời thao túng xã hội Việt Nam mà di hại đến nay vẫn còn mồn một. Đèn Cù là tự truyện chính trị khắc họa rõ nét một xã hội lệch trong hành xử và bệnh trong tư cách - hệ quả của thứ văn hóa cộng sản bắt nguồn từ thượng tầng. Một tác phẩm cực kỳ quan trọng để tìm hiểu "số phận Việt Nam." Với độc giả: Đừng chờ đợi sẽ có thêm một Đèn Cù thứ hai.

Phạm Phú Thiện Giao, Chủ bút Nhật báo Người Việt California.

Với lối hành văn khắc họa tài tình, Đèn Cù là sự diễn đạt ý tưởng bằng ảo thuật đậm thần thái của thư pháp gia. Dứt khoát, đứt đoạn, tùy ý, dửng dưng... cốt để phác họa một giai đoạn mông muội máu lửa. Ánh sáng của "Đèn Cù" cứ luênh loang soi tận vào những góc tăm tối nhất của cái bệ thờ được Trung Quốc dàn dựng nhằm nhát ma dân tộc Việt Nam mấy chục năm qua. Có thể nói, "Đèn Cù" là tư liệu lịch sử được viết bằng thứ văn chương nghệ thuật mang tính độc nhất vô nhị để hoàn thành sứ mệnh làm nhân chứng mà trên mình đang còn mang đầy thương tích.

Trần Đông Đức, Chủ nhiệm Tuần báo Người Việt Đông Bắc

Đèn Cù với tôi như một cuốn Sử văn chương với ngồn ngộn chi tiết, thú vị như đọc Tư Mã Thiên phần Liệt truyện vậy. Dù có những tranh cãi về tính xác thực của nó, nhưng có điều chắc chắn rằng dù tin hay không vào Đèn Cù người ta cũng phải nhìn lại về một lớp người đã ảnh hưởng vô cùng to lớn đến lịch sử cận đại Việt Nam.

Ngô Nhật Đăng, blogger Việt Nam.

Đèn Cù vạch ra rất rõ những xung đột về tư tưởng chính trị và những tranh chấp quyền lợi nhơ nhớp trong nội bộ Đảng cộng sản Việt Nam. Cùng một lúc, Đèn Cù cũng cho ta thấy "... một dẻo thung lũng rất êm ả, hết sức êm ả... đã chìm vào bóng chiều xẩm lại..." trước đêm đánh vào Đông Khê. Và từ đó, Trần Đĩnh đã cho ta thấy sự phi lý của chiến tranh từ cặp mắt của những người Mẹ đã mất con từ phía bên kia. Đèn Cù hiếm hoi là vì những mẩu chuyện đầy ắp tình người như vậy.

Vũ Minh Hải, khoa học gia chuyên nghiên cứu bệnh ung thư.

LỜI NHÀ XUẤT BẢN

Đèn Cù cuốn I của Trần Đĩnh xuất hiện giữa mùa Thu năm nay đã được chiếu cố và hoan nghênh từ nước ngoài về lại trong nước. Cuốn sách, với lối văn nói, trình bày nội dung phóng khoáng, rất người và rất thực, đã thu hút người đọc với vô số chuyện xảy ra mà tác giả là vai chính hay ít ra là nhân chứng. Chuyện "cung đình" cộng sản, điều mà ai trong chúng ta, tò mò hay không tò mò, cũng đều muốn biết.

"Truyện tôi" của Trần Đĩnh kể lại với cái tôi của người viết, đương nhiên, và chỉ một người viết này mới có cái tôi như thế..."Một lối kể tếu táo của người chứng kiến, không cần đưa ra dữ liệu, ai tin thì tin, không tin thì thôi..." như nhận xét của nhà văn Vũ Thư Hiên.

Trần Đĩnh cho biết từ ngày Đèn Cù I xuất hiện, cuộc sống (của ông) quả có gặp "khó khăn." Các mối giao dịch xưa nay trở nên "lạ lùng, kỳ quái," theo lời của tác giả. Cũng còn là may vì đừng quên rằng tác giả vẫn còn sống dưới chế độ "kỳ quái" được mô tả rành rọt trong cuốn sách. Vì may mắn nào mà Đèn Cù II vẫn còn được tiếp tục xuất hiện và hy vọng tới tay bạn đọc?

Không, không có gì thay đổi cả. Vẫn giọng văn ấy, vẫn "lối kể tếu táo" ấy, và với những muộn phiền ấy trong cuộc sống của chế độ mà tác giả cố gắng luồn lách qua ngày... *Những điều trông thấy mà đau đớn lòng...* Trải dài trên mấy trăm trang giấy, đọc mệt luôn!

Cuốn II tiếp tục tiết lộ nhiều chuyện ly kỳ... xin trưng dẫn vài chuyện:

Chuyện ông Hồ, đúng ra chuyện *giả cụ Hồ.* Ở nước nào, cộng sản hay không cộng sản, lãnh tụ nào cũng sợ bị ám sát, chết không kịp ngáp. Thế nên mới có chuyện nhờ người giả dạng lúc xuất hiện trước công chúng. Chuyện nghe cũng bình thường thôi và không có chi lạ. Vậy lạ ở đây là cái gì? Xin nghe tác giả thuật lại chuyện của người đã giả ông Hồ theo lời kể của Xương.

"Chuyện của Xương nói chung rất khác người. Rất bông phèng:"

"Có lần anh hỏi tôi năm 1946, lúc còn là thiếu niên tiền phong... có ra ga Hàng Cỏ đón ông Bác đi tàu thủy ở Pháp về Hải Phòng rồi lên Hà Nội bằng xe lửa. À, có đón hả?

"Xương cười nói tiếp: Thế thì cậu hoan hô với vẫy hão rồi. Hôm ấy ở xe lửa xuống, cụ lên dự cuộc đón tiếp công khai xong là có người dắt đi, bịt râu, đi tắt trong sân ga đến chỗ thằng Qua, thằng này sau là cục trưởng cục trại giam, chờ sẵn lái đưa cụ đi.

"Sợ phản động nó xơi mà. Còn Bác trên xe chính thức giễu phố là một cậu lâu ngày tớ quên tên nó mất rồi, thằng này giống ông cụ kinh khủng, nó đeo râu giả làm ông cụ, nhòm ra vẫy đồng bào. Phản động phơ thì thằng này hứng...

"Đến cải cách ruộng đất, tay hình nhân này bị đấu tố là địa chủ phản động gian ác, suýt ngỏm. Nó khóc: Tôi từng đóng thay Bác Hồ để phản động có bắn thì tôi chết thay bác, thế nhưng phản động không bắn mà nay Đảng lại bắn tôi, ôi bác Hồ ơi, hu hu..."

Chuyện thứ hai liên quan đến cuộc sống của công nông trong cái "thiên đường cộng sản" đó. Ly kỳ lắm vì rằng lương của họ chỉ đủ sống 10 ngày... mà vẫn sống. Lương chỉ đủ sống 10 ngày, người nói câu đó không phải là "một tên phản động, tàn dư Mỹ ngụy..." mà là Trường Chinh, Tổng bí thư đảng.

Trần Đĩnh viết:

"Tái xuất giang hồ, Trường Chinh có một câu quá hay: Lương của công nhân viên chức chỉ đủ để sống *trong mười ngày.*

"Hoàng Ước, thư ký của Trường Chinh bảo tôi là một hôm Trường Chinh nói với mấy người giúp việc rằng ta trả cho người lao động đồng lương *bóc lột.* Hoàng Ước bèn nói lương chúng tôi chỉ đủ sống mười ngày. Trường Chinh cau mày khó tin - bóc lột thì có nhưng sao lại có thể ác nghiệt hơn cả đế quốc đến thế?

"Hôm sau [Trường Chinh] bảo Hoàng Ước: Tôi đã hỏi nhà tôi, nhà tôi nói không có chế độ cung cấp đặc biệt thì lương ông cũng chỉ đủ cho nhà này ăn mười ngày.

"Sau đó Trường Chinh đến nhà máy thuốc lá Thăng Long nói *Phải cứu giai cấp công nhân!*

"Hay thật! Ở một nước do giai cấp công nhân lãnh đạo mà đảng phải cứu giai cấp công nhân ra khỏi đồng lương bóc lột? Tôi thấy ở đó một khẩu lệnh hành động. Trường Chinh rất giỏi đề khẩu lệnh. Nhưng ông không nói cứu công nhân khỏi tay ai? Và thằng khốn nào nó bóc lột công nhân?

"Song dân biết rất rõ cái cơ chế gà què mổ lẫn nhau nó cho phép bộ máy với lương sống mười ngày vẫn cù cưa được cả tháng, tất nhiên ở mức khốn nạn..."

Thế là xong, hết thắc mắc. Nói chung cho cả nước.

Gia đình Trần Đĩnh còn gặp khó khăn hơn với nạn đánh Hoa Kiều sau khi đương sự bị đuổi. Tại sao? Bà Trần Đĩnh là người Hoa.

"Tôi bị đuổi việc so với cái họa của Hồng Linh vợ tôi, còn sướng hơn nhiều. Một sáng, phó phòng tổ chức Nhà hát giao hưởng - hợp xướng - Nhạc vũ kịch Việt Nam gọi Linh đến bảo:

"Chị phải đi khỏi Việt Nam. Và đi một mình, vì Trần Đĩnh không được phép đi đâu cả, còn con gái chị là người Việt Nam nên phải ở lại. Chị không đi, mai kia phòng tuyến Bắc Giang vỡ là sẽ tập trung các người Hoa như chị vào một khu vực xa lắm, khổ ra."

Tại sao Trần Đĩnh tiếc nuối chế độ? Bị cho nghỉ việc, không lương, vợ bị trục xuất. "Trong biên bản khai cung năm 1968, tôi (tác giả) viết:

"Chân lý Mác Lê nay như một vòm pha lê vỡ vụn, mỗi anh nhận một mãnh và bảo đó là chân lý chung.

"Tôi nhìn đảng như một quái vật hai đầu. Một đầu của cô gái xinh đẹp là cuộc tổng khởi nghĩa và một đầu nghiệt ngã dữ dằn là đảng hiện nay. Có khi muốn đẩy cái đầu dữ đi thì đầu cô gái mà tôi mê lại khuyên ráng chịu."

Một chế độ công an trị đang vây bủa. Một lưới trời (thiên võng) đang chụp trên đầu cả nước, chỉ có internet, họa hoằn lắm, mới qua lọt.

Vẫn từng đó người trong từng đó chức vụ, của đảng, của chính phủ, của quốc hội, của đoàn... nối tiếp nhau... *Voi giấy ối a, ngựa giấy, ơi tít mù nó chạy vòng quanh...*

Nhà xuất bản Người Việt

"ĐÈN CÙ" MỘT NỖ LỰC "TRỤC ĐỘC"
Giới thiệu của Nguyễn-Xuân Nghĩa

Để "trục độc", ai muốn hiểu ra cái ác tại đầu nguồn của đảng Cộng sản Việt Nam, khởi đi từ Mao Trạch Đông và Hồ Chí Minh cho tới mãi sau này, thì nên đọc - và đọc kỹ - bộ Đèn Cù của Trần Đĩnh.

Trong cả ngàn cuốn sách mà người Việt Nam và ngoại quốc đã viết về hiện tượng Cộng sản tại Việt Nam, cuốn Đèn Cù của Trần Đĩnh có một vị trí riêng. Đó là sách thuộc loại bán chạy trong năm dù ở trong nước còn là bán chui và bị tịch thu. Mãi sau này, Đèn Cù sẽ là tài liệu tham chiếu của rất nhiều người.

Đọc hết quyển I cuốn Đèn Cù, mỗi độc giả lại có một cách thẩm định. Chỉ riêng phản ứng "không thể đọc chơi rồi bỏ" của nhiều độc giả cũng đủ nói lên giá trị đặc biệt của tác phẩm. Chẳng những vậy, đọc rồi, không ít người đã viết ra và lưu truyền nhận xét của mình.

Trong số này, một số độc giả còn mau mắn... hài tội tác giả để nói về sự khôn ngoan tinh tế của họ. Nhẹ là "sao giờ này mới viết cái chuyện ai cũng biết?". Nặng hơn thì "có ý chạy tội cho Hồ Chí Minh". Thậm chí còn chạy tội cho Trung Cộng. Hoặc cuốn sách ra đời trong một âm mưu mờ ám để cho thấy là so với các lãnh tụ cộng sản Việt Nam ở đầu nguồn thì thế hệ ngày nay đã đổi mới, v.v...

Đôi ba người tinh quái lại xoáy vào nội tâm tác giả - hay của chính mình. Họ nói đến phản ứng tình dục lồng trong chính trị. Biết đâu chừng, bản năng thâm sâu ấy khiến một người bị kết tội "chống đảng" như Trần Đĩnh lại chỉ đi cải tạo thay vì bị tù đầy như các "đội bạn" của nhóm "Nhân văn Giai phẩm", hoặc các nhân vật lãnh tội "xét lại chống đảng" ngày xưa.

Vẫn biết rằng khi đã xuất bản, tác phẩm hết còn là của tác giả, mọi người đều có quyền phán xét khen chê như vậy. Nhưng sự khen chê ấy cũng tùy trình độ - và cả giác độ - của người đọc. Được một cái là càng bị đây đó dị nghị thì cuốn sách lại bán càng chạy...

Thế rồi, do nhà xuất bản Người-Việt ưu ái yêu cầu – có thể là với sự đồng ý của tác giả – người viết này may mắn được đọc bản thảo của quyển hai. "May mắn" cũng là một phán xét! Cái giá phải trả là... viết đôi lời giới thiệu.

Cung kính bất như tuân lệnh.

Giữa đám đông còn om xòm về quyển I, người viết xin chỉ vạch ra hai tội của Trần Đĩnh: một là mê văn hóa Trung Hoa, như nhiều người có học khác. Hai là mê lý tưởng cộng sản, ban đầu kết tinh vào Hồ Chí Minh hay Trường Chinh.

Là người uyên bác – làm không ít độc giả hụt hơi khi đọc và phải đọc lại – Trần Đĩnh có biệt tài ngôn ngữ của một nhà văn lớn. Nhưng trước hết, ông hiển nhiên biết nhiều ý của chữ "mê".

Ban đầu, ông chỉ là con mê, một loại nai, bị khớp đèn của các lãnh tụ trên rừng xanh khi họ chưa có dân trong tay để xiết. Trong tuổi thanh xuân ấy, mê có thể là thích, ai chẳng biết vậy? Nhưng mê quá cũng làm ta mờ trí, chẳng mê tín thì mê thất là lạc đường, đầu óc mụ mị. Trong cõi mê hoang mờ mịt ấy, người ta khó thấy được thực hư và có khi là đồng lõa của tội ác.

Mê còn hàm ý mân mê sờ soạng - Lê Đức Thọ hiểu cảm giác này ở trong tù. Sờ quá thì mất luôn cảm giác, như tê mê, hoặc mê như bị chất ether trên giường bệnh. Hay bê bết dơ dáy như "chân mình đầy cứt mê mê"...

Đọc lại Đèn Cù I và đọc qua quyển II, chúng ta sẽ thấy ra ngần ấy nét "mê"!

Người viết này không nói quá mà vẽ rắn thêm chân. Ở chương 49 trong quyển II, chúng ta sẽ thấy ông luận bàn đầy tâm đắc với một người trong Nam, thuộc Việt Nam Cộng Hoà, về tiến trình phơi bày bản chất ô uế của đảng Cộng sản Việt Nam như "mở nắp bô".

"- Việt cộng mải mê vùi cứt cho ông anh (là Trung cộng) nên không dọn được cứt mình ngập hết bản thân mình và... - Và đang được nhân dân bới ra, vâng, chính xác, dân đang mở nắp bô đấy."

Mê như vậy từ khi còn trai trẻ, sau cùng thì Trần Đĩnh đã tỉnh dần sau nhiều lần choáng váng. Mà không chỉ tỉnh lấy một mình. Từ hơn hai chục năm nay, ông muốn viết lại cả tiến trình giải thoát của bản thân và giải độc cho người khác. Nên người viết xin đề nghị một từ là "trục độc".

Để "trục độc", những ai muốn hiểu ra cái ác tại đầu nguồn của đảng Cộng sản Việt Nam, khởi đi từ Mao Trạch Đông và Hồ Chí Minh cho tới mãi sau này, thì nên đọc - và đọc kỹ - bộ Đèn Cù của Trần Đĩnh.

Người sính văn chương có thể cất công xếp loại Đèn Cù là tự truyện hay hồi ký, bút ký, v.v... Qua quyển II, ta mới nhận ra nét chung là Trần Đĩnh nhớ gì kể nấy, như người viết tùy bút. Khổ nỗi, đây không là tùy bút của Mai Thảo hay Nguyễn Tuân để giải trí mà nhằm giải độc... Ông lần giở ký ức như con tằm nhả tơ vì cái nghiệp, những sợi tơ rướm máu bạn bè và người thân, hoặc đầy mùi xú uế của đảng.

Nếu quyển I của Đèn Cù có những chương tập trung về các thủ phạm của cái ác, quyển II viết nhiều về các nạn nhân, trong đó có những người đáng kính trọng, ít ra là đáng được thông cảm. Trần Đĩnh kể lại thế giới của ông qua cả trăm giai thoại, với nhiều nhân vật còn xa lạ cho những ai không sinh hoạt trong môi trường hắc ám đó. Nhưng nếu cứ tưởng ông rút ruột viết ra từng đoạn rã rời thì người đọc vẫn chưa thấy được công phu trục độc.

"Sợi chỉ xuyên suốt" những đoạn tùy bút u ám vẫn là cái gian và cái ác của "Việt cộng". Dùng từ này, Trần Đĩnh trả lại ngữ nghĩa nguyên thủy và chính xác là Cộng sản Việt Nam. Y như khi ông viết về Trung cộng.

Nhưng nếu chỉ là về từng nhân vật ngẫu hứng nhớ lại thì tùy bút Đèn Cù chưa đi tới tận cùng của trục độc - hay mở nắp bô để xả mùi xú uế.

Trần Đĩnh đọc nhiều, thuộc sử đảng và không hề quên mối quan hệ với Liên Xô cùng Trung Cộng từ thời Đệ tam Quốc tế cho đến ngày nay. Cho nên về từng người hay từng việc, ông đều nhắc lại dẫn chứng, nhất là trong báo đảng hay từ người trong cuộc.

Với nhiều độc giả thuộc thế hệ về sau, khung cảnh lịch sử ấy là một mê cung ngoắt ngoéo nên quyển II của Đèn Cù còn bắt người đọc phải nhớ tới hoặc đọc lại lịch sử cận đại.

Trong từng mô tả về sự gian ác, đôi khi ông có cái lý "giảm khinh" là cái ngu của mấy kẻ trên chóp bu. Dù là ngu thì được cái gian bù lại. Xin đọc Trần Đĩnh kể lại về hậu trường của "Cách mạng Tháng Tám" năm 1945 ở Chương 50:

"Chỉ hai việc đầu não cách mạng Tân Trào mù tịt tin Hà Nội khởi nghĩa thành công và Việt Minh vũ trang phải được Nhật cho phép qua Cầu Đuống mới vào được Hà Nội đã đủ cho thấy vận hội khách quan vô cùng tốt đẹp của đất nước. Nói lại: vận hội của toàn dân nhưng cuối cùng đã bị Việt cộng *ẳm gọn làm vốn liếng riêng của mình.* (Chữ in nghiêng là của tác giả Trần Đĩnh).

"Tân Trào ba ngày không biết Hà Nội đã khởi nghĩa thắng lợi và Quân Chiến Khu về phải xin Nhật cho qua Cầu Đuống, chỉ hai việc ấy thôi đủ nói Việt Minh chả có đuổi Nhật gì hết. Và tuy ngày 23 tháng 8 mới vào Hà Nội, Cụ Hồ vẫn cảnh giác bắt đi vòng qua sông Hồng ở mạn cây đa làng Sọi có Vũ Đình Huỳnh chờ đón Cụ lên xe hơi qua cầu Sông Cái rồi rẽ phố Hàng Khoai và thế là Cụ đã được ngắm thủ đô ở cái góc mang tên thứ lương thực tiêu biểu nhất của dân ta – đúng là nông thôn bao vây thành thị... Rồi Cụ hài lòng ra ngay chỉ thị tiếp tục hòa hoãn với Nhật, tha Bảo Đại, một lần nữa mặc nhiên thừa nhận Quân lệnh số 1 yêu cầu tiến công Nhật, đàn áp chính quyền Trần Trọng Kim và tiêu diệt đảng phái phản động, là duy ý chí kiểu con ếch nằm trong đáy giếng." (Hết trích).

Từ những hồi tưởng đó, Trần Đĩnh mới kết luận là theo Việt cộng thì "bốn phương vô sản đều là anh em... "vô tổ quốc" như thế!"

Đầy dẫy trong Đèn Cù, ta gặp nhiều chuyện cực khó tin mà chỉ người trong cuộc mới thấm được theo lối "nóng lạnh tự biết". Trong mạch đó, độc giả có thể nhớ tới truyện giả tưởng "Đỉnh Cao Toang Hoác" (*Yawning Heights* hay *Les Hauteurs Béantes*) của nhà văn bất đồng chính kiến Alexander Zinoviev khi ông ta chơi chữ và châm biếm xã hội Xô viết. Nhưng Zinoviev còn phải dựng truyện giả tưởng, Trần Đĩnh viết về người thật, việc thật. Và xuyên qua hơn ngàn trang sách của hai quyển, Đèn Cù bổ dọc từ Marx tới Lenin, Staline, Mao Trạch Đông và Hồ Chí Minh, cho chí Lê Duẩn, Lê Đức Thọ - và cả Nguyễn Văn Linh với thành tích bái Tầu để chặn Duẩn và ngăn Thọ. Còn kinh hãi hơn giả tưởng.

Tuy nhiên, và đây mới là một kỳ thú của tác phẩm, Trần Đĩnh lại viết về Hồ Chí Minh như một nạn nhân hàng đầu.

Những ai cho rằng Đèn Cù có dụng tâm chạy tội cho Hồ Chí Minh thì nên đọc quyển II để nắm lấy "tang vật". Dù là cán bộ trước sau đã qua sáu năm đào tạo của Đệ tam Quốc tế, và sau này được quốc tế trao cho Trung Quốc dìu dắt, Hồ lần lượt là nạn nhân của Staline, rồi Mao và vì vậy mà từng có thời ở nhà cũng là nạn nhân của Trường Chinh, Lê Duẩn, Lê Đức Thọ trong vụ tranh đoạt quyền bính nội bộ. Phần nào đó, Bác Hồ của Trần Đĩnh có thể là "vô can" trong nhiều chuyển động lớn chỉ vì cái tội vô tài.

Vậy mà ngày nay Việt cộng còn nói mãi về thắng lợi của "Tư tưởng Hồ Chí Minh". Cho nên Trần Đĩnh mới phang thành tích họ Hồ: "Bịa! Chính là thất bại! Vâng, thất bại đầu tay lập đảng và thất bại đầu tay lập nước!"

Rất đáng ngạc nhiên từ một người mắc bệnh mê Hồ khi còn trẻ. Đáng ngạc nhiên hơn nữa là Trần Đĩnh không hết lời ngợi ca cụ Trần Trọng Kim. Từ đó, thế hệ ngày nay ở trong nước phải tìm hiểu xem Trần Trọng Kim là ai - và vì sao Cách mạng Tháng Tám chỉ là một trò bịp...

Quyển II của Đèn Cù được tác giả đặt tựa là "Vén Mây Giữa Trời", đọc mãi người viết này mới đoán ra Trần Đĩnh có ý phân công lao động. Bác Hồ và đảng ta chỉ là những vì sao, còn lại, Mặt Trời là những lãnh tụ xa lạ của Liên Xô hay Trung Cộng, như Lenin, Staline hay Mao... Vén mây lên, Trần Đĩnh bắn rụng cả mặt trời lẫn ngần ấy vì sao...

Mà vì sao dân ta lại khổ vậy? Cũng vì cái tội mê...

Sau khi cả dân tộc đã trả giá đắt đỏ, Trần Đĩnh viết ra chuyện mê muội ấy. Những ai muốn thế giới nhìn ra sự lầm lạc của nhiều người ngoại quốc về Việt Nam thì nên phiên dịch Đèn Cù ra ngoại ngữ. Nó cần xuất hiện bên những tác phẩm giải ảo lừng danh của thiên hạ.

Nguyễn-Xuân Nghĩa

California, ngày 11 Tháng 11, 2014

Vén mây giữa trời tặng
bạn bè và Hồng Linh bị trừng trị

NGHI LỄ MỘT LỜI MỞ SÁCH

Viết này vất vả. Lười là rõ. Cứ mượn "nguồn im ấy cố nhân" của Nguyễn Trãi mà lần khân. Nhưng còn có giằng nhau giữa nhận thức và hư vô.

Nhận thức thôi thúc viết. Tuy nó biến đổi không ngừng. Một quá trình tự phủ định, tự mở mắt thấy mình đã mù lòa. Phủ định cái bùa mê đã dắt díu mình bội phản lại thiên chất của mình. Viết ra sự thoát bỏ nhọc nhằn ấy đòi ngay thẳng. Dĩ nhiên là không dễ.

Còn hư vô. Từ nhiều năm nay trong tôi hư vô ngày một mở rộng. Nhiều đêm không ngủ, ngoái nhìn lại sau lưng chẳng thấy gì. Không người, không việc, không ý, không cảm. Một thung lũng sương vần vụ, một màn u linh bạc xoá. Thò tay khoắng vợt: rách rưới mấy vạt sương mù... Giật mình chứng kiến trạng thái hơi khói của đời mình. Ngỡ có ai đã bắt tôi cày cuốc lên cuộc sống mình rồi nộp hết tô đời cho hắn: trỏng trơ cái thân vô dụng.

Và làm hại.

Tôi đã viết vài hồi ký "cách mạng"quá được hoan nghênh. Vài câu thơ đến nay tôi vẫn hài lòng. *"Con người ném gương lên treo giữa các vì sao, Ngửng đầu soi thấy mình đẹp quá..."* (Vệ tinh đầu tiên lên trời, 1957.) Đặc biệt quyển hồi ký về

Côn Đảo đã đưa tôi lên thành pháo hoa rực rỡ. Các đơn vị lính xuyên Trường Sơn vào Rờ, đêm thường nghe cán bộ văn nghệ đọc những trang hồi ký này. Đi quanh Hồ Gươm, tôi hay được chỉ trỏ hoặc chào hỏi.

Và rồi tôi ngượng khi được giới thiệu là tác giả. Cho tới một hôm tại nhà một giáo sư hiệu phó một đại học ở Sài Gòn, một số bạn giáo sư khen tôi viết hồi ký kia hay. Và lần đầu tiên trước chừng hai chục trí thức, nghệ sĩ, tôi nói đúng ra tôi chỉ là một anh bồi bút. Cũng là anh hèn giỏi viết chuyện người bị đàn áp còn chuyện tang thương của mình thì lờ đi. Dĩ nhiên lúc ấy quyển sách bạn đang đọc đây đã xong, song tôi không thể thổ lộ. Sau buổi liên hoan, ra bến xe bus vắng tanh chờ, tôi tình cờ nhìn thấy một vỏ côn trùng lột xác khẽ đung đưa ở trước mặt. Tôi hứng nó vào lòng bàn tay và chợt mừng lạ lùng, ngỡ như vừa nhận về tấm mặt nạ bản thân tôi vừa gỡ xuống. Tôi càng lột bỏ mặt nạ trên tôi thì tôi mới càng là tôi.

Giá như tôi được viết những trang dưới đây như đã viết trong nhật ký những dòng về cây, về lá, về ánh đèn, bóng nước quanh Hồ Gươm, về con công nhốt trong Nhà Kèn sáu cạnh ở ngang hông Bắc Bộ Phủ một tối chớm xuân bỗng rùng mình phóng tiếng kêu vào đêm gọi mái? Ồ... ô... ô... Thèm khát như thanh sắt nhọn lao vút đi hừng hực trong mưa lạnh. Tôi chợt cay mắt. Ôi, người thày dạy cô đơn. Một chấm vàng bên má công loé thắp, điểm nạp đứa học trò tha thẩn.

Từ đấy ra ghế đá với bạn bè, tôi thường từ xa đã hướng tìm đốm lửa rừng, vương sót trên thân con công thăm thẳm một vùng khinh mạn khiến nhiều phen tôi chợn. Nếu các trang này chỉ viết cái đẹp của trời đất?

Người ta đã cất công xây dựng tôi nên một cái bị ăn mày. Phải chi li rằng chất liệu tạo nên bị là tôi. (Ra mới dai bền thế!) Còn nội dung của bị là các thứ người ta thả cửa quăng vào cho mà tôi ngụp lặn ở trong và cấm không được để chúng hư hao suy suyển.

Hình như một đạo diễn điện ảnh tên tuổi đã nói: Cái gì bạn không thay đổi được thì ít ra bạn hãy lột tả mặt mũi nó.

Vâng, tôi xin cố. Coi như trẻ con mở bị đồ chơi bầy hàng. Song hàng người ta ném vào bị ăn mày khá nhiều nên bày ra hơi la liệt, có khi nhiều lần hàng đụng nhau, vi phạm yêu cầu mỹ học. Chỉ xin nhớ giúp cho rằng khi quăng rác vào bị tôi, người ta đâu có tính đến mỹ học hay các thứ học xa xỉ. Tôi thì lại muốn sòng phẳng. Ít ra cũng một đổi một nghìn, mong bày cho đủ.

Có một tục ngữ da đỏ: Ban thờ củangười này là tha ma của người kia.

Vậy tha ma tôi là ban thờ của HỌ.

Cái nào đẹp? Tùy chỗ đứng của người nhìn. Thông thường ở tha ma ta mủi lòng thương cảm. Còn trước ban thờ không chắc ta đều muốn cúi đầu.

Trần Đĩnh

25

PHẦN MỘT

Chương một

Một sáng, Hữu Thọ trưởng ban nông nghiệp (Phan Quang được Hoàng Tùng đưa sang làm tổng giám đốc Đài phát thanh truyền hình) bảo tôi thôi ở ban nông nghiệp mà về Thư viện.

Nguyễn Hữu Chỉnh lúc ấy trưởng ban quốc tế và với tư cách ủy viên Ban biên tập kiêm phụ trách cả Thư viện đã đề nghị Hoàng Tùng gặp tôi.

Hoàng Tùng lập tức cau có:

– Tôi đối xử với anh tử tế như thế nào từ ngày còn ở trên rừng mà anh hại tôi. Từ nay anh về Thư viện, ngồi đó, không được cho ai mượn sách báo, tài liệu gì... Tại sao điều anh đi? Anh Hữu Thọ báo cáo với tôi rằng để anh viết bài thì nơm nớp sợ anh phạm chính sách mà để anh chữa bài thì anh chị em họ không chịu cho anh chữa với tư cách chính trị như thế đụng đến bài vở người ta.

Tôi không nói lại. *Cánh hoa rụng chọn gì đất sạch.*

Hữu Thọ không thể hàng ngày giáp mặt tôi, người không có đạo đức chính trị nhất trí với Đảng như anh. Hơn nữa, biết tạng tôi, anh thấy nên phòng bệnh: tôi là sự cố tiềm ẩn "bĩnh" ra trò gì thì cái ghế của anh sẽ khốn. Từ nay ban nông nghiệp là cứ địa để Thọ nhảy lên ủy viên biên tập rồi phó tổng biên tập rồi tổng và như thế là lọt tới Thiên đình – Trung ương đảng. Thọ phải dọn dẹp nó cho "thuần chủng" theo nhỡn quan đảng. Mà với Thọ thì việc này không khó. Như Thọ từng chế biến cái chết của Thorez và Togliatti, hai tổng bí thư đảng cộng sản Ý và Phápra thành tin chó Tây chết rồi hân hoan rú lên ở giữa sân báo Đảng cộng sản Việt Nam: "Hô hô, hai con Tô Tô chết rồi!"

Ngoài ra, Thọ không thích tôi vi phạm quy định là tôi không được chơi với thanh niên cơ quan để "đầu độc" anh chị em trẻ trong ban. Họ thường thích hỏi tôi cách "viết cho ra văn, văn học ấy chứ không phải văn xã luận pha loãng chỉ thị, nghị quyết đọc ngán bỏ con bà".

Thế mà tôi, kẻ phản động không được phép chơi với thanh niên vẫn cứ đem "phản nhận thức luận" giảng giải cho đám viết trẻ! Chẳng hạn bảo người viết nên là một giống cây đầy gai để đến đâu cũng bị mắc vào đấy. Mắc vướng là ta đã đem con dục hay cái đẹp trong óc ta xâm thực sang sự vật khách quan và khi sự vật khách quan được nhà văn cấy chủ quan hay phóng tinh vào thì nó mới trở thành hiện thực văn học hay nghệ thuật. Các cậu gọi ở trong hang, tiếng vang có nguồn từ cậu nhưng dội lại thì không còn như tiếng của cậu nữa. Nhà văn là môi trường hang động làm biến dạng đi hiện thực, ý này là của tớ chứ chả có sách nào nói hay được bằng thế đâu, bốc lên tôi nói đại. Michel Ange đã nói: "*Người ta vẽ bằng đầu, không bằng tay!*" Câu hay đến nỗi tớ thuộc cả nguyên văn: *Si dipinge col cervello e non con le mano.* Không áp đặt vào sự vật cái đẹp hay trí tuệ của mình thì mình phải cóp-pi cái nhìn của người khác. Mà văn học là độc đáo, là sắc thái tinh tế, sai một li đi một dặm. Thí dụ chữ này, mạn phép các cậu vì nó nói rõ hơn cả. Ta biết khi dương vật cứng thì ông cha đều nói *cửng*, song nay bỗng né đi, ít nhất là trên sách báo, mà nói là cương, cương dương. Cương là văn báo cáo, cửng mới là văn học. Đấy, xem chữ nào có mặt mũi, có hồn, có tính cách? Gốc nó, cứng ấy, ở chữ cứng, có lẽ thế, nhưng sao lại biến hóa đi? Ừ, tìm lý do của biến hóa này rất lý thú đây. Đấy, tạm nói đến cung bậc, sắc thái của chữ để thí dụ về văn học. Các cậu cứ nói khi viết chỗ này em rất chân thành, chảy cả nước mắt mà nó cứ... Đúng, nhưng phải biết trong tin học hay trong văn chương, chân thành là gì? Là bất ngờ, là cái mà người nhận tin chưa từng biết đến. Thí dụ *"cửa son đỏ loét tùm lum nóc"* là chân thật nhất, vì nó được độc nhất Hồ Xuân Hương thông báo với làng nước ở hình thái đó. Cửa son đã được nhà thơ nhồi con dục huy hoàng vào để biến thành đền miếu. Kinh Thánh gọi bụng của người tình nữ là cái quạt xòe mở của tháng ngày; còn vú là lò luyện hồng ngọc, kinh chưa? Lượng thông tin là bất ngờ chứ đâu là số lượng tin nhiều ít (Hôm qua, Thép Mới khoe Tố Hữu vừa ký chỉ thị tăng lượng thông tin báo chí. Tôi bảo báo đảng thêm hẳn hai trang cấy dầy nữa vẫn cứ không có lượng thông tin là vì không có bất ngờ gì cả nhưng hôm nay tôi không nói lại chuyện đó với anh em. Ngại chọc vào Ban bí thư trung ương.)

Một trưa, tôi đã làm loạn nhà ăn ở xế Ban nông nghiệp của Hữu Thọ. Mang bát đũa vào, tôi hỏi mấy chục anh chị em ở đó: – Các cậu có muốn làm thơ không, tớ bảo? Ba nguyên tắc thôi. Một là vào đầu câu nào cũng *ôi* lên một cái để tỏ ra thiết tha. Hai là đối tượng nào đã vào thơ đều gọi là *Em* để tỏ rõ quan hệ yêu thương. Ba là chêm vào vài ba ý ngô nghê để tỏ ra suy nghĩ có chất triết.

Cả nhà ăn kêu lên: – Làm đi... làm thử đi xem.

– Tớ vừa đọc tài liệu về phân bón, vậy làm luôn thế này: "*Ôi, những gánh phân, Em đặt ở đầu bờ, Em có thấy các lâu đài lang thang là những tòa mây trắng?*"

Tiếng giậm chân, tiếng đập bát xuống bàn, tiếng reo hét. Làm nữa đi, anh Trần Đĩnh. – Đây, làm về cái quạt trần này...

Tôi đọc luôn: *"Ôi, Em nằm đó giờ ba cánh tay lạnh cóng, Bụng căng đầy trữ lượng gió ngày mai".*

Cái áo len của Hữu Hạnh cạnh tôi hoá thành *"Ôi em mênh mông / thiên đường lý tưởng không đỏ mà xanh / của những đàn bò nông trường Mộc Châu kinh niên bị đọi".*

Và một lô ứng khẩu tại trận tiền như vậy nữa. Các trò ấy không thể không đến tai Hữu Thọ. Nhất là cậu Duy Phùng, trưởng ban bạn đọc, ngay sau đó cười cười bảo tôi ở cửa nhà ăn: – Biết anh *chơi* nhà thơ nào rồi đấy ạ. Tôi đọc thấy hai chữ Tố Hữu ở đôi môi Phùng đang cười.

Nhưng con sâu đo quăng mình vươn lên cao là có lập trình. Nó phải gạt đi trước những gì có thể phá bĩnh công trình vươn tới của nó.

Còn Hoàng Tùng? Anh nói tôi hại anh nhiều lắm. Hại vì tai tiếng "cưng thằng xét lại?" Có.

Song có lẽ có ai xui bẩy anh, hay tự anh hiểu lầm rằng tôi đã đứng đằng sau vụ Cung Kim Châu, vợ Thép Mới kiện chồng tới Trường Chinh, Tố Hữu.

Không hề. Thép Mới đã khẩn khoản nhờ tôi giúp cho vợ anh đừng đòi bỏ anh. Anh đang lâm thế kẹt: Cung Kim Châu, vợ anh doạ li hôn thì các em anh, từ Hồng Hà lại đòi anh bỏ vợ vì chị luôn kiện thủ trưởng tờ báo mà họ thì cần bảo vệ thủ trưởng. Khổ là Thép Mới vẫn yêu vợ. Nhưng sợ Hồng Hà. Người em luôn biết bảo vệ đảng hơn hết mọi sự. Nên đã mếu máo đúng lúc để biết ơn Mao Chủ tịch đã mở mắt ra cho biết Liên Xô là đại phản động, nên sau đó được Hoàng Tùng đưa đi bôi dầu thánh cùng Phan Quang tại Bắc Kinh.

Một sáng tôi đang ngồi với Thép Mới tại phòng làm việc của anh. Thình lình anh thất sắc bảo tôi: – Mày đi ra đi, thằng Hồng Hà nó đến tao kìa.

Tôi quay lại: Hồng Hà đang ở giữa sân to đi đến. Nhưng tôi lủi thì ra làm sao? Nhác thấy tôi, Hồng Hà rẽ. Thép Mới từ từ chui ở trong gầm bàn ra, anh rúc vào lúc nào tôi không rõ. Ngày nào mới rời khoa luật đại học bốn năm lên An toàn khu anh nêu thuyết "câm, què, mù, điếc." Thụ động phòng thân nhưng vẫn cứ triềng mặt. Quyền và lợi chưa chiếm lĩnh chân trời khiến cho phải giấu đầu cất mặt.

Sau đó hai hôm, Hồng Hà mời tôi ra ghế đá gốc đa. Nói từ nay tôi không được dính vào chuyện vợ chồng anh Thép Mới vì đây là "việc của tổ chức." Tôi nói tất cả là Thép Mới cầu van tôi giúp. Còn nay đã thành việc của tổ chức các anh thì tôi thiết gì dính vào cho... (ngừng lại kịp.)

Với đảng viên, tổ chức là tất cả. Hãy im đi mà tuân theo nó. Nó sẽ bảo đảm cho mày tiền đồ sáng sủa. Và chính vì là *chuyện của tổ chức* tôi mới nói đến nó ở đây.

Thép Mới còn điêu đứng. Đằng thẳng anh sẽ lên tổng biên tập nhưng Hoàng Tùng muốn Hồng Hà vốn biết sẵn sàng giơ thân cứu chúa. Thế là lấy cớ có nhiều thư tố giác Thép Mới này nọ, đảng ủy và ban biên tập thình lình mở một đợt toàn đảng bộ và cơ quan phê phán riêng mình Thép Mới. Quang Thái, trưởng ban văn hóa và Thọ Ốt khích tôi: – Trần Đĩnh lên tiếng thì Thép Mới sặc gạch chuyến này.

Kết quả, Thép Mới không được cấp thẻ đảng. Nhận một quyết định nói sẽ thôi ở báo, trong khi chờ đi nơi khác thì tạm lĩnh lương ở báo.

Vũ Hạnh Hiên trong Sài Gòn ra bảo tôi: Anh Thép Mới nói cả cơ quan chúng nó đánh tao, trừ mỗi thằng Trần Đĩnh.

Thép Mới chẳng phải buồn lâu. Hoàng Tùng vào Ban bí thư thì Hồng Hà vào ghế tổng biên tập. Và Thép Mới lại nhận thẻ đảng. Để làm phó cho em.

Một năm sau, Thép Mới bảo tôi: – Cần ủng hộ thằng Hồng Hà. Nó triển vọng Ban bí thư đấy mày ạ.

Khi các em và Hồng Hà ép anh bỏ vợ thì một sáng, có vẻ hả hê, anh bảo tôi: Tối qua mẹ tao ở Nam Định lên, tao gọi chúng nó đến ăn cơm. Nhân đó tao bảo chúng nó: – Quan nhất thời, dân vạn đại, tôi không thể cứ vạn đại như các người đòi đâu.

Bây giờ anh mong hai nhiệm kỳ thập tải trung ương cho em.

Thời gian tôi ngồi chơi xơi nước ở thư viện, Thép Mới hay mời tôi ăn cơm trưa. Một bữa, vừa thái thịt lợn luộc để ăn với dưa mua tại cửa hàng trước chợ Hôm gần khu tập thể 96 phố Huế của văn nghệ sĩ, anh bỗng day mạnh dao chửi: Sư thằng Gia–ve..., sư thằng Gia–ve. (Javert, cò thanh tra trong tác phẩm Les misérables của Victor Hugo – BT)

Tôi hất hàm, không hiểu. Anh nói:

– Là thằng Hồng Hà chứ thằng nào. Nó bắt tao bỏ vợ nhưng tao đến ăn uống ở nhà nó thì nó kêu bận này bận nọ. Tao nấu trong buồng làm việc đây thì hễ vừa đặt nồi lên bếp điện nó đã đấm cửa: "Ông nấu thế mùi mắm muối nó bay sang chỗ sếp thì sếp tiếp khách làm sao được? Mẹ nó, mà chỉ Hoàng Tùng mới cần Gia–ve".

Năm 1957, sang Bắc Kinh, Phạm Văn Khoa đưa cho tôi một thư của Thép Mới. Tôi đọc nó ở bến xe buýt Địa An Môn, trên đường đi xem *The Kid* của Charlot. Thư khoe "tao vừa làm được hai trường ca, một là *Cây tre Việt Nam,* hai là tìm ra một bông hoa tím quý".

Bông hoa ấy là Cung Kim Châu, vợ anh sau này. Chiều vợ mới cưới, anh lấy giấy mời lên dự kỷ niệm 15 năm thành lập nước Việt Nam Dân Chủ Cộng Hòa tận trên lễ đài Ba Đình, nhưng sợ đứng với vợ quá trẻ trên lễ đài, anh đã nhờ tôi làm hình nhân thế mạng anh cái sáng lễ hội ấy. Mắt cô kỹ sư thủy lợi còn long lanh ánh sinh viên mà suốt năm năm qua tôi thấy hàng ngày ở Bắc Kinh. Tôi mới về Hà Nội được mươi ngày.

Tôi sẽ không nói đến chuyện vợ chồng Thép Mới nếu Hồng Hà không nâng cấp nó lên thành công việc của tổ chức. Tổ chức này đánh tôi phi pháp thì tôi phải lên án nó chứ! Với chuyện vợ chồng Thép Mới, "tổ chức" cũng đã can thiệp hết sức thô bạo, xấu xa. Để lên án nó tất phải nhắc đến nhiều tình tiết.

Thép Mới cuối đời viết hồi ký cho Lê Duẩn. Bị bạn đọc ầm ầm phản đối. Một đại tá gọi điện thoại đến xưng danh tính xong chửi một câu rất tục rồi mắng mày hạ Cụ Hồ xuống đấy à? Vì anh viết: "Vận mệnh miền Nam trông cậy vào chiếc ghe ba lá lênh đênh trên các kênh rạch miền Nam." Tức là Cụ Hồ đêm không ngủ, ngày không ăn cũng chẳng bằng Lê Duẩn nằm ghe.

Thép Mới tâm sự với Lửa Mới. Lửa Mới nói lại với tôi. Nó bảo nó có biết gì đâu. Gặp nghe ông Duẩn hai buổi rồi ông ấy bảo anh làm việc tiếp với anh Sáu Thọ, anh ấy sẽ nói về tôi. Nó viết là theo ý và tài liệu của Sáu Thọ.

– Làm dân công tải đạn ra chiến trường nhưng Thép Mới không biết, tôi nói.

– Nghĩa là thế nào?

– Nó thừa biết Duẩn ốm, sẽ có đổi ngôi, thế mà nghe Sáu Thọ nói những chuyện làm cho nghĩ Lê Duẩn tung hê Cụ Hồ nó lại không chột dạ.

– Nhưng cũng không oan, Lửa Mới cắt lời tôi. Năm 1970, Duẩn viết *Bốn mươi năm vẻ vang của Đảng ta*. Trong một cuộc họp trưởng phó ban báo, tán về bài này, Hoàng Tùng nói Duẩn là Lê-nin của Việt Nam, Lê-nin của thời đại! Cụ Hồ có bao giờ được danh hiệu ấy? Lại còn nói năm 1957 phát hiện ra sai lầm cải cách ruộng đất, anh Duẩn đã cứu Đảng ta. Nghe Hoàng Tùng, Thép Mới sùng bái Ba Duẩn lắm.

– Đúng, tôi nói. Chọi nhau dữ với Hoàng Tùng, phó ban Anh Vũ đã lên báo cáo Trường Chinh chuyện này. Trường

Chinh nói bài viết của anh Lê Duẩn là tập thể Bộ chính trị góp ý nên. (Anh Vũ nói: – Vâng, tôi thấy chữ anh chữa đỏ lòe ra mà!) Cần đề cao tổng bí thư nhưng đề cao như thế này thì để Bác Hồ vào đâu, Trường Chinh hỏi.

– A, *friction* – cọ nhau cũng ghê nhỉ, Lửa Mới gật gù.

Một hôm cùng ăn điểm tâm với tôi, Thép Mới nói: Tao ngồi máy bay lên thẳng với Chu Huy Mân (xem như tổng cố vấn của Lào) và Nuhak bay dọc sông Mê Kông. Mân chỉ tay sang phía Thái Lan hỏi Nuhak: các đồng chí cần cánh đồng Đông Bắc Thái Lan thì chúng tôi lấy giúp? Xuất thân hào lý mà khẩu khí ghê chưa?

Tôi chợt hỏi: – Muốn đọc Kierkegaard không?

– Là thằng nào?

– Tổ sư bồ đề của chủ nghĩa hiện sinh. Biết không?

– Không. Có cái gì hay mày?

– Có câu này: – Mày là thế nào thì hãy sống hết lòng như thế. *Sois de tout coeur ce que tu es.* (Chả lẽ nói Việt Nam ta nên như thế!) Ông ta cũng định nghĩa chữ nực cười.

– Là sao mày?

– Là khi ta chắp một lý tưởng rực rỡ vào một thực tại mục nát thì nực cười xuất hiện.

Tôi vẫn cố có một lời. Tôi còn dư vị Thép Mới những ngày anh hết lòng là một sinh viên yêu văn và tự do phóng khoáng. Hè 1950 lần đầu tiên xuất dương đi Béc–lin dự Liên hoan thanh niên quốc tế, trở về anh tặng tôi quyển *Sử đảng* bằng tiếng Pháp bìa cứng Liên Xô xuất bản với dòng chữ: *Thân mến tặng Trần Đĩnh, tràn đầy hy vọng.* Tặng nhau Đảng sử là hết sức có ý nghĩa lúc ấy.

Truy điệu Thép Mới ở báo *Nhân Dân*, tôi mặc niệm hai lần. Một lần cùng cơ quan. Một lần vì vụt bồi hồi nhớ lại những ngày Việt Bắc, những ngày mọi cái nói hết được với nhau, tôi trở lại đứng một mình trước ảnh anh. Nhớ một lần Thép Mới đưa tôi xem một biên bản gốc của mật thám Pháp ở Nam Định trong có đánh máy lần lượt tên mười thành viên Việt Minh vừa bị bắt mà Hà Văn Lộc, tức Thép Mới, đứng đầu. "Mày xem, hồi ấy tao đứng trên Hoàng Tùng (Trần Văn Khánh) những năm sáu bậc." Chỉ vào tên Phạm Văn Cương, Thép Mới nói: – Nguyễn Cơ Thạch đây. Tao bị bắt, bố tao đem tao đến nhà ông đốc học Nam Định, bố thằng Hoàng Ngọc Hiến, biếu chai rượu Con Mèo và hộp bánh *biscuit* Pháp xin nói hộ. Hôm sau bố tao đưa tao lên Hà Nội học lại ở Bưởi. Lên xe lửa, đến đầu một cái toa, tao thấy thằng Cương bị còng tay ngồi cạnh một cảnh sát. Theo sau bố đi qua nó, tao lấy mũ cát che kín mặt. Xấu hổ quá.

Bây giờ, Cương – Nguyễn Cơ Thạch – vào Bộ chính trị; Hoàng Tùng, Ban bí thư và Thép Mới, đảng viên thường.

Chợt nghĩ không gì biến thiên dữ bằng ở quan lộ cách mạng. Lại nhớ những ngày Nguyễn Cơ Thạch, thư ký của Võ Nguyên Giáp ghé báo *Sự Thật* tán phét, vẫn thường khoe: "Sáng nay chủ nhật, tớ ra suối giặt cho anh Giáp bao nhiêu quần áo... này, tay còn nhợt đi đây này, mùa đông mà." Nhưng Đại hội 7 (1991,) bong hết khỏi Trung ương, Giáp lên có ý kiến về đảng cần phát huy dân chủ thì cậu thư ký hay giặt áo quần ngày nào nay vào Bộ chính trị và ngồi trên chủ tịch đoàn liền giơ tay cắt lời Giáp: "Đồng chí nói quá mất mấy phút rồi, xin thôi. Đồng chí hãy chú ý cho là đảng ta rất chú ý phát huy dân chủ." Lúc này người hùng của Thạch là Lê Duẩn.

Nghe Lê Trọng Nghĩa kể lại chuyện này, tôi đã kêu lên: "Sao Giáp không nói to lên, thưa Đại hội, xin hãy cứu tôi thoát khỏi vụ án chính trịnày".

Truy điệu Thép Mới lần hai xong đi ra, tôi nhác thấy T. đứng khóc ở một góc cửa. T. người nữ sinh trinh tiết Thép

Mới yêu hồi 1953, 54. Ở Béc–lin về, sau khi đưa tôi quyển Sử Đảng, anh xuống Khu Ba tìm T. Vừa đến cổng nhà thì thấy T. đang ngồi với H, chồng T sau này. Thép Mới lẳng lặng quay ra, lên đê, lẳng lặng ngoái tay ra sau xe đạp, lần lượt giật các gói quà toan đem cho T. liệng xuống Sông Đáy.

Cũng chính ở cái chỗ T. đứng khóc ấy, năm ngoái, kỷ niệm báo, Thép Mới không lên nói theo chương trình mà nhờ một người đốt hộ anh bánh pháo rồi anh kéo tôi lên sân thượng nhìn ra hồ, ra phía sông Hồng mưa bụi. Tự nhiên tôi nghĩ đến một sự tiêu tan rất sương khói. Những ngày ngay thẳng sôi nổi của Thép Mới nay đâu?

– Nói làm gì mày nhỉ? Đốt pháo hay...

– Ừ, thay được việc giằng xé, giậm chân bứt tai khó làm.

– Mày ơi, hồ quá đẹp, anh đánh trống lảng.

– Vì hồ bao giờ cũng đàn bà, không chính trị.

– Mày thôi làm thơ à? Này, chép cho tao bài *Chùa Hương.*

Tôi khẽ đọc. Bài thơ cuối cùng. Nâng hành vi tính giao lên thành lễ hội. *"Khe Giải Oan đầm sương, Cành ngọc rùng mình cửa động, Thuyền mắt lạc trầm Bến Đục, Hương khói rước em vào Chùa Hương... "*

– Làm nữa đi mày. Ít ra đỡ buồn.

– Không phải để vui hay buồn. Thôi làm vì thấy không vượt được cái mình hôm qua. Tớ đã bảo Lê Đạt như thế. Mỗi người một cách phát nghĩa. Tớ không đốt pháo.

– Mày bốc đồng – *impulsìf,* đếch biết im.

Trước đó không lâu, ở giữa sân báo một lần vừa họp xong chi bộ ban văn hoá có Thép Mới, Nguyễn Địch Dũng, họa sĩ Thọ Ốt, Hồ Vân, vợ Nguyễn Văn Bổng, anh trầm giọng bảo tôi: – Mày chết vì mày quá lý tưởng.

Trong cuộc họp, tôi nói ở trong Đảng tôi thấy áy náy, không được làm những cái lòng mình mong mỏi. Tôi cảm thấy ở trong đảng cũng như vào làng Tây để kiếm lợi cho nên đã có những lúc muốn xin ra đảng. Tại sao quần chúng không quản lý, kiểm tra chúng ta mà chúng ta lại kiểm tra, quản lý quần chúng, tháng tháng họp nhận định quần chúng tốt xấu ra sao?

Thép Mới vội bảo Hồ Vân, thư ký cuộc họp: – Đề nghị chị Hồ Vân đừng vào biên bản những lời anh Trần Đĩnh vừa nói.

Nguyễn Nguyên (bút danh của Nguyễn Ngọc Lương) cho tôi biết Thép Mới trước khi chết một hai năm đã "nói những câu ghê lắm," những câu mà Nguyễn Nguyên không dám thuật lại. Rồi thỉnh thoảng Nguyên xì dần. Thí dụ: – Đất nước này sao mà có người tài được. Có tài thì thường có nhân cách, họ không chịu uốn theo và thế là bị triệt. Quốc xã và Đệ tam quốc tế, hai đối thủ chí mạng đã học nhau để làm y hệt nhau.

Năm ấy theo yêu cầu của Cục 35, Nguyên phải tường trình rõ tại sao làm tình báo mà anh lại lấy vợ là con nhà giàu cao sang và làm việc ở sứ quán Mỹ. Khai sao bây giờ? Một người bạn nhưng ở cấp trên bảo anh cứ khai đại là lấy để tiện dò tin của Mỹ. Nguyên làm theo. Ai ngờ vợ anh đọc được. Chị đòi bỏ, đưa hai con sang Mỹ. "Thép Mới bảo sao, Nguyên nói, ông biết không? Thép Mới khuyên tôi để vợ và hai con sang bên ấy, vì chúng sẽ được học hành tử tế, chúng sẽ có một lòng yêu nước khác kiểu chúng ta".

Có một chuyện nhỏ Lê Bình kể tôi nghe. Ngày Thép Mới chưa chết, một hôm Hữu Thọ, phó tổng biên tập *Nhân Dân* hớn hở nói với mấy anh em Ban biên tập trong có Lê Bình: "Chuyến này xua bằng hết cánh Nam Định ra khỏi Trung ương đây." Anh em vẫn biết Hữu Thọ là trong số gia nhân gần gũi nhất của Đỗ Mười nên im lặng, đoán sẽ có chuyện lớn. Khi Thép Mới chết, Hà Đăng tức Đặng Ha, tổng biên tập phân công Lê Bình, ủy viên biên tập vào Sài Gòn tổ chức truy điệu thì Hữu Thọ tranh lấy. Lê Bình bảo: – Tôi rất lạ tại sao báo tin đám Nam Định sẽ bị xua hết khỏi Trung ương, ngụ ý Hồng Hà sẽ re mà hắn (Hữu Thọ) lại xăm xắn với Thép Mới thế? Thì ra rồi Hồng Hà vào Ban bí thư.

Hồng Hà chắc rất cảm động thấy Hữu Thọ khép nép bên người anh xấu số của mình, thỉnh thoảng lại sụt sịt lấy tay gạt mũi. Đại hội tới, Hồng Hà chả lẽ lại nỡ không bỏ một phiếu cho Hữu Thọ.

Xin trở lại một chút Cung Kim Châu. Tự sát hai lần không chết, chị mở cửa cho tôi vào thăm. "Anh cùng hội cùng thuyền tôi mới gặp chứ người ở báo đảng là tôi không đâu. Gián điệp cả đấy".

Vẫn hai gian phòng đầy gió ngày xưa. Vẫn chiếc đi văng hình vành trăng kiểu thuyền *gondole* và trên đó vẫn bức tượng Vệ Nữ bằng ngọc trắng sữa vân khói Thép Mới mang ở Cuba về năm 1960.

– Ô hay, sao lại khuyên tôi đừng nhỉ? Anh bảo tôi dại à? Rồi ai mà chả đến chỗ đấy? Kim Châu vừa nói vừa cười, mắt rất nghịch.

Kim Châu đã thử lần thứ ba và đi trót lọt. Một tối đạp xe từ sau Bệnh viện Việt Xô đến nhà tôi ở cạnh Chùa Hà, chị hỏi: "Ông bà có biết tôi mất cái gì không? Đời con gái!" Kim Châu bảo tôi Hoàng Tùng chỉ mới sàm sỡ thôi. Tôi hỏi: Thế có biết kiện ghê thế mà sao Hoàng Tùng vẫn thoát không? À, vợ Hoàng Tùng đến nhờ bác sĩ Nguyễn Bách và vợ là Bích Hường, biên tập viên Ban quốc tế báo *Nhân Dân*, chỗ thân cận của Trường Chinh, thanh minh hộ cho là Hoàng Tùng bị đổ oan. Bích Hường bảo tôi: "Tại cái tay Bách này, cứ nói thôi giúp ông bà ấy nên tôi phải lên nhân danh cán bộ báo minh oan cho Hoàng Tùng. Không thì re Trung ương, Ban bí thư là cái chắc".

* * *

Cùng đi *B* (vào Nam) năm 1964 như Thép Mới là Ngô Y Linh, Nguyễn Vũ, chốn thân thiết của tôi. Chúng tôi chia tay nhau trước nhà Phú Gia. Mưa rơi phía hồ rắc lười nhác xuống những sợi thủy tinh ngắn ngắn vào nền nắng mỏng trong như nắng được quang dầu. Y Linh bảo tôi: Tao không thích chính trị, mày biết. Tao nghe mày chửi Mao thấy rất hay nhưng ở trại chuẩn bị đi *B* nghe anh em tập kết đề cao Mao, chủ trương đánh Mỹ để giải phóng miền nam, tao lại thấy chúng nó có lý. Tôi nghe và buồn. Định hỏi Y Linh "Mày ở bên đó thấy họ giết đồng chí và dân như ngóe mà chưa tỉnh ra ư" nhưng thương Linh vào chiến trường nên im.

Mười năm sau, Y Linh và vợ con ra Hà Nội. Bụng cổ chướng to tướng, cổ bé như cái cổ gà, gầy nhẳng, nhăn nheo. Tôi đưa Y Linh đến bệnh viện 108 cho Đào Công Phát (anh ruột Lê Đạt,) chủ nhiệm khoa tiêu hoá, khám giúp. Đến giữa sân bệnh viện vắng tanh, Y Linh nắm tay tôi giữ lại: – Mày nhớ hồi nào tao nói gì trước Phú Gia với mày chứ? Bây giờ ở đây chỉ có trời đất và tao với mày, tao nói cái này: mày đúng, Đảng sai, theo Mao là bậy.

Cũng bữa đó Y Linh cho hay vợ anh không bị vào tù Phú Lợi và nhà tù không bị bỏ thuốc độc như dạo nào ta tố rùm beng và Y Linh cũng không từng đến Trường múa Bắc Kinh lên khóc tố cáo tội ác của Diệm do ta hư cấu nên. Cũng như gọi xa lộ Sài Gòn mới xây lúc đó là sân bay cho máy bay Mỹ đỗ. Cô ấy bị một cú kinh hoàng thật nhưng là thế này, Y Linh nói. Được điều ra *R (Trung ương cục miền Nam,)* để đi khỏi nhà không lộ tông tích, cô ấy gom vàng bạc, kim cương vào một mùi soa rồi gửi một cô bạn cùng ra *Rờ*. Đến chỗ hẹn, cô bạn mất tăm. Nghèo mới làm cách mạng, nay giàu rồi đi làm gì?

Tiện đây, tôi muốn nói đến Nguyễn Quang Sáng ở phương diện có lẽ phần nào dính đến tâm trạng Ngô Y Linh. Cuối những năm 1980, Sáng kể Nguyễn Thi đã mấy phen giơ súng lên thái dương. Bọn nhà văn nhà báo lại phải quỳ lạy xin. Thi bèn đi chống càn để toại nguyện. Nguyễn Quang Sáng bảo tôi: Sau đó anh biết thế nào không? Tôi cũng mấy phen dí súng vào thái dương rồi cuối cùng sợ nên nộp lại súng cho cơ quan. Thì ra, đêm lơ tơ mơ chuyện bỏ về Sài Gòn.

Bữa ấy Sáng và Trịnh Công Sơn chiêu đãi tôi thịt trút (loài bò sát, ăn kiến – BT) trên sân thượng Hội điện ảnh. Trăng vằng vặc. Chín giờ tối, tôi xin đi có việc. Bảo tôi chờ một lát, Sơn chui vào cửa tum biến mất. Lát sau lại từ cái lỗ tối thui ló ra, tiếng ghi ta trong veo "Tôi mới làm bài này, Sơn nói, tôi hát nha." Mùa thu Hà Nội... Tôi ngẩn ngơ một lúc. Nói lảng: – Mắt ông *fragile*, mong manh, không ngăn được các cơn lũ đàn bà.

Năm 1975, sau hoà bình chừng vài tháng, Từ Chi, Lê Đạt, Chính Yên và tôi nghe cát–xét nhạc Trịnh Công Sơn ở nhà Đỗ Hải. Máy *Grundig*. Tự đáy lòng, tôi nhận ngay người phi công "ngụy" chết trận là em mình. Thương nó đã lỡ vui chơi trong cuộc đời này để "bạn bè rồi quên, người tình rồi xa" chứ không phải khóc nó để tôn thờ học tập nó. Bên cạnh các nghĩa trang ở mỗi làng ngoài Bắc, tôi đã thấy có một nghĩa trang khác cất bằng tiếng hát Khánh Ly. "Người tình rồi quên, bạn bè rồi xa..."

Lần đầu nghe Sơn, tôi thấy rõ thêm văn nghệ sĩ Sài Gòn đã được chút nào tự do tri thức: được thảng thốt lo ngại cho phận con người! Nên Sơn mới có bài *Gia tài của mẹ* đếm *hai mươi năm nội chiến từng ngày*. Nội chiến đặt ngang đồng cân với nghìn năm Bắc thuộc và trăm năm thuộc địa Pháp.

Bữa nghe máy ghi âm *Grundig* đầu tiên ấy tôi thấy nó như một tòa cao ốc ở New York thu nhỏ. Nhưng ấn tượng hơn vẫn là chiếc máy quay đĩa *Philips* của Kỳ Nam. Ở Pháp làm phim Cụ Hồ về, anh rủ tôi đến nhà uống vang Pháp nghe nhạc. Tôi đã không thể rời mắt khỏi chiếc *Philips*. Kỳ Nam đặt một đĩa vào: – Nghe tí nhá...

Un sourire en tes grands yeux. Một nụ cười trong đôi mắt to của em. *Sérénata*. Nước mắt ứa ra. Thổn thức một thời mười lăm mười sáu.

Rồi nói: – Với mình, cái quay đĩa kia là lăng mộ của một nền văn hóa bị khóa kín, trong quan tài kính của nó những *bras* và *tête de lecture* – tay quay, đầu đọc – rất cung đình kia nom như những nhân sư ra câu đố cho mình nhưng mình bị cấm bước vào.

Hà Nội, váy vàng dài kéo sau như con lũ sông Hằng cuồn cuộn trên hè Tràng Tiền, Jane Fonda gặp Kỳ Nam, hứa sẽ đóng phim cho anh. Kỳ Nam nhờ tôi viết kịch bản.

Viết. Một nhà báo nữ Mỹ đến Sài Gòn, (cô đã bay theo trên một máy bay cánh quạt rà mặt đường xem sả súng máy, *strafing a gogo*) một cô du kích làm tiếp viên ở khách sạn nhà báo Mỹ ở đó. Đặc công đánh mìn nhưng cô tiếp viên đã cứu cô nhà báo ham tìm sự thật rồi theo lệnh trên đưa cô nhà báo ra thăm khu giải phóng.)

Thanh Tú bảo tôi: – Em đọc rất thích. Em thấy anh có cho em một vai đấy.

– Jane Fonda vào vai cô nhà báo Mỹ, Tú sẽ là cô tiếp viên nằm vùng. Hai mụ đàn bà đẹp đi với nhau suốt một chặng li kì. Có cả một lính Mỹ đào ngũ đi cày thích cô tiếp viên – du kích.

– Đẹp mà sao lại nói hai mụ? – Tú nhăn mặt đùa.

Bữa cơm tối ấy, Kỳ Nam khẽ bảo tôi: – Trần Đĩnh ơi, bớt *pur* – trong sạch – đi một tí đi. Không thì khổ lắm. Kỳ Nam biết tôi cúi đầu thì lại nổi phao câu.

Nhưng rồi Jane Fonda, Jean Paul Sartre... đã lên án Việt Cộng. Kịch bản sau đến Hà Xuân Trường và... mất!

Chương hai

Hàng tuần, Nguyễn Hữu Chỉnh, trưởng ban quốc tế kiêm phụ trách Thư viện đều đặn đến Thư viện nói tình hình. Một thời gian dài chỉ mấy vấn đề quẩn quanh mà nghe không nhàm bởi nó vẽ ra một đối nghịch giữa cái xấu hoành hành và sự kháng cự yếu ớt của Đảng. Chẳng hạn "bạn" (Khơ-me Đỏ) quấy rối như cơm bữa ở biên giới, "nhưng cứ yên tâm, anh Lê Duẩn vừa bí mật gặp đồng chí Saloth Sar, tức Pol Pot, tổng bí thư đảng bạn. Đồng chí nói sẽ trị những địa phương làm láo, còn đảng bạn cam kết trước sau vẫn nâng niu tình hữu nghị trong sáng, mẫu mực thủy chung Việt – Miên – Lào, nền tảng thắng lợi của ba nước anh em." Lúc ấy tôi cũng nuốt phải miếng an thần do tổng bí thư đứng ra bảo lĩnh này. (Thật ra cả Pol Pot lẫn "bạn" Sihanouk đều có thích gì ta!)

Sihanouk đã nói với Mỹ: Chúng tôi không muốn có bất cứ một người Việt Nam nào ở Campuchia, chúng tôi rất vui nếu các ông giúp chúng tôi đẩy được Việt Cộng ra khỏi đất nước. Nên hồi B52 Mỹ ném bom căn cứ ta ở Campuchia, Sihanouk họp báo nói: Người và trâu bò chúng tôi yên lành thì tố cáo gì?

Sau vụ "bạn" láo, đến nạn tham nhũng như ruồi ở ta. Nguyễn Hữu Chỉnh thuật lại lời "một anh" – giấu tên mà thường là Duẩn hay Sáu Thọ, Phạm Văn Đồng – nói: "chính quyền cộng sản mà tham nhũng nghiêm trọng đến mức này thì thật là đáng xấu hổ." Cho nên đảng chủ trương các báo, nhất là báo *Nhân Dân* sẽ phải ra vài ba bài xã luận sâu sắc, tiếp theo là một loạt bài lý luận chỉ ra rằng ở chế độ ta với cơ chế đảng lãnh đạo, quan hệ sản xuất xã hội chủ nghĩa và ý thức phân biệt đúng sai hết sức sắc bén của dân thì không thế có đất nào cho tham nhũng nảy nở và hoành hành.

Quả nhiên ra Nghị quyết 228 chống tham nhũng.

Dân liền sắc bén, vè luôn:
Hai trăm hai tám chẳng dám đánh ai
Có đánh thì nhè đánh từ vai trở xuống...

Dân quê Bác đặt cho đường phố có trụ sở tỉnh ủy Nghệ Tĩnh là đường *Cần Hai Hai Tám*. Đồn rằng Bác báo mộng cho dân bầy choa xui gọi thế.

Một thời gian sau, toàn thể cán bộ, đảng viên học Nghị quyết trung ương lần thứ tư Khoá tư. Đến đây tình hình tham nhũng đã thành ai oán ngâm khúc như sau: 24 thứ trưởng – tức là từ vai – bị đình chỉ công tác vì tham nhũng, chín tướng từ trung tướng trở xuống – tức là từ vai – dính tham nhũng, 4.000 người cấp vụ, *tất cả mọi thường vụ tỉnh ủy đều bị, nay chỉ còn chờ rà soát xem có cá nhân nào không mắc phải mà thôi.* Cuối cùng *90% đảng bộ xã tham nhũng.* Lúc *hoà bình vốn liếng có hơn l2 tỷ đô la, 3 tỉ vốn có, ba tỉ chiến lợi phẩm (bán vũ khí,) 3 tỉ vay mà chả làm nên được cái gì.* "Vào túi chúng nó cả".

– Là túi ai? Tôi hỏi.

Chỉnh lắc. Tôi lại hỏi: Nói ý thức phân biệt sai trái của dân sắc bén lắm mà dân lại không biết vào túi ai?

Chỉnh cười nửa bí hiểm nửa châm biếm.

Đấy là năm 1977. Năm 1985, được đề bạt thành "quốc nạn" và "giặc nội xâm," tham nhũng xuất hiện trên biểu ngữ dọc các đường phố. Còn 20 năm sau, thế kỷ 21, thì ở trong *top 20* nước tham nhũng nhất thế giới. "Nội xâm" đã thành "quốc nhục," cố nhiên chỉ nhục cho những ai có tổ quốc và biết nhục. Ronald Moreau viết trên *Newsweek* 2 – 5 – 2005: "Đe dọa lớn nhất hiện nay đối với tiềm năng tăng trưởng của Việt Nam là tham nhũng." Vì tham nhũng Việt Nam mất 2 tỉ đô la trong 10 tỉ đô la đầu tư mỗi năm. Một nhà ngoại giao phương tây nói: "Bất cứ ai hễ đã là một ai đó ở nước này thì đều tham nhũng." Việt Nam bét hạng về minh bạch – cái gì cũng là bí mật phải giấu – cho nên thành thánh địa của tham nhũng.

* * *

Trở lại năm 1977, ở Thư viện tờ báo, hàng tuần tôi nghe Chỉnh phổ biến tình hình.

Lúc ấy đảng vừa đổi tiền, dân ngã ngửa ra là mình đã bị Nhà nước móc túi xơi khẳng vô tội vạ món tư hữu còm.

Theo Nguyễn Hữu Chỉnh, thủ đô nghèo nhất: Chỉ có ba nhà đổi tới 10.000 đồng. (Chú thích: đồng rưỡi một sủi cảo Hàng Giầy tức là nhà giàu nhất xơi được khoảng 6666 bát!) Trong 3 nhà Vương Khải, Thạch Sùng Hà Nội thì *một đạp xế lô*. Về số tiền đổi tuyệt đối, Hà Nội thua Hải Phòng, Nghệ An. Chỗ này dân giải thích: Hải Phòng giàu vì là trùm buôn lậu, Nghệ An quê Bác thì chúa thằn lằn buôn thuốc phiện, ma túy. Hà Nội bét, chỉ có ba nhà đổi 10.000 đồng là vì nó sát Trung ương, được mật báo sớm nên đã tráo hết tiền ra thành hàng hóa, vàng bạc.

Tiếp sau đổi tiền đến Nghị quyết 08 –NQ/TW về công tác của Hà Nội, mục đích là phải mau chóng lập lại trật tự xã hội chủ nghĩa trong lĩnh vực phân phối lưu thông, tiếp tục cải tạo và sắp xếp lại các thành phần kinh tế phi xã hội chủ nghĩa. Một cao trào "quản lý hành chính" – tên mật là Z30 – nổ ra rầm trời Hà Nội ngày 3 tháng 5 nhằm đánh sập bọn "giàu bất chính," tịch thu nhà cửa tài sản của chúng, cắm chắc lại ngọn cờ xã hội chủ nghĩa đã chớm lung lay. Muốn biết bất chính hay không cứ xem có ba thứ ti vi, tủ lạnh, Honda hay không, có là "khám ngay nhà cho tao". Nhà hai tầng mới xây cứ việc lấy.

Trong số "tư sản mới" bị tước trắng nhà có phở Thuốc Bắc, phở Hải Bằng, phở Cường (trong hai năm mà phở Cường tậu ngôi nhà 11.000 đồng) và một Vua Lốp. Khám nhà Thái Văn Như, phố Hàng Khoai tìm ra hơn hai chục nghìn đồng không đổi. Giấu trống đồng Ngọc Lũ trong thùng mùn cưa, Nguyễn Đình Chúc buôn đồ cổ có 7 xe đạp phần lớn là Peugeot, 2 ti vi, 2 tủ lạnh. Hà Nội đã lục soát 225 hộ phần lớn là thương nghiệp. Có nhà *những* 3 máy dệt len, 3 máy khâu, 2 máy bơm mỡ (nguồn thu nhập lớn: bơm mỡ một xe hơi giá *những* 10 đồng.) Nguyễn Thị Nhị, kế toán trưởng cửa hàng ăn uống Chợ Mơ tàng trữ 3 kg mì bột, 70 kg mì sợi, 2 va li vải, 1 bao bột nở, 20 kg đường, 6 xe đạp, 5 tivi và một số tiết kiệm 12.000 đồng. Báo vạch trần: "Đời sống tội lỗi của chúng (bọn nhà giàu) là có toa lét lát đá hoa, nuôi chó béc–giê, có Honda, tivi... "

Tổng kết cuộc đổi tiền cho hay nông dân quá ít tiền. 10% không có gì để đổi. Trong khi chủ nhiệm hợp tác xã ở Cổ Loa có 47.000 đồng. Thấm nhuần lời Bác dạy, dân đã tổng kết rất sớm: *Xã viên làm việc bằng hai, Để cho chủ nhiệm mua đài, tậu xe. Xã viên làm việc bằng ba, Để cho chủ nhiệm mua nhà có sân.*

Về các đối tượng chính trị thì Nhà thờ lớn Hà Nội đổi 73.000 đồng và Nhà thờ Cửa Bắc, 84.000 đồng. Một mình Cha Mai đổi 43.000 đồng. Đại sứ quán của bành trướng Bắc Kinh đổi 110.000 đồng. Nó hủy tiền là cái chắc! Để giữ bí mật ngân sách mua tay chân và quấy rối. Sứ quán Liên Xô không ra Ngân hàng Ngoại thương mà đổi hơn 140.000 đồng tại quầy như dân, ông anh theo tác phong Lê–ni–nít thâm nhập cuộc sống bình đẳng như thế đấy. (Tôi đùa hỏi Chỉnh: "Trước Nghị quyết 9 ông cũng ca ngợi như thế thì phải?")

"Kiểm tra hành chính" nghe đâu do Trần Quốc Hương thiết kế. Đánh phá bọn giàu "bất chính" này là tín hiệu cảnh cáo Sài Gòn, nơi mà người ta "vừa đặt chân lên Tân Sơn Nhất đã ngửi thấy "sặc mùi Nam Tư" – tức là kinh tế thị trường. Theo Ung Văn Khiêm thì thành ủy Sài Gòn nhất định phải tẩy đi hai tay chân của Sáu Thọ là Trần Quốc Hương và Mai Chí Thọ. Ra Hà Nội, Mười Hương bèn trả miếng Sài Gòn.

Nhân kiểm tra hành chính, xã luận báo *Nhân Dân* ca ngợi Hà Nội là ngọn cờ chủ nghĩa xã hội. Lại có bài bóng gió Sài Gòn theo tư bản. Hà Hoa bảo tôi chị ở Hà Nội vào đó công tác đã bị Nguyễn Văn Linh, bí thư Sài Gòn chất vấn báo *Nhân Dân* ám chỉ ai đi theo đường tư bản đây?

Nguyễn Khắc Viện cũng gửi lên Duẩn đề cương chống xu hướng tư bản ở miền Nam. Theo Viện, nó có năm nhân tố thúc đẩy là đế quốc bên ngoài chưa từ bỏ mộng trở lại, tư sản mại bản trong nước, cán bộ thoái hoá sa đọa và phần tử lưu manh, v. v.

Chắc có đọc sớ triệt mầm tư bản của Viện dâng, Trần Đức Thảo một bữa lẳng lặng đưa tôi một tờ báo Pháp cũ: Anh xem cái này! Bài báo Viện viết năm 1942, 43 ở Paris ca ngợi chủ nghĩa quốc xã của Hitler. Viện giúp nhiều sinh viên Việt Nam lúc ấy mất học bổng của Pháp – Pháp đầu hàng Hitler mà – sang học Đức quốc xã. Hitler có cấp học bổng cho họ không thì tôi không biết.

Tóm lại cả nước khốn khổ vì cuộc ra quân đánh phá mầm mống chủ nghĩa tư bản để củng cố trận địa xã hội chủ nghĩa đang có dấu hiệu lung lay.

Một tối đi bộ với Minh Việt, Lê Đạt, tôi nói: Chủ nghĩa tư bản mà con gái giai cấp công nhân 14 tuổi không phải đánh đĩ nuôi em và bố mẹ, tôi ủng hộ; còn chủ nghĩa xã hội mà con gái giai cấp công nhân vú vừa gai gạo đã đứng đường đón khách cán bộ bán thân đổi lấy tem phiếu thì tôi phản đối.

Phạm Phú Bằng vừa kể cho tôi chuyện anh đến thăm nhà một chị làm điếm. Người rất tử tế, – Bằng nói. Bằng đến, thấy ba đứa trẻ gầy còm chơi dưới đất, ở một góc phòng ông bố chồng già ốm nằm đó. Cô gọi chồng ra. Mất sức lao động vì bị tai nạn lao động, tiền trợ cấp nuôi không đủ miệng mình tôi, anh chồng nói với Bằng. Cả nhà này biết mẹ chúng nó công tác ngoài giờ như thế nào cả.

Ông bố già yếu ớt nói: – Dạ, cháu nó nói đúng, tôi xin chứng nhận ạ...

Tôi ân hận đã không hỏi Bằng sáu con mắt trẻ thơ lúc ấy nom ra sao.

* * *

Ở Thư viện tòa báo, *không được* làm gì, tôi chỉ đọc sách báo. *Nhân Dân nhật báo* Trung quốc đang quá hay. Hơn cả *Time, Newsweek, Le Nouvel Observateur, Le Point.* v. v. tôi vốn quen thuộc.

Một cuộc càn quét sâu rộng tư tưởng Mao. Đặng Tiểu Bình, "Khroutchev thứ hai của Trung Quốc," hạ bệ toàn bộ tư tưởng Mao bằng khẩu hiệu "thực tiễn là thước đo chân lý". Những gì xưa này đảng coi là chân lý như lời dạy của Mao, như chủ nghĩa Mác – Lê nhưng làm cho đất nước đói nghèo, lạc hậu, huynh đệ tương tàn thì thiêng liêng đến đâu cũng vất! Tôi hơi ghen với dân Trung Quốc. Ít nhất họ đã thấy được mặt mũi can phạm gây nên thảm trạng. Cùng với tư tưởng Mao, Đặng phá tan luôn bộ máy Mao. Nhân sự mới toàn là những nạn nhân của Mao, từ Đặng Tiểu Bình, Hồ Diệu Bang, Triệu Tử Dương... những người vẫn còn trên người vết gông cùm và kim ấn tội đồ "xét lại, phái hữu, đi đường lối tư bản".

Với tôi, ấn tượng hết sức sâu sắc là Đặng mở phong trào *chiêu tuyết*, trả lại danh dự cho những người bị tù đầy, bị hành hạ trong các vụ mà người Trung Quốc gọi là "án oan, án giả, án sai".

Báo Trung Quốc ngày ngày đưa tin khôi phục danh dự và quyền lợi cho các nhà văn bị đánh chết hay tù tội. Triệu Thụ Lý sinh thời có bao nhiêu nhuận bút đều cúng đảng mà nay ngắc ngoải chờ chết không được phép vào bệnh viện; Lão Xá bị đánh chết rồi vất ở ven một cái hồ. Người ta gọi vợ ông đến. Bà giơ tay toan lật tấm vải che mặt ông thì bị đẩy ra: Xem có phải giầy nó không thôi! – Dạ, phải. – Khiêng nó đi!

Hơn các văn nghệ sĩ khác, Tào Ngu được ở lại đơn vị quen thuộc của ông: gác cửa và lau chùi, quét dọn cái nhà hát vẫn diễn *Lôi Vũ* và *Nhật Xuất*. Đinh Linh hơn hai chục năm "cải tạo" mịt mù rồi được tha, rồi nằm hoài bệnh viện, rồi đi thăm Mỹ. Lúc ấy bên đó đảng bồi dưỡng cán bộ cao cấp bằng cách cho sang chơi Hoa Kỳ (Việt Nam thì lão thành cách mạng được đến thăm quê hương Lê–nin.) Cùng Ngải Thanh, nhà thơ nổi tiếng nhất nhì Trung Quốc cận đại, Hồ Phong, tù lưu cửu vì chống Mao Chủ tịch (và đầu độc Trần Dần thành Nhân văn*)* được minh oan, ra làm cố vấn Bộ văn hoá, tiền bồi thường danh dự cùng lương truy lĩnh quá là nhiều.

Những bài báo khiến tôi vừa đọc vừa cay mắt.

Sáng hôm đọc tin Hồ Phong nhận vô số kể tiền bồi thường danh dự, tôi đến Trần Dần. Giống thần hổ thờ trong xó tối, Dần đang ngồi lặng như tờ ở góc tường. "Này, tôi nói, cách mạng lẫn phản động Việt Nam đều nhất nhất học Trung Quốc, cậu học Hồ Phong đấy. Thế nhưng nay Hồ Phong được chiêu tuyết thì cậu lại không được cho học theo".

– Quyết đánh cho nhân cách mất đến cả lai quần thì sao biết học cái tử tế? – Dần hỏi.

Trở lại sửa sai long trời lở đất của Đặng. Về kinh tế, giai cấp tư sản bị cải tạo nói chung đều được bồi hoàn. Đại tư sản

Vinh Nghị Nhân được mời ra làm một tổ chức tiền thân của Sở chứng khoán Thượng Hải. Khách sạn Ái Quần mười mấy tầng tôi đã ở tại Quảng Châu về lại tay con gái chủ cũ. Nhà nước đã chi 300 triệu nhân dân tệ để tu sửa nhưng không đòi lại, coi là tiền thuê của gia đình bấy lâu. Lúc ấy tôi vẫn chưa hiểu rằng Đặng có cho châu về Hợp Phố – nghĩa là sòng phẳng, minh bạch nhận sai xin sửa và công nhận quyền sở hữu tư nhân như thế giới yêu cầu – thì Hoa kiều cùng tư bản lớn nước ngoài mới tin cậy mà ào ạt rót đô la vào. Đặng có minh oan xóa án chính trị thì trí thức Hoa kiều mới rầm rầm hiến kế góp tài.

Đúng là có một thứ cộng sản *mang mầu sắc Trung Quốc*. Nghĩa là mượn quy luật kinh tế tư bản, riêng một góc trời, không đấu tranh giai cấp, không đàn đúm phe để đánh đế quốc tư bản mà trái lại còn dựa hết lòng vào chúng. *Time* đăng ảnh đường Bund Thượng Hải ban đêm đỏ rực chữ *Coca Cola* trên đỉnh một dẫy cột đèn dài dặc và chú thích *Đông phương lại hồng*. Đông phương hồng là bài hát ca ngợi Mao Trạch Đông. Coca Cola với âm Trung Quốc Khả Khẩu Khả Lạc (Hợp miệng thì được vui) đã đỏ chói chang sánh vai cùng hồng với Mao Trạch Đông luôn.

Năm 1978, Đặng Tiểu Bình mở một hội nghị trí thức toàn quốc. Mời hơn 80 giáo sư, nhà khoa học Mỹ gốc Hoa, nhiều người là chủ nhiệm khoa của các đại học Mỹ. Đặng lên tự phê bình cái sai căn bản của đảng là coi thường trí thức, từ nay sửa, coi trí thức là trong giai cấp công nhân, lãnh đạo đất nước. (Nhờ đó Việt Nam sẽ có tam tam chế mới là công – nông – trí! Và 2007 Bắc Kinh đề ra tam nông – nông nghiệp, nông thôn, nông dân – Việt Cộng cũng tam nông luôn. Nhưng tam tài của Pháp và tam vạch của Sài Gòn thì hê đứt!)

Nhận thấy đối nội của Đặng hay nhưng tôi vẫn có chút ngờ. Vì đối sách với Liên Xô của Đặng. Có thể hữu hảo với Mỹ – tốt lắm, tôi hoan nghênh – nhưng sao lại cứ phải công kích Liên Xô? Tôi không hiểu có làm thế Đặng mới triệt được nọc bạo lực truyền thống ở trong đảng ông, mới khiến thế giới tin rằng ông đích thực là thứ cộng sản văn minh, hòa nhã, không đấu tranh giai cấp, khác với "đế xã" Liên Xô và "tiểu bá" Việt Nam mà nay Bắc Kinh kịch liệt lên án hàng ngày. Tôi càng không hiểu ông chủ trương thu mình lại để chờ ngày đủ nanh vuốt sẽ vồ.

Vồ ai? Việt Nam đầu tiên. Đặng rất hận mà. Gặp phó tổng thống Mỹ Mondale cùng Richard Holbrooke, Đặng mách Mỹ cẩn thận với Việt Nam vì Việt Nam "bội bạc," chúa thay thầy đổi bạn. Đặng báo trước Tổng thống Jimmy Carter là sắp cho Việt Nam "bài học." Carter đã can Trung Quốc đừng đánh Việt Nam, hay nhất là ép Việt Nam rút khỏi Campuchia chứ không xúi thêm vào để đục nước béo cò. Đặng chết, Holbrooke viết một bài về Đặng có nhắc đến chuyện này.

Khi Trung Quốc đánh sang sáu tỉnh biên giới, 1979, tôi ngờ ngợ có lẽ Bắc Kinh muốn qua đó thanh minh với Mỹ rằng Bắc Kinh không xui Hà Nội xé hiệp định Paris, vi phạm lời Mao cam kết ngừng can thiệp vào Đông Nam Á. Cho đến khi nghe Hoàng Tú nói thì tôi bắt đầu nhận ra vấn đề hơn.

Hoàng Tú kể với tôi rằng đang là đại sứ Việt Nam ở Cộng hòa Dân chủ Đức thì "giải phóng miền Nam," anh phải chiêu đãi mừng. Khi anh đến mời đại sứ Trung Quốc nâng cốc thì ông ta vờ không thấy, quay đi. Tú bèn đến mời đại sứ Bắc Triều Tiên. Ông này trước khi quay đi còn gõ gót giầy đánh cốp như nhà binh vậy. Nghe nói đại sứ Trung Quốc ở Hà Nội không dự chiêu đãi. Còn bắn tin các ông giải phóng nước người khác thì sao lại mừng nhỉ?

Thảo nào báo Việt Nam vẽ Đặng là chú lùn đội mũ cao bồi, đeo súng lục ổ quay "nịnh hót," "bợ đỡ" Mỹ. Không thấy Bắc Kinh nhận ra sớm rằng muốn giàu có là phải dựa vào Mỹ. Mỹ là khoa học hiện đại. Mỹ là một kho khôn, kho tiền, kho tài. Lúc ấy ai – cả tôi – tin là Mỹ sẽ giúp cho Trung Quốc vọt lên nhanh đến thế?

Nhờ Đảng ta bịt kín mít thông tin, dân không biết đổi mới đi hai chân là vở sáng tạo độc đáo của Đặng. Cũng không biết 1990, lãnh đạo Đảng sang Thành Đô đã đề nghị kẻ thù bị bêu vào Hiến Pháp (Hiến Pháp thời 1990 ghi Trung Quốc là kẻ thù truyền kiếp của Việt Nam – BT) cho sống lại thời hai anh em một lòng đánh "cọp giấy" hay là quay về vở phên giậu quen thuộc cũ để hy vọng giữ cái ghế đặc quyền của đảng được vững chắc.

Kiều Đệ, thương binh, trưởng thư viện, một hôm hỏi sao tôi lại nói môi răng là quan hệ thiên triều – hầu quốc.

– Đúng, tôi nói, thiên triều cần phên giậu che chắn, nay thì gọi là tiền đồn.

Anh nhìn tôi, bán tín bán nghi. Cuối cùng khẽ hỏi: Thế Nhật có là môi răng không?

– Có, cả Nhật, Cao Ly. Nhưng Nhật nó đi viện thẩm mỹ gắn lưỡi lê vào môi rồi quay lại xâm lược. Ta thì tưởng giữ được hàm răng đen là thắng nó rồi.

Chương ba

Trước đống tin học là báo Trung Quốc thời Đặng hạ Mao và khai phóng, cải cách, tôi bảo Kiều Đệ rằng tôi sẽ dịch và đánh máy làm tư liệu những cái quan trọng của *Nhân Dân nhật báo.*

Một việc quá hay và bổ ích. Họ phê phán, chế nhạo những cái hiện thịnh hành ở ta, do bao nhiêu năm nhất nhất làm theo "kim chỉ nam." Giống với ta đến mức ở cuối mỗi bài hay tin dịch xong tôi không thể không bình một lời. Thí dụ dưới bài "Phàm là..." (hễ phàm là lãnh tụ phán thì phải thực hiện) và bài "Phái hóng gió" (cán bộ đảng viên chỉ cần có năng lực dỏng tai hóng tin cấp ủy,) tôi bình: "Ở ta cũng đầy hai cái phái này!" Hay ở bài phê phán thói bịp dân bằng bày "Hàng mẫu không bán" thì tôi Thánh Thán: "Có lẽ học bạn dữ nhất là cái thuật lòe dân! Trò lòe nay vẫn giữ bền, không suy xuyển, khiếp thật!" Từ 1966, học Bắc Kinh, các cửa hàng bách hoá to nhỏ khắp miền Bắc đều trưng biển *Hàng mẫu không bán.* Nhưng áp dụng vào thực tiễn Việt Nam nên đã cho thêm vào cạnh nó một cái biển nữa đề *Không có gì quý hơn độc lập tự do.* Một cái thẳng thừng nói không để bán. Một cái cho xem thoải mái như cho mua nhưng cấm mang về dùng. Mỗi quầy kính nguy nga của Bách hóa mạn Hàng Bài đầy biển hai khẩu hiệu kia. Nếu đi ô tô nhanh quá sẽ dễ đọc lầm thành *Tự do... hàng mẫu... không bán...*

Kiều Đệ bảo tôi Hoàng Tùng cần một bản. Sau vài ngày, Hoàng Tùng phán: Của người ta thế nào cứ để nguyên, không bàn thối.

Thánh Thán tôi đành thôi.

Đặng [Tiểu Bình] lên, dư luận có vẻ hoan nghênh. Một buổi họp toàn cơ quan Hoàng Tùng lên nói. Tình hình cách mạng nước ta chưa bao giờ thuận lợi như bây giờ. Vì Khơ và Mao, hai đầu sỏ phản cách mạng đều đã chết, nay cụ Đặng bên kia lên làm cái xư xư xư xư, (*shi shi qiu shi*, thực sự cầu thị, thực tiễn là thước đo chân lý,) Trung Quốc nay đã lại như ta, tiền đồ cách mạng sáng sủa lắm rồi.

Đang trơ trọi, Đảng rất cần trụ cột ý hệ. Ông anh sát nách mà như ta thì nhất!

Biết "Cụ Đặng giống ta" là ý của Lê Duẩn (vì Hoàng Tùng rất nhanh nhạy tán phát ý tổng bí thư được tiếng là nhiều sáng tạo,) tôi, ngồi tít dưới cùng, gọi to lên: Phát âm sai.

Tất cả hội trường quay lại, mặt mày hoặc căm tức, hoặc khó chịu. Tôi đã phá mất giấc mộng vàng: Cụ Đặng giống ta thì đại phúc cho cách mạng và mừng quá đi chứ!

Nhìn những bộ mặt giận dữ, (đỏ gay gắt là của Đặng Ha, còn phẫn nộ thêm phần nhớn nhác "an ninh đâu nhỉ" là của Hữu Thọ) tôi rất ngạc nhiên. Sao người ta cần đầu tàu thế? Cần được phê ma túy thế? Mới hôm nào, cũng tại hội trường này, Hoàng Tùng nói hôm qua anh Duẩn bảo tôi rồi đây Mỹ bồi thường ba bốn tỉ đô la hàng hoá thì không biết lấy kho nào ra mà chất cho xuể đây, tôi đã quân sư ngay: Mỗi cơ quan cắt đi một nửa quân số để làm có mỗi việc là ngày đêm thay phiên nhau nằm hè coi hàng Mỹ bồi thường. Vỉa hè ở ta là địa điểm chiến lược. Tôi hỏi mọi người ở đây, Quang Trung đại thắng nhà Thanh mà vẫn phải làm tượng vàng cống nó, đúng không? Vậy thời nào nhận tượng vàng Mỹ cống như thời Lê Duẩn?

Tính bốc đồng một lần làm tôi tiến thoái đều kẹt. Vả rồi giật mình.

Hôm ấy, Lê Duẩn đến báo nói chuyện đại thắng Mỹ. Toàn cơ quan dồn hết cả lên mấy hàng ghế đầu để được nhìn cho tỏ vị anh hùng thắng Mỹ, cả một nửa trên hội trường chật bíu vào nhau như sung, nửa dưới đến bảy tám mét hoàn toàn vắng tanh.

Lê Duẩn nói được vài phút, tôi lách ra đi xuống hàng ghế cuối cùng. Vừa đứng đặt tay lên lưng ghế thì thấy luôn ba thanh niên quần kaki vàng, sơ mi trắng đến ốp ở hai bên và khép lại ở sau lưng. Gay rồi, tôi tự nhủ. Nhưng đành ở đó, quay về còn... thối nữa.

Suốt buổi là tiếng hò reo, tiếng vỗ tay. Diễn giả nói gì tôi không nghe. Chỉ thấy nặng trịch bốn bề. Rồi nhẹ người khi Lê Duẩn nói xong, tất cả lại ầm ầm kéo theo sau ông ra đứng đầy ở gốc đa chụp ảnh.

Tôi len lách – vì người chờ chụp ảnh với Lê Duẩn quá đông – ra cổng đến với hồ Gươm và gió bỗng như thì thầm: "này anh bồng bột đến độ liều lĩnh đấy! Thì anh vừa cố tạo nên khoảng cách lù lù với Lê Duẩn đó! Anh im nhưng ầm ĩ ra mặt không tán thành chiến thắng vĩ đại của đảng, hà hà, anh đã nhận ra chưa?

Phải nhận rằng đến lúc ấy tôi mới thấy rợn. Thế nào an ninh chả điều tra. Họ sẽ kết luận sao? Cuối cùng tặc lưỡi. Được cái hồ giống như đàn bà, có sức làm ta chìm đắm ngay vào đó.

Sáng sau xem báo thấy chạy gần hết phần tư trang nhất một ảnh toàn bộ quan viên báo chụp với Lê Duẩn. Vốn đến báo quân đội để chống xét lại rồi bị Chu Huy Mân cho về Cục xuất bản nhưng Tố Hữu, Hoàng Tùng lại kéo sang báo đảng thành đầu trò ở đây. Th. T., tay quắp một quyển sách lớn có lẽ một cụ kinh điển nào anh vừa chạy vào thư viện mượn làm đạo cụ diễn xuất, đầu thì ngả hẳn vào tổng bí thư, cười sung sướng.

Khuông, thanh niên xung phong bị bom vùi méo mặt, hiện đánh máy ở báo, hỏi sao không thấy tôi.

– Tớ để ria không được phép chụp hình.

Nói thế chứ biết nói sao? Khuông tin thật. Hôm nọ công an đến báo chụp ảnh làm chứng minh nhân dân, tôi chụp xong đến Chính Yên. Anh vừa ngồi xuống ghế thì anh công an khẽ nói thầm vào tai anh và anh đứng lên ra ngoài. Lát sau quay vào. Sau đó có cả Khuông ở đó, Chính Yên bảo tôi: họ bắt tớ cạo râu, tớ hỏi thế Trần Đĩnh sao không cạo thì họ nói Đĩnh là ngoài đảng. Tôi nghĩ, vậy là trong danh sách những người chụp ảnh sáng nay có ghi rõ lai lịch tôi. Không chừng trong chứng minh nhân dân cũng có mã số phân biệt công dân đen, công dân đỏ?

* * *

Có việc cấm để râu ria thời gian ấy. Học tập nóng hổi Hồng vệ binh, thẳng tay trị râu ria, tóc dài, quần loe ngay từ 1967. Taliban ở Afganistan bắt quần áo và râu tóc phải lòe xòe nhưng Hồng vệ binh và Thanh niên cờ đỏ Việt Nam lại bắt gọn cộc. Tuy vậy giống nhau: đều bằng đàn áp, cưỡng bách.

Tôn Thất Thành, con trai nhà giáo Tôn Thất Bình bị giết cùng với bố vợ là Phạm Quỳnh, có hôm họp cơ quan ngồi cạnh tôi đã nói: Râu tóc anh thế này người ta coi là khiêu khích đấy.

Lúc ấy, hai trí thức Việt kiều được trọng vọng mời về nước đều gặp vạ quần loe.

Tạ Thị Thủy, người phụ nữ Việt Nam hiếm hoi lọt vào đại học Bách Khoa Pháp nhân dịp đi Bắc Kinh dự hội nghị các nhà giáo đại học bách khoa rồi ngỏ ý tiện dịp xin về nước. Trí thức được Bắc Kinh mời thì đắt giá quá. Ta bèn nhận lời nhưng chỉ cho danh nghĩa là "bạn của cá nhân Tạ Quang Bửu" (may mà cùng họ.) Thủy về. Một hôm đi bờ hồ, chị bị hai thanh niên cười nhăn nhở, xập xèo đánh bốn cánh kéo nói: "Cô em, giơ chân lên, cô em..." Thủy ngẩn ra thì bị nạt luôn: "Ngoan cố hả? Nào, giơ chân cho anh cắt hay là để mất quần?" Đang giằng co chợt hai thanh niên khác đến can. Hai anh cờ đỏ vũ trang bằng kéo liền xửng: "Chạm mát à? Em gái hả?" Hai thanh niên kia chìa ra một thẻ bìa đỏ. Cờ đỏ khiếp thẻ đỏ, cụp vòi luôn. Nghe nói về khách sạn Kim Liên, Thủy nhảy tưng một cái lên giường cười phá một trận. Một con bọ ngựa sắp xơi chị thì một con chim sâu đến. Con chim đã theo dõi chị từ hôm chị đặt chân lên mảnh đất tổ quốc thân yêu.

Người thứ hai là Nguyễn Thế Học, con trai út Thế Lữ, giáo viên toán ở Pháp. Để tỏ ra coi trọng trí thức Việt kiều, Nhà nước mời Học và Thảo, vợ anh, cũng giáo viên toán về nước. Nguyễn Đình Nghi cho hai vé xem kịch ở Nhà hát lớn. Học vừa leo lên mấy bậc tam cấp chìa vé ra thì liền bị đẩy lùi lại khá thô bạo: Thay quần! Học ngớ ra cho đến khi nhận câu mắng thứ hai: Về nhà mặc quần khác mà vào hay là muốn cắt?

Cố nhiên tối ấy Học không vào Nhà hát lớn. Tôi đã bảo Nghi: Giá như phát cho mỗi Việt kiều ta mời về một huy hiệu "Miễn Cắt" có phải gọn hơn không?

Sau đó vợ chồng Học và vợ chồng Nghi cùng Thế Lữ đi Sài Gòn.

Hôm họ trở lại Hà Nội, tôi đến ăn cơm gia đình. Nghi bất bình kể một chuyện anh nói là "kinh khủng." Lên máy bay, nhà Nghi bị tách ra làm hai: vợ chồng Học ngồi ở một cái bàn có bình hoa ni lông giáp buồng lái còn Thế Lữ và vợ chồng Nghi ngồi bên dưới cùng hành khách. Học đề nghị cho được xuống với bố và anh chị. Chiêu đãi viên không nghe. Đây là chính sách ưu đãi trí thức. Học kêu lên: Dạ, tôi chỉ là giáo viên toán trung học! Bố tôi, cụ Thế Lữ và anh chị tôi, đạo diễn với nghệ sĩ kịch mới là trí thức ạ! Cù cưa mãi, cuối cùng Học cứ đứng. Đến bước biểu tình đứng thì Cục Hàng không đành chịu để Thế Lữ và vợ chồng Nghi lên ngồi "ăn theo" trên ba cái ghế phụ tròn xoe, không lưng, không tay.

– Ghế phụ là đúng đấy! – Tôi nói.

Anh em Nghi ngạc nhiên nhìn tôi.

– "*Phụ*" là bố mà!

Một lần về nước sau này, Học bảo tôi: Người Mỹ nói có hai cái người Mỹ trọng nhất là sinh mạng và tự do thì người Việt Nam coi khinh nhất. Chết và tù là chuyện nhỏ, rẻ mạt. Ở New York, nơi chúng em ở có một băng sát thủ lợi hại nhất là của thiếu niên Việt Nam. Một người Pháp bạn nhà giáo với em hồi ở Bờ Biển Ngà sang chơi nghe tin băng sát thủ này có hỏi em phải chăng chiến tranh liên miên đã làm cho người Việt Nam vô cảm với mạng sống. Theo ông, nước trải qua chiến tranh hàng chục năm như Việt Nam nên có nghiên cứu sâu về hậu quả của chiến tranh ở mặt tâm lý, tâm thần, đặc biệt là ở những người trực tiếp chiến đấu và như vậy có lợi cho sức khỏe tâm thần của xã hội. Chiến tranh nào, kể cả chính nghĩa, cũng là một vết sẹo lớn. Nhắm mắt với vết sẹo thì nó có thể ngấm ngầm phát triển thành ung thư. Không phải chỉ lính Mỹ sau khi ở Việt Nam về mới tự sát. Nếu nghiên cứu chắc cũng có thể thấy là đã có những người Việt tự sát vì ân hận đã nổ súng bừa. Chỗ này ngoài phân tâm học còn cần văn học.

Thảo, tức Thảo Nguyên, vợ Học nói: Em thấy chiến tranh để lại sự gian giảo, dối trá. Đánh du kích thì phát triển cái ấy mà.

– Nhưng lại có ý cho rằng văn học cần vũ trang cho dân lòng căm thù và tinh thần bạo lực kiên cường nên văn nghệ mới viết đi đánh Mỹ là ngày hội lớn hay. *Căm thù lại gọi căm thù, Máu kêu trả máu, đầu kêu trả đầu.* Lạc quan tếu và thù hận sâu là hai con sóng lớn dìu chúng ta đi trên đại dương mà chúng ta cho nổi sóng.

Không sợ chiến tranh và không sợ Mỹ đã thành chuẩn đầu bảng của đạo đức cách mạng. Nhưng thay vào đó có cái sợ thiêng liêng được đảng ra sức bồi dưỡng, phát triển: Sợ đảng trừng trị.

Cần bàn sâu hơn về cái sợ mà đảng cộng sản đã hun đúc nên ở đảng viên, cán bộ, nhân dân. Sức mạnh của đảng dựa trên cái sợ phi nhân này.

Vì nó phủ đen ngòm lên cả lãnh tụ.

Chương bốn

Nguyễn Sinh, tổng biên tập *Nhà xuất bản Phụ Nữ* bảo tôi cuối l976: Nghe ông cụ anh trong kia nghèo mà anh thì cảnh này, tôi muốn giúp anh. Anh viết cho tôi một tiểu thuyết về nông nghiệp để có tiền tiếp tế cho cụ.

Khi tôi bị khai trừ, Nguyễn Sinh cùng ở báo. Một sáng thấy tôi ra đường Hàng Trống, anh đi theo rồi nói: "Anh thế là hết nhục, bọn tôi thì còn." Tôi rất cảm động.

Ít lâu sau, cũng ở vỉa hè ấy, Nguyễn Sinh bảo tôi: Anh phất cờ, tôi theo với!

Tôi đã thầm hỏi là thế nào đây?

Rồi Sinh sang phụ trách Nhà xuất bản. Ít nhất Sinh cũng thấy tôi không lộ ra những điều anh đã chọn mặt mà tâm huyết.

Hai năm liền tôi viết hai truyện vừa. Về nông nghiệp. Và Sinh bảo là còn hơn nhiều cái anh đã in.

Sinh cho hay buổi sáng nhận bản thảo của tôi thì ngay lập tức A79 hay Cục an ninh văn hóa đến yêu cầu Sinh nộp. Giữ nghiên cứu một tuần. Tôi bảo Sinh: Cần tiền cho bố, tôi toàn nhăn răng cười suốt truyện thôi mà.

Quyển thứ hai đưa cho Sinh xong, tôi vừa bắt tay anh ra về thì Nguyệt Tú, tổng giám đốc mới của nhà xuất bản gọi Sinh đến nói: Tại sao anh lại cho phản động cộng tác với nhà ta?

Tôi không buồn mà ngạc nhiên: sao miệng phụ nữ lại thốt ra lời Cục 79 như thế! Ngày nào ở báo *Nhân Dân*, Nguyệt Tú vồn vã với tôi như thế nào, bảo Lê Quang Đạo mời vợ chồng tôi đến chơi như thế nào, khẩn khoản như thế nào nhờ tôi phụ đạo cho Lệ, em gái Nguyệt Tú về văn học để chuẩn bị thi một cái gì đó quan trọng.

Mỗi khi đụng đến những sấp ngửa như thế, tôi lại thấy nổi lên một bộ mặt tôi cần chặn không cho nhiễm sang tôi. Và nhớ tới câu thơ của W. B. Yeats: Tôi đang tìm bộ mặt tôi hằng có, Trước khi thế gian được tạo ra. (*I'm looking for the face I had, Before the world was made.*) Nó thế nào tôi không biết. Nhưng cứ khát khao.

Ra tù lần thứ hai, Hoàng Minh Chính viết đơn tố cáo công an bức hại anh trong tù. Đêm đêm vào đè anh xuống giường bóp cổ. Anh đưa tôi một bản. Mấy hôm sau đưa ma bố Vũ Cận, Chính hỏi ý kiến. Tôi nói tán thành cả, song từ nay nên bỏ các từ ngữ cộng sản.

– Thí dụ? – Anh hỏi.

Tôi nói: Thí dụ "những tên công an." Nên là những nhân viên, những người công an...

Chính gật: Đồng ý.

– Họ ném đá ta, ta có thể ném trả nhưng họ bôi cứt vào đá để ném thì ta không bôi, tôi nói. Chúng ta phải sạch sẽ hoàn toàn.

Một hôm, Hoài tức Triết, bác sĩ sản khoa, em rể Chính Yên, nhà văn viết *Hồ Quỳnh*, mừng "thượng thọ ngũ tuần đại khánh." Anh mời Nguyễn Sáng, Văn Cao, Đặng Đình Hưng,

Chính Yên, Tố Uyên *Con chim vành khuyên* và tôi. Trà dư, chuyện gẫu chờ rượu ngâu Phú Lộc Hải Dương sang.

Chợt Sáng hỏi: Tại sao Táo quân đủ cả mũ áo lại cởi truồng, Đỉnh?

Văn Cao tiếp luôn: Ừ, là *symbole*, biểu trưng gì thế hả mày?

– Táo quân là viên chỉ điểm cài vào từng nhà, tôi nói, dân sợ nhưng khinh, thế là bắt anh ta cởi truồng. Không quần là cốt cho anh ta mỗi khi cúi xuống tâu, nhìn vào khe đùi hoang dã một vùng lại giật mình nhớ ra là sự thật trần trụi mới phồn thực. Chúng ta cũng là một táo quân của chính chúng ta.

Hưng đùa: Thảo nào thằng Lê Đạt nói thằng này trí lự... bạc hết đầu rồi này.

– Ừ, thằng này lẽ ra chưa bạc đầu. Sớm quá, Văn Cao nói.

– Cũng là chung truyền thống cả thôi. Tự nhiên tôi thấy cần vẽ rõ ra cái mặt thật của mình.

– Truyền thống gì ở đây? – Sáng hỏi.

– Một lần Vương Trí Nhàn hỏi: Anh có thể nói sơ qua mấy đặc điểm dân tộc được không? Tôi hỏi đặc điểm xấu có nghe không? Đặc điểm tốt Đảng nắm hết mất cả rồi. Nhàn bảo anh cứ nói. Bèn nói: dân ta có ba truyền thống tiêu cực, đúc thành ba cái mặt Trạng tiêu biểu. Một là Trạng Lợn, không học hành gì toàn nói mò nhưng ngáp phải ruồi mà đúng...

– Mày nói cụ thể ra đi mày. Tại sao lại cho anh đồ tể vào vai trạng ngáp ruồi này?

– Vì chân lý cứ theo cánh ruồi mà bay vào miệng anh ta thật. Và với anh ta, *chân lý ngáp ruồi cao nhất cũng chỉ để anh ta eng éc cạo lông, moi lòng gan* thôi.

– Còn hai trạng nữa?

– Anh thứ hai là Trạng Quỳnh. Thuần một võ chế và lỡm. Cũng hay nhưng hiệu quả vẫn là Chúa chết thì Trạng cũng toi và võ này đòi lủi giỏi, phủi tay nhện, không được đàng hoàng cho lắm. Anh này dễ là một trong vài yếu tố làm nên câu "trước mặt ông sứ, sau là thằng Ngô" hai mang mà sống. Còn anh thứ ba là Thằng Bờm, một thứ Trạng có thể nói là tổ sư ăn sẵn. Ao sâu cá mè là ngư nghiệp, chăn nuôi lên ngành chính như nay đang nói đấy nhưng anh ta không làm. Chim đổi mồi là gì? Là tiền thân của Disneyland, dịch vụ văn hóa nhưng anh lắc. Ba bè gỗ lim, vừa lâm nghiệp vừa thương nghiệp, đúng không? Anh cũng khinh tái. Còn tại sao tài sản của Trạng Bờm lại là quạt mo? Vì công – cụ – đổi – được – lấy – mọi – tài – sản – quý – hóa, cái bảo bối quý nhất này cứ quơ tay là có, giá thành của nó ngang với cái công – cụ – cọng – cỏ mà hắc tinh tinh cầm chọc vào lỗ mối câu mối lên ăn. Tóm lại, cất cánh bay lên không cần vốn ban đầu hay tư bản hay tư duy quái gì hết. Đã thế quạt lại đa chức năng: che đầu, quạt mát, lót đít và giấu mặt cho đỡ hư hao kho liêm sỉ. Hiện tượng phú ông lép vế cũng rất A. Q (nhân vật trong truyện A. Q của Lỗ Tấn – BT): mày giàu nhưng thua, tao nghèo nhưng thắng. Nên biết Bờm vi vu chín tầng mây được là nhờ không cần tính đếm đến giá trị, đứng trên "rừng vàng biển bạc". Vậy ba truyền thống trạng – thắng – tuốt – tất – cả này nói lên cái gì? Nói lên cốt cách ăn sẵn hay ăn sổi ở thì, coi thỏa miếng ăn nhãn tiền là mục tiêu cao nhất nhưng cuối cùng tất cả thực chất chính là ca ngợi hư vô giá trị cũng như ao ước đổi đời bằng không tưởng. Suy cho cùng, không tưởng chính là biến thái triết học tinh vi của lười. Nhưng thôi, nói nghiêm thì tớ cũng là một Trạng Quỳnh, một Trạng Lợn. May mà chưa đến nỗi khì với miếng xôi.

– Này, Đĩnh, mày nói đến hư vô giá trị hay đấy, Văn Cao nói. Làm gì bây giờ mày?

– Bao giờ sáng tạo chứ không nhặt mo cau làm cái vốn ban đầu vô giá. Ví dụ cậu làm *Bến xuân, Mắt em như dáng thuyền soi nước.* Cậu thấy ra cái ràng buộc nội tại mà trong cơn thổn thức cậu đã táy máy đem suối kết móc vào với mơ, mắt, dáng, thuyền, soi, nước, nhất là dáng với thuyền. Bao giờ thấy một câu thơ hay, một nét nhạc đẹp hay cái mặt Nguyễn Tuân được Nguyễn Sáng hóa phép thành mặt trăng sơn mài bồng bềnh mở đóng càn khôn là vật chất hay ngược lại, bao giờ thấy cái tiều tụy vật chất chính là biểu hiện bản chất nhất, đáng khóc u hu nhất của sáng tạo trí tuệ tiều tụy thì có hy vọng hết được hư vô vật chất, hư vô giá trị.

Hòa bình, ký hiệp định Paris xong, mấy chục văn nghệ sĩ đi tàu thủy xuôi sông Hồng xuống Thái Bình nhờ Hùng Văn báo *Độc Lập* tổ chức. Chiều, Văn Cao, đám Tạ Bôn vĩ cầm, Nguyễn Đức Tuấn piano, Mỹ Bình, Diệu Thúy hai cô ca sĩ và tôi la cà ở phố. Đúng lúc học sinh tan học.

Chúng tôi liền bị vây kín. Các cháu hềnh hệch nhìn chúng tôi cười, cãi nhau: Đéo phải Liên Xô, Liên Xô to cơ. (Tôi phì cười: Văn Cao bé teo, gầy còm, xanh xao.) Ừ nhưng là Tây... đéo phải ta. Văn Cao nói: "Các bác là người Việt Nam, ăn rau muống."

Cười ầm lên, vỗ tay. Tây nói tiếng ta, a, nói sõi lắm. *Á sí bà sà, pa li pa lô...* Một cháu nạt lại.

Rẽ về cổng khu trụ sở tỉnh ủy, Văn Cao bảo tôi: Tớ thấy các cháu lầm chúng ta là Tây, mà tớ muốn khóc đấy.

Tôi nói: Tớ cũng thế. *Bước chân dồn vang trên đường gập ghềnh xa* đến cả nửa thế kỷ chống kẻ thù rồi mà các thiếu nhi tỉnh năm tấn đầu tiên của miền Bắc lại ngỡ tác giả bé tí teo của *Tiến quân ca* là Tây!

Lúc ấy thật ra tôi muốn xin lỗi Văn Cao: Trẻ con nó nhầm chúng mình là Tây thì buồn nhưng sáng nay ngồi ở mũi tàu, tớ nói năng *Bến xuân* hay nhất trong các bài hát của cậu thì là đáng xấu hổ.

Cũng trong chuyến đó, khi tàu qua vùng Dạ Trạch, Nguyễn Tuân và tôi tán chuyện trên boong. Võ An Ninh chĩa máy ảnh ra: "Hai ông ngồi với nhau hay quá. Chụp nhá!" Nguyễn Tuân ngả đầu ra sau, giang hai tay cười toét. Sau đó, bảo tôi: Đứa nào xem ảnh hỏi Tuân nó vui cái gì thế thì ông cứ nhớ cái bối cảnh này mà trình bày rõ và đủ hết ngôn từ cho tôi. Kia, con thuyền nan đang chở khách qua sông kia, à, tôi chỉ vào nó mà bảo ông rằng: Chúng ta trung trinh với truyền thống thế kia cơ đấy. Thời Lý Công Uẩn cưỡi thuyền rồng ra đây cũng gặp những chiếc thuyền nan chở khách thế này. Mấy thế kỷ rồi mày, đáng sư cha nhà nó lên chưa, Đi... iĩ... nh?

Bây giờ xem lại bức ảnh có dấu nổi Võ An Ninh, thấy hai bộ ria chỏng vào nhau cười cợt thấy cũng ngồ ngộ.

Tôi muốn nói thêm đến Vương Trí Nhàn. Hôm anh hỏi tôi đặc điểm người Việt Nam, tôi đã chột dạ. Vừa "giải phóng" không lâu, và đảng thường xuyên ca ngợi, tổng kết đặc điểm của Việt Nam thì sao anh lại phải hỏi tôi điều đó, đứa chống đảng? Nhất là khi nghe tôi bảo chỉ nói đặc điểm xấu, anh có nghe không thì anh vẫn "anh cứ nói đi." Tôi chợt thấy anh sớm tâm thành tìm lẽ phải và đặc biệt tâm thành muốn thoát khỏi cái lõng tô hồng đánh bóng chính thống, để tìm tới chân lý.

* * *

Năm 1976, Lê Duẩn thấy phải tiến nhanh, tiến mạnh lên chủ nghĩa xã hội ở cả nước. Ở Đại hội 4, ông đã chỉ cho thế giới thấy hướng tiến lên này (do Việt Nam – hay chính Duẩn – chỉ ra và tạo điều kiện) là sát sườn!

Đầu tiên đổi tên nước. Cộng Hòa Dân Chủ Đức, Cộng hòa Nhân Dân Trung Hoa, chẳng chủ nợ nào dám như con nợ nhảy lên đỉnh danh thơm. Họ có tiền nhưng chí thấp, tầm nhìn xoàng! Hơn nữa Đảng tưởng cho dân leo tót lên chủ nghĩa xã hội mộng ảo bằng đôi cánh duy ý chí thì dân sướng ngất! Ai ngờ dân lại kháo nhau: Mới dân chủ cộng hòa đã chổng mông gào khổ thì tống thêm anh vô tư hữu này nữa vào sẽ càng khốn nạn.

Tôi nghiệm thấy dân luôn là đấng tiên tri! Ở lĩnh vực thất bại của Đảng.

Tên phố ở Sài Gòn đổi ầm ầm. "Không có gì quý hơn độc lập tự do" nhưng Độc Lập tên dinh và Tự Do tên đường phải cho biến. Ừ, Độc Lập sao bằng Thống Nhất, Tự Do sao bằng Đồng Khởi? Hồng Thập Tự đổi thành Xô viết Nghệ Tĩnh – dân ta thiết gì các tổ chức tay sai đế quốc! Hiền Vương bị hậu duệ gái Võ Thị Sáu đá khỏi cái rẻo phố cuối cùng sót lại cho ông. Pasteur nhường chỗ cho Minh Khai. Bà "cứu nước" có giá hơn, Pasteur nhân đạo chung chung ấy mà (Pasteur nay trở lại như cũ – BT) Một nhà giáo bảo tôi: Cho trường lớn nhất mang tên bà này là nhằm một ý thâm hậu về trồng con người mới xã hội chủ nghĩa vì con người Việt Nam cũ lạc hậu, không có tinh thần quốc tế vô sản. Minh Khai là người phụ nữ Việt Nam duy nhất từng dự Đại hội Đệ tam Quốc tế với Nguyễn Ái Quốc và hơn nữa cùng ở chung buồng.

Những ngày đầu tiên vào Nam, tôi hay đoán tìm một con mắt nhân chứng Chàm đã hóa thạch ở cửa các tòa tháp, giống như kim chiếc đồng hồ những người bị nạn dừng lại ở dây phút quyết liệt. Rồi bồi hồi nhớ tới các vương triều Thủy Chân Lạp, Champa. Tôi thường nhìn tít ra biển cố nhập vai người Chàm ở Tam Kỳ, Bồng Sơn một sớm nào đó vào năm 1471 chẳng hạn, bỗng thấy sau rặng dừa buồm chiến thuyền Việt lô xô rẽ vào. Mẹ ẵm con chạy ra sao? Chết chóc, đốt phá? Giá như dành cho một vài tên vua đã để mất nước đó, chẳng hạn Trà Toàn, một đoạn phố cho con cháu họ tuy thành công dân Việt rồi vẫn có cái để hoài niệm tổ tông? Lê Thánh Tôn thân hỏi Trà Toàn. Được mấy con? Được 10. Vua sai quân lính đưa dẫn thong thả, người ta cũng là vua một nước.

Ừ, sao không cho một vị vua Chàm nào lên tên phố? Và sao không một đường Dương Văn Minh? Sài Gòn còn nguyên, mạng dân Sài Gòn còn vẹn! Lại họa sĩ Cát Tường Lemur, tổ sư áo dài Việt, cái áo mà báo chí đang nức nở tự hào là thế giới bị nó "hớp hồn". Ừ, mà sao không rước Cát Tường lên? Di sản của ông đáng giá hơn thơ văn của nhiều tác giả chỉ có vài ba bài mà cũng lên tên phố.

Một cụ bạn nói ta giỏi học cái ngoại hình và thú vị là khi đã học thì đều đem giáng cấp thiên hạ xuống nhờ cứ tác hóa tộ vung tán tàn. Con tôi, cụ kể, mướn một cô chờ đi lao động ở nước ngoài nói tiếng Anh thế này. Dao thành *lai phờ*, tên cháu thành *mai lêm*, rồi *đon lô* thành *không biết*. Tôi ra Hà Lội nghe phụ *lữ lói* mà *đúng nà đỏ nừng* mặt *nên*. *Chủng* (chúng) em, *hẻn tổi* (hẹn tối,) *về nhả* (về nhà.)

Tôi hỏi Cao Xuân Hạo. Hạo nói: Toàn dấu hỏi nửa vời, và bỏ dấu huyền đi. *Ba ơi ba* chứ không phải *bà ơi bà.* Diêm dúa và véo von thành tiêu chuẩn sang quý. Ông ơi, Thạch Thất hóa mất rồi. *Nổng thốn* bao *vấy thanh thí thanh cống vế cơ bán rối đây, đang mưng lăm...* tức là đảng mừng lắm vì đã bao vây và tiêu diệt thành thị.

– Tiếng Thạch Thất lên ngôi thì rồi có ngày Thạch Thất thành trung tâm Hà Nội, tôi đùa. Mà này, mình đã khai cung ở đó. Hồi khai cung ở chân chùa Tây Phương, tôi nói, ta phét lác sáng tạo ngay cả tên lửa, máy bay Liên Xô – vì cần đề cao Mao hơn Liên Xô –, và ta đã cải biến Mig. Đó là gắn thêm vào buồng lái một cái móc để treo điếu cầy. Khi phi công đang bắn mà thèm hút thì chỉ cần chem chép miệng như kiểu gọi chó là cái điếu liền tự động đến ấn ngay vào miệng phi công. Giỏi nữa là dù máy bay nhào lộn thế nào, cái điếu vẫn treo xuôi, nước điếu không chảy làm cho rông trận không chiến và làm sặc phi công đang cần đã cơn nghiền. Bí mật cải tiến này ta không cho Liên Xô biết. Có thể báo phần nào cho Trung Quốc thôi. Như kỹ thuật đặc công vậy. Không dạy Liên Xô nhưng bảo cho Trung Quốc tí chút. Tớ nghe phổ biến ở báo *Nhân Dân* là tướng Văn Tiến Dũng chỉ thị (về dạy đặc công cho hai ông anh) như vậy.

Sáng chế điếu cầy bay lượn trong không của tôi đã vào biên bản khai cung.

Chương năm Đảng viên học tập Nghị quyết xây dựng đảng. Quần chúng cùng lên lớp và thảo luận với đảng viên (nhưng không phải kiểm điểm.) Trọng tâm thảo luận: Nâng cao năng lực lãnh đạo của đảng và chống đặc quyền đặc lợi.

Tôi đã có ý kiến. Để có năng lực lãnh đạo và nâng cao năng lực lãnh đạo, đảng cần gì? Cần trí tuệ. Nhưng ta lại coi nhiệt tình hơn trí tuệ. Vì người làm theo đâu có cần trí tuệ, họ chỉ cần nhiệt tình. Có trí tuệ chi tổ khỏe cãi. Hơn nữa, ta lại coi chủ nghĩa Mác – Lê là đỉnh trí tuệ cho nên tôi e cái trần cố định này sẽ cản trở trí tuệ của đảng phát triển. Khẩu hiệu "đảng viên đi trước, làng nước theo sau" cho thấy đảng coi nhiệt tình quan trọng hơn trí tuệ hay đảng đã sẵn có ý khoanh vùng quần chúng – kể cả quần chúng đảng viên – vào loại đảng không cần đến trí tuệ. Rồi nay khắp nơi nói đại công trường thủ công cũng là thế đó. Tôi e kết quả sẽ thành ra đảng dân công, đảng lao động... chân tay mất. Đảng phải lao động trí tuệ, phải có trí tuệ thật sự, trí tuệ chân chính từ đảng viên cơ sở. Cần một hội nghị chuyên đề mà thành phần là trí thức cả nước để bàn cách làm sao cho ai ít nhiều cũng có trí tuệ được xã hội sử dụng. Người nguyên thủy làm ra cái bát chính là đã đem trí tuệ lớn vào đấy. Vâng, trừu tượng hóa vũng chân voi ở mặt đất cho bay lên thành cái bát chu du khắp nơi là trí tuệ đó. Trí thức đến mức nào mà nay lại có thành ngữ đáng sợ "dốt như chuyên tu, ngu như tại chức." Tôi có lúc định nói vì sao dốt? Lăm lăm muốn tương ra cái ý tôi đã tổng kết vào tổng biên bản khai cung với Vụ bảo vệ: Đảng tha hóa vì đảng không còn đạo đức, thay vào đó là nhất trí và nhất trí đẻ ra dối trá, ngậm miệng ăn tiền. Hỏi một loạt bám chặt lấy nhau mà nghĩ theo một số ít, cực ít, thì sao mà không dốt? Tôi chợt lạ lùng thấy mình có cái cảm giác sung sướng được nói tâm can mình ra và tâm can mình lại chính là chân lý. Tự nhủ có lẽ Bruno, Dimitrov cũng đã có giây phút bay bổng giống thế này. Nhưng tôi lại tỉnh lại với thực tế Việt Nam. Tổ của chúng tôi ngồi ở ngay sân, trông ra nhà thờ và đường Hàng Trống với cảnh quan quen thuộc nghèo khó buồn tẻ, rời rạc của nó. Bên cạnh tôi, Bích Hoằng, con gái Lưu Văn Lợi nom hơi căng thẳng. Và vèo một cái, tôi hạ cánh...

Tôi nói tôi hoan nghênh Đảng chống đặc quyền đặc lợi. Nhưng tôi thấy cần chống hai cái **tiêu biểu trước tiên** đã. Đó là **cần phải phế bỏ đặc quyền biết, đặc quyền nói là hai cái đáng sợ nhất** vì chính chúng là nền tảng dựng lên khung đặc quyền đặc lợi nói chung. Là thế nào? Là anh biết đủ mọi cái, tôi điếc và mù, anh nói đủ mọi cái, tôi câm. Hễ tôi có biết chút nào là anh vặn ngay tôi nghe ai? Chết rồi! Tôi ở ngoài cái câu lạc bộ nghe thầm đọc kín mà thành viên đã được đảng kén chọn nghiêm ngặt cơ mà! Vậy thì hẳn là nghe địch rồi? Thằng BiBiXi (đài BBC – BT) rồi! Còn đến nói? À muốn nói thì tôi phải được phép đã, từ nói gì đến nói ở đâu, nói cho ai, nói lúc nào đến thái độ nói... Tóm lại nói phải lọt tai người cho phép nói. Đặc quyền biết và nói này đẻ ra hai thuộc tính gần như bẩm sinh ở người dân: **sợ nghe** và **sợ nói.** Dân bị quản lý và uốn nắn hàng giờ ở hai lĩnh vực này. Như tôi mạnh mồm mà hiện vừa nói vừa run đây.

Trong khoản nói, tôi cũng đề nghị bỏ lối đề khẩu hiệu bùa chú an thần. Thành một thói tư duy ru ngủ là hễ đã nêu thành khẩu hiệu là vấn đề đã được giải quyết êm đẹp! Nhưng sự thật lại không phải. Thí dụ như Đảng luôn nói lấy con người là trung tâm, con người vừa là động lực vừa là mục tiêu của cách mạng thì cán bộ đảng viên, con người cốt cán nhất trong cỗ máy lại nhận đồng lương ăn chỉ đủ sống có 10 ngày. Hay như khẩu hiệu cán bộ là đầy tớ dân. Cả nước biết chẳng ma nào theo khẩu hiệu này nhưng cả nước vẫn coi nó như tấm gương đầy nhan nhản khắp nơi để ra sức noi theo.

Anh Lê Điền hôm nọ theo phó thủ tướng Lê Thanh Nghị xuống Nam Định về bảo tôi rằng có lúc đoàn xe gặp một quãng hợp tác xã phá đường làm thủy lợi. Xã viên lập tức được huy động. Các cụ xã viên vác cuốc thuổng chạy ra cứ ơi ới gọi nhau "Nào, chủ nhân ra đắp đường cho thằng đầy tớ nó đi!" Tới bên xe lại nhòm vào xem rồi kêu: "Ôi chết, đầy tớ béo quá, béo hú... Mà mặt đỏ thế kia *nhảy*..." Hay như "lấy dân làm gốc." Cái này mâu thuẫn với ý Đảng lòng dân. Đúng mà. Cây cam này của tôi rất ngọt, ngọt nhờ cái gốc nó thế nhưng cái ngọn mọc ở trên nó lại chua. Chua như thế này đây: ruộng hợp tác xã năng suất thấp, ruộng năm phần trăm của xã viên cao. Rõ là gốc một đằng, ngọn một nẻo. Vâng, lòng dân trút vào ruộng phần trăm còn ý Đảng thì vào hợp tác xã.

Khi tổng kết, đảng ủy tóm tắt các ý kiến, trừ ý tôi. Nhưng Hồng Khanh, một phó ban cùng lớp học đã nắm tay tôi nói: Cảm ơn anh đã cho tôi hiểu nhiều hơn về Đảng. Sang tận năm 2010, kỷ niệm59 năm báo ra hàng ngày, gặp tôi ở báo, Vũ Hải, một chuyên viên hồi học tập cùng ở lớp kia với tôi, đã gọi tôi rất to rồi từ xa chạy đến: Ôi, ngày nào tôi cũng nghĩ đến anh. Đảng dân công thì hay thật...

Anh quên hay vì đông người, anh tránh nói Đảng Lao Động chân tay.

Sau học tập này, Thép Mới kéo tôi về Ban văn hoá của Quang Thái mà anh chịu trách nhiệm trông nom.

* * *

Tôi vừa về Ban văn hóa thì ngày 17 – 2 – 1979, quân Trung Quốc tràn sang sáu tỉnh biên giới kiểu làn sóng người từng chơi ở Triều Tiên.

Một con sóng thần làm choáng váng, ngả nghiêng tất cả. Ôi, Đại hậu phương bù chi bù chít che chở cho bấy lâu mà lại lên mặt cha bố "cho bài học!" Đảng không thể không bàng hoàng cao độ! Phải nói chưa bao giờ lịch sử cách mạng Việt Nam bị giật mình khủng khiếp bằng phen này. Nước anh em thân thiết nhất mà đem quân đánh! Mà đánh lớn: 300.000 quân. Khổ cho dân Việt! Lỡ đinh ninh được sống ấm êm trong cái nôi nhung đảng tạo ra là mối tình môi răng Việt – Trung cùng lời bảo lãnh trước non nước của Lê Duẩn: Từ nay không kẻ nào trên thế giới dám động đến lông chân chúng ta. Bài học Việt cộng tin tưởng Trung cộng đáng là tiêu biểu.

Mới ngày nào Hoàng Tùng nói ở toàn cơ quan (xin nhớ Hoàng Tùng là cái loa trung thành của Lê Duẩn): từ nay Trung Quốc giống ta rồi, cụ Đặng lên đã *xư xư xư xư* rồi!

Cánh "xét lại" chống chiến tranh chúng tôi có phần tự hào: Từ lâu chúng tôi đã nói đến bản chất thiên triều Đại Hán của Trung cộng, theo voi ăn bã mía rồi có ngày bị nó quật cho và chính vì vạch âm mưu Bắc Kinh mà chúng tôi mới thành "chống đảng lật đổ". Tôi loay hoay nghĩ nhiều về một điều: Có lẽ Đặng mượn việc cho Việt Nam bài học này cốt để nêu lên trước thế giới hai thứ cộng sản trái nghịch: Xô cộng và Việt cộng hiếu chiến, bá quyền, Trung cộng mang màu sắc Trung Quốc hiền hòa, hòa vào dòng chảy chung của thế giới. Cũng là để thanh minh với Mỹ rằng Trung cộng không hề xúi giục Việt cộng đánh chiếm Sài Gòn, Việt cộng đã nghe Xô cộng mà xé hiệp định Paris. Và cuối cùng khích lệ Mỹ đừng sợ Liên Xô dù Liên Xô đang muốn bành trướng! Đây xem, nó (Liên Xô – BT) ký tương trợ với Hà Nội mà tôi choảng em nó – thằng này chúng tôi gọi hẳn ra là "lính Cuba ở phương đông," là "tiểu bá" – nó có dám làm gì đâu? Chắc không phải ngẫu nhiên mà tháng 5 – 1975 Hà Nội vào chiếm Sài Gòn thì tháng 7, Pol Pot chiếm Thổ Chu: Mao huýt còi Hà Nội!

Đánh Việt Nam, có lẽ Đặng muốn nói với Mỹ rằng, Trung Quốc nay lấy Việt Nam ra làm nải chuối, quả cau cúng Mỹ để chuộc lại những ngày giúp nó tấn Mỹ. Nôm na là trả hận hộ

Mỹ. Việt Nam đã bị bất ngờ hoàn toàn trước việc Bắc Kinh cho "bài học".

Lính Trung Quốc tràn vào Việt Nam khi Phạm Văn Đồng cùng Văn Tiến Dũng, tổng tham mưu trưởng, đang ở Pnom Penh. Bất chấp Đặng Tiểu Bình đã đi gần mười nước ở châu Á tố cáo liên minh bành trướng Xô – Việt là mối nguy to lớn đối với hòa bình thế giới. Và trước khi xâm lược Việt Nam, Đặng Tiểu Bình đã đi thăm Mỹ chín ngày, dự gần 80 cuộc hội đàm, hội kiến, khoảng 20 bữa tiệc và chiêu đãi, phát biểu chính thức 22 lần và 8 lần gặp gỡ phóng viên và trả lời phỏng vấn. Thế giới đều biết chuyến đi này là để củng cố quan hệ Trung – Mỹ sau khi hai bên thiết lập quan hệ ngoại giao, ngày 1/1/1979, tại Washington DC. Tháng 2 đánh luôn và rêu rao vì Việt Nam phản Bắc Kinh ký hiệp ước tương trợ với Liên Xô.

Người được Đặng thông báo sớm nhất chuyện "cho Việt Nam bài học" là Tổng thống Mỹ Carter. Giống Mao và Chu Ân Lai, ông ta cũng nghĩ Carter quá mềm yếu với Liên Xô. Ở Mỹ và Nhật về nước hai ngày, Đặng quyết định tuần sau cất quân đánh Việt Nam.

Lúc bình chân như vại (tuyên bố từ nay không ai dám đụng đến chúng ta) lúc lại rối tung chân tóc, Lê Duẩn nhận định sẽ chiến tranh lớn với Trung Quốc nên đã quăng ra mấy đối pháp hố to.

Cái hố thứ nhất, làm việc mười giờ một ngày. (Tôi nói trong một cuộc họp ban Văn hóa: thế này là từ nay ta xúp Ngày Quốc Tế Lao Động l tháng 5 rồi đây! Xúp cũng phải. Mỹ nó đặt ra thôi.) Ăn kém, đêm thức chờ lấy nước đổ đầy thùng, chậu; ban ngày không nghỉ trưa, hầu hết đều mắc bệnh ngáp và đỏ mắt. Sửa sai thì Hoàng Tùng lại đổ lỗi cho các báo hiểu bậy câu mười giờ, "đồng chí Lê Duẩn nói thế là nhấn đến tinh thần thôi".

Biết là một cách bài bây xí xóa, tôi lại nói trong cuộc họp ban văn hóa: nhấn tinh thần thì lấy "một người làm việc bằng hai" của Bác Hồ đã sẵn đấy có phải là hay hơn không?

Hố thứ hai: Chủ trương di đô vào Nghệ Tĩnh. Đào Phan đã dắt cháu đi chào bạn bè. Cứ lên xe đi, không phải vé, đây là để tránh kẻ thù mới mà, anh nói. Tôi bảo anh, chúc ông cháu anh lên đường yên lành nhưng tôi e anh đến Ngã ba Đuôi Cá là nằm lại chờ cả tuần rồi lại về C5 Kim Liên đấy. Xe nào mà chuyển hết được Hà Nội di đô? Đào Phan nói: Cái này vào chương trình đề phòng bành trướng của Bắc Kinh rồi. Anh Duẩn nhìn trước tới bước thứ ba là lập đô ở Tây Nguyên chiến lược, nóc nhà của Đông Nam Á. Tôi đùa anh, thế thành ông Bang Bạnh của *Phong Hóa, Ngày Nay* thích leo lên trốc thiên hạ à? Ông nên nhờ ông Trương An thân cận ông Duẩn đề nghị để có thể triệt để chấp hành tư tưởng vận động chiến của Mao Chủ tịch thì lúc vào Tây Nguyên nên dựng thủ đô trên đường ray để dễ bề kéo đẩy di đô. Lúc thì dịch lên Xuân Hòa Phúc Yên để cho gần đại hậu phương, không lo sông Hồng cách bức, lúc lại tụt vào Nghệ với lại Tây Nguyên để cho xa đại tiền phương. Cái đô của nước mìnhkhéo mà bị Cao Biền yểm cho vào cái mạch con lươn chỉ rình lủi.

Và cái hố cuối cùng – nếu không chủ trương thì Duẩn cũng phải chịu trách nhiệm chính: Đó là đuổi người Hoa...

Trung Quốc rút quân, tôi nghe truyền đạt ở ban văn hóa ý kiến Sáu Thọ (vừa ở biên giới về ông ra chùm thơ trong có bài *Điểm tựa*): "Katiusha một phút bắn 48 phát đầy cả ra mà không cho bắn, lạ thật! Phải tiêu diệt chúng chứ sao lại để cho chúng rút?"

Tôi chột dạ. Khi chiếm hết Campuchia, tôi được nghe truyền đạt là anh Sáu Thọ (chứ không phải Bộ Tổng tư lệnh của Võ Nguyên Giáp) *đã khôn khéo chủ trương để dành một lõng an toàn cho cố vấn Trung Quốc chạy thoát.* Vậy phải chăng câu phê phán này cốt để móc máy ai đây? Trong việc lớn thế này, chỉ Duẩn mới có quyền "tha" hay diệt địch.

Phe XHCN thì đại lục đục, nội bộ lãnh đạo của Đảng CSVN thì hầm hè rình bắt cẳng nhau!

Tháng 8, Hoàng Văn Hoan trốn sang Bắc Kinh! Xì xào là Sáu Thọ cho đi. Có thể Sáu Thọ tính thấy cần có một lá phiếu ủng hộ mình cài sẵn ở Bắc Kinh phòng xa tình hình sa sút nữa. Vậy là Sáu Thọ chuẩn bị đao kiếm với Lê Duẩn? Người quyền biến như Sáu Thọ không thể bỏ lỡ thời cơ của một cuộc đổi ghế khi Lê Duẩn bệnh rề rề. Mà bác sĩ, y tá, đều phải báo cáo từng li chi tiết bệnh tình Duẩn cho Thọ.

Lại có dư luận đổ cho Xuân Thủy bố trí Hoan đi vì Xuân Thủy mê Tàu nhất, *Mao – nhều* cũng ngang Lê Duẩn.

Tình cờ sau chuyện Hoan trốn theo Tàu ít lâu, Đào Phan và tôi vào bệnh viện Việt – Xô thăm bạn thì được Trương Thị Mỹ nói Xuân Thủy ốm lắm, vào mà thăm anh ấy đi. Xuân Thủy đã ngao ngán bảo chúng tôi rằng ông "bị người ta đổ hết rác vào đầu." Ông làm sao có thẩm quyền ký giấy cho Hoan đi Đức dưỡng bệnh được? Xuất ngoại là phải có dấu bên Ông Sáu chứ! "Người ta còn gợi ý tôi là chủ tịch Quốc hội thì nên có bữa liên hoan cũng như ra sân bay tiễn ông phó chủ tịch. Thế là thành bằng chứng tôi có âm mưu đen tối." Không nói tên ra nhưng khi Xuân Thủy gợi tới thẩm quyền ký giấy cho những người cỡ Hoan ra nước ngoài thì chữ "người ta" mà ông ám chỉ là ai đã rõ.

Trên đường về, Đào Phan bảo tôi: "Tao nghe có đứa bảo Sáu Thọ ghét Xuân Thủy vì Xuân Thủy ở hội nghị Paris về đã tố với Lê Duẩn nhiều chuyện, kể cả chuyện tiền nong của các gia đình phi công Mỹ bị ta bắt tù đưa cho ta để nhờ ta cải thiện đời sống của con cái họ cũng như quan hệ nam nữ của Sáu Thọ lúc ở Paris".

Sáng ấy, Xuân Thủy còn cho chúng tôi hay Nguyễn Văn Thạch, thư ký của Hoan đã bị bắt cùng con trai là Nguyễn

Văn Thái. Còn bắt một số trong có Tăng Vĩnh Siêu, nguyên tổng biên tập báo *Tân Việt Hoa*.

(Ở đây nên biết đoạn sau có hậu của hai bố con Thạch. Trong tù hai bố con Thạch đã quen với linh mục Nguyễn Văn Lý "tay sai" Tòa thánh. Ông này mấy chục năm duyên nợ với tù ta. Chả biết có bàn hay không nhưng hai mảng "tay sai" Tòa Thánh và Bắc Kinh đã liên minh đầu tư vào Nguyễn Văn Thái. Tăng Vĩnh Siêu dạy Thái trung y để tương lai có đường kiếm sống. Nguyễn Văn Lý thì cho Thái tiền để con của Thái học hành trở thành linh mục như Lý mà chăn dắt con chiên. Nghe nói Thái nay chữa bệnh cũng có tên tuổi. Còn con Thái có đi học nước ngoài.)

Tháng 3 – 1979, tạp chí *Cộng sản* Hà Nội đăng một bài dài của Võ Nguyên Giáp. Tôi trích một đoạn: *"Cuộc xâm lược quy mô lớn vào nước Cộng hòa Xã hội Chủ nghĩa Việt Nam đã làm cho tập đoàn phản động Trung Quốc lộ rõ nguyên hình. Chúng là bọn phản bội lớn nhất của thời đại, phản cách mạng, phản chủ nghĩa Mác – Lê nin. Chúng là một "bầy quạ đội lốt công," đã vứt bỏ cái mặt nạ giả danh cách mạng. Cuộc chiến tranh xâm lược nước ta thực chất là một bộ phận của chiến lược bành trướng đại dân tộc và bá quyền nước lớn của chúng, của chiến lược toàn cầu phản cách mạng của chúng, đồng thời là một bộ phận của chiến lược toàn cầu phản cách mạng của chủ nghĩa đế quốc quốc tế"*.

Nay mới vỡ lẽ tại sao Giáp bỏ phiếu trắng ở Hội nghị trung ương 9. Và Cụ Hồ không biểu quyết. Và tại sao Hồng vệ binh căng biểu ngữ đả đảo Võ Nguyên Giáp "phần tử xét lại tay sai Liên Xô phản bội Hồ Chí Minh" ở chính tại Thiên An Môn, trước thế giới, ngay trước mặt đoàn đại biểu của Lê Thanh Nghị.

Tháng 11, chính phủ công bố *Sách Trắng* lên án chủ nghĩa bá quyền Trung Quốc và tội ác của nó đối với Việt Nam, lôi cả chuyện Bắc Kinh lâu nay cấy người vào bộ máy

ĐÈN CÙ

của ta để mưu đoạt nó (nhưng không thấy lôi được tên nào ra ánh sáng.) Họp ban văn hóa thảo luận *Sách Trắng*, tôi nói: "Tôi nghe nói ở Bộ công an, muốn đề bạt từ vụ phó trở lên đều phải tham khảo cố vấn Trung Quốc." Kịp dừng lại không nói tiếp "Có nên xem lại ai đã được lên do cố vấn gật đầu".

Đồn là Trường Chinh chỉ đạo soạn *Sách Trắng*. Siêu liêu vì xét lại suốt cho tới khi ông chịu thua Duẩn mà "điểm chỉ vào Nghị quyết 9." Bao uất ức trước đây ông trút vào Sách Trắng.

Mà vạch mặt Mao cũng là gián tiếp kể tội Duẩn. Xem ra nhân dịp Bắc Kinh lộ mặt, Trường Chinh, nhất là Võ Nguyên Giáp đã dõng dạc cất tiếng. Chống Bắc Kinh và cũng là đụng ngầm đến Lê Duẩn.

Tôi đọc kỹ ba quyển sách của Nhà xuất bản Sự Thật: *Sự thật về quan hệ Việt Nam – Trung Quốc trong 30 năm, Phê phán chủ nghĩa bành trướng và bá quyền nước lớn của giới cầm quyền phản động Bắc Kinh, Vấn đề biên giới của Việt Nam và Trung Quốc.*

Người soạn sách công khai nhận: **vì chúng ta tin bạn.**

Đúng quá, tin đến mức bất cần bạn muốn gì ở mình trước tiên, tin đến mức bỏ qua cả lời Mao nói: *"Chúng ta phải giành cho được Đông Nam châu Á, bao gồm cả miền Nam Việt Nam, Thái Lan, Miến Điện, Malayxia và Singapo. Một vùng như Đông Nam châu Á rất giàu, ở đấy có nhiều khoáng sản, xứng đáng với sự tốn kém cần thiết để chiếm lấy. Sau khi giành được Đông Nam châu Á, chúng ta có thể tăng cường được sức mạnh của chúng ta ở vùng này, lúc đó chúng ta sẽ có sức mạnh đương đầu với khối Liên Xô – Đông Âu, gió Đông sẽ thổi bạt gió Tây"* như quyển sách dẫn.

(Lẽ ra sách cần hỏi thêm: nhưng sao lại **một chiều tin bạn chết thôi.** Sách này cũng vạch mặt ba âm mưu của Bắc Kinh với Việt Nam. Và giới thiệu bộ mặt tinh thần của Trung cộng: một tư tưởng chỉ đạo là *chủ nghĩa đại dân tộc* – một chính sách là *ích kỷ dân tộc* – một mục tiêu chiến lược là *chủ nghĩa bành trướng đại dân tộc và chủ nghĩa bá quyền nước lớn.)*

Đặc biệt có một chuyện tôi nghe cùng Trần Thư. Nguyễn Mai Hiến cùng báo *Quân đội Nhân dân* và là anh em họ với Trần Thư một hôm bảo anh được đọc một ghi chép của một chính ủy bạn anh vừa ở trong B ra. Được nghe Lê Duẩn nói về Trung Quốc, chính ủy này đã có ghi lại và đưa cho Mai Hiến xem. "Đây là bản tự sự đầy một nỗi niềm cay đắng của Ba Duẩn," Hiến thú vị nói.

Mai Hiến cho chúng tôi xem mấy trang giấy ghi vắn tắt như sau: Hồi còn ở trong Nam, *ngay sau khi ký Hiệp định Giơ–ne–vơ,* tôi (tức Ba Duẩn) đã chuẩn bị phát động chiến tranh du kích thì Mao nói ta phải ép các đồng chí Lào chuyển giao ngay hai tỉnh đã giải phóng cho chính phủ hoàng gia Viên Chăn kẻo không hết sức nguy hiểm, Mỹ sẽ tiêu diệt họ. *Mao bắt ta phải giao nộp thành quả cách mạng của cả Lào và ta như vậy đó nhưng chúng ta phải làm thôi.* (Tôi xen ngang: Đúng, lúc đó Lào cộng coi như bị Việt cộng đem em bỏ chợ. Ký xong hiệp định Giơ–ne–vơ, ở Nhà khách tre nứa lá Trung ương đảng, Cụ Hồ đã đả thông thắc mắc của Souphanouvong rằng: Thôi, hiện nay sức mới có, thế hãy Việt Nam trước đã rồi tính Lào, Campuchia sau.) Tôi (tức Lê Duẩn) nghĩ phải *cho* các bạn Lào phát động chiến tranh du kích kẻo không sẽ bị tiêu diệt nên mời phía Trung Quốc đến thảo luận. (Trần Thư bình: Duẩn cho phép Lào còn Mao cho phép Duẩn, cái lớp lang thỉnh thị này chính là quốc tế vô sản đây!) Tôi (Duẩn) hỏi Trương Văn Thiên, ông này từng là Tổng Bí thư Lạc Phủ, (tôi – Trần Đĩnh – thêm: Chính Mao cho Thiên rớt tổng bí thư) tán thành ngay. Tôi lại hỏi Trương Văn Thiên: "Nếu các đồng chí đã *cho phép* (Mai Hiến gạch dưới) Lào tiến hành chiến tranh du kích, thì chúng tôi phát động chiến tranh du kích ở miền Nam Việt Nam đâu có gì mà đáng sợ chứ nhỉ. Ông ấy (Trương Văn Thiên) trả lời: "Việc gì phải sợ!" (Chúng tôi đọc đến đây, Hiến bình: Phét, cái gì cũng xin phép Mao thì là biết sợ chứ còn gì nữa!) Nhưng Mao lập tức cấm đánh chác: Việt Nam không làm như vậy được, Việt Nam nhất định phải trường kỳ mai phục! Duẩn bèn nói: *Các đồng chí thông cảm. Chúng ta quá nghèo. Nếu không có Trung Quốc là hậu phương vững chắc thì làm sao chúng ta đánh Mỹ được? Chúng ta đành nghe theo họ có phải không?* (Đoạn này Hiến gạch dưới cho hẳn hai gạch.) *Khi chúng ta đã đánh Mỹ, Mao nói ông ấy sẽ mang quân đội (Trung Quốc) vào giúp ta làm đường. Mục đích chính của ông ấy là tìm hiểu tình hình Việt Nam để sau này có thể đánh ta và từ đó bành trướng xuống Đông Nam Á. Không còn lý do nào khác. Chúng ta biết nhưng phải chấp nhận. Họ quyết định đưa quân vào. Tôi chỉ yêu cầu là họ đưa người không thôi, nhưng quân đội họ vào mang cả súng ống, đạn dược. Tôi lại đành phải đồng ý.*

Tôi nói: 5 giờ sáng là hàng tiểu đoàn quân Trung Quốc đã leo kín cầu Long Biên hát *Đông phương hồng*, tớ ở ngay đầu cầu đếch ngủ nổi.

Hiến nói: Có đứa ở báo *Quân đội Nhân dân* còn đề nghị phóng viên nên đến gặp lấy ý kiến các chiến sĩ quốc tế Trung Quốc viện Việt kháng Mỹ. Nhưng hay ở chỗ vừa cùng Trường Chinh gặp Mao xong là Duẩn đã than ngay rằng Mao có ác tâm xâm chiếm nước ta từ lâu. (Trần Thư choang cho một câu: Nói phét! Biết sao lại đi ôm chân nó? Các cụ có câu sa cơ lỡ bước hóa ra ăn mày rồi đấy!) Ừ, còn nhiều nhưng tay bạn tớ tay ấy bảo thôi ông xem của tôi thôi chứ đừng ghi nên mình chỉ ghi có thế này, tôi sẽ nói thêm cho hai ông nghe.

Ba chúng tôi tán một chập quá hả về nỗi lòng của Lê Duẩn không được xuôi chèo mát mái thờ Mao. Tôi nói: Lôgích Lê Duẩn kinh thật. Biết nó đểu nhưng vì giải phóng đất nước nên cứ lăn vào nhờ nó. Như có con gái ốm lại trao nó cho thằng thày lang háu gái vậy. Hỏi lúc Duẩn tôn xưng Mao Trạch Đông làm Lê-nin của thời đại ba dòng thác cách mạng để xui dân Á-Phi-La theo tư tưởng Mao gây đại loạn thì là do túi không xìn hay do gì? Hỏi lúc hạ Hồ Chí Minh, Võ Nguyên Giáp xuống thì sướng hay đắng cay?

Cần nói thật là lúc ấy chúng tôi chưa thấy được âm mưu Mao nhờ người Việt đánh cho Mỹ cút ngụy nhào là để Trung Quốc hùng bá ở tất cả vùng này.

Mai Hiến cũng từng nói với Trần Thư và tôi chuyện Chu Huy Mân cử người vào kho lưu trữ của Tổng cục Chính trị ở Đà Lạt tìm các sổ tay của một số sĩ quan tuyên huấn, báo chí quân đội lừng danh Mao-ít, trong đó Th. T., phó tổng biên tập báo *Quân đội Nhân dân* ghi từng ngày đến đại sứ quán Trung Quốc và báo *Tân Việt Hoa* bàn cách phối hợp đánh xét lại Việt Nam như thế nào. Đọc sổ tay Th. T. xong, Chu Huy Mân liền điều Th. T. khỏi báo *Quân đội Nhân dân* sang làm phó cục tuyên huấn quân đội. Nhưng Tố Hữu, Hoàng Tùng kéo Th. T. về báo đảng. Rồi ít lâu sau, Th. T. nhận Huân chương Julius Fuscik cao quý của OIJ (Tổ chức nhà báo quốc tế do Liên Xô nuôi) cùng với năm nhà báo Mao-ít lẫy lừng khác là Hoàng Tùng, Trần Lâm, Hoàng Tuấn, Lưu Quý Kỳ, Thép Mới.

Vậy là theo Duẩn thì từ lâu Đảng đã biết dã tâm của "bạn," song vì mục tiêu cao cả đánh Mỹ, xóa bỏ một bộ phận của đế quốc nên Đảng phải nương mình vào Mạnh Thường Quân vô sản Trung Quốc. Nên mở thảo luận khoa học sâu rộng ở vấn đề này. Vì sao biết âm mưu đen tối của "bạn" mà cứ bạ vào? Khác nào biết nhà thổ kim la mà cứ nhúng cần câu! Trong một tháng chống Trung Quốc xâm lược, tôi đã được hưởng một trận ra mắt trào sôi của sự thật khiến cho vỡ mặt bao người. Vỡ cả mật!

Và một đổ vỡ kinh khủng ghê gớm hơn nhiều nữa: Lòng tin của dân. Dân bắt đầu nói đảng "tổ sư vớ vỉn," đứa tốt không chơi lại đi ôm lấy đứa lừa đảo, bất nhân. Lúc báo *Nhân Dân* ra xã luận *Không được đụng đến Việt Nam, Đe dọa Việt Nam là đe dọa toàn thế giới*, dân ngồi hàng nước chè kẹo lạc ven đường bình luận khá to: *Gớm chết, có cái rốn đã lút lại thối mà còn cố đem banh ra khoe.*

Chiến tranh Trung – Việt thế nào thế giới lại ngả về Trung Quốc. Trung Quốc đang trở thành một phản đồ cộng sản đáng được ủng hộ. Đi mạnh với phương Tây, dân chủ hóa trong nước đó.

Bắc Kinh quyết liệt lên án Việt Nam xâm lược Campuchia và đòi phải rút lập tức. Kim Nhật Thành chửi Việt Cộng ác nhất. Đại ý Hà Nội có tham vọng nhưng không đủ sức lại cộng thêm với sự "ấm ớ," các lãnh đạo Việt Nam đã phá hủy nền kinh tế, gây nguy hiểm cho quốc gia họ! Anh và Úc chính thức ngưng cung cấp tài chính tái thiết cho Việt Nam để phản đối cuộc chiến của Việt Nam tại Campuchia mà không nói gì đến Trung Quốc. Pháp cũng yêu cầu Việt Nam từ bỏ cuộc chiến tại Campuchia, việc khiến cho Trung Quốc đã "vì lo lắng mà phải phản ứng dữ".

Khi đi với Việt Nam đánh Mỹ, Trung Quốc bị cả Đông Nam Á nhìn thành ác ôn thì nay, tài thật, đánh Việt Nam, Trung Quốc lại được thế giới đồng tình.

Nhưng tôi vẫn ngô nghê. Lúc này Mao – nhều sẽ phải diệt khẩu những người chống Mao chứ. Tôi thành hòn đá kỳ ngày ngày chà cọ vào cái mặt đang rát bỏng lên của họ. Họ chắc chắn nghĩ bọn chống Mao thừa dịp sẽ dễ thổi bùng lên ngọn lửa phê phán Đảng. Họ nhất định phải đề phòng. Tốt nhất là cho dân thấy cả thằng chống Mao, ông cũng phang.

Khi *Sách Trắng* ra mắt, số đông cán bộ tin rằng ta đã bừng con mắt dậy thấy mình đâm vào đúng giữa bụi gai. Nhiều người – có tôi ở trong – đã tưởng Duẩn, Thọ thật lòng chống Mao.

Tôi đến Đặng Kim Giang được anh chị cho biết hai trung tá đi com-măng-ca tới thăm, nói xin phép cho được đo đạc đất ở để sẽ xây nhà cho Đặng Kim Giang theo lệnh đại tướng Văn Tiến Dũng. Giang xưa đã giúp Dũng vượt ngục ở Bắc

Ninh và thoát án tử hình. Lê Trọng Nghĩa thì được Văn Tiến Dũng đưa vào nằm chữa lao tái phát ở bệnh viện 354.

Việc xây nhà cho Đặng Kim Giang rồi xúp. Anh ở lại túp nhà lụp xụp nó dẫn tới cái chết của anh. Lê Trọng Nghĩa vào bệnh viện 354 sáng thì chiều an ninh đến vặn ban giám đốc bệnh viện ai cho Nghĩa vào. Nghĩa phải chuyển xuống một cái buồng chật hẹp, hẻo lánh như một gian kho để chổi.

Vậy là Văn Tiến Dũng và Chu Huy Mân cũng bé cái lầm. Tưởng đảng đánh Mao thật. Bộ chính trị đấy nhưng nhiều vị cũng chỉ biết ngang quần chúng!

Và tôi lọt vào tầm bắn thẳng! Phải nhổ tên xét lại còn làm bù nhìn trong bộ máy này đi cho thiên hạ chớ có ho he. Này xem, đến nay Đảng mới nện thằng chống Mao đấy nhá!

Trước khi dừng lại ở tấn thảm kịch Việt Nam bị đại hậu phương dạy bằng lửa đạn, tôi thấy nên nhắc đến ý kiến của Lý Quang Diệu. Trong khi một số báo chí phương tây nói Trung Quốc đã thất bại trong bài học tặng cho Việt Nam thì Lý Quang Diệu nói: Trong việc này, Đặng đã làm thay đổi lịch sử của Đông Nam Á.

Theo chương *Mó Đít Cọp – Chiến tranh Việt Nam lần thứ ba* của Kissinger thì nỗi ám ảnh trầm kha của Bắc Kinh là bị bao vây, kể cả Liên Xô và Việt Nam cho nên Mao đã lộ cho Kissinger biết Mao có thể chấp nhận được việc Sài Gòn yên lành sau hiệp định Paris 1973. Và theo một số nguồn đáng tin cậy thì Bắc Kinh đã gợi ý Dương Văn Minh bắt tay với Bắc Kinh để ngăn Hà Nội xé hiệp định Paris. Minh từ chối. Nếu ông nhẹ "quốc gia," nặng "quốc tế" như Hà Nội mà hợp tác với Bắc Kinh thì chưa biết sự đời sẽ ra sao!

Hoa Quốc Phong thì hí hửng là đã mó đít cọp. Tức là Liên Xô nằm im. Kissinger nhìn thấy dấu hiệu Liên Xô suy tàn. Năm 1988, Trung Quốc chiếm Trường Sa. Biết cọp thép ở Cam Ranh lại sẽ nằm bẹp.

* * *

Một sáng, 19 tháng 7 – 1979, Hồ Dưỡng, vụ trưởng tổ chức, gặp tôi nói tôi phải về hưu non. Lý do: Tôi không hợp với báo Đảng. Tôi nói tôi làm báo đảng trước các anh đến hai chục năm mà sao lại bảo không hợp?

– Anh Quang Thái nói không biết giao việc gì cho anh.

Đau dạ dày, Quang Thái nhờ tôi nói với Thép Mới để cho sang Đức chữa. Anh chỉ giao việc riêng của anh được thôi.

Tôi gặp Hồ Dưỡng ba lần. Lần cuối cùng, tôi đòi cơ quan làm theo pháp luật: Mở giám định y khoa xem tôi mất sức lao động thế nào, lập hội đồng kỷ luật xem tôi tội gì, nếu thật có tội tôi sẽ về ngay, không cần cả lương hưu.

Cơ quan không lập cái gì cả. Khăng khăng bắt về. Cuối cùng, Hồ Dưỡng thú thật việc này là theo ý anh Sáu Thọ. Thể tình tôi thâm niên cụ ky ở báo Đảng, báo đã định tăng một bậc lương lót tay tôi trước khi về nhưng anh Sáu Thọ nói: "Thằng này rất láo, lẽ ra bắt về không cả hưu hiếc nữa mà sao còn tăng?"

Sáu Thọ đánh tôi vì ông muốn qua đó báo cho mọi người chớ hiểu rằng đây là cơ hội nổi lên chống những người đã say sưa đại loạn theo chỉ thị của Mao.

Còn một nguyên nhân gần. Trước đấy nửa tháng, tôi đến ban quốc tế của Nguyễn Hữu Chỉnh đọc báo Mỹ, Pháp.

Chỉnh bảo tôi: Ủa, Trần Đĩnh, Ông già (tức Sáu Thọ) dạo này tình cảm lắm, mình gặp Ông già luôn.

Tôi chợt nóng gáy. Bảo Chỉnh mai ông lên Ông già thì nói với ông ấy hộ là thằng Trần Đĩnh nó nói cái Trung ương này ông Sáu Thọ dựng nên không ra làm sao cả.

Lúc ấy trong ban quốc tế còn có cô Hoàng Liên và Duy Thịnh, sau đều là trưởng ban của báo.

– Chết, Chỉnh khẽ kêu lên, thất sắc.

– Chết tôi, không chết cậu, cậu làm ơn nói hộ.

Cái gì trong vô thức đẩy tôi hung hãn thế? Một xung lực của trung thực bị đè nén mãi.

Có lẽ mặc cảm từ lâu muốn được chung chia khổ hạnh với bạn bè, nay anh chị em ra tù vẫn khốn đốn. Rồi hai vụ đo đất xây nhà và nằm nhà kho ở bệnh viện làm tôi cáu. Chỉ biết sau đó quay đi, tôi chợt thấy mình vừa trải qua tâm trạng người nhảy sông: thật ra chẳng có gì ghê gớm, chỉ là một xổng chân, xổng miệng.

Tôi đến Minh Việt rồi Hoàng Minh Chính báo rằng bắt tôi về hưu non là có lẽ họ lại sắp đánh chúng ta đấy. Họ sợ tôi hóa thành tín hiệu sai cho mọi người tin là Đảng chống Trung Quốc thật rồi mà nổi lên.

Chính nói: Đúng quá, đánh còn để đe dư luận chớ có bới tội họ đã xung phong làm đàn em dầy trung tín và nhiệt huyết cho Mao.

– Khi đánh xét lại thì chúng ta là thù trong, giặc ngoài là Mỹ và Liên Xô, tôi nói. Nay thì giặc ngoài là Trung Quốc còn thù trong là chúng ta. Bố tiên sư đời thật!

Chính nghe thích quá, cười nhe hai hàm răng rất khỏe ra: Chí lí, hay...

Ở Chính về đến cổng cơ quan thì gặp Xuân Diệu. Tôi báo Xuân Diệu. Xuân Diệu đỏ gay mặt lên rồi tay bứt tóc, chân giậm đất, trước ngay cây trà trắng mà anh rất quý, thường quàng cổ tôi đứng ngắm hồi tôi nổi nênh, kêu to: Sao họ lại đối xử với Trần Đĩnh như thế được?

Tuần sau, một chiều mưa rất to, tôi đến Nguyễn Đức Thuận. Từ 1967 đến nay, đúng một giáp, tôi mới gặp anh. Anh mời tôi cùng ăn cơm vừa dọn lên. Toàn rau, chỉ ba miếng thịt nạc kho cho Thuận bị tiểu đường. Tôi kể lại

---

chuyện cơ quan bắt về hưu non rồi hỏi Thuận: Theo anh là chủ tịch Tổng công đoàn, thì bắt tôi về như thế có sai luật lao động không?

– Sai quá, Thuận nói.

– Tôi kiện đây.

– Anh viết thư cho anh Thọ thì hơn. Anh Thọ mến anh.

– Chính anh ấy bắt tôi về.

Thuận im ngay.

Tôi kiện đều đặn hơn một năm. Tháng nào cũng đến mười cơ quan nộp đơn. Cho Chủ tịch nước, Chủ tịch Hội đồng bộ trưởng, Tổng bí thư, Chủ tịch Quốc hội, Chánh án Tòa án nhân dân tối cao, Viện trưởng Viện kiểm sát nhân dân tối cao... Đều im lặng. Viết cho cả Trường Chinh. Tôi viết: Mới lớn lên, vừa vào nghề báo, tôi ở gần anh, được anh dặn đầu tiên là phải mạnh dạn đề đạt ý kiến, mạnh dạn phát hiện vấn đề. Tôi đã tang thương vì hai điều đó. Minh Việt đọc xong nói rất cảm động.

Tôi đến Viện triết học đưa Đặng Xuân Kỳ thư này. Đang họp chi bộ, thấy tôi ở hành lang, anh ra ngay. Nói ông cụ tôi cấm con cái đưa thư nhưng anh thì tôi nhận. Tôi sẽ đưa nó cho người thư ký gần nhất của cụ và *đảm bảo* đến tay cụ. Kỳ hỏi khẽ một câu: Tôi nghe ông cụ tôi nói thì các anh đều đã được giải quyết rồi cơ mà?" (ngụ ý là tốt đẹp. Cũng tức là bố con Kỳ bị phong tỏa thông tin hết!)

Nhưng đều chung số phận của loại đơn khiếu kiện: Sa vào trận đồ phi hồi âm của Thọ.

Đào Phan bảo tôi: Sáu Thọ có nể ai đâu. Chả thế Ông Cụ chơi chữ, gọi hắn là *Le Duc,* – quận công (theo tiếng Pháp.) Năm 1941, tớ bị bắt lên Sơn La. Anh em bảo nói cho nghe tin gì mới. Tớ truyền đạt nghị quyết Hội nghị trung ương 8 về chính sách đại đoàn kết đánh Pháp đuổi Nhật thì Sáu Thọ nói: "Trung ương đ. gì, Trung ương thằng Khu! Cộng sản mà lại đoàn kết với tư sản và địa chủ." Dễ hiểu sao Sáu Thọ lại bỏ Trường Chinh phò Lê Duẩn.

Đời cách mạng của Đào Phan là nỗi cay đắng trường thiên. Mãi tới những năm cuối cùng của đời, 1992, mới được mấy dòng của Cục cán bộ Tổng cục chính trị nói anh không được coi là cán bộ hoạt động trước Cách mạng tháng Tám là vì trước kia chưa thẩm tra được việc hồ sơ lưu trữ có ghi lúc tù ở Sơn La, anh "đã cung cấp cho địch tình hình hoạt động của anh em trong tù khiến địch khủng bố dữ, gây tổn thất cho cơ sở của ta ở trong tù," đến nay sau khi thẩm tra xác minh thì Vụ cán bộ Ban tổ chức trung ương kết luận tài liệu phát hiện ghi trong hồ sơ kia không chuẩn xác và không đủ chứng cứ. Sơ sài có thế. Đào Phan lẳng lặng trở lại hàng ngũ hoạt động trước Cách mạng tháng Tám rồi danh sách các bí thư Hà Nội từ 1930đến 1975. Đào Phan đã có thư gửi Lê Phước Thọ, Trưởng ban tổ chức trong đó nói rõ chính Lê Đức Thọ đã lén lút ghi vào giấy tờ của anh những dòng vu cáo kia. Đào Phan đã đưa cho tôi một bản sao thư này, anh viết nắn nót trên đầu, bên lề tay trái: *Bản sao của bạn Trần Đĩnh.*

Vì là vợ Đào Phan, Bội Hoàn bị người ta đâm xe (trên đường đi đến cơ quan sơ tán trong chiến tranh) và phải vào đồn công an. Người đâm xe bảo chị ăn cắp hết tem phiếu của mụ. Bắt cởi quần áo ra khám. Nghi chị mang tài liệu của chồng.

Không thấy có nghị quyết lẳng lặng phục hồi danh dự cho Bội Hoàn về cái việc khốn nạn này

Chương sáu

Tôi bị đuổi việc so với cái họa của Hồng Linh vợ tôi, còn sướng hơn nhiều. Một sáng, phó phòng tổ chức Nhà hát giao hưởng – hợp xướng – nhạc vũ kịch Việt Nam gọi Linh đến bảo: "Chị phải đi khỏi Việt Nam. Và đi một mình, vì Trần Đĩnh không được phép đi đâu cả, còn con gái chị là người Việt Nam nên phải ở lại. Chị không đi, mai kia phòng tuyến Bắc Giang vỡ là sẽ tập trung các người Hoa như chị vào một khu vực xa lắm, khổ ra".

Linh như không. Vốn đã quen các bất hạnh thường xuyên thình lình ụp xuống nhà này.

Sáng sau tôi đến Nguyễn Thành Lê, ủy viên trung ương, trưởng ban đối ngoại. Nói ngay: Anh biết thành ngữ con giun giẫm mãi phải quần. Chuyến này tôi quần đây. Hôm nay tôi báo trước với anh rằng nếu cứ đuổi một mình nhà tôi đi là tôi sẽ cùng vợ con trốn vào một đại sứ quán nước ngoài nào bất kỳ, và lúc ấy BBC báo tin Trần Đĩnh, Hồng Linh trốn Việt Nam thì các anh đừng có trách.

Lê cứ ngồi cắn môi nghe. Rồi khe khẽ nói: Anh đừng vào đại sứ quán nào cả. Và đừng nói ra (Lê biết tính tôi hay nói thẳng ý nghĩ.) Anh cứ về, tôi sẽ bảo anh Vũ Ninh (vụ trưởng vấn đề người Hoa) đến gặp anh chị.

Hôm sau tôi đi làm, Vũ Ninh lội bùn cả một quãng dài vào nhà. Lại phải giờ cắt nước mà thùng phuy nhà tôi cạn khô, anh cứ chân bê bết bùn ngồi chuyện. Anh nhắn mời tôi đến nhà anh. Anh trước là thư ký của Trường Chinh, sang báo *Học Tập* rồi về đối ngoại. Quê Bình Giang, Hải Dương, dòng họ Vũ Hồn, Trung Quốc thuần chủng. Vũ Hoàng Chương cũng tộc ấy, ở làng Phù Ủng ven đê. Ra về Ninh hỏi thăm Linh về tôi, nói một câu hồi ấy ít ai dám nói: "Anh Trần Đĩnh thiệt thòi quá, nhưng chị ạ, rồi sẽ được đền bù thôi".

Tôi đến Vũ Ninh, chung cư A5 Ngọc Khánh. Anh rất ân cần nói cho nghe khá tỉ mỉ. Chủ trương xua đi 150.000 người Hoa trong số 160.000 ở Quảng Ninh nhưng anh Nguyễn Đức Tâm rất hăng hái nên đuổi gần hết. Anh biết không, súng ống đến tận nhà xua. Nhiều đảng viên người Hoa viết huyết thư để lại rồi tự sát. Công anh Tâm đuổi người Hoa này rất to. Sài Gòn có 600.000 người Hoa, chủ trương đuổi 500.000 thế nhưng anh Võ Văn Kiệt không đuổi, cho cán bộ đến các nhà giải đáp kỹ, còn ai thích đi thì giúp cho nên chỉ có vài chục nghìn người Hoa đi thôi.

– Nhận ra sai to rồi chứ anh? Gốc Hoa ở Việt Nam thế là ngang Do Thái nhá, tôi nói.

Vũ Ninh cười: Thôi, nay chị yên tâm ở lại.

– Giả dụ nhà tôi lỡ đi mất rồi thì chia lìa này ai chịu trách nhiệm, tôi hỏi.

Vũ Ninh lại cười, không nói.

– Ta làm gì cũng thắng lợi là vì ta làm sai không nhận lỗi, giết oan không đền mạng. Thiết kế cho đến đời sống từng cá nhân, chẳng hạn anh biết vợ chồng tôi từng khốn khổ vì chủ trương cấm lưu học sinh yêu thì nay lại suýt chia lìa vì chủ trương bắt chỉ mình Hồng Linh đi. Thế những người vượt chỉ tiêu đuổi như ông Tâm ấy thì rồi liệu có sao không?

Im một lát, Vũ Ninh nói: Tích cực thì chắc thế nào cũng được một cái gì chứ anh.

– Đúng, tôi nói và nghĩ thầm chuyến này Tâm dễ Bộ chính trị lắm. Không thể nghĩ ra ông sẽ đưa Phạm Thế Duyệt, Vũ Mão thượng kinh theo.

Rồi hỏi, thôi xin hỏi anh câu nữa: Vậy thì ai ra cái chủ trương kinh khủng này?

– Trời mới biết, Vũ Ninh buột ra.

– Xin lỗi anh, tôi quý anh vì lòng thông cảm của anh với gia đình tôi nhưng anh cho phép tôi nói một câu của dân, anh đã có nghe dân nói thế này chưa: Làm lãnh đạo sướng nhất là ăn bẩn ỉa đùn mà vẫn cứ thơm cứ sạch và dân trí thì cứ ca ngợi... À, anh Ninh, người Hoa bị đuổi có đông không?

– Tôi không có con số cụ thể nhưng cũng phải đến hai trăm nghìn. Không kể số đông đã đi Mỹ hay Canada.

– Các ông ấy liệu có tính tới khả năng những "nạn kiều" đó có thể sẽ là vũ khí Bắc Kinh sẽ dùng để ép mình không?

Vũ Ninh cười, không nói.

Tôi đùa: Sườn ta hở với Trung Quốc hơi bị nhiều mà lại toàn sườn non. Đấy, chẳng hạn chấm dứt chiến tranh, Liên Xô và các nước Đông Âu xóa nợ nhưng Bắc Kinh không. Chắc Bắc Kinh coi nợ này là món sườn non ngon xơi nên mới găm lại như thế chứ anh. Không biết các cụ có thấy cái huyệt yếm hiểm này không? Giữ nợ là có dụng ý cả chứ? Trữ lượng đòn của họ phang ta hơi xẵng. Họ có tài ghi tội lắm. Hễ không vừa ý họ lại dứ một thằng ra xin cùng nhau "thương lượng giải quyết" là gay rồi.

Nghe đâu cuối những năm 90, có tin đồn Trung Quốc đã yêu cầu ta đưa hai trăm nghìn người Hoa về nước, bồi hoàn cho họ đầy đủ tư liệu sản xuất và sinh hoạt. Trong công cuộc đuổi người Hoa, bao nhiêu người ăn nên làm ra nhờ tích cực vượt chỉ tiêu. Nguyễn Đức Tâm thôi bí thư tỉnh lên Bộ chính trị, trưởng ban tổ chức Trung ương. Kéo theo bộ sậu Phạm Thế Duyệt, Vũ Mão. Có những chuyện độc ác đều giả như lấy vàng bạc của người ta xong lại cho tàu đuổi theo xả súng giết chết hết hay đục thuyền cho đắm. Chính con rể tôi nói đơn vị anh đã đi vớt thuyền nhân bị đắm tàu ở ngay tại bên kia cầu Sài Gòn, thường chờ cho qua phao dê–rô mới rút nút, vâng, đục thuyền ra cắm nút vào rồi đến lúc sẽ rút nút ra, nhưng lần ấy đem rút sớm quá, xác người nằm san sát nhau trên sông như củi rều vậy. "Có lấy vàng chứ bố. Lấy mỗi người năm cây nhưng vẫn cứ đục tàu. Dân kêu dữ mới dụng đến một trưởng ty công an trong Nam".

Trong lần truy xét phần tử thân Mao này, người đi truy xét dễ được quà. Lộc bé nhất làm một đôi dép. Báo *Nhân Dân* cử một cán bộ tổ chức vào Sài Gòn gặp chị Ngh. công tác ở thư viện báo điều tra tại sao con cả của anh chị lại tên là Ngô (lại là Ngô chứ!) Phương Hồng và các đứa sau đều đệm Phương. "Dạ, lúc sinh cháu, chúng tôi ở Khu Việt Nam học xá Nam Ninh, bác sĩ Trung Quốc đỡ cho cháu đã đặt tên Phương Hồng rồi từ đấy tiện thì cứ Phương luôn." (Không dám nói vì ta lúc ấy rất quý Mao Chủ tịch Đông phương hồng) Ngh. đã phải mua một đôi dép biếu anh tổ chức cho yên chuyện. Khốn nạn, Việt chính cống mà vẫn phải hối lộ. Dù còm thôi.

* * *

Rõ ràng cách nhìn của Đảng khác một trời một vực cách nhìn của dân. Sau ngày Hồng Linh từ chối đi, tránh được sự trừng phạt của Đảng thì lại chịu sự trừng phạt của gần hết anh chị em Nhà hát. "Chết thật, miếng ăn thơm thế đến tận mồm lại đem liệng đi!... Ối giời ơi chị biết không, máu Hoa bây giờ là máu vàng máu bạc, máu tinh hoa, máu thượng đẳng, đấy, chỉ làm chứng minh thư giả là Hoa thôi cũng đã mất mẹ nó năm cây vàng lận, thế mà chị lại bỏ phí!"

Tôi phải nói vì họ chỉ cho mình Linh đi thôi.

– Ối giời, rõ thật, tính với toán hay thế! Dịp đổi đời mà bỏ! Thì cứ vợ đi lập căn cứ địa ở bên đó như Cụ Hồ lập ở Pắc Bó cái đã rồi sau lôi nhau sang chứ. Thế nào là mở đầu cầu? Quyết một tấc không đi một li không rời cái đói rách à? Xem lại cái đầu bã đậu đi. Nhớ là khi hổ nó nhả ra miếng nào là phải chộp cho mau kẻo nó lại co bố nó về mất, bài học đấy.

Trước nhà tôi, Hồng–Nám–violon và vợ là Oanh trong dàn hợp xướng tự nhiên đóng cửa im ỉm. Đồn là cãi nhau to, chuyến này li dị. Tháng sau, mẹ Oanh vào dọn đồ lề. Thì ra đã mượn máu Hoa vù sang Mỹ. Vài năm sau, hai anh chị về nước. Vào nhà tôi quay phim, chuyện trò. "Về thăm ngay anh chị vì tiếc cho anh chị quá, Hồng nói. Họ hàng chị Linh gần chỗ chúng em, Sacramento, giàu lắm. Nhà bà Hồng Ngọc Hà, chị chị Linh, giường nằm có thiết bị tự động hễ xảy hỏa hoạn là nó lăn bà ấy vào một cái ống rồi cứ thế trôi xuống vườn. Chúng em nói chuyện chị bị đuổi nhưng không được đem chồng và con đi dạo ấy, ai cũng kêu là dã man, hơn Hitler, quyền nào mà phân li gia đình người ta".

Tôi nói vài giòng về bà Hồng Ngọc Hà. Khoảng 1986 – 87, bà về nước. Dạm hỏi con gái tôi cho con bà và tính xin lại một dẫy nhà ở phố Khách Hải Phòng. Cả hai chuyện đều không xong. Con gái tôi hỏi bằng học vấn của con trai bà, bà nói "con bác chỉ giỏi kinh doanh thôi". Còn nhà thì Nhà nước sẵn sàng trả miễn là bà chạy nhà ở mới cho mấy chục hộ đang sử dụng nhà bà.

Bà kể khi ở Hồng Kông, đến khổ với bà con người Nùng ta. Vào các ngăn toa–lét tập thể có vách ni lông che, bà con ta cắt luôn vách ra làm cái chùi khi vệ sinh. Người ta lắp các que chất dẻo vào thay thì bà con ta bẻ que ra quệt. Cứ đứa xây đứa phá như thế suốt. (Tôi ngạc nhiên hỏi Hà, sao họ cứ chịu ta dai như vậy? Hà nói, họ lo không làm tròn trách nhiệm cứu giúp dân tị nạn và họ cũng thật lòng không nỡ để cho "nạn nhân của Việt cộng" đã dạt vào nước họ lại bị khổ nữa.) Hà cho biết ở trại tị nạn có đủ sòng bạc, gái điếm, lưu manh. Sức sống của xã hội ta mãnh liệt lắm, sáng tạo lắm chú ơi!

Nhờ Nguyễn Đức Tâm hăng đuổi, Hồng Nghiêu Xuyên, em trai út Linh ở Hòn Gai, sang Mỹ. Nửa năm sau đã *không vận đơn* kèm một thùng quà gửi về. Thư viết "Em thật lòng cảm ơn Đảng và Chính phủ đã đuổi nên chúng em đến được thiên đàng trái đất." Con trai cả chú em này nay ba bằng kỹ sư, thạc sĩ và tiến sĩ vật lý, hiện làm điện tử chất dẻo, plastic electronics, nghiên cứu cách làm cho thuốc đi trực tiếp đến tế bào bệnh của mỗi bệnh nhân. Đứa em gái khi ra đi mới mười tám tháng nay dạy cao trung. Cháu lớn đã đưa tôi qua Hollywood, Beverly Hills đến Caltec, UCLA, những đại thánh đường khoa học, nơi cháu từng học và thí nghiệm.

Tôi nói bố cháu mà ở lại lái xe cho ty thương nghiệp Hòn Gai thì giỏi lắm cháu cũng đến cửu vạn cõng bia Vạn Lực hay vần dưa hấu, khiêng bao tải rùa rùa, dím, kì đà...

Ở cạnh nhà Xuyên tại El Monte, Los Angeles là Hoàng Nải Hoài, nguyên anh hùng lao động lái xe Mỏ than Hòn Gai bị bí thư tỉnh Nguyễn Đức Tâm đuổi. Hay thơ thẩn trong vườn nhưng thấy Việt lạ mặt như tôi thì quay ngoắt.

Tôi bảo Xuyên: Đuổi ông này là phạm tam đại nguyên tắc cộng sản; một là đánh công nhân, hai là đàn áp anh hùng lao động, ba là phá vỡ mối tình môi răng. Anh sang thăm ông ấy được không?

– Đừng, ông ấy ghét Việt Nam nội địa lắm. Ông ấy bảo toàn đồ mắt trắng, phản thùng. Tổ tiên ông ấy sang khai phá mỏ than Hòn Gai trước tiên, Việt Nam có biết dùng than đá quy mô như họ đâu.

– Đúng, Hòn Gai là tiếng Trung Quốc. Móng Cái, Hồng Gai đều có chữ *giai* là phố. Giá như gặp được cựu công nhân anh hùng mà chuyện trò thì ra bao điều hay. Hồng Phong, chú em sát Linh phải rời khỏi Hòn Gai, về thu mua tôm cá tại một trạm làm nước mắm huyện Hoành Bồ. Cuối cùng sang

Canada. Con trai cả là chuyên viên bộ ngoại giao. Hai con trai kế đều học đại học và học giỏi ở Toronto.

Giữa Phong và Xuyên là Hồng Nghiêu Vân, kỹ sư nông nghiệp Thái Nguyên. Mười bảy tuổi xung phong lên xây dựng Tây Bắc. Sống với người Lá Vàng. Bà con suy tôn là Vua Mèo. Đã tham gia đoàn người Hoa có thành tích chiến đấu và xây dựng sang tham quan Trung Quốc nhân Quốc khánh 1 tháng 10. Bây giờ phải về ở Phố Cò, Phổ Yên, làm ở Trại lợn giống Phú Sơn. Không được phép vào chuồng lợn, sợ giết hại tài sản xã hội chủ nghĩa, chú cứ đòn gánh chờ ở ngoài, khi nào hai sọt phân khiêng ra thì gánh đi ủ. Tan nát, nhục nhằn tất cả.

Lý Bạch Luân, nguyên bí thư Yên Bái, phó bí thư Hồng Quảng khi Nguyễn Đức Tâm là bí thư, tham gia Quảng Châu công xã rồi 1930 sang hoạt động ở Việt Nam đúng lúc Pháp ném bom Quốc dân đảng ở Cổ Am, Vĩnh Bảo thì nay bị xúc về ở thị trấn Quảng Yên.

Tôi muốn nói tới vài người Hoa tôi quen.

Một ông lang, Quan Đông Hoa, chữa cổ chướng rất giỏi. Tôi đã mách anh giúp cho Minh Việt hết cái bụng khệ nệ toàn dịch là dịch. Anh không về nước, cứ ở lại. Thì bị cấm chữa bệnh. Em vợ tôi không được đến bên lợn thì sao cho phép anh mó máy vào người được?

Hoa đành khám chui. Bên người hai túi đồ nghề: một chữa bệnh, một chữa xe đạp. Tự chữa lấy xe vì nay không ai chữa xe đạp cho anh một khi anh lơ lớ lên cái giọng Tàu. Tôi bảo anh rằng không chỉ Hoa đâu. Nga đã bị trước anh lâu rồi. Khi Việt Nam kịch liệt lên án Liên Xô, chị Nona người Nga, giáo sư đại học ở ta, vợ Nguyễn Tài Cẩn, mấy lần mếu máo bảo tôi là đi đường chị vẫn bị người lớn trẻ con ném đá, và chửi "đ. mẹ con xét lại!" Dân Việt Nam say mê chính trị lắm, mà thể hiện chủ yếu bằng gạch đá và chửi tục, chị nói. Một lần gặp tôi ở bệnh viện Việt Xô, chị rớm nước mắt hỏi Trần Châu tù chắc khổ lắm phải không?

Nhân Nona nói đến gạch đá tham gia chống xét lại, tôi hỏi chị có biết quân đội 12 nước xã hội chủ nghĩa đá bóng với nhau ở Hà Nội hồi sắp ra Nghị quyết 9 không. Nona nói có, có nghe. Bảo kinh hoàng lắm. Tôi nói chính tôi chứng kiến. Tôi cùng ngồi xem với Trần Đức Hinh cục trưởng điện ảnh và Khánh Căn, báo *Nhân Dân*, sau này thông gia với Tố Hữu. Hôm ấy quân đội Liên Xô đấu với ai đó, tôi không nhớ – hình như Anbani mà Bắc Kinh phong cho là "ngọn hải đăng Mác-xít" ở cạnh nách trùm xét lại (như Việt cộng là Võ Tòng đả hổ, nói nôm na là mỗi anh đều được Bắc Kinh cắm cho vào đít một cái ống đu đủ) – nhưng thấy trên khán đài A có Nguyễn Chí Thanh cười tươi lắm. (Tôi khẽ bảo Khánh Căn, cũng quan điểm xét lại: – Phong trào ủng hộ Mao đang lên, nom ông ấy rạng rỡ chưa kìa!) Dần lại thấy có những bị cói và sọt đan kín phủ báo ở chân mấy người xem gần chỗ chúng tôi. Thì ra đựng đầy đá củ đậu. Trận đấu bắt đầu được chừng mười lăm phút, người xem ở khắp bốn phía sân vân động thình lình nhất tề nhè vào cầu thủ Liên Xô ném đá tới tấp. Ba chúng tôi kinh ngạc. Khánh Căn nói phong trào quăng đá này nhất định là phải có tổ chức từ trên rồi. Tôi lom khom đứng lên để tránh đá ném nhoang nhoáng qua đầu, lẻn ra cổng. Lạy van mãi mới được người giữ trật tự mở cổng cho. Tôi còn nhớ cổng ấy mở về phố Trịnh Hoài Đức, một sứ thần đã xuất ngoại mà tôi chắc không mang theo bị đá. Ra đến ngoài mới gay: phải chờ cho hết trận đấu mới lấy được xe.

Nhân đây nói một thể. Gần bốn chục năm sau, một sáng gặp tôi ở nhà Thọ, con rể út Hoàng Minh Chính tại Sài Gòn, Nguyễn Tài Cẩn, chú họ Thọ, ôm lấy tôi: – Ôi, Trần Đĩnh, gặp Đĩnh mình mừng không thể nói... Không ngờ... Không ngờ...

Tôi cảm động. Chúng tôi một thuở đều là những cái bèo cái bọt bẩn thỉu lềnh bềnh trên mặt xã hội đầy phẫn nộ thần thánh. Cơn phẫn nộ Mao truyền.

Một bạn nữa, Diệp Đình Hoa. Học ở Đại học Bắc Kinh. Lại học hậu đại học ở Liên Xô. Suýt thành dân Canada, như anh nói. Anh đã bị mấy giáo sư sử đồng nghiệp suýt khai tử vì cái họ Diệp – Diệp Kiếm Anh mà! Lúc cần vơ họ sang thì nói Diệp Kiếm Anh là bạn thân của Bác Hồ! Anh bèn đưa ra một giải trình khoa học về sáu họ Trung Quốc thuần chủng ở Việt Nam: Hán, Đặng, Mã, Vũ, Nguyễn, Hồ. Nguyễn thì sau có pha máu bản địa. Duy họ Đặng của Đặng Xuân Khu Trường Chinh thì Trung Quốc không lai một lai. Còn Nguyễn Ái Quốc, nếu là họ Hồ thì càng chính tông Hán, sang từ Hồ Hán Thương. "Tài liệu về họ thuần Hoa này đã cứu tôi," anh nói.

– Người Việt mẫu hệ không có họ, tôi nói. Tàu sang khai hóa thì ban cho cái họ để tiện làm sổ sách. Có thể ta cũng có họ nhưng không giống họ của Trung Quốc và tổ tiên không biết trình bày thế nào còn các thái thú quan liêu không tìm hiểu, chỉ cốt có cái báo cáo về Thiên triều rằng đã ban ơn mưa móc khai hóa. Sau này, với bà con Vân Kiều ta cũng làm như thế, chẳng cần xem có họ hay không là cứ theo kiểu các quan Tàu thời xưa cho ngay họ vinh dự lấy họ Hồ rồi kể công, quên rằng ở phương diện họ đương này ta chỉ là kẻ nhận sớm hơn bà con mà thôi. Cũng như ta nhận chủ nghĩa Mác – Lê từ bên ấy về rồi đem truyền bá lên tận Hà Giang, Tây nguyên và đưa công nhân Mèo, Dao. v. v. vào đảng. Công nhân công nghiệp quá chứ! Làm lấy súng, làm lấy lưỡi cày, làm lấy vòng bạc đeo cổ đeo tay cơ mà...

Diệp Đình Hoa có nhiều công trình nghiên cứu sử giá trị nhưng người ta không đoái đến anh.

Ôi, *anh em bốn biển một nhà!*

Chương bảy

Ông Hồng Tông Cúc, bố Hồng Linh chỉ có một người em trai, ông Hồng Lộ Thủy. Hai anh em học đại học ở Nam Kinh, bắt đầu tham gia cách mạng thì bị bắt. Một số sinh viên bị ném xuống biển. Mẹ sợ bèn đưa cả hai sang Việt Nam. Mẹ của Linh là con một của một hoa tiêu tàu thủy ở Hải Phòng, quê Phật Sơn, Quảng Đông.

Để khỏi bị Tưởng [Giới Thạch] ném xuống biển nên sang Việt Nam tiếp tục cách mạng thì Hồng Tông Cúc chết mất xác trên rừng. Hồng Lộ Thủy làm khoa học, không theo đường cách mạng của anh, lúc đánh Pháp ông ở Hà Nội. Năm 1954, ông trong ban quản trị nhà máy xe đạp Dân Sinh vốn là nhà máy xe đạp Berset của Pháp mà ông và một số tư sản người Hoa mua lại. Rồi bị cải tạo, mất sạch, ông làm tổ trưởng tổ mạ rất có uy tín nhưng dẫu sao cũng là "lão tư sản Khựa." Về hưu, ông bị tai biến não và bại liệt và được phép về Trung Quốc đúng lúc Cách mạng Văn hóa bắt đầu, giữa lúc ở Hà Nội, người Hoa yêu Mao ngồi đâu cũng than thở – cả với tôi – Việt Nam nhất. Họ hệt những người xem đấu vật hay đua ngựa, chọi dế, đầy nhận xét và ý chỉ đạo. (Một người họ hàng của Linh bảo tôi: "Đại sứ quán với báo *Tân Việt Hoa* bảo tôi là Mao Chủ tịch chỉ thị đưa đặc công hai nước ra đảo Guam mà đánh tận sào huyệt chúng nó [Mỹ] thế nhưng Việt Nam "rét," lỡ bao thời cơ.) Bà Lộ Thủy và các đứa con vẫn phải ở

99

lại Việt Nam. Nhưng ba con ông bà, trong có chú út tên Chừ, trốn trước về Trung Quốc. Vừa qua biên giới bị bắt luôn. Mỗi người về một nông trường xa nhau.

Đến đây nên kể chuyện Chừ.

Những ngày mới đến nông trường, người ta hỏi Chừ biết làm gì. Làm điện. Thế là tối tối trông nom điện đèn, điện loa cho các cuộc đấu xét lại, phản động, phái hữu... , bảy loại yêu ma quỷ quái phải tiêu diệt. Lôi ra hàng xâu. Đấu hả căm thù thì cho mỗi đứa một nhát cuốc vào đầu, thục dao găm vào bụng rồi thúc mạnh đầu gối vào lưng cho nở xòe ra cả bộ gan bốc khói. Xẻo từng miếng chia nhau ăn tại trận. "Anh ở bên đó thì gan bị moi xơi từ lâu rồi," Chừ nói.

Rồi Chừ bị gọi đi làm thông ngôn cho Nhân dân Giải phóng quân đánh vào sáu tỉnh biên giới Việt Nam. Biết tiếng Việt, anh phải ôm máy thu thanh ngồi xe đi đầu dò sóng radio quân Việt Nam để báo cho chỉ huy. Chứng kiến cả tháng ròng rã bắn phá, chém giết, cướp bóc cho tới khi Đặng tuyên bố trước toàn thế giới "đã đánh thắng bọn Cuba phương đông!" (lúc ấy Cuba đang xâm lăng Angola.) Chuẩn bị rút, tất cả binh lính được phát súng có kính ngắm và mìn để đi tiêu diệt sạch sẽ tất cả những gì trông thấy động đậy, bất kể người hay giống vật. Cây cối, tường nhà, cột điện, cái nào cao 30cm là nổ mìn cho cụt. Chính sách diệt trụi này là Đặng Tiểu Bình rút kinh nghiệm từ lối nhân đạo hão của Mỹ như Đặng nhận xét. Mỹ ném bom hạn chế vào giao thông, cầu đường, kho tàng và bãi pháo thì có khác nào đánh các đoàn kiến mang lương thực? Với số bom đạn đã dùng, Mỹ thừa ném tan hết làng mạc, thị trấn, thành phố cùng các cơ sở vật chất điện nước, lúc ấy Việt Nam ngửa mặt thấy trời, cúi mặt thấy gạch đá vụn, không nước không điện thì còn chiến tranh gì nổi nữa? Ở Đức, Nhật thành phố đều thành đất bằng.

– Phải nói là em chán quá, Chừ nói tiếp. Hai tổ quốc xã hội chủ nghĩa như thế thì sao đây? Run rủi sao, một thằng lính Mèo Quý Châu vớ được mười cân thuốc phiện ở trong một nhà người dân bỏ chạy. Nó bảo mày ở Việt Nam rồi, mày ranh hơn, tao với mày dùng chỗ này để trốn sang Hồng Kông rồi đi Mỹ. Bây giờ em mở nhà hàng ở Mỹ, thuê mấy công nhân Việt và Mễ. Dăm bữa nửa tháng lại đến kiểm tra bát phở có đúng cân lạng bánh thịt không, có mua bảo hiểm y tế cho các nhân viên thuê không. Chỉ muốn nói một câu: Mỹ không phải tốt đẹp hết cả nhưng nó là đất hứa cho đám người mạt hạng đến đó lập nghiệp rồi mở mặt với đời.

* * *

Chắc cũng ngán thay cho gia cảnh tôi, Thép Mới một hôm bảo tôi:

– Mày viết tiểu thuyết đi! Vợ chồng đều no đòn, đứa thì xét lại đứa thì người Hoa. Tao dám chắc cả nước này không có ai giống như vợ chồng mày.

– Đúng, bởi vì ít ai có thể thành nạn nhân của tinh thần quốc tế vô sản như nhà tớ, tôi nói. Khổ cô Linh, điêu đứng quá. Trước kia không được ra ngoài biểu diễn vì chồng xét lại thì nay bản thân lại vào bảng đầu trâu mặt ngựa. Cả cơ quan làm chứng minh thư nhưng công an bảo "ảnh của chị mất, không làm được". Hơn mười năm sau (khi Đảng lân la quay lại với Bắc Kinh) mới mời ra 90 Nguyễn Du lấy. "Ảnh may quá không mất, thưa bà." Xem chứng minh nhân dân thì đề cập từ 1978! Bao nhiêu vốn múa các dân tộc cô ấy sưu tầm để dựng hệ thống múa Việt Nam cô ấy đốt hết. Đã không tử tế được với con người thì tử tế sao được với nghệ thuật mà uổng công nộp cho họ, cô ấy nói. Bữa ấy chuyện với Thép Mới, tôi bỗng cáu. Bảo là dân ta nhân ái. Nói phét. Sai căm thù thằng nào là lập tức xô vào chửi rủa, đánh đập người ta ngay. À, đây, cái này là của nước anh em quý hóa đây. Tôi nhoài lấy tờ *l'Express* mở đến một trang có ảnh chân dung

Kim Nhật Thành đẹp như tài tử xi nê. Xem đây, cả hai trang ca ngợi này. Người mới năm tuổi đã leo lên đỉnh một cái cây trong sân nhà để bắt lấy chiếc cầu vồng đang rung rinh hiện ra như báo trước tương lai tươi sáng của Triều Tiên. Cậu đọc đi. Tôi chỉ một khung chữ cạnh bài báo. Tòa soạn báo viết: Bài và ảnh đăng đây là theo hợp đồng quảng cáo của đại sứ quán nước Cộng hòa Nhân dân Triều Tiên. Mót quảng cáo với thế giới đến thế đó. Tự lực cánh sinh mà phải cúng tiền cho báo đế quốc để nó tâng lên giúp? Nói mép nhất. Đây, bảo giải phóng loài người nhưng lại chia con người ra ta, bạn, thù. Ngay dân cũng chia ra công nhân tiến tiến, nông dân kém hơn và bét nhè là trí thức, tiểu tư sản. Nào đã hết! Trong đảng cũng chia ra tiên tiến, trung gian và lạc hậu. Để làm gì? Để có chính sách phân biệt đối xử với từng giai cấp, từng hạng. Chia rẽ nhất, nói mép nhất.

– Cậu đã trung thực thì cũng phải cho tớ trung thực với cái mà tớ tin theo, Thép Mới nói.

Anh nói những gì đó chả lọt nổi vào tôi đang cáu.

Dạo ấy, một người nữa cũng bảo tôi viết: Nguyễn Văn Biên, tổng cục trưởng dầu khí rồi hoá chất. Ngồi chuyện với tôi ở ghế đá sân Bệnh viện Việt Xô, Biên bỗng thì thào:

– Này..., viết đi, Trần Đĩnh.

– Viết gì?

– Viết về Trần Đĩnh... Viết đi...

– Để làm gì?

– *Để trả thù!*

Tôi bàng hoàng, quay nhìn Biên. Lần đầu tiên tôi nghe thấy nghĩa vụ này. Và ở miệng một người hết sức đứng đắn, đảng tin cậy.

– Không in được bây giờ thì để *oeuvre posthume*, chết rồi in, Biên nói tiếp. Sau này con cháu cần lắm.

Con mắt Biên mở rất to, thô lố mà xoáy xuyên vào mắt tôi. Hết sức chân thành. Hơn thế nữa, đặc biệt nghiêm túc. Như nhân danh một cái gì.

Uy tín của Đảng sứt mẻ nhiều đến mức này là tôi không thể ngờ.

Sinh viên đại học rồi tham gia cách mạng, Biên từng như là phó của trưởng ban tuyên truyền trung ương Lê Quang Đạo năm 1949. Một dạo dài Biên và tôi hay nằm bên nhau. Sáng sớm, khi còn trong màn, anh thường bảo tôi hát. Tôi bèn *"Đêm qua gió lọt song đào, Để cho hương ấm lọt vào phòng em, Sáng nay trời đẹp như duyên, Để em mơ tới Trường Yên với chàng..."* Nhớ vợ mới cưới, Biên hay tả quê nhà và hẹn đưa tôi xuống chơi Bắc Giang. Cả một khúc sông trắng xoá vịt nhà tớ... Năm 1951, 52, qua Tiệp, anh đã dịch cho báo bên đó một bài ký của tôi.

À thôi, gia đình địa chủ, có lẽ bố mẹ Biên đã bị khốn khổ trong cải cách ruộng đất. Để trả thù cả cho anh, thảo nào, tôi nghĩ.

Chương tám

Đại hội Đảng lần thứ 5 họp năm 1981. Cả năm 1980, y lệ tôi hàng tháng đâm đơn kiện ở hơn mười nơi. Trong khi lưới an ninh chăng quanh "xét lại," như mỗi lần có đại hội hay sự kiện quan trọng nào.

Sao phải cảnh giác tới mức này? Với ai? Đến ngày họp Đại hội, công an Hà Nội thình lình thay hết sắc phục mới, toàn vải mầu ô–liu Liên Xô mới cho. Bất cứ ai mặc sắc phục công an cũ vào Hà Nội đều phải quay lui.

Đến Kiến Giang rồi Từ Lâm, tôi đứng ở ngoài hè với hai anh trước khi ra về. Kiến Giang chỉ một chiếc com–măng–ca đậu kín bịt bùng ở gần cổng nhà Linh Chi, Trọng Hứa, trước quán chè Huế mẹ Mỹ Dung, vợ Nguyễn Đình Nghi, ở đường Tuệ Tĩnh, nói: Canh liền mấy hôm nay rồi đấy.

Tôi nói: Chắc trong đó đang thấy chúng ta nhăn răng cười nhìn xe. Lúc trước chưa có xe, có máy theo dõi của Liên Xô, họ vào ngay nhà hai anh em họa sĩ Linh Chi và nhà văn Trọng Hứa bạn tôi kia đấy, đối diện nhà các ông đấy, phục ở đó. Linh Chi, chủ hộ đó bảo tôi mà. Ba người. Chốc chốc lại thấy một sợi dây ni lông trong suốt rất dài, thòng đến đâu không rõ giật giật.

Từ Lâm chỉ bọc tài liệu tôi buộc ở poóc–ba–ga sau xe dặn: "Cẩn thận kẻo bị cắt bom mìn." Thuật ngữ này ra đời khi nạn ăn cắp các thứ để trên poóc–ba–ga ngày một rộ lên ở Hà Nội.

Về đến nhà thì biết bị "cắt bom mìn!"

Họ đã chỉ định theo tôi từ phố Tuệ Tĩnh. Cái gói vuông vắn đằng sau xe tôi cùng cái cười nom đáng ghét của tôi khi nhìn chiếc xe công an canh gác nhà xét lại đã là một cục nam châm hút... cá. (tiếng lóng chỉ Công an – BT)

Mất quyển *Tôn giáo và các phương thức sản xuất* của Houtart đang dịch dở, kèm một cặp kính. Lúc bị cắt tôi biết nhưng không ngờ. Trời tối, đến quãng Ngọc Khánh nay là sứ quán Malaysia, một người đi va hẳn vào bên trái xe tôi. Loạng choạng, tôi quay sang hắn. Tôi liền hở sườn và người ở bên phải tôi cắt. Biết ngay không phải kẻ cắp lấy. Cái gói sau xe trông đã thấy ngay là toàn sách. Tôi và Từ Lâm, Kiến Giang đã trao nhau tài liệu gì.

Quãng tám giờ tối, cơm xong tôi đạp xe ra hiện trường vụ án tìm lại. Chợt trong bóng tối âm u bên đường tôi thấy hai đứa con gái cũng đang sờ lần. Con gái tôi và bạn nó, cái Phương ra tìm trước từ lâu rồi.

Ít lâu sau, một tối bẹp xe, ngồi chờ vá ở đầu Trần Phú, gần chỗ chắn xe lửa. Bỗng hai công an đến nói cho xem chứng minh nhân dân. Tôi hỏi sao xem? Rồi nói: Các anh sai luật đấy nhưng thôi được, đây...

Một anh cầm xem xong đưa cho anh thứ hai chờ bên rồi quay đi. Tôi đi theo. Ra đầu ngã tư Phùng Hưng – Trần Phú – Hà Trung, chỗ nhà giò chả Đờ–măng xưa, anh ta đến một gốc cây đã có hai người sơ mi trắng đứng ở đó, cúi nói với nhau. Tôi trở về nhận lại giấy tờ và xe rồi về.

Đến ngã ba vào Cao đẳng *Sư* phạm Hà Nội (lúc đó trí thức chưa được ngang hàng công nông nên con đường rẽ vào này chưa gọi là đường Dương Quảng Hàm,) tôi ngoái lại nhìn. Vắng tanh. Cách tôi chừng trăm mét, một sơ mi trắng đang đạp. Ngỡ thấy lại đúng cái sắc điệu trắng giặt vò hơi công phu của hai chiếc sơ mi rình ở ngã ba Phùng Hưng – Điện Biên Phủ. Tôi tiếp tục đi, chốc chốc ngó lại. Đến quãng lượn trái gần khu văn công Cầu Giấy, có mấy chiếc xe tải đỗ bên đường, tôi vọt lên. Đến nhà, không vào, dặn con gái: Nếu nghe bố hỏi bố Đĩnh thì nói bố đi ăn cơm khách nhé.

Vừa vặn sơ mi trắng giặt công phu rẽ vào, đạp thẳng đến. Tôi hỏi con gái: "Bố Đĩnh có nhà không cháu?" Con gái tôi đáp rất to: Dạ, thưa bác, bố cháu ăn cơm khách chưa về!

Tôi dắt xe trên hiên quay trở ra. Sơ mi trắng bèn vội quặt xe, sân trơn, ngã đánh oạch. Trẻ con chạy ra đứng đầy hiên vỗ tay cười.

Hôm sau tôi gửi một đơn lên Ban trù bị Đại hội. Đề nghị truất tư cách đại biểu của hai "cường hào đàn áp người lao động" là Hoàng Tùng và Hồng Hà.

Nửa tháng sau, Quý, chuyên viên vụ tổ chức của báo lè lưỡi bảo tôi: Ghê thật, sợ ông anh quá thật. Gớm thế cơ chứ...

– Sợ gì với lại gớm gì, tôi hỏi?

– Gớm quá, đòi đuổi thủ trưởng thủ phó ra khỏi Đại hội.

– Sao biết?

– Trên ấy gửi đơn của anh lại cho cơ quan.

– Gửi về để riềng anh em à, tôi đùa. Không ký vào quyết định hưu non, tôi cứ đến cơ quan ngồi đấy.

Riềng mẻ thật. Mấy hôm sau, tôi vừa đến cơ quan, Sảo – Tóc Đỏ trực cổng giữ tôi lại nói: Em rất thương anh nhưng xin anh hãy thương em đã, em mà vi phạm lệnh thì em mất việc khổ vợ con em vô tội. Anh Hồng Hà chỉ thị từ nay cấm anh đến cơ quan! Để anh vào thì em chết.

Tôi nỡ nào lại để cho khổ vợ con Sảo? Có người bảo tôi tại ông cứ trêu họ. Tôi đáp bừa: Có ném hòn đá xuống cái vực thẳm ấy mới biết được nó sâu tới bao nhiêu chứ...

Trước tôi ít lâu đã có một lệnh cấm tương tự nhưng kém ngặt nghèo hơn.

Chả hiểu cái gì xui, Hoàng Cầm tự nhiên mua báo tháng, hàng sáng đến lấy ở cổng thường trực. Cố nhiên rồi tôi gặp và cố nhiên tôi đưa anh vào chỗ làm việc chuyện trò. Được chừng nửa tháng, Quang Thái, trưởng ban văn hoá bảo tôi là Hồng Hà cấm tôi đưa phần tử xấu vào báo đảng. Tôi hỏi ai là phần tử xấu?

– Hoàng Cầm!

Tôi tìm ngay Thép Mới. Người ta chỉ còn là cái giẻ rách, tang thương hết đường, nay người ta ít ra cũng biết đọc đến tờ báo chẳng ai thiết đọc của các anh mà sao lại nỡ dằn mặt người ta như thế. Sao nói Đảng ta là đảng văn minh, nhân đạo? Tôi cáu quá nói luôn một lèo. Tàu nó xóa án cho phần tử xấu ra tù và còn bồi thường danh dự kia. Rồi đây minh oan cho người ta thì phải mang ra hoạnh tội những anh kết án họ "phần tử xấu!"

– Thằng Hồng Hà chứ tao đâu biết, Thép Mới nói.

Cáu lên, tôi nhiếc: Sao nó chỉ khóc trước chi bộ mà không khóc trước nạn nhân?

Từ đấy Hoàng Cầm chỉ đến cổng thường trực lấy báo. Còn hơn tôi. Tôi bị cấm ló đầu... Một hôm gặp nhau ở nhà Lê Đạt, Hoàng Cầm cười cười bảo Đạt: Thằng Đĩnh này còn phản động hơn tao mấy bậc.

Trước Đại hội, Hoàng Minh Chính có hai thư gửi riêng rẽ lên án Lê Duẩn và Lê Đức Thọ. Buổi chiều ngồi bờ hồ với Lê Đạt, tôi nói gửi như thế thì theo nhà binh là không để dành đạn. Bắn hết một lúc không hay. Đạt tán thành, bảo tôi nên đến bàn với Chính.

Chính, Hồng Ngọc, vợ anh và tôi ngồi ngay ở cái tam cấp trước nhà. Bên kia tòa nhà Ủy ban hoa học xã hội với chi chít cửa sổ hiện đại như lỗ tổ ong tha hồ bắc ống nhòm an ninh Liên Xô mới chi viện để nhìn sang. Tôi đùa: Tổ cha nó, Liên Xô trang bị cho để theo dõi bọn "tay sai Liên Xô!"

Tôi bảo Chính nên để dành đạn. Lên án một người thôi. Chính nói mình vét-tông cà-vạt đến hội trường Ba Đình đang họp Quốc hội đưa cho Ban thư ký hội nghị nhờ chuyển giúp mất rồi.

– Liệu có vào nhà đá không, Trần Đĩnh? Hồng Ngọc hỏi, luôn trống không Trần Đĩnh.

– Tủ lạnh còn thiếu to, nói gì nhà đá?

Tủ lạnh thiếu, đúng, nhưng nhà đá rất sẵn. Đợt này bắt Chính, Đặng Kim Giang, Lưu Động.

Đặng Kim Giang nửa năm sau ra. Quá yếu. Lưu Động bị giam cỡ một năm. Lâu nhất vẫn Chính.

Trần Thư và tôi đến nhà Lưu Động thì chỉ nửa giờ Lưu Động đã hiện ra ở ngoài cửa. Anh nói ngay: Cậu công an đưa tớ về nói ở trên xe là "bác về khéo mà hai ông tướng họ Trần đã chờ ở nhà rồi." Thiêng thế!

Lúc ấy bắt người ngon ơ. Chả ai hay! Chúng tôi chả kêu vào đâu được. Chưa có *Net*, chưa có *blogger*... Lặng lẽ như tờ. Giá như cũng được chỉnh huấn như Nhân Văn ở ấp Thái Hà! Ít ra dân cũng nghe chúng tôi nhận tội đã phản đối chiến tranh như thế nào.

Đại khái nhân dân ta đổ máu quá nhiều rồi, có nên khoan sức dân không? Có phải Mỹ xâm lược Việt Nam thật không và tại sao Cụ Mao kêu gọi căng đế quốc ra khắp thế giới mà đánh nhưng lại không mó đến Đài Loan? Và sao thiên hạ đại loạn thì Trung Quốc lại được nhờ? Trung Quốc hảo hán phải đại loạn trước hết ở Đài Loan để cứu thế gian chứ? vân vân và vân vân...

* * *

Trong thời gian ba anh nói trên bị tù, Minh Việt mắc cổ chướng. Đào Phan và tôi hai ngả nói với Lộc, phó giám đốc bệnh viện Việt Nam – Cu Ba cho vào nằm như dân thường. Chuồng xí đối diện ngay bên kia hành lang. Vào đó là bước lên một thảm giấy báo lùng nhùng phủ lên mặt sàn đầy phân và nước tiểu.

Trước đó tôi gợi ý Minh Việt viết thư lên Ban tổ chức trung ương đề nghị cho ra nước ngoài chữa bệnh theo tiêu chuẩn lão thành cách mạng. Bệnh hiểm, không tiền, ta cần tranh thủ mọi khả năng, tôi bảo anh. Thì Dương Thông, Nguyễn Trung Thành mời anh lên. Nạt: Anh có biết hiện giờ lẽ ra anh ở đâu không? Ở Hỏa lò! Thế mà anh lại làm đơn khiêu khích Đảng!

Lúc này, Minh Việt khổ về bệnh thì Vấn khổ vì hộ khẩu. Phong, vợ sắp cưới của Vấn ở Sài Gòn. Không có hộ khẩu trong đó, anh không được phép cưới công dân của thành phố mang tên Bác, người từng vượt biên đi rất dễ dàng "thời nô lệ". Vấn phải tìm Huy, người công an cai quản đám xét lại. Anh ta lẩn. Tôi chở Vấn vào tận bệnh viện 198 mở sổ bệnh nhân tìm cả sáng mà không thấy tên Huy đâu mặc dù Bộ công an nói anh ta chữa mắt ở đó. Mãi rồi nhờ đến Xuân Thủy, bạn tù của Trần Đình Long, bố vợ Vấn, mới xong. Tù Sơn La, nhớ con gái một lần theo mẹ lên thăm bố, ông Long đi cỏ vê củi thường chọn những gốc lũa đẹp về tạc búp bê cho nó, đã bị Sáu Thọ đội cho cái mũ "ủy mị tiểu tư sản, nặng đầu óc gia đình." Nhưng cái vướng nhất của ông có lẽ là từng ở Pháp, ở Liên Xô. Đảng theo Liên Xô nhưng ai ở Liên Xô lâu, trừ Cụ Hồ, Trần Phú, Lê Hồng Phong v. v. thì thường bị coi là "giáo điều," không được giao trọng trách. Bài học Mao từng hạ Lý Lập Tam, Trương Văn Thiên được Liên Xô đào tạo đã được tiểu di sang ta. Lúc Cách mạng tháng Tám, Long chỉ làm cố vấn đối ngoại cho Lê Trọng Nghĩa. Ông còn may. Phi Vân, cây lý luận trong tù, cũng ở Liên Xô về đã bị thịt ngay sau Cách mạng tháng Tám. Quốc dân đảng lầm Long là yếu nhân, đã bắt giết ông. Bà Long tìm đến các đồng chí của chồng thì đều hờ hững. Bà ở lại Hà Nội khi đánh Pháp. Ba con bà hoạt động chống Nguyễn Văn Thiệu nhưng sau 75 hai người trai chạy sang Úc, làm tiếp cuộc bỏ trốn của mẹ.

Vấn không chỉ vất vả chuyện hộ khẩu.

Bố Vấn (trước kia mở trường ở Lý Quốc Sư thuê cả Trường Chinh dạy nhưng Trường Chinh đốt cổng trào bị bắt, bố Vân bị mật thám thẩm vấn liên quan) có một biệt thự 400 mét vuông ở số 5 Đinh Công Tráng. Kháng chiến, cả nhà tản cư về quê. Năm 1952, mọi thứ dắt lưng bán hết, đói, hồi cư. Việc đầu tiên cụ vào Sài Gòn đòi tiền gửi Ngân hàng Đông Dương. Không lấy cớ cụ ra kháng chiến là chống Pháp để quịt cụ, ngân hàng vẫn trả cụ vốn lãi sòng phẳng. Còn ngôi biệt thự thì một đại úy hải quân Pháp đang ở. Cụ đòi, viên sĩ quan này trả liền và trước khi trả đã gọi thợ tu sửa lại như mới. Đặc biệt khi gia chủ nhận nhà thì cũng nhận luôn cả một tệp tài khoản gửi ở ngân hàng gọi là tiền "thuê nhà khi vắng chủ".

Năm 1955, bố Vấn cho hai cán bộ trí thức thuê hai phòng lớn ở tầng trệt biệt thự này làm văn phòng, có hợp đồng với chữ ký, con dấu của chính quyền hẳn hoi. Hai vị chiếm béng. Bố Vấn kiện. Tòa án kêu cho cụ ba tháng tù treo. Tội là phản ứng lại cuộc cải tạo công thương nghiệp tư bản.

Vắng chủ thời Pháp là có chủ. Có chủ thời dân ta làm chủ là vắng chủ. Tất cả tinh túy của lập trường giai cấp thể hiện ở chỗ nhòm ra chuẩn quy định chủ nhân chân chính của đất nước, xã hội mà chỉ con mắt vô sản tinh vi mới thấy được. Nó đã được nêu rõ trong Tuyên ngôn cộng sản: *Chủ nghĩa cộng sản thủ tiêu mọi hình thức tư hữu.*

Ai văn minh, ai man rợ?

Trong thời gian *"cải tạo,"* cán bộ đến nhà Vấn thường nhận xét nhà gì mà đến những năm sáu chiếc Pơ–giô cơ chứ! Ý là xa hoa sa đọa! Tặng một, thế là yên.

Vấn có bạn là bác sĩ Mai Thế Trạch, con bà Lợi Quyền tư sản lớn từng lẫy lừng chuyện quyên góp rất nhiều vàng cùng nhà cửa trong Tuần Lễ Vàng. Còn lại một ngôi, sau được Ban tuyên huấn trung ương đến hỏi. Chê đắt. Đùng một hôm xe tuyên huấn chở mấy bao tải tiền đến mua, đắt cũng được. Ba ngày sau đổi tiền. Tố Hữu, nguyên trưởng ban tuyên huấn đã hạ thời cơ tuyệt hảo chấm dứt cơ nghiệp đại gia tư sản Lợi Quyền có tiếng ở Hà Nội. Bằng giấy lộn. Ai cứ bảo nhà thơ trên gió trên mây. Còn Thế Trạch với số tiền bán nhà kia mua không nổi căn hộ con con ở Sài Gòn. "Quốc tế ca" hát *Bao nhiêu lợi quyền tất qua tay mình.* Quá giỏi!

Chương chín

Tháng Giêng năm 1982, tôi được điện của em gọi vào Sài Gòn ngay, bố tôi mệt nặng. Tôi đưa điện cho Hồ Dưỡng để xin giấy công tác. Rời Hà Nội đi xa phải được phép. Và phải có giấy công tác mới mua được vé máy bay. Trong khi phe phẩy thì bay ra bay vào như điên. Hồ Dưỡng nói trường hợp anh phải thỉnh thị. Sau đó báo: Hồng Hà không cho đi.

Rồi điện báo bố tôi mất. Tôi chắc cơ quan sẽ cho phép. Nhưng Hồ Dưỡng lại bảo phải thỉnh thị, rồi nói:

– Anh ký vào bản quyết định về hưu non thì cơ quan mới cho anh vào.

Tôi chỉ vào mặt Hồ Dưỡng: Thà bất hiếu chứ không chịu để c... ch... (kìm được chữ chúng mày) cho bắt ức.

Tôi viết cho Ban biên tập một thư "... Các anh đã nhẫn tâm tước đoạt cả nghĩa vụ báo hiếu sơ đẳng của tôi. Anh Hồng Hà cương quyết đòi tôi phải ký nhận quyết định về hưu non mới cho tôi vào vuốt mắt bố. Ngày 7 – 3 bố tôi đã mất. Còn lại cái gì? Còn lại tội lỗi của các anh! May sao còn lại một chút: Ấy là các anh đã lộ rõ tâm địa bất nhân ra trước mọi người..."

Chắc là lộ quá rồi nhưng biết chuyện cường hào phi luân này mà ở cơ quan báo Đảng không ai lên tiếng. Thấy rõ sức mạnh vô biên của chuyên chính dựa trên sức mạnh câm miệng của dân! Và sức mạnh này thì dựa trên đe dọa khủng bố.

Sau các em tôi nói sáng hôm bố tôi mất, chốc cụ lại ngoái ra cửa hỏi: Châu hay Đĩnh vào đấy?

Trong một trường ca, Lê Đạt có nói tới cái chết của bố tôi:

Cụ đi mộ một mình.

Châu và tôi tù tội ba đào thế nào cụ biết hết. Cụ cũng tù Pháp mà. Tránh bạn Kết nghĩa Vườn đào truy nã, cụ hồi cư và bị Pháp bắt vì họ cho nhà cụ là đầu cầu của Việt Minh nhảy sang đánh nhà người Pháp bên cạnh. Khi tôi ra đảng, cụ thư cho tôi, bằng tiếng Pháp. Cần ăn mừng việc đi ra to lớn của Đĩnh. *Il faut célébrer la Grande Sortie de Đĩnh!*

Tôi nghĩ chắc lúc chờ chết, bố tôi khó mà tránh khỏi trách chúng tôi một lũ vô gia đình, vô thần, vô phụ tử. Bố đói không cưu mang (viết cho Nhà xuất bản thì Nguyệt Tú chất vấn sao lại cộng tác với thằng phản động thế là thôi một dạo,) bố ốm hàng tháng không thuốc men như người ta (thì tôi không lĩnh lương từ đầu 1981 để phản đối quyết định về hưu non còn Châu thì đồng lương công nhân học nghề thợ mộc tự nuôi không đủ, có tháng chỉ 13 đồng,) bố chết không vào vuốt mắt (thì báo đảng cấm,) những điều mà tôi giấu bố, không muốn cụ phiền muộn.

Bình, anh họ tôi, 1954 sĩ quan chuyển ngành vì xuất thân tư sản phố Đồng Xuân, bảo: "Thì mày cứ leo đại lên xe lửa mà đi chứ!" Tôi nói tôi đã nghĩ đến điều đó nhưng không được. Họ đang cố gây chuyện để hành tôi, họ sẽ rất thú vị chờ đến một cái ga hẻo lánh nào đó, Khe Nét lưng Đèo Ngang chẳng hạn thì sẽ lôi cổ tôi xuống, bắt nằm lại cho cả hàng tuần.

Bình thở dài. Anh mới thấy Đảng chơi tư sản, vì anh chưa hiểu được Đảng chơi phản động chính trị như thế nào. Thời gian cải tạo tư sản, đội [cải tạo] ra vào nhà anh xoành xoạch, vặn hỏi, rà soát. Mẹ anh bảy chục tuổi bảo tôi: Mỗi lần như thế bác sợ, lại xón ra quần. Chưa thời nào nhà mình lại như chợ, họ cứ việc ra vào lục soát.

Sắp bốn mươi chín ngày Bố mất, tôi đòi đi. Bắt đầu ngại tôi làm dữ, báo *Nhân Dân* cho tôi giấy công tác nhưng đòi có vé rồi tôi phải nộp lại giấy vì tôi "không có tư cách đi công tác cho báo".

Rút kinh nghiệm Trần Châu mãi 1979 mới được vào thăm bố, khi ra, chỉ có một giấy chứng nhận của công an huyện, tù về chưa được làm chứng minh nhân dân, lên tàu bị phạt lên phạt xuống, đến Hà Nội còn có mấy đồng, nên mua vé xong tôi đến cơ quan trả giấy công tác và đổi lại xin một giấy nghỉ phép.

Đến cơ quan tình cờ gặp Lê Bình, ủy viên biên tập đến lấy vé cơ quan đã mua để mai vào Sài Gòn. Cùng chuyến máy bay với tôi. Anh bảo tôi đến đi xe cơ quan cùng anh sang Gia Lâm.

Tới sân bay, gặp mấy em của Vấn ra tiễn bà chị cả, Phan Thị Đắc, giáo sư Đại học Caen Pháp mới về, tôi cùng họ chuyện trò. Sau Đắc, tôi là người cuối cùng đưa vé vào sân bay.

Cầm vé và giấy nghỉ phép của tôi, người soát vé hất hàm: Vé đâu ra?

– Tôi mua ở nhà bán vé Hàng Trống, trước Phú Gia.

– Tầm bậy. Về đi. Vừa nói vừa hất trả tôi chiếc vé và tờ giấy phép.

Tôi thấy mái đầu bạc của tôi quá vô dụng ở cái đất nước xưa cha ông dạy kính lão đắc thọ này. Người canh cổng đang coi tôi không bằng một thằng ăn cắp.

– Tôi tự tay mua, bằng giấy của báo *Nhân Dân* đây. Tôi nói, hy vọng là một sự hiểu lầm.

– Đừng có lắm lời, vé này vô giá trị, mua gian mua lận về đi.

– Nhưng đồ đạc tôi gửi lên máy bay mất rồi, tôi nói, mắt đã rơm rớm.

– Mai đến lấy. Thế thôi.

Đắc liền bảo ba em trai: Các em ở lại xem hễ sao thì đưa anh Đĩnh về.

Tôi lạnh toát người. Cổ họng thắt lại, giá có kêu cũng không ra tiếng. Đột nhiên thấy mất sạch hết. Bị lột trần truồng. Nào "Tiểu sử Hồ Chủ tịch," nào "Trong xà lim án chém" của Phạm Hùng, Lê Văn Lương, nào "Bất Khuất" Nguyễn Đức Thuận... Tại giờ phút này, tất cả những gì tôi đã làm cho cái xã hội do đảng cộng sản tổ chức ra này đều tan biến hết. Tôi là một con số không người ta có thể thả cửa xúc phạm.

Bèn cố xin một ân sủng: – Tôi đầu bạc thế này anh nhìn thấy đấy, tôi sai chỗ nào thì anh nói rõ cho biết chứ chính tay tôi mua thật.

– Chưa biết hay vờ? Nói cho nghe này. Xem giấy phép của anh đi! Vé mua của chúng tôi thì phải có dấu an ninh ở đây chứ? Nào, dấu chúng tôi đâu?

Tờ giấy nghỉ phép báo *Nhân Dân* với cái dấu vuông Cơ quan trung ương đảng đỏ mỡ màng nom thật trơ trẽn.

Tôi vỡ lẽ. Giấy công tác – giấy mà tôi không đủ tư cách cầm – có dấu an ninh thì tôi phải nộp trả cơ quan mất rồi. Vội nói: À, tôi hiểu. Thế thì anh làm ơn cho tôi vào gọi một anh trong ban lãnh đạo của báo ra chứng nhận.

Lê Bình ra mở ví lấy giấy tờ để chứng nhận mà tay cũng run lên.

Tôi vừa ngồi xuống ghế thì máy bay cất cánh. Kiểu các cụ gọi là cám cảnh, tự nhiên tôi nghĩ tại sao lại luôn diễn ra trên thân tôi những cái khốn nạn như thế. A, Đảng như vị Thần Đèn rất thiêng, chuyên hiện ra với tôi để nhằm hãm hại. Vai diễn tôi và cái sân khấu đời này xung khắc nhau đã là tiền định. Càng hiểu thêm bản chất và bản lĩnh trấn áp, đấu tố, dạy bảo của bộ máy. Và đáng sợ hơn là trong khi đó người ta được thả cửa lũng đoạn mỹ tự. *Lấy dân làm gốc, lợi ích của dân là lợi ích cao nhất, ngoài ra, Đảng không có lợi ích nào khác...* Rồi tôi chợt thấy bất lực kỳ lạ. Chợt muốn bỏ hết, quên hết, muốn trống không, muốn trốn đến một nơi chỉ có mình mình. Nhưng dần dần dịu đi, tôi lại thấy âu cũng là tại tôi tự chọn mình làm hòn đá cho tôi ném xuống cái vực ma quỷ nhằm dò xem nó sâu nó hiểm đến đâu mà thôi. A, vậy thì tôi có giá trị tri thức luận chứ! Có lẽ thiên hạ cũng nên cảm ơn tôi chút nào chứ? Đúng, thế là vụt nhớ đến câu Nguyễn Văn Biên: Viết chuyện mình đi, Trần Đĩnh, con cháu đời sau cần đấy.

Và tôi bỗng hiểu ra tại sao cứ mỗi lần Đảng giọt vào cái đầu, cái thân, cái mạng tôi, tôi lại thấy nhẹ người. Tôi đinh ninh được chia sẻ cùng bạn bè trong tù. Có tâm lý ấy. Song bữa nay tôi chợt rõ ra một chiều sâu hơn thế: Tôi bắt đầu có ý thức – dù mới lờ mờ – chuộc lại tội lỗi đã trót đứng vào hàng ngũ những người tôn thờ quyền lực.

* * *

Tủ sách quý của bố tôi – 16 loại từ điển – không còn. Bán một phần. Cụ chết, bạn cụ đến chia nhau nốt. Tình cờ tôi thấy mấy tạp chí cũ trong một hộc tủ. Tò mò đọc và giật mình. Vì khúc kết một trường thi của Phạm Lê Phan. Nhà thơ đã "Xin cúi đầu thật thấp, Xin âm thầm được khóc, Những oan hồn bạn bè, Những oan hồn kẻ thù" và khóc như sau: *Là người Việt Nam là xin tha thứ*

Tha thứ cho nhau tha thứ cho đời Tủi hờn cùng chung, cùng chung kiêu hãnh Chung kiếp gian nan, chung kiếp u buồn Chung một mẹ cha, chung lời chung tiếng Xâu xé tan hoang hai mươi năm ròng Xin thổi kèn lên tiếng kèn u uất Xin đốt nén nhang đốt nến hai hàng Việt Nam hãy khóc, khóc cho thật nhiều

Một bài nữa. Bài *Trường Sa Hành* của Tô Thùy Yên. Một nhà thơ quân đội miền Nam từng có mặt ở Trường Sa. Xem thời gian thì viết trước khi Trung Quốc chiếm Hoàng Sa hai tháng, hồi 1974. Một bài thơ tuyệt vời bi hùng, hào sảng về đất nước.

Trường Sa *"Đảo vắng cả hồn ma quỷ... Sóng thiên cổ khóc, biển tang chế... Ta ngồi bên đống lửa man rợ, Hong tóc râu, chờ chín miếng mồi... Ngày ngày trắng chói chang như giữa, Ánh sáng vang lừng điệu múa điên, Mái tóc sầu nung từng sợi đỏ, Kêu giòn như tiếng nứt hoa niên... Thời gian kết đá mốc u tịch, Ta lấy làm bia tưởng niệm Người."* Nói lại: Tôi đã giật mình và rớm nước mắt. Rồi xấu hổ. Đã không dám giải bày, đã giấu lòng đi cho xứng với danh xưng chiến sĩ cách mạng. Mới chỉ có chê Việt Nam sính vỗ ngực tự khen chứ chưa *dám đòi Việt Nam hãy khóc, khóc cho thật nhiều.* Một dân tộc chỉ có thể vĩ đại nếu dám nghiêm khắc tự phê phán. Và biết khóc. Một dân tộc chỉ cứ nhoen nhoẻn cười đắc chí là điên. Hay ngu?

Và xin lỗi, cùng lúc không thể không rủa thầm bài *Việt Nam – Trung Hoa, núi liền núi, sông liền sông, chung một biển Đông, mối tình hữu nghị sáng như rạng đông. Bên sông, tắm cùng một dòng, tôi nhìn sang đấy, anh nhìn sang đây, sớm sớm, chung nghe tiếng gà gáy cùng. A... a... a... nhân dân ta, chung một ý, chung một lòng, đường ta đi hồng màu cờ thắng lợi. A... a... a... nhân dân ta ca muôn năm: Hồ Chí Minh – Mao Trạch Đông...*

Hơi nhạc dồn dập, ồn nhạc hả hê, hí hửng của đứa bé được quà lớn.

Qua thơ ca hai miền thấy rõ Quốc Gia và Quốc Tế khác nhau kinh khủng như thế nào. Nếu Việt Cộng đi với Mỹ, chắc chắn lại bắt nhạc sĩ nào đó ca ngợi tình hai bên dẫu cách ngăn cả một đại dương nhưng vẫn trong tầm dải yếm, chỉ khẽ giật một cái hồn xác đã giao hòa. Nên biết Sài Gòn không có bài hát nào ca muôn năm Nguyễn Văn Thiệu và Giôn sơn (Tổng thống Mỹ Johnson – BT.) Mà Việt có khen thì Mỹ nó cũng cóc thiết.

Mấy tháng qua, các em tôi đã đỡ gay go. Nhờ không vận đơn tháng tháng của chú rể út gửi về. Chú này, nguyên phi công, hai bằng đại học. Ở trại đi dò mìn bị thương được tha ra và vù. Còn một chú rể trên nữa, trung tá thông tin về hưu.

"Quân giải phóng" vào, anh ra đón và bị bắt nghiến ngay tại chỗ, 1979 mới ra trại thì chưa đôi hồi lại tù. Lần này tội chống phá Nhà nước! Nhà tôi chắc bị ngôi sao tù tội chiếu.

Mỗi lần ai trong phố nhận được thùng đồ, hàng xóm đổ đến xem vui như đi hội. Đô la Mỹ về nhiều, mức sống Sài Gòn khá lên trông thấy. Không thể không nghĩ tới câu của cụ cậu vợ Xuân Tửu: Các anh chị chưa biết sức mạnh đồng đô la đấy thôi.

Một sáng tới Vấn. Qua nhà thờ Kỳ Đồng gặp một bà cụ đã lòa dò dẫm bên chân tượng Đức Mẹ, tay giơ lên xoa xoa vuốt vuốt, miệng khẽ lầm rầm: Lạy Đức Mẹ hằng cứu giúp, xin Mẹ nâng dắt cho con sớm đến thiên đường U Ét Xì A (U. S. A – BT.) Tôi cảm động. Và ái ngại. Bà cụ dựa vào cái gì mà tin Mỹ đến thế. Thăm hỏi rồi thầm tự nhủ: thì cũng như mình từng tin cộng sản mà thôi. Nước ta có hai Thượng đế và hai Tòa thánh kình nhau. Một tiếng sau ở Vấn về qua nhà thờ vẫn thấy bà cụ sờ mò lầm rầm xung quanh chân tượng. Tôi đến bên an ủi: Cụ ơi, thế nào cụ cũng được sang thiên đường U Ét Xì A đấy.

Bà cụ liền thẳng lưng lên, rờ rờ vai tôi: Thế ông làm ở đâu? Ở sở Mỹ à? (Đang có tin đồn người Mỹ đã đến Sài Gòn để đưa người đi.)

– Không, cháu người Hà Nội.

Bà cụ như xẹp bé lại ngay. Thấy rõ cụ cụt hứng. Tưởng Mỹ thì lại là dân Hà Nội. Người gì mà vào tha ra cả đến bít tất cũ, rổ rá ni lông đã thủng. Thêm nữa, tôi là kẻ hung bạo mang đến cho cụ mọi sự không lành.

Nay bắt đầu thịnh hành một câu ca mới nói lên thang bậc giá trị vừa được thực tiễn bình tuyển:

Đả đảo Thiệu – Kỳ mua gì cũng có. Hoan hô Hồ Chí Minh mua cái đinh ranh con cũng xếp hàng.

Vè này bao quát hơn:

Ở với Hồ Chí Minh, Cây đinh phải đăng ký, Trái bí cũng sắp hàng, Khoai lang cần tem phiếu, Thuốc điếu phải mua bông, Lấy chồng thì cai đẻ, Bán lẻ chạy công an, Lang thang đi cải tạo, Hết gạo ăn bo bo, Học trò không có tập, Độc Lập với Tự Do, ô kìa ra là thế.

Nhưng khi bắt đầu có hòm quà không vận gửi về (bà con đùa: Hòm không mà làm cho sướng thế chứ!) lại có hai câu này:

Ba năm đi Nga không bằng một năm đi Đức, Một năm đi Đức không bằng một lúc xẹt Sài Gòn

Chỉ còn là bãi rác đế quốc thôi mà phồn vinh hơn Đông Đức, mặt tiền trưng mẽ ta đây kém ai của toàn phe cộng sản!

Và một câu tôi coi như tổng kết đến tột đỉnh đau thương:

Đôi dép râu dẫm nát tâm hồn trẻ
Nón tai bèo che khuất cả tương lai

Và từ đó đời ta đi vào thời "đồ đảng"...

Cụ Hồ hay được nhắc đến nhất:

Hôm qua em mơ thấy Bác Hồ, Chân Bác dài Bác đạp xích lô, Em thấy Bác em kêu xe khác, Mắt trợn trừng Bác mắng đồ ngu...

Một cụ nói tôi xin thêm vào sau câu mắng đồ ngu hai câu này: *Tao đang muốn quay về lao động, Tao có bóc lột mới hòng thoát nhà táng bê tông.*

Câu dưới đây man mác vì hương vị ca dao của nó lại nói lên nét phát triển hiện đại của một hoạt động vốn thường kín đáo:

Cần Thơ có bến Ninh Kiều, Dưới chân tượng Bác đĩ nhiều hơn dân

Sáng sáng ở Hà Nội khi còn đi làm, tôi vẫn qua trước cửa hàng ăn quốc doanh Cầu Giấy nồng nặc mùi thối sông Tô Lịch (lúc ấy chưa được các nước tư bản cho tiền để cải tạo – mỗi lao động được phát một bánh mì kẹp chả cũng là tiền quốc tế cho, chứ ta thì lao động xã hội chủ nghĩa tối kị kiểu lấy lợi ích vật chất ra đầu độc dân.) Luôn thấy cảnh người chen chúc xúm quanh hai ba thúng quẩy một hào hai chiếc xoắn quất lại như mẩu dải rút bện chặt, đặc sản quý hóa của quốc doanh. Sáng đó tôi chợt nghe thấy tiếng cãi cọ rồi chửi bới mỗi lúc một to. Ngoái lại thấy một người đàn ông còn trẻ đang chui ra từ đám vật tự do không có trọng tài, mặt đỏ tía tai nói rất dõng dạc: Tôi vừa truyền đời báo danh cho nó rồi. Hễ từ nay nhà nó có đứa đàn bà con gái nào mà bụng mang dạ chửa vác đến để đỡ đẻ là tôi làm cho tòi ra toàn quái thai, tuyệt giống tất! Tôi là bác sĩ sản đây.

Một chị đeo tạp đề bẩn thỉu hớt hải lách ra theo, tay cầm mẩu giấy báo tin hin gói hai chiếc quẩy, miệng van: Thôi anh ơi, đổi cho anh đôi này to...

– Tôi không thèm. Tìm đâu không có thằng bác sĩ phụ khoa là tôi thì hãy đến đó mà đẻ nhá, người đàn ông quát lên. Bị bất túc, không mắt, không mồm thì chớ mà trách tôi.

Rồi đạp nhanh lên ngang tôi. Nhìn tôi, anh lắc đầu thở dài: Xấu hổ anh ạ! Nó làm điêu, quẩy chẳng khác nào cái bấc đèn, nó đưa, tôi đổi cái nở hơn, thế là nó giật lại rồi quắc mắt lên mắng ngay "tay gãi bẹn cả đêm mà thọc với vục thì bẩn hết mẹ nó của người ta chứ còn gì." Tôi cáu quá nhìn nó thì nó hất hàm nói nhìn để nhận mặt vào mách bà trong kia hả? Đấy vào mà mách bà! Tôi phải trả đòn lại bằng chuyện sinh đẻ. Tôi dạy học bác ạ, có phải bác sĩ sản gì đâu. Sáng nay có tiết giảng "Bình Ngô đại cáo" nên bị cáu mất đây.

Tôi nghĩ: Thôi được, anh cũng vừa "Xua quẩy *đại cáu*" xong. Anh nhận xẳng bác sĩ còn hơn người khác nhận xẳng là nhân dân.

Rồi bất giác nhớ đến Robert Kraft, nhà báo Mỹ tên tuổi trước đó đi với đoàn Quốc hội Mỹ đến Bắc Kinh đã viết về Trung Quốc những năm 60: Ở đây hình thành một thế lực tay ba liên hoàn lũng đoạn đời sống là lái xe tải, thương nghiệp quốc doanh và bệnh viện. (Ở ta cũng thế nhưng dân còn chi li xếp hạng cho mặt trận giao thông kiếm tiền như nước: nhất điểu (máy bay,) nhì ngư (tàu thủy,) tam xà (xe lửa,) tứ tượng (xe tải.) Đến Hà Nội, *thì* Robert Kraft viết khen Nhà nước Việt Nam nghèo nhưng lo cho công dân – chiến sĩ mỗi người một xuất bia miễn phí ở cạnh Thủy Tạ: "Người ta cầm lấy một thẻ sắt tây xâu vào sợi dây thép dẫn đến chỗ lấy bia, mỗi người một cốc lần lượt theo nhau rất trật tự." Người phiên dịch không cho ông biết ở tít đằng đầu xuất phát của sợi dây thép lủng lẳng những thẻ sắt tây đóng số nổi cẩn thận là cô Dinh Gốc Liễu sau khi nhận tiền mua bia đã thấy cho khách một thẻ sắt tây để níu vào nó mà theo nó dạt đến bến thần tiên. Robert Kraft đến Bắc Kinh đã viết hết sức sắc sảo trên *Time* thế mà sang ta ông ngu ngơ. Hình như áy náy nước Mỹ lớn mạnh đánh một nước bé, người Mỹ dễ tìm ra cái hay của Việt Nam để ca ngợi.

Hồi này Hà Nội lan truyền một tiếu lâm. Nhân lễ kỷ niệm giải phóng thủ đô, vị chủ tịch Hà Nội nghiện nói uốn lưỡi các âm ch, d và x lên nói.

"*Trr*úng ta *trr*ân *trr*ọng tuyên bố *gi*ằng *trr*úng ta đã cải tạo *ggi*ất thành công Hà Nội từ một thành phố *trr*ỉ *trr*uyên tiêu *ggi*ùng *ss*ang một thành phố *trr*ắng còn tiêu *ggi*ùng *gg*ì nữa. *Trr*ên cơ *ss*ở đó, và vì mục tiêu tất cả *trr*o *sss*ản *sss*uất, *trr*úng ta đã *ss*ây *gg*iựng *ss*uất *ss*ắc được ba nền công nghiệp có tính toàn *gg*iân và toàn *gg*iyện là nền bơm *ss*e, nền lộn cổ *ss*ơ mi và nền bán vé *ss*ổ *ss*ố. *Trr*ị *Trr*iên nữ *gg*iu kích anh hùng *trr*ính là một *trr*iến sĩ *gg*iỏi *gg*iang *trr*ên *trr*ận địa *ss*ổ *ss*ố nhân *gg*iân ở Nguyễn Công *Trr*ứ."...

Ít lâu sau lại thêm một:

Bữa ấy chủ tịch đi thị sát Đông Anh. Chó đuổi. Chủ tịch cứ *trr*ó *trr*ó gọi và bị chó cắn rách mất chiếc quần téc – gan mầu đá may cắt ở Tiến Thành, Hàng Trống không mất tem phiếu với tiêu chuẩn "để tiếp tân Liên *SS*ô, *Trr*ung Quốc". Thư ký mách là anh chịu khó bỏ hẳn một buổi làm việc chỉ chuyên tập gọi đúng *chó chó*, vâng, tín hiệu âm thanh rất quan trọng với súc vật. Chủ tịch nghe. Quả nhiên cả áo gió màu lông chuột nhắt (cũng để tiếp tân Liên *SS*ô, *Trr*ung Quốc) đều nguyên vẹn dù chó xô ra cả đàn. Song từ đấy chủ tịch xưng: Tôi *trr*ủ tịch thị *ss*ã Hà Nội. Chủ tịch giáng cấp thành phố để bù vào cái chữ *trr*ó bị hy sinh.

Đến nay xin khai tác giả chuyện thứ hai nói trên là tôi.

Từ 1975, có một biến đổi tâm lý. Trước hoà bình, gặp nhau hỏi vào đảng chưa? Quyền trường đang là chủ thể. Sau hòa bình, thì hỏi đã có ti vi, tủ lạnh, Honda chưa? Tiền trường lừng lững lên sân khấu mở pho tuồng mới.

Tôi bảo Lê Đạt: Nhờ *[quần] Jean* Sài Gòn, đàn bà con gái trưng lên nguy nga tấm quốc huy của vùng sinh nở. Còn nhờ cặp kính màu, người con gái lại bỗng thành nàng công chúa giấu mặt nhìn ra ngoài qua một cửa cao sang gắn mã não của chiếc kiệu hoa.

Năm 2002, vợ chồng một người bạn ở nước ngoài về, cháu anh chị, giám đốc mấy công ty lớn, đưa hai người đến công an huyện làm giấy tờ. Tôi được rủ cùng đi. Xe leo dốc lên thì thấy trong cơ quan tấp nập hẳn. Người cháu giới thiệu và mấy anh cầm hộ chiếu đi, một loáng sau quay lại xong xuôi. Trên xe về, thấy cô chú khen việc nhanh chóng, người cháu nói: Khi mình là tư sản thì con dấu chính quyền coi như đã ở trong tay mình phần nào.

1985, con trai cặp vợ chồng này về nước. Ở Nội Bài, người ta hoạnh anh không có ảnh chân dung, phải chụp ngay tại chỗ. Nộp 5 đô nhưng không có ảnh. Hỏi thì họ bảo lưu lại làm tư liệu. Anh này hai bằng tiến sĩ – một về electronic plastic, chất dẻo điện tử, bảo tôi: Cháu hiểu ra anh hùng là dám táo bạo ăn bẩn!

Chương mười

Hai năm không chịu ký vào quyết định về hưu non, không một đồng lương, tôi kiệt quệ. Linh lại ốm nặng, cấp cứu nằm bệnh viện. Xích lô xóc tung người, Linh nhăn nhó ôm bụng suốt đường từ Cầu Giấy ra Việt – Xô, tôi đạp xe ở bên mà bụng như lửa đốt. Bác sĩ nói chậm một ngày nữa là chết. Kiết lị. Ăn đậu phụ nhà mậu (mậu dịch quốc doanh – BT) cất trong tủ lạnh mất điện hơn một ngày trời.

Đói đầu gối phải bò. Đành xuống thang. Với Đảng.

Thấy tôi đến, Quý và Điện, vụ tổ chức mừng ra mặt. Hai anh đã trông thấy tăm cá.

– Cái đói nó yểm trợ Đảng, hết tiền rồi, ký thôi, tôi nói.

Sẵn sàng cho ông anh tất cả rồi đây. Chiếu cố ông anh nhất đấy – Quý vừa nói vừa mở vội ngăn kéo lấy ra nghị quyết để tôi ký. Kỳ quặc nhất là đưa kèm cả một quyển sổ hưu xanh lè lè. Theo pháp luật, để bảo vệ người lao động, chỉ khi nào đương sự ký vào quyết định, nộp ảnh để tỏ là đã bằng lòng không bị cưỡng bức đã thì mới làm sổ hưu. Đằng này tất cả đã lù lù tại nhỡn tiền.

– Chiếu cố cái gì? Sao không để tôi ký?

Gắt nhưng mở sổ hưu ra tôi vẫn giật thót: Ảnh tôi đã dán ở đó. Chỉ thiếu mạo chữ ký tôi thôi.

Văng ra một câu *"cứt!"* Phải là một câu thật tục mới hả. Báo đảng lấy ảnh trong hồ sơ lý lịch của tôi ra in để đơn phương làm sổ hưu với sự đồng tình của bộ trưởng thương binh xã hội. Làm cẩu thả, viết sai cả nguyên quán đến số nhà thường trú! Kiểu xông vào giải tỏa nhà dân. Mày vỡ hay mất cái gì kệ mày. Mới hiểu thế nào là đạo đức, văn minh của Đảng ta!

Tôi cầm quyết định viết vào lề: "Hơn hai năm không lương, đói nên phải kí vào quyết định phi pháp này!" trong khi Quý và Điện cứ "Ấy anh, ấy, không được…"

– Thế này là tớ học Nhà nước làm bừa đây!

Di bút này của tôi đã được Nhà nước xếp hạng và hiện vẫn nằm trong hồ sơ tổ chức báo *Nhân Dân*. Sau này tôi hỏi, Điện trả lời tôi: "Dạ, của anh đâu vẫn đấy."

Đúng là mây gió! Không hỏi xem mức lương bao nhiêu mà lại bảo Quý và Điện: Tớ nói đây, đất nước này hết Duẩn với Thọ thì mới mong khá ra được, các cậu nhớ lấy.

Tôi tưởng như mình vừa thả ra một sọt rắn hổ mang bành. Hai anh nhớn nhác, đứng ngắc. Tôi không nói, cả đời các anh không nghe thấy được một câu rền vang như thế tại ngay chính cơ quan trung ương đảng.

Lên Phòng thương binh xã hội quận Ba Đình, phố Quan Thánh. Chờ hơn một tiếng giữa đám đông nhếch nhác, tiều tụy, hay rác xỉ, bã thải của những đời lao động dựng xây "kỳ tích" cho đất nước mới đến lượt vào gặp ông trưởng phòng tên Tuất (tên thật, như 99,99% các tên nói đến trong sách này.) Tuất uể oải xem hồ sơ tôi, uể oải hỏi, mắt vẫn nhìn vào giấy tờ tôi:

– Sao mấy năm không lĩnh? Sống bằng gì?

– Phản đối họ làm bậy! Họ ăn hiếp. Tôi không ký, không nộp ảnh, không khai lý lịch, không làm gì hết mà đấy, họ làm sẵn cả sổ hưu cho tôi.

– Cơ quan này ác. Cơ quan nào đây, Tuất hỏi, vẫn lừng khừng.

– Báo đảng.

– Ác nhỉ!

– Ác?

– Anh làm việc 34 năm 10 tháng, thiếu chỉ hai tháng, nhưng họ không cho anh hưởng đủ 35 năm. Nói chung thiếu năm bảy tháng, các nơi người ta vẫn tính cho tròn thời gian lao động. Về hưu là đợi mà.

– Tôi không biết. Thế mà họ bảo chiếu cố.

– Chiếu cố mỗi cái là anh chưa ký tên vào nghị quyết mà đã được bộ trưởng ký cho về và làm luôn sổ lương cho. Phải bộ trưởng ký vì không ai dám thò tay ký đại như thế này mà. Làm gì để họ phối hợp phang ghê thế?

– Xét lại, chống đảng, lật đổ. Vừa mới đòi đuổi cổ hai đứa chánh phó cơ quan ra khỏi Đại hội đảng toàn quốc.

Tuất nghiêng đầu nhìn tôi, giọng chợt có xương cốt hình hài, hỏi:

– Anh có biết anh Minh Việt không, phó bí thư thành ủy ấy.

– Bạn chí cốt.

– Nghe đâu cổ chướng, có được chữa không?

– Như dân thường.

– Thù thì phải đối xử như thù mà. Anh gặp thì nói giúp là Tuất, liên lạc viên của anh ấy hồi anh ấy hoạt động bí mật nội thành hỏi thăm nhé. Làm liên lạc viên cho những mấy ông thành ủy cơ đấy, các ông ấy tốt lắm.

Ký giấy cho tôi lĩnh tiền, Tuất nói: Mất mất nhiều đấy... Nhưng thôi, khùng thì thiệt mình, người ta chuyên chính cơ mà. Về cố mở cái quán nước chứ lương này anh không mua nổi yến cá đồng tiền đâu.

Cái giọng lúc đầu rỗng tuếch nay bỗng quyến luyến. Hồi ấy dại, không thích khoe viết những gì chứ hôm ấy nói ngoài là bạn Minh Việt, tôi còn viết Tiểu sử Cụ Hồ thì khéo Tuất phải bổ chửng.

Đã lâu lắm, tem cá chỉ mua được có mỗi loại cá đồng tiền. Bé, bẹt, sắc cạnh và cứng như sắt, cả con thì chín mươi phần trăm là vây, vẩy, ngạnh. Để dễ hiểu, hãy nhớ lại cái nắp bia ngày bé vẫn đập cho bẹt ra làm đồng xèng đánh đáo. Cá này nom đúng như thế đó.

Một lần xếp hàng gần một giờ để mua nó, tôi thốt lên khe khẽ:Biển vàng biển bạc nhưng... tai ác, chỉ đẻ ra thứ cá này.

Một người đằng sau tôi nói: Tai ác là đứa cho mình ăn nó.

Người sau nữa tiếp luôn: Lên đài chửi Mỹ ấy! Vì nó mà chỉ được đánh bắt gần bờ nên mới có độc mỗi thứ cá này. Cho ra xa bờ thì sợ dân vù theo Mỹ. Với lại ăn uống phải đồng bộ. Cá mút này để ăn với gạo hẩm ạ, gạo này cứ vo ba bơ thì nổi đầy nửa rá toàn gạo mục làm thành một váng đăng–ten đan bằng các thứ bụi trộn với cứt bọ cùng bọ sống bọ chết.

Dân gọi loại cá này là *cá mút*: luộc hay kho lên rồi cho cả vào mồm mút một cái, toàn bộ xương xấu nó sẽ tuột ra.

Một người nom bí hiểm khẽ nói: Ta nhập của Cuba về thả đấy.

– Điên!

– Thì để nó tấn công người nhái Mỹ – Ngụy.

Một người tròn xoe mắt: Thế nhập bo bo thì tấn công ai? Tấn công răng dân à?

Dân gọi kiểu châm biếm ở các nơi xếp hàng đong gạo mua thực phẩm này là đấu tố vắng mặt cho hả cái bụng đầy tức bực.

Chờ mua thực phẩm nghe dân tế phệ Đảng, tôi đã nghĩ viết một chuyện về xứ nọ nhà cầm quyền muốn tránh dân chửi đã phải đem trám miệng dân lại. Đến giờ ăn thì hơ nóng bóc xi ra, ăn xong lại trám. Nhưng khốn nạn, kho xăng trong nước bị cháy, hết thứ đốt nóng xi, không ăn được, dân bèn nổi dậy. Nổi dậy rồi xin một nước nhiều xăng dầu từng làm ra loại đèn mang tên nước đó đến giải phóng cho môi mép.

* * *

Sau hơn một tháng nằm điều trị Linh cũng đã ra bệnh viện. Về nhà ít bữa thì gặp cơn bão khủng khiếp. Nó là cơn thứ năm của cái năm mắn bão quá thể này. Lúc ấy chúng tôi đã dọn lên buồng cụ Lập – giống Cụ Hồ – gần đầu một dẫy dài toàn tường toóc–si (đất trộn rơm, do chữ Pháp *torchis* – BT) mái giấy dầu. Tôi vẫn ngỡ bão thường. Đang nằm khàn nhìn trần bỗng thấy rõ ràng một con cá voi há hốc mồm ra phun nước trắng xoá phăm phăm xé vòm trời xám xịt lao tới. Miệng nó há ngoác ra hung dữ rồi xẹp xuống. Nghe thấy tiếng nó thở *ph... ào... ào... ph... ào... ào* sâu trầm. Đến lần thứ ba thì tôi biết con cá voi ngoác mồm chính là cái mái nhà tôi đang muốn ưỡn mình tung đi. Tôi vội mặc áo mưa leo lên mái. Lập tức phồng tròn xoe như quả bóng dập dềnh.

Đầy trên mái nhà những bóng người. Nhiều ông chồng đi "Park Chung Hee" tức là đàn thuê, hát mướn ngoài giờ (như ông Park cho lính Hàn sang đánh Việt Cộng) vắng, các nữ nghệ sĩ đêm đêm khoác lên người toàn của giả óng ánh đang vật lộn trong mưa gió thật trên lớp giấy dầu lùng bùng. Tôi không thể không nghĩ tới câu hát "Chưa có bao giờ đẹp như hôm nay." Nghĩa là cái ngày vua tôi nhà Trần mở quốc yến mừng đại thắng quân Nguyên cũng không đẹp bằng ngày chúng tôi gạo mốc độn bo bo chống bão này. Dưới gầm trận, (cái trạn Linh đóng lấy bằng gỗ của cái thùng Đại học Bắc Kinh "tặng" tôi làm va-li về nước,) luôn lăn lóc một cục nhựa đường, mấy miếng giấy dầu, một bát mẻ, một lưỡi dao cùn và một lọ con dầu ma-dút, trang thiết bị chống dột. Nhiều hôm Linh ngồi cả buổi trên nóc nhà, cạnh cái bếp dầu để đun nhựa dán vá giấy dầu lợp lại mái. Dưới gầm giường là một rừng cây ẻo lả, thân xanh dớt như những ống thủy tinh chất lấy nước thí nghiệm. Cái thang long lay thành người bạn quá quen thuộc với tôi. Tôi nhớ từng mắt tre, từng chỗ vỏ tre bóng nhẵn vì thường xuyên ghé mặt vào nó (vì phải ép sát người vào để nhường chỗ cho người đi qua) giữ cho Linh leo lên tụt xuống.

Trong khu văn công bắt đầu xây mấy dẫy nhà cấp 4, tường con kiến, mái phi-brô xi măng. Và có xí xổm riêng, thiết kế đệ nhất đẳng của đổi đời. Linh chạy vạy mãi. Kể cả rượu thịt cho chánh phó giám đốc nhà hát. Lại nhờ tới anh em Đào Duy Anh, Đào Phan, Hiến-Tóc-Đỏ. Bố của phó phòng nhà đất Bộ văn hóa là em trai Đào Duy Anh. Hiến-Tóc-Đỏ thì là bạn thân của trưởng phòng. Linh bèn được cấp một căn hộ gần Chùa Hà.

Dọn nhà tíu tít chưa đầy tiếng rưỡi đồng hồ. Linh mượn một xe cải tiến. Đẩy xe kéo xe là mấy tội đồ Trần Châu, Lê Đạt, Kiến Giang, tôi. Trần Thư có ghé giúp một tí rồi còn phải đi nộp nhãn hương anh lụi hụi in đêm ngày.

Ba chuyến hết nhẵn gia sản cơ nghiệp. Cơm trưa bằng bánh cuốn mậu dịch Linh mua về lạnh ngắt. Chủ nhật sau, tội đồ lại đến, dọn dẹp, mở đất trước nhà làm sân, rào sân. Người làm Chúa Hiền lấy chân vạch đất là Đào Phan. Anh em coi bọn tôi dọn nhà là "cuộc thiên đô chỉ thiếu có rồng lên." Tôi đùa: "Thôi, giun lên cũng tốt quá rồi." Dọn nhà mất ba giờ nhưng dọn sạch bể nước phải mất ba ngày.

Công nhân xây dựng thí cho mỗi nhà ba bãi cứt vào đúng ngay bể nước dùng. Thấm thía chữ *griffe* của Pháp – là móng vuốt mà cũng là chữ ký. Cũng thấm thêm luận điểm nói công nhân thường phá máy hay sản phẩm khi chưa có học thuyết Mác chỉ đạo. Những bãi cứt này chứng tỏ Đảng chưa đưa được chủ nghĩa vào đầu công nhân hay công nhân đói nên chối từ chủ nghĩa. Tôi nói thế thì Trần Châu bảo: Ấy, vì đã mang chủ nghĩa vào rồi công nhân mới phá khỏe hơn bao giờ hết đấy.

Thụy Điển quay hẳn một bộ phim hơn chục tập ghi lại những bãi cứt ỉa rất phóng khoáng, phong phú ở Bệnh viện nhi đồ sộ Thụy Điển giúp ta tiền để rồi nhận lấy cái thành quả hữu nghị công nhân ta trao cho với cái *griffe* lưu niệm độc đáo. Ta xin mua hết bộ phim nhưng họ từ chối. Lịch sự biếu Nhà nước một tập làm kỷ niệm.

Chính Yên lên công trường Cu–ba làm khách sạn *Thắng Lợi*, Hồ Tây. Kỹ sư Cu–ba phàn nàn với anh: "Công nhân các ông là các chuyên gia ăn cắp. Vừa lắp vòi mở nước ở buồng tắm xong, quay lại đã mất! Có người khuyên nên còng số tám tay chúng tôi với công nhân lại thì mới yên.

Chính Yên hỏi lại: Xin lỗi, đồng chí có là đảng viên không?

– Có!...

– À, thế thì công nhân ấy không phải của đồng chí và của tôi đâu. Chúng nó là tàn dư của chủ nghĩa tư bản ạ.

Tôi đùa: Giá Marx viết khi công nhân chưa giác ngộ chủ nghĩa cộng sản thì thường hay làm xong cái gì lại ỉa cho một bãi *xú–ca–lia* (*souscrire*: ký duyệt – BT) vào đó... Viết thế thấm sâu hơn.

Công trình chữ nghĩa cuối cùng tôi làm ở nhà cụ – Lập – giống – Cụ – Hồ là dịch hội đàm triết học giữa Mao và Trần Bá Đạt, Lục Định Nhất. v. v. Mao giải trình thuyết một tách hai phe xã hội chủ nghĩa phải thành hai, tức là Mao có lập phe mới gồm Bắc Kinh, Hà Nội, Tirana (Albanie – BT,) Bình Nhưỡng chỉ là làm theo quy luật triết.

Tổng kết, *Mao nói "triết học tựu chung là gì? Là cá lớn nuốt cá bé, nước lớn chiếm nước bé, thằng khoẻ bắt nạt thằng yếu."* Đấy, các ngươi cứ chiếu thế mà làm.

Thảo nào Việt Nam đang hai miền thì Mao bảo phải một? Thằng khoẻ phải xơi thằng yếu. Nhưng có chuyện lý thú này: Tờ *Far East Economic Review* phỏng vấn Nguyễn Lam cho hay sau Đại hội 26 Xô cộng (2 – 1981,) quan hệ Việt – Xô rạn nứt. Nguyễn Lam nói hẳn: Chúng tôi chưa có kế hoạch năm năm vì Liên Xô chưa có ý kiến. Hơn nữa Liên Xô sẽ rút chuyên gia về và tăng giá dầu lên 1, 5; các thứ viện trợ về tiêu dùng sẽ bị Liên Xô kiểm tra. Trả lời báo này, Hoàng Tùng nhận rằng kinh tế Việt Nam rất khó khăn. Còn báo trước rằng kỳ họp Quốc hội tới, chúng tôi sẽ có thủ tướng mới trẻ hơn – ám chỉ Tố Hữu. Nghe nói Phạm Văn Đồng rất cay cho cú đánh tạt sườn này.

Không thấy nỗi cay đắng là hai ông anh chỉ giúp để đánh Mỹ cho hai ông anh nhờ thôi, còn sau đó mày đói nghèo ra sao chúng tao theo nhau kệ mày. Mà cũng thiếu tự trọng cơ! Ôm lấy xin nhằng nhẵng bằng được thì có là bố mẹ đẻ cũng phải ngán.

* * *

Một hôm vào thăm Hồng Linh bị kiết lị nằm bệnh viện, tôi vừa ra đến cửa đã thấy Minh Việt nghên nghển chiếc mũ cát nhòm qua rào sắt. Hai chúng tôi đến hàng nước ven đường, xế nhà Vũ Đình Huỳnh. Minh Việt cho biết Ung Văn Khiêm vừa sinh hoạt lại đảng. Lạ chưa? Minh Việt tủm tỉm hỏi. Mình đi tìm cậu ngay là thế.

Chúng tôi đã bàn lâu chuyện này. Lê Duẩn đến đại hội đảng bộ Sài Gòn đã hỏi Ba Khiêm đâu rồi cho mời Khiêm đến dự đại hội và hóa thành đảng viên trở lại nhiều phần là để cho bàn dân thiên hạ biết *Duẩn* làm cái việc gớm ghê này. Duẩn muốn qua đó rửa tay với vụ án "xét lại" chăng?

Đáng chú ý là xưa nay Duẩn không tuyên bố gì về vụ "xét lại" mặc dù Duẩn là tác giả chính, chỉ đạo mọi sự trong chuyện theo Mao đánh xét lại quốc tế cũng như trừng trị xét lại nội địa. Trong khi Sáu Thọ, đến 1976, gặp Minh Việt vẫn nói: *"Không theo tư tưởng Mao Trạch Đông thì đánh thắng Mỹ sao được? Các cậu không dám đánh Mỹ nên mới chửi cụ Mao. Nay đã thấy chưa?"* Thọ dạo ấy cũng nói với Kiến Giang: *"Do vị thế khác nhau nên ngôn luận và thái độ của ta và Trung Quốc đối với Liên Xô có đôi chỗ khác nhau nhưng các cậu phải thấy ta và Trung Quốc về cơ bản là một. Chúng ta phải cảm ơn Mao Chủ tịch đã có dũng khí và trình độ để phất ngọn cờ đánh thắng chủ nghĩa xét lại."*

Năm 1981 – 82, Đảng bắt lại Hoàng Minh Chính, Đặng Kim Giang, Lưu Động. Mà nay thình lình mời Khiêm vào lại đảng! Vậy chắc tình thế đòi quay gấp lại với Liên Xô? Nay ông nào cũng muốn rửa sạch bàn tay đánh xét lại? Sáu Thọ gần đây cho Lê Liêm đi làm ở Ban khoa giáo là thế.

Duẩn bất chấp điều lệ, thủ tục, thình lình đưa Khiêm vào lại đảng ở giữa đại hội đảng bộ thành phố là để phân bua với tất cả Sài Gòn và Liên Xô rằng ông không đánh Khiêm! Vậy ai? Chỉ còn Sáu Thọ! Nhưng sao nay lại trút hết trách nhiệm lên đầu Sáu Thọ?

Đòn nhau à? Duẩn không còn tin cậy Thọ như trước? Đa nghi như hầu hết các nhà chính trị, Duẩn không thể không thầm hỏi sao Thọ lại cho Hoàng Văn Hoan lấy cớ đi chữa bệnh rồi chuồn theo Bắc Kinh để đêm đêm lên đài đọc hồi ký chửi mê tơi Duẩn? Mà không chửi Thọ? Duẩn không thể không biết người ta xì xào rằng "anh Thọ sẽ tổng bí thư và nay thực chất đã là thế." Tai mắt của Duẩn sao mà lại không biết chuyện Thọ dạm ý Vũ Oanh, phó ban tổ chức ủng hộ mình lên tổng bí thư. Khi Oanh không tán thành thì ngay hôm sau, Vũ Oanh bán xới khỏi Ban tổ chức trung ương về Ban nông nghiệp trung ương, thôi quản lý người mà quay sang quản lý lợn bò. Lại nữa, sáu bài Thọ phê phán sai lầm và mất dân chủ rầm rầm chuyền tay cán bộ ở Hà Nội đến nỗi an ninh phải cho người đến từng nhà thu hồi. Rồi bài thơ *"đồng chí không bằng đồng tiền, đấu tranh là tránh đâu"* và *"Có mắt giả mù, có tai giả điếc, Thích nghe nịnh hót, ghét bỏ lời trung, Trấn áp đấu tranh, dập vùi khốn khổ, Thoái hóa, bê tha khi dân nước gian nan"* của Phan Thị Xuân Khải, tên chỉ khác Phan Đình Khải (tên thật của Thọ – BT.) Bài thơ rõ ràng là chửi chế độ Duẩn.

Xích Điểu bảo tôi là họp các chủ báo, Hoàng Tùng đã đe *Tiền Phong* đăng bài thơ này là "mó dái ngựa, táo tợn thế, nhưng ai ngờ cái dái này nó lại to quá, to quá, chết chết to quá... á... á." Mấy tổng biên tập và phó tổng biên tập phụ nữ cúi hết mặt xuống.

Đinh Xuân Nam, tổng biên tập báo bèn chìa bản thảo có chữ Sáu Thọ sai đăng ra và thế là im hết! Suýt nữa thì có cha mó phải cái dái cọp chuyên quất cấp dưới rất đau (lời Xích Điểu)!

Rồi bài thơ *Điểm Tựa* của Thọ biết ơn chú lính "cõng" mình qua suối.

Thế là trong Đảng có hai huyền thoại (lính cõng Sáu Thọ và Chí Thanh cõng lính) ngược nhau!

Vâng, sao Thọ không cõng lính như Thanh? Nếu Thọ mị lính ở tầng tư duy thấp thì sẽ cũng cõng lính. Nhưng chí hướng của Sáu Thọ cao hơn một đầu! Đó, đóng lại vai Đinh Bộ Lĩnh được lũ trẻ trâu kiệu lên lấy lau dấy binh làm cờ! Vương tượng như thế! Rồi sau mới nêu rõ nỗi bi thảm của cơm lính chỉ có "canh toàn quốc" – đây, chỗ này là mị lính hãy cứ kiệu ta lên đi. Biết chúng mày khổ thì tao sẽ cho chúng mày "canh toàn thịt," miễn là chúng mày kiệu tao.

Một hiện tượng rất lạ là thình lình cả nước ba lần nhao lên tin Duẩn chết, đang quàn ở nhà lạnh Việt – Xô, chờ hết mồng ba Tết sẽ phát tang. Và phải nói hiếm có những ngày mà lòng dân cùng chung một ham muốn: Duẩn chết. Có người, như Lê Đạt, nói có thể có *hội non sông*. Phe Duẩn không thể không báo Duẩn biết chuyện phỉ phui này. Nghe nói công an điều tra thấy tin đồn phát đi cùng lúc ở cả nước.

Còn Duẩn, đưa Khiêm trở lại đảng là Duẩn muốn lấy lại ủng hộ của cán bộ, nhân dân Sài Gòn, đẩy "tội ác bắt đồng chí lão thành" sang Thọ.

Vừa qua, Ung Văn Khiêm cho tôi biết trước đây Sài Gòn là cứ địa vững bền của Duẩn và Thọ, nhưng đến nay nó đã gần như tuột khỏi hai ông. Khiêm cũng cho hay thành ủy Sài Gòn quyết hẩy đi bằng được hai người của Thọ trong thành ủy là Mười Hương và Mai Chí Thọ. Cái này có ý kiến của Duẩn không? Tôi đã hỏi và Khiêm lắc đầu, không rõ.

Tóm lại nhiều náo động quanh ghế tổng bí thư. Vì thế không phải ngẫu nhiên mà gần đây đâu đâu cũng kháo chuyện lý lịch Giáp có mấy vết to: xin học bổng sang Pháp học (kiểu Nguyễn Tất Thành xin vào trường Hành chính quốc gia Pháp,) con nuôi mật thám Marti. Vào đảng không có ai giới thiệu, nịnh Cụ Hồ để được Cụ Hồ o bế. Ngay tướng Giáp có lẽ cũng không hiểu tại sao ông lại bị trù dữ đến nhưvậy?

Một buổi sáng, Lê Liêm và tôi đạp xe qua Ủy ban nhân dân Hà Nội và Bưu điện. Tôi hỏi Lê Liêm: Anh trông mặt tiền Ủy ban nhân dân mới kia có giống cái máy chém không? Liêm ngước nhìn xong nói: Ờ, nom thế mà thấy giống máy chém thật. Rồi chợt thở dài hỏi tôi có nghe thấy người ta bôi nhọ anh Giáp không? Tôi nói có. Liêm nói tôi đã trực tiếp hỏi anh Giáp. Anh Giáp nói cũng nghe thấy. "Thế anh im à," Liêm hỏi. Giáp nói Giáp đã gửi ba thư lên cho Bộ chính trị. Xin cho Giáp gặp để làm rõ các vấn đề. Bộ chính tri im. Thư thứ hai đề nghị Bộ chính trị cho ngăn lại những lời đồn bậy nhưng Bộ chính trị kiên trì miễn đối thoại. Lại cái thứ ba đề nghị Bộ chính trị cho Giáp gặp, và lại tét.

Lê Liêm bảo tôi: Thấy uy tín anh Giáp trong dân và cán bộ còn lớn nên họ bôi nhọ anh ấy.

Đến đầu Tràng Thi, Lê Liêm bảo tôi: Anh nghe tôi nói cái này xem để biết nhé... (im một lát, mắt buồn, hạ giọng nói tiếp,) mấy hôm trước, thằng con mình (tôi không nhớ là Thao hay Công nữa) nó bảo tất cả tại bố mà nên khổ thế này. Mình tưởng nó bảo tại mình vướng xét lại. Nhưng rồi nó nói tiếp. Thì ra thế này. Tại bố theo một dúm các ông ấy tha về đất nước cái chủ nghĩa nó đã bịt miệng dân không choăn lại còn bóp cả mồm dân không cho nói... Thì ngay đến bố đấy mà có được ăn được nói đâu!

Từ đấy đến ngã tư Điện Biên Phủ – Hoàng Diệu, gần tới nhà Lê Liêm, chúng tôi im lặng hoàn toàn.

Chiều nay, sau khi bàn chuyện tại sao Khiêm vào lại đảng, tôi nói lại chuyện này cho Minh Việt.

Việt nghe rồi cúi xuống. Nhân sự ư? Bận tâm với nó làm gì! Thì đó, con súc sắc tung ra, không nhất thì nhị, không nhị thì tam, không tam thì tứ, đều cùng một xưởng tiện gọt nên, đều cùng tay một chủ sòng bôi đen tô đỏ rồi ném ra chiếu.

Chương mười một

Đặc biệt với Đào Duy Anh, tôi không tài nào nhớ nổi buổi sơ kiến anh là ở đâu, ra sao. Chỉ thấy cứ nghĩ đến anh thì ấn tượng bao trùm ở tôi là hình ảnh thân mật, ân cần và ngay thẳng của anh. Hình như không có sự sơ giao. Không biết có phải là thấy người sang bắt quàng làm họ không nhưng tôi luôn thấy anh mến tôi, mến hơi nhiều. Anh hay kể chuyện ngày trước của anh, lúc ấy cái giọng bao giờ cũng trầm, thong thả, cái giọng bị quá khứ nó ám, nó đè.

Một chiều muộn, không đèn đóm, anh rầu rầu nói trong bóng tối căn phòng anh: Tôi hay kể chuyện tôi với anh vì tôi hy vọng có ngày anh minh oan cho tôi. Cả nhà năm em nhà họ Đào chúng tôi, mà tôi là cả, khổ vì một tay Lê Đức Thọ.

Tôi vô cùng ân hận. Tôi mặc cảm kém cỏi: Làm sao cái phận tôi minh oan được cho nhà học giả đáng kính mà đang đau đớn này. Đâu tôi dám lố bịch giở sổ tay ra, một hành vi của phát lại, ghi chép những điều anh nói.

Ôi, công nghệ công nghệ! Giá như chúng tôi có chiếc máy ghi âm Nhật!

Mồng 4 Tết năm 1984, Đào Phan mời mấy chúng tôi đến chơi. Thò đầu vào thấy Lê Trọng Nghĩa, Kiến Giang, tôi vui quá reo lên. Đào Phan vờ nghiêm mặt: Đến muộn lại chẳng nhìn ngó! Xem ai kia...

Trong góc cùng bên phải gian phòng, trên chiếc ghế bành gỗ mộc, đồ nội thất sang quý nhà cán bộ lúc đó – chỉ cần một chiếc là đủ bề thế – Đào Duy Anh chống gậy ngồi cười nhìn tôi, rộng lượng, thân mật. Ố, không ngờ! Tôi nhảy vào hôn lên hai má anh hai cái thật đằm thắm.

Ngồi một lát, anh xin cáo. Tôi đưa anh đi bộ trở lại tận nhà, xa hơn một cây số rồi lại quay lại với đám Đào Phan.

Đào Duy Anh mến tôi có lẽ vì cái phản ứng hay phăng xi lô của tôi. Trong mùi vị ảm đạm của chán ngán tràn lan, cái lạc quan hơi có vẻ suy đoán thuần túy lô gích của tôi – tức là dân tộc sẽ không chấp nhận sức mạnh vô địch của đảng, sẽ không chấp nhận số phận cứ như thế này mãi mãi – hình như có đem lại cho anh đôi chút râm ran. Và có lẽ do trong một lần chuyện trò với hai anh em anh, tôi bỗng thiết tha như tuyên thệ: Vũ khí duy nhất của tôi để chống lại cái xấu bao la sầu này là lòng tự trọng. Là ranh giới không thoả hiệp về chính trị *qui mène à l'érosion de la dignité* – nó dẫn đến xói mòn nhân cách. Và cứ tiếng Pháp thế nói tiếp: *si je devais mourirpar pure raison politique, je voudrais que je pue royalement* – nếu như phải chết vì lý do thuần chính trị, tôi muốn sẽ thối inh lên như dòng vương giả.

Tôi lập tức thấy ánh mắt chấp nhận ở anh. Nếu ngày lập Đảng Tân Việt, gặp tôi, chắc anh cũng kết nạp tôi, với con mắt này và cho tôi làm ngay liên lạc viên như Võ Nguyên Giáp thời ấy, thời Giáp đang học thôi miên, chuyên khiến Đào Phan ban tối vào buồng tắm sâu hút lấy ra cho mình cái gáo dừa để kiểm nghiệm xem tài thôi miên đã đến đâu.

Hoạt động Tân Việt, Đào Duy Anh bị Pháp bắt. Vợ anh đem cho anh chiếc gối. Ai dè trong đó có một ít tài liệu. Mật thám Pháp khám được và người ta, cộng sản, nắm lấy làm rùm beng lên là anh đầu hàng, khai báo. Người ta không tiện vu cho đảng của tôi là phản động, anh nói, thì người ta vu cho tôi khai báo, đầu hàng. Thế nào người ta cũng phải tìm cách triệt các tổ chức khác để nắm lấy độc quyền lãnh đạo cách mạng. Họ sẵn sàng lợi dụng mọi sự cố bất hạnh để khai tử Tân Việt, kẻ dám mượn chủ nghĩa Mác – Lê tranh quần chúng với họ. Thất phu hữu trách, đúng, nhưng cái nhiệm vụ của mày là phải chịu tao lãnh đạo và tao phải phân công cho mày. Họ nói đoàn kết nhưng tất cả phải làm theo họ, phải nghe sự chỉ bảo của họ. Chủ nghĩa Mác phóng vào bốn biển đều đúng. Với điều kiện chỉ mình tao phóng. Và họ có cơ sở pháp lý vô sản độc tài để làm như thế. Họ được Quốc tế Cộng sản sử dụng và huấn luyện, đào tạo cơ mà. Quốc tế chi bao nhiêu tiền vào đó. Họ là những chuyên gia lật đổ, những kỹ sư cướp chính quyền. Mình thì không. Thuần trông vào sách vở, tri thức và lòng thành.

Biết bố tôi thèm một quyển *Từ điển Truyện Kiều,* anh lấy ngay trên bàn quyển anh đang bổ cứu và sửa bằng bút chì để tái bản ra tặng. Hai ông già rồi thơ ứng họa gửi cho nhau. (Bố tôi chơi chữ anh hoa còn anh chơi chữ cương thường – tên bố tôi là Cương.)

Một lần anh kể chuyện: Sáng ấy, đang làm việc ở phòng trong, anh bỗng thấy tiếng lí nhí của một cô gái thập thò ngoài cửa. Lần thứ ba mới nghe rõ hỏi nhà ta có thuê người làm không? Tôi lấy làm lạ, anh nói, vì lúc này người giúp việc bắt đầu hiếm. Một là nói chung đều ít tiền cả, hai là dư luận xã hội hay xì xào lên án rồi nhòm ngó những nhà thuê người – bóc lột lao động nghèo mà. Tiếng thì thào lớn dần rồi anh nghe thấy cô gái nói to: "Dạ, cháu vẫn làm cho ông bà nhà văn này tốt lắm nhưng bây giờ cháu hãi lắm..." Anh bèn đi ra cửa. Một cô gái đang kể sự tình với vợ con anh. "Dạ, tổ dân phố cứ giục cháu thôi, sao lại đi phục vụ thằng phản động chống chế độ? Suốt ngày loa chõ vào nhà lên án ông ấy, cháu sợ lắm chả biết có dính đến mình không".

– Nhà ai thế cô, anh hỏi.

– Dạ, ông gì văn tên là Tuân..., những là tá quân đội.

– À, Hà Minh Tuân, tác giả *Vào Đời*! Tôi nghe nói anh ấy hiền lành.

Chị xin việc nói tiếp: Cháu làm cho nhà ấy đã quen việc, hai cụ và bác nhận cháu vào làm thì cháu xin đội ơn chứ cháu... về quê thì...

Nhìn cô gái chào rồi đi, tôi lại thương, anh nói. Toan gọi lại nói cô thông cảm, nhà tôi đây cũng từng bị loa chõ vào giáo dục suốt ngày cả hàng tháng trời rồi đấy. Chả biết loa có còn giáo dục tại gia nữa không đây. Hôm ấy, Đào Duy Anh nói, lần đầu tiên anh nhận thấy thân phận trí thức của anh cũng chả khác gì cảnh cô giúp việc sắp thất nghiệp kia.

– Nhìn ra thì toàn những người tội nghiệp như mình cả, anh nói. Tội nhân và nạn nhân thành một chuỗi dây chuyền đổ sụp, đứt tung không nơi cầu cứu. Mà chỉ cần một người không bằng lòng phán lên cho một tiếng thôi. Dạo ấy ông Nguyễn Chí Thanh dọn dẹp văn nghệ và chính trị tư tưởng dữ lắm mà. Ông này văn võ đều dùng xe ủi san thành bằng địa. Tên Thanh là thanh lọc mà, nhà thanh lọc theo cái gu của riêng ổng.

Tôi nói chúng tôi gọi Hà Minh Tuân là nhà văn "ngoan" của đảng.

– Vậy chắc vì cũng "ngoan" mà năm anh em chúng tôi điêu đứng bởi một tay Lê Đức Thọ! Anh không biết khi tôi xuất bản *Từ điển Pháp – Việt*, Lê Đức Thọ đã mạt sát thậm tệ.

– Mạt sát?

– Vâng. Nào đã đầu hàng Pháp rồi lại còn chúi đầu làm từ điển phục vụ đám quan lại, sinh viên đỗ đạt ra làm đốc tờ, quan huyện. Hôm nào có thì giờ tôi nói rõ chuyện năm anh em họ Đào chúng tôi khốn đốn vì Thọ như thế nào.

– Vì anh phục vụ Pháp nên Pháp đền bù bằng cách cho anh vào từ điển *Larousse*, còn Sáu Thọ thì không.

Một dạo, anh hay đọc cho tôi những cái anh mới viết. Cả những cái anh viết đã lâu. Nhiều phen vừa đọc vừa đứng lên đi ra bàn giấy ở trong cùng buồng lấy nốt đoạn tiếp rồi cứ thế vừa đọc tiếp vừa quay trở lại bàn nước con con có hai chiếc ghế đẩu con con ở cạnh cửa ra vào con con giữa hai gian buồng trong ngoài con con ngồi xuống. Vài lần không trúng ghế, suýt ngã ngửa, tôi phải ôm vội lấy. Sau đều đã in.

Năm 1978, anh đến thắp hương phúng bà bác tôi ở Hàng Đào xong, tôi tiễn anh ra bến xe đầu Cầu Gỗ, trông sang Bách hóa quốc doanh nay là nhà Hàm Cá Mập. Mở cửa cho chủ nghĩa tư bản thì nó cho hàm nó soi bóng xuống Hồ Gươm.

Anh trên xe, tôi dưới đường nói tình hình xem vẻ tốt đấy anh ạ. (Hà Nội với Bắc Kinh không có triển vọng dàn hòa.)

Anh thò hẳn đầu ra cửa xe nói như rên lên:

– Họ còn ngồi đầy ra ở cả trên đầu mình kia mà anh nói khá thì là làm sao?

Gần chục năm sau, một lần kể chuyện ở một hội nghị khoa học, tướng Giáp đến bắt tay anh. Anh gật gù bảo tôi: Giáp không phải ý tứ nữa là có cơ sáng sủa ra được đấy.

Tôi thấy mắt anh còn vui hơn cả giọng anh. Tôi chợt nghĩ: Hy vọng, hy vọng... , ngươi chẳng tha cả trẻ lẫn tha già. Không hiểu hy vọng ở người già có cằn cỗi hơn hy vọng ở người trẻ không? Tôi bảo anh:

– Anh Anh ạ, tôi thấy chòm râu anh y như biểu tượng của hy vọng.

– Và phất phơ là cái chắc!

Khi anh đã mệt, tôi đến thăm chỉ thấy anh nằm. Bao giờ cũng là quần áo cánh trắng. Một cái gì nhẹ nhàng, tinh khiết. Nhưng không bao giờ vắng nụ cười và con mắt tinh anh, vồn vã. Anh lại chỉ vào ghế cạnh giường nói: Ngồi đây, ngồi đây, nói chuyện đi cho tôi nghe với, nói nhiều vào, nghe anh tôi rất vui.

Bữa ấy có cả Đào Hùng. Hùng sau đó bảo Lê Đạt nghe ông Trần Đĩnh thế nào tôi cũng thấy vui thật cơ chứ lại!

Nghe Đạt nói lại, tôi bảo: Tao vui vì luôn nhìn thấy Đảng loạng choạng lùi, trước thằng Đại lưu manh là thằng Thời Đại... Trước hôm anh Anh qua đời, Đào Phan và tôi quanh quẩn lâu bên giường anh. Anh nằm li bì. Một bộ mặt rất đẹp. Thuộc về tri thức. Tôn giáo, Tagore, Tolstoi... Đứa cháu trai mười bốn mười lăm đến đặt lên giữa hai môi mím lại của anh một múi cam: "Ông ơi, không ăn được thì ông cố mút cho khoẻ ông ạ".

Hai môi anh héo hon khẽ mấp máy. Múi cam khẽ động đậy tí chút lại ngừng. Sợi dây cót suốt đời chuyên cần đến lúc này vẫn ngoan ngoãn nghe theo lẽ phải.

Đưa ma anh, chúng tôi đứng ở cổng trụ sở Ủy ban mặt trận Tổ quốc trung ương. Thì Tố Hữu cùng đoàn học sinh trường Quốc học Huế cũ đi vào. Đào Phan ở bên ban thờ đã giữ Tố Hữu lại hỏi: Sao cậu lại đi với đoàn này? Cậu đã làm câu thơ *"Tôi dạo gót trên đường phố Huế, Dửng dưng không một chút tình chi"* cơ mà hả? Tố Hữu hơi sửng một lát rồi lẳng lặng cúi đầu mặc niệm.

Đào Phan đã bảo tôi: Một tối ở Huế tớ bảo nó [Tố Hữu] tối mai chi bộ họp kết nạp cậu, cậu hãy đến dự đúng giờ, ở chỗ này chỗ này... Rồi chi bộ chờ nó hoài và nó không đến. Tớ sau đó hỏi thì nó bảo tối ấy nó phải dạy gia sư không nghỉ được. Chả biết còn có lý do gì khác nữa không.

Cũng vừa lúc ấy tướng Giáp ở cổng lớn đi vào. Lập tức bắt đầu râm ran "Giáp, Giáp..., Giáp" như tiếng sóng dồi nhè nhẹ đuổi theo, vuốt ve.

142

Tôi nghĩ ngay người ta ủng hộ Giáp vì trước hết Giáp tiêu biểu cho dân: nạn nhân viết hoa của Đảng. Nằm trong áo quan kia, Đào Duy Anh có biết người liên lạc viên xưa đang đến phúng anh, không còn cần ý tứ nữa không? Anh có coi đó là dấu hiệu sáng sủa không?

Nhưng thế nào là ý tứ? Ý tứ là căn cứ đạo lý, văn hóa, lễ tiết. Vậy tránh Đào Duy Anh một dạo là căn cứ ý tứ quỷ nào?

Tôi chợt rớm nước mắt. Hôm nào anh bảo cái chắc là hy vọng của anh nó phất phơ. Hai năm trước, ở Sài Gòn ra, anh bảo tôi: một giáo sư Liên Xô mấy lần gặp anh mời anh sang đó. Thịnh tình lắm, trân trọng lắm, anh nói. Như sợ chưa lột tả hết, anh thêm: Tôi cảm thấy anh giáo sư này rất chân thành.

Trong tôi lại lóe lên hy vọng khá náo nức về anh, cho anh. Hôm nay ở tang lễ anh, tôi biết là hy vọng nó đã lìa bỏ anh vĩnh viễn.

Sứ quán Liên Xô chỉ bắn tin chứ không có ai đến cấp thị thực cho Đào Duy Anh như mười lăm năm sau, khi Hoàng Minh Chính sang Mỹ chữa bệnh, quan chức đại sứ quán Mỹ đến tận nhà trao thị thực vào tay Chính.

Liên Xô tế nhị phải giữ... ý tứ với Việt Cộng. Như Giáp với anh. Mỹ nó mới xô bồ, Mỹ nó trắng trợn thật. Khi Chính ung thư di căn ngắc ngoải, đại sứ Mỹ đến tận bệnh viện Việt Xô thăm Chính. Và Chính chết thì đại sứ quán Mỹ đi đưa. Như đều đặn đòi nhân quyền ở Việt Nam. Cuối những năm 1990, một nhà báo Mỹ đã phỏng vấn "chui" tôi về vấn đề "xét lại". Theo gợi ý của sứ quán. Trong khi vẫn nhắm mở rộng hợp tác toàn diện với Việt Nam.

Nhưng ý tứ quỷ gì chứ? Tôi cứ nghĩ mãi về ý tứ. Đúng, ý tứ chân chính là bảo vệ lẽ phải, tôn trọng sự thật trước tiên chứ nhỉ?

Chương mười hai

Vụ đổi tiền quỷ khốc thần sầu của Tố Hữu năm 1985 dìm sâu đất nước hơn nữa vào cuộc khủng hoảng cùng cực. Lạm phát lên đến 780%. Theo truyền đạt ở báo, một cụ chóp bu đã phải thốt ra: Khủng hoảng tới đáy rồi! Lê Duẩn có lẽ bỏ ý định để nhà thơ làm tổng bí thư ("làm bí thư hoài có bí thơ") từ đây.

Nhưng Đỗ Mười sang Phnom Penh lại triệu tập toàn thể chuyên gia ta trong B68 đến đại sứ quán của Ngô Điền nói đổi tiền là thắng lợi cực kỳ to lớn. Cụ một tay chống nạnh, một tay xỉa liên hồi vào cán bộ đầy bên dưới giải thích: Tổng ngân sách đang có 1, nhớ nhá, có mỗi 1 thôi, thế mà chỉ một phát liền vọt lên thành 10! Một phát thôi, nhanh như thế hỏi đã có ghê chưa!

Lạy thày, ghê thật. Cái gì thày cũng (đỗ) đạt mười hết. Từ chĩa cả mười ngón tay vào cán bộ để dạy dỗ, sai phái.

Dân đã cất lên một công trình ngôn ngữ tuyệt hảo – chữ này nhập của Sài Gòn, như chữ *xịn, hết ý, chí cốt, bồ, nhậu, lai rai, ghế* (là đít con gái chứ không phải là lãnh đạo.)..

Hữu Mười Phương Nguyên Liệu Kiệt
Cụ Hồ ra đi để lại Ba Đồng Chinh Bằng Tôn

Tầng trên của lâu đài ngôn ngữ này gồm tên sáu vị phó thủ tướng: Tố Hữu, Đỗ Mười, Trần Phương, Đồng Sĩ Nguyên, Vũ Đình Liệu và Võ Văn Kiệt. Có mười phương [trời] mà nguyên liệu kiệt [hết]. Thế mà trong sáu vị bị yểm bùa này rồi vẫn nhấc lên được một tổng bí thư và một thủ tướng. Nguyễn Văn Linh đã từng ca cẩm với Ung Văn Khiêm nay Đảng tìm nhân sự kế thừa mà như thắp đuốc đi vồ ếch.

Tầng trệt dành cho Ba Duẩn, Phạm Văn Đồng, Trường Chinh, Nguyễn Lương Bằng, Tôn Đức Thắng.

Dân gọi là Nhà nước *Ba Đồng Chinh.*

Rồi mong *Bao giờ hồ cạn đồng khô...*

Năm 1961, trong một hội nghị "trí thức," Phạm Văn Đồng mạt sát phương Tây là "vật chất, vật chất, vật chất khốn nạn," ca ngợi phương đông là "tinh thần, tinh thần, tinh thần cao qúy." Bất chấp nghị quyết Đảng lần 3 vừa nói phải ra sức xây dựng cơ sở vật chất cho chủ nghĩa xã hội! Đồng đề cao tinh thần là vì thấy tại mình mà dân bị treo mõm dữ quá. Dân bèn cho ông một tên riêng Phạm (phải) Văn (bài) Đồng (tiền) nên lương ông cho cán bộ, công nhân chỉ cần để ăn 10 ngày. Kỳ dư sống cao quý với nhau bằng các thứ mánh mung đê tiện.

Nhờ tinh thần cao quý, dân có óc sáng tạo thật đáng nể. Các thiết chế chính trị, các bộ trong chính phủ đều được dân cho chung một họ vương giả. *Tôn Thất Nghiệp (*Bộ lao động,) *Tôn Thất Bát (*Bộnông nghiệp,) *Tôn Thất Thểu* (Bộ giao thông,) *Tôn Thất Thoát* (Bộ xây dựng,) *Tôn Thất Học* (Bộ giáo dục,) *Tôn Thất Thiệt* (Bộ thông tin,) *Tôn Thất Luật* (Bộ tư pháp,) *Tôn Thất Đức* (Bộ Công an,) *Tôn Thất Nghĩa* (Bộ Thương binh,) *Tôn Thất Tiết* (Hội phụ nữ,) *Tôn Thất Lễ* (Đoàn thanh niên,) *Tôn Thất Quyền* (Quốc hội,) dân là *Tôn Thất Vía* còn Đảng là *Tôn Thất Tiệt.*

Xuân Giáp Tý, 1984, xã luận báo *Nhân Dân* phân tích:

"Ba năm qua, cách mạng nước ta đã hình thành một cục diện mới, một thế đi lên ngày một vững chắc. Cái thế của cách mạng nước ta và cả cách mạng ba nước Đông Dương vững chắc chưa từng có. Âm mưu của kẻ thù phá hoại, bóp nghẹt, lật đổ đã phá sản. Rõ ràng cách mạng đang đứng trước bước ngoặt mới, tiền đề và điều kiện của một thời kỳ phát triển mới. Tinh thần sáng tạo của chủ nghĩa anh hùng là đặc trưng phong trào cách mạng của quần chúng. Ý chí cách mạng quyết định sự phát triển của một dân tộc".

Rỗng nên om xòm như truyền thống. Tôi vụt nhớ Hồng Hà sau Đại hội 5 báo cáo trước toàn cơ quan báo tình hình đại hội. Nói đến nhân sự, anh nghẹn ngào khóc: "Xin báo cáo với các anh chị là tôi đã được trúng cử vào Trung ương".

Lần khóc công khai minh bạch đầu tiên là khi anh cảm tạ Mao Chủ tịch đã mở mắt cho anh thấy Liên Xô phản bội đầu hàng. Thiếu lần khi ta ra *Sách Trắng* lẽ ra nên khóc thú tội đã tin yêu Mao.

Nhưng phải công nhận Hồng Hà đã có lần nói hay. Bữa ấy anh nói trước toàn cơ quan về chiến thắng của Chiến dịch Hồ Chí Minh. Kể: Khi quân ta tràn từ Tây Nguyên xuống, Bộ chính trị chỉ thị nếu B52 Mỹ nó cất cánh ở Guam thì lập tức rút...

Chỉ có thể nói là có biết hãi. Và phương châm là vừa đánh vừa mò.

Khi *Sách Trắng* tố cáo Mao, tôi đùa bảo Minh Việt, Lê Đạt: Muốn thế giới và dân khâm phục Đảng ta đạo đức, văn minh chả khó gì. Để ra một ngày cả nước khóc nhận lỗi đã từng mê mết Mao dài dài. Bao nhiêu đội nhạc hiếu huy động hết ra tấu vĩnh biệt một thời mụ mị.

– Bao giờ thôi mụ mị mày, Lê Đạt hất đầu?

Nói lại một chút về đổi tiền. Tôi nghe thư ký một cốp cho hay trước khi đổi tiền Trường Chinh đã thư gửi Lê Duẩn,

Phạm Văn Đồng, Tố Hữu đề nghị hoãn vì không có lợi nhưng các vị kia trả lời đã "cưỡi lưng cọp" rồi, không thể ngừng. Trường Chinh bèn ký lệnh đổi tiền với tư cách Chủ tịch Quốc hội. Sau này Trường Chinh nói với mấy thư ký rằng ông biết sẽ gay go nhưng phải tuân theo nguyên tắc tập trung dân chủ. Tôi chợt hiểu ra lý do vì sao đang "đồng chí Khroutchev có gì mà chửi đồng chí ấy," ông đã lại "điểm chỉ" vào Nghị quyết 9. Tôi bảo anh bạn cho hay tin này: Nghĩa là khi tập thể bị kim la xắng téng anh cũng phải lây theo cho được nhất trí vững bền theo nguyên tắc tập trung dân chủ!

Trong khi bóng đen của khủng hoảng phủ lên từng gia đình, từng cái thân còm cõi các cháu bé thì cái u tiền liệt tuyến của Lê Duẩn cũng to ra. Đồn là Duẩn đã chấm Tố Hữu làm kế cận. 1967 – 68, Duẩn có ý đưa Tố Hữu vào phụ trách Bình – Trị – Thiên cho nhà thơ rèn luyện. Nhưng rồi với cớ gì không rõ, nhà thơ vẫn ở Hà Nội, không "đi thực tế" như ông thường giục giã văn nghệ sĩ. Nên ra đời hai câu thơ:

Nhà càng lộng gió thơ càng nhạt Máu ở chiến trường, hoa ở đây.

Dư luận réo tội Tố Hữu nhiều quá, Hoàng Tùng trong một hội nghị chủ báo đã phải đe: "Nhà đang cháy thì xúm lại mà chữa chứ không được phép chất vấn ai gây ra." Tô Hòa, báo *Sài Gòn Giải Phóng* đứng lên nói: " Bành trướng Bắc Kinh hay phản động làm cháy thì là chuyện khác, rõ rồi, nhưng đây là ta làm cháy thì phải cho hỏi chứ." Hoàng Tùng im.

Nghe Tô Hòa, tôi không thể không nhớ lại hồi giữa 1950, Hoàng Tùng từ Ban thi đua ái quốc của cụ Tôn Đức Thắng tận xó xã Báo Đáp Yên Bái đến phụ trách *Sự Thật*, sát nách tổng bí thư. Mới về còn chân ướt chân ráo, ông cho đăng lên báo ngay một khung thông báo tên tuổi tổng biên tập và các ủy viên tòa soạn. Trường Chinh sạc luôn. Ai khiến? Ai bảo ra thông báo? Sau đại hội 2, Tố Hữu về làm tổng biên tập *Sự Thật*, Hoàng Tùng sang học Trường Đảng Bắc Kinh. Lòng mong ước làm báo từ lâu của Hoàng Tùng thế là chưa được thỏa. Phải mãi tới đầu 1954. Bọn tôi bảo nhau vì ông thích lộ diện sớm quá.

Lại một chuyện nữa.

Khoảng tháng 5 tháng 6 – 1960, Hoàng Tùng chưa vào được Trung ương, cùng tôi đạp xe lên Tố Hữu nhưng Tố Hữu vắng nhà. Hoàng Tùng lấy danh thiếp viết "Tôi và Trần Đĩnh đến nhưng ngài đã xa giá đi…" rồi đưa tôi xem.

Chúng tôi ra đến cổng vừa vặn máy chiếc Pobieda (hay Pobeda, tiền thân của xe Volga, Liên Xô – BT) thì Tố Hữu về. Vào nhà cầm danh thiếp lên đọc, Tố Hữu sầm ngay mặt, liệng tấm thiếp xuống bàn. Tôi chợt thương Hoàng Tùng và nhớ đến Kỳ Vân nói: Trong tù vẫn đùa chộp cu nhau mà sau 1945, gặp nhau mình đã phải báo cáo nó với xin chỉ thị. "Nó" đây là chỉ cấp trên nói chung. Tôi thì nghĩ: với đồng chí còn hơn thua thế thì làm đày tớ cho dân chắc khó khăn đây.

Trên kia tôi đã nói tới nỗi tủi khi nghe con của Lê Liêm kể tội chủ nghĩa. Còn tủi là còn nặng nợ. Theo nó mãi rồi! Vả chăng trước mắt tôi vẫn óng ánh Kadar (tổng bí thư Đảng xã hội công nhân Hungary – BT,) Dubcek (Bí thư thứ nhất Đảng cộng sản Tiệp Khắc – BT) rồi nữa Gorbachev, các ông cho thấy còn rất đáng hy vọng! Mộng tưởng không trọng lượng nhưng đè sập biết bao đời người.

Người ta tổng kết tôi đã bị "tà thư" làm cho hư hỏng. Tôi không mấy bận tâm vì đã đem tri thức ra chia địch – ta thì khỏi nói. Hơn nữa, tôi không cho rằng nghĩ trái lại Đảng trong chuyện theo Mao phát động chiến tranh là hư! Tôi phản đối Đảng vì vào lúc gay go nhất tôi đã thấy Đảng xa rời lẽ phải. Đánh Mỹ có là lẽ sống còn trước mắt của đất nước không? Với tôi, ủng hộ lẽ phải lớn hơn hết. Vả chăng, đến nay tôi đã thấy "tà thư" đầu tiên đích thực với tôi là chính bản thân đường lối chính sách bạo lực, các nghị quyết sai lầm chết người của Đảng. Đó, cải cách ruộng đất, sùng bái Mao, đàn áp trí thức, văn nghệ sĩ, nhà khoa học, sính chiến tranh... Đối nội với dân thì cứng thế nhưng đối Trung Quốc, Liên Xô lại nhũn thế. Khoan nói tới chủ nghĩa Lê-nin và kim chỉ nam tư tưởng Mao mà hãy nói tới các cái nhỏ. Bất kỳ gì của hai ông anh là sẵn sàng nâng niu, học tập. Thí dụ một dạo Hà Nội nhảy sang đứng chung múi giờ với Bắc Kinh cho tiện phối hợp chiến đấu. Nghĩ ra thấy chữ "theo" của Việt Nam rất hay. Phó từ *"với"* của Anh và Pháp không như phó từ *"theo"* của Việt Nam có cả nghĩa đàn em, lép vế. Đi theo, nghe theo, làm theo, ăn theo, thằng bé này anh nó đi ỉa là nó cũng ỉa theo. Ỉa theo nghe thấy có mùi vị sùng bái hít hà, không bình đẳng như ỉa cùng.

Phải nói tà thư ghê gớm đầu tiên tôi đọc là *Từ số không đến vô định* của Arthur Koestler. Phải nói là đọc trộm - tôi tình cờ thấy nó ở một góc bày sách ngoại văn cũ kỹ ở thư viện Đại học Bắc Kinh. Tôi đứng xem tại chỗ. Đọc hai giờ, nhét nó vào dưới một chồng tạp chí Pháp, khuất nẻo và hôm sau đến lấy ra đọc tiếp. Một địa chấn với tôi. Rồi tà thư *Những ý kiến trái khoáy* thu thập các bài báo Gorki đăng trên báo *Tân sinh hoạt* do Gorki chủ biên trong hai năm 1917 đến 1918 ngay từ những ngày đầu Cách mạng Tháng Mười phê phán ác liệt đích danh Lê-nin và Đảng cộng sản bôn-sơ-vích. Vợ Lê-nin đã ký lệnh đình bản tờ báo. Bài báo *Khúc van-xơ của những vĩnh biệt* của Aragon cũng là nhát búa quạng sập thêm nữa những mảng bê tông còn lắt lẻo trên mái hầm boong-ke ý hệ ở tôi. *Les lettres francaises,* báo *Văn chương Pháp* do Aragon chủ biên đóng cửa. Nó không nhận dối trá là sự thật nên Liên Xô đã cắt tiền bao thầu. Aragon viết bài vĩnh biệt trên số báo khai tử: "Tôi đã nhìn thấy đáy vực. Tôi đã hủy đời tôi, có thế mà thôi".

Lê Văn Viện, bố ca sĩ Hồng Nhung, làm ở đại sứ quán Ấn Độ photocopy cho tôi sáu bảy trang *Time* 1982 phân tích ba nguyên nhân cơ bản (trong đó có vấn đề dân tộc) khiến Liên Xô tất yếu sụp. Tôi giữ sáu bảy trang đó cho tới tận bây giờ.

Một "tà thư" làm tôi cảm kích: Albert Camus nói trong tiệc chiêu đãi của Hoàng gia Thụy Điển nhân ông nhận giải Nobel. Ông nói: "Văn nghệ chỉ phục vụ chân lý và phục vụ tự do. Nhà văn có hai gánh nặng khó cáng đáng là không chịu nói dối về những cái hắn ta biết và chống lại áp bức".

"Tà thư" có sức lôi cuốn vì nó đánh thức lòng trung thực ở con người. Và lòng trung thực có lẽ là hồn cốt của phẩm chất người. "Tà thư" chính là lương tri của thế giới, của loài người. Nếu biết sớm đón nhận "tà thư," chúng ta sẽ không "trí phú địa hào, đào tận gốc trốc tận rễ" và cái cách ruộng đất với những buổi đấu tố, những cọc trói người sắp đem bắn và thói gian dối, trí trá.

Có một số *Le Monde* tuyệt vời. Hai trang dày đăng bốn năm chuyện dưới đầu đề chung *Những chuyện không thật ở Việt Nam.* Tác giả: Van Dulik. Tiếu lâm chính trị Việt Nam.

Tôi kể ra ở đây hai mẩu.

Buồn đất nước kém cỏi, Bác Hồ bèn bỏ lăng ra đi tìm đường cứu nước *lần thứ hai.* Vào Nhà Rồng. Xuống một cái tàu. Thủy thủ đuổi: đi đi lão già. Nói: Tôi muốn xuất ngoại, xưa tôi đã đi, miễn là có ý chí và hai bàn tay lao động. – Thôi ông già, bây giờ phải tiền đâu trong túi thời ra! Bác lại lọ mọ về lăng. Leo lên bóc chữ *Không có gì quý hơn độc lập tự do* mang đi để *"đầu tiên."* Tới Quận 5, mời Ba Tàu mua. Ba Tàu thử xong mắng: – Vàng dỏm cái lão này... Bác lại về lăng. Đánh thức Bộ chính trị dậy nói các chú bảo mấy chữ này là vàng mà chả có chữ nào xài được! Nói dối cả với dân, với Bác.

Chuyện nữa về chuyến tuần thú bằng máy bay trực thăng của Lê Duẩn, Trường Chinh, Phạm Văn Đồng, Võ Nguyên Giáp. Trước cảnh hoang tàn của đất nước nhìn từ trên cao, Lê Duẩn động lòng trắc ẩn nói: Tôi có 100 đồng đây, tôi xung phong ném xuống, ai nhặt được thì ít ra cũng có một người biết thế nào là hạnh phúc. Đồng bèn nói: Xịn đổi ra tôi thì được những 100 nhà hạnh phúc cơ. Trường Chinh lại nói: Thế thì đổi ra tôi. Những 1000 nhà hạnh phúc đấy. Đang mải tranh luận cách nào hạnh phúc cho dân hơn cả thì đoàn phi hành bảo nhau: Ném cả bốn xuống thì toàn dân hạnh phúc!

Tờ báo bị tịch thu ngay lập tức. Quá xá tà thư. Tôi kịp đọc ở Ban quốc tế báo *Nhân Dân*. Đúng là ngưu tầm ngưu thật. Bao nhiêu người đọc mà như không, riêng tôi xúc động. Và mừng. Thế giới đã nhòm đến cái đáy huyệt tối om này.

Vài năm sau, tác giả Van Dulik đến Sài Gòn đã gặp tôi mấy lần. Và không ngờ ba chục năm tôi gặp lại tác giả ở Sài Gòn

* * *

Chính Yên phát hiện ra bị tiểu đường. Bất hạnh này không ngờ chấm dứt đời anh mau quá.

Chính Yên luôn thiếu và đói. Trong những năm 60, một lần họp chi bộ, tôi đã mạn phép kể tài sản nhà Chính Yên mà tôi thấy. Cốt nói rằng chúng ta quá khổ. Một tối tôi đến chơi, thấy Chính Yên quần đùi lá tọa cởi trần ngồi xếp bằng tròn trên phản cá ngựa kéo violon cho hai đứa con gái lên sáu và lên ba cầm hai cái mê nón rách bươm múa xòe Thái. *Tì tà tí tí ti, con tôi nó lấy con bà, hai đứa chúng cùng ê no, bà về trình bày với ông, tối nay ra đình liên hoan...* Trên mặt sau cánh cửa gỗ lim (bố anh xưa là quan huyện,) hai dòng phấn nắn nót viết: Guốc Chi mua ngày... tháng... cố đi đến tháng... Guốc Ánh mua ngày... tháng... cố đi đến... Cương lĩnh phấn đấu trao cho bốn bàn chân trẻ thơ thật sự làm tôi rớm nước mắt. Tôi nói tiếp ở chi bộ: Cả nhà Chính Yên có một chùm chìa khóa gồm ba cái. Một cho cửa phòng, một cho khoá xe đạp vợ anh ấy và cái thứ ba là cái chìa dự trữ của khóa xe đạp.

Một hôm Chính Yên nói với tôi về tai họa lý lịch hiện vẫn bám lấy nhà anh. Thằng con cả của anh cả Chính Yên tốt nghiệp đại học với một lý lịch ghi rành rành: gia đình nhiều phần tử chống đối và bản thân thì vô chính phủ, tự do chủ nghĩa. Người cháu này phạm tội họp lớp, vì trong lúc ai cũng ca ngợi nhờ Đảng mà được vào đại học thì cháu lại nói lẽ ra cháu theo chú, theo cô sang Pháp học từ 1953 nhưng mẹ không cho, sợ lấy vợ Pháp thì mất con! Chưa hết, cô em út anh luôn đổ tội cho bố quan lại khiến người đại úy yêu cô cứ bị ngăn cản lấy cô và bi kịch gia đình nổ ra...

Tôi bất bình nhưng không dám nêu lên chuyện chính trị bèn quặt sang chuyện nghèo.

Bệnh hai năm, Chính Yên vào Sài Gòn và biệt tin. Tháng 7 – 1984, tôi vào Sài Gòn, hỏi tin anh thì đâu cũng lắc. Tôi đã nghĩ chắc cha này định học tổng thống Pháp Pompidou mong được chết trang nhã như một con vật, không cho ai biết, không cho ai đưa. Thì một chiều mưa rất to, cháu gái Chính Yên ướt hết đến đưa tôi cái thư. "Anh cả mình cho biết Đĩnh vào, mình mừng quá, đến với mình đi. Mình ở bệnh viện Nguyễn Trãi... Thư là cháu đưa thư này, cái Hiền viết hộ. Mình không viết được nữa".

Tôi đến gặp ngay. Chính Yên cười yếu ớt, nói: Đĩnh nhớ là với mình Đĩnh luôn là một liều thuốc bổ... Mình vui quá... Hình như mình bị sốt rét. Da vàng lắm không?

Tố Anh, vợ anh theo chồng chăm sóc.

Hôm sau tôi đến. Thì anh đã xuống phòng cấp cứu. Cười nhợt nhạt. Tôi đi đến thì giơ tay: *Ne t'approche pas de moi.* – Đừng đến gần, Gan áp xe mất rồi". Tôi cứ đến. Lại cười nhè nhẹ: *"Plus d'érection,* – liệt cu hoàn toàn rồi".

Cho biết nhờ tôi cho tin, báo *Nhân Dân* đã đến thăm và yêu cầu anh phải ra Hà Nội điều trị. "Tớ bảo rồi, tớ bị đưa ra Hà Nội là tớ nhảy lầu." Không hiểu sao sợ Hà Nội thế.

Chính Yên về Hà Nội một tuần thì chết. Dao vừa chích, mủ đầy gan đã trào ra. Tôi không được đưa anh bạn. Khi ra lại Hà nội, việc đầu tiên là tôi chở Lê Đạt đi thăm mộ Chính

Yên. Rồi về nhà Chính Yên thắp hương. Lê Đạt viết vào sổ tang: *Lần này là lần duy nhất, Chính Yên đi không có bài về, Xe nghĩa ầm ì, Trang trắng khóc người đi...*

Tố Anh nói ở tang lễ, khi Bùi Tín thay mặt Ban biên tập lên điếu văn ca tụng Chính Yên thì chị đã giằng lấy micro nói: "Giá ngày nhà tôi còn sống mà nghe được những lời nhân nghĩa ông nói hôm nay thì nhà tôi đâu có..." Người ta vội kéo chị ra chỗ khác. Nửa tháng sau, chị đến gặp phó tổng biên tập Bùi Tín, nhờ giải quyết một vài việc liên quan đến chồng đã chết. "Gớm sao hôm nay lão ta hách kinh khủng thế chứ? Mặt lạnh như tiền..."

Sáng 49 ngày, tôi đến thắp hương. Nhìn mãi ảnh Chính Yên. Hai mắt vằng vặc thách thức. Tôi chợt nhớ một sáng họp cơ quan, Hoàng Tùng mạt sát bọn xét lại sợ chiến tranh không dám đánh Mỹ. Chính Yên ngồi bên tôi hí húi ghi. Anh mắc tật không cái gì không ghi. Hoàng Tùng bèn nhìn anh nói: Ghi đi, để rồi sau này bắt bẻ, ừ, cứ ghi đi. Chính Yên dừng tay nhìn Hoàng Tùng và lại cúi xuống, ghi tiếp. Con mắt nhìn giây phút ấy đã vào bức ảnh này.

Gần đây, Tố Anh mời tôi đến dự sinh nhật chị. Tôi rủ Vũ Cận cùng đến. Chị hỏi tôi: Xưa tôi nói tại anh Chính Yên theo anh chửi Mao nên khổ, anh còn giận không?

– Chị còn bảo Chính Yên là anh còn cứ chơi với Việt gian phản động Trần Đĩnh thì gia đình, vợ con anh còn chết. Chính Yên mách tôi. Giận sao tôi lại ngồi đây.

Chính Yên ghi chép hàng ngày hàng chục năm ròng. Sổ tay đến cả trăm tập, cùng một khổ giấy, đóng khâu cẩn thận. Anh mấy lần nói: "Mình nhờ Trần Đĩnh sửa cho mình và in!" Tôi nhận lời. Dặn cả con trai út anh giữ cẩn thận cho tôi. Không may, rồi hết sạch.

Những ngày cuối 1963 chờ cơn bão Nghị quyết 9 sắp phát động chiến tranh đánh Mỹ, tôi rất buồn. Đã nhờ Chính Yên viết lời mấy bài hát để tôi coi mà hát với anh trong phòng làm việc của tôi nhìn xuống mấy hiệu làm đầu Miwaco, Tân Trang Hàng Trống mưa dầm lê thê.

*Si tu veux me dire au – revoir/ Fais – le demain mais pas ce soir (*Nếu em muốn nói chia tay thì để mai, chớ tối na..*)*

Rồi *Sweet songs of spring were sung/ And music was never so gay/ You told me you love me/ When we were young one day.* (Xuân khúc ngọt ngào đã hát lên, Âm nhạc chưa bao giờ vui đến thế, Em nói em yêu anh, Hồi hai chúng mình đầu xanh.)

Những tình ca chia ly nghe lúc ê chề chính trị chợt an ủi lạ. Coi Đảng như người con gái mình say đắm. Nhưng rồi nó đá mình! Mà mình thì chưa đủ đoạn tình để đá lại nó. Mết quá, muốn nức nở. Nức nở một mình, chứ không với nó. Bắt đầu biết tự trọng hơn. Là đã bớt trọng nó.

Trong biên bản khai cung năm 1968, tôi viết: Chân lý Mác Lê nay như một vòm pha lê vỡ vụn, mỗi anh nhận một mảnh và bảo đó là chân lý chung. Tôi nhìn Đảng như một quái vật hai đầu, một đầu của cô gái xinh đẹp là cuộc tổng khởi nghĩa, và một đầu nghiệt ngã, dữ dằn là Đảng hiện nay. Có khi muốn đẩy cái đầu dữ đi thì đầu cô gái mà tôi mê lại khuyên ráng chịu.

Chương mười ba

Lần vào Sài Gòn nhân 49 ngày bố mất, qua Vấn tôi quen Ung Văn Khiêm. Anh có sức hút đặc biệt. Điển hình Nam Bộ, ngay thẳng, cởi mở, bình dân và trí thức. Tiếng Pháp giọng đặc Pháp. Anh là một trong mấy người Thanh niên Cách mạng Đồng chí hội đầu tiên của Nam bộ. Rất thân thiết với anh, Mỹ Điền cho tôi hay đầu năm 1930 Ung Văn Khiêm đã đi Macao để dự hội nghị thống nhất đảng như Lê Duẩn nhưng rồi lỡ. Tôi bảo Mỹ Điền rằng tuyên truyền 30 năm thành lập đảng trên báo *Nhân Dân*, tôi đã gặp và hỏi kỹ Trịnh Đình Cửu và Trần Văn Cung nhưng không thấy hai người này nói đến Khiêm. Mỹ Điền nói vì đường xá cách trở, Khiêm đi bị muộn và hơn nữa người ta không mấy khoái anh xuất thân địa chủ An Giang.

Khiêm và tôi đã chuyện hàng buổi. Anh bật mí những chuyện có thể gọi là tày đình. Theo anh, nạn nhân đầu tiên, *numéro un*, của vụ xét lại ở ta là Cụ Hồ. Kìa, Cụ không biểu quyết thì ngay sau Nghị quyết 9 Bộ chính trị thông báo từ nay vì sức khoẻ, Bác không sinh hoạt Bộ chính trị nữa, biết hông? Hay chuyện có lần Ông Cụ gặp chuyện rắc rối ở khách sạn bên Nam Tư, bộ trưởng ngoại giao là anh phải ở lại thêm nửa tháng để giải quyết cho im ắng rồi sau về nước một mình. Hay chuyện Cụ đưa Khiêm bản Tuyên bố chung với Novotny chủ tịch Tiệp do Khiêm thảo mà chính tay Cụ đã viết thêm bằng mực đỏ vào đó những câu mang tinh thần hòa bình của Tuyên bố của hội nghị 82 đảng, những câu rồi bị lên án và phế bỏ.

– Nghĩa là Cụ không tán thành theo Mao phát động chiến tranh, tôi hỏi. Hay là Cụ ném hỏa mù giấu ý đồ đánh Mỹ? Nếu ném hỏa mù thì sao Duẩn lại chơi Cụ? Nếu ném hỏa mù thì sao ở Hội nghị Trung ương lần 9 Cụ lại không biểu quyết?

Trên chóp bu đảng ông chẳng bà chuộc ầm ầm mà dân mù tịt! Lãnh đạo thế này thì sướng thật, tôi nghĩ thầm.

Năm ấy bầu bạn vào Sài Gòn đông. Lê Liêm, Đào Phan, Lê Trọng Nghĩa, Chu Đình Xương, Kiến Giang. Đào Phan và tôi cứ cách nhật lại thượng năm tầng lầu lên tọa đàm với Lê Liêm đang ở nhà Công, con trai, gần bùng binh Dân Chủ. Ung Văn Khiêm thường đi xuống các tỉnh xem tình hình. Thành ủy Sài Gòn cho anh một chiếc xe *La Dalat* và cấp xăng dầu đầy đủ.

Vừa hết chiến tranh, Nguyễn Văn Linh đã kéo ngay Khiêm về Sài Gòn. "Chờ cái gì mà chờ, xong nhiệm vụ thì về chớ! Ô hay, lại còn hỏi về thế nào? Về với tôi, Linh nói. Ra máy bay ngay bây giờ. Kìa, khổ, lại còn nói chưa thu dọn đồ đạc. Vất lại hết. Không lấy cái gì ở ngoài này cả. Vào khắc có tất..."

Rõ là Linh biệt nhãn với Khiêm. Nhưng Mỹ Điền lại nói chính Võ Văn Kiệt mời về, tri ân Khiêm dìu dắt ngày trước. Và điều này trong một thời gian đã làm tôi nhìn không đúng bản chất chính trị của Linh.

Ở Sài Gòn, Lê Liêm nhiều lúc đã tỏ ra yếu. Một lần anh và tôi đạp xe đi lòng vòng cả sáng, anh hất đầu chỉ một cái hẻm quãng giữa Võ Di Nguy và Cầu Kiệu, Phú Nhuận. Chúng tôi rẽ vào. Và lạc mãi trong cái mê cung những ngõ hẻm chỉ vừa lọt một xe đạp mà hàng quán vui tíu tít trong không khí sặc mùi cống rãnh lành lạnh tanh tanh và trẻ con hàng đàn. Ra khỏi đó, mặt anh tái mét, hai môi trắng bệch. Đứng trước một vi la đầy hoa giấy thở hồi lâu mới bình thường lại.

Một hôm, tôi và Đinh Văn Đảng đến anh. Người trực cổng chung cư Nam Kỳ Khởi Nghĩa gần bùng binh Dân Chủ nói ngay: Bác ấy đi cấp cứu rồi.

Tôi lập tức đến Vấn rồi hai chúng tôi đến báo Ung Văn Khiêm. Rồi xuống bệnh viện Thống Nhất. Co thắt động mạch não. Không nghiêm trọng. Lê Liêm vẫn tươi tỉnh.

Sáng sau, Ung Văn Khiêm đến nhà kéo tôi đi thăm. Chiếc *La Dalat* trắng bé xíu, ghế giả mây đan đu đưa như võng.

Xe chạy, Khiêm nói anh vừa nhận được giấy của Ban tổ chức trung ương mời đi Đức nghỉ. Năm ngoái đã mời đi Liên Xô nhưng anh từ chối. Năm nay lại mời? "Ông thấy sao? À, Hương phó ban ký, phải Mười Hương không?"

Tôi hất đầu về anh lái xe. (Khiêm nói: Người nhà.)

– Không phải Mười Hương, tôi nói. Sao anh từ chối?

– Mấy đứa chúng nó bảo ngoài ấy không tốt, ra làm gì. Cậu Sáu Dân, Võ Văn Kiệt ấy, nó ngăn mình đi. Đi để ném hỏa mù cho Liên Xô nghĩ là họ đã tốt với anh ư? Cũng có đứa nói anh đi với đoàn nó có kỷ luật ngăn gặp gỡ thì làm được gì.

– Thế lần này sao?

– Cũng từ chối.

– Theo tôi, anh cứ đi. Nhà ngoại giao cỡ anh đi ra ngoài là cọp về rừng. Sợ hoả mù ư? Hỏa mù phải có người ném. Ung Văn Khiêm không ném thì ai ném hộ được? Còn kỷ luật đoàn? Liên Xô là chủ, nó có hàng vạn mẹo để móc anh ra khỏi cái đoàn ho hen phần lớn đã từng chửi cha chửi cụ nó chứ anh. Nó lấy cớ tiếp kiến, chiêu đãi người được huân chương Lê–nin rồi đấm mõm mỗi vị trong đoàn một quạt tai voi thì đoàn trưởng nào của ta dám cấm? Năm nọ, một đoàn điện ảnh Liên Xô sang Hà Nội nói muốn gặp Lê Liêm. Anh Liêm từ chối. Gặp cả lũ cả lĩ ở trụ sở Hội điện ảnh thì nói năng cái gì, anh bảo tôi thế. Tôi tán thành anh Liêm. Xuân

Trường, thứ trưởng văn hóa sang Liên Xô, khi người ta hỏi thăm Lê Liêm đều bịa rằng Lê Liêm vẫn làm việc bình thường. Đấy chỉ có họ mới rắc hỏa mù được về ta.

– Ừ, chúng nó, Sáu Dân, lại mách mình đừng đi, Khiêm ngập ngừng rồi nói. Cậu Sáu Dân này nó yêu mình lắm. Lúc mình đang lao đao, nó ra Bắc đã dám đề nghị Bộ chính trị "cho anh Khiêm về lãnh đạo miền Nam chúng tôi" cơ mà!

Xe đỗ ở cổng bệnh viện. Khiêm vừa xuống xe lập tức chìm nghỉm vào giữa đám bệnh nhân đang dạo chơi trong sân. Tôi lùi lại nghĩ, giá ngày nào sắp Nghị quyết 9, anh em trong Nam cũng quây lại bảo vệ cho Khiêm thế này?

Đến bên giường Lê Liêm. Ung Văn Khiêm giơ tay trái lên ngang vai, co lại chào kiểu vô sản. Kiên cường, kiên cường...

– Có tin gì không, Liêm hỏi ngay?

Đặng Kim Giang, Minh Việt bệnh nặng hễ thấy tôi đều "có tin gì không?" thay cho chào. Sự khao khát thông tin này nghĩ lại mới thấy thật là tội nghiệp.

Khiêm lắc đầu. Tôi nói: Có đấy! Dính dáng đến anh Khiêm.

Khiêm "há" một cái nhìn tôi. – Ban tổ chức từ năm ngoái gửi liền hai giấy vào mời anh Khiêm đi nghỉ ở Liên Xô và Đức. Tôi thấy là một động thái đáng chú ý.

– Vậy nên thế nào, Khiêm cười hỏi Liêm?

– Hỏi Đĩnh ấy, Liêm nói.

Tôi nói lại ý cọp về rừng. Liêm gật đầu: Mình tán thành.

Hôm sau, Khiêm lại *La Dalat* ghế đu đưa như võng đến đón tôi thăm Liêm. Chào vô sản xong, kiễng chân móc túi quần lấy ra một xấp giấy bạc đưa cho Liêm: "Cần gì thì tiêu nghen... chẳng có được nhiều".

Tôi nghĩ ngay đến hình ảnh chị Khiêm tóc bạc phơ sáng sáng thường ngồi bên mẹt khế trước cửa nhà số 222 Điện

Biên Phủ bán cho có đồng ra đồng vào. Cùng với Lý Tự Trọng, chị là liên lạc viên đầu tiên của bí thư xứ ủy Nam bộ Ung Văn Khiêm. Nay hai anh chị già lão nuôi người con trai chạc bốn chục tuổi mắc bệnh tâm thần. Mỹ Điền bảo lúc ở Hà Nội cháu bị thày giáo đánh mà nên bệnh. Người con hay lén ra như cái bóng, nhảy tót cả hai chân lên ghế ôm lấy hai đầu gối lắc lư người nhìn bố và bạn bố, nghiêng ngửa đầu góp một cái cười ngây ngây dại dại. Rất nhanh thò tay nhót lấy một điếu thuốc đưa lên miệng. Lúc ấy bố lại trịnh trọng bật lửa dâng đến tận trước miệng hầu con. Có khi chưa kịp đôi hồi đã són ra mà chẳng biết cho đến khi sặc mùi. Tôi đã vài lần xách ghế ra vòi nước cạnh cửa ngoài đường cọ rửa...

Người bố không một lần to tiếng hay cau có, phật ý với người con không may. Không một lần xua gạt. Ngỡ như người con có đến phá đám như thế thì bệnh nhẹ đi được. Vả chăng người con cũng không quậy. Chỉ ư ứ đối thoại lành hiền với bố. Một cái bóng rất nhanh, rất lặng lẽ. Nhoáng một cái đã hiện ra vắt vẻo hai chân trên ghế nhìn bố cười cười. Kiểu như chốc chốc lại phải ra nạp vào người một lượng nhân từ, âu yếm ở mặt người bố để có sức sống tiếp.

Tôi ra Hà Nội ít lâu thì Lê Liêm cũng ra. Bệnh tình mới bị nên nhẹ, anh lại chỉ mới sáu mươi ba tuổi. Thế nhưng không hiểu thế nào bệnh cứ ngày một nặng ra. Tôi đến thăm anh, anh vẫn tập đi trong gian buồng đã từng một lần, quần đùi may-ô anh đứng chuyện với tôi, tay cầm một ca tráng men Trung Quốc ăn cơm nguội với dưa. À, mình vừa đi đánh tơ-nít về. Phải tập, có mức độ. Tim to bằng quả bưởi rồi.

Ôi vị tướng của Điện Biên Phủ, con người đôn hậu, khiêm nhường và dân chủ cực kỳ.

Sau khi tôi chuyển đến cơ ngơi mới được đám tội đồ dọn nhà và mở cõi giúp, Lê Liêm cùng Đào Phan, Lê Trọng Nghĩa đạp xe vào mừng. Này, cô Linh, tôi bảo nhá, bớt hoa đi, trồng rau nhiều vào. À, cả đường đi này cũng thu hẹp lại. Dành đất trồng rau... Cái cô này ở Điện Biên Phủ sáng sớm nào cũng đến đầu núi chỗ mình hát rất to... À, luyện âm, thế hả? Ừ, ở đấy có con suối đổ nước xuống ầm ầm, thế ra đấy thi âm lượng với tiếng thác chắc, Liêm đùa. Chỉ vào cây hoa giấy mầu cá vàng, anh nói thứ này khó trồng lắm. Nhà mình trồng không đậu. Tôi nói Từ Lâm cho tôi và đã định bụng sẽ giâm cho anh một cây.

Thế rồi anh phải vào viện. Nặng lên rất nhanh. Tôi đến luôn thấy Hương, con gái út anh, học sinh Nhạc viện Hà Nội, ngồi bóp chân bóp tay cho bố. Cậu người yêu của Hương hiền lành, nhút nhát ở sau xa một chút. Lúc ấy anh lại bảo con gái ngừng "để bố nhờ chú Đĩnh." Tôi thấy có phần nào muốn cảm thấy hơi ấm bạn bè, làm nũng. Không chỉ nhờ xoa bóp. Bảo giúp buồng bên họ vặn bé đài lại một tí nhé. Tìm cô Hiền, bác sĩ trực hộ... Một tối, điện yếu, đèn đỏ lừ một sợi dây tóc run rẩy, anh cười bảo con gái: Mai kia, tốt nghiệp ra trường, Hương nhờ chú Đĩnh tìm việc cho, chú quen nhiều lắm.

Một cử chỉ âu yếm với con gái, với tôi mà thôi. Anh thừa biết tôi giúp tôi còn chả xong.

Tối ấy xem vẻ anh bồn chồn. Những lo toan cuối cùng run rẩy, bé mọn.

Tôi thình lình nhận thư Vấn. "Anh Khiêm mời Đĩnh vào gấp. Dạo này mình chữa bệnh lai rai có tiền, mình lo cho".

Năm 1984, Ung Văn Khiêm, Vấn và tôi bàn viết hồi ký cho Khiêm. Tôi vội lên đường. Không được đưa ma Lê Liêm, người bạn tôi yêu quý như một người anh lớn.

Lê Liêm ra đi, vĩnh biệt hết, vĩnh biệt hết. Để nhận lấy những cấp phát Đảng mới đặc cách đặt ra dành riêng cho anh.

– Một, *không cho phép gọi (Lê Liêm) là đồng chí!* Hai, *không cho phép quàn ở Bộ văn hóa!* Ba, *các quan chức đang công tác không được đi đưa.*

Như Bùi Công Trừng, Lê Liêm ngăn Đảng gắn bó môi răng, theo Mao phát động chiến tranh. Để trả miếng, Đảng ngăn các anh chết được hưởng nghi lễ truyền thống, bản sắc dân tộc, hơi ấm bạn bè. Cho tới lúc chỉ còn là cái xác trần trụi mang tội nói trái lại Đảng, mày mới thấm thía thế nào là tình chí cốt anh em vô sản, hiểu chưa?

Sau này Lê Đạt bảo tôi lúc chị ruột Lê Liêm khóc gọi Huấn ơi, – cái tên bố mẹ đặt, cái tên chị đã từng mắng khi nó nhè dai, là lúc cảm động nhất. Chẳng xứ ủy, trung ương ủy viên gì hết, chẳng bí danh, mật hiệu gì hết, chẳng đồng chí, đồng tâm, đồng sàng đồng xèng gì hết, cứ mộc mạc như thế trở về với đất mà lại làm cho tất cả nghẹn ngào. May sao còn lại một cõi riêng tây ấy. Và hay sao là nó bướng nó không cho dị thể, tạp vật thọc tay vào cải tạo nó cho đúng với giai cấp luận.

Nghĩa tử là nghĩa tận. Xin cho phép được nói liền đến cái chết của Đặng Kim Giang và của Chu Đình Xương.

Chương mười bốn

Tôi quen biết Đặng Kim Giang ở nhà Kỳ Vân. (Tuy lúc vây Nà Sản, trời rét quá, anh đã ký giấy cấp cho tôi một giắc–két, tấm vải bạt và một khăn quàng len chiến lợi phẩm.) Lúc đó ngồi ở đâu người ta cũng đều hỏi tin và bàn về tình hình Cách mạng Văn hoá Trung Quốc, cuộc biến loạn phi nhân nhất của cộng sản mà Đảng Cộng sản Việt Nam phải giấu biến. Cùng môn phái võ, xấu thày hổ trò! Thế là Giang bèn hất hàm lên nói, mặt rất khoái trá như thọc được tay vào chính cái tổ con chuồn chuồn, may có chạy đằng trời. Ừ phải, nhận mình tử tế thì sao lại chí thân chí nghĩa với thằng vô nhân, khát máu như thế? Giang muốn bắt "họ phải nhè quả bồ hòn hiện đang ngậm ở trong mồm ra" như anh bảo tôi. Quả bồ hòn này phải to bằng bốn cái Nhà hát lớn.

Mấy lần gặp tôi trong bệnh viện Việt – Xô, anh vẫy gọi rất to từ trên com–măng–ca đậu xa xa: – Ê, Hồng vệ binh!

Lúc đó nghe réo cái chữ làm giật mình lên này tôi thấy như anh ném ra phấp phới cả một bồ truyền đơn. Lúc đó, Giang rất thích nói đến cách mạng văn hóa vô... học, chữ bọn tôi đặt ra. Chúng tôi biết cú này Đảng hết sức ngượng: ông anh đầu não giữ gìn sự trong sáng của chủ nghĩa và phong trào cách mạng mà lại đánh nhau loạn xà ngầu thế này a? Chúng tôi chịu là Mao giỏi ở chỗ nuôi phong trào: đầu tiên

165

lấy cớ chống tinh thần cách mạng sút giảm của đảng để xùy quần chúng ra rồi tiến đến "nã pháo vào bộ tư lệnh của bọn đi theo đường tư bản, xét lại trong lãnh đạo." Nắm được tâm lý bất mãn cùng cực của quần chúng, nhất là thanh thiếu niên đối với thảm trạng xã hội do chính Mao gây ra, Mao đã khéo tạo cho thanh thiếu niên cơ hội xả hận để mượn họ tiêu diệt các kẻ thù vốn là chiến hữu thân thiết của ông như Lưu Thiếu Kỳ, Đặng Tiểu Bình... từng cho hệ tư tưởng của ông ra khỏi điều lệ đảng. Mao có một câu lý thú: Con gà quay mang lên ngon lắm nhưng phải dùng dao cắt nó ra từng miếng ăn dần chứ không thể một nhát ăn hết ngay. Nói hoa mỹ cũng như mách Việt Cộng đánh lùi từng bước tiến lên đánh đổ toàn bộ đế quốc Mỹ cho thoáng cái Biển Đông để Mao tiến vào thay thế. Tóm lại rất tài mẹ mìn.

Tôi gặp Đặng Kim Giang một tối đến Kỳ Vân rồi kể cho hai anh một câu chuyện mới toanh trong đó Lưu Động là diễn viên chính và diễn viên chính vừa kể cho tôi sáng ấy xong. Đầu 1967, bị treo bút, Lưu Động đi Bắc Giang chơi. Gặp Tuấn, bí thư tỉnh. Chưa hay Lưu Động đã vào sổ đen, Tuấn cho biết Cụ Hồ đến Tam Môn và cho Lưu Động giấy để đến đó cùng đón Cụ. Cụ Hồ tới, chủ tịch Phương Minh Nam tiếp đón Cụ thấy Lưu Động lớ xớ cạnh đó liền kéo đi cùng. Báo *Hà Bắc* chụp ngay một ảnh có bộ ba Hồ Chủ tịch, chủ tịch Hà Bắc và Lưu Động đi giữa đám nhân dân reo vẫy. Bức ảnh bộ ba đồng hành được in ra hai chục nghìn tấm lớn để bán cho dân treo nhà. Lập tức "báo động" và người ta lệnh hủy tấm ảnh phạm quy. Lưu Động bảo tôi "nếu không thì tớ lù lù bước vào nhà dân cùng với Cụ mà trong bộ Tam Đa này thì tớ và Cụ là xét lại phản chiến." Tôi hỏi tại sao phát hiện nhanh thế. Anh nói: "À, cùng đi với Cụ lên Bắc Giang có Trần Quốc Hoàn. Chắc Hoàn rỉ tai. Nhưng sau đó Hoàn lại hẹn Lưu Động mồng bốn Tết đến chơi. Còn dặn bảo cả đám thằng Hoàng Minh Chính, thằng Minh Việt nữa cùng đến. Chỉ mình Lưu Động đến. Muốn tận mục sở thị các ông Mao ít Mao nhiều đến đâu, anh bảo tôi.

Đến nhà Hoàn, Hoàn nạt phủ đầu luôn: Các cậu chửi Đảng gớm lắm đấy nhá.

– Chúng tôi chửi Mao chứ đâu chửi Đảng.

– Thủ đoạn ranh ma của các cậu là ở đấy. Các cậu thừa biết đường lối Đảng ta và đường lối Đảng cộng sản Trung Quốc là một cho nên chửi Mao chính là các cậu chửi Đảng! Mà Mao Chủ tịch là cách mạng dám dùng bạo lực chống đế quốc sao các cậu lại chửi?

– Trần Đĩnh đọc *Nhân Dân Nhật báo* Trung Quốc nói trang nhất đăng ảnh Đặng Tiểu Bình, Bành Chân, La Thụy Khanh bị trói giật cánh khỉ quì xuống, cổ đeo bảng *Đặng Cẩu, Bành Cẩu* với *La Cẩu,* đấu và làm nhục cả tổng bí thư lẫn ủy viên Bộ chính trị bí thư Bắc Kinh và bộ trưởng công an. Như thế sao lại nói là một với ta được?

– Bạn đấu tranh nội bộ thế này là phản ánh cuộc đấu tranh địch ta trên quy mô thế giới và vì thế tất phải dùng bạo lực. Bạo lực triệt để mà trói phản động thì đã làm sao? Bên ấy không bạo lực mạnh thì làm sao thống nhất được đảng, tớ hỏi cậu? Ở ta tình hình phát triển tới lúc khéo rồi cũng phải làm như bạn.

Lưu Động thú nhận rằng nghe nói thế cũng thấy ớn xương sống.

Tôi kể đến đây, Đặng Kim Giang lè lưỡi: Kinh nhỉ! (Sau này anh nói lại chuyện này với Chính, Chính bảo tôi: Ừ rồi xem ông nào dám Cách mạng Văn hóa đeo biển *cẩu cẩu* ở ta nào? Có mà nói phét. Hắn bắn tin qua Lưu Động dọa bọn mình đấy. Lúc ấy chưa ai nghĩ là Đảng sẽ bắt tù đảng viên.)

Tôi bảo Đặng Kim Giang: Tôi ở Bắc Kinh, biết mấy ông Đặng, Bành và La này. La Thụy Khanh tiếp đoàn báo có tôi ở Thượng Hải nên xem ảnh, tôi không cầm được xúc động. Đây là ba con vật người ta vừa săn được ở rừng về, đều như thất tinh lạc hết, ba bộ mặt vô hồn cố ngửng lên chắc là theo lệnh

Hồng vệ binh, chỉ còn sáu cánh tay bị trói treo lên là như còn sinh khí... Đặng Kim Giang cứ lắc đầu, lắc đầu...

Tháng 10 – 1967, Đặng Kim Giang bị bắt ở Lim. Một trung đội lính súng ống tua tủa nhảy cả từ sau nhà vào trói nghiến rồi lôi đi ông tướng hậu cần từng lo cơm nước, súng đạn, thuốc men... cho mấy chục vạn quân lính và dân công ở Điện Biên Phủ. Tù ra, về lại Lim. Rồi chuyển tất cả nhà ra sống trong một túp nhà con ở góc sau chùa Liên Phái. Rồi nhồi máu cơ tim. Vào điều trị ở khoa lão bệnh viện Bạch Mai bằng cổng hậu nên nằm ở một gian dùng làm phòng kho.

Tôi đến. Gian phòng quá rộng, đầy những chồng giường sắt lêu nghêu toàn khung với cọc và lò xo sắt, không đệm và mình anh nằm lọt vào đó, mặt võ vàng, ngơ ngác. Vẻ mặt thì nom là một nhân vật của Samuel Beckett (nhà văn Ái Nhĩ Lan – BT) – rách nát, cùng đáy, tồi tàn – nhưng cái thế nằm, cái không khí đại hí trường lại biến anh thành một nhân vật kịch cổ Hy Lạp đang nằm chờ dàn đại hợp xướng đến diễn màn hiến sinh kết thúc.

Năm 1981, anh bị bắt lần thứ hai. Chẳng khai cung được nữa. Ì ra, mệt, ốm. Giam vài tháng thì thả. Và bệnh. Đau thắt ngực. Kiến Giang và tôi đến bệnh viện hỏi xin cho anh nằm lại. Người ta nói trên lệnh là không cho anh vào điều trị. Dứt khoát như thế. Thế chữa ở đâu? Chúng tôi khẽ hỏi. À, bệnh viện chúng tôi không có phận sự trả lời. Nghe câu này, tôi lạnh toát người. Nghĩ ngay có lẽ Đảng đã đặt lời thề mới cho y bác sĩ đất nước này khi tốt nghiệp mà tôi không biết: Ngành y không phận sự cứu chữa bọn "phản động!" Có thể lắm! Một chủ nghĩa ra đời đã xác định ngay kẻ thù phải tiêu diệt và chôn vùi thì không thể nhân đạo chung chung.

Một trận mưa quá to. Nhà dột như ở ngoài trời. Giang ngồi thu lu giữa giường chịu trận, mảnh ni lông căng trên đầu che sao cho đủ. Anh ướt hết và thế là đùng đùng lên cơn sốt. Ngày nào Giang lo cho lính Điện Biên từng hạt gạo, manh áo, đôi giầy, mảnh vải che mưa... Cảm cái ơn Giang đã chuẩn bị xe bò – "sợ nó liệt không đi được" – đánh tháo cho mình vượt ngục thoát án tử hình ở Bắc Ninh, Văn Tiến Dũng nhân dịp "chống Mao" đã cử hai trung tá đến đo đạc xây nhà cho Giang. Nhưng rồi Sáu Thọ không nghe nên Dũng đành mang tiếng nói mép.

Giang bảo tôi: Đám Mao nội địa này chống Mao bằng mép nhưng đánh chúng ta thì tới tận cái mạng.

Lê Quang Đạo rất mến Giang. Trên rừng, làm trưởng ban tuyên truyền trung ương, Đạo hay kể chuyện hai người thời bí mật cùng đi công tác thì Đạo chuyên bị Giang cho mắc xiếc. Đến hàng quán vừa ngồi, Giang đã nhanh nhẩu gọi cho "bố con tôi" hai bát nước. "Dạ, tôi dắt thằng cháu đi thi, mặt mũi nom sáng láng thế này nhưng dốt lắm chả biết có đỗ được không?" Trong khi đó, Đạo ngầm nhè mu bàn chân Giang mà giáng cho một gót đau rung đến tận óc. Bé người hơn, trẻ hơn, Đạo không thể tranh gì với Giang được ở chỗ đông.

Thì nay đều lờ đi số phận tối mù của người đồng chí thân thiết cũ. Thảo nào người ta nổ ra được Cách mạng Văn hóa. Không có tình nghĩa gì hết.

Tối hôm ấy tôi đến. Mất điện sau cơn mưa dữ. Cả khu chùa mù mịt, thê lương. Oàm oạp tiếng ễnh ương đòi trả lại chúng cái gì không rõ. Một ngọn đèn dầu với chị Mỹ lo lắng ngồi canh bên màn phủ kín. Oi nồng, ngột ngạt. Căn nhà rộng độ mười mét vuông tối tăm, ẩm ướt. "Li bì suốt thôi chú ạ... Thỉnh thoảng mới tỉnh một tí. Chả đâu nhận chữa. Vào đâu được bây giờ? Người ta lắc hết..." Chị Mỹ chợt ngừng: Kìa, hình như động đậy. Để tôi vào xem...

Lại chui ra ngay: Vẫy gọi anh đấy, tôi bảo là anh đến.

Tôi lách vào cái hầm lò hầm hập. Anh vẫn đang yếu ớt vẫy. Nói khe khẽ "tớ mong quá"...

Thay đổi quá nhanh. Vàng vọt. Gầy guộc. Râu ria lởm chởm. Anh nằm bẹt dính xuống chiếu. "Tại cái nhà dột, nhà dột ghê quá mà mưa thì quá to... cứ ngồi che áo mưa lên đầu," anh thanh minh cho sự đổ ngã của mình. Tôi nắm tay anh. Anh khẽ hỏi luôn, có tin gì không?

Ở mỗi câu hỏi bao giờ cũng thoáng chút hy vọng. Và tôi sẵn sàng tranh cãi với bất cứ ai chê cái hy vọng đó là viển vông, ngây thơ, dớ dẩn. Vâng, chúng tôi lúc đó đều như thế. Chúng tôi đã nghe thấy sự rạn nứt báo trước phải có một thay đổi, dù năm chục năm nữa. Vô luân vô lý thế này thọ sao được? Đến Đại hội 6 (1986) nó đã ra mắt ở câu "Đổi mới là sống còn của cách mạng." Vả chăng hãy sống cái cảnh Đặng Kim Giang? Cho nên tôi như có lỗi khi bảo anh: "Không có tin gì cả." Nhưng lập tức, tôi lại nói: "Có, có tin. Từ nay nước ta hai bộ trưởng ngoại giao song hành, hai văn phòng, hai ghế, một chức năng, Nguyễn Cơ Thạch và Võ Đông Giang".

Anh bóp tay tôi, hàng râu lởm chởm rung mạnh. Anh cười, mồm lặng lẽ ngoác ra rất to. "Chúng họ cấu xé nhau thế rồi cơ à?" Có lẽ đây là câu bình luận cuối cùng và ngắn gọn nhất trong đời Đặng Kim Giang.

Tôi về, chị Mỹ nói: "Những người theo anh đến đây đang lởn vởn ở sân chùa đấy. Khéo họ húc đổ xe." Hai hôm sau đưa ma Đặng Kim Giang. "Xét lại" bảy tám người ngồi trên sân chùa. Minh Việt bảo tôi: Đấy, tay đeo kính đen ngồi ở quán nước trên đường vào kia, đấy, là Huy theo dõi bọn mình đấy... Kìa, còn bốn năm tay nữa, đấy...

Nghĩa trang Văn Điển. Lèo tèo hai chục người. Đào Phan điếu văn. Rất xúc động. Tôi mới hiểu vì sao anh đã mở lớp tuyên truyền xung phong đầu tiên ở Huế và lấy chị Phan Bội Hoàn, hoa khôi trong nữ sinh Huế thời ấy. Mấy tiếng thút thít. Như khóc trộm Đặng Kim Giang.

Đào Phan giậm chân kêu to: Sao mà khóc? Chết như Đặng Kim Giang là chết vẻ vang, chết vinh dự.

Hạ huyệt rồi, chị Mỹ đứng đầu huyệt khẽ nói:

– Thôi, chào vĩnh biệt người chồng tội nghiệp của tôi...

Năm 1995, tôi giúp chị đôi phần nhỏ mọn vào cái đơn chị gửi Trung ương đảng kể "nỗi chồng," "nỗi con" và "nỗi mình." Đánh máy sao chụp cho chị. Thư này loan đi hầu như trên toàn thế giới ngay sau đó.

Ở "nỗi con," có một chuyện vừa hay vừa lạ. Một sáng chị sang tôi. Hai người ra đứng chếch tam quan Chùa Hà. Con đường gồ ghề, lởm chởm đá. Khu đô thị Nghĩa Tân xám bẩn và bãi đất rộng trước Chùa Hà là một bãi hoang tôi thường tắt qua để đến chị ở D1 (nay hai cao ốc lừng lững cả chục tầng ở đó.)

Chị bảo tôi: Chú nghe và biết thế. Chờ sau ngày 28 tháng 8 xem thế nào đã... Chuyện thế này. Tự nhiên một bà người Mỹ gặp cháu Sơn. Nhận là người của đại học Harvard muốn tìm hiểu trình độ Sơn để có thể cấp học bổng sang đó học. Đánh giá tiếng Anh của Sơn là được, sang đó đằng nào cũng học thêm, hẹn sẽ trả lời. Ba tháng sau, đến lượt một ông nói là ở ban giám hiệu gặp và nói sẽ cho Sơn sang học. Gợi ý hẳn là cháu Sơn hiện đang làm việc ở Bộ nông nghiệp nhưng sang Mỹ thì nên học quản lý kinh tế tốt hơn. Người ta lao đến xin học ở chúng tôi nhưng anh thì chúng tôi lại đi tìm. Sơn hỏi chưa biết gì về tôi, sao các ông lại đối với tôi như thế. Đáp: Chúng tôi biết hết về anh... Biết cả thí dụ anh không giỏi toán nhưng thôi sang đó củng cố sau.

Sơn đi. Tốt nghiệp về nước, làm vụ trưởng. Một bữa liên hoan cơ quan, Sơn mời mẹ đến dự. Nghe có bà Mỹ, một người đến chúc mừng: Tôi xin phép được gọi bác là bà đại tướng. Bác trai xứng đáng được nhân dân tấn phong như thế. Sau đó cả đám tiệc tíu tít đến chào mừng, chúc tụng. Nói: Thư bác gửi Trung ương là tiếng nói tiêu biểu của người vợ, người mẹ và người phụ nữ thời đại mới. Chị Mỹ bảo tôi: Hôm ấy chính nghĩa ló mặt ra chú ạ.

Một lần tôi hỏi Sơn: Bên Mỹ biết chuyện bố cháu không, theo Sơn?

– Có vẻ biết.

Có một chuyện tôi ân hận Giang không được biết. Khi tôi nói hai bộ trưởng ngoại giao song trùng, Giang cười thú vị – hàng ria bạc lởm chởm cứ rung lên.

"Chúng họ cấu xé nhau đến thế rồi cơ à?" Anh biết cấu xé trước hết vì vấn đề Trung Quốc nhưng chưa ngờ nổi rằng với ông anh chí cốt này, Đảng đã có những đối sách kỳ cục: Gọi nó là thù rồi lại ôm lấy nó. Càng không thể biết chuyện Trần Quang Cơ từ chối bộ trưởng ngoại giao mà còn viết hồi ký tố giác Đỗ Mười, Lê Đức Anh, Hồng Hà đã làm nhục quốc thể. Vậy là cái hy vọng của Đặng Kim Giang cũng không đến nỗi vớ vẩn.

* * *

Mãi sau này tôi mới biết Chu Đình Xương. Lúc đầu thú thật tôi hơi ngại anh – anh quá thoải mái, nói "cứ văng–xi–lô" – bạt mạng, như anh tự nhận. Những ngày mới quen, gặp tôi ở đâu anh cũng vờ nghiêm mặt, chỉ vào tôi lớn giọng: Bắt, thằng này phải bắt, xét lại tầm cỡ đây. Rồi cười đánh khị một cái, ôm lấy tôi.

Sau Cách mạng tháng Tám, anh bảo tôi, Sáu Thọ phân công tớ làm công an. Tớ bảo không thích làm. Không thì thằng nào? Thọ vặn lại rồi giải thích: Cậu có ba cái hợp với công an. Một là cậu biết võ, hai là cậu hay ục, ba là cậu biết tiếng Pháp, công an cần ba cái ấy lúc này. Tớ kể cho cậu chuyện này là cốt để cho cậu thấy nay họ toàn bịp, nói phét nói lác, làm như từ cái hồi ú ớ đỏ, mọi sự đều có bài bản, có kế hoạch, văn minh, khoa học đâu ra đấy cả rồi. Không đâu.

Nói phét lắm. Tớ kể chuyện tớ đây: Một hôm anh em nó báo trong trại giam có một đứa nó chửi Cụ Hồ ghê lắm. Thế là tớ hét chúng nó đưa tớ đi. Vào một xà lim giam ba đứa. Một đứa thấy tớ lại ngước mắt nhìn. Tớ lập tức xô đến tống cho hai cái vào mặt. Nó khóc ầm lên rằng: "Tôi làm gì mà ông đánh tôi?" Cậu công an lúc ấy mới chỉ vào một tay khoảng năm chục tuổi từ lúc tớ vào vẫn cứ yên lặng, nhu mì ngồi một chỗ: Báo cáo anh, thằng này chửi ạ. Còn hứng gì mà đánh phục thù cho danh dự Cụ nữa. Đấy, những chuyện như thế thì rất nhiều. Chưa kể thủ tiêu phản động. Tớ còn đưa ông Cụ đi gặp Ngô Đình Diệm và Phan Kế Toại lúc ấy bị giam trên gian áp mái của tờ *l'Action*, nay là báo *Hà Nội Mới*, rồi Ông Cụ thả hai người.

Còn chuyện này cậu biết không? Đinh Đức Thiện (em ruột Lê Đức thọ – BT) hồi đầu kháng chiến đã lập trên Việt Bắc một trại con gái để cho cán bộ đến cấp bậc nào đó đến giải quyết sinh lý, kiểu nhà thổ của lính Nhật *"xùng xục giô tô"* ấy. Nhật nó không biết tiếng ta gọi món kia là gì thì nó tượng thanh bằng *xùng xục* còn *giô tô* tiếng Nhật là tốt, cậu biết chứ? Phát tem phiếu hàng tháng, mỗi tháng mấy tem, mỗi tem một lần đại khái thế. Nghe đâu Trường Chinh nghe thấy liền bắt giải tán. Cậu bảo biên chế sở ấy vào ngạch gì được nhỉ? Văn công, thể công rồi thì món này thân công à?

Chuyện của Xương nói chung rất khác người. Rất bông phèng.

Có lần anh bảo tôi năm 1946 cậu còn thiếu niên tiền phong thì chắc có ra ga Hàng Cỏ đón Bác đi tàu thủy ở Pháp về Hải Phòng rồi lên Hà Nội bằng xe lửa. À, có đón hả? Xương cười nói tiếp: Thế thì cậu hoan hô với vẫy hão rồi. Hôm ấy ở xe lửa xuống, cụ lên dự cuộc đón tiếp công khai xong là có người dắt Cụ bịt râu đi tắt trong sân ga đến chỗ thằng Qua, thằng này sau là cục trưởng cục trại giam, chờ sẵn lái đưa Cụ đi. Sợ phản động nó xơi mà. Còn Bác trên xe chính thức diễu phố là một cậu lâu ngày tớ quên tên nó mất rồi, thằng này giống ông Cụ kinh khủng, nó đeo râu giả làm ông Cụ nhòm ra vẫy đồng bào. Phản động phơ thì thằng này hứng. Đến cải cách ruộng đất, tay hình nhân này bị đấu là địa chủ phản động gian ác, suýt ngỏm. Nó khóc: "Tôi từng đóng thay Bác Hồ để phản động có bắn thì tôi chết thay Bác thế nhưng phản động không bắn mà nay Đảng lại bắn tôi, ôi Bác Hồ ơi..." Nó được hạ xuống làm phú nông, thoát tử hình.

Một hôm anh kéo tôi vào quán cà phê quốc doanh ở cạnh rạp Tháng Tám. Mũ phớt, kính đen, áo gió, giầy da, cà–vạt là những lệ bộ quen thuộc trên người, nom anh thật sự rất "phong độ," chữ để chỉ người nào đã có tuổi nhưng đẹp và sang.

Vừa ngồi xuống, anh đã đưa cho tôi một lá thư lấy từ trong túi trong của áo vét ra. "Xem đi,... tớ gửi cho phó toàn quyền đấy..."

"Kính gửi anh Sáu Thọ,

Thưa anh, tôi Chu Đình Xương vừa nghe thông báo là những ai hoạt động thời bí mật muốn hưởng trợ cấp lão thành thì phải lấy được chứng nhận có chữ ký của hai người đã từng cùng hoạt động với mình. Tôi nhớ Tổng khởi nghĩa vừa xong, anh giao cho tôi phụ trách công an mà anh không hề bắt tôi tìm hai thằng nào chứng nhận. Thưa anh, tôi xin phép anh là được không phải đến đấm cửa, bấm chuông nhà thằng nào để lo cái việc lĩnh tiền..."

– Giỏi, tôi nói, trả lại thư. Ông ấy cáu thì sao?

– Không thiết lấy tiền là tớ đã trọc đầu thì còn sợi tóc nào để túm mà đánh nữa chứ? Những ngày mới cách mạng, tớ bảo vệ Cụ Hồ, có bắt phải có người chứng nhận đâu? Phú quý sinh lễ nghĩa giật lùi.

Để cho thấy anh từng "chơi ngang" với Sáu Thọ, hôm ấy anh kể thêm chuyện hồi anh ở Khu 5, Sáu Thọ có việc qua, gặp anh. Sáu Thọ bảo: "Tớ vẫn định giao việc khác cho cậu thế nhưng cậu cứ bị tai tiếng về quan hệ nam nữ." Xương nghiêm mặt nói lại: "Thưa anh, đúng là khuyết điểm nhưng khổ nỗi, tôi phải cái tội giống anh là bảnh giai cho nên đàn bà con gái họ hay lăn vào, anh chả lạ gì. Tôi không đẹp giống anh thì tôi nghiêm lắm..." Thọ đấm tớ một cái: Thằng này xỏ lá.

Có lẽ do tính "chất chưởng," cả với phó toàn quyền, cho nên trước khi về hưu anh chỉ làm chánh văn phòng Bộ văn hoá. Nhưng hay rủ tôi và Bửu Tiến đến "phát huy tệ nạn văn hoá" là đánh tổ tôm với vợ chồng anh và Đức, cô con gái lai xinh đẹp của anh chị.

Một hôm tổ tôm ở nhà Xương, Bửu Tiến hỏi tôi: Giấy khai sinh mua ở đâu hả Trần Đĩnh?

– Đến dẫy mắm muối dưa cà chợ Hàng Bè, tôi trả lời.

– Cái cha này, sao lại thế, Bửu Tiến vặn!

– Ở ta, giá trị bị đảo lộn hết cả rồi, tôi nói, cho nên mới cần phải *redresser les valeurs*, – dựng lại các giá trị chứ.

Xương nghiến răng bóp đùi tôi: Hay!... Hay!... Thằng Trần Đĩnh này... *Toutes les valeurs*, – mọi giá trị.

Một thời gian dài anh vào sống trong Sài Gòn.

Một chiều, đi bộ vòng quanh Hồ Gươm, Minh Việt đưa cho tôi tấm danh thiếp to bằng quân bài xì. Chu Đình Xương gửi tôi qua Việt: Đĩnh, nhớ cậu lắm, cố đến tớ càng sớm càng tốt. Tớ vừa mới ra Hà Nội.

Xẩm tối tôi đến cháu Đức hỏi địa chỉ anh. Đức kêu ngoắt ngoéo lắm chú ơi, lại hơi mưa, chú để mai.

Tôi cứ đi. Nghĩa Đô, chân dốc Bưởi, nay là đầu đường Hoàng Quốc Việt, rẽ trái rẽ phải, trái phải, ngoắt ngoéo ghê thật... Thấy tôi, Xương mừng quá..."Tớ biết, cậu thì bạn gọi là đến," anh nói. Một nhà đầy trẻ con và đàn bà con gái. Tôi thấy anh như một tiểu vương Ả–rập giữa cung cấm láo nháo cung phi, thị nữ.

– A,... bị tiền liệt tuyến... Bình thường thôi nhưng Giáo sư Bác sĩ Phạm Biểu Tâm bảo ra Hà Nội chữa tốt hơn.

– Hơi gầy đấy.

– *Allons, un petit test, quoi,* – thử qua xem nào. Nhờ ông đứng thế (kéo tôi ra chính giữa nhà,) cấm động đậy, động đậy mà làm sao tớ không bồi thường.

Tôi đứng thẳng im lặng. Xương xuống trung bình tấn ở trước mặt tôi, nhắc lại: Im là im, không nhúc nhích.

Nói đoạn anh vung hai tay đấm tới tấp vào hai bên mặt tôi. Dồn dập chừng mười quả khá mạnh, anh ngừng tay, thở hơi gấp, hỏi tôi: Thấy gì không?

– Thấy hai bên mang tai gió vù vù.

– *Alors, je m' en fous,* – thế thì tớ đếch cần. Toét miệng cười *hị* một cái.

Thế rồi vài ngày sau, Minh Việt lại đưa tôi quân bài xì danh thiếp Xương gọi đến Việt – Đức, hậu phẫu khoa niệu. Minh Việt và tôi đi ngay sau buổi ngồi hồ. Xương vui lắm. Khoe mổ cái u rồi, mười hai gam... Sau đó đã hấp háy mắt nói: Chúng nó vào thăm bảo đại hội này Ba Duẩn về chăn vịt quàng quạc thật rồi, cấm chạy thoát được rồi.

Thế nhưng chỉ tuần sau lại đã gọi tôi. Tối rét, Minh Việt và tôi lại đi dọc Tràng Thi đầy lá bàng đỏ tía trong đêm như những mảng kính mô–da–ích (*mosaique*) mầu tiết bầm, như những đĩa tiết đọng. Mổ lần hai. Cái u nặng lên gấp đôi. Và thần sắc anh hao đi thật. Tôi nhìn những giọt nước hồng hồng lăn chầm chậm trong ống nhựa vào một cái bình thủy tinh dưới giường. Không thể tưởng được cuộc sống đang bỏ Xương đi xoàng xĩnh, dễ ợt, rẻ như thế kia.

Xương lại gọi. Lần này ở bệnh viện Việt – Xô. Nhợt nhạt, má hóp, râu ria. Thấy tôi, anh khẽ reo: Tớ mong quá. Tớ đã nói là nhờ cậu sửa cho tớ cái hồi ký, bây giờ đã xong, tớ đưa cho Chu Hảo con cả tớ để rồi sẽ đưa cậu khi cần đến. Còn dặn nó là chú Trần Đĩnh nghèo.

Anh đã nhăn mặt lại rên: Ối, đau quá... Tìm Hoàng Kim Tịnh nhờ tiêm Dolagan cho mình.

Sáng hôm đưa ma Chu Đình Xương, Đào Phan bảo tôi: Trước khi chết, nó nhờ hoặc tớ hoặc cậu thay mặt nó lên nói với bà con tiễn nó vài lời. Tớ bảo có trời sập thì mới đến thằng Đĩnh nhá.

Đào Phan đã có bài tiễn bạn rất hay.

Sau đám ma, tôi vào Sài Gòn. Ung Văn Khiêm gọi.

Hai chục năm sau, trong bữa ăn Quy Viện thông tin mời ở nhà hàng *Sam Biển* tại Linh Đàm với cả Lê Trọng Nghĩa; Hoàng Hưng nhà thơ; Can, con trai Xương; Viện, thông tin. Can nâng cốc: Cháu chúc chú sẽ đọc điếu văn cho cháu.

Tôi trố mắt.

– Chúng cháu nghe bố nói là đã nhờ chú Trần Đĩnh đọc điếu văn cho bố cháu mà. Vậy chúc chú sống lâu để trả cái nợ điếu văn ấy với bố cháu qua cháu.

2010, giỗ hết Lê Đạt, tôi đang ngồi trong nhà Đạt thì thấy mấy người đi ngang qua cửa, gọi: Anh Chu Hảo.

Một người tóc bạc quay lại. Giống Xương.

Tôi ra cửa, đến vỗ vai Chu Hảo: Chào anh Chu Hảo, tôi Trần Đĩnh, bạn của Chu Đình Xương.

Chu Hảo quay ngoắt lại, ôm lấy tôi: Chú Trần Đĩnh.

Rồi bỏ tất cả ngồi với tôi.

Các con Lê Đạt sau đó hỏi tôi "Chúng cháu lạ quá, thấy chú ra vỗ vai rồi nói gì mà ông Chu Hảo ôm chầm lấy chú thế?"

– Xướng cái danh còm.

Tôi không hỏi Chu Hảo hồi ký của bố Xương ở đâu.

Chương mười lăm

Tới Sài Gòn, hôm sau tôi và Vấn đến Lê Trọng Nghĩa. Ung Văn Khiêm hẹn ở đó. Khiêm móc túi đưa tôi một xấp tiền. Tôi cảm ơn, nói tự lo được.

Tôi hỏi ngay anh: Hà Nội đồn là anh khai man lý lịch rồi còn ngoan cố không chịu sửa?

Anh cười kể lại: Một cô ở tổ chức thành ủy đến bảo "Chú giập cái đoạn chú viết trong lý lịch là bị khai trừ đi. Trên biểu là không có chuyện ấy bao giờ." (Đến đây, anh *hé* một tiếng kinh ngạc!) Mình bèn nói thưa với cháu, tai tôi, tai tôi đây nghe từng lời nghị quyết khai trừ tôi do Lê Văn Lương đọc mà. Tôi là bí thư xứ ủy thì Lê Văn Lương vào gặp và tôi cho đi vô sản hóa ở Ba Son mà... Tội cháu phải vất vả. Cháu hãy về bảo trên là tôi không bịa ra cho vui đâu. Hay là để tôi lấy lý lịch về, không sinh hoạt lại nữa. Cô ấy vội đi luôn. Các cha vẫn cái thói chui lủi, gian tà.

Theo anh tìm hiểu thì Điều lệ mới của Đảng không có chuyện kết nạp lại người đã bị khai trừ. Nhưng đến đại hội đảng bộ Sài Gòn, Lê Duẩn cứ nghển nghển nhòm nhòm các đại biểu như tìm ai rồi hỏi: "Ủa, anh Ba Khiêm đâu? Tổng bí thư mà không biết ủy viên trung ương, bộ trưởng ngoại giao Khiêm bị khai trừ, khôi hài quá há! Anh ngừng kể, hỏi tôi, quan liêu nhất há! Người ta sẵn sàng đóng ngay vai ngoài

179

cuộc, kinh không? Và người ta không thấy ngượng, buồn là như vậy.

Chuyện Ba Duẩn mù tịt việc Ba Khiêm bị đuổi khỏi đảng làm tôi nhớ lại chuyện những năm 1963 – 64 Duẩn hỏi Phạm Ngọc Thạch rau muống luộc với rau muống xào có khác gì nhau về dinh dưỡng hay không? Cái này loài kiến nó giỏi. Hễ thấy rau luộc là nó lờ và rau xào là nó bâu đến.

– Thì vờ ra vẻ đến rau muống tôi cũng chả được xài rồi lại vờ Ba Duẩn tôi quan tâm đến dân lắm lắm. Vì thế tôi mới nói là vờ đóng vai ngoài cuộc phủi tay chớ! Cũng đứng ngoàiluôn ở cả việc có đứa đặt đèn hiệu lệch cho máy bay ông Hồ đâm mù xuống Bạch Mai. Ở các nước mà Cha già dân tộc bị thế thì nó làm phải động trời lên. Mà ông Hồ cũng lạ! Bị thế mà không tâm sự với Duẩn và Thọ… Thôi, kể nốt chuyện mình. Duẩn còn ngó nghiêng ra vẻ tìm Khiêm nữa và chưa ai kịp nói gì thì thằng Tô Ký nó đứng ngay lên rao to: "Kìa ai đi mời anh Ba Khiêm đi chứ!" Đánh đùng một cái cho mình vào Đảng. Lạ thế nên bây giờ cấp dưới không biết xoay xở sao, đành đến xin mình sửa man lý lịch.

(Đến năm 2000, Nguyễn Trung Thành bảo tôi ngày ông Duẩn *thình lình* cho Khiêm "phục hồi đảng tịch," ban tổ chức Đảng khốn đốn, phải đặt ra cho điều lệ một điều mới toe là "cho sinh hoạt đảng trở lại.)

– Tổng bí thư một tay phá luôn pháp luật của đảng, tôi nói. Mà đảng phải tuân theo. Chỗ này Hitler cũng phải tị.

Khiêm còn cho biết sau đó Lê Duẩn, Trường Chinh, Lê Đức Thọ lần lượt riêng rẽ đến thăm anh. Đến vào lúc bảy tám giờ sáng mình đang bận vệ sinh chuồng heo và cho heo ăn, anh nói. Thế là cứ đứng bên chuồng heo nói chuyện, mình chẳng mời ông quái nào vào nhà.

– Anh có cảm ơn không, tôi hỏi?

– Hứ, ơn? Họ làm thế là cốt chạy làng mà. Xưa đánh tôi để được nối giá lên với Trung Quốc, nay vời tôi là quay trăm tám mươi độ cần tự rửa mặt với Liên Xô.

Anh bảo mời tôi vào để nhờ tôi giúp anh viết một kiến nghị ký tên anh gửi Trung ương về tình hình đất nước cùng những việc phải làm. Trần Đình Bút, chồng cái Ngọc Minh, cả hai học với anh ở Bắc Kinh đấy, sẽ cung cấp tài liệu, số liệu kinh tế cho anh. – Mấy ngày tới tôi đi mấy nơi, về thì chúng ta sẽ làm việc. Nhà Vấn vắng vẻ, chúng ta làm việc ở đấy, anh Vấn thấy được không?

Tuần sau, đúng 19 tháng 8, chúng tôi gặp nhau.

Anh rất vui: Tình hình cho phép tôi góp ý thẳng thắn với Trung ương được rồi. Cách làm ăn cũ hỏng to rồi, Nguyễn Văn Linh nói hẳn là lãnh đạo gì mà làm ăn như cái "con c..." Gorbachev và *perestroika* ảnh hưởng mạnh đến ta, mặc dù Ba Duẩn còn rất bảo thủ. Song số đông trong Bộ chính trị tán thành đổi mới như Liên Xô. Trung Quốc đổi mới có khi còn ghê hơn. Ta ì ra thế nào được nữa? Lại sức khoẻ Duẩn yếu, tịch lúc nào không biết, Trường Chinh bắt đầu có uy tín trở lại. Nguyễn Văn Linh được Trường Chinh ủng hộ nên đã vào lại Bộ chính trị. Sau 1975, Linh bị Duẩn với Thọ gạt ra khỏi Bộ chính trị, ở trong này lênh phênh mãi. Ở đại hội đảng Sài Gòn, Linh hô Lê Duẩn muôn năm là bắt chước Đặng Tiểu Bình hô cho Mao khoái để mà Đặng làm ngược lại Mao. À, bây giờ thế này... nên tập trung vào hai vấn đề cơ bản: Phát triển kinh tế như thế nào và thực hành dân chủ trong đảng cũng như ở ngoài xã hội như thế nào. Về kinh tế, phải giải phóng tối đa sức sản xuất đã bị đảng bó tay bó chân, kìm hãm, thậm chí đánh đủ thứ tiêu hao chiến, tiêu diệt chiến với sức sản xuất. Nghĩa là nên làm ăn với thế giới. Còn về dân chủ cũng thế, nên quan niệm vấn đề này rộng ra cả với năm châu thế giới, thôi cấm chợ ngăn sông với thế giới. Tôn trọng người ta chứ không phải cứ thẳng nào không xã hội chủ nghĩa thì đả. Liên Xô, Trung Quốc đã nhận ra xu thế hoà hoãn nhưng ta như vẫn muốn duy trì căng thẳng, kiểu đại loạn thì Việt Nam được nhờ vậy. Còn tình hình ta? Linh nói với mình rằng hắn luôn lo có ngày thức dậy thì thấy Sài Gòn đã cắm đầy cờ thằng nào khác mất rồi.

Tôi nói tình hình ngoài Bắc. Tôi nói nhiều...

Khiêm ngồi trước mặt tôi tự nhiên khẽ sụp thấp vai xuống, hai con mắt dại đờ ra, hai lòng đen như xáp lại gần nhau, một bàn tay đặt trên thành ghế từ từ lật ngửa.

– Nguy rồi! – Kêu to lên. Vấn bế xốc Khiêm ra giường, rồi chạy sang hàng xóm gọi nhờ điện thoại. Bảo tôi: Tai biến não.

Rất nhanh xe ba nơi: Ban bảo vệ sức khỏe trung ương ở T79, bệnh viện Thống nhất và bệnh viện Chợ Rẫy đã đỗ đầy trước cửa nhà Vấn. Tôi ra ngoài hè đứng, buồn và ân hận vô hạn. Thấy đâu như tôi đã góp phần vào tai biến này.

Khiêm vốn huyết áp cao, vừa đi mấy tỉnh về mệt mà tôi lại cứ "quần" anh bằng thông tin. Lát sau Vấn ra hè bảo Trịnh Kim Ảnh muốn gặp tôi.

Đã gần hai chục năm chưa gặp nhau. Lần cuối cùng hình như là sáng hôm hết thuốc lá và trà, tôi bảo Lê Công Tuấn và Côn hỏi cung tôi cho tôi sang bệnh viện E mà Ảnh làm giám đốc đang sơ tán tại huyện Thạch Thất gần sông Tích và chỗ tôi khai cung để hỏi mua hay xin [thuốc lá và trà.] Đi bộ chừng bốn năm cây số, có chỗ sông Tích lượn một vòng rất đẹp, tôi đã gặp Ảnh rồi mang hai tút thuốc lá và ba gói trà về. Tuấn và Côn được xài ké trà bệnh viện miền Nam mà Trung Quốc đỡ đầu khá là hảo hạng. Một dạo đã vượt cấp khám bệnh cho tôi ở nhà A1 theo lệnh Sáu Thọ, Ảnh không thể nghĩ tôi đang bị tra hỏi.

Ngày thứ hai sau tai biến, Ngọc Minh, con gái Khiêm bảo chúng tôi là ngay hôm đầu tiên Nguyễn Văn Linh đã đến, ngồi cạnh ông cụ im lặng. Lâu không, tôi hỏi? Dễ thường mười phút. Tôi thầm hỏi ngồi thế Linh nghĩ những gì. Một tuần sau, Khiêm tỉnh lại nhưng không nói được. Vũ Đình Huỳnh, Lê Trọng Nghĩa, Vấn và tôi ngồi đầy phòng bệnh và Khiêm vui quá. Huỳnh 74, 75 tuổi lăn ngay ra sàn thị phạm (chứng minh sự thật bằng hình ảnh – BT) mấy thế *yoga*, trồng cây chuối cho Khiêm học.

Phải thấy Huỳnh lẩy bẩy ấp hông vào tường rồi từ từ dựng ngược hai chân khẳng kheo trắng hơn chân đàn bà lên còn miệng thì vừa thở vừa giảng.

Chính lúc đó tôi quyết định nhận lời Huỳnh viết hồi ký cho anh. Từ 1964 anh đã ngỏ ý. Mà tôi thì muốn nghiên cứu những người như anh, như Đặng Kim Giang, Kỳ Vân, Hoàng Minh Chính... toàn những cộng sản cực kỳ mà rồi làm sao lại quay ra "chê cơm" đảng. Tôi có ý viết một tiểu thuyết về những biến hoá ấy.

Thế là sáng đi Chợ Rẫy thăm Khiêm, chiều đi khai thác Huỳnh.

Tôi đặc biệt nhớ mấy việc trong các chuyện Huỳnh kể. Như anh đạp xe về quê Sáu Thọ "nã" Sáu Thọ. Thọ ở tù ra đã lâu mà không thấy liên hệ, Sao Đỏ (bí danh của Nguyễn Lương Bằng – BT) ngờ Thọ quên lời vô sản hẹn hò. Trước đó Huỳnh đã xuống Hòa Bình đón tù cộng sản đi quét đường buổi sáng để đưa thư Sao Đỏ gửi Sáu Thọ bảo Sáu Thọ vượt ngục, phong trào đang rất cần người. Huỳnh đã gặp Ngô Minh Loan trong số tù ra quét đường hôm ấy, đưa cho Loan điếu thuốc lá có giấu thư Sao Đỏ nhờ Loan chuyển và hẹn mai sẽ gặp lại Loan. Hôm sau Loan bảo Thọ trả lời: "Vài tháng nữa ra tù, trốn làm *đ*. gì?" Về lô gích thì có thể đúng nhưng về ý thức tổ chức thì quả là chẳng coi ai bằng cái đinh. Mà có ai dám è hẹ Thọ đâu? Trong tù, Thọ không ở cấp ủy nhưng "hắn đông vây cánh," theo Huỳnh, một thế mạnh của Thọ. Mà hắn còn nổi tiếng bặm trợn, một thế mạnh trời cho nữa.

Hay như việc trước cuộc họp Tân Trào, Cụ Hồ bảo Huỳnh rằng ta có thể tán thành diễn văn Brazzaville của *De Gaulle* chủ trương lập Liên hiệp Pháp với các thuộc địa cũ được tự trị. Như việc Cụ và Huỳnh bị Trương Phúc Thành, tham mưu trưởng quân Lư Hán tịch thu xe và giữ tài xế – anh Hảo –, đòi Cụ nhường ghế chủ tịch nước cho Nguyễn Hải Thần. Hay lại như việc tối 30 Tết độc lập đầu tiên, Cụ cùng Huỳnh lén đi thăm Vũ Hồng Khanh ở phố Hàng Bún rồi bị các ông kiên cường, nhất là Bùi Lâm, kêu Cụ liều mạng. Này, không ngờ, – Huỳnh nói, Khanh cuống quít chạy ra líu cả lưỡi lại "mời Chủ tịch vào nhà." Ông Cụ bị các tướng đòi phải cứng rắn chứ như Cụ thì mềm. Tàu nó ép phải mở cho Quốc dân đảng vào quốc hội đấy.

Tôi hỏi: Thế là từ ngày độc lập luôn bị *thiên hạ ép*, Ông Cụ thấy được cục diện trên đe dưới búa ấy chứ?

– Chủ tịch nước cuốc bộ từ chỗ Trương Phúc Thành đường Phạm Ngũ Lão về Bắc Bộ Phủ mà lại không thấy hay sao? Cụ bảo: mình phải Câu Tiễn. Ép thế là cùng rồi còn gì?

Một chuyện tôi không ngờ. Khi Trung ương đưa Trần Đăng Ninh sang quân đội, Huỳnh hỏi Cụ: Anh Ninh biết gì quân sự mà Cụ đưa sang anh Giáp? Cụ hỏi lại: Thế không sợ chú Giáp thành quân phiệt à? Sau này tăng cường thêm Nguyễn Chí Thanh sang cũng là trong ám ảnh ngăn chặn quân phiệt lấn đảng.

Khốn cho Giáp là tiếng tăm lừng lẫy quá. Mà với đảng thì chính quyền ra từ nòng súng nên ai chĩa nòng súng ra được là đảng phải canh phòng.

Sáng thăm Khiêm, chiều gặp Huỳnh. Cứ thế chừng nửa tháng rồi tôi về Hà Nội. Bắt tay tôi, Khiêm khóc. Tôi cũng khóc. Bình thường như trước kia, anh sẽ lấy hai tay ôm má tôi kéo xuống thơm dài cho hai cái.

Sau đó, tôi lấy xe anh để ở nhà Vấn đạp về nhà anh trả. Yên xe anh hạ chạm khung, tôi ngồi đạp mà hai chân lê trên đường, chỉ khẽ đẩy là xe đi. Khéo có người cho là tôi trốn viện tâm thần... Có lúc tôi lại thoáng sợ, nếu thấy xe đạp của bố và tôi, anh con trai của Khiêm lại ra nhảy tót lên ghế chờ bố thì sao... ?

Hai chục năm sau, năm 2004, Ngọc Minh, con gái anh chị Khiêm, mất, tôi đến chia buồn. Hết sức bồi hồi nhìn mãi cái hiên – phòng – khách quen thuộc, cái vòi nước cạnh cổng, dẫy chuồng lợn nay không còn thấy... Anh đã giậm chân ở cạnh chuồng lợn bảo tôi: Đây, Ba Duẩn đứng ở đây, mình thì quần xà lỏn... Chả còn gì. Dửng dưng, kể cả sinh hoạt lại đảng.

Người con trai tâm thần chết đã mấy năm. Tôi bỗng nhớ đến bàn tay run run bật lửa dâng lên điếu thuốc ở miệng đứa con đang cười rất hiền lành.

Ung Văn Khiêm chết đã có nghi lễ, khác ba ủy viên trung ương cũng bị đuổi khỏi đảng.

Đảng đã đặt một tang chế chặt chẽ cho cán bộ, đảng viên. Từ vụ phó trở lên chết mới được đăng *Cáo Phó*, dưới nhất loạt *Tin buồn*. Cấp thấp thì Tin buồn là Việt lai Hoa. Cao cấp mới được toàn Hoa. Nên ghi nhớ chuẩn cao thấp ở phương diện ngôn ngữ này.

Trong thời gian cuối đời Ung Văn Khiêm, tôi lờ mờ nhận diện thấy một sức ép. Tàn nhẫn, ác liệt, chẳng nể nả ai, nó bắt tất cả, bất kể quân tử hay tiểu nhân đều phải theo sai khiến của nó. Lúc đó tôi chưa nghĩ ra được tên gọi cho sức ép vĩ đại này. Đến giữa thập kỷ 90 nghĩ ra. Đó là *Đại lưu manh*. Vâng, thằng Đại lưu manh này là *THỜI ĐẠI*.

Nó đại lưu manh vì nó không cho phép chống lại nó. Tao đi lên, mày ì ra thì tao nghiền. Đổi mới chính là đảng vĩ đại đã được Thời Đại nó củng cho một cái vào đầu mà giật mình cất chân lên. Thấy chưa đủ đô nó sẽ không chỉ có củng. Ừ, nhờ Thời Đại, tiếng ta đã thêm chữ *a lê* và *go* là *đi*, là *nào*.

Những ngày lờ mờ nhận diện ra Đại lưu manh, tôi khao khát dữ dội một biến đổi. Một tối vừa ở Sài Gòn ra, Vấn, Minh Việt cùng tôi đi dạo. Qua quảng trường trước Ngân hàng, chúng tôi chuyện về Đại hội lần thứ 26 của Đảng cộng sản Liên Xô sắp họp.

Tôi bỗng say sưa: Vấn đề mấu chốt nằm ở quan hệ dân và đảng. Liên Xô, Trung Quốc đông hàng chục triệu đảng viên cũng không được phép bất cần tổng tuyển cử tự do toàn dân đầu phiếu mà cứ đứng ra lãnh đạo đất nước. 1957, phái hữu Trung Quốc đã nêu ra vấn đề này, tôi xực và nó đã vào vô thức.

Quảng trường lúc ấy vắng đẹp như một sân khấu lũ lõa nước vàng ròng: đèn và hoa muồng vàng vườn hoa Nhà Kèn đổ xuống một ánh sáng hoá lỏng của vàng chảy. Ba chúng tôi trân trọng đi xuyên qua cái sân khấu sử thi vừa mới dựng lên dành cho những đài từ nghe tàm tạm được.

Chương mười sáu

Trước sau như một, với tôi, Nguyễn Thành Long luôn thân thiết. Vào cảnh ngồi chơi xơi nước, tôi gần như ngày ngày đến nhà Long. Như chiều chiều đi bộ với Lê Đạt, Minh Việt. Hôm ấy tôi vừa ngồi xuống thì Long lặng lẽ đẩy đến trước mặt tôi một bức thư đánh máy: "Giữ lấy chơi".

Thư "nhân danh bốn trí thức," vợ chồng anh, vợ chồng em trai anh, Bích Ngọc và Trà Giang gửi cho Phạm Văn Đồng đề nghị thủ tướng giúp đỡ tôi, một "trí thức có năng lực và kiến thức nhưng bị oan uổng." Thư nói nếu Đảng và Nhà nước sử dụng, "chắc chắn Trần Đĩnh sẽ đóng góp được nhiều cho đất nước".

Tôi cảm động vì tình bạn. Lại hơi ngượng vì thấy Long đã nhờ một vị lãnh đạo tôi ít tin cậy. Tôi không mấy trông đợi hiệu quả ở vị thủ tướng luôn có hai câu quen thuộc trứ danh là "Thế thì làm sao đây? Khà khà khà..." và "Cái này khó *lớm*, khó *lớm*, khó *lớm*! khà khà khà..." Cái cười rất sảng khoái theo sau cứ khiến tôi nghĩ như là bật ra từ một nhân sư đặt câu hỏi bí ẩn để ăn thịt những kẻ không trả lời được. Mà biết thì ai dám trả lời thật với ông!

Gần đây thủ tướng quan tâm đến Long nhiều hơn. Hình như theo Long nói, ông có người thân ở trước Toà án nên dạo này hay tiện thể đến nhà Long cách đó hơn trăm mét.

Luôn ái ngại lắc đầu kêu nhà văn mà sống chật chội thế này ư? Rồi hỏi lương Long và lại lắc đầu ngán.

Tôi thấy nên kể cho Long chuyện bạn tôi, bác sĩ Hoàn, ở D1 Nguyễn Công Trứ, là "kẻ lao động chân tay nhưng mà oai" theo lời Hoàn tự nhận vì chuyên mát-xa cho các cụ ở Bộ chính trị. Hoàn bảo tôi sợ nhất mát-xa cho cụ Trường Chinh vì cụ hay hỏi sao lại bóp đấy mà mình thì chả nhớ thần kinh số mấy với số mấy làm gì. Người ghét "tẩm quất" là Cụ Hồ. Không cho sờ vào người. Thủ tướng Đồng thích nhất, nhưng khi Lê Đức Thọ kéo Hoàn sang Paris phục vụ thì cũng đành nhịn. Thọ là thủ trưởng chính của Hoàn, thủ tướng lơ tơ mơ có khi Thọ còn... (Hoàn nháy tôi một cái.) "Các bố khác phạm cái gì đều không lọt mắt ông này đâu mà..." Hoàn có lần khẽ bảo tôi. "Tớ là cái thước đo đẳng cấp ở trong mấy cụ Bộ chính trị đấy nhá! Cứ xem đâu được tớ chăm bẩm nhiều!" Dĩ nhiên tôi không nói toạc với Long rằng vị thủ tướng được tiếng quan tâm, sau Cụ Hồ, đến trong sáng tiếng Việt và đời sống vật chất của trí thức, văn nghệ sĩ lại thiên vị kẻ lao động chân tay hơn các anh. Một hôm thủ tướng hỏi Hoàn anh bóp nặn thế này mệt lắm đây nhỉ? – Vâng. Cũng được ạ. – Anh ăn uống thế nào? – Dạ, tôi ăn ở hàng ăn. (Hàng cơm tám cạnh hiệu kem Phố Huế xế chợ Hôm.) Trưa hôm sau, vào bàn ăn, Hoàn thấy nhà hàng dọn bốn món cả canh! Bụng nghĩ chắc đầu tháng họ cho ăn vớt những bữa mình bỏ của tháng trước. Nhưng rồi cơm nước vẫn linh đình như vậy, Hoàn chợn phải hỏi. Chủ hàng cơm bảo bác sĩ cứ yên tâm, từ nay trên Thủ tướng phủ thanh toán tiền cơm của bác sĩ. Ít lâu sau, gặp Hoàn thượng xe máy Pơ–giô cá vàng, tôi kêu lên "chà, chà!" thì Hoàn bảo cụ Đồng hôm nọ lại hỏi anh đến tôi bằng gì? – Dạ, xe đạp ạ.

Thế là Pơ–giô Cá vàng lượn đến êm ru.

Có lẽ vì Thủ tướng bỗng năng đến Long hơn, năng lắc đầu ngán ngẩm thay cho đời sống không ra làm sao của văn nghệ sĩ mà Long nảy ý đỡ đần tôi. Nhận thư Long, Thủ tướng đã mời cả nhà Long lên ăn cơm. Tối hôm sau, tôi đến Long. Cháu Hoa Hồng, rất vui báo ngay cho tôi: Chú Đĩnh ơi, Ông Tám hôm qua nói sẽ giải quyết cho chú đấy!

Ông Tám, tức thủ tướng, coi Hoa Hồng như cháu yêu. Long cho biết trước mặt cả nhà anh, Đồng hứa sẽ "làm cho tới nơi việc của Trần Đĩnh." Ông ấy nói: " Tôi gọi dây nói cho báo *Nhân Dân* nhưng ở đấy im. Các cậu phải có làm sao thì mới im chứ." Ông Tô (bí danh của ông Đồng –BT) kha kha cười rất vui rồi nói: Tôi sẽ làm tới nơi việc anh Trần Đĩnh!

Tự nhiên tôi đặt trọng âm của câu nói vào hai chữ "*tới nơi*" quá quen thuộc. Hồ nghi nhưng nghĩ khéo mà nên chuyện ngoạn mục.

Và ngoạn mục thật.

Tháng sau, Long bảo tôi là anh ớn lắm. Thư ký của Phạm Văn Đồng đến nói với anh rằng: "Anh Tô không giận anh đâu tuy anh đã cho thủ tướng thông tin sai. Anh mắc lừa Trần Đĩnh. Anh Tô đã huy động tất cả bộ máy của riêng thủ tướng để điều tra *tới nơi* việc Trần Đĩnh. Anh ta là Nhân văn – Giai phẩm." (Thủ tướng quên Long đã từng bị vạch mặt là Nhân văn – Giai phẩm vì một truyện ngắn buồn buồn.)

Long bảo anh chả thiết thanh minh.

– Nhưng tôi thanh minh. Không có chuyện lừa và bị lừa ở ông và tôi. Chính là ở chỗ khác, tôi nói.

Tôi đã thư cho Phạm Văn Đồng. Viết vì "danh dự Nguyễn Thành Long tôi đành gửi thư làm mất thì giờ thủ tướng." Tôi xin thanh minh với thủ tướng ba điều: *Một*, đề nghị thủ tướng giúp tôi là Long làm theo lòng tốt với bạn bè, không nghe ai xui cả. *Hai*, nếu biết Long xin thủ tướng, tôi đã ngăn ngay vì xin lỗi thủ tướng, tôi không tin thủ tướng giải quyết được. *Ba*, thời Nhân văn – Giai phẩm, tôi đang ở Bắc Kinh. Tôi đã viết tiểu sử chính thức đầu tiên của Hồ Chủ tịch, viết hồi ký của hai ông Phạm Hùng, Lê Văn Lương và nói đây là

Bất Khuất của Nguyễn Đức Thuận. Thủ tướng thừa biết Nhân Văn – Giai Phẩm không *được* làm những việc ấy. Tóm lại bộ máy của thủ tướng đã làm *tới nơi* nhưng không thu nhận *tới chốn* thông tin về anh Long (bảo anh ấy là mắc lừa tôi) và về tôi (bảo tôi là Nhân văn – Giai phẩm.)

Tôi đưa bản sao cho Long. Nói: Tôi hơi tự khoe dớ dẩn vì với các vị phải ca "thành tích" các vị mới nể. Ông Tô nói thác ra thế thôi chứ ông ấy đã húc phải bên ông Sáu Thọ nên đành đánh bài lùi trong danh dự ảo. Trách nhẹ ông đã bị tôi lừa để cho khỏi ngượng với gia đình ông, với Trà Giang thôi. Phải nói là lúc trên An toàn khu, tôi không mấy chịu ông ngoại trưởng Đồng quá chú ý xây đắp khoảng cách lạnh lẽo với cấp dưới. Điều cụ thể đầu tiên làm tôi không thích hẳn Đồng là lần ông trả lời báo *Le Monde* ngày 1 – 1 – 1955 mà tôi đọc ở thư viện Đại học Bắc Kinh: *Nước Pháp phải chọn lấy hoặc Hà Nội hoặc Washington*!

Tuy cũng đầy tự hào dân tộc – chiến thắng đế quốc Pháp và bọn can thiệp Mỹ – tôi cứ thấy ngượng. Chả lẽ Đồng tin thanh nam châm Hà Nội sẽ hút được Pháp vào qũy đạo Việt Cộng mà bỏ Mỹ thật sao?

Rồi 1961, ông nói với trí thức: "Phương Đông cao quý, chú ý tinh thần, phương Tây vật chất, khốn nạn, khốn nạn, khốn nạn." Hồng Linh dự bữa đó về bảo tôi là nghe rất khó chịu: "Thế sao lại dùng hơi nước và điện của phương tây," Linh cáu nói với tôi.

Một chiều sau hôm tôi gửi thư cho Đồng, Hoàng Tuệ, bố Bảo Ninh, tình cờ gặp tôi ở vườn hoa Con Cóc. Anh nhảy xuống xe giữ tôi lại. Mặt nhăn rút: Chết chưa, sao để báo đảng đăng tệ như thế?

– Đăng sao?

– Bài làm trong sáng tiếng Việt của anh Phạm Văn Đồng thế nào lại tương ra câu "Bình Ngô Đại Cáo là áng văn bất hủ của văn học Việt Nam".

– Gần đây tôi có hỏi Việt Phương là cụ Đồng lòa thì chữ các bài ông viết cho cụ ấy đọc phải to bằng thế nào? Việt Phương chỉ vào chữ Tam Đảo trên bao thuốc lá của tôi. Hoàng Tuệ lắc đầu. Không rõ lắc cái gì.

Lần tôi hỏi Việt Phương về cỡ chữ viết cho thủ tướng đọc là ở nhà Nguyễn Khải. Rồi chính tối ấy, lại gặp Việt Phương ở nhà Đặng Đình Áng, chung cư đầu Duy Tân ăn uống cùng Nguyễn Linh, Thiết Vũ, mấy bạn học Bưởi của Áng. Thiết Vũ giới thiệu Việt Phương là "chuyên viên *kinh thể*" của thủ tướng, Nguyễn Linh là phó tổng giám đốc Nhà xuất bản *Sự thật*. Vì quan *tọng* như vậy (*tọng* vì toàn là phải đảng *tọng* vào vị trí) cho nên hai *oanh* đều là *đoảng viên thất* sắc của *đoảng* ta *toài* ghê.

Tất cả đều phá ra cười. Không cười được ắt là thần kinh có vấn đề.

Tối ấy Việt Phương đọc khẽ cho mình tôi nghe bài thơ *Hú*. Đại khái "*rác rưởi đầy hai vai, tôi hú.*" Anh bảo anh là *marginal aucentre*, – ẩn sĩ giữa triều đình. Tôi đùa: *Et moi, toncontraire, un centre en marge* – Và tôi, trái lại, một trung tâm ở ngoài lề.

Áng bảo tôi anh vừa đi dạy ba tháng ở Mỹ về. Đi Mỹ chuyến này anh được xem hai cái thích. Phim *Trung đội* (Platoon, đạo diễn Oliver Stone) và quyển *The brother and enemies* (Huynh đệ Tương tàn) của Nayan Chanda, nhà báo nhà văn tên tuổi gốc Ấn Độ hồi đó hay lui tới Việt Nam. Anh cũng nói có gặp ba bạn Mỹ nay là thượng nghị sĩ. Cả ba đều nói họ muốn làm ăn buôn bán với Việt Nam nhưng dân Mỹ lại không chịu, lý do là Việt Nam hàng ngày chửi Mỹ dữ quá. Dân Mỹ thắng xong Nhật, Đức là khép ngay quá khứ, không có ngày ngày mang kẻ thù xưa lên tụng bài vinh quang và thù hận. Lại còn giúp hai kẻ thù cũ tiến lên thành hai đại cường quốc cạnh tranh lại ngay chính với Mỹ. ("Ngu thế" – tôi đùa.) Ở Mỹ, thượng nghị sĩ phải theo ý dân, không theo thì mất phiếu. Việt Nam nên bớt chửi Mỹ đi để dân Mỹ cho phép họ đề cập chuyện làm ăn. Áng bảo tôi, ta hình như quên rằng, như dân ta, dân Mỹ cũng yêu nước, ông về Hà Nội thử nói với các cụ đi.

– Nhiệm vụ chôn đế quốc chưa xong thì ai dám thò tay vặn cho cái nồi súp de căm thù này hạ nhiệt chứ, tôi nói. Sau 30 – 4, Áng đến trường dạy lại đã thấy trong hòm thư một viên đạn. Nó cảnh cáo trí thức nguy hãy cẩn thận đấy thôi. Với ta, càng yêu chủ nghĩa xã hội càng yêu nước thì càng căm thù đế quốc, thằng nào ít căm thù là sẽ bị căm thù cho nên chả miệng nào dám dịu căm thù. Căm thù đã trở thành phù hiệu rực rỡ trên ngực người cách mạng.

Tôi đã đọc *Huynh đệ Tương tàn*. Vùng này quả là toàn anh em thịt nhau. Trước hết anh em Rồng Tiên, rồi anh em thủy chung, trong sáng, mẫu mực Việt – Miên, rồi anh em môi răng Hoa – Việt. Một bạn trí thức nghe tôi thuật lại sách xong khẽ lắc đầu: Một lò anh em đều đồ tể háo sát thật.

Nhiều chuyện quá hay trong sách. Làm bù nhìn của Pol Pot sang New York dự Đại hội đồng Liên hợp quốc, Sihanouk đã lén nhét vào tay vệ sĩ Mỹ trong thang máy bức thư xin Mỹ giúp ông thoát khỏi cộng sản Khơ-me Đỏ. Mỹ giúp ông nhưng bảo ông về Pháp sống, có con ông chứ không được ở Mỹ do ông không thân thiện với Mỹ. Hay là chuyện Nguyễn Cơ Thạch, thứ trưởng ngoại giao gặp Richard Holbrooke, thứ trưởng Mỹ, đòi Mỹ bồi thường mấy tỷ đô la nhưng chẳng có văn bản pháp lý làm bằng nên tét. Thạch bèn mời ăn tối, hạ thấp yêu cầu xuống xin Mỹ viện trợ nhân đạo. Như ông cha đã ca dao:

Anh hùng như thể khúc lươn,
Khi co thì ngắn, khi vươn thì dài!

Phía Mỹ nói viện trợ phải qua quốc hội Mỹ phê chuẩn mà hiện không phải phiên họp của quốc hội. Tối ấy, Thạch mời Richard Holbrooke ăn món đặc sản dân tộc là chả rán nhưng

Nayan Chanda, người lõi Trung Quốc lại viết nó là *roll spring*, xuân quyển, cuốn mùa xuân, tên gốc Trung Quốc. (Nhân thể nói thêm, chữ *chả rán* cũng là nòi Trung Quốc. Chữ *nhục* trên chữ *hỏa*.)

Trong sách này, Nayan Chanda viết hơn mười dòng về vụ án xét lại. Tôi dịch đoạn ấy cho Hoàng Minh Chính.

Xin trở lại Nguyễn Thành Long. Anh hay bị "đánh" ở văn chương. Đòn cuối cùng làm anh đau đớn là vụ người ta phê phán truyện ngắn *Cái Gốc* anh ca ngợi phụ nữ ta nhân hậu, đảm đang, theo đúng phương hướng tuyên truyền của đảng và Hội phụ nữ. Thì đùng người ta bảo truyện anh bêu xấu ta hết đàn ông, trăm nợ đổ vào đầu đàn bà, điều khiến cho Mỹ – Ngụy tưởng bở sẽ ra sức chống trả ta kịch liệt. Long buồn nhất là các báo hồi ấy hay đăng anh đều quay lại phê phán anh. "Mặt người sấp ngửa là mô hình ban đầu, – *prototype* của con súc sắc," tôi bảo anh.

Bây giờ, hôm nay viết đến đây, tôi mới ngợ có lẽ người ta nghi anh bị tôi xúi giục! Tôi là xét lại "trông coi" mặt trận văn nghệ! Tôi thân với anh trong khi thân với đám Lê Đạt, Trần Dần mà! Phải nói từ khi nghĩ như thế tôi không khỏi đôi hồi cảm thấy ân hận.

Căn phòng gia đình Long mười sáu mét vuông. Sàn gỗ, đến đúng giữa nhà thì gỗ lên như một sườn núi hay một con sóng, tùy tưởng tượng, tất cả nồi niêu, xe đạp, sách vở, giường chiếu, xô chậu, sân chơi, trạn xếp rau củ và bốn nhân mạng nhà anh chia nhau chiếm lĩnh hai sườn núi hay con sóng vừa dựng lên thì chết cứng. Ở một cửa sổ của phòng anh có treo một gáo dừa trong mọc một cây phong lan bé tí teo. Một sáng tôi đến, cây lan nhú ra một bông trắng tinh, nhỏ như một khuy áo hạt trai nhỏ xíu, cánh hết sức mong manh. Chiều lại ghé qua, tôi tần ngần nhìn nó. Nó đã xun lại và tôi hiểu ra là nước mắt cũng già, cũng nhăn nheo như nỗi buồn của con người vậy.

Cạnh cây phong lan, ghếch lên thành cửa sổ là một cái thang đồ chơi mậu dịch làm bằng hai khúc thước kẻ một đỏ một vàng và bậc thang là những đoạn que tính của lớp 1. Một lần tôi chỉ nó hỏi Long: "Định leo đi đâu? Ôi, lối thoát cho một giấc mơ lớn!"

Khi Long đã mệt, tôi đến thế nào anh cũng bắt tôi đưa anh đi dạo một vòng phố. Từng bước nhích rất chậm, kiểu như đi dè cho được ngâm mình lâu trên đường.

Một bữa đến đầu Dã Tượng ra Lý Thường Kiệt, anh nhìn vào tòa biệt thự bên trái mà có lần anh bảo ông Đồng có người quen, thân thiết ở đây, rồi nói khẽ với tôi: Tôi đến ông Đồng, ông ấy thường kéo tôi ra vườn nói chuyện. Nghe nói mũ của trung úy Dương con ông ấy cũng bị gài rệp nghe trộm ở ngôi sao đằng trước mũ.

Tôi sững nhìn Long. Long biết thì ông Đồng tất biết! Sao biết mà cam nhẫn chịu cho đồng chí của mình dò la, nghe trộm mình? Ôi, các lãnh tụ của phong trào giải phóng đất nước và loài người mà không phá nổi vòng kiểm soát của đồng chí. Bữa ấy tôi hiểu cả tại sao Võ Nguyên Giáp chịu đắng cay tủi hổ như thế mà im! Các vị tại sao tự nguyện phục tùng tội ác?

Một lần vào khỏi cổng nhà 9 Dã Tượng, Long dừng lại ở sân trước cái bảng vôi trắng to bằng tấm chiếu lớn có đề năm nhiệm vụ của các hộ trong tập thể. Long hất đầu vào đó nói: Có hôm bà nhà thơ Bulgaria đến thăm mình lại cứ đòi đứng ở đây chuyện, mắt nhìn đúng vào dòng thứ 5 đề: *Gia đình tôi không giao thiệp với người nước ngoài.* Thú thật lúc ấy mình sợ phạm luật hơn là ngượng với bà bạn quá giàu tinh thần quốc tế vô sản.

Còn tôi thì nhìn nó mà nghĩ đến câu ông tham tán thương mại Ba Lan nói với tôi ở bệnh viện Việt – Xô: "Với chúng mày tốt nhất là đưa chúng mày ra một hòn đảo hẻo lánh giữa Thái Bình Dương rồi thế giới góp tiền nuôi và mọi người nhờ thế mà được yên ổn." Tôi đã có lúc hàm hồ coi đó là một lòe sáng của thiên tài trí tuệ chính trị.

Long chết, tôi không biết. Ở quá xa, không ai bảo, không đọc báo, không có điện thoại. Tôi đến, Hoa Hồng ngơ ngẩn nói mỗi câu: – Bố cháu mất rồi! Cháu ngồi với Hoàng, chú ruột, ở bên sườn trái con sóng gỗ. Mẹ Nguyệt làm chuyên gia ở Algeria không về kịp. Chị ở Mỹ cũng không về.

Mẹ hớt hải về thì điên. Thường nằm bệnh viện. Lúc ấy, Hoa Hồng tiến sĩ vật lý nguyên tử đã sang Nhật. Rồi mẹ chết. Đám ma mưa trắng trời. Hai chị em nghẹn ngào bảo tôi dưới mưa xối xả: Thế là chúng cháu hết cả bố lẫn mẹ.

Quê Hương, chị cả, tiến sĩ vật lý nguyên tử lý thuyết nay dạy ở đại học Mỹ, bang West Virginia. Hoa Hồng, tiến sĩ vật lý nguyên tử ứng dụng ở Pháp.

Tôi rất cảm động mỗi khi nghe hai chị em giới thiệu với mọi người rằng tôi là bạn thân nhất của bố Nguyễn Thành Long.

Một lần Thảo Nguyên, con dâu út Thế Lữ, người sưu tầm và nghiên cứu giới thiệu *Phong Hóa – Ngày nay* "meo" về hỏi tôi: Em gặp cô Quê Hương, con gái nhà văn Nguyễn Thành Long nói anh là bạn thân nhất của bố cô? Tôi trả lời: Rất đúng!

Bạn thân có sức cổ vũ nhau rất lớn. Tôi nhớ không quên lời Long bảo tôi – có lẽ vào hôm cuối cùng tôi đưa Long đi vòng quanh khối phố, tới dẫy tường Hỏa Lò, sắp về 9 Dã Tượng, Long dừng lại, đầu khẽ ngúc ngắc: Trần Đĩnh đã thành công! Đúng đấy... Thành công bảo vệ sự tồn tại trước sau như một của bản thân, dù bùn lầy và cay đắng ngập mình.

Chương mười bảy

Tháng 7, 1986 Duẩn chết, dân đứng hai bên đường đếm mấy bà tổng góa. Chúng khẩu đồng từ bảo nhau cái bà tre trẻ mặc áo dài đen dắt đứa con be bé kia đứt đuôi là vợ tư! Ấy, chưa kể những bà bị gạt xuống nữa chứ. Cho lên cả thì khéo phải một hai xe nữa.

Ít ngày sau, dân Hà Nội đồn ầm rằng con cháu Ba Duẩn đang rất lo có thể gia đình Duẩn bị "sờ!" Dân nói rõ các con gái và rể Lê Duẩn hoảng nhất. Nhưng ai trong bóng tối định sờ thì không ai dám chỉ tên. Ngày ấy nếu blogger nhiều như ba chục năm sau thì trên mạng cứ là lũ lụt lời bình về sức mạnh tính dục của Lê Duẩn. Rõ ràng là có nỗi sợ riêng tư thầm kín của thân thích ông, sau cái chết của ông, vị hoàng đế đỏ từng làm run sợ và đau khổ biết bao con người.

Trường Chinh quyền tổng bí thư, anh cầm quyền thì chấm dứt tả, đề đường lối đoàn kết rộng rãi cứu quốc. Nay lại quyền, tôi nghĩ, chắc chắn anh sẽ sửa tệ tả khuynh sặc sụa. Nảy ra từ những ngày tôi đi Bãi Cháy viết hồi ký cho anh, ý nghĩ này nay lại bật dậy. Hơn thế, tôi nghĩ, bị Duẩn ép điểm chỉ vào Nghị quyết 9 làm "bố dượng tinh thần," cay đắng từ dạo ấy, Trường Chinh sẽ thấm thía hơn ai hết nỗi mất dân chủ nó khiến anh cũng thành nạn nhân.

197

Dân có vẻ ưng Trường Chinh hơn Duẩn. Người ta đồn anh có một tổng cố vấn Liên Xô giúp đổi mới. Anh sẽ cho phục hồi những cựu thần thân cận của Cụ Hồ nhưng bị xua đuổi như Giáp. Anh sẽ giải quyết các vụ án xét lại Chu Văn Tấn, người từng đưa đường để anh lên Pắc Bó gặp Nguyễn Ái Quốc.

Đại hội toàn quân làm cho mọi người phấn khởi. Sáu Thọ về dự với hy vọng các tướng lĩnh đánh Campuchia sẽ dồn phiếu cho ông đang nắm Quân ủy trung ương và như vậy hạ vai trò Giáp trong quân đội, trong đảng. Ai ngờ Thọ kém Giáp xa. Nhưng phiếu cũng thua quy hoạch nhân sự. Các tham luận dữ dằn, trong có bài của Vũ Lăng, phê phán thực trạng sa sút, rối ren. Văn Tiến Dũng và Chu Huy Mân không ngờ bị cho de Trung ương. Vũ Lăng nói Chu Huy Mân đi mà bỏ quên cả mũ bình thiên trên bàn chủ tịch đoàn. Hoàng Tùng về leo lầm xe, tài xế báo cáo "dạ xe bác ở đằng kia ạ" mà vẫn ngẩn ra không hiểu...

Những ngày người ta mong tin Lê Duẩn chết đang quàn tại nhà lạnh 108 là thật. Những ngày dân Hà Nội đố nhau: *Con gì trán hói bụng to, miệng xơi thịt gà, ăn nói ề à, đít thượng Volga?*

Ôi, con gì kia! Úp mặt vào ghế mà mày giữ kín được tên mày đến thế ư? Ghế là mục tiêu theo đuổi của mày và cũng là thành lũy che chắn cho mày!

Dân còn dạy Đảng một bài học sơ đẳng về đồng tiền vốn bị đảng coi là nhơ nhớp – vì khuyến khích vật chất đã hạ thấp con người xuống thành con vật:

Đồng tiền là tiên là phật, là sức bật của tuổi trẻ, là sức khoẻ của tuổi già, là cái đà danh vọng, là cái lọng che thân, là cán cân công lý, đồng tiền là hết ý...

Những người am tường thì minh họa bài học trên bằng những con số. Nhờ biết sức mạnh đồng tiền, Nam Hàn, Đài Loan đã nhảy những bước diệu kỳ. Năm 1979, 17 triệu dân

Đài Loan xuất khẩu 16 tỉ đô la Mỹ, trở thành nước xuất khẩu nhiều nhất thế giới, tính theo đầu người. Năm 1960 Nam Hàn – nước gửi "lính đánh thuê hung hãn" sang Việt Nam, xuất vẻn vẹn có 60 triệu đô la Mỹ nhưng đến 1981 đã lên 21 tỉ, vừa vặn đổ đồng mỗi năm tăng 1 tỉ. Và mười lăm năm bằng 150 năm phát triển của chủ nghĩa tư bản châu Âu. Thu nhập đầu người từ 50 đô la lên 1.500 một năm. Nhưng cũng như Đài Loan, từ 1960 đến 1990, thu nhập bình quân đầu người tăng sáu lần! Phải mỗi tội "làm chó săn" cho Mỹ như Đảng vẫn lột trần. Lúc ấy chưa thể hình dung rồi đảng lại bạ vào tên chó săn kiêm "lính đánh thuê" này, bạ dữ dội. Hàn Quốc và ta thế mà duyên nợ nặng. Nợ máu duyên tiền kiếp? Ở ta nhờ Đảng cái quái gì cũng hai mặt, hai mang. Với Đảng thì sự thật xã hội luôn là quả đấm tương vào chân lý cao siêu của Đảng.

Đào Duy Quát nói tại một vài hội nghị: Trước khi chết, bác Duẩn gọi mấy anh em lý luận chúng tôi đến nói sau năm sáu chục năm hoạt động đến nay bác Duẩn mới hiểu ra câu của Marx nói lợi ích vật chất là động lực mạnh mẽ thúc đẩy người lao động.

Tôi bảo Kiến Giang: Mao bất lực không làm cho dân sướng về vật chất được bèn phịa ra cái chân lý chính trị hàng đầu, tư tưởng hàng đầu, bác Duẩn nghe sướng quá bê luôn về cho dân xài, đứa nào nói lợi ích vật chất bác phang cho tội xét lại. Bác nhận lỗi ở giường bác chứ đâu có bồi thường cho dân chuyện ba đời cứ phải cầm hơi... Với chính trị hàng đầu, bác phán thế... *ếch* nào cũng được. Ưu việt của chân lý này là như vậy?

– Song bác thừa biết có hẳn một chương bảo đảm lợi ích vật chất của lãnh đạo cao nhất từ trung ương đến tỉnh, tôi nói tiếp. Tại cánh đồng Tam Thiên Mẫu giữa Cẩm Giàng và Thuận Thành có cả một nông trường nuôi đủ bò, dê, lợn gà, ngỗng, vịt, cá, lươn, ếch... cung cấp cho Bộ chính trị. Ở Thái Bình và nhiều tỉnh, có những thửa ruộng chuyên cấy lúa ngon cho từng vị. Xuống Thái Bình nói chuyện "Mỹ chưa bao giờ bế tắc, mất mặt đến thế này, đúng như đã báo trước là chủ nghĩa đế quốc giẫy chết," Nguyễn Hữu Chỉnh lên xe về đã phải mang giúp mấy bao gạo cho "mấy Anh": Tớ chỉ nhìn thấy một mảnh bìa viết Anh Nguyễn Duy Trinh ở tai một bao. Là phóng viên đến viết bài, còn ở lại, tôi đùa bảo Chỉnh: "Thắng lợi giòn giã nhỉ!" Hiểu lầm vật chất sang tinh thần, Chỉnh nói: "Chuẩn bị hai ba ngày để nói đấy, Trần Đĩnh ơi." Tôi chả muốn bảo nay cậu không còn kín đáo ca ngợi Mỹ như hồi xét lại nữa nhỉ. Đúng, trước đây, ở cơ quan, tôi và Chỉnh hay tìm cách kín đáo đề cao Mỹ. Phần lớn khen khoa học.

Tái xuất giang hồ, Trường Chinh có một câu quá hay: Lương của công nhân viên chức chỉ đủ để sống cho *mười ngày.*

Hoàng Ước, thư ký của Trường Chinh bảo tôi là một hôm Trường Chinh nói với mấy người giúp việc rằng ta trả cho người lao động đồng lương *bóc lột.* Hoàng Ước bèn nói lương chúng tôi chỉ đủ sống mười ngày. Trường Chinh cau mày khó tin – bóc lột thì có nhưng sao lại có thể ác nghiệt hơn cả đế quốc đến thế – nhưng hôm sau ông bảo Hoàng Ước: Tôi đã hỏi nhà tôi, nhà tôi nói không có chế độ cung cấp đặc biệt thì lương ông cũng chỉ đủ cho nhà này ăn mười ngày. Sau đó Trường Chinh đến nhà máy thuốc lá Thăng Long nói *Phải cứu giai cấp công nhân!*

Hay thật! Ở một nước do giai cấp công nhân lãnh đạo mà đảng phải cứu giai cấp công nhân ra khỏi đồng lương bóc lột? Tôi thấy ở đó một khẩu lệnh hành động. Trường Chinh rất giỏi đề khẩu lệnh. Nhưng ông không nói cứu công nhân khỏi tay ai? Và thằng khốn nào nó bóc lột công nhân?

Mấy công nhân sắp chữ nhà in bảo tôi: Công nhân được Đảng đại diện mà phải cứu thì dân chết sặc gạch là phải! Thế này chắc có công nhân dởm nó dìm công nhân xịn. Em là cứ xin phép Đảng cho em soi đèn pin xem đít các bố có nhọ như chúng em không, hay là các bố chính là công nhân dởm đã nhận xằng.

Song dân biết rất rõ cái cơ chế gà què mổ lẫn nhau nó cho phép bộ máy với lương sống mười ngày vẫn cù cưa được cả tháng, tất nhiên ở mức khốn nạn.

Hãy nói đến cơ chế này ở lĩnh vực y tế được gọi là "từ mẫu!" Xe cấp cứu muốn qua cổng bệnh viện đều phải "kỉnh" người gác 1.000 đồng – không thì mày cho người nhà của mày tò te tí te sớm; rồi khi nằm lên giường mổ, người bệnh lại phải "tiền đâu trong túi thòi ra." Trần Thư mổ dạ dày, khi anh đi lại được trong bệnh viện, tôi thấy Thư cứ hai tay nắm cạp quần. Quần không có giải rút!

Mấy hôm sau hai tay được giải phóng, Thư nói vì có rồi. Nay sáng thay quần áo cứ dúi cho chị y tá một nghìn là quần áo đầy đủ lệ bộ. Nghe đâu phụ nữ mất hai nghìn. Cái của phụ nữ quý, phải che kín hơn nên đắt.

Giáo sư vi sinh học Vũ Văn Ngũ, bạn tôi bảo tôi là họp Đại hội công nhân viên chức bệnh viện Bạch Mai, anh chị em người ta lên nói thẳng chúng tôi không luộc kim tiêm, ống tiêm cho bệnh nhân đâu, chúng tôi lấy cồn ấy nấu cơm ăn với nhau chứ ai Lôi Phong mà ra vườn hoa nhặt cành khô lá héo về bệnh viện làm củi nấu bây giờ? Đảng cứ đưa anh hàng xóm hấp lìm ra để hấp lìm hóa dân ta nhưng dân ta nó cóc chịu!

Ngũ cười bảo tôi: Mình hỏi một cô ai là đứa hấp lìm thì cô ấy nói đứa bảo bọn ta học đứa hấp lìm thì là đứa hấp lìm, còn đại hấp lìm nữa ấy!

Ngũ bịt miệng bảo tôi: Cậu cố tìm hiểu xem Duẩn hay Tố Lành đã xướng chuyện học cái thằng vét rác lấy đồ dùng kia đi nhá! Cái Thảo con tớ nó cứ bảo ghét ai có cái sáng kiến học tập hâm tỉ độ này quá! Ngũ kể một hôm đi vào cổng bệnh viện Bạch Mai, anh và Hồ Đắc Di nhìn thấy băng – rôn tố bố căng hết mặt tiền tòa nhà chính: *Hoan nghênh Đại hội V*

Đảng cộng sản Việt Nam, Di hỏi Ngũ thấy cái chữ V kia nó giống cái gì? Ngũ còn nghĩ thì Di nói: Giống cái *vagin,* đúng không?

Bân, lái xe cho Hồng Hà, ủy viên trung ương, tổng biên tập báo *Nhân Dân,* kể với tôi một sáng anh chở Hồng Hà đến Sở điện lực Hà Nội bàn chuyện cung cấp thêm điện cho nhà in báo Đảng đang được các chuyên gia Đông Đức sang lắp máy mới. Xe đến, Bân vào báo người thường trực, anh ta nói giám đốc đi vắng. Bân đưa Hồng Hà về. Lát sau, giám đốc sở điện gọi nói ông chờ báo đảng mãi từ sáng mà không thấy. Thì ra Bân không "bôi trơn," người thường trực bèn cho ủy viên trung ương Đảng thấy rõ ngay uy lực tiên phật của đồng tiền.

Tôi bảo "gớm nhỉ" thì Bân tưng tửng: Quần chúng làm nên lịch sử như đảng *vuỡn* dạy mà anh! Đói thì quân hầu đày tớ phải xây đắp sự nghiệp gian dối thôi. Anh không biết phương châm 12 chữ vàng của dân ta nay là thế này ư? *Tăng xin giảm mua, tích cực cầm nhầm, thi đua ăn cắp*! Mạt rồi, mạt to rồi...

Tôi hỏi cái gì mạt? Bân lườm tôi: Lại còn phải dạy anh vén váy.

Một hôm vào văn phòng báo, thấy tập hóa đơn các thứ bình nước nóng, máy phát điện, đồ điện... ghi là "lắp vào nhà thủ trưởng," tôi bảo Dũng – Trung úy –," anh cán bộ tài vụ trẻ ở đó: Cậu giữ lại đủ các cái này cho tớ... – ...?

– Để bắt Văn phòng trung ương thanh toán cho Hoàng Tùng chứ sao?

Anh em nói nhà Hoàng Tùng duy nhất là nhà có ba hệ thống điện: điện lưới, điện của lãnh đạo và máy phát điện Đức đem sang xây dựng nhà in báo đảng.

Thái Cò – thợ đúc chữ nhà in –, và hai ba anh thợ nữa được cử đến lắp mạng điện của nhà in cho nhà Hoàng Tùng kể lại với tôi: Em làm ở trong ngõ vào nhà, ngay bên dưới cửa sổ vợ chồng Hoàng Tùng đang ăn sáng ở sau đó. Em nói: "Lắp ống đựng dây điện này thì phải độn đầu tre mới xong được đây".

– Ông chì ông thiếc sao lại độn đầu tre? Vợ Hoàng Tùng thò đầu ra hỏi thì Hoàng Tùng gạt đi.

Lát sau, người nhà ra đưa cho Thái Cò mấy gói chè cùng mấy bao thuốc lá. Hoàng Tùng hiểu chữ độn đầu tre của giai cấp công nhân. Thái Cò nói anh thấy có phải là cả nước này ăn cắp ăn nảy vặt không? Tôi bảo Thái Cò: Khốn nạn, đất nước toàn dân cò mà lại lử cò bợ thì ước mơ và bản lĩnh cũng chỉ là để mò tép riu thế thôi!

Thái Cò là anh thợ cùng tổ đúc chữ với tôi dạo tôi lao động cải tạo ở nhà in. Mẹ Thái chết, tôi đến phúng thì Thái nhấm nháy phường bát âm nổi kèn trống lên. Sau Thái bảo tôi: Có mấy lão trưởng ban bên tòa soạn đã ở đó nhưng em chỉ cho nổ xã luận chào anh. Lập trường giai cấp công nhân xịn chúng em thế chứ đâu như lập trường bọn công nhân dỏm.

Trong thời gian thai nghén Đổi mới, Hoàng Ước có lần nói với Trường Chinh:

– Tôi giúp việc anh, chắc anh không muốn tôi nịnh, vậy xin anh cho tôi được nói thế này: Dân đang mong mau chấm hết chế độ *Ba Đồng Chinh* để dân được thở. Buồn là lại dính cả anh ở đấy. Mà cũng lại chỉ anh gỡ được. Chỉ thấy thắng lợi, anh Duẩn không thấy đất nước bế tắc! Đấy, nông nghiệp bí bét, được 14 triệu tấn đã phúc mà anh Duẩn cứ bắt phải 21 triệu!

– Ông ấy nói sao? Tôi hỏi. Hoàng Ước bảo: Im lặng.

– Chắc buồn vì có tên mình trong cái chế độ mà dân mong cho mau sập.

Lần này Ước im lặng.

Mong muốn của Trường Chinh cũng chả làm gì lại được. Lương cho sống có mười ngày đã thành hồn cốt lắt lay của cái chế độ chuyên lấy tinh thần, tư tưởng làm thống soái và người kém khoa kinh tế ra chỉ đạo.

Hết thập niên đầu của thế kỷ 21, người ta nói vác lên là đồng lương sống được 20 ngày. Đảng phóng tay cho thị trường tàn nhẫn dìm dân tay không. Và phận cò lử vẫn cứ phải mò tép.

Tin đồn lạc quan ngày một nhiều. Nào Giáp chắc chắn thủ tướng, Sáu Thọ chắc chắn về. Còn nói đến cả làm sao thu hồi tiền các ông ấy gửi ở các ngân hàng nước ngoài. Những ngày trở dạ của Đại hội 6 (15 – 18. 12. 1986) phải nhận là nức lòng.

Và tất nhiên làm cho không ít người hoảng nữa. Ai chứ chắc Lê Đức Thọ không thể ngồi im. Các ông theo Mao đã để lại bao nhiêu tội ác. Chỉ nói một việc: Đàn áp nội bộ đến mức đụng đến cả lãnh tụ tối cao, Võ đại tướng v. v. Chuyến này Giáp mà được Trường Chinh bố trí cho tái xuất giang hồ thì có chuyện. Mà cờ đầu Lê Duẩn chết rồi, Thọ phải tìm cách gỡ. Tôi cho rằng Sáu Thọ chả thể xoay ngược tình thế.

Hôm cuối cùng trù bị – mai ra đại hội cờ đèn kèn trống –, một người cậu họ của Kiến Giang, đại tá công an tại chức đưa cho anh danh sách Trung ương mới bầu. Sau tên từng người có ghi cả số phiếu. Hơn một trăm ủy viên đều người tử tế, chí ít cũng không tai tiếng nhiều. Giáp sẽ là thủ tướng. Phiếu bầu cho Giáp cao hơn cho Trường Chinh. Sáu Thọ vào hàng gần bét. Một anh bạn đến chơi được Kiến Giang cho đọc. Bật nghẹn ngào ôm lấy Kiến Giang: Đất nước thế này bắt đầu sống được rồi đây.

Tôi rạo rực. Quên khuấy câu đúc kết: Tôi tiêu tiền thật và người ta tiền giả. Tôi chỉ thấy câu tuyên chiến của Trường Chinh "Phải cứu lấy giai cấp công nhân" là một kêu gọi giành lại chính nghĩa. Đại hội ra công khai, tôi xem tivi cả ngày tại nhà Minh Việt. Tôi cảm động theo dõi Báo cáo chính trị Trường Chinh đọc. Đánh giá khá trung thực. Đảng mất lòng tin của dân. Nhiều thói xấu được phanh phui như duy ý chí, lời nói không đi đôi với việc làm (tu từ che cho chữ dối trá.) Vạch rõ *nguyên nhân của mọi nguyên nhân* (thất bại) là *công tác tổ chức* (dạ con, buồng trứng của bộ máy hư hỏng) và *công tác tư tưởng* (nhà máy xây dựng tệ duy ý chí và dối trá, đàn áp)...

Khoảng sáu giờ, công bố nhân sự đại hội. Rụng rời. Trường Chinh rút. Nguyễn Văn Linh lên. Võ Nguyên Giáp thôi Bộ chính trị. Nổi lên rõ ràng hình thái mi về ta về, mi vào từng này, ta vào từng nấy, chưa vật lấm lưng được nhau. Thọ còn mạnh lắm. Có bộ máy là nhờ ông mà. Tối mịt tôi chia tay Minh Việt, hơi buồn. Minh Việt hỏi còn đi đâu không? Tôi nói xuống Đào Phan. Việt nói đúng, ông đi đi. Có lẽ nhiều anh em khó hiểu đấy.

Trời đổ mưa nặng hạt và rét căm căm. Quảng trường Ngân hàng trong mưa lạnh tối nay thôi không còn là cái sân khấu đầy nước vàng ròng hôm nào nữa. Tôi nhìn lên chân dung Hồ Chí Minh trên đỉnh Ngân hàng vẫn mỉm cười tươi tỉnh.

Vài năm nay người ta đặt chân dung Cụ Hồ ở tít trên cao kia. Quốc khách được đón ở đây sẽ phải đứng dưới lãnh tụ Việt Nam, nói trong nội bộ thế. Vẫn giấc mộng lớn của nhược tiểu ngàn xưa muốn sứ Tàu đi cổng hông mà vào nhà ông. Giận nó một dáo quạt vào đầu cho nó đuổi theo qua cổng ngách, thế là nó chui vào bẫy. Nhưng thế nào đó không rõ, dân đồn là nước ngoài không chịu (vào bẫy,) lại chuyển đón họ ở trên Chủ tịch phủ. Còn công nhân vệ sinh đường phố kháo: một đêm bão lớn, bức chân dung bị gió thổi tung đi. Người ta lặng lẽ để nó vào chỗ cũ nhưng khoan vào vòm mái ngân hàng bốn lỗ rồi đóng cọc sắt với bốn dây cáp lớn chốt chân dung Cụ vào đó. Gió ngày đêm lay giẳng bức tranh đã phá nứt vòm mái bê tông cốt sắt ngân hàng. Liền dột từ nóc dột xuống.

Đến Đào Phan, C5 Kim Liên, tầng 5. Vợ chồng anh đang ngơ ngẩn ngồi cùng con rể, đại tá Bảng, con trai Phùng Bảo Thạch. Tôi nói thẳng to về chính trị: Đảng đã phải đổi mới, con tàu đã quay mũi sang hướng tử tế nhưng tốp lái còn bị lổn nhổn xôi đỗ. Một nhát phá sao nổi được trận địa tổ chức là thánh địa của Sáu Thọ.

Tiễn tôi ra chiếu giữa, Đào Phan ba–đờ–xuy nâu kẻ ô, mũ len cười: – Hay thật, mày lại đến phân tích, động viên tao. Cảm ơn.

Hôm sau cán bộ thầm thì kháo nhau việc Trường Chinh bị Sáu Thọ ép về.

Hoàng Ước bảo tôi: Buổi sáng trước hôm ra đại hội chính thức, Lê Đức Thọ kéo những Phạm Văn Đồng, Lê Văn Lương, Võ Thúc Đồng, Lê Thanh Nghị... đến gặp Trường Chinh. Hoàng Ước và mấy thư ký của Trường Chinh sang buồng kế bên phòng khách đã cùng vợ Trường Chinh thành mấy nhân chứng nghe rõ hết cuộc dồn ép lịch sử. Trước đó, theo Hoàng Ước, Trường Chinh đã mấy phen cự tuyệt ký vào thư xin nghỉ do Nguyễn Khánh, Chánh văn phòng trung ương Đảng thảo sẵn mang đến tận nhà. Lần này Thọ thân dẫn một đoàn đông đảo và hùng hậu. Trường Chinh vẫn nói ông ở hay về là việc của đại hội. Cuối cùng Phạm Văn Đồng lên tiếng. Nói anh và tôi đều học Hồ Chủ tịch đặt lợi ích của dân nước lên cao hơn lợi ích cá nhân, vả chăng anh lại là tổng bí thư yếu kém nhất trong các tổng bí thư xưa nay của Đảng ta, anh không về e có những điều không hay. Trường Chinh ký! Mãnh hổ nan địch quần hồ!

Đồng quá giỏi! Đồng đã "thuyết phục" người tổng bí thư làm Tổng khởi nghĩa và Kháng chiến chống Pháp từ quan bằng hạ giá ông xuống: Kém Trần Phú với Xô viết Nghệ Tĩnh, kém Nguyễn Văn Cừ với Nam kỳ Khởi nghĩa và dĩ nhiên Lê Duẩn. Tóm lại, bét tĩ.

Trường Chinh nhìn thấy rõ ai ở đằng sau Đồng. Lưng Đồng dễ đẩy. Vậy thì thôi về! Ở lại ông cũng chẳng xoay xở nổi mà có khi còn mang vạ.

Tiếc là Trường Chinh không có hồi ký nào. Giả như tôi không nổi cơn "thất tình" với ông.

Lê Phú Khải, nguyên phóng viên đài phát thanh, bộ phận Pháp ngữ *La voix du Viet Nam,* kể rằng Tuyết, em họ anh, con tướng Qua, coi nhà pha, cuối những năm 80 làm phó ban tài chính Trung ương đã ngậm ngùi bảo Khải rằng bà Trường Chinh có hôm tìm Tuyết, đưa một hộp các đồ nữ trang nói em bán giúp chị để chị mua vài con lợn chị nuôi kẻo túng quá. Em nhờ thì người ta xem toàn là vàng tây, đồ trang sức nước ngoài tặng. Nhận hộp về, bà Trường Chinh buột ra một câu mà em nghe não ruột não gan: – Thế thì chị làmsao bây giờ? Có lẽ nhiều người đã rút ra ở đây bài học là phải ra sức tìm cách củng cố đời con. Hoàng Ước sau cómột hồi ký nói lại ngày anh mới về giúp việc Trường Chinh. Có đoạn viết Trường Chinh hỏi tuổi Ước. "Dạ, tôi ba mươi bảy, nhưng còn dại lắm ạ," Ước nói. Trường Chinh nói luôn: "Tôi năm mươi vẫn dại!" Ước hiểu là Trường Chinh muốn nói đã một mình giơ đầu chịu báng, nhận lấy trách nhiệm sai lầm Cải cách Ruộng đất rồi thôi tổng bí thư.

Đầu năm 2007, viết sách ca ngợi Trường Chinh, giáo sư Trần Nhâm bắt đầu *công khai chê* Đệ tam quốc tế nặng "giai cấp chống giai cấp" nên lơ là Nguyễn Ái Quốc. Chỉ thế thôi vì ông còn giữ uy tín cho Đệ tam (dù đã giải tán và phe đã tan nhưng vốn là lãnh tụ tối cao của phong trào cộng sản và công nhân toàn thế giới.) À, "lơ là"? Là sao? Là không tin, không dùng, cho xếp xó chứ? Thế mà cứ chịu ngoan một bề. Cả đến đời con cháu.

* * *

Trường Chinh chết, Hồng Ngọc, vợ Hoàng Minh Chính và Hà, con gái cả đến nhà chia buồn. Hai mẹ con về, Đặng Xuân Kỳ tiễn. Kỳ vừa đi qua sân sỏi vừa nói: Ông cụ tôi ngoài không dám ăn uống bất cứ thứ gì. Họp Bộ chính trị với Trung ương cũng uống nước của nhà mang theo và nếu không về nhà ăn trưa được thì ông cụ nhịn.

Thấy tôi ái ngại lắc đầu, Hồng Ngọc cứ hỏi: Muốn giữ vệ sinh hay là còn gì nữa hả? Giữ vệ sinh hay giữ thân đều phải chú ý đằng miệng.

Hồng Ngọc hơi ngẩn ra.

– Giữ vệ sinh thì khảnh cái đưa vào miệng, giữ thân thì kén kỹ cái đưa ra.

Hồng Ngọc: – Tay Trần Đĩnh này!

Hoàng Tùng viết trong hồi ký: "Một nỗi đau của Bác Hồ là mấy vị đầu não của Đảng không ưa nhau. Từ 1966 – tức là sau Nghị quyết 9 ba năm – Bác hay mời cơm mấy vị sang ăn nhưng chả ai nói với ai câu nào. Thế mới biết học Bác khó quá thay vậy!"

Có thể từ khi không còn Bác để cố công nhờ mấy bữa cơm hàn gắn nội bộ đầu não Đảng và đất nước, Trường Chinh thôi ăn ở chỗ lạ. Với ông, nay chỗ ăn lạ duy nhất là chỗ của đảng. Nhưng phi đảng mời thì còn ai mời ông? Tôi lạ là các bộ óc đầy hằn học, nghi ngờ nhau như vậy lại vẫn nhất trí được với nhau trong việc trị dân.

Chương mười tám

Nguyễn Văn Linh lên, tôi thuyết phục mọi người tin ông. Ông từng mất ghế Bộ chính trị, rớt xuống làm chủ tịch Tổng công đoàn lênh phênh nhàn rỗi. Ông đã nói ngoài Bắc làm ăn như *"con c.,"* rồi bị phán Nam bộ "sặc mùi Nam Tư" nghĩa là toan theo tư bản. Ông đã ra nghị quyết không khai trừ tù cộng sản ở Côn Đảo vờ "ly khai," trái với nghị quyết của Sáu Thọ. Ông tán thành Trần Văn Trà ra hồi ký "Kết thúc cuộc chiến tranh 30 năm" bóc mẽ Văn Tiến Dũng gạt Giáp, xí phần và đề cao Sáu Thọ, quyển sách rồi bị cấm lưu hành.

Tôi thích nhất câu Linh nói với Ba Khiêm, Hai Khuynh, Xích Điểu: Nhiều đêm trước khi ngủ tôi sợ sáng mai mở mắt đã thấy *cờ của thằng nào cắm khắp Sài Gòn mất rồi.* Việc Linh có gan chấp nhận sự thật đen tối đã đủ cho tôi tin ông. Vì tôi thấy ở đằng sau tất cả những điều trên đây, chính là ông đã nhận ra cái điều chí mạng cho đảng: Nhân tâm đang không cùng với Đảng. Thì mới có thằng của nợ nào đó nó cắm được cờ của nó lên khắp Sài Gòn chứ! Và mới nữa là ông trả tự do cho Hoàng Minh Chính, Hoàng Chính.

Vừa thấy ở trên tờ *Le Nouvel Observateur* có bài của Nguyễn Đức Nhuận không chỉ ca ngợi ông tích cực đổi mới mà còn tố cáo Lê Đức Thọ ngăn cản đổi mới, ông đã xóa cho

Nhuận cái tội từng đăng trên *Le Monde* mấy tiếu lâm (cho Cụ Hồ mắc lỡm vàng giả "độc lập, tự do" của Bộ chính trị và lòng dân muốn các ông lãnh đạo nhảy máy bay chết hết.) Ông đã cho mời Nhuận về nước. Có nghĩa ông hy vọng Nhuận sẽ ca ngợi Đổi mới và ông hơn nữa, cũng như kể tội Lê Đức Thọ ra hơn nữa.

Làm gì mà Thọ không biết chuyện này? Mà không thấy Linh tán thành Nhuận bêu ông lên trước thế giới? Vậy ông chịu bó tay hay sẽ chống trả?

Linh như thế, sao mà tôi không tin?

Đến thăm Chính vừa ra tù, tôi bảo anh nên viết thư vừa cảm ơn Linh vừa nói chúng mình ủng hộ Linh đổi mới. Chính bảo còn cần phải xem thế nào đã. Tôi lại thuyết phục anh về Linh. Nhưng Chính muốn tôi hệ thống hóa các nhận xét về Linh.

Nói tin Linh nhưng tôi vẫn thấy cần có quả bóng thăm dò Linh. Tôi viết đơn tố cáo hai ông Hoàng Tùng, Hồng Hà ức hiếp người lao động là tôi, bắt tôi về hưu non trái pháp luật. Còn con trượt đại học thì Hồng Hà đưa vào làm thợ ở nhà in vì Hồng Hà biết ba tháng nữa một đoàn thợ in của báo sẽ sang Liên Xô học nghề rồi sau đó sang ngay Đức học năm năm nữa lấy "bằng đại học" về in. Cậu con quả nhiên vào đoàn thợ du học! (Thợ nhà in báo đảng lại bảo tôi anh ơi, anh phải nói là *ru* học!... Thì đi êm như ru ấy mà lại.)

Chắc chẳng mấy thích hai ông chủ báo *Nhân Dân* từng lên án Sài Gòn sặc mùi tư bản, Linh giao cho Ban bí thư xét đơn kiện của tôi.

Sáng 6 – 1 – 1987, tôi nhận thư của Ban bí thư do Nguyễn Đức Tâm ký mời hôm sau đến gặp.

Tôi đến 10 Nguyễn Cảnh Chân, trường Tây con cũ. (May mà Tây xây cái trường cho trẻ con thực dân này chứ không thì Trung ương Đảng lấy đâu ra chỗ làm việc oách thế?)

Người thay mặt Ban bí thư gặp tôi là chính Lê Công Tuấn, người hỏi cung tôi chín năm trước và nay sắp lên vụ trưởng vụ bảo vệ, Ban tổ chức trung ương thay Nguyễn Trung Thành.

Thấy Tuấn, tôi ngán. Biển hiệu mới nhưng vẫn chủ quán và dao thớt mùn thớt cũ. Đồng thời cũng thấy Tuấn phải dè nể tôi. Quần cung tôi suốt mấy tháng, Tuấn thừa biết tôi là thế nào.

Tuấn đon đả nói ngay: Anh Trần Đĩnh ạ, thế này, anh xem đây, Ban bí thư rất dân chủ. Nhận chỉ thị tổng bí thư, Ban bí thư họp ngay với anh Hoàng Tùng, đảng ủy báo *Nhân Dân* để nghiên cứu vụ anh kiện. Bây giờ kết luận thế này nhá, anh Đĩnh ạ: Việc để anh về hưu non là đúng vì anh ở trong tổ chức chống đảng, lật đổ. Nhưng vì anh thâm niên, có "cống hiến cho báo nên *đảng chiếu cố do đó báo đảng làm giúp luôn hết thảy mọi khâu thủ tục hộ cho anh.* Cũng vì chiếu cố nên không lập hội đồng giám định y khoa hay kỷ luật như anh đề nghị. Còn anh không nộp mà có ảnh dán vào sổ hưu thì là thế này, anh quên thôi. Khi làm sổ lao động, anh có nộp thừa một số ảnh cho nên nay cơ quan lấy ra dùng.

Miệng nói, tay Tuấn mở cặp lấy ra năm sáu bức ảnh chân dung tôi cho vào lòng bàn tay khẽ xóc lên. Khôn mà không ngoan: Đưa ra quá nhiều ảnh làm bằng! Làm cái sổ lao động ẩm ương mà đứa nào lại đem nộp cơ quan những ngần kia ảnh? Và có phép nào được lấy ảnh cũ có sẵn dùng cho việc mới? Thú thật là nhìn đống ảnh tôi sởn da gà. Về vật lý, tôi thấy tôi như đã *ma hóa.* Kinh tởm cho sự man trá tập thể. Và sự ăn nói bạt mạng.

Về vụ con trai Hồng Hà được cài vào làm thợ để chẳng phải thi mà đi *ru học* luôn hai nước, Tuấn đưa ra cả lô công văn, nghị định... để nói việc đó hợp pháp.

Hồng Hà chánh văn phòng trung ương thì tất yếu thuộc diện được che chắn chống kẻ xấu hãm hại rồi. Khi anh ta vào ghế này, tôi đã có thư đề nghị Tổng bí thư Nguyễn Văn Linh thay người khác vì anh ta chính là "cái phễu ma quỷ" hứng mọi tin tức, tình hình cho đổ cả về kênh Lê Đức Thọ nữa. Tôi chưa biết Linh đề nghị để Chín Cần (Nguyễn Văn Chính – Phó thủ tướng 1981 – 1987) làm trưởng ban tổ chức mà bị Sáu Thọ lắc.

– Anh nói xong chưa, tôi hỏi Tuấn? À, nay đến lượt tôi có ý kiến lại với Ban bí thư. Anh nói Ban bí thư rất dân chủ đã họp ngay hôm Nô–en với anh Hoàng Tùng và đảng ủy báo *Nhân Dân* về chuyện tôi kiện. Dân chủ nào mà lạ quá vậy? Dân chủ mà chỉ mời bên bị họp riêng trong bóng tối? Sao không mời cả tôi, bên nguyên? Anh nói tôi về hưu non vì ở trong tổ chức chống đảng. A, ai kết luận thế? Điều lệ đảng quy định kỷ luật đảng viên phải tuyên bố *trước mặt* đảng viên *sau khi* đã trao đổi ý kiến với đảng viên, và nếu đảng viên không đồng ý có thể khiếu kiện lên tới tận Trung ương. Nào, đã ai gặp tôi trao đổi ý kiến? Các anh vi phạm như bỡn điều lệ đảng. Thứ ba, các anh nói chiếu cố tôi. Chiếu cố thì phải mời tôi ở lại làm việc quá cả tuổi hưu chứ sao tôi chưa năm chục đã bắt về và bất chấp tôi phản đối? Tôi gần ba năm phản đối quyết định sai pháp luật, các anh bèn trắng trợn vi phạm pháp luật, lén lút tự làm lấy mọi thủ tục mà người về hưu có quyền và có nghĩa vụ phải làm lấy như ký vào quyết định về hưu sớm. Không cần tôi nộp ảnh, các anh man trá in ảnh trong lý lịch tôi để làm bậy sổ hưu vắng mặt tôi! Tôi rồ hay sao mà nộp ảnh thừa nhiều đến thế này? Cơ quan rồ hay sao mà lưu giữ ảnh nhân viên lâu và nhiều thế này? Ba tháng đã gọi đồng nát đến bán tống bán tháo sách báo, bản tin, tài liệu cũ mà lại đi nâng niu ảnh thừa của tôi thế này ư?... Thôi, tôi đề nghị anh về nói lại với Ban bí thư trung ương rằng kết luận của Ban bí thư về việc tôi khiếu nại là *mờ ám, khuất tất và từ đầu đến cuối đều sai pháp luật.*

– Ố! – Tuấn khẽ kêu lên, mặt trắng bệch ra.

Hãi công khai, hãi trung thực. Rồi khẽ nói, như sợ có người nghe thấy: Đây là kết luận của Ban bí thư trung ương, anh Trần Đĩnh!

– Biết thế tôi mới nhờ anh báo cáo nguyên văn nhận xét của tôi với Ban bí thư chứ. Khoác túi vào vai, tôi đứng lên nói: "Chỉ việc thấy anh đến gặp tôi, tôi đã kết luận là các anh sai pháp luật. Xưa hễ học sinh ta và Tây đánh nhau là cảnh sát tự động bênh Tây, nay đảng tự động bênh đồng chí và cán bộ cao cấp, y hệt nhau. Tôi không ngờ Ban tổ chức trung ương mà lại thu nhận vào hồ sơ lưu trữ của mình các tấm ảnh man trá ghê gớm này." Nói câu này tôi rợn người, có lẽ nhìn thấy ma cũng như thế này.

Cảm giác lờm lợm còn lại mãi cho tới khi tôi vào Trường Bưởi để kể lại cho Trần Thư, Mai Luân. Trần Thư đã đi cùng tôi từ Cầu Giấy đến cổng Văn phòng trung ương.

Chúng tôi thấy: Một, Linh sẽ bất lực vì bị bộ máy che mắt, trói tay. Hai, vây cánh Sáu Thọ rất hùng hậu, vụ án xét lại vẫn là *tai ương tiềm ẩn* với họ. Ba, họ có thể làm những trò gian trá.

Tôi viết một thư gửi Nguyễn Văn Linh nói lại việc gặp Tuấn cùng nhận xét của tôi về Ban bí thư khuất tất, mờ ám và hoàn toàn sai pháp luật. Có thể Hồng Hà ở Văn phòng trung ương đã "hàn khẩu" bằng nhét rác vào miệng phễu.

Khi Linh giải tán hai đảng Dân Chủ và Xã Hội, tôi tán thành. Các vị thân sĩ thoát phận bù nhìn! Lúc này mới biết Đảng Xã Hội chỉ có 92 đảng viên ở Hà Nội, Hải Phòng, Nam Định, với tuổi bình quân đảng viên là 76! Sau 1975, Đảng Xã Hội xin cho mở vào Nam nhưng Đảng Cộng sản lắc – "giải phóng dân tộc" xong rồi bày kiểng làm gì? Dịp ấy, Lưu Động đến chào Tổng thư ký đảng Nguyễn Xiển, vốn là thày cũ. Nói "tôi bị Đảng đánh vì chống đảng" thì thầy nghẹn ngào: "Tôi hèn... tôi hèn... thấy cả đấy mà chẳng dám làm gì..."

Linh thật sự được lòng trí thức trong cuộc họp ông nêu mấy khẩu hiệu lẫy lừng một thời: "Chống im lặng đáng sợ," "tự cởi trói." Nguyễn Khải bảo tôi là ngồi nghe mà anh ngỡ ngủ mê, mồm há hốc ra, không ngờ và sướng quá mà. "Còn Nguyên Ngọc ở ghế trên thì nhợt cả mặt đi ghi lia lịa như máy, hắn phải viết tường thuật mà".

Nguyễn Khải tham luận trên báo *Văn Nghệ* nói chủ nghĩa hiện thực xã hội chủ nghĩa nó hại anh, nó cấm anh phê phán. Chính sách giả, nhà văn ca ngợi chính sách giả hóa ra giả nốt, rút lại ba thằng nhà văn nói dối lẫn nhau.

Nguyễn Minh Châu gửi một "Ai điếu" cho "nền văn học nói dối" (Một chiều trên hồ Đại Lải, anh bảo Dương Thu Hương: *"Dấu chân người lính"* của tôi dụ bao nhiêu thanh niên vào chỗ chết.)

Chắc *Di cảo* cựa quậy trong đầu Chế Lan Viên những ngày tưởng tiếng nói chân thành sẽ là tiếng chung của đất nước.

Một hai năm sau, sau chuyến Linh đi Trung Quốc, một hôm Đinh Văn Đảng khẽ bảo tôi: Tôi nghe thấy cái này... không biết đúng sai thế nào nhưng...

Thấy ngay Đảng không tin nhưng anh không thể giữ riêng cho mình cái tin này. Cuối cùng anh nói: Vừa rồi Nguyễn Văn Linh sang gặp Giang Trạch Dân. Hắn lại bắt Linh đến Thành Đô chứ không gặp ở Bắc Kinh. Linh đã nói với Giang Trạch Dân rằng Lê Duẩn chống Trung Quốc là sai lầm, chúng tôi nay sửa sai, xây dựng lại mối quan hệ anh em thân thiết với các đồng chí.

Giống Đinh Văn Đảng, tôi cũng không tin Linh lại có thể xuống xề đàn em dữ như thế. Tôi chỉ hỏi Đảng: Ai nói với ông?

– Mình khó nói đấy, Đảng cười như cáo lỗi... Nhưng người này đứng đắn.

– Có phải Tạo Cuội không?

Đảng vẫn cười không nói.

Phải nói tin này có hai tác động với tôi. Một là không tin Linh vạch tội Lê Duẩn ra với Trung Quốc nhưng tôi lại thú vị thấy uy tín của Duẩn đã tụt xuống đến mức bị đem ra bêu với Trung Quốc. Tuy cũng biết ở đây có thể có cả ác cảm cá nhân của Linh đối với Duẩn. Tóm lại tôi còn tin Linh. Một người vừa hết chiến tranh đã đến kéo ngay Ung Văn Khiêm "chống đảng" về Sài Gòn, bất chấp phép tắc.

Lê Giản cho rằng Linh mời anh đến nói chuyện là một dấu hiệu Linh có tình nghĩa. Tôi cũng cố ý không nhớ câu Ung Văn Khiêm nói khi tôi hỏi anh về Linh. "Linh ấy à? cậu này nó khó hiểu đấy!" Mà chỉ nhớ khía cạnh Linh ưu ái Khiêm. Chỉ nhớ câu "sáng sau dậy thấy cờ nào đã treo đầy ở Sài Gòn!" Rồi đi tới hiểu ra thành Linh đồng tình với Khiêm về mọi sự. Tôi đã nói ở đâu: "Hy vọng không trọng lượng nhưng đè sập bao đời người".

Giữa những ngày he hé cửa cho trí tuệ rón rén ló đầu ấy, Dương Thu Hương và Thanh An điện ảnh đến tôi. Tiếc quá, tôi vắng, không được tiếp nhà văn nữ vừa nổi lên với sức công phá trẻ trung, mới mẻ vào dinh lũy *Thiên đường mù*.

Tôi đến chào lại Dương Thu Hương. Đinh Văn Đảng bảo cho mình đi với.

Những ngày này tôi đọc *Những ý nghĩ trái khoáy* của Gorki. Ông ra tờ *Tân sinh hoạt* từ trước Cách mạng tháng 10 và ông lớn tiếng phản đối ngay khía cạnh vô nhân đạo của cuộc cách mạng này khi nó lập tức tước đoạt tài sản quý tộc, tư sản, đuổi đàn bà, trẻ con ra khỏi nhà để rồi chân trần kéo nhau đi trên tuyết. Bút chiến giữa Gorki với các cây bút của đảng lên đến cực điểm khi ông lôi Lê-nin ra công kích. Viết Lê-nin biến đất nước Nga thành bản thảo để thử những cuồng mộng tiểu tư sản của mình. Cuối cùng vợ Lê-nin đã ký nghị định đóng cửa tờ báo của Gorki. Gorki "được" sang nghỉ đảo Capri, Italia. Lê-nin mất, ông về nước và chứng

215

kiến những cái chết có công dụng làm cấm khẩu người sống. Thành lãnh tụ văn học xô viết, Gorki quay sang bảo vệ lừa dối. Vở kịch *Nói dối* của Afinoguenov ca ngợi cần phải dối trá vì lợi ích cách mạng đã bị ông phê phán là bênh vực yếu đuối cho dối trá, cái sự tất yếu trong cuộc đấu tranh vì chiến thắng của chân lý vô sản. Ông viết hẳn bài báo *"Chống lại sự thật."* Riêng nhà văn Pháp Romain Rolland trước vẻ bảnh bao tư sản của Gorki ở Đại hội Hòa bình thế giới năm 1935 vẫn nhận thấy "lão già vô chính phủ này chưa hề chết" ở nụ cười mệt mỏi của Gorki.

Có lẽ Gorki vẫn sẽ cứ mãi Gorki "chua chát đắng cay" nếu Hoàng đế Đức không chấp thuận một đề nghị của Lê-nin. Theo một tờ báo Đức, ngày 23 - 3 - 1917, người của Lê-nin đến xin hai đại sứ Đức, *Von Romberg* ở Thụy Sĩ và *Von Brockdorf - Rantzan* ở Đan Mạch chuyển tới bộ trưởng ngoại giao Đức, Arthur Zimmerman đề nghị của Lê-nin gửi Hoàng đế Đức xin cấp giấy tờ và phương tiện cho Lê-nin về nước ép chính phủ Nga ký hiệp ước hòa bình với Đức để Đức rảnh tay đánh Pháp, Anh, Mỹ. Ngày 14 - 4, Hoàng đế Đức phê duyệt. Lê-nin lên một toa xe hàng cặp chì niêm phong qua Đức và Stockholm về Petrograd ngày 16 để lật đổ Kerenski chính phủ tư sản dân quyền đầu tiên của Nga. Tin *Lê-nin về Petrograd* này in lại trong *Biên niên Thế kỷ 20* mà Nhà xuất bản Thế Giới đưa tôi dịch.

Rồi Lê-nin ký nhượng Brest - Litovsk cho Đức. Đến Stalin thì ký hiệp ước bất khả xâm phạm Đức phát xít - Nga Xô. Đều là nhượng bộ Đức để trút tai họa cho phương tây. Nhưng Hitler xấp mặt hơn. ChínhNga Xô nhận đòn đủ.

Trần Châu thành lình giữa đêm lên cơn hôn mê co giật. Vợ anh cho anh lên xe cải tiến rồi ngồi ôm anh cho đỡ xóc, còn làm bò kéo là một người họ hàng. Xe cải tiến gập ghềnh lăn bánh năm cây số đường quê khuya khoắt đến bệnh viện huyện và Châu thoát nạn. Năm sau tái diễn một cơn nguy cấp hơn. Lại xe cải tiến khuya khoắt đảo đồng lắc lư. Xe vừa đặt càng vào hiên bệnh viện thì mưa ầm ầm đổ xuống.

Những lúc đứng bên giường bệnh nhìn Châu li bì tôi lại nghĩ tới các gian truân anh trải và cái may thoát trận mưa kinh hoàng mà chỉ chậm mười phút là anh cầm chắc chết. Lại nghĩ tới bức thư đầu tiên sau mấy năm biệt giam anh gửi tôi cuối 1969: *Nếu còn tình anh em thì Đĩnh làm ơn gửi cho mình xin ít thuốc lá, diêm, giấy trắng, bút và vài đồng.* Cái giọng thư e dè làm tôi nhòe mắt. Biết thế nào? Thế thái nhân tình hoàn toàn chiếu theo lập trường địch ta mà đối xử mà. Bài học xấu xa thời Cải cách Ruộng đất cuối cùng vẫn cứ được người ta tuân thủ. Bạo lực đã cho một vết hằn kinh hoàng lên tâm trí, vô thức của tất cả. Biết nó xấu, nguyền rủa nó nhưng vẫn không dám từ bỏ nó những khi cần có thái độ trước chuyện "địch ta." Nghĩa là Châu đã chuẩn bị nhiều phần tôi sẽ ngoảnh mặt đi. Kia, vợ anh đã bỏ anh. Nhưng thư cho tôi vì Châu vẫn tin vợ chồng tôi.

Tôi thích thú khoe ở báo *Nhân Dân* là nhận được thư Châu. Một số anh em liền khuyên ngay tôi "cắt đứt." "Này, cẩn thận không lại mất mạng…"

Từ đấy tháng tháng tôi gửi thư và tiền tiêu, quà cáp cho anh. Hiểu rõ rằng Châu thừa biết đây vượt xa ra ngoài đồng tiền tấm bánh. Sau này anh bảo nếu đảng biệt giam tiếp, nếu không liên hệ được với tôi thì chắc chắn anh chết hoặc điên. Anh chị em tù xét lại đều khổ như nhau. Nhưng Châu chịu thêm một nhát chém ngang mình: Vợ anh gửi đơn vào tù yêu cầu anh ký li dị. Việc này đau hơn việc bị tù, anh nói. Trong lịch sử tù có mấy chuyện như thế?

Ở nhà máy nông cụ Quốc Oai, một nữ cấp dưỡng hai con thương anh. Hai người đi với nhau ở phố huyện, dân chửi con đĩ cặp bồ với thằng tù già. Sao chửi? Tôi thật không hiểu làm sao mà Đảng dạy được cho dân có được lập trường chính trị cao siêu đến thế.

217

Lại văng vẳng bên tai lời Nona, vợ Nguyễn Tài Cẩn: Tôi đi đường cứ bị chửi, cả trẻ con ném đá rồi chửi "đ. mẹ, con xét lại"...

Chúng ta có một kho vũ khí vô tận mà nếu xuất khẩu được thì giàu và danh giá to. Đó là vũ khí "đ. mẹ nhà mày." Đảng dạy dân yêu nước bằng cách "đ... mẹ" nước khác, trừ hai nước cộng sản đàn anh.

* * *

Nguyễn Khắc Viện viết *Hai mươi lăm năm ấy* đăng trên báo *Văn Nghệ,* rằng mừng là từ ngày sạch bóng quân viễn chinh Pháp, đất nước đã sạch bóng phản động, lưu manh, gái điếm. Chúng đã rút cả vào Nam. Căn dặn mọi người nắm chắc chuyên chính vô sản, "cần nhớ dân chủ với ai và chuyên chính với ai."

Tôi viết cho Viện một thư nhờ Hoàng Minh Chính chuyển. Vì từ 1963 tôi không giao du với Viện nữa sau khi hỏi mượn anh số báo *Pensée (*Tư Tưởng) tháng 5 mà anh bảo không có, sau khi đã cất giấu nó đi. Thư tôi nói không tán thành anh phân biệt đối xử theo chế độ chính trị và ý thức hệ. Nó dễ thành kiểu thanh lọc chủng tộc khiến người ta sẵn sàng nghĩ ở lục địa Trung Hoa thì tốt, ở Đài Loan thì xấu; Việt kiều ở Pháp xấu (hơi gợi ý đến chuyện anh từng bị dư luận kêu rằng anh "ủng hộ Hitler và có công đưa học sinh Việt sang Đức quốc xã học" sau khi Pháp đầu hàng,) Việt nội địa tốt; đồng bào trên vĩ tuyến 17 tốt, đồng bào dưới vĩ tuyến xấu. Và đuổi người Hoa thì lãnh thổ liền trong veo. Vả chưng, nếu phản động, lưu manh, gái điếm dạt cả vào trong kia như anh nói thì có nên sướng vì đồng bào trong kia chịu đựng hộ cho ngoài Bắc không? Còn nay quân viễn chinh nào đến Hà Nội mà tối tối ở hông cơ quan thành ủy, gái điếm đứng đầy lên đến hai nẻo vệ đê sông Hồng, nhận ra ngay vì mông mẩy đùi về cứ trắng hếu như cò? Tôi nói anh nghĩ lỗi thời về chuyện chính vô sản. Vâng, xin hỏi anh ai được phép cho ai dân chủ, cho ai chuyên chính?

Viện trả lời. Cũng qua bưu điện dân doanh Hoàng Minh Chính. Anh tán thành không nên gọi là phản động, lưu manh mà nên gọi là "rác rưởi," chỗ này anh đã "dùng chữ chưa chính xác" chứ còn, anh nhấn mạnh, "chế độ xã hội chủ nghĩa thì tất nhiên là phải tốt đẹp hơn chế độ tư bản." Còn anh không nói đến chế độ Quốc xã của Hitler như từng ca ngợi nó trong một bài báo viết khi còn ở Pháp mà Trần Đức Thảo vẫn giữ nguyên cả hai trang và đưa tôi xem.

Về chuyên chính, anh thẳng thắn nói anh phản đối "anh (Trần Đĩnh) và một số trí thức hiện nay bài bác chuyên chính." Anh viết: "Tôi phản đối Mao nhưng tán thành Stalin chuyên chính với đế quốc." Dĩ nhiên cuối cùng anh nói thêm "tuy nhiên tôi không tán thành đàn áp nhân dân".

Hóa ra anh không thấy rằng khi đã chuyên chính với đế quốc thì khó mà tránh được chuyện đàn áp kẻ thù trong nó nấp ở nội bộ nhân dân! Mà đấu tranh trong đảng là phản ánh đấu tranh giai cấp ở ngoài xã hội và đặc biệt càng gần thắng lợi lại càng gay gắt. Thủ tiêu, bắt bớ tất phải nhiều lên.

Vũ Cận đọc thư Viện gửi tôi xong nói: Anh Viện rất giống Đảng, không bao giờ nhận mình sai. Vũ Cận và Viện cùng cơ quan, cùng chung trách nhiệm xuất bản sách báo tiếng Pháp. Cả một thời gian dài, tôi không viết cho báo nào. Thôi đi, đón gió, hóng hơi làm gì. Tôi đã có một bài học: Theo lời Sáu Thọ, cho Nguyễn Đức Thuận đứng đèn và nhịn khát mười sáu ngày liền, rồi tôi có muốn thanh minh sao thì cũng vẫn cứ lời ra là một gã thơ lại.

Thì một hôm đến Vạn Lịch, tôi gặp Tô Hoài. Tôi nói: Lâu lắm rồi, vẫn thế nhỉ, mắt vẫn hoa tình, nói nôm na là đĩ.

(2009, tôi đến Tô Hoài. Câu đầu tiên lại nói: "Cha này 90 rồi mà mắt vẫn đĩ nhỉ!" Tô Hoài sướng cười tít cả mắt lại.)

Tô Hoài bảo cậu viết cho *Người Hà Nội* đi.

– Thật chứ, tôi hỏi? Muốn thử Tô Hoài.

– Thật. Đăng hẳn cả tên Trần Đĩnh của cậu ấy chứ... Tớ đếch sợ!

Nhân báo *Người Hà Nội* của Tô Hoài vừa đăng một bài của Mai Ngữ nói xã hội ta nay nhiều tiếng tục, tiếng lóng quá, xin ngành văn hóa ra tay, tôi viết bài *Vượt rào xổ lồng.* Cho rằng tiếng tục, tiếng lóng vượt rào xổ lồng là vì chữ nghĩa quen thuộc đã bị lạm dụng thành xác xơ, dân phải lấy tiếng lóng, tiếng tục nó tươi tốt, mơn mởn sức sống ra thay. Thí dụ: giỏi thì thành *đểu;* hăng hái thì thành *máu, ngầu;* thành công, thắng lợi thì thành *vào cầu, trúng quả...* Người dân ưng tiếng lóng tiếng tục hơn vì ngoài sức sống trẻ trung, tiếng lóng tiếng tục còn cho người dùng nó một mã hiệu về tổ chức, khi dùng nó lập tức thấy ta có vai vế hơn trong xã hội – ấy là được ở trong bè đảng cùng với những phe, những phò, những đầu gấu đông đảo, hùng mạnh đến mức công an cũng phải ngại. Đây không là địa hạt văn hóa mà sang địa hạt chính trị – xã hội mất rồi. Dân mượn tiếng lóng, tiếng tục để đổi chứng minh thư. Nói cho đúng nhất, một cách *vượt biên* ở ngay trong nước! Đó là tinh thần bài viết chứ cố nhiên nếu tôi viết "đổi chứng minh thư" hay "vượt biên" thì chắc chắn Tô Hoài sẽ phải bỏ. Vượt biên là cực phản động. Chả thế Đảng phải ra luật phạt rất nặng với ai vượt biên. Tô Hoài đã đăng với tên Trần Đĩnh. Người đầu tiên phá cái hàng rào giam kín tên tôi.

Mai Văn Hiến thư ngay cho tôi: "Cóc đọc tên tác giả tớ cũng biết thừa là cậu. Rất hay. Đến tớ chơi đi".

Vạn Lịch ho hen đạp xe vào tận Cầu Giấy đưa nhuận bút. Tô Hoài nó nhờ tao, anh nói. Nó bảo cậu chơi khăm, đề địa chỉ ở nhà Lê Đạt vậy Tô Hoài nó khó đến mà bảo nhân viên đem đến thì càng không hay. Thế là nhờ tao.

Đã lâu, Vạn Lịch ra tòa cãi bênh Tạ Đình Đề. Sau đó, anh bảo tôi: Có đứa nó bảo tớ các cụ đang cáu, mày nên tạm lánh đến Hà Đông đi.

Tôi bảo anh, một trưởng ty Hà Tây sắp bị khởi tố vì tham nhũng thì bí thư tỉnh gọi chánh án đến hỏi anh là gì? Dạ, tôi là chánh án tỉnh. Chỉ thế thôi sao? Dạ, còn là đảng viên. À, vậy anh nghe luật hay đảng? Không xử trưởng ty nữa... Muốn nghe nữa không? Có nhớ cua rơ xe đạp lừng danh Đông Dương Vũ Quốc Thân không? À, con cụ Tư Đường giàu có tiếng Hà Nội. Bây giờ cả nhà rúc ở một căn hộ chật hẹp ở Mã Mây để sửa xe máy. Chung nhà vệ sinh với một hộ bên cạnh thì hộ nó bít tường, cả nhà Thân toàn phải đi vài trăm mét qua đê sông Hồng làm chuyện vệ sinh hàng ngày. Thân kêu, tớ bèn nhờ Nguyễn Đức Mưu chuyên phụ trách mục Ý dân ở báo *Hà Nội Mới*. Mưu hăng hái nhận lời nhưng mấy hôm sau bảo tớ là mình không làm được vì cái hộ nó chiếm nhà vệ sinh của Vũ Quốc Thân lại là em bà phó chủ tịch thành phố Hà Nội. Đấy, tùy cậu...

Nghe tôi, Vạn Lịch thôi "sơ tán." Chả đâu có hầm hố tử tế cho anh trú ẩn.

Chương mười chín

Một sáng hè ở Sài Gòn, Nguyễn Văn Trung (giáo sư Triết các đại học miền Nam trước 1975 –BT) đạp xe đến tìm tôi. Mời đến nhà ăn cơm với Nguyễn Đức Nhuận mới ở Paris về thăm nhà.

Mới hôm nào Nguyễn Văn Trung mời Nguyễn Khải, tôi và vài anh em đến nhà Nguyễn Linh, phó tổng giám đốc Nhà xuất bản Sự Thật nghe anh trình bày quyển sách anh mới viết về tình hình Thiên chúa giáo, Cơ đốc giáo xâm nhập Việt Nam. Anh đã nghiên cứu công phu, soạn thảo rõ ràng và viết khá hấp dẫn. Anh nhấn mạnh đến thái độ bình Tây sát tả của nhà Nguyễn, một chính sách dập khuôn Nhà Thanh. Tôi đã có ý kiến: "Anh viết khá hấp dẫn. Giá như anh nhấn mạnh hơn đến vấn đề quyền tôn giáo là một nội dung quan trọng của quyền con người. Nên đứng cao hơn nhãn quan triều vua Nguyễn." Đến nhà Trung, thấy Nhuận, tôi chìa tay: *Bonjour Van Dulik*, – chào Văn Du Lịch.

– Anh biết, Nhuận cười hỏi lại?

– Viết trên *Le Monde* với *Le nouvel Observateur* hay thế, ai lạ nữa?

Le Nouvel Observateur vừa đăng một bài của Nhuận (tôi đọc bài báo hai trang thấy quá hay) ca ngợi đổi mới cùng người hùng của nó là Nguyễn Văn Linh và chỉ ra người cản nó là Lê Đức Thọ. Ai chả thấy đổi mới là chống Lê Duẩn và Lê Đức Thọ cùng công ty. Ở Paris mà biết chuyện Thọ cản thì Đảng tất phải biết. Về chỗ này Nhuận sẽ cho thấy dưới đây.

Nhuận cho hay sau khi Hà Nội tịch thu tờ *Le Monde* đăng mấy tiếu lâm của anh, anh không xin được thị thực về nước nữa. Nhưng gần đây bỗng một hôm đại sứ quán ta ở Paris đến thăm. Hỏi giáo sư bận gì mà lâu nay ít về nước? Nhuận nói vì không xin được thị thực thì đại sứ quán ta kêu trời lên sao lại có chuyện lạ đó được chứ giáo sư? Giáo sư muốn về là có thị thực ngay thôi mà. Quay ngoắt này là nhờ Madeleine Riffaud đến Việt Nam đã đưa cho Nguyễn Văn Linh tờ *Le Nouvel Observateur* trên kia.

Có nghĩa rằng Linh biết rõ đồng chí mình cản mình nhưng im. Sợ Thọ. Và Thọ biết. Quân hầu thày tớ phải báo Thọ chuyện Linh mời Nhuận về chứ! Chung sống "hài hòa" trên cơ sở cảnh giác, nơm nớp với đối thủ sát nách và ngấm ngầm chờ thời, tạo thời là võ đầu tiên để sinh tồn của phần lớn những vị lãnh đạo ở các đảng cộng sản. Trong lúc chờ đợi ai hạ ai thì cả đôi bên đều cùng chung sức chung lòng giấu dân cái bí mật kẻo nó phanh ra thì các vị mất hết đến cả chỗ để đòn nhau. Trường Chinh ôm mộng đổi mới để chuộc lỗi với dân nhưng thua Sáu Thọ phải bỏ về ngồi nhà, việc ấy đã chấm dứt thời kỳ hai phe Trường Chinh – Lê Duẩn âm ỉ giằng co. Thọ sẽ cho Linh về theo nốt và lúc ấy đàn em Thọ sẽ lên và Thọ thu vén sơn hà vào tay, không còn lo đứa nào chọc phá nữa. Để giữ vững vai tổng bí thư, Linh nhảy sang quy hàng Trung Cộng.

Tôi đã trò chuyện với Nhuận dăm buổi. Phải nói tôi cần cảm ơn Nguyễn Văn Trung đã tin tôi mà mời tôi đến gặp Nhuận để cùng trao đổi ý kiến về tình hình đất nước.

Chẳng hạn về vấn đề trí thức. Tôi nói ở ta không có trí thức theo nghĩa *intelligentsia* mà chỉ có tầng lớp thơ lại, công chức *fonctionnariat* của Đảng và Nhà nước được tu luyện trên ba bài bản ở đại học là sử đảng, chủ nghĩa duy vật biện chứng và kinh tế xã hội chủ nghĩa. Còn về chính trị? Ở ngoài chớ nên "giáo điều," nghĩa là thấy thế giới có gì thì ngỡ trong nước cũng y thế. Không. Lại chẳng hạn như chính trị. Tất cả quốc sự, dân sự đều do tổng bí thư và vài ba ông chủ chốt trong Bộ chính trị quyết định. "Tổng thống Mỹ, Pháp cũng thế," Nhuận nói. "Nhưng ý kiến của tổng thống lại phải được hạ viện, thượng viện rồi Quốc hội thông qua," tôi nói, còn ở Việt Nam chỉ có cây kiểng. Hay chẳng hạn kinh tế. Kinh tế Việt Nam là loại đặc biệt. què quặt, bất toàn, sơ đẳng, lạc hậu, nó chỉ chạy phập phù để tự túc tự cấp lấy một phần còm nào còn đời sống đất nước chủ yếu trông vào cưu mang của bên ngoài. Một ông chủ là đảng quản lý bao la bát ngát hết toàn bộ dây chuyền sản xuất, phân phối, tiêu thụ của xã hội. Tất cả sức lao động đều là người làm thuê rẻ mạt của ông chủ. Từ lúc Marx còn sống Proudhon đã nói chủ nghĩa xã hội của Marx sẽ biến người lao động thành nô lệ hay tài sản gì đó của Nhà nước, tôi nhớ hình như thế có phải không anh Nhuận, anh Trung, các anh xài sách hơn tôi? Tóm lại, một nền kinh tế không tư hữu, không hàng hóa, không thị trường, không giá trị ngoài giá trị sử dụng xoàng xỉnh, được chăng hay chớ như bao diêm đánh bẹp cả hộp mới cháy cho mấy que. Nhưng lại nên thấy chất lượng hàng tiêu dùng đã góp phần nhào nặn nên chất lượng con người, tôi nói ở nghĩa phẩm giá, nhân cách. Con người cũng sẽ giống như bao diêm trăm que chỉ cháy một que. Mỗi người làm thuê cho ông chủ Nhà nước nhận một phần tem phiếu quy định mỗi tháng được hưởng bao nhiêu nhu yếu phẩm phân phối. Thí dụ sáu bao diêm (bị móc vơi mất gần nửa vì gian giảo là thuộc tính trời sinh của thứ kinh tế tạo ra bằng những kẻ đói ăn, thiếu mặc nên quay sang tháu trộm lại của Nhà nước.) Thí dụ mạt cưa và củi mua về đốt lò nấu cơm thì ướt dề dề vì nhà mậu rẩy nước vào cho nặng cân. Thí dụ nước mắm pha nước lã, đậu phụ trộn thạch cao. Nhà nước độc quyền mọi sản vật, nhất là lương thực. Nông dân với tư cách xã viên làm việc lấy công điểm, công điểm được ban chủ nhiệm quy ra thóc và tiến trình dẫn đến: "Mọi người làm việc bằng hai, Để cho chủ nhiệm mua đài tậu xe." Tóm lại, một phương thức sản xuất mới nhất vì nó lạ lùng nhất, kinh hoàng nhất, lịch sử chưa hề nếm qua. Nhưng điều đáng chú ý hơn nữa có lẽ là chất lượng hàng tiêu dùng đã góp phần nhào nặn nên chất lượng con người, tôi nói ở nghĩa phẩm giá, nhân cách. Con người cũng sẽ giống như bao diêm trăm que chỉ cháy một que, sống điêu sống gian, sống vờ, sống giả.

Nhuận có nói chuyện với Ủy ban nhân dân thành phố. Anh bảo vấn đề có lẽ làm các vị lạ và khó chấp nhận là dân số sẽ tập trung vào vài thành phố. Hình như các vị cho rằng ngược lại, quy luật mác–xít lại đòi phát triển nông thôn lên ngang thành phố!

Một sáng trên đường Duy Tân, trước mặt Nguyễn Văn Trung, Nhuận mời tôi cùng anh làm một chuyến du lịch xuyên Việt, hết chuyến anh lại đưa tôi về lại Sài Gòn. Tôi thật tình cảm ơn anh nhưng xin kiếu. "Anh được về nước để có thể viết bài cho báo Pháp là rất quan trọng, vậy ta nên bảo vệ cái đó. Tôi cặp kè xuyên Việt suốt với anh thì e không hay." Nhuận hỏi tôi ra Hà Nội nên gặp "xét lại" nào. Tôi lại nói cố giữ thị thực cho các lần về sau. Nay ra Hà Nội anh có thể gặp Trần Dần, Lê Đạt... vừa được tháo khoán phần nào.

Nhuận ra Hà nội không gặp ai. Chắc đã thấy tín hiệu.

Không ngờ 2010 tôi lại gặp Nguyễn Đức Nhuận. Ở *Câu lạc bộ Cà phê Thứ bảy*. Dương Thụ mời tôi dự đều như khách đặc biệt. Tôi đã đến bắt tay Nhuận, chào tác giả *Những câu chuyện không thật ở Việt Nam* trên *Le Monde*. Rồi kể với anh chị em ở đó chuyện cách đây hơn hai chục năm Nguyễn Đức Nhuận thình lình được vời về nước sau bao năm cấm bặt vì mấy chuyện tiếu lâm anh đăng trên *Le Monde* (có kể sơ lại mấy tiếu lâm đó nó thế nào) rồi chính lại nhờ một bài báo anh tố cáo Lê Đức Thọ ngăn cản Đổi mới cũng như ca ngợi Nguyễn Văn Linh đổi mới mà được "bị động" mời về ra sao.

Nói xong chợt thấy té ra tôi đã ôn lại một đoạn lịch sử chất chứa đầy trò cười ra nước mắt. Và vẫn chưa có dấu hiệu chấm dứt. Đất nước đã mắc phải một giống vi trùng có tên gọi là tính đảng nó kháng lại mọi yêu cầu tử tế của con người.

* * *

Đi thăm Trần Châu thoát chết lần thứ hai về, tôi mừng quá đến ngay nhà Minh Việt để rủ anh đi cà phê sáng. Con rể anh báo anh bị xuất huyết đi cấp cứu ở bệnh viện và hiện đang hôn mê. Tôi rụng rời. Gan đã từng cổ chướng mà nay xuất huyết và hôn mê. Tôi đạp xe vòng qua cổng bệnh viện nhưng không vào, sợ thấy sự thật hãi hùng. Bèn cứ vào nhà Gia Lộc nghe ngóng.

Rồi Minh Việt chết. Đúng ngày 29 lấy làm 30 Tết. Anh phải chờ một mình trong nhà lạnh hết ba ngày Tết mới được đi ra khỏi cái mặt đất nhiều tội lắm nợ với anh

Đám tang anh ở nhà tang lễ Việt – Xô. Đông bè bạn và bắt đầu đã có nhiều tiếng khóc, những tiếng khóc như còn mang nếp vụng trộm râm ran lan rộng đi dần dần. Tiếng cánh các con chim ra ràng khe khẽ tập bay. Vào luồng thương xót một nạn nhân đau khổ.

Tôi như bị liệt. Không đi bờ hồ hằng chiều nữa. Bờ hồ, vườn hoa Nhà kèn, vườn hoa Con cóc, đê và bãi sông Hồng, tít lên tới Nhật Tân (đồng đất mênh mông mà đi vào cứ ngỡ trở về nguồn về cội.).. nhiều năm là chỗ Lê Đạt và tôi đều đặn dạo bước. Ở tù về, Minh Việt nhập bọn. Gần đây cái ghế đá trông sang Câu lạc bộ Thiếu nhi không đủ chỗ thì ngồi ra đất và đứng. Sau này Lê Tự, tổng giám đốc su-pe phốt phát Lâm Thao một dạo cũng quần soóc trắng, tóc trắng lòng khòng, nhấp nhổm từ xa đã cười cười đi đến.

Xin nói thêm. Từ 1969, vùng này Lê Đạt và tôi đi như cơm bữa, có khi ngày hai ba lần. Một dạo, Lê Đạt còn sáng sáng đạp xe vào đón tôi ở tận đầu Núi Trúc, Ngọc Khánh – những chỗ bà con Cổ Nhuế đêm vào thành lấy trộm phân ở các nhà xí hai ngăn về vẫn đỗ "tập kết" đầy ở chỗ nay là cổng đại sứ quán Thụy Điển – để "dạ, xin rước anh đi làm ạ!" Những cuốc đi bổ ích cho cái chữ.

Chuyện đến chữ nghĩa, tôi thường rất bốc. Nghĩ tới người ta nói Picasso thiên tài ở chỗ đã bắt được hai mệnh lệnh của thời hiện đại là *gẫy vỡ* và *sáng chế* nên ông tự tóm tắt là "đặt mắt vào giữa hai đùi và bộ phận sinh dục lên mặt!" Gẫy vỡ và sáng chế đến thế! Vậy tôi cũng phải sáng chế. Tuyên ngôn xưng xưng lên với Đạt: Thơ là cho hai hành tinh xa lạ làm một cuộc hôn phối lóe sáng rồi đến đăng ký hộ khẩu thường trú ở trong thế giới xúc cảm của con người. Thơ là tiếng Nghệ trọ trẹ hay là nói nhịu vô thức tiếng Hà Nội. Wiliam Yeats nói rồi đó: Tranh luận với người là hùng biện, *éloquence*, nhưng tranh luận với chính mình thì là thơ! Tôi cũng bảo thơ Đường chính là một kiểu gá lắp cấu trúc các *modules*, – các cục tổ hợp có sẵn rất quen thuộc về đề tài nhớ bạn – gồm cả mỹ nhân, nhớ quê, chia li, nhân sinh, về hình tượng cũng như các cục từ tổ để cho nhà thơ gá lắp. Gá lắp giỏi thì bài thơ thành một tác phẩm độc đáo, mới. Không thì cóp-pi vô duyên người làm trước.

Minh Việt chết, tôi bỏ hẳn những chuyến đi. Sợ người bạn bị tước mất quyền dạo chơi xôn xao phố sẽ buồn.

Có một câu chuyện về hai vị thống đốc ngân hàng quốc gia mà qua Minh Việt tôi được nghe ké không lâu trước khi anh chết. Một chiều Minh Việt và tôi ngồi ở ghế đá vườn hoa Con cóc thì Tạ Hoàng Cơ ngồi xuống thăm hỏi Minh Việt. Lan man chuyện, Cơ kể là trước đây anh có một cửa hàng guốc ở Hà Nội, thuê dăm ba người thợ. Cách mạng vô sản đã đưa anh tiểu chủ đẽo guốc làm tới tổng giám đốc ngân hàng. (Cũng không khó vì ngân hàng vô sản chỉ là một kiểu két bạc.) Rồi về hưu. Lương còm, thiếu thốn, anh đành xoay xở thêm. Nhất nghệ tinh nhất thân vinh, lại nhào vào nghề guốc. Khác là nay anh làm thợ đẽo guốc, sơn guốc cho một cửa hàng gần Hàng Điếu. Cơ cười hơi tự riễu: Không ngờ đời tôi lại quay về nghề guốc. Có điều trước kia là chủ, nay là thợ, thợ già. Minh Việt nói, thì chúng ta giải phóng cho công nhân lên ngôi chủ mà anh vẫn cứ là chủ thì chẳng hoá ra cách mạng của anh công cốc ư?

Ít lâu sau, cũng tại cái ghế xi măng nhìn sang Ngân hàng Nhà nước ấy lại gặp Lê Viết Lượng, cũng một tổng giám đốc Ngân hàng quốc gia về hưu. Anh vừa ở Sài Gòn ra. Khoe chỉ ba ngày Tết vừa rồi anh kiếm có tới bao nhiêu vạn đồng.

– À, coi xe ở vườn hoa Tao Đàn. Trong kia, anh thấp giọng giải thích, là thuộc địa cũ của Mỹ cho nên họ quen ăn chơi rồi, Tết đến xe gửi cứ là bạt ngàn.

Minh Việt lại đùa, nhờ thuộc địa cũ của Mỹ mà về hưu anh vẫn được là đày tớ của dân nhưng khác là nay anh chuyển sang lao động chân tay thì thù lao lại bộn.

Những kỳ tích kiểu hai ông trên đây lẽ ra đảng nên tuyên truyền nhiều không kém các chiến công vang dội trên chiến trường. Đúng là cách mạng rất thạo đổi đời con người.

Minh Việt bệnh trọng giữa lúc đất nước đang chìm sâu vào khủng hoảng. Món bồi dưỡng duy nhất cho anh, người cổ chướng: phở thúng. Anh đã đưa tôi đến *Hàng Mắm* ăn nó. Lẽ ra chỉ được một bát thì ăn *phở thúng* được hai, anh cười hiền lành nói.

Tôi không thể quên ngày Minh Việt mới ở Chợ Thắng, Hiệp Hoà hết hạn quản thúc về. Tôi đến tìm anh. Chúng tôi tíu tít bá vai nhau đi mà thấy quãng hè Ngô Quyền trước nhà Trần Vĩ, chủ tịch Hà Nội sao mà thênh thang thế!

Minh Việt nói, đúng sai thế nào khoan bàn, chỉ biết mấy chục đứa chúng mình đã dám đứng giang tay ra hét lên với đoàn tàu đang tốc hành lao nhanh xuống vực rằng: Đứng lại!

– Chiến tranh thì là vực thẳm quá đi rồi, tôi nói và bất giác đọc hai câu thơ Vũ Hoàng Chương: *Một ánh dao bay ngàn thuở đẹp, Dù sai hay trúng cũng là dư.*

Đúng, dù bị thất bại nhưng ngăn một cuộc chiến tranh không cần thiết cũng là dư rồi.

Tôi nhắc lại một sáng, trước khi Minh Việt bị bắt chừng một tháng, tôi đi bộ từ Lò Sũ quặt ra Hàng Vôi để đến anh thì thấy anh đi bộ từ Ngô Quyền lên. Mừng quá, tôi nhe răng cười toan đi đến thì anh khẽ lắc đầu, mắt liếc lại phía sau. Hôm ấy tôi vừa cụt hứng vừa ngờ vực vừa lo âu, mặc dù bản thân từng là đối tượng đeo bám. Chả lẽ phó bí thư thành ủy Hà Nội, tuy sau Nghị quyết 9 vừa mới bị điều sang Bộ công nghiệp nặng, mà… ?

– Muốn gì thì nay so với cái sáng ấy đã khác xa lắm, đúng không, tôi hỏi? Nghĩa là ta đã có thể cho hy vọng nó le lói lên ở trong ta! Bảo thủ đã húc phải tường. Ông xem Indonésia hiện vẫn giam tù cộng sản họ quét sạch từ 1965.

Rồi tôi bỗng sôi nổi quàng vai Việt: "Lúc này tôi đang muốn gọi to lên: Đây, ở ngay trước thành ủy bọn tôi đang nói đất nước đã cựa mình, dân đã nhìn thấy vì đâu ra nông nỗi!"

Trong lúc khai cung, Minh Việt bị vặn dữ nhất chuyện đầu năm 1965, thủ tướng xét lại Liên Xô Kossyghine đầu hàng Mỹ sang Hà Nội đã lén cho Minh Việt vào đại sứ quán để bàn chuyện chống Việt Nam và Trung Quốc như thế nào. Nói sao cũng cứ nhất định là anh đã gặp thủ tướng xét lại, có bằng chứng cả đây nhưng muốn để cho anh có dịp thành khẩn. Đành khai bừa là gặp. Có tiệc chứ? Có tiệc. Tiệc to không? To. Ăn uống những gì? Việt cố nhớ lại những thứ đã ăn ở Liên Xô và những thứ đã đọc thấy trong sách Nga để khai cho ra một đại tiệc. Trong khi ăn thì nói những gì? À, chỉ nói là Liên Xô cần viện trợ nhiều để Việt Nam đánh Mỹ và như thế sẽ kéo được Việt Nam ra khỏi khống chế tuyệt đối của Mao. Thấy *chúng nó* nghe thế nào?... À, có vẻ nghĩ ngợi nhưng im lặng.

Theo hồi ký Anatoli Dobrynin (đại sứ Liên Xô qua sáu đời tổng thống Mỹ) thì đầu 1965 Kossyghine sang Hà Nội để viện trợ tên lửa SAM. Nhà ngoại giao kỳ cựu này viết rõ rằng lúc Việt Nam nổ chiến tranh với Mỹ, Liên Xô *"không hề biết chút nào hết đồ chiến tranh của Bắc Kinh và Hà Nội."* Tức là thanh minh Liên Xô chúng tôi không hề gây chiến. Nhưng rồi lại tham chiến dữ dằn để cũng góp súng chia phần song ông không nói ra.

Từ 1987, Phúc Thổ Thần, nguyên thường vụ thành ủy, trưởng ban tổ chức thường hay mò sang nhà Việt mỗi khi thấy tiếng chúng tôi chuyện trò. Nói: "Nghe các ông, tôi thấy tôi đúng là bị bịt mắt, chẳng biết cái gì hết." Tôi nói: "Thì V. P., thư ký của một cụ đại cốp bảo Chính Yên và tôi rằng họp Bộ chính trị chỉ có ba ông chủ chốt nói còn gần như im và... thiu thiu ngủ".

Một hôm Phúc bảo tôi: Nhưng chắc chắn có một điều anh không biết là ai xui chị dâu anh bỏ anh Trần Châu. Chính ông Sáu Thọ! Tôi trưởng ban tổ chức thành ủy nên biết.

Minh Quang bèn nói: Thì ông ấy khuyên cả tôi với Tuyết Minh, vợ Lê Vinh Quốc bỏ chồng cho có tiền đồ mà... Tôi mà bỏ anh Minh Việt thì [tôi được] thứ trưởng ngay.

Phúc Thổ Thần cạnh buồng bắt đầu lui tới. Tôi bảo Minh Việt: Cái boong ke giấu sự thật bắt đầu lòi cốt tre ra. Sự thật phơi bày thì hết độc tài toàn trị!

Nay cả Trần Vĩ cạnh nhà Minh Việt cũng thôi lảng tránh. Một sáng tôi đến thì Minh Việt bảo chờ, anh ra ngoài hè mua hành về ngay. Nhoáng sau, trở về, anh giơ cái túi lưới bằng cước ni lông Liên Xô lên hỏi tôi: "Vừa có chuyện gì ông có đoán được không? Trần Vĩ. Trước kia Vĩ với tôi cũng như ông với tôi bây giờ, ngày vài ba bận thì thào. Thế rồi một hôm Vĩ bảo tôi Vũ Tuân mới được gặp ông Sáu Thọ, ông Sáu Thọ nói cậu này nó có xét lại xét đi gì đâu, cứ nói oan cho nó và sau đó Vũ Tuân vào Trung ương. Ít lâu sau, Trần Vĩ được Thọ gọi đến và thế là lại vào Trung ương kiêm chủ tịch Hà Nội. Có điều từ đấy Vĩ tìm mọi cách tránh tôi. Tôi biết ý cho nên hễ thấy Trần Vĩ trước mặt thì đều đi vòng xa đường đất ra cho Vĩ đỡ lúng túng." Minh Việt hỏi tôi: "Vừa rồi mua hành về, thấy Vĩ đứng trước nhà, tôi cũng đi vòng thì ông biết sao không? Thì Vĩ tới huých vào tôi một cái hỏi: – Đi đâu đấy? – À, đi mua hành".

Thật là thảm. Bao nhiêu năm trời, bạn bè tâm giao cũ trao đổi lại với nhau được bốn chữ: À, đi mua hành.

Rồi Minh Việt chết.

Cuối những năm 80 Lê Đạt làm một trường ca trong có một đoạn về Minh Việt:

Qua T. Đ. tôi biết M. V. Một những V. I. P (nhân vật quan trọng – B. T,) cái thiên hạ quen gọi

Nhóm chống đảng vừa tù về... Thằng Nhân Văn,

thằng chống đảngtù đày

Lòng thổi bận tuổi gió đầu Tháng Támmộng hồng cờ đỏ phố truyền đơn

Thuở cách mạng chưa lành nghề thưa bẩm Dép lốp trường kỳ gối chửa biết đi Lý tưởng chưa ăn theo vần thủ trưởng Nói và làm, Tôn Thất Thiệt chửa chia hai

Tiền Cụ Hồ, Thảo Mai chưa phá giá

Lê Đạt tặng Minh Việt khổ thơ này. Đề: "Tặng Minh Việt thời Việt Minh".

Trong xà lim biệt giam, Minh Việt nuôi một con gà. Chủ buồn đi bách bộ, ba mét dọc, một mét ngang. Và chủ lạ! Hễ anh đến gần con gà, nó lại nằm ẹp xuống. Ngỡ nó như chó, nịnh chủ. Mãi mới hay con gà này mái, nó ngỡ – và chắc cả có mong – Minh Việt là con đực sắp đạp mái nó. "Thế mà mình cũng học được ở nó đấy. Hãy sống tự nhiên dù ở đâu".

Tôi kể cho Minh Việt chuyện hai tù xét lại cùng chuyển trại tuy ở hai nhà giam khác nhau. Khi ra xe, một thằng thấy một oan hồn ngơ ngác, gầy guộc bèn gật đầu chào rồi khẽ hỏi anh là ai. – "Trần Châu, còn anh?" – "Ôi Châu, Kiến Giang đây." Hai bạn mới hai năm xa cách mà đều thấy nhau dị hình cổ quái hết. Hai đứa vừa kịp ôm lấy nhau thì còng số tám ngoạm đánh chát vào cổ tay hai người rồi giải xuống phà qua sông Hồng về Ba Sao Hà Nam giữa thời bom đạn. Phản đối. Máy bay nó bắn thì chúng tôi làm thế nào? Không biết, đây là kỷ luật. Trên xe, mỗi thằng một cũi sắt đứng đấy, ra ngoài phải còng.

Phan Thế Vấn và Hoàng Thế Dũng bị nhốt trong cũi đứng trên xe hơi. Qua phà, vẫn cứ trong cũi.

Chuyện Phan Thế Vấn bị bắt khá kỳ quặc. Công an đến bắt Kỳ Vân thì gặp anh ở đó săn sóc cho bạn cái nhọt. Thế là tiện thể bắt luôn.

Thêm một chút về bố Vấn. Ông mở trường học ở Lamblot Hà Nội, mướn Trường Chinh, bạn học ở *collège* Nam Định, không biết Trường Chinh đã cộng sản. Trường của ông đi diễn kịch ở Đông Triều lấy tiền tế bần cứu đói. Trường Chinh xúi giỏi thế nào mà ông ra diễn thuyết mở đầu bằng tiếng Pháp tuy rất run.

Những lúc chuyện với Việt về hai "oan hồn" chung còng số tám qua sông, con gà chờ đực đạp mái và Vấn bị nạt không là đảng viên sao dám thư lên tổng bí thư và đòi nói chuyện luật với đảng... tôi thường thấy cay mắt và thường vởn lên trong tôi mấy câu:

Cuộc đời nước mắt gương soi, Gian nan là nợ anh hùng phải mang.

Và như cùng một bài thơ, thế nào cũng đọc tiếp hai câu của Vũ Hoàng Chương lần đầu tiên tôi nghe Nguyễn Sơn ngâm trong *campus* Bắc Kinh đại học.

Học làm Trang tử thiêu cơ nghiệp
Khúc cổ bồn ca gõ hát chơi.

Anh chị em đều kiên cường, bền bỉ. Hình như mình tôi, bên cạnh cái chí cố giữ gìn cương thổ nhân phẩm của mình không cho nó biến hình hay sứt mẻ vì tay kẻ khác, tôi cứ thấy mang mang trong tôi một vùng hư vô nó hay rủ gạ tôi thiêu cơ nghiệp, cái cơ nghiệp đã nhỏ con lại dựng trên sa mạc. Nhưng chính cái vùng mang mang ấy cũng lại đã giúp tôi sống tử tế. Nôn ọe vào tất cả. Có lẽ sẵn một gien hư không trong tôi. Cùng gien bướng. Họ chửi tôi láo, tôi càng láo. Với họ thôi. Theo họ để mà rồi mất toi cái thằng mình nó vốn là của rất quý báu với mình ư?

Chương hai mươi

Phạm Hùng, thủ tướng, chết.

Cả trang nhất báo *Nhân Dân,* hồi ký *Trong xà lim án chém* tôi viết nhưng xúp tên tôi, để mỗi tên Phạm Hùng. Chiếm đoạt tài sản trí tuệ dễ như thế là nhờ chuyên chính vô sản biến tôi và pháp luật thành con số không chẳng thèm phải đếm xỉa.

Tôi thư cho Hà Đăng, tổng biên tập. Ngày nào ông ta đỏ chan chứa mặt lên phê bình tôi kiêu ngạo không nói chuyện với ông. Mà chỉ vì mới về nước tôi chưa quen ông. Thư tôi nói báo vi phạm nguyên tắc xuất bản và xúc phạm danh dự tôi.

Không trả lời. Thế là ông còn thêm im lặng cao kỳ bậy do được tự cho phép có quyền coi mọi thằng "phản động" như con số không trong mắt mình.

Tôi gửi thư thứ hai. Dẫn điều một trăm bao nhiêu đấy trong luật. Đòi đính chính và xin lỗi trên báo.

Vẫn nín thinh. Mày giỏi thì cứ việc mà kiện. Ngụ ý như thế. Ông đẻ ra im lặng đáng sợ cơ mà! Ông nắm luật nắm tòa rồi còn *chó gì* mà mày hòng hả?

Tình cờ một tối đến Quang Đạm, tôi tạt qua Lê Điền ở tầng dưới. Gặp Nhật Ninh, biên tập viên báo đảng, vợ Hà

235

Đăng. Nhật Ninh trách tôi về hưu không chịu đến cơ quan chơi.

– Người ta cấm tôi, mà tôi thì thương cậu Sảo Tóc đỏ, tôi nói.

– Anh cứ hay đùa cho nên... , Nhật Ninh hơi nghiêm giọng. Anh nghĩ báo đảng là nơi đâu có thể cấm đoán bậy như thế.

– Cô nhà báo ngây thơ ơi, tôi nói. Mai đến cơ quan cô hỏi Sảo Tóc Đỏ trực cổng xem có đúng như thế không. Mà còn tệ hơn thế nhiều cơ. Vừa đăng hồi ký Phạm Hùng tôi viết mà lại bỏ tên tôi! Tôi thư cho Hà Đăng hai cái rồi vẫn không thèm trả lời. Cô về hỏi Hà Đăng xem có phải đúng là đã láo như thế không nhá. Tôi sẽ viết ngay đây thư đòi báo đính chính, xin lỗi và đòi bỏ cả lệnh cấm tôi đến báo nữa, có gì nhờ Nhật Ninh đem hộ về cho Hà Đăng.

Nhật Ninh hình như chỉ chờ tôi nói có thế.

Tôi viết tại trận một thư thứ ba cho Hà Đăng.

Các bà vợ có nền chuyên chính lợi hại riêng.

Hai ngày sau, Tô Điện, vụ phó tổ chức và Nguyện (sau là thư ký của Hữu Thọ) đến. Mở cổng tre ra – cái cổng tre tự Linh xẻ tre (tre Linh tự trồng, hàng khóm kẽo kẹt) vót que và đan thành hai cánh cổng mà tôi đinh ninh đẹp hệt cái cửa sài chắc chắn là hết sức thanh tao của lều am Nguyễn Trãi – tôi hỏi ngay Điện: Ngày nào tớ bảo chừng nào Lê Duẩn, Lê Đức Thọ không còn nữa thì đất nước này mới mong khấm khá ra tí chút, cậu đã thấy đúng chưa?

Tô Điện đưa thư Hà Đăng xin lỗi. Nói vì báo quá bận cho nên đã sơ xuất bỏ mất tên tôi và... chậm xin lỗi. Nhưng nhất định lờ việc đính chính trên báo. Tôi đã biết Đảng không có văn hóa xin lỗi – lãnh đạo là phải có uy tuyệt đối mà lại cứ xin lỗi hoài thì còn ra cái uy quái gì – nhưng tôi cứ đòi. Ít nhất cũng nhắc đến một đạo đức đã mai một hẳn ở đất nước này.

Tôi ngoáy vài lời truy vấn tiếp – sao không xin lỗi và đính chính trên báo – đưa cho Điện mang về. Sau mới nhớ quên mất đòi nhuận bút mà tôi biết "có người kể" Phạm Hùng đã nhận khá lớn.

Ít lâu sau, trong một lần cơ quan họp với các cụ về hưu, Nhật Ninh kéo tôi đến chụp ảnh cùng vợ chồng chị và vài anh em khác. Nhật Ninh bắt tay tôi: Chúc anh Trần Đĩnh cứ giữ y như ngày xưa.

Biết là một lời chúc tốt đẹp, tôi đùa, nhằm cho Hà Đăng đứng bên nghe:

– Thế là cô chúc tôi cứ chống Đảng ư?

Hơi đỏ mặt, Nhật Ninh lại bình tĩnh: Như ngày xưa mới tốt, đúng đấy.

Sảo Tóc Đỏ trong phòng thường trực cũng chạy ra tíu tít bắt tay tôi: Nhữ... những... đứ... đứa xưa đá... á... đánh đánh anh... anh... chúng em có có... chào đâu nhưng mà... anh anh... thì chú... chúng... em (lắp cho một hồi.) Cũng là một cách cảm ơn tôi đã chịu nhịn cho vợ con anh yên.

Tôi bảo Nhật Ninh: Cô đã thấy ai cũng ôm trong lòng một bộ sử chân thực về cuộc đời rồi chứ? Khi nào tất cả đều mở nó ra đọc!

Sau này, Nhật Ninh hay than buồn chán với tôi. "Thời thế lăng nhăng." "Thế là Nhật Ninh cũng có một bộ sử để đọc đấy," tôi nói rồi hỏi Hà Đăng có biết thế không, Nhật Ninh im lặng nhìn chỗ khác không đáp.

Một lần cô cho tôi hay Hữu Thọ khi là phó tổng biên tập đã dùng tay chân phao tin đồn nhảm dai dẳng rằng Nhật Ninh buôn đô la, đá quý, vàng bạc.

– Sao kỳ quặc thế, tôi ngạc nhiên hỏi?

– Muốn lên tổng biên tập để vào Trung ương thì Hữu Thọ phải đánh đổ Hà Đăng. Mà đánh Hà Đăng thì không gì bằng phao tin vợ Hà Đăng thế này thế nọ. Anh chị em ở báo ta gọi hắn là gì anh biết không? Gọi là *"Ông Thọ Vina Mưu"* (hay *Vi đa mưu,*) mưu mô quỷ quái đã được nhận là nhãn hiệu quốc gia. Hay "gia nhân ranh ma quỷ quái của Đỗ Mười".

Bữa ấy Nhật Ninh bảo nghe nói anh Trần Đĩnh đã có thư gọi Hữu Thọ là "con rắn độc" phải không? Bây giờ anh viết hỏi hắn xem đã cải tạo thành rắn nước chưa đi.

– Thành quá chứ. Phụ trách tư tưởng cả nước thì hắn là nước lâu rồi.

Mấy năm trước, Hữu Thọ viết bài nói có những "kẻ nay thích nói con người nhưng chúng là những con rắn độc bề mặt nói cười xơn xớt mà đùng một cái mổ chết anh em đồng chí lúc nào không hay." (Sang thế kỷ 21, anh ta lại sính nói con người, chiến lược con người.) Tôi bèn viết thư cho Hữu Thọ, cùng gửi Hà Đăng và Ban biên tập báo *Nhân Dân* một thư như thế để tường. Khéo sao chỉ mấy ngày sau thì họp kỷ niệm báo ra hàng ngày, tôi đến. Vừa thấy tôi Hà Đăng liền ôm lấy nói: Đúng là Trần Đĩnh *Khi chúng ta đánh.*

Qua mái đầu Hà Đăng, tôi thấy hai vẻ mặt ngạc nhiên của Hoàng Tùng, Hồng Hà. Sao Hà Đăng lại âu yếm tôi mất lập trường quá thể thế?

Hà Đăng thích tôi ghè Hữu Thọ. Mượn bài ký tôi viết trận đánh Đông Khê 1950 để tỏ ý tôi ghè hay lắm. Giới lãnh đạo có tấm đệm êm ái của mối liên minh bao che lẫn cho nhau và bị cái đoàn kết nội bộ lãnh đạo nó bó tay, Hà Đăng đã phải mượn uy lực chuyên chính phi vô sản của tôi để nện phó tổng biên tập!

Hà Đăng ôm tôi cảm ơn thì Hữu Thọ phải ôm mau hơn, cảm ơn to giọng hơn.

Ngay sau đó trước bá quan, Hữu Thọ cũng đến ôm lấy tôi. Nói to: Nhận thư ông, tôi đã đọc cho cả Ban biên tập nghe. Ông phê bình rất đúng, tôi cảm ơn ông.

Thư ấy tôi viết cho Hữu Thọ bảo ông chính là con rắn độc xơn xớt nói cười mà mổ chết đồng chí anh em lúc nào không biết. Câu này là của Phan Quang, trưởng ban nông nghiệp tặng Hữu Thọ phó ban nông nghiệp. Hai vị chánh phó kình địch nhau, sau Phan Quang được điều sang Đài phát thanh. Có lẽ Hoàng Tùng thấy Hữu Thọ có Đỗ Mười ở đằng sau sẽ là thế mạnh trong tương lai nên giữ lại. Quả nhiên Hữu Thọ thành Trung ương uỷ viên phụ trách tư tưởng, văn hóa, "rắn độc" lại trùm quyền lực lên đầu Phan Quang. Nhưng cũng từ lúc cả hai đều quyền hành lớn rồi, hai vị lại thành mối liên minh quấn quít trơn tru nhẵn nhụi. Hữu Thọ láu, chỉ nói cảm ơn tôi phê bình chứ không nói ý tôi chê đảng kém chưa đuổi được phần tử xấu như Hữu Thọ ra. Người ngoài nghe lại ngỡ Hữu Thọ trân trọng lời phê bình.

Thư tôi viết cho Hữu Thọ chỉ có cái hơi văn ghẻ lạnh và một câu là bản quyền của tôi. (*"Tôi rất tiếc đảng chưa mạnh để đuổi những người cơ hội chủ nghĩa như ông ra"*) Hà Đăng ôm xong đến Hữu Thọ ôm. Hôm nay tử vi có lẽ là đào hoa diêu y gì đó của tôi.

Tôi kể lại với Nhật Ninh. Cô lắc đầu: Đúng là quái thật! Đóng kịch như chơi! Bây giờ càng vai vế hơn đấy.

– Thì đảng càng mất lòng tin của trí thức.

– Của cả dân nữa ấy chứ! Anh có nghe anh Trần Minh Tân nói bố Hữu Thọ là người Hoa mà hắn giấu không? Lại còn khai man tuổi. Ai cũng bảo hắn cũng năm Ngọ như anh Hà Đăng mà nay hắn lại kém những bốn tuổi.

– Hà Đăng có biết và có tố cáo không, tôi hỏi? Nhật Ninh im.

Lúc ấy Đảo, một cán bộ sơ cấp ở văn phòng báo đi qua. Tôi giữ anh lại, hỏi hai câu: Sợ nhất cái gì và khó nhất cái gì?

Đảo khẽ khàng đáp:

– Sợ nhất là nói. Khó nhất là làm người.

Nhật Ninh tròn xoe mắt. Lẩm bẩm: Anh ấy rút ra ở đâu mà hay và nhanh thế chứ nhỉ?

– Ở cơ quan tư tưởng trung ương.

Nhật Ninh cứ lắc đầu. Rồi hỏi tôi: Anh có biết chuyện Hữu Thọ từng vận động Trần Kiên đánh Hoàng Tùng để đưa Nguyễn Thành Lê lên không?

Gần như ai cũng biết bụng dạ mưu mô của Hữu Thọ. Thế nhưng Hữu Thọ lại chuyên được cánh nhà báo – nhất là báo công an – coi như bậc sĩ phu để luôn phỏng vấn về lối sống, về trung thực và... thói hèn (hỏi "trí thức có nên hèn hay không?") Một lần Phạm Văn Đồng đến gặp anh em báo đảng, Hữu Thọ vừa khúm núm vừa thiểu não – làm như đang nghĩ đau đáu lắm – nói: Năm ngoái thủ tướng dạy chúng tôi phải sâu sắc, năm nay xin thủ tướng dạy bảo thêm nữa cho anh em chúng tôi ạ.

Tôi đã đùa bảo anh em: Giá Phạm Văn Đồng nói năm ngoái sắc rồi mà năm nay ta sâu huyền với nhau thì hay quá đấy nhỉ.

Có tờ báo công an gọi Hữu Thọ là kẻ sĩ hay buồn. Ôi, chữ sĩ là đối lại quan. Nhưng Thọ hơn người, vừa là trung ương đảng, cai quản phần hồn cả nước cho được phấn khởi, vui tươi lại vừa được là kẻ sĩ – tuy không biết một ngoại ngữ nào – để được phép buồn cho cái phần hồn mà ông cai quản nó cứ xấu cứ tồi!

Chuyên viên của báo, Trọng Đạt, bảo tôi một chuyện cũng rất bà Ba Tý. Bố Hữu Thọ, thường trực ở cổng báo *Nhân Dân*. Ông cụ mất, chả biết khai báo thế nào, quan liêu ra sao hay do có sự chạy chọt ngầm mà ông cụ được vào nằm ở Khu A nghĩa trang Văn Điển, hơn xa hầu hết cán bộ viết báo. Chức "thường trực báo Nhân Dân" – gác cổng – của cụ được người ta hiểu thành ủy viên thường vụ ban chấp hành hội này hội nọ.

Các cái hội quần chúng mà Lê-nin cho vào nằm ở trong hệ chuyên chính vô sản, Việt Cộng ngại chữ chuyên chính vô sản không được dân chủ nên gọi chệch ra là "hệ thống chính trị" nghe mềm mại có vẻ của dân, do dân, vì dân.

Năm 2012, tháng 2, ngày 27, báo *Nhân Dân* đăng bài Hà Đăng viết *Quán triệt thực hiện nghị quyết T. Ư 4, một số vấn đề cấp bách về xây dựng đảng hiện nay, tự phê bình và phê bình, vũ khí sắc bén để xây dựng đảng, chỉnh đốn đảng.*

Tựa đề bài quá dài. Chả lẽ lại viết cho ông ta cái thư, hỏi cậu đã phê bình Hữu Thọ vu cáo Nhật Ninh bao giờ chưa?

* * *

Năm 1974, tháng 1, đón trước đường Hà Nội tiến quân, Trung Quốc "giải phóng" toàn bộ Hoàng Sa. Và vấp phải sức chống trả dữ dội của hải quân Việt Nam Cộng Hòa. Lúc đó Sài Gòn có đề nghị Hà Nội chung sức chung lòng bảo vệ lãnh thổ nhưng theo Đảng, chủ nghĩa xã hội Trung Quốc bảo đảm cho độc lập của đảo biển Việt Nam nhất định tốt hơn chủ nghĩa quốc gia Việt Nam "làm tay sai cho Mỹ".

Năm 1988, Trung Quốc chiếm sáu đảo ở Trường Sa. Ta đắm ba tàu, một số lính bị bắt... Đáng chú ý là Hạm đội Liên Xô ở Cam Ranh im re.

Đến nay đảng mới cho phản đối tất tận. Cuộc phản đối nâng dần tới là cho 300 nhà báo họp *"lên án Trung Quốc có âm mưu chiếm lâu dài lãnh thổ Việt Nam và bành trướng ở biển Đông."* Tôi đã xem tờ FEER (Far Eastern Economic Review) nói về Trung Quốc và Đài Loan cùng đòi Nhật hòn đảo Điếu Ngư Đài bé như cái hạt vừng. Tờ báo đưa bức ảnh chụp hai người Trung Quốc đứng cạnh nhau trên một mỏm tí xíu Điếu Ngư Đài, mỗi người cầm riêng rẽ hai lá cờ năm sao (cờ Trung Cộng – B. T) và thanh thiên bạch nhật (cờ Trung Hoa Quốc Gia của Đài Loan – B. T.) Tôi xem mà xấu hổ. Đối địch nhau nhưng trong bảo vệ bờ cõi, người ta chỉ có chủ quyền đất nước!

Sau vụ Trung Quốc chiếm đảo ở Trường Sa, Phạm Phú Bằng báo *Quân đội nhân dân* đã ra đó. Anh nói Bắc Kinh rất thâm, chiếm Gạc Ma, một hòn chặn ngay lối từ đất liền ra Trường Sa. Từ nay muốn đến đảo của mình, tàu ta phải "trình diện" nó trước. Tôi hỏi đánh thế nào mà ta đắm ba tàu? Bằng nói chưa đánh. Ba tàu ta vừa ra thì nó cho mỗi tàu một quả pháo trúng hầm đạn là chìm tức thì.

– Nó giỏi thế, tôi hỏi?

– Nào có! Nó bắn quen rồi.

Tôi càng ngạc nhiên. Quen bắn tàu ta là sao?

– À, 1964, ta và tàu Maddox đánh nhau, Bằng giải thích. Mỹ ném bom tan hết cả ba căn cứ hải quân ta và ta phải xin đại hậu phương cấp lại tàu. Lúc ấy đang chửi Liên Xô mà. Nhưng sau này đại hậu phương tậu toàn tàu mới, loại tàu cho ta, xưa dùng làm tàu bia tập bắn.

Tôi không thể không kêu lên: Đểu nhỉ! Nó phải bảo mình nên mua tàu khác vì từ nay nó bắn tập vào các tàu viện trợ cho mình chứ!

Đảng chỉ cho báo phản đối chứ không cho dân biểu tình như ngày Ba Lan bỏ cộng sản, Hồng Hà bí thư trung ương phụ trách đối ngoại đã tung đoàn quân tóc dài đến trước đại sứ quán Ba Lan phản đối, yểm hộ cho bài xã luận cực kỳ ngạo mạn của báo đảng. Ba Lan quậy. Vội thu quân.

Ba Lan quậy, tôi đã có bằng chứng. Như ông tham tán thương mại muốn đưa Việt Nam ra ngoài biển vắng sống riêng cho đỡ quấy phá. Hồi ở Bắc Kinh đại học tôi có anh bạn Ba Lan, René, khá thân mà tôi đùa gọi là *"mon Parisien,"* – chàng Pari của tôi. "Người Ba Lan chúng tớ ở Pháp gửi tiền về giúp gia đình nên không chết đói." Tự hào việc phương tây khen Ba Lan là đầu cầu chống cộng trong phe cộng.

Sắp về nước, tôi mua lại chiếc radio Orion của Benos, bạn học người Hung. Đến buồng tôi chơi, thấy nó, René cười: Phát thanh ở nước chúng mày nói thật à? *Mais elle diffuse la vérité, la radio de chez ton pays?* Tôi ngạc nhiên ngớ ra.

René nhún vai: Ta hãy chờ xem điều kỳ lạ của mày! – *On verra ton miracle.*

Anh bạn Ba Lan này toàn chê cộng sản. Những lúc nghe anh tố cộng và nhìn hàng lông mi bạc trắng ở gốc hơi rung rung của anh, tôi lại thấy anh đau đớn thật. Đau khiến cho già đến cả tận chân lông mi. Qua chiếc Orion tôi đã nghe đài Sài Gòn hát đêm lạnh 15 độ âm Bắc Kinh: *"Khi mùa chinh chiến đã lui ra ngoài đời, Ở đây anh lính cô đơn..."* để nghĩ đến chú em út trong Sài Gòn nóng bức mà thương... Rồi tôi tênh tênh mang Orion đến bưu điện Hà Nội cặp chì để sau đó còn nghe có mỗi đài Hà Nội. Mà phố phố đều mở hết nấc âm lượng từ chào cờ buổi sáng cho đến lúc chào cờ nửa đêm.

Một biên tập viên *Nhân Dân* bảo tôi: Buồng tập thể bọn tôi bốn giường bốn gia đình, cách nhau có nửa mét, loa công cộng cho cả góc phố Trần Hưng Đạo – Phan Bội Châu cỡ đại ở ngoài cửa sổ cách bọn tôi chưa tới hai gang tay cứ mở ầm ầm. Nhưng thế mà hay! Nhè lúc nó oang oang rung màng nhĩ lên thì bọn này tranh thủ đè nhau ra, vợ chồng trẻ cả mà, tập kết nhớ nhà cả thì cái đó càng hăng lên mà, đè nhau cho nhanh kẻo chờ đêm khuya mần lại lộ. Sau thành ra quen phối hợp với nét nhạc, mình vừa lăn xuống giường vờ như nghiêm túc thì đài cũng vừa cho chấm hết nhạc chào cờ kết thúc ngày phát thanh.

Sau tôi không nhớ đã cho ai chiếc Orion.

Benos rồi bỏ Bắc Kinh sang Hà Nội học. Anh yêu Hồng Linh. Đã đến báo *Nhân Dân* nhờ tôi mách địa chỉ Linh để gặp. Gặp, quay phim, chụp ảnh rồi sau đi đâu không rõ nữa.

Chương hai mươi mốt

Thình lình Trần Xuân Bách, ủy viên Bộ chính trị tung thư đòi đa đảng.

Có thể tôi sai. Tôi không tin ông. Ông từng đánh phá xét lại ác liệt, trong có Phạm Viết là đối tượng đả kích ác liệt của ông. Ông là chốn đặc biệt tin cẩn của Sáu Thọ. Tai tiếng ở Nam Hà, ông được Sáu Thọ cho sang Campuchia làm tổng cố vấn bên đó rồi sau nhờ công tích toàn quyền mà vào Bộ chính trị. Kiến Giang kể ông từng sạc Đống, nguyên thư ký của Sáu Thọ đã không giúp được cho vợ ông vào đảng. Vụ kiện cáo này dính toàn gia nhân nên lên tới tận bà Chiếu, vợ Sáu Thọ. Năm 1988, trong Sài Gòn, Hoàng Yến bảo tôi anh được Chế Lan Viên ốm nằm bệnh viện khoe thư Trần Xuân Bách gửi Bộ chính trị đòi dẹp loạn trong văn nghệ mà trọng điểm là báo *Văn Nghệ*. Lúc ấy ông đang ở trong Nam giải quyết tình hình nhộn nhạo của nông dân xung quanh vấn đề đất. Chính ông gọi Lê Giản là "Nhân văn mới." Vậy thì sao đùng một cái ông đa đảng? Một cục gọn thế thôi. Không vạch vòi sai lầm gì hết.

Tôi cho rằng đây là cốt dứ Nguyễn Văn Linh đang được lòng dân với những khẩu lệnh "chống im lặng đáng sợ," "tự cởi trói," "tự cứu" nguy hiểm cho độc tài... Nửa nhiệm kỳ đại hội đảng rồi. Muốn cho Linh về thì bày thử thách ra. Nêu đa đảng, lập tức Bách đặt Linh trước cuộc thử vàng. Linh chịu đa đảng thì cũng sẽ là Trần Xuân Bách lên tổng bí thư, mà chống lại thì Linh lộ ra là dân chủ vỏ. Đòn rất thâm: Linh đã lộ diện. Trở lại ngay với im lặng quý báu.

Tôi có thể đã quá đa nghi. Nhưng năm 2006, Trần Xuân Bách chết, tang lễ long trọng. Đầy đủ công lao nêu lên. Chôn nghĩa trang Mai Dịch. Khác hẳn Trần Độ, người không hề nói tới đa nguyên đa đảng như Bách. Nhưng tôi lúc đầu đã quá tin Nguyễn Văn Linh, một người đã bảo ngoài Bắc xã hội chủ nghĩa làm ăn như *"con c."* (tôi khoái lắm, cho là ông đã cả hệ thống chủ nghĩa xã hội rồi!) và tâm sự với đông người rằng trước khi đi ngủ cứ lo sáng mai mở mắt đã thấy Sài Gòn phấp phới cờ nào, người như vậy thì thì sao lại không tin được? *Nói Và Làm, Nhảy Vào Lửa* cơ mà?

Nên tôi đã vận động cả Trần Văn Trà ủng hộ Linh. Trong những ngày "Câu lạc bộ những người kháng chiến cũ" hoạt động rầm rộ ở Sài Gòn, với mũi tiêm kích là Nguyễn Hộ; Hoàng Yến dẫn tôi đến dinh thự quá đẹp, đẹp đến ngẩn ngơ người ra của Trà.

Trà phàn nàn Linh rụt rè. Tôi bảo Trà nên bảo vệ cái đầu cầu ấy. Đầu cầu dù chỉ bằng cái mảnh sân cho ta buông ba lô ngồi nghỉ bóp chân thôi cũng vẫn phải cố giữ nó. – Anh Khiêm bảo tôi anh Linh rất hẩu với anh, đi đâu cũng kéo anh cùng đi, anh nên ủng hộ anh Linh và giúp đỡ. Tôi không nói một lần tôi hỏi "thực chất Linh thế nào?" thì Khiêm nói: "Cha này nó khó hiểu đấy!"

Trà cười cười. Chắc đã nhìn thấy cái gì đó ở Linh. Cũng có thể Trà không muốn nhập cuộc. Hay ngờ tôi?

Jean Cathala, nhà văn Pháp bị Liên Xô bỏ tù rồi vào Đảng cộng sản Pháp, đã nói: Nghe Thorez, tôi phân thân thành một Tôi – tin và một Tôi – biết. Tôi – biết thì biết rất nhiều nhưng thằng Tôi – tin nó lại che đi mất hết. Tôi cũng thế. Tin Linh vì tôi để thằng Tôi – tin trong tôi lái dắt. Sau này thay thủy tinh thể một mắt, tôi thể nghiệm đúng như thế. Nhìn với riêng mắt mới (hay đầy kiến thức) thì sáng, nhìn cả hai mắt lại mờ, mắt cũ hay lòng tin với đặc điểm cố thủ vẫn chỉ đạo. Lạ lùng! Gian nhà có hai ngọn đèn, ngọn mới vừa thay nhiều *oát* hơn bao nhiêu đi nữa vẫn bị bóng đèn cũ kéo cho tối ngang như nó!

* * *

Sinh viên Trung Quốc đại náo Thiên An Môn, ngày 4 tháng 6 năm 1989. Đài truyền hình Mỹ CNN quay tại trận đến đâu thì tải ngay đến đại bản doanh ở một khách sạn tại Bắc Kinh và một mặt mời khách mua chương trình đặc biệt một mặt phát lên vệ tinh cho toàn thế giới cùng lúc chứng kiến cảnh xe tăng tiến vào đè bẹp cuộc biểu dương lực lượng đòi dân chủ của sinh viên. Tờ *Paris Match* đưa lên trang bìa ảnh một sinh viên áo sơ mi trắng đứng chặn đoàn xe tăng Bát Nhất, trước ngay Đại lễ đường nhân dân, nơi tôi đã lao động bảy đêm ở tít trên giàn dáo thứ năm thứ sáu cao ngang mái Thiên An Môn ở bên kia. Tôi ngỡ ngay anh là đồng học của tôi ở Bắc Kinh đại học, – *Alma Mater*, nơi từng dấy lên ngọn lửa Vận động Ngũ Tứ, Báo Chữ To thời Mao giương bẫy "trăm nhà lên tiếng" để bóp chết dân chủ. Mới đêm nào anh và tôi cùng đứng cao xấp xỉ mái Thiên An Môn đối diện, giữa lưng chừng trời trăng sáng không mây xây dựng Đại lễ đường kia. Báo nước ngoài nói nghe thấy trong tivi tiếng bánh xích nghiến xương người.

* * *

Một hiện tượng: Người ta không muốn vào đảng.

Trước đây mười năm, trong một buổi thảo luận về đảng (mà tôi nói không có trí tuệ, đảng thành đảng dân công, đảng lao động chân tay,) một biên tập viên, B. H., con gái bộ trưởng Lưu Văn Lợi nói chúng tôi bây giờ có tiêu chuẩn đánh giá khác với đảng. Thí dụ chúng tôi nói chị ấy "đảng viên *cơ mà tốt.*" Nghĩa là thuộc tính tự nhiên của đảng viên là không tốt. Trước, tôi mong sao thôi thắt khăn quàng đỏ sớm để được thành đảng viên thì nghe tôi hồi tưởng, em tôi đang quàng khăn đỏ bèn lè lưỡi ra kêu: Leo ôi, có mà một tỉ độ hâm à bà nỡm. Cái gì làm cho trẻ chúng ớn đảng đến thế? Nên mở một đề tài thảo luận trên báo đài để giúp đảng bận trăm công nghìn việc được rửa mặt hàng ngày.

Nay, cũng tại báo *Nhân Dân,* một nữ biên tập viên cao cấp mới năm mươi tuổi đã dứt khoát về hưu. Chị là người bảo tôi: Tạng anh thế sao lại làm chính trị và rồi hiểu ra rằng tôi chính là chỉ làm đạo đức chính trị – chống gian dối, lừa gạt chính trị.

Trần Kiên, phó tổng biên tập đã gặp chị để vận động chị ở lại làm việc đồng thời bằng lòng vào đảng để vào ban biên tập.

Tôi đã nhiều lần từ chối bằng tiếng Việt, chị nói, tức là tiếng mà anh hiểu rõ nhất. Nay tôi nhắc lại lần cuối cùng với anh cũng bằng tiếng Việt, rằng tôi phải về hưu để tôi đỡ đi được một suất đày tớ nhân dân. Đày tớ chồng con đã quá đủ. Và tôi vẫn không vào đảng. Anh nói tôi thuộc gia đình có truyền thống cách mạng – bác tôi là ông Phan Đăng Lưu, bố tôi là ông Phan Đăng Tài, hoạt động cách mạng từ 1929 – nhưng nói thật với anh tôi tự xét thấy truyền thống cách mạng ấy đã chấm dứt ở tôi. Tôi vào đảng chẳng phát huy được cái gì, trừ phát huy cái nhìn của tôi nó khác xa cái nhìn của đảng. Tôi không vào đảng vì tôi chẳng thấy đảng viên nào xứng với danh nghĩa đảng viên trên lý thuyết. Anh tìm giúp cho tôi năm đảng viên thực thụ ở đảng bộ báo ta xem. Có lẽ không ra, tôi xin lỗi anh phải nói thẳng như thế. Về pháp lý thì Điều lệ đảng thiếu một điều theo tôi là vô cùng quan trọng đối với một đảng tự cho phép mình duy nhất cầm quyền. Đó là điều một của Điều lệ phải nêu rõ đảng viên cộng sản trước tiên phải biết liêm sỉ. Bây giờ chẳng thấy ai đỏ mặt.

Có thể tôi sẽ vào, vâng, khi nào bố xung liêm sỉ vào Điều lệ... Hồi Nghệ Tĩnh giảm tô, mười tuổi, Việt Liên đã phải ra ngồi cùng gia đình xem người ta đấu tố ông nội, tức bố đẻ của Phan Đăng Lưu và Phan Đăng Tài. Cô bé không sao quên được cảnh ông nội bị người ta trói gô bốn chân tay lại rồi lùa vào đòn ống khiêng lủng lẳng đi. Ông nội cứ chửi thằng Lưu theo cộng sản rồi để cho đàn em mày hành hạ làm nhục bố mày thế này đây. Ông cụ bị đem lên núi giam rồi chết, mất xác. Bố chị, Phan Đăng Tài là em của Phan Đăng Lưu, trí thức. Anh chị em báo *Nhân Dân* quen gọi anh là *từ điển sống*. Lúc về hưu, lương nhà cách mạng lão thành kiêm trí thức uyên bác này mới được nâng lên chuyên viên 2 để được vào Cửa hàng Nhà thờ mua thêm ít thịt và nước mắm loại 1 ăn cho bõ tuổi già. Cụ Cao Xuân Huy hình như cũng thuộc vào lứa về vườn thì bỗng được ưu ái cho lên chuyên viên 2. Vào được Cửa hàng Nhà thờ khó ngang lạc đà chui qua lỗ kim. Thế nên dân vè rằng: *Tôn Đản là của vua quan, Nhà thờ là của trung gian nịnh thần, Đầu cầu là của quân nhân, Vỉa hè là của nhân dân anh hùng.*

Chắc tự ái, nghe tôi đọc, Thép Mới văng lại: Mẹ, đứa nào vào cái ghế ấy thì nó lại *đ.* tổng kết kiểu ấy.

Ngụ ý kể cả mày. Nhưng anh cũng tổng kết đúng con đường lên quan cộng sản là con đường tụt hạng trí thức. Nhiều người thay ngay khẩu khí khi được đảng cất nhắc. Có người phá đàn Nam Giao rồi lại Bộ trưởng văn hóa. v. v.

Học Nghị quyết 9, cùng một tổ, Phan Đăng Tài dặn khẽ tôi: Nói không lại được với chuyên chính đâu đấy, nhớ nhá...

Một sáng tôi đi với anh một quãng đến đền Bà Kiệu sắp rẽ sang Lò Sũ, tôi hỏi anh: Làm thơ *"Anh Lưu, anh Diểu dẫn con đi"* (một câu thơ của Tố Hữu – BT) thì có hỏi han gì đến em anh Phan Đăng Lưu không?

– Không, Tài đáp. Anh không phật ý vì biết tôi nói đến khía cạnh leo lẻo của câu thơ.

– Anh Lưu còn sống thì có giống như họ không, tôi lại hỏi? Đào Phan thường ca ngợi hết lời Phan Đăng Lưu với tôi.

– Không! – Tài nghĩ một lát, đáp.

– Vì sao?

– Anh ấy có học (Vậy là các anh khác ít học, có lẽ đúng, tôi nghĩ ngay.)

– Lúc anh Lưu bị bắt anh có biết không?

– Biết. Tôi còn giữ của anh Lưu bức thư anh ấy gửi cho con trai còn bé tí. Thư tiếng Pháp. Văn Pháp rất hay. Vui rúc rích từ đầu đến đuôi cái thư báo con là bố sắp ra trường bắn đây. – Như thế là Tây không khiêng anh Lưu bằng đòn ống về nhà giam và anh Lưu có mồ mả nguyên vẹn.

Tài im lặng nhưng mắt hoe hoe đỏ. Khác bọn thực dân, đảng ưu tiên cho oan hồn bố anh được vô gia cư trong thiên nhiên.

Tôi bóp tay Tài nhìn Hồ Gươm óng ánh ban trưa khẽ nói: Tôi xin lỗi... Tôi hỏi vì ghê tởm quá.

Rồi lại im lặng bóp tay anh lần nữa. Tôi vừa nhớ Hồng Đăng bảo tôi hôm nào: Ông cụ tôi về hưu, mãi họ mới cho đi thăm "quê hương Lê–nin." Ở sân bay tiễn ông cụ tôi chợt thấy se lòng vô cùng. Ông cụ đi hai chiếc giầy toàn chân trái mượn kho Bộ tài chính! Khổ, một nửa đời toàn chân trần. Được cái đảng thì yên tâm: Triệt để với lập trường tất cả đi trái hết của đảng...

* * *

Giữa năm ấy, Nguyễn Văn Linh bắt đầu gọi Lê Giản và có lẽ cả Trần Văn Trà là "những thằng đĩ đực." Phải chăng bắt đầu sợ đa nguyên? Lê Giản quắc mắt lên bảo tôi: Cha này hỗn quá... Và hạ giọng lầm bầm như để nói cho riêng anh: Mình kết nạp hắn vào đảng ở Hải Phòng đấy mà. Ai hay nhờ đổi con mắt nhìn, Linh mới vồ lấy kẻ thù bêu trong Hiến pháp được! Để rồi các người đầu đàn của đảng lục tục kéo nhau sang Thành Đô xin liên minh trở lại. Đúng là *hắn* phải có bùa có bả gì chứ sao lại mê mết *hắn* thế!

Lúc này theo đà biến động ở Liên Xô tôi đã ngán cộng sản thật lòng. Linh đã hết cái hào quang óng ánh mà cái thằng Tôi – tin ở tôi nó khoác lên ông lâu nay rồi lần đầu tiên bị thằng Tôi – biết hạ xuống. Ông có thể thăm hỏi Thế Lữ vì Thế Lữ đã gần đất xa trời. Nếu Thế Lữ cũng nói năng yêu sách đổi mới như Lê Giản thì chắc gì tránh được cái danh đĩ đực?

Tôi sau đó vào Sài gòn. Tiễn cô em út đi Mỹ đoàn tụ gia đình và đưa con gái vào tìm việc sau khi tốt nghiệp Nhạc viện. Quang Hải, giám đốc Nhạc viện Thành phố Hồ Chí Minh xuýt xoa: Khổ anh Trần Đĩnh, phải lận đận tìm việc cho con thế này. Không giúp anh thì tôi còn giúp ai!

Lần này ở Sài Gòn, tôi có ba cuộc gặp ấn tượng.

Trước hết nói đến một người hoàn toàn lạ. Sáng hôm ấy, tôi đến Thế Vấn. Một quan chức ngoại giao, vụ trưởng Vụ người Việt ở Thái, từng hoạt động ở Thái Lan (và quen biết Võ Văn Kiệt nhân một lần về nước cùng dự chỉnh huấn với Kiệt) đang ngồi ở đó sau khi được Vấn chữa răng. Ông đã giải thích thắc mắc của chúng tôi tại sao kiều bào ta ở Thái lại kéo về nước "triệt để, rầm rộ" như cuối những năm 50 để rồi sau khổ quá. Mắc lừa Bắc Kinh, ông nói. Để cho Hoa kiều "thống soái" kinh tế và thị trường Thái Lan (mà đối thủ đáng gờm ở đó là Việt kiều,) họ đã xui ta phát động kiều bào đấu tranh toàn diện nhưng trước hết là chống chính quyền Thái Lan về chính trị. Biểu tình, tố cáo, thỉnh nguyện, bãi thị, bãi khóa, không vào quốc tịch Thái, không lấy vợ hay chồng Thái trong khi Hoa kiều cứ tự do nhập quốc tịch Thái, lấy vợ chồng Thái, do đó nhiều lãnh đạo của Thái, mang tên họ Thái nhưng gốc Hoa. Ta làm dữ thì Thái Lan phải trục xuất. Hoa kiều bèn tọa hưởng kỳ thành, một mình một chợ, hết kẻ cạnh tranh.

Hôm ấy tôi hỏi ông có báo cáo với Bộ chính trị việc *bạn* xúi chống chính quyền Thái không thì ông nói có. Tôi nói: Hay thật. Sau cú cải cách ruộng đất phải sửa sai ê mặt mới năm sáu năm thế mà rồi Mao xui chống hổ giấy Mỹ, chống Liên Xô lại theo luôn.

Ông cười. Tôi chợt thấy có những cái cười chưa kịp đặt vào môi đã vèo bay đi. Sau tôi hiểu ông mới đầu định cười nhưng rồi giật mình vì kinh ngạc: Ừ nhỉ, bao nhiêu cái hố kinh hồn rồi mà sao cứ học, cứ theo nhanh như thế! Hay *nó* có bùa mê thuốc lú gì đây.

Hai cuộc gặp khác là người quen lâu mới thấy lại.

Đầu tiên là Hùng Văn, anh bạn phóng viên báo *Độc Lập* bị bắt từ cuối những năm 70 ở Sài Gòn cho tới cuối những năm 80. Anh giỏi tử vi. Đại tá Tần, Bộ công an theo học tử vi anh một dạo. "Đòn công an đánh tù thì nhiều nhưng tôi chỉ kể anh hai trận, Hùng Văn nói. Một lần quản giáo gọi đứng lại ở sân bắt đọc điều phạm nhân hễ gặp quản giáo thì phải "kính chào." Tôi đọc xong bị vặn luôn: Thế sao không chào tao? – À, vì bị vướng cái chữ kính. Báng súng cứ thế phang vào hai đầu gối. Liệt một dạo. Một lần tù "Ngụy" nổi loạn, Hùng Văn làm quân sư rồi bị cùm hoài sau đó. Hai đại tá ở Hà Nội vào hỏi chuyện. Nói anh dù sao cũng là cán bộ Nhà nước cớ sao lại về hùa với bọn bán nước phản động làm loạn? Hùng Văn nói: Vì tôi thấy họ mới thật là đồng bào ruột thịt. Chính họ cưu mang lương thực, thuốc men những khi tôi ốm tưởng chết còn Nhà nước các ông là người gieo đau khổ cho tôi thì bỏ mặc. Gần đây lại hai đại tá Hà Nội vào gặp nói nay đảng khoan hồng cho anh tự do nhưng đề nghị hai điều: Làm được gì cho đất nước thì anh hãy cố gắng, đảng không phụ công, hai là đừng tiếp tục chống đối. Hùng Văn đáp: Các ông có thể cho tôi vào tù lại. Vì tôi không chấp hành nổi hai điều đó. Tôi không làm gì cho đất nước này nữa. Khi tôi bị bắt nó là Việt Nam Dân chủ Cộng hoà, nay nó đã là Cộng hòa Xã hội Chủ nghĩa Việt Nam chuyên chính hơn gấp mấy thì tôi tránh sao lại không bị bắt? Hai là tôi không chống vì chống thì giải thoát cho các ông. Trong tù hầu như khắp mặt quản giáo đều thường lén đến xin tôi xem hậu vận có bị nhân dân trừng trị hay không. Chống các ông để các ông hết được cơn nơm nớp hãi hùng ấy à? Tôi không dại. Khi ra tù, người nhà tôi phải cõng. Cùm nhiều quá chân bị liệt".

Tôi nghe chuyện Hùng Văn mà trọng lòng gan dạ. Anh đã chở tôi một tua xe máy kềnh càng và lấp lánh như cỗ kiệu bay ở trên đường phố Sài Gòn sau khi ra tù. Cho xe nằm rạp gần sát mặt đường để rẽ, cái chống xe cào xuống đất tóe lửa ở ngay dưới chân tôi, ngay trước dinh Thống nhất. Tôi kêu lên thì anh cười: Đi thế họ mới sợ mà tránh mình chứ.

Những năm đầu 1960, Hùng Văn ở trong đội xe mô tô ba bánh biểu diễn ở Quảng trường Ba Đình những ngày lễ lớn.

Hôm ấy tôi bảo Hùng Văn là viết đi, viết những ngày ở tù. Anh nói: Để làm gì? Để ra cầm quyền rồi lại thành những đứa tàn bạo mới ư?

Hùng Văn là người đầu tiên dựng tử vi cho tôi. (Thuở bé mẹ tôi đã nhờ thày lên nhưng tôi không biết.) Cứ coi như anh chả cần xem gì thêm nữa. "Lý Quảng bất phong hầu và Hình ngục nan đào," công cốc với cộng sản và cộng sản khéo lại cho nằm ấp, Văn dặn tôi.

Năm 55 tuổi không thấy ấp áp gì, tôi hỏi Hồng Đăng "hay là đi xe máy đâm phải người mà sẽ vào ấp chăng?"

Hỏi tôi có nằm bệnh viện hàng tháng bao giờ không, có bị điên không, tôi đều lắc, Hồng Đăng bèn hỏi: Có bao giờ miễn cưỡng đi xa nhà không? – Có, tôi đáp. Đi mấy tháng kiểm điểm xa Hà Nội với Vụ bảo vệ. Hồng Đăng cười khoái trá: – Bị giam lỏng thế là tù rồi ông ơi. Hình ngục nan đào Hùng Văn nói đúng đấy.

Thì ra tôi vẫn cứ xài ngon tiền giả.

Tôi mến Hùng Văn thông minh, thích bông phèng. Chắc anh cũng mến tôi. Sau khi vào Sài Gòn ở, tự nhiên một tối tôi nhận được điện thoại Hùng Văn ở Anh quốc cho hay nay anh viết ký tên Việt Thường. Cố nhiên chúng tôi rất vui. Hùng Văn hay gọi tôi từ đấy. Anh gửi biểu tôi ảnh anh bế đứa cháu thứ chín. Anh thấy Hùng Văn *"giỏ chưa?"* Tôi thích tấm ảnh. Nó minh họa được cho tình yêu con cháu của Victor Hugo. Anh nhờ tôi gửi cho anh một bức ảnh văn nghệ sĩ đi tàu thủy xuôi sông Hồng xuống Thái Bình, chuyến đi anh tổ chức. Nhưng rồi tôi biết anh lên án hầu như mọi người ở trong nước. Kể cả Lê Đạt trước kia anh rất quý mến, anh nói thẳng ra với tôi.

Tôi không phản đối anh – dân chủ mà, vả chăng tranh luận trên điện thoại sao được, nhưng cũng không tán thành cái nhìn xóa sạch mà Trung Quốc gọi là "một gậy chết tươi" của anh. Một dạo anh nói trong trí thức trong nước, anh quý tôi nhất. Tôi cười to. Hùng Văn không phải dân nịnh, vậy sao anh lại "mắt xanh" với tôi đến thế? Dần tôi hiểu hay là anh muốn tôi đừng nói, đừng viết gì, kẻo khi ấy vạch tội tôi, Việt Thường là anh sẽ khó xử... Lâu rồi Hùng Văn không gọi cho tôi. Con gái tôi thỉnh thoảng lại hỏi chú Hùng Văn khéo ốm nặng bố ạ, không thấy gọi cho bố nữa. Nó mến chú Hùng Văn, người đã xem tử vi rất sớm cho nó và bảo nó sẽ giàu lạ lùng, đột ngột, kiểu như trúng số vậy. Một lần nó hỏi chú ơi sao cháu U40 rồi vẫn nghèo, vẫn khổ thì Hùng Văn từ trời Anh quốc nói về rằng cháu sẽ sung sướng. Tôi nghĩ anh an ủi cháu.

Người thứ hai tôi gặp là Nguyễn Văn Trấn (Bảy Trấn, tác giả cuốn Mẹ Và Quốc Hội – B. T,) người trí thức cộng sản nhưng ngay thẳng, trung thực. Ung Văn Khiêm có ưu ái nói đến Trấn.

Không thể quên được hình ảnh một Nguyễn Văn Trấn, mấy lần bí thư xứ ủy Nam Kỳ, xoay trần, quần xà lỏn cúi rạp xuống sàn thổi cho đượm cái bếp lò than hoa gần sát ban công của căn phòng nho nhỏ trên gác, đường Ngô Thời Nhiệm, quận Ba. Sắc sảo, châm biếm, nhiệt tình là những nét nổi bật ở anh. Tôi đùa, tiền bối báo chí cách mạng nằm khoèo thế này ư? Nói đùa thôi chứ nghe đâu anh chuẩn bị viết một cái hay lắm (*Gửi Mẹ và Quốc hội*, song lúc ấy tôi chưa biết tên.) Anh đã gặp nhiều người?

– Phải nhiều chứ.

– Chẳng hạn?

– Chẳng hạn anh Ba Khiêm nói Cụ Hồ than ở Hội nghị 9 khoá 3 câu: Yêu nhau củ ấu cũng tròn, bồ hòn cũng méo hay lúc biểu quyết thì tẩy chay mà ra đứng hút thuốc ở ngoài hiên.

Trấn rất thích perestroika và glasnost. Theo anh thì Trường Chinh học của Gorbatchev cho nên Đại hội 6 mới nói: Lời nói không đi đôi với việc làm (như Gorbatchev lúc mới lên nói chúng ta nói một đằng làm một nẻo.) Hay quy nguyên nhân của mọi nguyên nhân vào hai thằng Tư tưởng và Tổ chức.

Trấn rất kính trọng Dương Bạch Mai. Nói là học Mai nhiều lắm. Học nhiều cả tiếng Pháp. Nhớ hết đời Mai dạy hai chữ *ablation* và *ablution* khác nhau. – Mình viết báo tiếng Pháp choang lầm "cắt bỏ" thành "tắm rửa," may ông Mai bảo.

Trấn cũng nói với tôi như Hoàng Minh Chính đã nói: Họ cho anh Mai uống bia có thuốc độc, chết chưa kịp buông cốc, ngay tại Quốc hội. Lúc ấy, Hoàng Minh Chính nhờ Mai đưa lên Quốc hội thư đề nghị ta nên tham gia vào lưới điện toàn phe của Comecon, tay phụ trách mạng lưới này tên là Frantísek, tôi còn nhớ mà, Trấn nói. Mai đưa xong thì phó chủ tịch Hoàng Văn Hoan chỉ ngay tay vào mặt phó chủ tịch Mai chửi "thằng phản động!" Ta lúc ấy đang hăng hái quyết một lòng nghe Trung Quốc mà, ông chắc nhớ quá. Viết gì thì viết, thế nào cũng phải có đoạn nói về xét lại các ông, Trấn nói. Anh Mai bị mưu sát là cái chắc. Mai chết, Tuân Nguyễn ở Đài phát thanh làm bài thơ khóc Mai thì rồi bị bắt luôn. Có lẽ là người tù xét lại đầu tiên ở ta.

"Có chuyện này, Trấn đã hạ giọng nói khẽ: Này, ngay từ 1947, Duẩn đã chê Cụ Hồ ký Hiệp định sơ bộ mồng 6 tháng 3 – 1946 để cho quân Pháp vào miền Bắc. Duẩn đã có thư gửi Trung ương phản đối hẳn hoi Hiệp định." Tôi có cảm giác nói đến Duẩn, Trấn hơi giữ gìn. Vì lẽ gì? Không rõ. Nhưng Duẩn ghét Giáp thì chắc chắn hơn cả. Ngay từ sau Cách mạng tháng Tám. Cho là Giáp chẳng hề Trung ương bao giờ mà lại lên to hơn Duẩn.

Trấn thích chuyện trò về nghề báo. Anh hỏi tôi đọc *Tiếng Dân* của Huỳnh Thúc Kháng chưa. Được dự và đưa tin vụ tòa án Pháp xử Nguyễn Thái Học, tờ báo tường thuật cả lời cãi của Nguyễn Thái Học. Anh cười hóm hỉnh: Vụ xét lại các ông mà được đem ra tòa xử rồi được các báo tường thuật thì đúng là đảng dân chủ gấp triệu triệu lần dân chủ tư bản thật. Cụ Huỳnh có một câu về nghề báo mà nếu đem treo lên trụ sở Hội nhà báo ta thì khéo khối đứa xấu hổ thắt cổ chết. Cụ nói: *Họ không cho ta có quyền tự do nói nhưng ta lại cho ta quyền tự do giữ ta không nói những cái họ bắt ta nói.* Nay làm được như cụ dạy thì phúc tổ.

Trấn tiễn tôi ra đầu đường, gần nhà bà Vân Nga (Nguyễn Thụy Nga) vợ hai Lê Duẩn, xưa là người tình của anh. Trời loáng thoáng mưa. Anh vẫn quần đùi xà lỏn, vẫn trơ những giẻ xương sườn và cái bụng lép kẹp đứng nắm tay tôi. Tôi bỗng thấy anh là một tượng La Hán chùa Tây phương "moong" nơi tôn nghiêm trốn vào đây đi nhảo. Tôi chỉ về phía nhà bà Vân Nga nói: Khi tôi sắp rời Bắc Kinh về nước, bà Nga vài ba lần hỏi tôi bà có nên học báo hay không? Lúc ấy tôi bảo nữ làm báo thì vất vả, đến nay chuyện với anh mới thấy có lẽ bà ấy mê làm báo là qua anh.

Nói thế xong tôi vui: Ít ra người đàn ông đã để lại cho người đàn bà sự đam mê.

Chia tay Trấn xong, đến ngã tư đường tôi ngoái lại. Tượng La Hán chùa Tây Phương đang chui vào cái vùng sáng đèn của khung cửa con hình chữ nhật.

Tôi chợt nảy một ý rồ: nếu áo quan chúng ta mỗi khi chúng ta nằm vào đó nó lại tự động sáng quắc lên hay tối xầm lại, căn cứ vào cái đời đã qua của ta tốt hay xấu, như bình giá bằng ánh sáng và bóng tối vậy? Trấn thế này là sáng đây! Còn ai có khi tối mịt tối mù nhỉ? Vừa nghĩ đến một loạt ứng viên vừa tủm tỉm...

Khi quẹo Nguyễn Thông qua trước Bệnh viện Da liễu, tôi lại rồ thêm một ý. Nếu những lời nói của ta ra khỏi miệng liền cũng như phún thạch khô cứng lại thành tầng thành dòng đỏ đen trên cơ thể để có thể dọi *laser* vào cho vang lên được quá khứ trung thực hay gian dối. Mỗi tuần cả nước, bất kể ai, đều phải đi soi một suất *laser* gọi là chạy thành tâm kế. Không gian vang lên những tiếng nói giấu trong gan ruột.

Tối ấy khả năng rồ dại trong tôi bỗng khá trội. Qua Bệnh viện Mắt chợt lại a! Nếu mắt các nạn nhân cũng để lại tia hóa thạch như ánh sáng vũ trụ thì trong đường phố đầy, ta sẽ đọc được biết bao ánh mắt oan khổ. Thế là Hội nhân quyền thế giới sẽ không bị lên án ngược lại là "thiếu khách quan, có thành kiến" và "không có cơ sở".

Chương hai mươi hai

Tôi vẫn đinh ninh Lê Trọng Nghĩa cũng học ở Frounzé như Vũ Lăng, Đỗ Đức Kiên. Cho tới một tối dự lễ cưới Hồng Ánh, con gái út Vũ Đình Huỳnh tại Sài Gòn. Nghĩa, Thế Vấn và tôi ngồi bên nhau ở một bàn thì Vũ Thư Hiên – anh trai Ánh, đưa một thanh niên nước ngoài đến nói là giám đốc Nhà Văn Hoá Liên Xô ở Sài Gòn, sõi tiếng Việt. Làm việc giới thiệu, tôi chỉ vào Lê Trọng Nghĩa nói: Đã học ở Liên Xô.

– Tôi biết, anh bạn trẻ nói.

Ngỡ nói địa, tôi hỏi, ở đâu?

Anh ta nói, ở Koutouzov.

Tôi nói, sai! Frounzé.

Thì Nghĩa nói: Đúng đấy.

Tướng lĩnh từ Võ Nguyên Giáp, Văn Tiến Dũng, Hoàng Văn Thái, Trần Văn Trà, Trần Độ, Lê Quang Đạo... học ở Koutouzov, còn đại tá học ở Frounzé. (Lê Trọng Nghĩ bảo tôi một dạo, Mao đã có ý với Hà Nội sao lại để tướng đi học ở nước ngoài như vậy được chứ!)

Đến đây anh bạn trẻ Nga nói thêm: Tôi còn xem ảnh các ông ăn thịt rùa với nhau.

Ma xó? Chợt nhớ đến một quyển sách nói hai cha CIA và KGB có hồ sơ phong phú nhất về địa danh, nhân danh ở mỗi nước. Cà phê Lâm Khói, phở Thìn... ở Hà Nội là CIA biết cả.

Anh ta chỉ không biết khi tướng Giáp đi Liên Xô học, Mao Trạch Đông đã có ý kiến với đảng Việt Nam tại sao người đứng đầu quân đội một nước lại sang Liên Xô học? Mao chỉ muốn quân sự Việt Nam lụy Trung Cộng. Anh ta cũng không biết lẽ ra Lê Trọng Nghĩa học ở Trung Quốc nhưng Giáp đã kéo anh sang Liên Xô.

Tình cờ ít lâu sau, kỷ niệm Cách mạng tháng Mười, Hội điện ảnh Sài Gòn mời giới văn hoá đến dự. Chế Lan Viên lên nói thơ Mai-a (chốc lại hỏi vọng xuống: "Có phải thế không nhỉ, Trần Đĩnh?"

Giờ nghỉ, Mai Lộc đưa anh bạn Nga và tôi ra phòng khách. Thì Chế Lan Viên cũng vào. Ngồi xuống cạnh tôi, quàng vai đưa quyển *Hoa trên đá*. Đề tặng kèm địa chỉ *40/7 Tân Thái Sơn, phường 16, quận Tân Bình, 15 – 11 – 85...*

Tôi giới thiệu Chế với anh bạn Nga: Chế Lan Viên, nhà thơ rất nổi tiếng. Anh bạn Nga chăm chú nhìn Chế rồi lắc đầu: Không nghe thấy... Dân tộc thiểu số à? Thơ phải dịch ra tiếng Việt không? Giám đốc Nhà văn hóa Liên Xô biết Nghĩa học Koutouzov ăn thịt rùa mà không biết Chế Lan Viên!

Khi trở lại phòng họp, anh ta đi cùng tôi ở đằng sau. Bỗng nói: Ông này cúi xuống hôn Mao mà thấy ông ấy *lớn lên cao ghe lắm đây...* Tôi không bắt chuyện.

Lạ lùng là sau đó vào họp tiếp, nhìn Chế tôi chợt nhớ đến một buổi sáng rét căm căm Chính Yên ra trận địa pháo ở bãi sông Hồng phỏng vấn, đã rủ tôi đi. Sương mù bồng bềnh và những giọt nước như kim châm lên mặt làm tôi buồn nghĩ: rồi chúng sẽ không còn. Bom đạn sẽ xua tan mãi mãi sương mù sông Hồng. Một đại úy trẻ nói sáng hôm kia, nhà thơ Chế Lan Viên ngâm thơ ở đây.

Tự nhiên tôi hỏi: Ngâm những gì?

– Ca ngợi đại hậu phương Trung Quốc *bên kia biên giới là nhà* với lại lên án thỏ...

– Thỏ?

– Vâng, ngâm *Những con thỏ hòa bình, ngươi nghịch tuyết trong khi ta chịu lửa, Ta chiến đấu chính vì ngươi đó...*

Anh sĩ quan nói lúc ngâm thì chính nhà thơ vịn vào dòng chữ *Chế tạo tại Liên Xô* trên nòng pháo mới toanh.

Tôi nói: "Tôi ở Trường Múa tại Khu văn công Mai Dịch. Ngay đầu chung cư tôi, một lính Liên Xô luôn ngồi coi một tổ hợp máy nổ ngày đêm phát điện cho ra đa quét máy bay Mỹ. Đặc biệt thấy người lại cúi gầm như có lỗi. Chắc đã được dặn là người Việt Nam rất ghét Liên Xô. Mà đúng là chẳng ai đi qua chào hỏi họ. P. K. L., chuyên viên Vụ báo chí truyền đạt ở nhiều nơi rằng Liên Xô sang giúp ta chẳng qua vì ta thắng to quá nên muốn dây máu ăn phần. Tôi hỏi sao nói thế thì P. K. L. nói: Trung ương bảo thế nào tớ nói thế ấy. Các cụ cho nhà báo Trung Quốc vào vùng giải phóng chứ đâu cho Liên Xô. Cho Trung Quốc nghiên cứu đặc công ta chứ Liên Xô thì xin nghỉ. Ông lên Trung ương mà chất vấn.

Tối đọc *Hoa trên đá*: "*Sinh thời nào chúng bịp theo thời ấy, Thời hổ thật chúng bày trò hổ giấy... Giả cách mạng, giả anh em, giả mặt trời hồng. Thối hoắc gió Tây rồi còn giở giọng gió Đông, Quỳ gối cho đế quốc cỡi từ lâu rồi còn đóng kịch..., Pháo Bắc Kinh thay vào bom Mỹ... Hôm qua bạn bè nay thành đao phủ, Vẫn hát Quốc tế ca và dương cờ đỏ... Lũ "thái thú" tân trang bằng một ngọn cờ hồng...*

Lại lạy (?) xin lỗi Hai Bà Trưng v. v...

Hơi bâng khuâng. Y hệt riễu Mao với tôi ngày nào. Bao lâu rồi, từ hôm anh bảo tôi "từ nay đ. mẹ đồng chí rồi đấy" đến tập thơ đ. mẹ đồng chí khác nữa này. Lại mừng, đà này Chế sẽ dần tố ra hết các cốp từng xui anh thờ lầm lũ thái thú phất cờ hồng.

Chợt nghĩ nếu một nhà thơ Trung Quốc viết: *Sinh thời nào chúng mù tin thời ấy, Thời hổ thật chúng mù tin hổ giấy, Mù tin cách mạng, mù tin anh em, mù tin mặt trời hồng...*

* * *

Lê Thọ, chánh văn phòng, rồi phó ban nông nghiệp báo *Nhân Dân* sang làm cố vấn giúp báo đảng của Campuchia tuyên truyền nông nghiệp. Khổ lắm, báo đảng mình ế, lại sang giúp bạn cho ế theo, anh cười khà khà nói. Cái bãi mìn này nuốt không trôi mà khạc ra thì ê... Này, cộng sản sản xuất tồi nhưng đánh nhau thì ác như nhau. Thật, du kích Khơ-me Đỏ đấy, rất đông trẻ con mười bốn mười lăm mà đánh ta cực hung. Không chỉ trẻ con Việt Nam anh hùng nhá. Việt Cộng mượn đất nó đánh Mỹ thì nó mượn đất Thái đánh lại. Nó ghét ta lắm. Lúc Trung ương cục và Thành ủy Sài Gòn – Gia Định đóng nhờ căn cứ địa của Pol Pot tại tỉnh Kendal, đêm anh em ta vẫn nghe thấy lính Pol Pot hô ầm ầm "Cạp duôn!" (chặt đầu mọi.) Gọi ta là *duôn*, là *mọi*. (Thọ cười phá lên.) Nghe đâu xưa đội bóng Campuchia đấu ở Ganefo, Sihanouk cho phép được thua tất cả nhưng phải thắng *duôn!*

Tôi nói: Để tự hào dân tộc, anh nào cũng kiếm một kẻ thù. Ta kiếm Mỹ, Campuchia kiếm *duôn.*

– Tự hào đâu không rõ chứ nói ê thật, Lê Thọ nói tiếp. Sáng chủ nhật nào khu chuyên gia *duôn* cũng ầm ầm như nhà máy Ba Son. Vợ chồng chuyên gia vần thùng phuy về đầy sân rồi chặt, dàn thẳng ra làm rào che chắn. Khốn nạn, nhặt nhạnh, thu vén được tí nào thì phải phòng gian bảo mật chứ! Chủ nhật ăn tươi là ra chợ mua đầu cá, thứ dân bên đó vất đi, về nấu canh chua. Me đầy đường thả cửa trèo lấy. (Tôi vụt nhớ Trần Vũ Nhai kể chuyên gia y tế ta ở Algeria. Ba anh chung một phòng mà đèn bếp cháy bóng thì mặc kệ. Len rẻ như thế, bỏ tiền mua bóng đèn làm gì cho hẹp vốn đi. Mỗi anh một bao diêm giấu đầu giường, hễ thấy ai đánh một que là hai anh kia phải mở ngay bao của mình ra đếm xem que nó vừa đánh có phải là nẵng của mình không.) Lúc ấy có ba chế độ bồi dưỡng bở cho cán bộ: vào nằm Việt – Xô, đi làm chuyên gia ở Campuchia và cho con cái sang họ hay lao động ở các nước anh em. Ông hỏi nay tôi thấy thấm thía cái gì nhất à? Mạng người. Vụ sập hàm ếch chết hàng trăm dân công làm thủy lợi Kẻ Gỗ Nghệ An mà khi làm lễ mừng công, không hề truy điệu họ. Có phải là nhờ Mỹ nó tìm thi hài lính chết mà ta cũng học nó tìm không?

Ngô Lê Dân, chuyên viên báo *Nhân Dân* từng ở Phnom Penh bảy năm giúp báo *Rô Chia Chuôn* tức Nhân Dân của Đảng Nhân dân Cách mạng Campuchia. (Y như báo ta theo tên báo đảng Trung Quốc.) Dân đến nay vẫn ái ngại cho bà Xom Kim Xua, Tổng biên tập, trung ương ủy viên. Khi ta rút, đảng mất quyền, hết ngân sách, báo đảng chỉ còn in vài chục tờ kiểu bản tin phát không để giữ tiếng. Không còn lương, mấy anh chị em ở báo đành thu hẹp chỗ ở trong trụ sở lại để cho thuê lấy tiền chia nhau lần hồi. Sau gặp anh em ta bà ấy cứ khóc. Dân cho biết tổng bí thư Pen Sonvan bị hạ vì có ý thân Liên Xô. Đâu như có nói, làm đày tớ thằng giàu còn hơn làm nô lệ thằng nghèo.

Tôi đùa Dân: Thế ra, ta như trâu trắng, đến đâu là đem họa đến đấy nhỉ?

Dân còn kể việc anh được ông Võ Nguyên Giáp tâm sự... u ám. Anh đến đưa cho bà Hà một thư của Thanh Hảo, nữ phóng viên nhiếp ảnh báo *Nhân Dân*. Không ngờ đại tướng giữ anh lại. Phàn nàn chuyện ông đi mấy nước Bắc Phi thì được Algeria mời và sau khi báo cáo về nước, ông đã đến đó. Rồi, ông ngao ngán nói: "Người ta phê bình tôi vô kỷ luật." Ngô Lê Dân bảo lần đầu gặp tép riu lạ mặt như Dân mà đại tướng cũng kể lể nỗi niềm thì chắc trong lòng cay đắng lắm. Tôi thấy vui vui, chỉ cần ta ngó quanh là thấy đầy khắp vết tích tội lỗi của đảng. Như hồi cải cách ruộng đất có người nói cứ nhìn mặt bất cứ địa chủ nào cũng thấy máu bần cố, ác lắm.

Quốc tế, nhất là Trung Quốc, ép dữ Việt Nam rút khỏi bãi mìn. Báo chí ta ca ngợi Việt Nam "vẻ vang hoàn thành nghĩa vụ quốc tế" nhưng Hun Sen trả lời *Time*: Chúng tôi rất mừng là đã xóa bỏ được bản hiệp định nô dịch đỏ của Việt Cộng. Dùng chữ *đỏ* là chắc Hun Sen muốn chỉ cả chủ nghĩa lẫn máu me.

Sau đó, xảy vụ người Việt bị người Khơ me giết ở Phnom Penh, Hun Sen lại trả lời báo *Time*: "Người Campuchia giết vì căm thù người Việt, chúng tôi biết làm thế nào?"

* * *

Năm 1991 có hai sự kiện quan trọng. Một là đến Đại hội 7, Nguyễn Văn Linh chỉ mới một nhiệm kỳ đã về. Hai là Liên Xô sụp. Cán bộ khao rằng Đỗ Mười, tổng bí thư mới đã mời đông trí thức đến hỏi: Liên Xô sập rồi, ta có sập không?

Một giảng viên Học viện chính trị quốc gia nói: "Chủnghĩa Mác – Lê từ lâu rồi đã chẳng thuyết phục nổi được cả vợ con tôi." Thế nhưng cương lĩnh đại hội nào cũng nêu cao lòng trung thành của Đảng với chủ nghĩa.

Riêng tôi thật sự hết đèo bòng.

Tôi kính trọng Gorbachev, người đã bóc đi hai trăm triệu bùa ma cấm khẩu dán trên miệng người xô–viết và hạ các nòng súng đang lăm lăm chĩa vào nhau. Tôi chưa muốn đánh giá hết vai trò của Yelsin, một người nát rượu.

Báo Pháp viết Liên Xô sụp trên chính cái rỗng không mênh mông của nó.

Người ta cho rằng cấm vận đã giết chết Liên Xô. Lủi thủi một mình bên lề mấy cuộc cách mạng công nghệ khoa học thế giới rầm rộ, Liên Xô không có nổi lấy một thương hiệu tử tế, kể từ thuốc đánh răng, hộp phấn, bánh xà phòng. Cơ bản vẫn là nền kinh tế moi ruột: dầu lửa, kim cương. Nhiều của mà dân nghèo, công nghệ thấp. Nghịch lý thế mà lại hợp lý: bởi chỉ lo giữ ghế, khinh trí tuệ!

Chương hai mươi ba

Đông Đức, "cái mặt tiền hoa lệ" của chủ nghĩa xã hội sụp. 1989, nhân đà dân Hung nổi dậy, dân bên Đông liền phá một mảng Bức tường Berlin, tấm rèm bê tông phân chia tổ quốc – mà 1987 Tổng thống Mỹ Reagan đã nói *Hạ nó xuống!* (Tear it down!) *Hãy cho chủ nghĩa Mác – Lê vào tro tàn lịch sử!* – rồi ào ào vượt sang hòa vào nửa tổ quốc "mãi xa vắng, mãi thù địch" nhưng quá xá là giàu. Giàu tiền, giàu cả tình yêu thương hòa hợp. Tây Đức không bắt nhân viên chính quyền Đông Đức đi tù hay cải tạo. Tất cả bộ máy cộng sản của Đông Đức cũ đều hưởng lương hưu. Ôi chao, chữ nhân nghĩa này tư bản nó học ở đâu? Chả đâu xa. Có lẽ học từ ở cái hung tàn của Cộng.

Sau cộng sản Đông Đức sụp chừng nửa tháng, Cách mạng nhung của Tiệp diễn ra đúng một ngày rưỡi. Một biển người biểu tình đón mừng Dubcek, nguyên tổng bí thư từng đề xuất "chủ nghĩa xã hội với mặt người" và "Mùa xuân Praha" rồi bị lưu đày và Vaclav Havel, nhà văn, thủ lĩnh *Phong trào Hiến chương 77* vừa từ nhà tù bước ra. Vì thành phần gia đình quý tộc khá giả, ông đã bị cấm vào đại học. Ông từng có thư gửi tổng bí thư Husak nói: "Trật tự đang chế ngự tại đây là một trật tự quan liêu giết chết cá thể, đè bẹp đặc thù, loại bỏ mọi thăng hoa, một trật tự không sự sống. Vâng, đất nước Tiệp đang có yên bình... của các bãi tha ma".

Tôi tưởng phen này Dubcek sẽ cho được mặt người vào chủ nghĩa xã hội. Lầm! Dân Tiệp kén người sẵn có mặt người chứ tội gì kén anh cộng sản phải đem ghép thêm mặt người vào mình.

Ở Đông Đức người Berlin xông trước tiên vào trụ sở Stasi, tổng hành dinh công an Đông Đức. Mở toang cửa toà "ngân hàng" lưu trữ hồ sơ theo dõi công dân thì liền kinh hoàng. Một hệ thống chỉ điểm dầy đặc chăng khắp nước. Một bà trí thức bỗng nhận ra chồng mình bao năm qua vẫn mách đều cho an ninh hành vi và ngôn luận của bà. Gunther Grass, nhà văn Tây Đức, giải Nobel đã phải viết: Xin đóng cửa vết nhơ to lớn mới của Đức, sau những trại tập trung và lò thiêu. Stasi với 265.000 nhân viên mật vụ đã đỡ đầu cho an ninh Việt Nam. Trụ sở Bộ công an ở Yết Kiêu là quà tặng của nó. Trùm của nó, Markus Wolf, thế giới đánh giá là nhà tình báo lỗi lạc, "nhà trí thức," "nhà nghệ sĩ" đã nói với nhà văn Pháp Narcejac (hay viết trinh thám, hình sự) rằng *chủ nghĩa Lê-nin nguy khốn vì nó trước hết chỉ lo nắm quyền, còn lợi ích dân thì xuống dưới lợi ích của đảng.*

Theo hồi ký Gorbachev, khi lên dự khuyết Bộ chính trị, lần đầu nghỉ hè ở chỗ Bộ chính trị, gặp tổng bí thư Andropov, Gorbachev mời ông đến nhà, ông từ chối. Lý do: Phải nghĩ tới việc các đồng chí Bộ chính trị sẽ đặt vấn đề chúng ta gặp nhau thì nói những gì đấy.

Như đã nói, giữa thập niên 80 của thế kỷ trước, con người tôi trải nhiều lay động. Đọc thư Vaclav Havel gửi tổng bí thư đảng Tiệp Husak tôi rất thích, tuy thư đó đã dẫn ông vào tù. Ông lên án đảng cộng sản Tiệp đã xây dựng tập tính sợ thành nền móng ứng xử ở trong lòng dân Tiệp, cái sợ đã khiến nước Tiệp yên ắng như một bãi tha ma.

Té ra nhiều danh nhân nói đến cái sợ. Bởi vì nó nằm ngay ở trong phần cốt tử của mỗi chúng ta. Vấn đề là ta đối phó với nó ra sao cho đúng cốt cách con người.

Tổng thống Mỹ Roosevelt cho rằng cần chống trước tiên cái sợ ở trong ta.

Faulkner, nhà văn Mỹ dành cả một đoạn trong diễn văn nhận giải Nobel kêu gọi chống cái sợ.

Và gần đây hơn, bà Aung San Suu Kyi, chiến sĩ dân chủ Miến Điện lên tiếng khuyến cáo người cầm quyền cũng như người dân hãy cùng giúp nhau từ bỏ cái sợ. Theo bà, người cầm quyền sợ dân lên án nên không dám cho dân hưởng dân chủ.

Khác người, Stalin biết khai thác triệt để cái sợ của người dân. Theo De Gaulle thì hiểu sợ là động lực mạnh mẽ thúc đẩy quần chúng hành động nên Stalin đã dựng lập nên hệ thống sợ có tính quần chúng bát ngát bao la.

Lần đầu tiên hệ thống sợ được đảng chăm sóc công phu, bài bản kia đã bị công phá. Những việc làm nức lòng như thả tù chính trị, bỏ kiểm duyệt, bầu cử tự do ở Hung và Ba Lan... trở thành các địa chấn ở Liên Xô và Đông Âu.

Nhưng dù mặc slip hai ngăn, Duẩn vẫn dự thảo báo cáo chính trị Đại hội VI và nhận định tình hình: Đất nước tốt đẹp hơn bao giờ hết, cao trào lao động xã hội chủ nghĩa toàn dân làm chủ tập thể đang chờ ở trước mặt.

Tôi thấy ra rằng con người ta dễ đem cái vẻ vang cá nhân phủ lên toàn cục, nhìn đâu cũng ngỡ tươi sáng vững bền, dĩ nhiên đó thường là những con người chớp nhoáng đổi đời, một nhát từ đất đen lên gác tía.

Tin đồn vẫn dồn dập. Lê Đức Thọ đến Nghi Tàm thăm Lê Duẩn bị Lê Duẩn mày tao. "Anh háo danh nên tôi cho anh đi Paris đàm phán, cho anh vào chỉ đạo chiến dịch Hồ Chí Minh... Thôi, anh về đi, tôi không muốn thấy anh." Đuổi thẳng cánh Thọ.

Thọ mang thư Trường Chinh vào Nam phê bình Duẩn. Duẩn đọc và khóc, ở chính nhà vợ đầu của Mai Lộc và rồi những giọt nước mắt ngày ấy đòi trả nợ: từ 1963 đến 1986, gần một phần tư thế kỷ, Trường Chinh đã phải đắng cay theo Duẩn. Trong khi đó Duẩn thu phục được Sáu Thọ – xưng em với Duẩn. Trường Chinh đã bị Sáu Thọ chê ở Sơn La rằng đường lối đoàn kết dân tộc của Trường Chinh là "Trung ương của thằng Khu chứ đ. gì. Cộng sản mà đoàn kết với tư sản, địa chủ?" Trường Chinh cũng đừng mong Thọ có thơ: *"Lời anh là cả lời non nước."* Anh là Duẩn. Lê Duẩn bị đầu óc cực tả của Mao thu phục và đầu óc cực tả của Duẩn lại đã thu phục Thọ. Thọ thật lòng suy tôn Duẩn hay Câu Tiễn hỏa mù che mắt Duẩn để chờ thời đá Duẩn? Nhưng tôi thấy lúc đầu Thọ thật lòng. Thọ choáng vì những tia chớp duy ý chí sáng lòa của Duẩn, những tia chớp manh động Thọ ít thấy hơn ở Hồ Chí Minh, Trường Chinh.

* * *

Cả một mảng trận địa cuốn theo chiều gió, Việt Nam choáng hơn hết. Vụt một cái, những "tự cứu," "tự cởi trói" biến mất. Cỗ máy toàn trị lại cót két vận hành trên một nền "im lặng đáng quý." Đáng quý vì trước mắt nó sẽ cho phép im lặng quay lại với "kẻ thù" Bắc Kinh.

"Đông Đức không ngờ mà đổ, hay quá, mày ạ." Một hôm Văn Cao bảo tôi, đôi mắt nhiều khi nom thẫn thờ ngơ ngẩn tìm cái gì bỗng lóe lên hom hóm. Rồi anh kể chuyện khoảng cuối những năm 86, 87 Đông Đức mới mời tác giả *Tiến Quân Ca* sang thăm muộn quê hương Marx, Engels và Goethe, Beethoven.

"Sang đó, tao được *choyé* – cưng chiều, ghê quá. Ngỡ như tao muốn gì bạn cũng bằng lòng. Có lẽ nếu tao ba mươi tuổi họ sẽ lẳng lặng kiếm cả gái cho tao kia. Có muốn một tiêu khiển gì đặc biệt không, hỏi hẳn tao như thế. Phải nói là cũng cảm động. Một hôm họ nói đồng chí đã đi nhiều nơi, đã thăm nhiều chỗ, đồng chí sắp về nước, vậy hãy nghĩ xem còn có ai hay địa phương nào đồng chí cần gặp, cần đến nữa không.

Tao nghĩ mãi thì chợt nhớ ra thằng Chiến Sĩ, thằng lê dương Đức bỏ Pháp theo ta và rất trung thành với ta, mày nhớ chứ? (Tôi nói: tên Đức là Brochers, trước khi về Đức đã bán ngôi nhà cậu ấy cho một người bạn tớ, Lưu Động ở dưới Thịnh Quang với giá 800 tiền cụ.) Ừ, tao bèn bảo họ tao muốn gặp một bạn Đức, đảng viên khá thân thiết, tên như thế như thế. Hôm sau họ bảo tao ông ấy đã trốn sang Tây Đức từ lâu rồi. Bỏ lại cả vợ con Việt Nam ở Đông Đức. (Tôi để: Bà vợ nom quê mùa.) Ừ, lúc ấy tao cũng quê quá. Nhưng rồi nghĩ sở dĩ thằng Chiến Sĩ bỏ quê hương cộng sản sang quê hương tư bản là nhờ nó đã bị quê hương thứ hai, Việt Cộng om nó quá khổ. (Tôi cười: Chiến Sĩ cũng bị liệt vào danh sách chống đảng như cậu với tớ. Còn cậu Walter Nguyễn Đức Nhân nữa cơ. Cậu này trí thức hơn. Viết rất hay. Bị trù sớm hơn Chiến Sĩ. Có lần đến chỗ Lê Quang Đạo, Ban tuyên truyền trung ương hồi 1949, cãi nhau rất to với Quang Đạm, tớ chứng kiến, về chuyện người Việt hay đánh súc vật, cái đó chứng tỏ người Việt yếu chủ nghĩa nhân văn và kém tri thức. Khéo cũng về Tây Đức cả.) Văn Cao bảo có lần Chiến Sĩ nó nói cộng sản phương đông hiểu sai Marx nên làm không đúng. Nay trốn sang Tây Đức chắc là nó thấy Marx cũng sai nốt. Khéo mấy cha Đức chiêu đãi tao dạo ấy bây giờ lại phục tao thân với những chiến sĩ từng tiên phong phá tường Berlin rất lâu".

Văn Cao lại nói có một giáo sư nhạc học Đức bảo anh: Giá như hồi mới độc lập, bị Stalin lờ đi mà Việt Nam nhảy theo phương tây thì nay đã là một thành trì của thịnh vượng và văn minh, dân chủ ở Đông Nam Á, ít gì cũng ngang Singapore. Tao bảo nhưng Truman cũng lờ Hồ Chí Minh thì ông giáo sư nói vì họ biết tổng cái bụng vờ vịt của các ông [Hồ] chứ, các ông vẫn trung trinh chui với cộng sản. Nếu như các ông cử người gặp họ mà nói rõ hết tình đầu, tuyên bố từ bỏ cộng sản, đặt ngay quan hệ ngoại giao và kinh tế...

Rồi Văn Cao thở dài.

Lúc ấy, Văn Cao không thể biết đầu thế kỷ 21, thủ tướng Đức, bà Merkel lại là một người sống ở Đông Đức. Đang sinh viên bà đã được Stasi tuyển nhưng bà từ chối và vì thế không được vào đại học bà chọn. Hiểu đến tổ chấy chế độ cộng sản, bà nói nó chỉ tạo ra dối trá. Bài học lớn của bà là đừng bao giờ lập lại cái chế độ khiến cho người ta chỉ còn có cách hóa điên lên này. Kỷ niệm hai mươi năm tường Berlin sập, bà Merkel ca ngợi công Gorbachev đóng góp vào sự dân chủ hóa và đoàn tụ của nước Đức.

Văn Cao, chắc chắn cậu càng không biết năm 1975 có một trẻ Việt miền nam mồ côi vì bom đạn được vợ chồng một người Đức đem về Tây Đức nuôi, mang tên Philipp Roesler. Đứa trẻ Việt bật gốc ấy đến năm 2011 đã trở thành chủ tịch của Đảng Tự do Dân chủ Đức đang cầm quyền và nghiễm nhiên làm phó thủ tướng nước Cộng hòa Liên bang Đức.

Bên Đức họ quyết "lập quyền dân tiến lên" thật sự chứ không như cậu cùng toàn dân Việt mình mắc bẫy tiến lên lập quyền ông chuyên chính vô sản.

Không ngờ tôi lại gặp một nhân chứng Việt sống động về vụ bức tường Berlin đổ. Một con cháu chính cống Trần Phú: Trần Gia Minh, quê Đức Thọ, họa sĩ học ở Đông Đức 11 năm. Cuối 2011 anh bảo tôi và Trần Lưu Hậu:

– Trần Phú là một trong mấy người Việt đầu tiên đến đất nước chuyên chính cộng sản thì có lẽ cháu là người Việt đầu tiên ở Đông Đức đặt chân đến Berlin ngay sau Bức tường Berlin đổ. Tối trước cháu uống rượu ngủ say không biết gì cả. Sáng đến trường vắng tanh. Hỏi bà lao công, bà nói: Herr Minh, bức tường Béc–lin đã mở, người ta sang chơi bên đó hết cả rồi! Hội lễ cả ở bên đó rồi! Cháu bèn sang. Cẩn thận bước qua, thấy hai lính Mỹ to tướng cầm hai khẩu M16 đứng cạnh chỗ tường bị phá mở. Hỏi: Sang được chứ, thì họ nói "Vùng đất của tự do rồi mà, mời ngài sang!" Sau đó đi lĩnh thẻ nhận ở ngân hàng 100 mác Tây Đức để tự do tiêu dùng tạm. Vùng đất tự do cưu mang đồng bào nghèo độc đáo thật. Cho tiền tham quan, rồi đổi tiền Đông sang tiền Tây mà chả theo tỉ lệ gì hết. Lẽ ra một ăn tám thì nay một ăn hai, ăn ba, có khi ăn một. Chả bù Nhà nước Hà Nội thừa cơ thắng trận thì trảm cho đám dân thua phải hóa ra thành cùng đinh bán xới.

Một bạn của Gia Minh nói: Hai cực tốt xấu với dân đã rành rành mà cứ xoen xoét. Nhiều khi thấy các tướng lãnh đạo cháu cứ nhìn như khoan vào đầu các tướng cố tìm xem có cái hàng rào kẽm gai gì không mà chẳng cái gì của dân vào lọt nổi trong đó. Có cái rào kẽm Mác – Lê, tôi nói.

Chương hai mươi bốn

Báo đăng dự thảo Báo cáo chính trị Đại hội 7 (1991.) Tôi gửi thư cho Bộ chính trị. Tôi đề nghị đảng cần xem xét *trước hết bản thân có còn khả năng lãnh đạo nữa không* chứ không nên như Dự thảo chỉ viết Đảng cần "xem xét các tiềm năng phát triển của đất nước," có nghĩa là đảng đã yên chí mình hoàn hảo, chỉ còn xem khách quan đất nước và dân có với được tới yêu cầu của đảng không thôi.

Mà theo tôi thì *hiệu lực lãnh đạo của đảng thấp kém.* Lương công nhân viên vẫn chỉ đủ ăn cho mười ngày, nghĩa là *nhu cầu sinh học tối thiểu của đất nước chỉ được thoả mãn một phần ba.* Hai công tác tư tưởng và tổ chức, ("*nguyên nhân của mọi nguyên nhân*" tiêu cực nêu ra từ Đại hội 6) vẫn như cũ. Lòng tin của dân càng mất vì tiếp tục nói không đi đôi với làm, tiếp tục sa sút đạo đức, tiếp tục bất lực với tham nhũng, quan liêu, khinh dân, tiếp tục đặc quyền đặc lợi. Đảng nói dân là gốc nhưng dân tự nhận "phó thường dân." Đảng nói đảng có truyền thống đoàn kết nhưng Chính cương Nguyễn Ái Quốc bị Luận cương Trần Phú thay. Và Võ Nguyên Giáp khiếu kiện đảng đã được dân chia sẻ bằng mấy câu ca: *Ngày xưa đại tướng công đồn, Bây giờ đại tướng bịt l. chị em* và *Chiến trận ba mươi năm, Tướng võ không còn nguyên mảnh giáp...*

275

Đảng nói đảng chí công vô tư thì dân nói *Mất mùa đổ tại thiên tai, Được mùa vơ vội thiên tài Đảng ta.* Đảng cần lấy đánh giá của dân làm chuẩn để sửa mình Dân không tin đảng là cái mất, cay đắng nhất, phũ phàng nhất và cũng nguy hiểm nhất cho đảng.

Đảng im lặng, không hồi âm...

Ít lâu sau, một buổi sáng, Nguyễn Chí Hùng an ninh đến. (Tức là thư tôi gửi trên kia đã đến tay công an Hà Nội. Khôn ngoan thì tự hiểu từ nay thôi góp ý xây dựng đảng đi.) Hùng hỏi nhân sự Đại hội: Họp trù bị hai ngày rồi anh có nghe nói gì không?

– Không, tôi không bận tâm.

– Anh mà không?

– Bận sao nổi chứ? Chúng ta biết cái gì? Đảng giấu kín bưng, đâu có như ở Mỹ họ vạch nhau ra ghê gớm khi tranh cử. Thí dụ đây, các lực lượng trong Trung ương ghè nhau, anh có biết không? Tổng cục an ninh cũng chẳng biết. Mà biết lại càng chết. Thế thì đoán mò làm gì? Mới lại mình có là trẻ con đâu để mà đi hứng hỏa mù.

– Hỏa mù?

– Đại hội 6, Kiến Giang được một đại tá công an là cậu cho một bản đánh máy có tên hơn trăm vị vào Trung ương. Đều người dân tin, dân yêu. Võ Nguyên Giáp thủ tướng còn nhiều phiếu hơn Trường Chinh. Một người bạn được cho đọc cứ ôm lấy Kiến Giang mà thút thít "Đất nước khá ra rồi đây."

– Theo anh, ông Giáp thế nào, Chí Hùng hỏi?

– Tám chục tuổi rồi... và vẫn bị đánh. (Tôi chưa biết sắp có án mới cho Giáp trong đại hội này.)

– Anh ác thế! Ông Giáp vẫn tỉnh táo lắm mà.

– Tôi ác hay ai ác? Nếu ai tốt thì đâu ông ấy ba đào? Thôi, nhân đây, tôi nói nguyên tắc nhân sự của tôi: Hãy chọn nhân sự của đảng trong toàn dân! Tôi thí dụ đây, cái bàn này là dân cả nước, cái khay chén này là đảng. Người tài trong bàn tất phải nhiều hơn người tài trong khay. Vậy bầu tổng bí thư thì xin tìm người trong cả cái bàn. Tìm bầu được rồi mà chưa phải đảng viên thì lúc ấy kết nạp có sao? Lại được là Đảng và nhân dân cùng làm và lấy dân làm gốc thật.

Đại hội 7, Nguyễn Văn Linh về, sau chỉ mỗi nhiệm kỳ – thường là hai. Không cùng cánh Sáu Thọ, Linh chỉ là đệm lúc giao thời. Người ta không thể bỏ ông ngay sau khi buộc Trường Chinh, ngọn cờ đổi mới rút lui. Ông than thở với đám Mai Lộc: Ở lại cũng không làm được. Tôi đề nghị anh Chín Cần làm trưởng ban tổ chức mà họ có chịu đâu. *Họ là ai?*

Hóa ra lại có một cái đảng quỷ nhập thần sầu nữa ở ngay trong Đảng?

Nguyễn Văn An, vốn trưởng trạm điện huyện, hậu sinh một đời của Trần Xuân Bách (được ông Bách đặc cách cho vào tỉnh ủy) nhưng mấy đời của Nguyễn Văn Linh, nay lên trưởng ban tổ chức trung ương, *nghĩa là có góp phần đưa Linh xuống*, đã nhận xét: Anh Linh tốt, nghe *bảo* về là về liền không khó khăn như những anh khác. Anh khác nào vậy? Trường Chinh ư?

Và nói thế phải chăng đã có phương án đề phòng khó khăn, trở ngại? Sẽ là gì nhỉ? Có phương án đặc biệt ấy trong hồ sơ lưu trữ không?

Hai ngọn cờ Đổi mới thế là bị bứng cả để cho Đỗ Mười lên tổng bí thư làm sửng sốt gần như toàn đảng toàn dân. Hà Nội rộ ngay lại tiếu lâm: Hồi làm bộ trưởng hay phó thủ tướng gì đó, ông vi hành cãi nhau với "conphe," vỗ ngực hỏi:

"Không biết Đỗ Mười đây à?" Phe đốp lại: "Đứa đỗ đến lớp mười hai tớ còn cho bấn xúc xích con mẹ nhà nó lên thì

ra quái gì cái đỗ lớp mười nhà ông." (Lúc ở tù ông viết, đọc
vất vả. Sau này theo chế độ "dốt học chính quy" nên vẫn đụt
hoàn đụt.)

Các lão thành hỏi nhau có nhớ hồi nào Đỗ Mười điên nằm
Việt – Xô. Lên cơn, ông leo lên cái cây cạnh cổng đứng xoạc
chân cành cao cành thấp giơ tay hét xung phong. Các cô y tá
ra dỗ bác xuống đều ù té chạy. Bác mặc quần đùi, trận địa
pháo đài bày ra hết. Mà các cô thì không ở nam khoa, nội tiết.
Sau *gien* điên của Đỗ Mười đã bền bỉ truyền sang cả con trai
và cháu. Đồn rằng đặc điểm là thạo ăn người.

Tôi nói tôi đọc báo Mỹ đăng bản khai sức khoẻ của
Reagan khi ra tranh cử tổng thống, có ghi ở mục tính dục là
"bình thường." Các cụ ồ lên hỏi sao lại khai thế? Dạ, họ minh
bạch. Không khai ngộ ông ấy đồng tính luyến ái lẹo khắp
lượt các bộ trưởng thì sao? Quốc trưởng bên họ phải khai
đầu tiên là có bộ não lành mạnh. Kẻo chập điện mà bấm nút
cho nổ bom A thì chết toi hết. Với lại người ta thiếu gì người
bình thường mà phải đưa người bị tâm thần ra cai trị toàn
dân lành lặn? Ít ra người ta cũng biết tế nhị không làm cho
dân cả nước tủi: không bằng một người có bệnh tinh thần
kinh!

Từ đầu những năm 60, Kỳ Vân đã đố tôi tại sao mặc quần
Tây mà bộ trưởng Đỗ Mười cứ xắn một bên gấu. À, trước kia
hoạn lợn. Ống quần bên chân xéo vào chuồng bắt lợn phải
xắn cho nên đã thành tập tính nghề, Kỳ Vân giải thích.

Hoàng Minh Chính, Lê Trọng Nghĩa kể ở Hỏa Lò, Đỗ Mười
thường sảng khoái nói: Tớ đã xấu giai lại dốt chữ nghĩa, kém
lý luận thì khéo sau này thành công làm thằng tuyên truyền
cũng đếch nổi.

Nhưng tổng kết Đỗ Mười triệt để và công khai nhất là
nguyên phó thủ tướng Đoàn Duy Thành. Có vẻ Đỗ Mười đã
ẵm mất ghế tổng bí thư của ông thật.

Đại hội dạo này hay xảy đột tử. Đại hội 6, Hoàng Văn Thái, Lê Trọng Tấn lần lượt bất đắc kỳ tử, Lê Đức Anh liền thế hai ông làm bộ trưởng quốc phòng. Đại hội 7, Nguyễn Đình Tứ chuẩn bị lên chủ tịch nước lại đột tử. Lê Đức Anh lại thay. Con mã của ông nhảy thang quá hay.

Lê Đức Anh lên dữ thì um chuyện lý lịch. Cai, không phải phu cao su. Xú Chột hay Cai Lé, hai biệt danh này do Nguyễn Trung Thành, vụ trưởng bảo vệ xì ra chứ không tôi làm sao mà biết được. Đảng hồi đó không kết nạp cai, lớp người bị coi là tay sai của Pháp!

Hồi Lê Trọng Nghĩa đại tá chánh văn phòng Bộ quốc phòng, Lê Đức Anh là trung tá dưới trướng. Vợ cả ông ở trong Nam ra họp đã đến tận văn phòng Bộ làm ầm lên chuyện ông lấy bà bé.

Mới nổi trong Bộ chính trị có Nguyễn Hà Phan, chiến sĩ trung kiên nhà tù "Mỹ – Ngụy." Người o bế ông là Đào Duy Tùng. Nhưng cũng xôn xao rằng bố Đào Duy Tùng ngày xưa lý trưởng chuyên lùng bắt Trường Chinh, Hoàng Quốc Việt. Tôi hỏi Trần Độ. Anh nói lúc ấy Hoàng Tùng có bắn chết Lý Khanh, hình như là chú bác ruột Đào Duy Tùng. Việc này tôi có viết trong hồi ký *Đón súng bên sông*.

Nhân sự của Đảng nay toé loe ra mới thấy bê bối quá. Và lạ là không như trước nữa, bí mật thâm cung cứ tóe tòe loe ra? Tôi cũng bắt đầu thấy rõ đường diễn biến đi xuống của lãnh đạo, đồng thời nhìn ra nguyên nhân tại sao lại ngày cứ một kém đi. Đó là do: đầu không dùng đầu mà chỉ dùng tay chân. Theo nếp giáng thấp, tay chân lên thay đầu cũng không dùng tay chân mà chỉ dùng... đuôi, cứ cái trật tự móc hạt giống ở nách mình ra thì dứt khoát lãnh đạo đời sau phải thua kém đời trước.

Đảng bỗng đề cao Đại hội 7 là "bước ngoặt." Ôi, Đại hội 6 vừa ngoặt "đổi mới" đã "ngoặt" về cũ luôn: Đại hội 6 nới quyền lực đảng thì 7 siết chặt hơn lên bằng cách đề ra Cương lĩnh độc lập dân tộc gắn với chủ nghĩa xã hội, không thì mất độc lập. Đại hội 6 bỏ ban cán sự đảng hay đảng đoàn thì đại hội 7 cho nó sống lại. Đại hội 6 bớt quân đội trong Trung ương đi thì đại hội 7 cho thêm nhiều hơn. Sau đại hội, xã luận báo *Nhân Dân* số *Xuân* viết: Đảng vừa "chặn đứng một nguy cơ nghiêm trọng." Không nói rõ nhưng ai cũng hiểu là suýt nữa thì Đại hội 6 làm mất đảng. Suốt những năm 60 ruộng đồng Albania ngổn ngang gò đống boong–ke phòng chống Liên Xô xâm lược. Dân Trung Quốc một dạo dài nơm nớp sợ quân Liên Xô tràn sang. Hai nước đã đánh nhau kịch liệt. Có trận mấy sư đoàn Trung Quốc bị diệt. Nghe nói cúc đồng trên áo lính Trung Quốc chảy thành nước hết. Rồi Việt Nam và Campuchia đánh nhau gần chục năm ròng. Đến nay vẫn sót lại ở Campuchia 6 triệu quả mìn (mà ít ra một phần tư là mìn Việt gốc Nga – Hoa, còn là mìn Cam gốc Hoa – Nga) sẵn sàng nổ xin giò con nít. Trung Quốc gọi Liên Xô là đế xã và Việt Nam là tiểu bá. Liên Xô chửi Trung Quốc bành trướng (nhưng tôi nghe truyền đạt thì chính ra là thế này: Chữ "bành trướng" này là do "Đảng ta" nghĩ ra, Liên Xô mượn, vì với Trung Quốc ông anh [Liên Xô] còn lơ mơ lắm, không được tỏ tường như "Đảng ta".) Trước thảm trạng bê bối đó mà đảng vẫn bình tâm đề ra chủ nghĩa xã hội bảo đảm cho độc lập dân tộc thì coi cái chết quả như lông hồng thật!

Qua *các tuyên bố chính thức thành văn* (Việt Nam ra cả Sách Trắng) *và các đợt giáo dục, học tập nội bộ sâu sắc của Liên Xô, Trung Quốc, Việt Nam rõ ràng thấy đều đã chửi nhau là đồ xâm lược cả.* Bắc Kinh láu cá cho hàng chục vạn quân sang đánh sáu tỉnh biên giới Việt Nam nhưng lại gọi đó là *chiến tranh tự vệ* (thì lại lòi là thằng xã hội chủ nghĩa Việt Nam nó uy hiếp độc lập của tôi, nó bé mà nó láo lắm, hết đánh Mỹ lại đánh tôi!)

Trung Quốc bị đế xã Liên Xô, tiểu bá Việt Nam uy hiếp độc lập nên từ 1979, Đặng Tiểu Bình đã lên án chủ nghĩa xã hội chuyên phá quấy độc lập các nước rồi cùng Carter ra

Thông cáo báo chí long trọng tuyên bố *"Mỹ – Hoa cam kết bảo vệ độc lập của các dân tộc."* Sau đó, gặp Lý Quang Diệu, Đặng lại đề nghị ASEAN cùng Trung Quốc lập liên minh chống đế xã Liên Xô và tiểu bá Việt Nam. (theo *Từ thế giới thứ ba tới thứ nhất* của Lý Quang Diệu.)

* * *

Năm 2000, Lý Quang Diệu mà thế giới gọi là nhà tư tưởng, là một trong mấy nhân vật tạo nên châu Á cận đại, cho ra hồi ký lớn *Từ thế giới thứ ba đến thứ nhất* được thế giới đánh giá rất cao. Trong đó, ông viết năm 1990, tại một hội nghị quốc tế, ông hết sức ngạc nhiên thấy phó thủ tướng Việt Nam Võ Văn Kiệt vồ vập ôm ông, nói muốn cộng tác với ông. Ô, mới hôm nào ông là đối tượng chửi của Việt Nam! Tay sai đế quốc! Chống cộng, chống nhân dân Việt Nam mà! Ông từ chối. Việt Nam chiếm Campuchia, thế giới đang cấm vận trừng phạt thì cộng tác sao được. Kiệt bèn khoe đã ký hơn trăm giấy phép đầu tư. Lý nói ký cả vạn cũng không ăn nhằm gì nếu như Mỹ chưa gật đầu để Ngân hàng thế giới vui lòng cho Việt Nam "vay nợ mềm" (soft loan.) Chỉ khi Ngân hàng Thế giới bảo đảm cho hầu bao Việt Nam, các nước mới đầu tư vào. Vậy trước tiên cần có *chìa khoá Mỹ* để mở két Mỹ. Rồi muốn vượt lên, lại cần đến *động cơ mạnh là Mỹ*!

Mỹ là chìa khoá và động cơ xây dựng – thảo nào Mao, Đặng đều mong ôm được nó. Hận là Mao không bảo ta cùng ôm mà lại nhờ xương máu ta để được ôm riêng.

Xem thêm bằng chứng về tình anh em xã hội chủ nghĩa. Phạm Dương, tình báo và tham tán của phái đoàn Việt Nam bảy năm tại Liên Hợp Quốc nói sau tháng 5 – 1975, đám chuyên viên kinh tế bạn anh báo cáo với Lê Duẩn rằng Đông Nam Á, Singapore, Hàn Quốc, Đài Loan tiến mạnh được là nhờ gia công cho các nước v. v. thì Lê Duẩn nạt: Lại muốn học chúng nó làm nô lệ ư? Một thứ trưởng y tế gợi ý cho các xí nghiệp dược của Sài Gòn cũ đang thất nghiệp làm kháng sinh gia công cho khối Comecon cộng sản thì Tố Hữu hứ: Trẻ con! Độc lập mà đi gia công! Anh tưởng Comecon mà không ngoạm nhau à?

Tôi nói: Thảo nào, tớ dịch cương lĩnh Comecon đăng báo, người ta đã chữa chữ hội nhập – *integration* thành liên hiệp. Cẩn thận, lợi dụng hội nhập, họ hòa tan ta như chơi đấy. Tớ định vặn thế sao bảo bốn phương vô sản là nhà và chủ nghĩa xã hội bảo đảm độc lập dân tộc?

Trở lại với *Từ thế giới thứ ba...* của Lý Quang Diệu. Một vận hành trí tuệ sắc sảo, thiết thực, thông minh. Thế giới gọi Lý là nhà tư tưởng không hề ngoa.

Đọc nó tôi chịu ấn tượng nhất về việc năm 1965, Lý Quang Diệu xin cho Singapore ra khỏi Liên bang Malaysia để thành quốc gia độc lập với vẻn vẹn vài triệu dân rồi nhờ chính quân lính Anh bảo hộ cho trong năm năm! Theo ông, ở liên bang chắc chắn nội chiến: Đảng cộng sản Mã Lai rất năng nổ dứt khoát sẽ cho chính quyền ra bằng nòng súng. Vậy thì tránh voi chẳng xấu mặt nào!

Tôi bảo Vũ Quốc Tuấn trong ban chuyên viên của thủ tướng hãy cho dịch cuốn sách để các ông ấy đọc. "Để thấy cố vấn tối cao đã xin quân Anh bảo vệ trong năm năm".

Rồi Tuấn bảo: "Tôi đã dịch nhưng chỉ để tham khảo nội bộ".

– Ôi, – tôi kêu lên, nhân dân anh hùng đổ máu bao nhiêu vẫn bị xua khỏi các bữa cỗ trí tuệ mình Đảng hưởng! Thua dân Singapore, Malaysia, Thái Lan... cứ xì tiền ra là đọc. Bộ chính trị của "Đảng ta" chỉ hơn họ là không mất tiền mua!

Tôi không biết là còn tệ hơn thế nữa: các chỗ nói thật về Việt Nam đều bỏ không dịch. Thế mà đề ra "nhìn thẳng vào sự thật!"

Không thể không đặt câu hỏi tại sao Lý Quang Diệu chỉ nhắm tới lợi ích đất nước Singapore chứ không tôn thờ một ý thức hệ nào, khác Nguyễn Ái Quốc đèo bòng giấc mộng giải phóng cả loài người? Phải chăng vì Lý Quang Diệu hay Gandhi không lĩnh lương của một lực lượng quốc tế nào để mà sống?

Năm 2011, trả lời Tom Platte phỏng vấn, Lý Quang Diệu nói số phận của Singapore phụ thuộc vào cả những gì đang diễn ra ở Mỹ. Ông cho rằng thế giới tự do phải trông cậy vào sức mạnh của Mỹ. Đây là cách nghĩ của hầu hết thế giới.

Cộng sản nghĩ khác. Vẫn phải ông Lê-nin. Thêm hai ông Giang – Hồ (Giang Trạch Dân và Hồ Cẩm Đào) hộ pháp hai bên thì phong trào cộng sản lên phải biết, chả cần vần (chữ *vận* của Trung Quốc được ông cha ta nôm na hóa thành *vần* quá hay) vẫn động.

Chương hai nhăm

Phe xã hội chủ nghĩa tan, Việt Nam tứ cố vô thân. Bà bảo mẫu thứ nhất qua đời, bà thứ hai thành thù, leo lên tận Hiến pháp. Bản thân bị cấm vận vì tội xâm lược Campuchia (Từ điển *Larousse* Pháp, ở mục về Campuchia có nói Việt Nam **xâm lược** Campuchia. Đáng chú ý là Đảng không bắt họ cải chính.) Nghe đâu IMF, Qũy tiền tệ Quốc tế, nó cùng với Ngân hàng Thế giới do Mỹ đẻ ra từ 1945 nên bị ta chửi – mách ta gia nhập ASEAN, cái tổ chức chống cộng Hà Nội từng gọi là tay sai đế quốc. Thích thị trường hơn chiến trường, ASEAN bằng lòng cho Việt Nam "nhập cuộc có tính xây dựng (*constructive engagement.*)" Nghĩ sẽ uốn dần chiếc bách giữa dòng vào khuôn phép tư bản!

Ngỡ đảng đã tỉnh ngộ, khiếp đoạn trường tân thanh cộng sản rồi thì phen này sẽ đi hẳn với thế giới đa số. Ai ngờ tứ phía tan hoang, hoảng hồn lên, ngựa lại theo đường cũ – đường đã được gọi là kẻ thù – bấm bụng chịu nhục vồ ngay lấy Trung Quốc.

Dẫu sao cũng cứ phải mở cửa!

Mở cửa làm bạn với thế giới thì ba thiên sứ đầu tiên của thời đại ập vào và Việt Nam đầu hàng lập tức. Đó là tỷ giá đô-la làm cơ sở tính tiền, nói tiếng Anh (nói thật nghiêm là tiếng Mỹ – bà bán rau giờ cũng *bái bài*, *thiến cu* rồi sằng sặc cười) và đi xe Nhật. Nguyện trung thành với chủ nghĩa hết cả đời con kiếp cháu, rất nhanh các cốp toàn lượn Toyota. *Volga,* thước đo quyền lực, quyền lợi và tình liên minh vô sản vụt biến hết. Cùng Toyota lên đài là đô-la. Đô-la công khai sang tay tíu tít tại Bờ Hồ.

Dân sáng tác ca dao ngay: *Hôm qua anh uống Mao Đài, Hôm nay anh đổi sang xài Vodka, Mai kia anh nhấm Săm–pa, Úyt–ki anh xực là dân ta sướng cứ rên lên hừ hừ...* Đúng là không ai mò ra được lòng dạ đảng bằng dân thật.

Một sáng đến Vũ Cận thấy một ông Pháp. Tuần trước tôi đã chuyện với ông ở nhà Bảo tàng dân tộc đường Nguyễn Văn Huyên. Ông nói trước bố ông là giáo viên tiếng Pháp ở trường Albert Sarraut Hà Nội. Nhưng Việt Nam sau đó hận tiếng Pháp, công cụ nô dịch và đàn áp Việt Nam nên hầu như chẳng còn mấy ai biết tiếng Pháp. Vũ Cận và tôi là *des raretés,* – của hiếm.

Ông hơi thận trọng nhận xét: Nhưng tiếng Trung Quốc cũng là công cụ nô dịch và đàn áp thì lại được các ông rất trọng. Nghe nói xưa ai để giấy có chữ Hán rơi xuống đất là phải tội. Tôi đùa: Vì Trung Quốc không có Voltaire, Montesquieu...

Ông bèn hỏi: Trước sứ quán Thụy Điển, một khách sạn lấy tên B. S *Hotel.* B. S. tiếng Việt là gì? Còn tiếng Anh thì quá là không hay rồi. (Tiếng Anh BS viết tắt theo lối nói lóng là bullshi, nghĩa là cứt bò – B. T.)

Cận nói: Ở tiếng Việt, BS là ba sao, bốn sao, bảy sao. Hay buôn sượng, bán sống, bôn sệt. Thích ngôn ngữ, ông Pháp liền chộp lấy ba chữ vừa nghe. Cận nói hai chữ trên là nói buôn bán bất lương còn chữ *bôn sệt* thì là buôn bán trung thực có thể dịch ra là *extra – bolchevisme*hay *bolchevisme condensé*!

Tôi nói thêm: Như *Nestlé*sữa đặc có đường, một thìa pha được 100 mililít.

Ông Pháp gật gù rồi nói: Dẫu sao cũng là cái lỗi đáng yêu khi bắt đầu học đồng ca, thôi *solo* giữa sa mạc. Đến đây tôi thấy dân chúng sính ngoại trái với người cầm quyền bài ngoại.

– Lãnh đạo của chúng tôi có bài và có bái hay là vái, Vũ Cận nói. Các vị đều từng vái chuộng bí danh bằng tên Nga và tên Trung Quốc cả.

– Cảm ơn, cho tôi hiểu thêm. Hồ Chí Minh từng có mấy tên Nga... Và tên Pháp. Hình như là Paul... Song tôi buồn là hiện nay Việt Nam không chuộng tiếng Pháp bằng tiếng Anh.

– Vì tiếng Pháp đô hộ chúng tôi đã trăm năm còn tiếng Mỹ mới có hai ba chục năm. Với lại chúng tôi phải nắm chắc tiếng Mỹ để đánh họ cút. Gần gũi này là do ghét bỏ, Cận đùa.

– Dẫu sao, cũng mừng là các ông đã nhận mấy trăm triệu phơ–răng (tiền Pháp – B. T) của Pháp để mở Hội nghị nói tiếng Pháp! Nghe nói bài diễn văn tiếng Pháp của ông Trần Đức Lương đọc khai mạc Hội nghị là có thày chuyên dạy ông ấy đọc hàng ngày trong suốt hai tháng cho tới khi thuộc lòng. Ông ấy nói xong, một bà Pháp ở trong ban tổ chức đến chúc mừng thì ông ấy cứ tỉnh bơ. Muốn gì thì các ông cũng đã có phân biệt đối xử về ngôn ngữ.

Tôi đùa theo: Thế thì phải nói các nhà lãnh đạo nước tôi yêu tiếng Pháp hơn cả vì không ai nói mà vẫn nhận vơ có nói. Vả lại, nước chúng tôi có thuật ngữ đi hai chân. Thô sơ đi với hiện đại, tự lực và ngoại viện, hai vai hai gánh ân tình Liên Xô, Trung Quốc. Nay hai "lưỡi" Anh và Pháp, OK?

– Này chúng tớ có chữ *d' accord* giống OK.

– *Okay, d'ac, voilà notre bipédalisme langagier*, ngôn ngữ đi hai chân của chúng tớ đấy... Với lại mỗi thứ mỗi thời. Từng có thời cả thế giới hát theo Joséphine Baker *J'ai deux amours, Mon pays et Paris*, – tôi có hai mối tình, đất nước tôi và Paris.

– Cậu là một cha *francophile* – yêu Pháp chứ không phải một *francophone* – nói tiếng Pháp, tay bạn Pháp nháy mắt nói.

Ông bạn đi rồi, Cận bảo tôi: Tay này chả thiết gì chuyện ta nói tiếng Pháp hay tiếng Mỹ nhiều đâu mà chỉ cốt kháy vào chuyện dân Việt ôm ấp tiếng Mỹ đã từ quá lâu.

Mà quả thật lạ! Chỉ có thể nói tiếng Anh – Mỹ đã phục nấp lâu bền ở trong lòng người Việt để thời cơ đến là phất cờ vùng lên mở trận địa bao la, nhanh gọn đến thế?

Cái gì trong vô thức Việt dắt tay nó rinh tùng rinh đi vào ngon vậy? Coi đó là chuẩn mẫu đổi đời? Hay biểu trưng của trùng khơi, của bay bổng? Niềm khao khát nâng cao giá trị bản thân? Hay ghét của nào rời trao của ấy? Tôi chợt nhớ đến một ý tôi đã viết cho *Người Hà Nội* của Tô Hoài: Dân nay hay nói tục và dùng tiếng lóng chính là thỏa mãn một nhu cầu vô thức tìm bản ngã đã bị biệt tích trong mấy tấm danh hiệu "quần chúng lao động cách mạng," "gốc" và "chủ." Nói giọng con phe, phò phạch tức là mượn tín hiệu có thế lực của giới anh chị khiến công an dè nể, người dân tự phóng thích khỏi cảnh kém mọn. Nay thì nhờ một thế lực sang trọng là tiếng Anh – Mỹ để tự cất bổng thân phận. Hoặc đầu gấu hoặc quý phái chứ không mờ nhạt chung chung. Tóm lại đổi chứng minh thư.

Gần đây, trước siêu thị Parkson, Sài Gòn, tôi hỏi một cháu gái jean trẻ: *Shopping* là gì cháu? Cháu vừa bảo bạn cháu đấy.

– Là... là... đi mua sắm ạ... Nhưng nói lượn hay diễu *shops* cũng được.

– Thế sao không nói đi mua hàng, sắm đồ?

– Dạ, nói... nói *shopping* thấy tung tăng. Nói đi mua sắm thấy chen, thấy mồ hôi.

A, cái tiếng nói này nó lại có sức cải tạo tâm thần, tôi nghĩ và hỏi tiếp: – Thế còn cái gì cay chát?

– Dạ... ?... À, ông ngoại, *chat* là tán trên *net*. *Chat* rồi *mail* rồi *blog*... Cháu đang muốn đưa bà ngoại với mẹ cháu lên *Wikipedia*. Giới thiệu nhân vật quý ạ.

– Còn nom con kia *hip hop*?

Cháu ngửa tay che miệng cười không nói. *Bai bai* ông ngoại nha... Lại ôm miệng cười. Mà cái miệng rất xinh... Nè, ông ngoại, *hip hop* là... *hip hop*. Tóc ông ngoại bạc để rất đẹp *and hip hop a lot thattoo!*

Tôi sang Mỹ, thằng cháu kéo vào hiệu cắt tóc bảo cắt "như lính." Ở ta là đầu đinh. Đúng *hip hop*.

Tối xem tiểu thuyết Bắc Kinh dòng văn học *ling lei*, – linh *loại*, loại vặt. Nhưng tôi cứ thích hiểu nó ra thành *linh lei*, – *linh lệ* – nước mắt thiêng hay *linh lôi* – cơn phẫn nộ thiêng. Lại *baby, honey, candy*... Rõ ra một thế giới với mật mã riêng.

Tôi không khỏi mừng thầm mình đã có đôi chút tiếng Anh, Mỹ để hàng chục năm nay được đọc đều *Time, Newsweek, The Far Eastern Economic Review*... cùng các sách khoa học, triết, văn thơ... bước vào tâm tư duy hiện đại. Thế là chợt thèm trẻ quá. Thèm tham gia cái diễn đàn *chat, blog, Wikipedia, YouTube*... của đa số vô danh đang được thả cửa vượt ra khỏi mọi lãnh đạo, kiềm chế để nói, nghĩ, làm phim, làm báo, xuất bản sách, làm thượng nghị sĩ, thám tử tư dò xét các cốp..., chủ động tạo dựng cuộc sống mà ở đó vương tướng khanh hầu chính là tôi.

Cái bầu trời ngoại xa lạ mà gần gũi, thân thiện đó xâm nhập hồn nhiên như thời đại, như không khí. Chúng là một lực kéo ta khoái trá nhảy vào cuộc chơi, vào thẳng trung tâm sự vật. Đó là lò luyện miễn phí hiền tài, nguyên khí quốc gia ở quy mô quốc tế không bè phái, chia rẽ. Ở đó tiếng nói của một thiếu niên cũng làm cho quyền uy chột dạ. Ngày xưa thống trị bắt người rải truyền đơn chống đàn áp thì nay không bắt nổi kẻ rải chữ vô hình lên không gian. Bộ trưởng Nội vụ Nga, Rachid Nourgualiev đã phải nói: "Đâu có *Internet* thì đấy minh bạch." Và "Chúa tạo ra con người nhưng *Internet* làm cho con người bình đẳng".

Vậy có thể kết luận Mỹ đã có công lớn trao cho con người khắp thế gian này có công cụ để bình đẳng được với nhau không?

Ý thức hệ vốn bè phái cực độ. (Nhờ Đặng Tiểu Bình, trí thức mới được bám gót công nông nổi giá lên tí chút.) Lạ là hiền tài hay "nguyên khí quốc gia" tức trí thức, đều yêu nước – đảng đã xác nhận –, đều biết đảng cầm quyền là "thay mặt đất nước và nhân dân" thế nhưng chưa hề thấy "nguyên khí" nào cắt tay lấy nguyên huyết viết đơn xung phong vào đảng để được phục vụ tốt hơn nữa. Sợ hai cái gióp – "Trí phú địa hào, đào tận gốc trốc tận rễ" và vào thì cũng chỉ đến làm kiếng – chăng? Họ biết ở giữa họ và đảng là một rào chắn bè phái kiên cố về trí tuệ (chủ nghĩa Mác, con đẻ tinh thần của công nhân phải cải tạo triệt để nguyên khí quốc gia – *hồng* trước *chuyên* sau mà Mao Chủ tịch đã dạy và ta kiên trì theo, coi cái võ thanh lọc nội bộ này như nguyên lý cuộc sống) là cả một cái vực sâu chia cắt về đạo đức (họ khó trung thành tuyệt đối với đảng) bởi thế kết nạp hiền tài, đảng phải xét ba đời lý lịch và đòi thời gian thử thách dài hơn. Còn phần họ thì vạ gì mà đang yên đang lành lại xung phong xin vào để cho hương hồn ông bà bố mẹ bỗng dưng bốc mùi. (Thí dụ nhãn tiền Hồng Linh, chi bộ yêu nhắm kết nạp và thế là lòi ông bố bị ta giết... oan!) Bởi nguyên khí quốc gia là phải chịu nguyên khí giai cấp quản lý, cải tạo, dạy dỗ cho kỳ mất quốc gia đi.

Solzhenitsyn (văn hào Nga – B. T) có một câu hay: Ai tôn thờ bạo lực thì tất phải chơi trò dối trá.

Thời gian này, một tối tôi đến Lê Trọng Nghĩa rủ anh đi vòng quanh cái vườn hoa con con ở ngã tư các phố Trần Phú, Sơn Tây lên chợ Ngọc Hà và Ông Ích Khiêm.

Tôi nói chúng ta nên gặp Sáu Thọ, đặt thẳng vấn đề chúng tôi đề nghị đảng cho một công tác để chúng tôi cùng với đảng đổi mới. Cùng với đảng là có phần của chúng ta chứ không phải chỉ theo đảng. Tôi nghĩ các ông ấy cũng đang cần rửa mặt mà cái vết cần rửa nhất là vụ chúng ta vậy thì quyền bính, tổ chức trong tay, các ông ấy có thể bằng lòng. Sợ gì mấy đứa chúng ta. Còn chúng ta qua công việc có thể tác động, gây ảnh hưởng... Ít nhất cũng không lạc lõng như hiện nay. Tôi không gặp Thọ được vì tôi không phải lão thành cách mạng như các anh. Tác động của tôi không lớn bằng các anh. Cho nên tôi nghĩ anh hay Hoàng Minh Chính hay Lưu Động nên chủ động đề nghị gặp Thọ. Nghĩa im lặng.

Sau đó theo đề nghị của tôi, Chính, Nghĩa, Hoàng Thế Dũng, Trần Thư, Gia Lộc, Lê Đạt một sáng mát mẻ đã đến nhà Lưu Động hẻo lánh ở Thịnh Quang bàn việc này.

Chính phản đối. Cho là nay cứ việc đứng ngoài mà đấu tranh trực diện. Tôi nói trong bộ máy có chúng ta, nhất là các ông, các vị lão thành vốn bắt đầu ngầm đồng tình với các ông, mà số này đông đấy, mới dám gần gũi chúng ta và qua đó chúng ta mở rộng ảnh hưởng. Tôi hỏi ông, mới ra tù lần đầu, ông viết khen Lê Duẩn là thiên tài, tôi bảo không nên khen thế thì ông bảo sách lược thôi, vậy nay sao không thử sách lược này một lần xem? Tôi bảo Đặng Tiểu Bình ba lần viết thư xin Mao rủ lòng tha tội thế mà rồi chính Đặng cho Mao kềnh. Đặng biết vai trò của bộ máy. Thư ký của Hồ Diệu Bang trốn chạy sang Mỹ cũng viết: Không thể đứng bên ngoài mà làm sập cộng sản, cần cái lực chia rẽ ở nội bộ nó.

Cuối cùng "sách lược đội lốt tung thâm" của tôi chết ngóm. Tranh luận dữ với Chính, tôi là người cuối cùng ra về, đến cổng ngoài tôi thấy Nghĩa dắt xe chờ ở đó. "Đĩnh cáu quá, mình đi cùng với".

* * *

Người Mỹ đầu tiên đến ở Hà Nội lâu là Dessaix Anderson, tiền trạm sứ quán. Thứ đến Winston Lord, trợ lý bộ trưởng ngoại giao Mỹ.

Lord đã soạn *Chương trình 10 điểm của Mỹ ở Thái Bình Dương,* theo đó Châu Á – Thái Bình Dương đang là quan trọng nhất với Mỹ. Nhắc nhở trong năm chế độ cộng sản sót lại, thì ở khu vực có bốn cái còn có thể gây rối.

Ông cho biết: "Cường độ và độ nồng ấm trong quan hệ Mỹ – Việt tùy thuộc vào *tiến bộ của Việt Nam ở lĩnh vực tự do và dân chủ."* Quả là Mỹ sẽ cứ giữ hoài cái tiêu chí này. Với Việt Nam, Trung Quốc khăng khăng đòi Biển Đông, Mỹ nhất định đòi phải nhân quyền, dân chủ.

Rồi Mỹ bỏ cấm vận. (Chắc tin lời hứa của Việt Nam.) Đô-la Mỹ một nhát bềnh kinh tế Việt Nam tăng trưởng 9%. Tư sản mới nhảy ra mở lại cái nghiệp còn u uất oan hồn lớp cũ.

Mấy ông tư sản từng bị "lột" chẳng biết sao lại cho tôi xem những con số cải tạo tư bản ở miền Bắc. 100% hộ tư sản công nghiệp tức 783 hộ; 97% hộ tư sản thương nghiệp tức 4. 826 hộ và 319 hộ tư sản giao thông vận tải bị xoá số. 14.000 công nhân "được giải thoát khỏi quan hệ sản xuất tư bản chủ nghĩa." Rồi 230.000 tiểu thương vào hợp tác xã cung tiêu (tiểu thủ công một chục năm nữa là diệt vong hoàn toàn.)

Một tư sản già nói: Có đúng là chỉ bằng cái vẩy ghẻ không? Thế mà tiêu diệt nghiến luôn! Bây giờ cờ đào lại phất cho tư sản mới dấy binh. Liệu họ rồi lại có bị chủ nghĩa xã hội bắt xé xác ăn mừng phen nữa không đây?

* * *

Rồi Clinton tuyên bố bình thường hoá. Diễn văn của Clinton đăng báo *Nhân Dân* có mấy chỗ đáng chú ý:

"... chúng ta sẽ... phát triển buôn bán với Việt Nam *phù hợp với pháp luật Mỹ* (tôi nhấn mạnh ở đây và ở dưới)".

"... có rất nhiều cái đòi hỏi *những xác nhận về quyền con người và lao động* thì mới có thể thực hiện được."

"Tôi tin tưởng việc bình thường hoá quan hệ và tiếp xúc Mỹ – Việt *sẽ thúc đẩy sự nghiệp tự do ở Việt Nam như đã từng diễn ra tại Đông Âu và Liên Xô cũ*".

"... *những người Mỹ dũng cảm đã chiến đấu và hy sinh ở đó* (Việt Nam) *đều là... vì tự do và độc lập của nhân dân Việt Nam...*"

"Chúng ta tin rằng bước đi này sẽ *mở rộng tự do ở* Việt Nam, các cựu chiến binh được tiếp tục sự nghiệp cũ".

Lần đầu tiên lời lẽ "phản cách mạng" đăng trang trọng trên trang nhất báo đảng. Một trí thức bảo tôi: Này, đảng cũng biết xuống xề xàng xê líu ngọt ra phết đấy chứ!

Không nhịn được, rủa tiếp: Sư thằng đế quốc, sướng thế, đến nước vô sản mà cứ tha hồ nói! Mình dân nước vô sản thì lại đ. được.

Tôi có phân vân: Cho Clinton nhảy thẳng vào dinh lũy tư tưởng ca ngợi mục tiêu chống cộng và bảo vệ tự do cho Việt Nam, Đảng đã **mót** Mỹ đến mức này rồi cơ à? Có hy vọng được không? Hay là ông Cộng này chuyên đánh tráo. Hiệp ước ký còn xé tan thì lời nói gió bay cần gì... Đừng nghe tao nói, tao đã dạy.

Nên biết trước đó một năm, ngày 11 – 5 – 1994, Clinton ký *Ngày Nhân quyền của Việt Nam*, ngày mà hàng năm Quốc hội Mỹ bàn đến vấn đề nhân quyền ở Việt Nam. Vấn đề nhân quyền sẽ là cái kẹt dai dẳng nhất trong quan hệ hai nước. Lời ra cộng sản kị con người kinh khủng, đến mức bất chấp mọi lý tính, lương tri, miễn sao nó được trèo lên đầu cưỡi lên cổ của tất cả những ai là người!

Chương hai sáu

Tôi quen ba người dạy tiếng Anh và tôi muốn nói tới các anh như những người từng chịu hẩm hiu lúc đất nước sập cửa lại với thế giới, tiếng Anh bị miệt thị. Thật ra chả phải chỉ tiếng Anh mà là bất cứ tiếng nói của kẻ thù nào. Chị P. T. M., dạy tiếng Trung Quốc ở Đại học Sư phạm đã ngồi làm thường trực mãi ở cổng trường cho tới khi Trung Quốc hết là thù mới lên truyền hình dạy lại. Ông Nghĩa dạy tiếng Trung Quốc ở Cao đẳng sư phạm Hà Nội thì đi làm bảo vệ. Khi đánh xét lại, các giáo viên tiếng Nga nghỉ dài dài. Đầu tiên nói tới Đặng Chấn Liêu. Cùng tội "xét lại." Treo giò, mất chức chủ nhiệm khoa tiếng Anh Đại học Sư phạm. Liêu cho hay hồi ấy chả ai thiết cái thứ tiếng phản động này. Nhiều phụ huynh thấy con "bị" phân vào khoa Anh ngữ đã kiện anh: "Gia đình tôi thành phần cốt cán lại thêm cơ sở cách mạng mà đi bắt con tôi học tiếng Anh là sai nguyên tắc!" Hoặc: "Con tôi thành tích học như thế sao lại đưa nó vào khoa tiếng Anh?" Liêu ở Pháp làm viên chức của Liên Hợp Quốc. Theo Cụ Hồ kêu gọi, anh về nước và bị Hoàng Văn Hoan nghi là tình báo Anh. Số là khi qua Thái hồi hương, anh gặp một người bạn nói đang hộ tống một lão thành cách mạng hiện thiếu áo rét. Liêu biểu luôn chiếc áo khoác len sang trọng, lông lạc đà. Người bạn hẹn Liêu sáng sau đến khách sạn để lão thành cách mạng cảm ơn và trò chuyện. Y hẹn đến. Lão thành cách mạng nằm quay mặt vào tường vờ ngủ. Người bạn cho biết vì vị này nghi Liêu tình báo Anh (ở Anh lâu quá!) Áo không làm gián điệp được nên lão thành nhận. Run rủi sao trong công việc Liêu hay gần gụi vị lão thành. Một lần anh theo Cụ Hồ đi các nước xã hội chủ nghĩa. Ở Nam Tư, Chủ tịch Tito tự lái xe đưa Cụ Hồ và Hoàng Văn Hoan đi. Lái nhanh như gió, bất chấp đường núi, cua gấp tay áo. Sau lần thử gan mật dựng tóc gáy đầu tiên, Hoan bảo Cụ Hồ đừng đi xe Tito lái nữa. Cụ bảo: Chú sợ thì chú đi xe khác. Hoan đổi xe luôn. Phòng xa rủi Bác làm sao thì có người thay, Liêu nói. Một chiều 2 tháng 9, hình như 1977, đạp xe về cơ quan, tôi gặp Liêu đạp xe ngược lại. Mũ đi rừng trắng, ti-sớt trắng, giày te-nít trắng và bí tất trắng, Liêu vẫy tôi dừng lại. Chúng tôi ghếch chân chuyện trò dưới những hàng cờ tíu tít trong các tán lá xanh dọc con đường ven hồ chính thu. "Nhân ngày Độc lập long trọng, mình vừa gửi cho Phạm Văn Đồng cái thư. Cảm ơn thủ tướng mười năm trước đã chỉ thị cho Đại học Sư phạm tăng lương tôi và nay tôi vừa mới được vinh dự hưởng lương... nổ chậm, đùa với ông chứ không viết thế," Liêu nói.

– Nổ bao nhiêu, tôi hỏi? – Tám đồng bọ. Thế là mười năm qua mỗi năm tăng tám hìu lương. Với Trung Quốc ông ấy lại xộp. Nhận chủ quyền biển đảo ngọt ghê.

– Ừ nhỉ! Nếu còn Liên Hợp Quốc thì nay làm gì?

Liêu cười cười. – Có thể đại sứ không, tôi hỏi? Ô, mà có khi đại sứ ở Việt Nam. Chết, như thế thì lúc ấy Phạm Văn Đồng lại tặng huy chương vì gì này nọ và cảm ơn đại sứ đã giúp Việt Nam. – Kèm một tranh sơn mài Chùa một cột treo ba ngày là vênh, Liêu đùa theo.

Tôi không thể quên một trưa đầu tháng 8 – 1967, ở chỗ Nguyễn Đức Thuận K15 về, tới giữa đường Thanh Niên, gặp Chấn Liêu đi xe máy Liên Xô ngược lên đê Yên Phụ, khéo là đến Mỹ Điền ở đầu dốc. Liêu giơ tay bảo tôi dừng. Rồi ghé tận tai, giọng thú vị: May quá, cái luận văn chống giáo điều của Minh Việt để ở nhà Phạm Viết không việc gì... (Nhưng rồi công an đã ngang đường bắt Ngọc Lan, vợ Viết và Lan đã phải nộp cái gọi là Cương lĩnh chống đảng.) Một cái gì nghe như tình đồng đội thấy ở trong *Khải hoàn môn* của Erich Maria Remarque (nhà văn Đức – B. T) Xưa có những tối Chấn Liêu, Minh Việt và tôi cùng đến nhà Phạm Viết hay nhà Vũ Đình Huỳnh, những buổi trò chuyện nhẹ nhàng mà ấn tượng sâu sắc. Bác sĩ bệnh viện Việt – Xô ngờ tôi xơ gan, Liêu một sáng chủ nhật dẫn tôi tới nhờ Tôn Thất Tùng khám giúp. Tùng nắn một lúc xong thoi một cái khá mạnh vào bụng tôi, đệm một câu chửi khá tục (vợ ông lắc đầu cười,) nói: Tốt, nhưng anh đừng bảo là tôi chửi chúng nó nhé. Tôi nhớ một câu Liêu nói: Chúng mình nhìn người bằng con mắt thân thiện vì chúng mình cảnh giác trước tiên với cái xấu ở trong bản thân; còn họ, tự nhận là cách mạng cao quý, họ luôn cảnh giác với người khác để kịp thời giáo dục, uốn nắn. Họ với chúng ta cơ bản ngược giò nhau, họ bắt buộc phải tự khẳng định vai trò lãnh đạo, dạy dỗ chúng ta. Cái mặc cảm ưu việt này tất dẫn tới đòi dân phải có mặc cảm tự ti với họ. Mặc cảm tự ti này là dấu hiệu dân tin tưởng đảng, yếu tố hàng đầu của thắng lợi, khốn nạn thế đấy.

Sau 1975, Vũ Đình Huỳnh và Liêu vào Sài Gòn đã rủ nhau "di đô dzô nam." Đang chuẩn bị thì Liêu ngã bệnh. Bụng to tướng. Vào nằm bệnh biện Việt – Xô. Tôi tới thăm. Liêu nhắm mắt ngủ. Vợ anh khoe hôm qua anh uống thang thuốc bắc đầu tiên, bụng xẹp ngay. Mừng quá, tôi xoa xoa trán anh. Anh mở mắt, cười như mếu và nước mắt từ từ chảy ra. Ngoài cửa sổ phòng bệnh, bên kia đường thấy sườn đê sông Hồng mời mọc, tôi thầm nghĩ hôm nào rủ Liêu dạo chơi. Nhưng hôm sau Liêu vĩnh biệt tất cả.

Người thứ hai là Mỹ Điền. Học ở Anh từ 1947, 48. Liên hệ với Đảng cộng sản Anh nhưng không vào. Vào thì quá dễ: ở góc dưới mỗi tờ *Công nhân Nhật báo* (The Daily Worker) đều có in sẵn đơn gia nhập: chỉ cần điền tên tuổi và ký vào ô đó rồi gửi cho tòa soạn là anh đang lêu bêu liền hóa thành linh hồn của thợ thuyền Anh. Mỹ Điền lập Hội sinh viên yêu nước và là hội trưởng.

Sau Điện Biên Phủ về nước, anh theo Ung Văn Khiêm, thứ trưởng ngoại giao đến chào bộ trưởng Phạm Văn Đồng. Trong chuyện trò, Đồng dặn Khiêm chú ý để Mỹ Điền sinh hoạt chi bộ. Nhưng rồi chả ai nhắc tới, có lẽ thấy anh không bập. Sớm ngán thế cuộc, bắt đầu từ đọc báo cáo mật của *Khrushchev* trên báo *Le Monde*, Mỹ Điền trở thành một trong hai ba trung tâm lan, yến, kỳ hoa dị vật ở Hà Nội những năm 60, khi thú chơi này bị coi là "tư sản, đồi trụy" rồi bị cấm. Minh họa đúng cho câu thơ của Bertolt Brecht *Thời thế gì / Mà nói đến cỏ cây / Cũng như đã phạm vào tội ác*. Hết chiến tranh về ngay Nam, cùng bác sĩ Dương Quỳnh Hoa tậu mỗi người năm nghìn mét vuông đất cạnh nhau ở Thảo Điền, sát sông Sài Gòn, đêm ngày nghe chuyện sóng. Đào ao mương, đắp đồi ụ, cất nhà sàn, sưu tập thân cây lũa anh rình vớt trên sông. Cả khu rừng thông thống không tường rào, không một viên gạch hòn ngói và toàn lối mòn giữa cỏ hoa. Trong không gian chăm chút hoang vu kiểu Anh này, hoa các màu trên mặt đất nom như một tấm toan không có khung của Monet (Claude *Monet*, Danh họa Pháp – B. T.) Nền bếp đất nện, mái bếp dừa nước. Anh từng có thời chăng lưới kín các ngọn cây thả chim. Cầu vắt qua lạch qua mương bằng tre, tay vịn là tre uốn xuống. Ngôi nhà sàn tựa vào quả đồi nhân tạo. Trên mái lấp lánh mấy mảng: pin mặt trời bạn bè bên Anh tặng. "Chả ai thích dùng tôi, Mỹ Điền nói... Đúng hơn là mình chẳng thích dùng mình cho ai".

Tôi biết đằng sau câu này là cả một kinh lịch gập ghềnh. Anh thấy quá nhiều cái xấu – đối với trí thức – và mớ hành trang nặng mùi rác người ấy đã khiến anh chọn cho khu nhà cái tên Thanh Phong Các, Gác Gió Trong Xanh. Bây giờ anh thiền ít nhất mỗi ngày hai ba giờ. Sáng ra sông bơi ngửa "thủy thiền," có khi trôi xa hơn cây số. Tám mươi hơn tuổi đời. Nhưng Tết ta thế nào anh cũng xe buýt xe lam đến thăm gia đình Ung Văn Khiêm. Anh đã cho tôi hiểu rõ hơn Ung Văn Khiêm. Một lần, sau khi Khiêm "sinh hoạt đảng lại," Mỹ Điền đưa mấy đại sứ cũ tới thăm cựu bộ trưởng ngoại giao, Khiêm đã nói: Lúc tôi khó khăn, đảng viên chỉ có anh Tô Ký và ngoài đảng thì vợ chồng anh Mỹ Điền thường ngày đến thăm tôi.

Vừa ở Anh về, Mỹ Điền đi cải cách ruộng đất ở Thái Bình. Mẹ anh trong Nam là địa chủ, một cán bộ trong đội anh bảo anh từ nay phải gọi mẹ là "con địa chủ." Anh phản đối gay gắt thì chiều được lệnh về gấp Hà Nội. Đã chọn. Hóa ra được mời dạy tiếng Anh cho một số Thanh niên xung phong trung kiên – trong đó có Nguyễn Di Niên – để chuẩn bị tiếp xúc với Ủy ban Quốc tế Giám sát Đình chiến. Sau này làm bộ trưởng, Nguyễn Di Niên đã hứa sẽ thăm thày. Tết, một người của Bộ ngoại giao đến đưa cho Mỹ Điền quà biếu của bộ trưởng – một phong bì đựng một triệu đồng. Mỹ Điền tới bưu điện gửi bảo đảm trả lại nói tôi là người biết đủ, xin cảm ơn. (Thêm một chút: Bố mẹ anh đã được Chính quyền Ngô Đình Diệm cải cách điền địa, trưng mua với giá tử tế, gọi là *truất hữu* và không bị gọi là con này con nọ. Mẹ anh hoạt động bí mật ở Sài Gòn, giúp nhiều tiền cho Mặt Trận Giải phóng, có khi bằng chính tiền ông Diệm mua lại ruộng đất của cụ.) Sau khi Alvarez, phi công Mỹ bị bắn rơi đầu tiên ở vịnh Hạ Long, quân đội mời Mỹ Điền làm việc. Hứa đưa anh sang quân đội nhưng nhận mấy anh học trò của anh rồi thì người ta lờ. Có sao đâu, anh nói. Người ta từng mời tôi vào đảng để ra lại nước ngoài hoạt động nhưng tôi từ chối mà. Tôi không có hạp với thứ việc đó (À, trong bốn nữ sinh Đặng Chấn Liêu giới thiệu cho Cục tình báo lúc đó thì một người nay là viện trưởng Viện nghiên cứu tổng hợp của Tổng cục tình báo.) Mấy bạn của Mỹ Điền ở Anh về làm bộ trưởng cho Sài Gòn. Có người hỏi thì anh nói xách cặp cho Cụ Hồ là thích rồi.

Đặng Chấn Liêu về khoa tiếng Anh Đại học Sư phạm trong dịp đảng chuẩn bị đánh Mỹ. Quản không xuể, Liêu mời Mỹ Điền sang. Mỹ Điền sang thì nghe ngay mấy giáo viên do Trung Quốc đào tạo và đang nắm trọng trách ở trường nói trước tất cả các giáo sinh: 90% kiến thức của đám người được phương Tây đào tạo là sai, 10% còn lại thì là cố tình xuyên tạc.

Muốn bỏ đi ngay nhưng thương Chấn Liêu nặng gánh, Mỹ Điền ở lại. Gặp anh trong một buổi chiêu đãi quốc tế tất niên, Nguyễn Khánh Toàn bảo anh: Mấy cha cường hào nói bậy, anh giận là phải nhưng tôi xin anh ở lại và sẽ chỉ làm việc với tôi. Anh đáp: Thưa, chưa có chuyện giáo viên làm việc trực tiếp với bộ thứ trưởng bao giờ cả.

Mỹ Điền thỉnh thoảng lại kể cho tôi nghe về một nhân vật nào đó. Một lần anh hỏi tôi có biết Ngô Mạnh không? Tôi nói Ngô Mạnh như một quả núi sừng sững giấu mặt ở An toàn khu với các tác phẩm hàng ngày của ông ta là bản *Ba Tê Giê* viết tắt ba chữ TTTG *tin tức thế giới*, bản tin nhanh hình thành từ những ngày đầu kháng chiến theo chỉ dẫn của cụ Hồ. Rất giỏi tiếng Anh, tiếng Pháp, tiếng Nhật, Quốc tế ngữ, làm việc cực kỳ chuyên cần, cắm chốt ngày đêm bên mấy cái máy thu thanh rồi tai nghe, tay tốc ký, thu lại đầy đủ gần như toàn bộ mạch đập của thế giới vào hai ba trang giấy toàn viết tắt tiếng Pháp (*gvt alg* là chính phủ Algeria, *cbt achné à 30 kms N – E Hnoi* là chiến đấu ác liệt ở 30 cây số Đông Bắc Hà Nội, *13 sdts frs tués* là 13 lính Pháp chết...) trình lên cho lãnh đạo cao nhất nắm hiểu. Ông là người có nhiều độc giả nhất và độc giả cao sang nhất nước này. Nhưng bị vết đi lính cho Nhật. A, thế là ông biết khá rồi đấy, Mỹ Điền bảo tôi. Mạnh vốn là sĩ quan quân báo cao cấp của Nhật, có xe và lính bảo vệ cơ mà. Sau 1945, được Cụ Tôn đưa ra Bắc và làm việc ở văn phòng Phạm Văn Đồng. Ở Paris, Đồng và Mạnh đã "tam cố *thảo lư*," ba lần gặp Trần Đức Thảo vận động về giúp nước. Khi Thảo qua Luân Đôn để về theo ngả Liên Xô, Trung

Quốc, tôi đã đón tiếp và bố trí chỗ ăn ở mấy ngày. Rồi Thảo về nước thành ra tên phản động, ông biết quá rõ đấy... Nhưng tôi muốn nói cái kết của Ngô Mạnh. Trước hết chuyện con chó của Ngô Mạnh chết. Chó chết thì hết chuyện chứ? Không! Con chó của Ngô Mạnh là của Bác Hồ cho. Bác yêu Mạnh mà. Mạnh giúp Bác thấy rõ thế giới mà. Chẳng may nó chết. Ngô Mạnh chôn cất chu đáo nhưng anh em trong cơ quan lại bật mồ nó lên để... nhựa mận. Ngô Mạnh cố nhiên không chịu. Tranh cãi tới tai Phạm Văn Đồng. Đồng ra lệnh chôn lại con chó xuống. Xem đấy, thủ tướng rất trọng hiền tài. Tài thật chứ! Năm 1964, ai là người báo trước Mỹ sẽ ném bom trả miếng ta đánh tàu Maddox để ta đề phòng trả đũa sớm được? Ngô Mạnh. Mạnh nghe đài Úc lúc 11 giờ trưa, khi các quan viên Bộ ngoại giao đã đũa bát kéo sang đầy nhà ăn ở Chu Văn An. Nhưng tài liền với tai ương một vần. Người ta nghi. Sao Mạnh biết sớm và chính xác thế? (Ai dám bênh anh mà nói chẳng qua nhờ ở cái múi giờ chênh nhau mà Mỹ lúc ấy hễ đánh thì đều báo trước?) Vậy thì hẳn vẫn liên hệ với tình báo Nhật! Ngô Mạnh liền bị bật khỏi Bộ ngoại giao về Thông tấn xã.

Đến lúc này, các đấng bề trên không màng đến nữa. Bác Hồ lặng lẽ gửi Mạnh một hộp xúc xích Tiệp. (Tôi hỏi Mỹ Điền: Là suất của Cụ hay Cụ lấy ở đâu?) Bác phải ý tứ chứ nhưng thời khan hiếm, một chút thịt là một chia tay hay hơn lời lẽ. Thông tấn xã không mặn mà với "gián điệp" dù là nghi vấn! Đặng Chấn Liêu bèn đón Mạnh về Đại học Sư phạm làm công đoàn. Quen một cơ sở thực phẩm quốc doanh gần hồ Thuyền Quang, Ngô Mạnh lo đều đặn lòng lợn, huyết heo cho giáo sinh trong khoa. Không giúp được trí tuệ thì giúp ruột phèo vậy. Về hưu, Ngô Mạnh vào Sài Gòn. Tình cờ chiếu X quang thấy phổi mờ hết, Mạnh bèn vào nằm ở *Thống Nhất* (Bệnh viện Vì Dân cũ – B. T) nhưng người ta mắng anh lẻn vào Chủ nhật khi họ lơi lỏng thủ tục. Ngô Mạnh bảo con gái tìm Mỹ Điền. Hỏi han cụ thể, Mỹ Điền bảo Ngô Mạnh về nhà, đằng nào cũng chết nhưng đỡ bị mắng mỏ. Mỹ Điền hỏi tôi:

Ông có biết trước khi Ngô Mạnh chết chừng mười ngày, hôm nào cũng có một cha cố đến giải tội, xức dầu thánh cho Ngô Mạnh không? À, thì ra anh ta đi đạo. Khổ, cái thân đã làm cho Nhật mà lại phạm Gia Tô Giáo nữa thì ai người ta cho tham gia cứu nước? Đành bỏ đạo và giấu biệt. Theo đảng thì phải chịu sảy đàn tan nghé thôi. Tàn đời trở lại đạo, với Chúa. Không gửi cho Mạnh xúc xích Rô-ma, cũng không bới vết Mạnh đã theo cộng sản vô thần ra để trù, Chúa vẫn phái đại diện đến nâng dắt anh ở những bước xiêu vẹo cuối cùng. Nếu Chúa cảnh giác nghi anh là gián điệp cộng sản chui vào Nhà Chúa? Ở lớp chỉnh huấn xác định lập trường giai cấp chống địa chủ năm 1953 mở cho trí thức và cán bộ cao cấp ở ATK an toàn khu, Cụ Hồ đến nói Đảng ta không có kiểu vắt chanh bỏ vỏ. Tôi nghe mà hơi lạ tai. Ừ, sao Đảng lại có thể vắt chanh bỏ vỏ được. Thì ra Cụ đang nhắm nói với các trí thức cũ quen đọc sách báo của đế quốc phản động vu cáo chính sách cán bộ của đảng vô sản.

Mỹ Điền kể một trí thức Trà Vinh học ở Pháp là Phạm Trung Tương, làm cò cảnh sát. Liên hệ với Việt Minh, lúc sắp tổng khởi nghĩa, Tương cho cảnh sát nghỉ ba ngày, súng ống để cả ở trong đồn rồi ông mở cửa cho Việt Minh vào chiếm ngọt sớt. Tham gia kháng chiến, ra Bắc tập kết rồi thất nghiệp vì lý lịch bẩn: cảnh sát trưởng của Pháp. Mỹ Điền nhờ Ung Văn Khiêm. Khiêm bảo đưa Tương về Nhà xuất bản ngoại văn dịch sách cùng Phan Hiền. Sau 1975, về lại quê, không thẻ đảng bị địa phương thành kiến, cắt điện, sống tối om, bệnh viện từ chối chữa. Ba đào hết nước. Một hôm Ba Duẩn về Trà Vinh nói chuyện với trí thức. Trên bục nhìn xuống thấy một bộ mặt quen quen, tổng bí thư bèn đi xuống rồi túm tay Tương nói với hội nghị: Người con ưu tú của miền Nam đây! Tối hôm ấy điện lập tức sáng trưng nhà Tương và hôm sau bệnh viện đến nói từ nay luôn có một phòng bệnh dành cho bác, bác muốn đến nằm lúc nào tùy. Ở ta để cho dân chủ khắp được có lẽ phải cần vài chục nghìn tổng bí thư tỏa đi các nơi thu nhặt hiền tài bị bỏ xó vì không quen tổng bí thư để cho nhà có điện. Mỹ Điền nay vẫn thắc mắc tại sao hai ông thày dạy văn anh rất yêu ở trường Pétrus Ký là Phạm Thiều và Nguyễn Văn Nho lại tự sát. Phạm Thiều đã là quan chức ngoại giao và rồi treo cổ chết. Nguyễn Văn Nho có bốn con trai: hai sĩ quan quân đội Cộng sản, hai sĩ quan quân đội Quốc gia nhưng ông mò ra Bắc sống với hai đứa con vinh quang. Chả hiểu sao rồi ông lên xe lửa, khi qua một cây cầu ở bắc Hà Nội, ông gieo mình xuống sông. Con "ngụy" không ngăn được chân bố, con "cách mạng" không giữ nổi mạng bố. Lúc Trần Đức Thảo chăn bò trên Ba Vì, Mỹ Điền đã chính tai nghe Phạm Văn Đồng bảo bà Nhất, vợ Thảo: "Chị hãy chịu khó lên Ba Vì khuyên anh ấy gắng cải tạo tốt tư tưởng... " Tôi thầm hỏi sao không nghĩ vì cái gì mà ở Paris Thảo tốt để Đồng phải "tam cố thảo lư" thế rồi về nước đã có Đồng lại thêm Cụ Hồ nữa lại hóa ra xấu? Ở các nước chuyện Thảo chăn bò báo chí nó bêu lên cho phải biết là xấu hổ. Xấu hổ quá chứ! Vô ơn, vắt cam bỏ vỏ. Chỉ cho ghi nhớ công lao bản thân Đảng thôi, kỷ niệm, học tập thì thòm, hết đợt này lại sang đợt khác, dân thở không kịp.

Một lần Mỹ Điền hỏi tôi có biết bà Frida Cook không? À, bà là đảng viên cộng sản Anh lâu năm, sang giúp ta đào tạo nhiều thày cô giáo. Sau 1975, bà sang lại ta, vào Sài Gòn, bảo tôi chỉ muốn xem một thứ hiếm: trại cải tạo. Đến cổng trại, gặp ngay một cụ già. Hỏi cụ sao vào đây? "Dạ, tôi là viên chức ngụy." Hỏi tuổi thì đáp ngoài 70. Bà Cook kêu lên: "Ôi, tôi nghe giới thiệu thì toàn những là ác ôn... !" Khi ta chiếm Campuchia, bà gửi trả lại ta các thứ huân huy chương, bằng khen, mọi vinh quang Đảng và Nhà nước ta cho bà. "Tôi từ lâu đã ngửi thấy ở họ một cái gì... " bà nói. Tôi bảo Mỹ Điền: Bà ấy không biết cả chục năm trước an ninh ta đã bảo với Ngọc Lan, vợ Phạm Viết rằng bà ấy là gián điệp Anh sang ta phá hoại, Nhà nước gắn huân chương cho mụ ấy cốt để che mắt và mò phá tuyến của mụ ấy.

Tôi nhiều lần bảo Mỹ Điền hãy viết một tập truyện như *Sử ký* Tư Mã Thiên về con đường đi từ tin yêu đến tỉnh ngộ và bị ruồng bỏ của trí thức hay con đường cam quít bị bội bạc, vắt cam bỏ vỏ. Mỹ Điền cười: Để làm gì? Họ sửa sai à? Họ sửa thì đã không phải là họ. Hỗn xược cộng sản mà, có coi ai ra gì đâu.

Gần đây, Mỹ Điền bảo tôi: Tôi đã ở trong quân đội Bình Xuyên sau Cách mạng tháng 8. Tôi cũng đã ở nội phủ cộng sản. Tôi thấy sao? Nội phủ phần lớn hoạn quan. Bình Xuyên thì dân anh chị. Phải công bằng mà nói là dân anh chị lại quân tử, nói là giữ lời. Hoạn quan thì không à nha. À, có cái này... dịch cho các ông lớn, đủ hết các ông lớn, tôi rất lạ là nhiều ông (có nói tên) cứ nói dăm ba hồi là lạc đề có chết không? (Tôi nói: "Xơ cứng động mạch não".)

Tháng 9 – 2009, Mỹ Điền chết. Trước đó mười lăm ngày tôi đến thì anh bảo ngay: Tôi đi mất đấy... Không ngờ đúng thế. Quá nhanh. Tôi đề vòng hoa phúng đặt ở chợ Bến Thành: *"Lê Trọng Nghĩa, Phan Thế Vấn, Trần Đĩnh thương nhớ Mỹ Điền, người thích sống với cỏ hoa, sông nước và lặng lẽ."* Anh tâm nguyện làm những khu vườn giống hệt như lúc chưa có giống người trên quả đất này. Khấn ở bàn thờ anh xong, tôi ra vườn. Cỏ cao ngang hông rồi. Nhà sàn trên sông u ám... Tự nhiên tôi chợt thấy lại sương khói Tiền Đường – bọt nước vỡ tung dưng dưng dưới nắng – nhìn từ đỉnh tháp Lục Hòa.

Hè 1955, bị cấm yêu và phải "cắt đứt" với Hồng Linh, tôi đi chơi Thượng Hải, Hàng Châu, Tây Hồ, Thái Hồ... hết sức buồn, buồn đến mức tưởng nhắm mắt lại thì cả phần xác lẫn phần hồn tôi sẽ lìa thoát tất cả, rất nhẹ nhàng êm ả. Ở cửa sông Tiền Đường, tôi leo lên tới tầng tháp trên cùng, vắng âm u và hẹp, ngỡ sẽ được hưởng hết nỗi côi cút và nhìn thấy Hồng Linh lúc ấy đang nghỉ hè ở Bắc Đới Hà, Sơn Đông. Không ai hiểu nổi được mối liên quan quanh co kỳ lạ của cảm xúc. Trước khi Linh chết mấy tháng, ở xế chợ Bến

Thành (tôi đặt vòng hoa cho Mỹ Điền ở đây) Mỹ Điền biếu Linh một lọ nước hoa. "Bạn bè bên Pháp vừa cho. Mẹ tôi, chị tôi đều chết ung thư, lúc ấy cần cái thứ này, tôi hiểu lắm, tôi..."

Cuối cùng Bùi Ý. Một dạo anh hay lượn hồ với tôi, tay xóc xóc chiếc lọ penicillin đựng ít nityroglycerin phòng cơn đau thắt từng đánh anh quỵ mê man mấy ngày. Tôi cho Bùi Ý mượn *Nhà lễ của bố tôi* (In My Father's Court) của Isaac Bashevis Singer, nhà văn Mỹ gốc Do thái, giải Nobel như Saul Bellow. Mượn và anh khất lần. Tôi ngỡ anh đánh mất. Không! Anh thú thật: Tôi mê nhà văn này quá, anh cho tôi được giữ lâu lâu. Thế này... tôi lấy trong đó ra các khóa văn cho học trò tiếng Anh của tôi. Tôi hy vọng dùng ngôn ngữ mở ra cho chúng thấy được cái tinh tế của hồn người, cái chất yêu thương tràn ngập của con người. Nhưng anh đã quàng vai tôi nói khẽ: Mình giấu học sinh đây là nhà văn Mỹ. Đang ghét Mỹ mà lại cho học thằng Mỹ, lại là thằng Mỹ được Nobel ư? Tôi khó quên cái giọng Bùi Ý cố giữ thì thào một chiều lượn hồ. Anh kể chuyện một hôm em gái anh bị thương hàn phải vào bệnh viện Saint Paul. Anh điện báo cho bố anh làm quan ở Tứ Kỳ, Hải Dương. Tan tầm chiều, bố anh lên xe về. Xe đến quãng đường sắt cắt đường số 5, dưới ga Như Quỳnh Cầu Ghênh một tí, bố anh đang mơ màng ngủ chợt nghe tiếng gọi. Một người con gái quần áo trắng toát đứng vẫy vẫy ở ngay trước mũi xe. Cụ vội đập vai anh tài và anh ta giật mình vừa đủ kịp cho xe chúi xuống mấy thửa ruộng cạn ven đường, tránh sát sườn một đoàn xe lửa từ Hải Phòng lên rầm rầm lao qua. Tới bệnh viện, cụ hỏi ngay anh em chúng tôi: "Em mất rồi?" "Vâng." "Em chết giờ ấy phút ấy?" "Vâng." "Em cứu sống bố..." Hình như bố tôi có kể chuyện này với Thạch Lam. Chuyện này tôi ít kể lại. Sợ. Mê tín dị đoan mà! Hồn con gái cứu bố này, quan lại này, rồi nằm nhà thương bà xơ này. Này, bọn mình gọi hồn cụ mấy lần, cụ về đều nói đúng hết. Như cụ bảo chị cả nhà này hà tiện cúng ông bằng chân giò...

– Nhưng ông sợ gì, tôi hỏi?

– Sợ cõi âm huyền bí luôn theo sát ta xem cái bụng dạ ta ăn ở tốt hay xấu. Sợ cõi dương gian ngày ngày thọc vào mọi xó xỉnh đời sống ta để xem bụng dạ ta tin nó ít hay nhiều. Thế đấy, thế giới chưa thấy chống môi trường sợ nhỉ... – Thì đòi dân chủ, nhân quyền đấy, tôi nói. Bùi Ý quàng vai tôi, một ngón tay khẽ nhấn vào chỗ xương vai tôi trồi lên. Một lúc khẽ nói: Ngày xưa ghét Trung Quốc mà tổ tiên cũng cấm dân dùng chữ Hán thì nay chúng ta nói năng sao? – Không nói *hoa* mà nói *gioọc, mí mì ca lăng gioọc*, không có hoa nào cả, tiếng Tày đấy... – Thế ghét Pháp mà cấm chủng đậu và tiêm phòng bệnh? – Thì dân mặt rỗ *gioọc* và chân khèo. *Bại liệt* cũng là chữ Tàu. Lần này vẫn chỗ xương vai ấy Bùi Ý nhấn khá mạnh, tôi như bị điện giật. Sau đó tôi theo anh về nhà lấy chồng sách anh nhờ tôi sắp vào Sài Gòn mang hộ vào cho anh của anh.

Chương hai mươi bảy

Chuẩn bị Đại hội 8 (1996) thư Trần Độ gửi Đảng vang dội khắp nước. Theo anh, "chủ nghĩa xã hội kết hợp với độc lập dân tộc" chính là gốc rễ của bệnh bè phái. Nó gạt hết những ai yêu nước nhưng không tán thành chủ nghĩa xã hội sang "địch." Anh cho rằng hiện cái mà đất nước cần nhất là dân chủ. Chả phải điệu ra tòa, đảng gọi ngay anh là phản động!

Cùng lúc trong Nam, Đỗ Trung Hiếu thư xin Đảng thực hiện quyền tự do tín ngưỡng. Thư đồng kính gửi Toà thánh Vatican. Và Hoàng Minh Chính sao chụp. Thế là hai người thành một vụ án chính trị mới, việc cần thiết để chứng minh tầm quan trọng phải triển khai chuyên chính.

Giữa trưa, Tiến, anh trung tá an ninh bây giờ thay Chí Hùng, đến báo tôi rằng Chính vừa bị bắt. Tôi nhăn mặt kêu lên: Sao đảng thích bắt người thế? Tôi rất buồn. Ngồi xuống bậc cửa nhà tôi buộc dây giầy, Tiến lẩm bẩm: Em cũng buồn... Ngay tối hôm ấy tôi đến Hồng Ngọc – biết quanh nhà Ngọc nay đầy *cá* chìm rồi – nói chị viết đơn xin cho Hoàng Minh Chính đã quá thất thập cổ lai hy được tại ngoại. Hồng Ngọc viết. Đảng lờ. Hôm xử Chính tôi không ra đứng ở cổng tòa mà đến Hồng Ngọc tối trước. Đang trò chuyện thì ông

307

luật sư K. gia đình mời bào chữa cho Chính đi vào. Một cái bóng lúp xúp. Cụp vai, cúi đầu thì thào dăm ba câu, cái dáng sợ bị nghe trộm, nhòm trộm. Tuy nhớn nhác nhưng ông trung thực, trước sau chỉ khe khẽ chối (nhưng lại gắt): Tôi không cãi được... ý gia đình như thế thì không cãi được đâu. Hà, con gái cả Chính kêu lên: Thế thì im hả bác? Lúng túng giây lát ông luật sư lại gắt giọng nhưng vẫn thì thào: Không cãi được mà. Tôi hỏi thế nghĩa là gia đình nhận tội thì cãi được? Ông nói: Đã nhận thì cần gì cãi. Rồi lúp xúp đi ra. Ông biết trong bóng tối quanh đây đầy những con mắt lúc này đang theo dõi chặt. Rồi máy ghi âm. Có khi chụp ảnh nữa. Qua tư thế ọp ẹp, ông cố để lộ rõ ông đầu hàng Nhà nước. Nhìn theo ông mất hút vào bóng tối bên ngoài, tự nhiên tôi muốn cười phá. Thấy tận mắt hình ảnh pháp luật đất nước cuốn cờ ngoan ghê. Nhưng gần nhà Chính luôn có tấm băng-rôn chăng ngang Hàng Bài chỗ gặp Hai Bà Trưng, đề *Sống và làm việc theo Hiến pháp và pháp luật*. Những hôm to gió, nó giẫng quẩy, nó sà xuống rồi ưỡn lên phần phật, tiếng phần phật có khi tôi nghe mà ngỡ tiếng ai tát vào nó. "Này, cái đồ lừa bịp, dối trá này!" Chuyện một hồi thì Lê Hồng Hà đến. Và tiếp luôn là chị Bác sĩ Văn, vợ Đỗ Trung Hiếu mới từ Sài Gòn ra để dự tòa. Hồng Ngọc khẽ bảo tôi: Anh về đi không họ lại bảo chúng ta họp chống họ. Tối hôm đầu tiên tòa xử, tôi lại đến "đoàn kết" với mấy mẹ con Hồng Ngọc. Ngọc cho biết toà cấm bị cáo cãi. Trong cáo trạng, toà móc lại tội chống đảng trước kia của Chính nhưng khi Chính trình bày rõ vụ đó thì chánh án lại cấm "nói lạc đề." Đúng là xử vờ, như hề, dự vừa tức vừa chán, Ngọc nói.

Nhưng nghe một chuyện tôi cảm động. Đó là Diệu Hồng đến ngồi chịu trận lặng lẽ cùng Hoàng Minh Chính ở trên các bậc tam cấp toà án. Hai hình ảnh liền chập một trong tôi: Diệu Hồng Nhà hát lớn Cách mạng tháng Tám và Diệu Hồng ở tam cấp Toà án. Ở Nhà hát lớn, chị kêu gọi giành độc lập, ở Tòa án Hà Nội, chị kêu gọi tự do, dân chủ. Hai việc ai ngờ lại tách biệt nước và lửa đến thế! Hôm nào, Diệu Hồng nói với

Minh Việt, Minh Quang – vợ Minh Việt và tôi là mấy anh Minh Việt, Lê Trọng Nghĩa, Hoàng Minh Chính phụ trách chị lúc Tổng khởi nghĩa. Sau đó ít lâu, Minh Quang bảo Minh Việt và tôi: Chị Diệu Hồng nói chị ấy có lúc muốn tự sát. Lửa hỏa ngục chuyên chính đã làm cạn khô nước thiên đường – nhân quyền, tự do, dân chủ.

Sáng 17 tháng 8 năm 1945, Tổng hội Công chức mở cuộc mít-tinh lớn đốt bằng sắc thực dân và tuyên thệ trung thành với chính phủ Trần Trọng Kim ở trước Nhà hát lớn. Diệu Hồng đã cướp diễn đàn cuộc mít-tinh, đeo kính đen giấu mặt đăng đàn vì bao hiểm nguy chờ ở trước mặt! (Lê Trọng Nghĩa bảo tôi chả thế chị đã gửi một tự vệ giữ hộ những thư riêng tư nhất. Rồi mất thư và rồi chị cứ bắt Lê Trọng Nghĩa phải tìm lại cho ra.) Bây giờ người ta nói Việt Minh đã "tổ chức"cuộc mít-tinh ấy để kêu gọi cướp chính quyền! Tôi nghĩ lịch sử chính là tấm khăn rải giường của quyền lực, ai nằm lên đó sau cùng thì tạo nên vết nhăn nhúm của nó. Mỹ nhân thì vết nhăn còn yêu được chứ của quái nhân thì ta sẽ chết khiếp ở trong đó. Diệu Hồng sáng 17 ấy đọc ở trước Nhà hát lớn bản hiệu triệu Tổng khởi nghĩa. Ai là tác giả bản kêu gọi đã đi vào lịch sử đó? Lưu Quyên! Vừa trốn tù ra ông liền được nhóm sinh viên thuộc Đảng Dân Chủ phá cuộc mít-tinh trên kia nhờ viết. Không biết đảng nghi Lưu Quyên khai báo đã cho anh vào danh sách những người hễ gặp là "thịt." Bản hiệu triệu Tổng khởi nghĩa lịch sử (hình như có để ở Bảo tàng cách mạng?) hóa ra là công trình của một kẻ đảng rắp thủ tiêu! Chuyện này không lạ. Về sau đảng ngày một rộng bụng nên nhiều kẻ tội lỗi hay nửa tội lỗi từng bị nguyền rủa, vạch mặt đều được lên tên phố. Tôi thỉnh thoảng dạo phố vẫn hay dừng lại nhìn lên một tên phố mà chuyện trò lặng lẽ với con người ngồi ở trên cái bảng sắt tây đó. Để nghe anh ta giãi bầy. Và cũng để anh ta đừng tưởng bở. Thí dụ Văn Cao, ngày hai lượt ra trung tâm thành phố và về Cầu Giấy, tôi từng có lần hỏi anh: Cậu khỏe không? Cậu vào bảng phố được thôi nhưng cậu nên xin về chỗ nào đó chứ chả lẽ cậu, người bị họ làm mẻ uy tín, tên tuổi, lại đi làm mẻ nốt mất một hạt trong chuỗi ngọc cổ sử của kinh đô đầy huyền thoại Kim Mã, Giảng Võ, Liễu Giai hay sao? Cậu có nhớ hôm uống rượu nhà ông Lĩnh, cậu họ của Trần Thư tại dốc Cống Vị gần nhà Hoàng Mắt Lửa chứ? Cậu nhờ người đến mời tớ rồi ngùi ngùi bảo tớ sao có nhớ không? "Đĩnh ơi, tao mong mày không hư như tao..." Tớ nói ngay: "Văn Cao không hư. Hư đốn là đứa đã làm cho cậu rầu rĩ thế này... Bây giờ ở trên cao này có thấy sao không?" Thì Văn Cao bảo tôi: "Tao làm nhạc, làm thơ, vẽ, ai hay nay làm diễn viên lên sân khấu đóng vai kịch ca ngợi đảng trọng hiền tài. Mày với tao sống trong cái chăn toàn rận này, mày lạ đ. gì nữa. Hôm nọ thằng Dương Bích Liên nó lui lủi đi dưới kia, đầu chúi chúi, hai tay đút túi quần. Tự nhiên nó nhìn lên hỏi, mày lại cam ra làm bù nhìn bịp cho cái chính sách yêu vớt trí thức ư?. Thế là tao rơi đánh xoảng một cái xuống. Liên bảo mày thích lên tao lại treo lên cho. Tao bảo cảm ơn, tao thích xây nhà bên mép cổng này và nếu có rượu uống với mày thì hay lắm... Nó nói thế ra là ở cổng mơ bên vùng rác thối ư?" Tôi bảo Dương Bích Liên nó trêu cậu chứ nó cũng lên tên phố rồi. Ở Thủ Đức. Đất đấy thua giá Liễu Giai nhiều. Văn Cao nói "Này, giá đem sơn các biển phố có tên bọn tớ vằn vện bẩn thỉu như da linh cẩu thì hay đấy nhỉ..." Trước khi đi, tôi hỏi Văn Cao: "Cậu có câu hát hồi 15 tuổi tớ rất xúc động là *lập quyền dân, tiến lên Việt Nam...*" Như biết tôi sẽ nói gì tiếp, Văn Cao nheo mắt thở dài: "Họ tuyên truyền tao thế nào tao xực luôn thế ấy... Đ... biết là họ bịp. Dân thì có quyền đ. gì với Cộng được. Tỉnh ra là bị bịp thì đời tàn rồi ..."

Lối vào cổng Chùa Hà là phố Trần Đăng Ninh, tôi chiều chiều đi bộ qua đó có lần dừng lại dưới cột treo tên ông, tủm tỉm cười. Một chủ thợ may cạnh đấy hỏi cụ thú cái gì thế. À không, nhớ lại một chuyện xưa. Cố nhiên tôi không nói. Thời gian báo *Sự Thật* ở chung với Ban kiểm tra trung ương và Ban tài chính trung ương, dưới chân đồi – Đồi A I – là cái giếng mà một lần ngồi ở bàn làm việc tôi thấy Trần Đăng

Ninh thủ trưởng Ban kiểm tra trung ương mò ra trêu thủ trưởng kinh tài Nguyễn Lương Bằng đang tắm, quần đùi "ca cơi" thưa như vải màn, trắng béo. Mấy tháng trước, sau khi thanh toán vụ *Hát Xăng Vanh Đơ* – H122 – ê ẩm do Phòng Nhì Pháp bố trí, Trần Đăng Ninh đi cùng Cụ Hồ sang Bắc Kinh, Mát-xcơ-va xin cho vào phe... Trần Đăng Ninh đến quàng tay bóp hai vú Nguyễn Lương Bằng: Sướng không? Này, lấy vợ nhá? Sợ đàn bà à? Đàn bà hay chứ lị, rét nằm với họ thì hóa ấm mà nóng lại hóa mát... Tình cờ hôm ấy Phạm Văn Khoa ghé qua tán tếu trông thấy, Khoa bảo tôi tao có lần thấy ông Ninh này tội lắm. Hộ tống Cụ Hồ tới đất Trung Quốc đang chờ họ đến đón đi thì Cụ Hồ hút thuốc, Ninh bảo Bác cho tôi một điếu. Cụ lắc đầu: Chú hút thì chú mua chứ sao lại đi xin? Thì vừa lúc một chiếc xe con đến bứt mỗi mình Ông Cụ đi tuốt luôn, chẳng nói chẳng rằng vất bọn mình ở lại. Ninh cứ hỏi tớ sao cậu không hỏi họ là đem Bác đi đâu? Tớ bảo họ làm như biệt động ấy thì còn ai hỏi kịp! Mẹ, nẫng lãnh tụ của người ta đánh cái roạt mà không thông báo gì. Chúng nó có coi đám người cùng đi với Cụ ra cái gì đâu.

Quá dưới nữa là phố Xuân Thủy. Ông từng đau khổ bảo Đào Phan và tôi: Bao nhiêu rác rưởi, họ đổ hết vào đầu mình.

Chuyện tên phố còn có thể kể nhiều – chẳng qua là đảng cho thơm thì được thơm, đảng bắt bẩn thì chịu bẩn thôi – còn có thể kể nhiều nhưng thôi, phải quay về với tuyến chính. Sau Hiệu triệu Tổng khởi nghĩa, Lưu Quyên được thu dung lại. Với bản Hiệu triệu Tổng khởi nghĩa, lẽ ra anh cũng phải lên biển phố nhưng lận đận miết. Về hưu rồi, một hôm anh đến nhà Lưu Động. Tình cờ tôi ở đó. Lưu Quyên nói đảng kỷ luật các cậu là phải, các cậu chống Stalin! – À, Stalin không đáng chống ư? Stalin giết đồng chí như ngóe mà tốt à, Lưu Động vặn lại? – *Khrouchtchev* vu cáo, Lưu Quyên nói. – Thế thì hôm nay tôi nói anh rõ là theo đúng kiểu Stalin, đảng đã tặng anh án chết ngay từ lúc anh trốn tù ra đấy nhá. Anh không lạ đâu nhưng tôi nhân chứng tôi nói để anh sởn da gà anh lên. Coi một trạm giao liên, tôi được chỉ thị hễ anh vác xác đến tìm đảng là cho anh tiêu luôn. Lẽ ra tôi giết anh rồi nhưng thằng tú tài trong tôi lỡ đọc Montesquieu với Voltaire nên anh sống, đấy, có Stalin đấy, thấy chưa? Mặt Lưu Quyên đờ dại ra. Lưu Động nói tiếp: Đây, tớ nói chuyện này nữa mà chắc cậu cũng chả lạ. Tớ đi công tác với Hoàng Quốc Việt. Qua khỏi một đò ngang, Việt hỏi tớ, vừa rồi giả dụ bị lính với trương tuần đuổi thì qua xong sông cậu làm gì? Tớ đáp chạy cho mau, chả trả tiền lẫn cảm ơn gì cả. Việt lắc đầu: Tiểu tư sản! Làm như cậu có ngày vỡ hết. Lính với trương tuần chúng bắt lái đò chỉ lối ta chạy có nguy hiểm không? Vậy thì sắp tới bờ, trong khi tôi vờ móc túi lấy tiền trả, cậu phải vớ lấy bơi chèo nện ngay cho hắn ngã lăn xuống nước... Bữa ấy Lưu Quyên thú thật: "Ngô Ngọc Du, thứ trưởng công an nhờ mình nghe ngóng đám xét lại và báo cáo lại." Anh thanh minh anh không làm. Rồi nói nốt: "Tớ kể lại với thằng Đào Năng An mà nó mắng tớ ghê quá. Sao cậu im? Cậu phải bảo thằng Du là cậu không làm được cái trò chó má ấy chứ. Đám xét lại ấy họ sáng suốt và họ dũng cảm, cậu cũng thấy đấy thôi." Mấy năm sau, Đào Phan, Đào Năng An, Lê Trọng Nghĩa và tôi đến nhà Lưu Quyên gần Bộ công an ăn giỗ vợ anh, có thông gia của anh là Tế Hanh. Đào Phan đùa: "Đảng mà xịt Lưu Quyên rồi thì không có bản hiệu triệu lịch sử về Tổng khởi nghĩa chứ!" – Xưa kỷ luật cao nhất trong đảng là xịt à, Đào Phan? Đào Phan gật: Có cái đó, nhưng không thành văn, nhờ đó đội ngũ mới tự giác kỷ luật sắt thép ghê như thế chứ!

* * *

Trước đây trong Bộ chính trị xung đột về chuyện theo Mao hay theo Liên Xô. Nay đấu nhau ở về vấn đề có tiếp tục theo chủ nghĩa xã hội nữa hay thôi. Hà Nội đồn Nguyễn Mạnh Cầm vừa phát biểu ý kiến xong (ý kiến là không còn mâu thuẫn đối kháng với Mỹ, nghĩa là có thể làm ăn với Mỹ) liền bị ngay Đào Duy Tùng và Nguyễn Hà Phan (sắp Đại hội

8, Phan bị rầm lên chuyện đã đầu thú khai báo) quây lại uốn nắn. Nhắm một ai khác. Cầm chỉ là khói, người ta muốn dập lửa. Quả nhiên, Võ Văn Kiệt tương ra một thư *chệch hướng* – thôi chủ nghĩa xã hội – gửi Trung ương. Một số người truyền tay nhau thư này. Thế là lên ngay một vụ án chính trị – vừa dẹp bên ngoài vừa đe Kiệt bên trong. Lê Hồng Hà, Hà Sĩ Phu bị tù. Trước khi rời ghế về, để chuộc tội *chệch hướng*, Kiệt hạ bút ký cái nghị quyết CP31 phát xít cho phép ủy ban nhân dân các cấp từ xã phường được quyền quản thúc bất cứ ai nó cho là hại đến an ninh. Ký cả cái CP lập Tổng cục tình báo "siêu chính phủ," "siêu pháp luật"... Tôi không thể không nghĩ đến Triệu Tử Dương, Tổng bí thư Đảng cộng sản Trung Quốc thà mất hết, chịu quản thúc tại gia cho đến chết chứ không đàn áp sinh viên ở Thiên An Môn. Đến khi vào WTO (World Trade Organization, Tổ chức Mậu dịch Thế giới– B. T,) thế giới đòi nhân quyền, đảng mới bỏ cái CP cho phường xã bắt người. Và như bù vào cho xã phường bị tước mất quyền bắt người, lúc này Kiệt đòi quyền tự do cho dân lập trại nuôi hổ.

Ít ra ở mặt nào đó Kiệt đã công nhận một sự thật trong *Luận Ngữ*: Hổ không đáng sợ bằng người, dân nuôi hổ ở nhà tốt, không cần ra CP31 quản thúc.

* * *

Những ngày sôi lên vụ án phản động nắm giữ "bí mật quốc gia" (tức lá thư của Kiệt,) những ngày trong Bộ chính trị soi tìm chệch hướng ở nhau, tôi đã có những giờ phút lạc vào không gian đầy xúc động của kiến thức: đọc (và dịch) *Ancient societies*, – Những xã hội cổ đại của vị thày tu Mỹ thông thái Lewis Morgan, tiếp đó đọc *La Mélodie secrète* (Giai điệu huyền bí) và *le Chaos et l'Harmonie* (Hỗn độn và hài hòa) của Trịnh Xuân Thuận, nhà vật lý vũ trụ Mỹ gốc Việt tên tuổi lẫy lừng. Vị thày tu đưa tôi ngoi ngược tới thời nguyên thủy, con người sống bầy đàn, ăn lông ở lỗ, mông muội. Nhưng chính họ đã sáng tạo ra chế độ tư hữu khiến họ thoát khỏi sinh hoạt thú vật và rồi trên cơ sở đó dựng nên ba trụ cột nền móng của cấu trúc xã hội người: *chế độ tư hữu, gia đình* và *chế độ dân chủ*. Ba toà tháp vàng này tồn tại chừng nào xã hội người tồn tại. Nhưng *Tuyên ngôn Cộng sản* lại tuyên bố thủ tiêu mọi hình thức tư hữu, điều kiện đầu tiên tách người ra với bầy đàn thú vật rồi tổ chức nên xã hội người. Xóa tư hữu tất yếu xóa chế độ dân chủ. Trịnh Xuân Thuận cho tôi ngược thời gian lên tới giây phút năng lượng của hư vô kích nổ ra một đầu kim vũ trụ. Tôi thật lòng tiếc cho Marx, Engels đã bị tông đồ con cháu tẩm liệm cứng khừ bằng bê tông. Nếu người ta tiếp tục nghiên cứu lắng nghe các phát kiến khoa học mới mẻ rồi đính chính, bổ sung, phát triển chủ nghĩa Marx thì có thể cũng tiến đến được một học thuyết hòa nhã, thuận tình người, hợp lẽ tiến hoá, chẳng phải mượn đến bà đỡ máu me thật sự đầy mình là bạo lực để cho ra đời cái mà đích thị là không tưởng. Chớ tiếm quyền của Huyền bí. Bất ngờ, Hỗn độn, chẳng mang định hướng, chương trình gì nhưng nó là sức mạnh vô địch, nguồn ngẫu hứng thiên biến vạn hoá của muôn loài. Chớ có tham vọng chuyên chính với nó. Năm 2004, một tờ báo lớn ở ta ca ngợi Trịnh Xuân Thuận. Song nhấn mạnh ông là Mỹ **nhưng** gốc Việt, ông làm việc ở Mỹ **nhưng** học ở Pháp, ngụ ý thằng Mỹ chẳng đào tạo mà chỉ chờ bóc lột chất xám. Luôn ghi lòng tạc dạ rằng không bao giờ được đề cao Mỹ. Tôi đã thư cho tờ báo nói nhà bác học đúng là người Việt *cơ mà* Bắc chạy cộng sản. Sang Pháp, học ở Thụy Sĩ *cơ mà* như ông thừa nhận, ông đã có may mắn và vinh dự được học tại đại học Caltech, thánh địa vật lý vũ trụ Mỹ. Bố ông, Trịnh Xuân Ngạn, làm việc ở Tòa án "ngụy," sau 1975 đi cải tạo *cơ mà* thành một bộ xương ba mươi bảy ký. Thuận phải nhờ chính phủ nhưng *cơ mà* thông qua can thiệp của Pháp để cứu bố ra. Đầu năm 2005, Đảng ra bảng tôn vinh người Việt gồm mười mấy vị danh tiếng công dân nước người trong có Trịnh Xuân Thuận. Ừ, giá như tôn vinh từ lúc định bỏ tù bố ông. Chắc không đọc *Hỗn độn và*

Hài hòa, không biết Trịnh Xuân Thuận viết: ***Tôi thông báo cái chết của chủ nghĩa duy vật biện chứng*** (tôi nhấn.) Lời thông báo hả hê hơn lời Karl Popper bác bỏ chủ nghĩa duy vật Mác–xít tại một hội thảo năm 1937. Popper cho rằng Hégel đưa phép biện chứng ra để ủng hộ Nhà nước tuyệt đối của Phổ, kiểu chủ nghĩa toàn trị sau này thì học trò của ông, Marx đưa phép biện chứng duy vật ra để tiên tri một Nhà nước vô sản chuyên chính độc tài trì trệ vì cấm đoán tự do tư tưởng để giữ vị trí độc tôn. Tôi đã đến Caltech và U. C. L. A (University of California, Los Angeles, Hệ thống Đại học của California – B. T.) Vào thư viện. Hệt giáo đường. Vào một phòng thí nghiệm. Cảm giác về thăm Alma Mater kiếp nào. Tôi lặng ngắm trong bể sen một con rùa im lìm canh giữ thiền giới mênh mang của giáo đường trí tuệ và đang nghe những tín hiệu từ rìa vũ trụ đang tiếp tục dãn ra gửi về. Liệu rồi vũ trụ có thành ra cái xơ mướp tả tơi không? Hay hòn bi ve?

Chương hai mươi tám

Dân Thái Bình dóng lại trống Tiền Hải sau sáu chục năm im lặng (Dân Thái Bình nổi dậy bắt công an, đốt trụ sở của chính quyền địa phương năm 1997 – B. T.) Chính quyền ba cấp tê liệt, rệu rã hoặc bỏ trốn lưu vong như thời chạy Pháp càn. Dân lập nên các ban tự quản. Một số nơi bắt đầu học nổi dậy như Thái Bình. Lập chốt khám bên đường. Cán bộ đi xe máy xịn qua liền giữ lại. Tiền đâu mà ra xe sang trọng này? Ấp úng thì cho ngay một mồi lửa...

Đại hội 8 (1996) của Đảng họp trong không khí Trống Tiền Hải màn hai thời xã hội chủ nghĩa kế thừa màn một thời nô lệ. Sau đại hội, Trần Đức Lương về nhận trước dân Thái Bình rằng đảng và chính quyền địa phương sai, dân đòi Đảng và Nhà nước trong sạch cùng dân chủ hóa là chính đáng. Tôi gửi một thư cho Trần Đức Lương và Bộ chính trị. Hoan nghênh ông. Và hỏi cớ sao không dân chủ để dân phải nổi lên ầm ầm. *Vì ta,* – tôi viết, *làm không như nói trong Tuyên ngôn Độc lập.* Mở đầu Tuyên ngôn, Hồ Chủ tịch long trọng cam kết: "Mọi người đều sinh ra có quyền bình đẳng." Nghĩa là mọi người được hưởng mọi quyền lợi và cơ hội như nhau, chẳng hạn dân được ứng cử chủ tịch nước, thủ tướng, những chỗ hiện chỉ dành cho duy nhất đảng viên. Không tiện nói ở ta cỗ bàn linh đình chỉ dành cho ai có thẻ đảng, tôi chỉ đặt vấn đề sao ở nước ta *không bình đẳng* được? Tôi nói vì chúng ta *vướng hai nguyên tắc nền móng* của Đảng: nguyên tắc đảng lãnh đạo và nguyên tắc giai cấp. *Nguyên tắc đảng lãnh đạo tự ý đem dân nước chia làm hai hạng: bị lãnh đạo và lãnh đạo.* Tức là: Muốn thực hiện sứ mệnh lãnh đạo thì đảng phải thiết lập và duy trì quan hệ bất bình đẳng có tính định mệnh về thứ bậc đảng trên dân dưới này. *Nguyên tắc giai cấp tự ý đem dân nước chia ra làm TA,* tức đảng và giai cấp công nhân, BẠN, tức bần cố trung nông, và nay vớt thêm trí thức, THÙ tức là địa chủ, tư sản, các phần tử bóc lột khác. Tóm lại dân nước là một mớ hỗ lốn và đảng cần phân biệt rành rọt dựa ai, cải tạo ai và tiêu diệt ai. Có thể thấy ngay rằng hai nguyên tắc này đã triệt tiêu tuyệt đối chữ bình đẳng. Cuối thư tôi viết nếu ngày 2 – 9 ấy, Hồ Chủ tịch tuyên bố minh bạch từ nay độc lập rồi, dân Việt chia thành hai hạng lãnh đạo và bị lãnh đạo, tư sản với địa chủ rồi đây sẽ bị thủ tiêu thì không biết tình hình sẽ ra sao. Thư viết cố nhiên vì sự kiện dân Thái Bình làm cuộc tập huấn dân chủ nức lòng toàn quốc. Nhưng có một ánh sáng tinh thần trợ giúp tôi. Đó là bài diễn văn của ông thợ cạo Sặc-lô trong phim *Tên độc tài*, bộ phim nói duy nhất của Charlie Chaplin. Trong phim, bị lầm là Hitler, Sặc-lô đã phải diễn thuyết. Như sau: *Các bạn, các chiến binh, các bạn đừng dâng mình cho những con thú, những kẻ bắt các bạn làm nô lệ, đặt đời các bạn vào trong hệ thống, điều khiển hành động, ý nghĩ và cảm xúc của các bạn! Chúng rèn giũa các bạn, kiểm soát khẩu phần của các bạn, coi các bạn như bầy gia súc. Chúng là những kẻ dị dạng, những người máy với những bộ óc máy, những con tim máy và chúng đã hứa hẹn và rồi lừa các bạn. Chúng giành tự do cho chúng còn các bạn thì thành nô lệ. Các bạn không phải là những cỗ máy, không phải là gia súc mà là những con người! Là con người, các bạn bây giờ hãy chiến đấu cho tự do, hãy không chịu làm nô lệ...*

Bài diễn văn kết thúc với câu: *Hỡi các chiến sĩ, hãy nhân danh dân chủ, kết đoàn lại* (tôi nhấn.) Khẩu hiệu cuối cùng chắc Sạc–lô nhái kêu gọi của Marx "vô sản toàn thế giới liên hiệp lại!" Thư dĩ nhiên theo lệ không hồi âm. Nếu tôi ca ngợi Đảng chắc chắn sẽ được văn phòng Chủ tịch phủ có dấu nổi gửi một thư cảm ơn và khuyến khích nhận xét nhiều hơn nữa v. v. Nhưng tuần sau, trung tá an ninh Nguyễn Chí Hùng, con rể Ngô Minh Loan, đến. Trong những lần an ninh đến, tôi đã nói nhiều điều. Một vài anh em bảo tôi chuyện với an ninh làm gì. Tôi nói mình kêu họ không đối thoại, khi họ muốn đối thoại mình lại lảng hay sao? Tôi đã có tiền lệ trong lần chuyện trò rất thẳng thắn với Lê Kim Phùng. Nói đảng yếu trí tuệ. Nói tôi không tán thành chủ nghĩa xã hội vì nó vô hiệu, không mang lại phát triển và công bằng v. v... Vả lại, tôi cũng muốn thắng cái e ngại thường ngấm ngầm kèm ám ta mỗi khi "tiếp xúc" với "bạn dân." Tôi chọn cách tôi đã làm với Lê Kim Phùng: nói đủ ý, tới nơi nhưng ôn tồn, không khiêu khích, mạt sát. Một lần Nguyễn Chí Hùng hỏi tại sao Trung Quốc khỏe dằn mặt ta quá thế. – Do tư tưởng Đại Hán của họ, – tôi nói, và lại do cái đạo đức của ta là trung thành với tình hữu nghị với họ, là theo họ – kim chỉ nam mà! – rồi lại hết lòng biết ơn họ. Bác chả nói *trăm ơn, nghìn nghĩa, vạn tình* đó sao? Theo tôi, đỉnh cao của tất cả các cái này là Nghị quyết 9, ta đã dám theo họ tè vào cái ta vẫn thành kính gọi là "thành trì cách mạng." Nhưng họ cũng thấy rồi ta lại theo Liên Xô mà chống họ, cái mà họ cho là *ăn cháo đá bát* của họ. Ta cũng đâu có xoàng. Ký Hiệp ước hữu nghị tương trợ Việt – Xô hôm trước, hôm sau đánh luôn Campuchia, đúng không? Bắc Kinh thấy bị phản thùng và ai, nhất là bậc đàn anh, bị phản thùng mà chả cáu? Song hiện nay họ còn có *một dụng ý quan trọng nữa là họ đang mượn ta làm kẻ phản diện để nêu cho thế giới thấy họ không cùng nòi cùng tông giống với cộng sản sinh bành trướng, chiến tranh và bạo lực như đại bá Liên Xô và tiểu bá Việt Nam. Vậy càng đả phản diện Việt Nam thì họ càng trắng trong trước mắt Mỹ và thế giới.*

Với dân Trung Quốc, họ cũng cần chứng minh Việt Nam xấu.
Mà hay nhất, dễ nhất là chụp cho cái tội bội bạc, điều quả là
có khó bác bỏ thật. Tóm lại họ vẫn giở món võ quen thuộc
mượn Việt Cộng làm cái bung xung. Ngoài ra tôi thấy còn có
thêm chỗ này: Họ đã hạ Mao xuống, bộ máy của họ nay đều
gồm nạn nhân của Mao nhưng bộ máy của ta mà họ rất rõ vì
họ *từng tham gia góp ý về nhân sự* và *từng đã mê Mao hết*
xảy nhưng nay vẫn cứ yên vị hết, trong khi nạn nhân của
Mao ở ta như vụ xét lại, như Võ Nguyên Giáp thì vẫn cứ khốn
nạn. Họ đã tóm lấy chỗ này chọc ngoáy, gây sức ép với ta.
Mời Giáp sang làm khách danh dự Á vận hội ở Bắc Kinh đó.
Rồi Giang Trạch Dân mời vợ chồng Giáp sang chơi Trung
Quốc. Tín hiệu dứ ta đã rõ – tôi ưa người mà các đồng chí
đánh đấy. Họ ghét Duẩn lắm – phản bội họ mà – thì mới cho
đài phát thanh đêm đêm đọc hồi ký *Giọt nước trong biển cả*
của Hoàng Văn Hoan chửi Duẩn hết nước hết cái giữa lúc
Duẩn đang còn sống chứ! Rất mẹo. Cuối cùng tứ bề cộng sập,
còn có họ để dựa cho nên nghe đâu Đảng đã đưa Lê Duẩn ra
làm vật tế thần, trăm tội đổ vào đầu Duẩn, trong dịp Đỗ
Mười sang xin họ "liên minh." Việc tày đình thế mà chả đưa
Quốc hội xem xét, vi phạm ngay Hiến pháp. Đỗ Mười còn
hoan nghênh đường lối *chống diễn biến hòa bình.* Xin lỗi
Phạm Hùng, tuy Hùng không làm, chỗ này dân gọi là *tổ*, tổ là
ngố ấy, đây: không biết Dương Thượng Côn dùng món này
để cản Giang Trạch Dân lên tổng bí thư, Mười lại múa lên với
Giang nhưng biết Hà Nội đường cùng xin quay về với "kẻ
thù" thì là thần phục hẳn hoi rồi, Bắc Kinh còn tha gì mà
không thu dụng để ép cho cạn màu kiệt mỡ. Anh có biết Bắc
Kinh từng có phương châm này với Việt Nam không? Gần mà
không thân, sơ mà không xa, tranh mà không đấu, *jin er bu*
qin, chu er bu yuan, zheng er bu dou? Anh lạ gì cái thế đi xin
tình cảm nó luôn là phận lép mà.

Chí Hùng chợt thấp giọng, gần như thì thào: Anh viết cho
Bộ chính trị đi.

– Không viết, tôi nói. Các cụ không hiểu. (Không hiểu đúng ra là các cụ phải đặt lợi ích đất nước lên trên lợi ích đảng nhưng tôi không nói.) Vừa rồi đám anh em chúng tôi học Đại học Bắc Kinh có chiêu đãi Lô Úy Thu, một bạn gái học tiếng Việt ở đại học này cũng thời gian đó. Chị vừa theo Giang Trạch Dân vào Sài Gòn, làm phiên dịch. Hỏi thăm từng người, tình cờ lại dành tôi làm người cuối cùng. "Trần Đĩnh sao?" Tôi hỏi lại: Xem phim *Khát vọng* chưa?

– Xem rồi.

– Mình là nhân vật chính khốn đốn trong *Khát vọng* đấy. (Anh này cũng xét lại và bị đày tới số.)

– *Ná hảo!* Lô Úy Thu reo lên. Thế tốt!

– Sao tốt?

– Bộ máy bên tôi nay toàn là các vị xét lại, hữu phái, đi đường lối tư bản và nạn nhân của Mao.

– Bên mình không có Đặng Tiểu Bình. Nên dòng nước lạnh lẽo vẫn cứ trôi như cũ, *y jiang han shuiy jiu liu,* – nhất giang hàn thủy y cựu lưu.

Tôi nói chuyện này cốt cho Chí Hùng thấy ở các nước theo Mao, kể cả ở ta, ai cũng hiểu các vụ án "xét lại" đều là âm mưu chính trị bỉ ổi của cánh theo Mao. Nhưng họ đã sòng phẳng, do đó cởi được nỗi oán giận, bất bình trong lòng dân. Chiều hôm ấy, tôi cảm thấy Chí Hùng đã nhận ấn tượng rất sâu. Như Lê Kim Phùng năm 1990 vậy. Nói phải củ cải cũng nghe mà. Lúc tôi dịch *Máu lạnh* (In Cold Blood – Truman Capote) Hùng đến xin tôi một quyển. Tôi ngần ngừ, ý là tặng công an theo dõi mình thì chuế quá. Nhưng Hùng năn nỉ. Và tôi cho. Hùng đã khe khẽ bảo tôi, như bật mí một điều quan trọng: Em đến báo *Nhân Dân* không thấy ai ghét anh sất.

– Có đấy, tôi nói, lãnh đạo rất ghét. Nói thêm về Lô Úy Thu. Sau đó, giáp Tết âm lịch, từ Bắc Kinh chị điện thoại cho tôi. Chúc Tết. Định biếu anh ít sách. Anh cho biết cần sách gì?

– À, cảm ơn lắm. Dạo này không đọc được nhiều với lại nhiêu khê quá đấy, thôi, rất cảm ơn. Tiếng Úy Thu nho nhỏ: Tôi thấy có nghĩa vụ đỡ đần chút nào những người bị thiệt thòi như anh. – Thiệt mà có lợi, tôi đùa. Mọi người thương. Thật tình nghe bạn, tôi vừa cảm động vừa mừng thay cho người Trung Quốc: Tâm hồn họ đã *bước đầu* được gột rửa. Một lần tôi hỏi Hùng có biết trong vụ án xét lại ở ta, nạn nhân bị đầu tiên, dù gián tiếp, là ai không? Hùng khẽ lắc đầu. – Bác Hồ! – tôi nói. Nghị quyết 9 cụ không biểu quyết – rạn nứt động trời đầu tiên giữa lãnh tụ và môn đồ – thế rồi từ đấy Bác không dự hội nghị Bộ chính trị nữa, sức khỏe yếu. Sau đó viết Di chúc, sang Trung Quốc chữa bệnh. Còn chuyện Bác suýt chết, anh biết không? Kìa, hồi ký Vũ Kỳ đăng trên một số báo *Văn Nghệ* Tết đó! Ông Cụ về nước ban đêm bằng máy bay nhỏ. Đến sân bay Bạch Mai phát hiện đèn hiệu đã bị đặt lệch 15 độ, hạ cánh theo nó thì đâm cổ hết xuống khu ao đầm quanh đó. Anh phi công đành xin được hạ cánh mù, tức là theo thói quen. Thế mà không có vụ án đặt láo đèn hiệu, sợ không? Là công an, chắc anh thấy quá lạ là chả có điều tra truy cứu nguyên nhân gì cả chứ phải không?

Chuyện đèn hiệu đặt lệch tôi nghe đã rất lâu, ở nhà Đào Phan, nhà báo Thế Kỷ kể. Nhưng lúc ấy, xin lỗi nhà báo, tôi đang ngờ người ta phóng tin để mò bắt vịt trời. Đặc biệt từ ngày "mở cửa làm bạn với thế giới," sự thật bắt đầu lộ dần. Nguyễn Tạo hay Tạo Cuội xì ra ở nhà Đinh Văn Đảng những chuyện tày đình về lý lịch Trần Quốc Hoàn và bà Xuân, vợ Cụ Hồ bị Hoàn giết. Một lực bí ẩn trong nội bộ đảng đang muốn cho lộ dần ra những xó xỉnh của Hồng cung bí sử chăng?

* * *

Một chiều tôi đến Lê Giản. Anh nắm ngay tay tôi: Này, vào đây xem. Cái ban công quen thuộc bên ngoài phòng khách đã bít kín và anh đưa tôi vào đó. Một toa lét đủ hết mọi thứ trừ đường ống dẫn nước. Tôi ngạc nhiên thì anh nói thế mới bảo vào xem chứ. Ngoài tám chục tuổi rồi hễ có nhu cầu anh thường không kịp chạy xuống nhà vệ sinh công cộng dưới tầng trệt. Chị cùng tuổi anh lại phải xách nước, thay quần áo, cọ rửa, dọn dẹp. Con anh, một đại tá công an – từng bảo vệ Nguyễn Văn Linh tổng bí thư – có sáng kiến biến ban công thành toa lét. Nhưng thợ vừa đến đào bể phốt ngay dưới chân cầu thang trời thì chủ căn hộ cạnh đầu cầu thang cấm. Thuê cả đầu gấu đến de hành hung nguyên tổng giám đốc Nha công an Việt Nam đầu tiên sau Cách mạng Tháng 8. Lý do: Đặt hố cứt ngay bên ngoài nhà tôi, ống cứt đái sẽ lù lù ở trên tường nhà tôi. Mỗi bận ông vào đó tôi sẽ lại thấy như ông ỉa ngay trên đầu tôi v. v... Anh này là con vị phó chánh án tối cao đồng sự của Lê Giản. Hai vị ở chung ngôi nhà số 8 Nguyễn Thượng Hiền và chắc chung chi bộ. Vị phó chánh án kia chết, người con thành chủ hộ và quan hệ lão thành cách mạng vỡ tan lập tức. Theo Lê Giản, phường và quận bênh nhà kia. Tôi hỏi có phải vì người ta nghĩ anh là "phản động" không. Anh lắc. "Chẳng rõ, chỉ biết cứ là lờ yêu cầu của mình." – Hay họ dúi tiền, Tôi hỏi? Lê Giản lại lắc. Đang lằng nhằng thì bà vợ ông phó chánh án tim nặng nằm bệnh viện về. Lê Giản lên thăm. Cuối chuyện xin bác nói giúp với các con việc toa-lét. Bà cụ liền nghiêm mặt: Các con tôi quyết định sao là tôi theo chúng bác ạ. Chẳng may đêm ấy bà cụ chết. Quốc hội đang họp. Cùng các đơn lên quận lên phường kiện Lê Giản nay thêm đơn lên Quốc hội tố giác tội Lê Giản "bức tử mẹ chúng tôi vì mục đích ích kỷ đen tối." Tôi về, Lê Giản tiễn xuống tận chân cầu thang, nơi định làm hố xí. Nhăn mặt lại, anh giậm giậm chân lên đó: Đây, định đào ở đây... Giọng run rẩy, nghẹn lại nói tiếp, sáu mươi năm làm cách mạng không đào nổi cái phốt cứt! Chỉ có đào tung bành đất nước lên thôi! Tôi nói: Hay thật, muốn giải phóng giai cấp với loài người mà không cho lão thành cách mạng giải phóng lấy một mét vuông chỗ ỉ! Về nhà, tôi gọi ngay Lê Tiến hay đến tôi sau khi Nguyễn Chí Hùng lên trưởng phòng chính trị Sở công an Hà Nội (từ 2002 Tiến cũng lên phó phòng chính trị) nói: Tôi là người dưng nhưng không thể không nói giúp bác Lê Giản, người công an số một ở nước ta. Nghe xong, Tiến xăm xắn: Vâng, em sẽ báo cáo thủ trưởng chúng em, chắc thủ trưởng sẽ có đề xuất... Toan nói "Con cháu lên sau ăn bẩm quá thì cũng nên nhớ đến phần của chú bác với chứ" nhưng tôi lại thôi. Gần năm sau, mộng toa lét thành hiện thực.

Thời gian này Lê Giản lận đận nạn giấy tờ. Tô Duy, cháu anh nảy sáng kiến xin bằng liệt sĩ cách mạng cho Tô Hiệu và đẩy Lê Giản ra làm đơn đề nghị. Người ta bảo phải có chữ ký của hai người cùng hoạt động với Tô Hiệu làm chứng. Đánh đố nhau thế này ác quá! Lê Giản vặn lại: Khi các anh viết cây đào Sơn La của Tô Hiệu vào sách giáo khoa cho trẻ con học, các anh có xin phép họ Tô nhà chúng tôi không? Không phải là nhà Tô Hiệu thì xin bằng làm cái gì? – Không, bác ơi, đây là nguyên tắc. – Nguyên tắc thế sao 1945, 46 lấy tên Tô Hiệu đặt cho Hải Phòng mà không xin phép họ hàng chúng tôi? Rồi Lê Giản lắc đầu thở dài: Các tướng này quen thói chiếm hữu hết, quốc hữu hóa hết, cái gì cũng là của đảng, tôi sợ cây đào Tô Hiệu là nhận vơ... Có lẽ lính khố xanh họ trồng.

Tô Hiệu chưa xong lại xin chứng nhận cho Tô Chấn. Tô Chấn cùng Ngô Gia Tự, Nguyễn Thới làm bè vượt ngục Côn Đảo chẳng may gặp bão mất tích đã sáu chục năm hơn rồi nhưng vẫn cứ phải tìm cho ra hai người làm chứng. Cù cưa mãi rồi hai anh em Tô Hiệu, Tô Chấn cũng được. Nhưng bằng mẹ liệt sĩ cho mẹ hai anh em Tô Chấn thì dứt khoát không. Tôi đùa, không có ai chứng nhận chỗ này à? Lê Giản chợt cười, sau việc xin chứng nhận này hễ nghe báo đài ca ngợi cây đào Tô Hiệu xanh tươi như một minh chứng về sức sống lâu bền của cách mạng, tớ lại chột dạ như nó vừa lột truồng ai ra vậy. Tôi kể với Lê Giản chuyện Bảy Trấn nói lẽ ra Lê Duẩn về chuyến bè ấy nhưng rồi ở lại và tôi đã hỏi Bảy Trấn: Nếu Duẩn cũng về thì sẽ không tổng bí thư và như vậy liệu đất nước có khác gì đi không? Bảy Trấn gãi gãi sườn rồi nói:

Khó nói nhỉ? Giọng trầm trầm run rẩy, Lê Giản cũng ừ một cái! Tôi lại hỏi: Nếu Tô Chấn, Tô Hiệu thời ấy biết sau này chế độ làm khổ ngay cả các anh ấy thì liệu sẽ thế nào? – Lúc ấy bọn mình toàn nghĩ những cái cao quý cả, ai hay rồi thành ra tối tăm. Thì tớ đấy, mãi gần đây mới dám nói thật ra chính phạm của vụ bố vợ cậu là Lê Đức Thọ.

Chương hai mươi chín

Kỷ niệm Cách mạng Tháng 8 và Ngày 2 Tháng 9, Hà Nội đặc xá khoảng hai chục nghìn tù trong đó ba "tù hình sự" nổi nhất là Thích Quảng Độ, Nguyễn Đan Quế và Đoàn Viết Hoạt. Cả ba cùng bị kêu án tù hai mươi năm. Hoạt ban đầu không nhận đặc xá: phản đối bắt anh trái pháp luật. Nhà nước phải mời Thức, vợ Hoạt ở Mỹ về nước vận động chồng ra tù rồi sang Mỹ định cư. Báo chí thế giới đã phỏng vấn ba "tù hình sự" thế giới quan tâm. Nguyễn Đan Quế trả lời *Time*: Ông đến tôi hẳn đã thấy họ trực sẵn trước cổng đó. Tôi chỉ là từ một xà lim hẹp bước vào một xà lim rộng hơn mà thôi. Ở xứ này người ta làm kinh tế thị trường bằng Nhà nước cảnh sát... Cũng với *Time*, Hòa thượng Thích Quảng Độ nói: Nếu chúng tôi mất tự do tín ngưỡng và tự do ngôn luận thì chúng tôi có khác gì con vật. Năm 1977, ông bị tù 22 tháng, năm 1981 bị trục xuất khỏi Sài Gòn, năm 1994, tổ chức cứu trợ đồng bào bị lụt, ông bị toà kêu 20 năm tù với tội danh chống chính phủ. Trước kia ông chống chính phủ Sài Gòn (nhưng báo miền Bắc nâng lên là "chống chế độ Sài Gòn.") Ông nói: "Tôi hiện như con chim trong lồng." (sống trên căn gác của Thanh Minh Thiền Viện bị khóa cổng.) Quảng Đức, Quảng Độ, đức–độ, tôi cứ thấy như cùng chung một mối. Khác là một người có tượng, một người có tù. Tổng thư ký Kofi Annan đã tiếp Đoàn Viết Hoạt, tiến sĩ giáo dục học, nguyên Viện phó Viện đại học Vạn Hạnh, trợ lý của nhà Phật học thông thái Thích Minh Châu. Anh nói sau bao năm ở tù ra, anh ngỡ ngàng nhất là máy tính, quá kỳ diệu, Tổng thư ký cười bảo anh: Nhờ nó từ nay không độc tài nào ngăn được con người giao lưu.

Theo lời Hoạt, Hoạt gặp Tổng thống Clinton vài ngày trước khi ông Clinton thăm Việt Nam nhân dịp Hội Nhân quyền Robert F. Kennedy tổ chức sinh hoạt. Khi bà Kerry Kennedy (con gái Robert F. Kennedy) giới thiệu hoạt với ông Clinton, ông liền mời Hoạt ngồi nói chuyện riêng chừng 20 phút. Hỏi về tình hình VN, hỏi ông nên làm gì, nói gì... Hoạt đề nghị 2 việc: "Nói chuyện với sinh viên, và ra phố gặp dân chúng vì nhà nước không muốn dân biết ông sang thăm mà dân chắc chắn hoan nghênh việc ông sang thăm Việt Nam".

Hoạt cũng được gặp Đức Đạt Lai Lạt Ma 2 lần. Một lần trong nhà bà quả phụ Robert F. Kennedy, một lần trong dịp cùng đi thăm mộ John F. Kennedy. Lần thứ 2 này, Đức Đạt Lai Lạt Ma "nắm tay Hoạt vừa đi vừa nói chuyện suốt từ ngôi mộ ra xe hơi của Ngài, hỏi nhiều về Việt Nam về quan hệ giữa Phật giáo Việt Nam và Phật giáo Tây Tạng".

Trần Thị Thức, vợ Hoạt dạy tiếng Việt cho các quan chức Bộ ngoại giao Mỹ. Chẳng hạn đại sứ Shear trước khi đi Việt Nam nhậm chức, đã đến thăm vợ chồng Hoạt.

Năm 1975, Hoạt bị đi tù "cải tạo." Khoảng đầu những năm 80, anh trở về và qua vợ chồng Thế Vấn, tôi quen Hoạt và Trần Thị Thức vợ anh, cả hai cùng học ở Mỹ. Thức là em họ Trần Huy Phong, người mà lát nữa tôi sẽ nói đến. Thức đã dạy tiếng Anh cho con gái tôi. Thời gian Hoạt bị tù lần hai, Thức ở Mỹ mấy lần thư cho tôi nói chị đã đến những Quốc hội nào đấu tranh như thế nào cho dân chủ và nhân quyền ở Việt Nam, và đi nhận Giải Cây Bút Vàng Hội Văn Bút Quốc tế tặng người tù Đoàn Viết Hoạt ra sao. Một lần chị đọc cho con trai út viết. Một lần phong bì đến tay tôi tơi tả với dòng chữ: *Bị mưa làm rách.*

Chả biết có mưa hay không nhưng biết chắc là bị tẩm nước mà rách.

Năm 1988 hay 1989, vợ chồng Hoạt cùng con trai út ra Hà Nội đến nhà tôi. Anh chị đưa con gái tôi đi chơi. Trở lại, anh rất lạ chuyện công an tịch thu hết phim của anh chụp ở Lăng. "Bọn mình đang chụp ảnh thì thấy mấy người thổi còi inh ỏi chạy đến. Giằng ngay máy, mở lấy luôn phim, toan tước cả máy nữa. Hỏi tại sao thì bảo tại không nghiêm túc. Không nghiêm túc thế nào? À, chụp ảnh đã ngồi lại cười cợt..."

Tôi chột dạ: Hoạt làm gì khiến cho an ninh bám đến thế?

Năm 1990, tôi vào Sài Gòn. Một tối Hoạt mời tôi đến nhà ở đường Lê Văn Sỹ. Rủ tôi cộng tác làm tờ báo đòi dân chủ. Anh rất tự tin. Cho rằng rất bí mật. Bọn tôi cùng chơi kiểu tổ ba người như họ. Tôi nói trong tổ ba người mà anh nói ấy thế nào cũng có một chân gỗ công an. Hoạt cho là tôi quá thận trọng. Nhưng tôi nhớ anh bị khám máy ảnh lột phim ở Lăng. Sau đó về qua Vấn (ở gần Hoạt) tôi cứ áy náy như có lỗi. Không dám cộng tác với anh, tôi có tội không? Nhưng tôi phải chịu tinh thần đấu tranh kiên định của Đoàn Viết Hoạt. Tuần sau Hoạt bị bắt. Trần Huy Phong bảo tôi là một đứa trong tổ ba người của Hoạt đã nộp bản thảo số báo sắp ra cho công an. Nhưng sau này, ở Mỹ, Hoạt đính chính với tôi: Trong mấy người làm báo với anh, không có "tay trong" nào của an ninh cài vào sất cả.

* * *

Trần Huy Phong và Trần Thị Thức quê ở Quần Anh, Hải Hậu, con cháu chính tông Trần Hưng Đạo. Phong là Phụ tá Trưởng môn Việt Võ Đạo có chi nhánh lớn rộng ở hơn mười nước. Sau 30 tháng 4 năm 1975, Huy Phong bị bắt. Vì đã dạy võ cho "ngụy," dù chỉ với tư cách giáo viên ngoài quân lực dạy thuê. Trong tù, anh giết rệp lấy máu kẻ dần khẩu hiệu khá công phu. Quản giáo vào quát, ai cho viết khẩu hiệu? Mà lại còn viết quyết tâm nữa? – Dạ, quyết tâm cải tạo mà! – Không, chỉ cách mạng mới được viết khẩu hiệu và mới được quyết tâm, biết không?

"Nhờ trận quát mắng ấy tôi hiểu sâu sắc chế độ công hữu hơn, tôi bị lột mất cả tâm lẫn chí," Phong bảo tôi.

Năm 1988, Huy Phong bị bắt lần thứ hai. Hình như anh tổ chức cho môn sinh ra nước ngoài xây dựng cơ sở Việt Võ Đạo. Hôm trước ngày anh bị bắt, tôi đang ngồi quán cà phê ở sân nhà Võ Quang Anh, bạn Côn Đảo với những Đào Năng An, Đào Phan... đường Nguyễn Thông thì Huy Phong vào. Anh khẽ ra hiệu mắt cho tôi và tôi quay đi.

Cuối những năm 90, anh đã làm mai cho con gái tôi với một người ở nước ngoài. Nó không muốn xa bố mẹ nên từ chối. Rồi Huy Phong chết. Tẩu hoả nhập ma? Tôi cảm thấy rõ ràng mất đi một nhân cách quý.

Khoảng 1994, 95, một lần ra Hà Nội, Huy Phong cùng Bình Bún môn phái Vĩnh Xuân ở Mã Mây đến tôi. Bình nói hai đứa tôi vừa đến nhà Trần Quang Cơ, con trai cả ông ấy học võ cứ cố mời "đại sư phụ." Tôi đang mến Trần Quang Cơ, sau khi có tin đồn ông từ chối làm bộ trưởng và vào Trung ương. Chưa hay rằng lúc ấy ông đã nhìn những Đỗ Mười, Lê Đức Anh, Hồng Hà là những người làm nhục quốc thể. Có lẽ cũng cùng quan điểm với Nguyễn Cơ Thạch đang cho rằng Việt Nam sắp bước vào một thời kỳ Bắc thuộc mới.

– Anh biết không, Bình Bún hỏi tôi? Cạnh xa lông nhà thứ trưởng ngoại giao, bên ghế anh Ba Phong có một tượng mộc nhân bằng lim nặng tạ mốt, dụng cụ cho võ sinh tập giáp đấu, giống cái ở nhà tôi mà anh đã thấy đấy. Nhìn pho tượng, anh Ba Phong búng ngón tay vào nó nói "Đổ!" Và nó từ từ chúi nghiêng đi, tôi phải giơ hai tay đỡ lại.

– Sao lại thế được, tôi kêu lên. Không đánh mà đổ ư?

– Dạ, có đánh... Đánh bằng ý, Huy Phong khẽ cười.

Tôi ngẩn người. Không ngờ. Đúng hơn, không thể nào hiểu. Một ham muốn mãi bị dày xéo, bóp nghẹt của Huy Phong: Xin phép Nhà nước công nhận Việt Võ Đạo hay Vovinam để được tồn tại đàng hoàng. Từ 1975, Việt Võ Đạo luôn chui lủi, mặc dù nó có tổ chức ở mười mấy nước và đã có một đoàn võ sĩ ở Pháp về biểu diễn. Tôi đã mách nước: Bây giờ anh cố tìm một lão thành cách mạng nào dám nhận là đã xui anh mở phái võ để cho ông ấy nấp bóng mà hoạt động thử xem.

Huy Phong lắc đầu. Từ 1945 Nguyễn Lộc, sáng tổ Vovinam đã bị liệt là "tay sai" của Nhật. Không có môn bài yêu nước đẳng cấp cho thì với đất nước làm gì công to đến đâu cũng chỉ ăn mày.

Ngay bản thân Huy Phong. Không giấy chứng minh nhân dân. Một lần, 1985, anh chở tôi và con trai út của Đoàn Viết Hoạt ở Vũng Tàu về đến Long Thành thì gặp trạm công an kiểm soát. Huy Phong chậm xe lại, từ từ đi đến. Mấy anh công an vừa tới đầu xe, Huy Phong bỗng rồ máy vút thẳng. Tôi ngồi sau cùng suýt bổ chửng. Còi công an rít lên lanh lảnh ở đằng sau. Đúng là phóng thực mạng. Đến công ty sữa Long Thành, Huy Phong rẽ vào uống sữa tươi, ăn bánh sữa. Anh bảo tôi: Không giấy tờ gì lại chở ba thì cầm chắc họ làm lôi thôi rồi.

– Nhưng ông nên báo trước tôi, suýt thì tôi vào đồn nằm lại... Nhưng sao dám đánh tháo?

– Tôi đã quan sát. Không thấy xe cộ gì ở quanh đó cả.

Những ngày ở Vũng Tàu với đám Huy Phong, Đoàn Viết Hoạt, tối tối ra bãi biển tôi thường thấy xa xa trong giữa vắng lặng một cây cột đá đen đủi hiện lên im lìm. Trần Huy Phong trồng cây chuối. "Trồng khoảng bao lâu," tôi hỏi anh?

–Dạ, một tiếng. Tôi lại nắn nắn cánh tay anh. Cứ nghĩ đến các trụ đá tiền sử ở Stonehenge... Hai chục năm sau, Việt Võ Đạo thành một môn được báo đài Việt Nam ca ngợi. Té ra đảng chỉ luôn chạy vuốt đuôi thời đại. Và bao mạng con người, bao mộng ước, bao hạnh phúc đã tan vỡ. Như bao nhiêu sức sản xuất của nông dân bị đảng giam cầm trong hợp tác xã. Như bao nhiêu trí tuệ bị đảng còng tay nhốt lại. Và đảng thì không bao giờ nhận ra mình là kẻ phá phách vĩ đại. Huy Phong đã giúp một người bạn của anh ở Úc gặp con gái tôi để xem mặt. Bà bạn gặp và ưng. Nhưng con gái tôi có lẽ sợ bố mẹ ở lại trong nước có một mình, đã từ chối. Huy Phong và vợ chồng Đoàn Viết Hoạt đặc biệt ưu ái Trần Dần. Năm 1990, Trần Dần vào Sài Gòn, tôi đưa Huy Phong đến gặp và chở Trần Dần tới dự một bữa rất thịnh soạn Phong do vợ Hoạt làm ở nhà Phan Thế Vấn. Huy Phong mời Trần Dần lưu lại Sài Gòn để anh nhờ một thầy lang rất giỏi chữa liệt do tai biến não cho Trần Dần.

Trần Dần đọc thơ mini *Tôi khóc những người bay không có chân trời, Tôi khóc những chân trời không có người bay... Mỗi người một vụ án, Mỗi người chôn sống một chân mây.* Trước đó mấy hôm Trần Dần đến nhà tôi ở Sài Gòn. Hai em gái tôi mở cửa. – Tôi hỏi thăm ở đây có ai là con Hoan không, Trần Dần hỏi luôn chủ nhà? – Dạ, thưa ông, tôi là con Hoan ạ, xin ông cho được vinh dự biết quý danh? Hai em tôi kể lại. Sự ra mắt kiểu Đông Chu liệt quốc này quá ấn tượng. Hân, em út tôi cứ xuýt xoa: Đặc biệt hai con mắt... như mắt thần hổ. – "À, tôi là Trần Dần, đến hỏi xem Trần Đĩnh đã vào như hẹn tôi ở Hà Nội chưa? Trần Đĩnh hay nói trong này có em là con Hoan." Thế rồi mắt hổ nhắm lại mãi. Ngọng quá lâu, liệt quá nhiều. In xong *Cổng tỉnh* thì Trần Dần đi. Nhìn Trần Dần ốm yếu tôi cứ nghĩ đến những ngày Dần lao động cải tạo ở Khu Gang thép Thái Nguyên. Có những thời gian người ta giao cho anh mỗi ngày phải đào 2 mét khối đất. Làm đến 3 giờ sáng hoàn thành. Chợp mắt tí chút lại dậy gấp để đào 2 mét khối khác. Khuê, vợ Dần kể: "Ông ấy về nghỉ phép mà hôi thối không chịu được. Thì ra cả tháng không tắm bao giờ vì công trường không có nước, anh bảo có ghê không?" Ở Khuê, tôi thấy có một "liên minh thần thánh" thầm kín giữa những nạn nhân chính trị. Không hề biết Trần Châu anh tôi nhưng hễ gặp tôi, ngay đầu tiên chị lại hỏi anh Châu dạo này sao anh Đĩnh? Trước khi chết ít lâu, một hôm Trần Dần hỏi tôi: Tao định nhờ Phong với Hoạt trong kia giúp chữa bệnh. Mày thư cho... – Không thành rồi! – tôi nói. Hoạt tù. Tội lật đổ. Huy Phong chữa bệnh dài ngày ở Pháp. Ở đám ma Trần Dần, Nguyễn Chí Hùng, Sở công an Hà Nội đến chào tôi. Tôi nói chị Linh vào chơi với con gái ở Sài Gòn thì công an khu vực đến hỏi ngay ông Trần Đĩnh vào phải không? "Không, chỉ có tôi là vợ ông ấy vào thôi." Hôm sau đến yêu cầu: Bà viết nộp cho chúng tôi một sơ yếu lý lịch của bà!

Hùng nói ngay: Anh ơi, trong ấy tỉnh lẻ mà.

Tôi phì cười: Sáu triệu dân với giám đốc công an Bùi Quốc Huy từng là tổng cục trưởng an ninh mà tỉnh lẻ à? Tôi chưa biết Năm Huy siết còng với dân chủ, nhưng xòe tay ra để dính chàm hình sự Năm Cam. Sau đó, tỏi hỏi Lê Đạt xuống nghĩa trang làng Vạn Phúc bằng gì. Đạt bảo nhờ xe Tô Hoài, nó kia kìa. Kính râm trên mặt, mũ phớt len đan trên đầu (Trần Vũ cho,) tôi đi đến nói: "Cho đi nhờ xe với nhé..." Tô Hoài cau mày nhìn, khó chịu. Tôi cười: Trần Đĩnh đây!

Tô Hoài kêu: Sư mày, sao béo ghê thế? Ở ta thường thằng ở tù mới béo... Không gặp nhau khéo đã một giáp. Từ lần anh bảo tôi viết cho báo anh, "Tớ ký cả tên Trần Đĩnh, tớ đếch sợ!" Phải nhận rằng cho đăng bài tôi viết dân sinh dùng tiếng lóng và câu tục là nhằm kiếm cho mình một tấm giấy chứng minh nhân dânkhác, Tô Hoài có không sợ thật. *"Hãy rẽ vào xóm thợ, Hãy ngả vòng tay nghìn bác mẹ nghèo, Tôi tháo quả tim học trò. Đồng chí thợ nguội! Rèn cho tôi thứ quả tim yêu. Yêu nghìn lẻ một người yêu không mỏi... Hỡi thế giới tàn bạo! Đảng cử tôi về vật chết mày đây... Vùng lên! Nô lệ vùng lên! Đây là cuộc phá gông lần cuối Để mãi mãi về sau người chẳng thể cùm người...* (Cổng tỉnh.) Trần Dần đã nói hộ cả một lứa thanh thiếu niên tin đảng (khao khát nô lệ vùng lên) rồi chống đảng vì thấy phải xài tiền giả và bị vùi xuống. Nên biết tối 19 tháng 12 – 1946, đã nổ súng, Trần Dần, Trần Vũ còn đi dán lên tường ở một số phố Hà Nội Tuyên ngôn Dạ Đài: "Lũ chúng tôi đầu thai lầm thế kỷ... " 1965, hai năm trước khi chết, Ernesto Che Guevara phản đối gay gắt *"bệnh theo đuôi xô viết"* với bạn là Armando Hart, bộ trưởng văn hóa Cuba, chê môn triết mà các sách giáo khoa mác–xít đưa vào trường đại học La Havana nguy hại là chúng *"không cho người ta nghĩ, đảng đã làm nó ra cho mày thì mày phải tiêu hóa nó."* *"Không thể diệt một ý kiến bằng bạo lực mà chỉ có ngăn cản trí thông minh nảy nở."* Guevara có hẳn một tập phê phán cuốn "Giáo khoa kinh tế chính trị học" của Liên Xô. Ông đã viết: *"Nếu Lê–nin còn sống thì sẽ phạm phải sai lầm là chết."* Đúng, lãnh tụ chỉ có sai lầm duy nhất là chết. Buồn cười! Luôn nói không được can thiệp vào nội bộ nước khác nhưng toàn ca ngợi Che Guevara anh hùng đi nhen lửa nội chiến ở mọi nơi. Hay là chấp hành lệnh Mao: "Căng đế quốc Mỹ ra khắp thế giới mà đánh!" Lúc ấy không biết ông còn nhen lửa toan đốt chủ nghĩa Lê–nin. Cái sự gian dối nhiều khi lại còn do cả yếu trí lực, mỏng kiến thức.

* * *

Lần vào Sài Gòn trên kia tôi đến thăm vợ chồng L. và Q., hai người bạn tôi mến. Vào bàn ăn, chị Q. nói: Anh Trần Đĩnh ạ, tôi muốn kể với anh chuyện này. Hôm nọ, anh L. nhận huy hiệu mấy chục năm tuổi đảng, tôi hỏi anh ấy "Anh có mấy chục năm công với đảng vậy mấy chục năm ấy anh đã có những tội gì với dân, anh kể ra đi?" L. lắc đầu cười hiền lành. Anh hiểu vì sao vợ mình "dữ" thế. Chuẩn bị diệt tư bản, để cấm bệnh viện tư nhân và bác sĩ chữa thêm, người ta dựng lên một vụ án bác sĩ tư "tiêm nước lã" cho bệnh nhân! Bố chị đã được chọn làm "tên thầy thuốc phản diện." Chị nói: Thà anh gọi đến nói theo chủ nghĩa không cho tư nhân hoạt động ở mọi lĩnh vực vậy từ nay cấm khám bệnh ở ngoài bệnh viện Nhà nước có phải là tử tế không? Lại bày mưu mẹo đều làm nhục cả họ nhà người ta. Sau hơn ba chục năm tôi thấy rõ mặt Q. vẫn tái lại khi nhắc đến vở giết người bằng nước bọt. Ghê tởm dối trá đã hiện thành phản ứng sinh học ở chị. – Chị lạ gì món võ xây dựng điển hình của đảng chứ! Điển hình anh hùng cũng như điển hình xấu xa đều là dựng khống lên tất cả ấy mà.

Chương ba mươi

Một tối, tôi nhận điện thoại Dương Thu Hương. "Một
nhà báo Mỹ muốn gặp em nhưng tiếng Pháp lão khó
nghe quá, anh liên hệ giúp. Hỏi khách sạn Bộ quốc phòng
đường Phạm Ngũ Lão ấy. Tên à? Anh hỏi luôn cả hộ em đi...
Sáng mai, 11 giờ, hẹn tại đấy nhá..."Nhà báo Mỹ này và tôi
chập tiếng Pháp và Anh của nhau lại thì chuyện trò cũng bén
giọt. Tên ông: Brian Eads. Sáng sau tôi đến chỗ hẹn, nhà hàng
X., thì vừa lúc một người nước ngoài đăm chiêu đi tới, vẻ
canh chừng, kiếm tìm. Nhà báo Mỹ. – Việt Nam có câu vách
có tai, vậy đây thế nào? Vừa ngồi xuống ghế ông liền nhìn
quanh hỏi ngay. Phóng viên nước ngoài chắc đã phổ biến kỹ
cho nhau vòng vây của an ninh Việt Nam. Tôi nói: Tôi cũng
không rõ. Bà Hương mời thì ta cứ đến. Thế ở khách sạn của
quân đội ông có ống nhòm ở vách không? Ai bảo ông đến ở
đó? – Một người bạn. Mách nhau chui hang hùm. Đúng là Mỹ.
Bữa ấy rất vui. Nhà báo xem chừng hết bồn chồn. Dương Thu
Hương, người được an ninh chăm sóc kỹ mà vui vẻ, hoạt bát
như vậy thì chắc là vách không có tai rồi. (Kỳ thật có! Anh em
chạy bàn rất nhiều lần kín đáo nhắc Hương cẩn thận với bàn
nào bàn nào, đó... đó... , cô nhá!) – Tôi biết gặp bà rất khó
(khẽ nhún vai như phân bua: điều này ai còn lạ?) nhưng khi
báo đề nghị tôi gặp bà phỏng vấn thì tôi rất thích. Bà biết cho

là tờ *Reader's Digest* có hơn 130 triệu người đặt mua và nó được bán ở hơn một trăm nước trên thế giới. Nếu bà không ngại và bằng lòng thì... – Tôi không ngại. Thế này đi, chín giờ sáng mai, mời ông đến nhà hàng Bông Sen, phố Thợ Nhuộm. Chỗ ấy sân rộng, thoáng mát và có nhiều người nước ngoài đến. – Có thể đến khách sạn Quốc phòng không, Brian Eads ngập ngừng... ? Tôi còn ghi âm, quay phim, chụp ảnh...

Thôi thì thế vậy, ăn xong ta cùng đi kiếm phiên dịch. Nếu đến nơi giữa trời của tôi, ông sẽ rất thích.

Gặp người nước ngoài, nhất là cánh nhà báo đàn ông, Hương lại rủ tôi. Tôi có mặt như che chắn kiểu NATO vậy. Những người đến gặp Hương dù chuẩn bị tư tưởng đến đâu vẫn cứ ngây thơ.

Một bà của Hội Văn Bút quốc tế đến từ Hà Lan. Gặp Hương ở Thủy tạ một sang nọ. Bà thoải mái đặt máy ghi âm lên bàn, tay ghi tay micro thú vị hỏi. "Chẳng để ý tới một người trẻ tuổi vạm vỡ đến ngồi phịch ngay xuống ở bàn bên, sát vai tôi, mặc dù xung quanh còn nhiều chỗ trống và không ai lại hóng chuyện người khác lộ quá như vậy." Bà phàn nàn lãnh đạo Hội nhà văn nói chuyện với bà toàn bằng "lưỡi gỗ" giống hệt công báo. Kể cả một nhà văn đang nức tiếng là viết mới, viết dữ cũng cố tránh bà. Ba hôm sau, bà điện từ Bangkok than với Hương rằng đến sân bay Nội Bài bà đã bị công an khám xét và lấy hết băng ghi âm cùng sổ tay bà ghi cái sáng đẹp trời ấy. – Tôi xin chia buồn với bà. Nhưng thực tế ấy cũng có cái hay: Bà hiểu hơn hoàn cảnh sống của chúng tôi. Công dân Hà Lan hết sức tự do nhưng đến đất nước này cũng bị tước mất hết.

Trở lại chuyện Brian Eads phỏng vấn. Theo hẹn, Hương và anh phiên dịch đến khách sạn Quốc phòng. Gặp nhau mới đôi hồi vài câu xã giao thì công an ập vào. Khá đông. Brian Eads đã đưa cảnh này lên đầu bài báo sau đó đăng trên *Reader's Digest*. Người ta nhè phá một cuộc phỏng vấn nhưng chính bản than sự chặn phá đã là đề tài hấp dẫn của một bài báo. Bài báo có kèm mấy ảnh chân dung Hương. Một nhà báo Mỹ khác, Vogel chụp sau vụ phỏng vấn bị phá. Tôi chưa thấy ai chụp lẹ bằng Vogel. Một nhoáng hết bay bốn cuộn phim. Trước đó, đi ngược chiều với ông ở gần chỗ hẹn gặp nhau, tôi đã ngạc nhiên thấy một người nước ngoài kềnh càng quanh người toàn máy ảnh và bao túi, một *Tartarin* (nhân vật truyện của Alphonse Daudet – B. T) hiện đại. Ngỡ nghe thấy cả quân nhạc rầm rộ phát ra ở người ông. Khi bắt tay nhau, tôi thốt lên là tôi đã nghĩ ông tay không đến. Ông cười thích thú: Eads không biết rằng người ta đâu có lạ ông ta là nhà báo, tên tuổi đã lên các báo khá nhiều, thế nhưng lại đi khai là người du lịch và đó là chỗ an ninh nắm lấy mà ngăn chặn. Sau vụ này chừng nửa tháng, một hôm Hương đưa tôi xem một số báo *Văn Hóa* của Bộ Thông tin Văn hoá. Một tác giả đàn bà, có thể là mạo nhận để cho nổi bật lên hơn khía cạnh sa đọa đạo đức mà bài báo nhắm gợi đến. Việc Hương gặp nhà báo Mỹ biến ra thành như sau: Sau lần bị bắt năm 1991, Dương Thu Hương đã "ngoan ngoãn ngồi nhà" nhưng gần đây "ả" (chữ của bài báo) lại "ngứa nghề" (cũng chữ của bài báo) mon men gặp một nhà báo nước ngoài, do Phan Huy Đường, "một tên phản động ở Paris" mách mối. Ả đến để "làm trò bậy bạ" nhưng không may cho ả, "an ninh ta đã kịp thời can thiệp." Bí mật chụp hình, quay phim cho đầy đủ các màn cụ lạc, đô la cả xấp trao tay với sự chứng kiến chắc là mê dại đi của người phiên dịch rồi hãy đột nhập thì hay biết bao, sao hấp tấp quá thế? Thời gian này, Hương cho tôi quen một cô gái Mỹ, Nina McPherson đến Hà Nội học lấy thạc sĩ tiếng Việt. Nina đã làm báo cho AFP ở Trung Quốc. Đọc *Thiên đường mù* của Dương Thu Hương thế là mến tác giả rồi dịch nó ra tiếng Anh, cộng tác với Phan Huy Đường, một dịch giả và một nhà nghiên cứu.

* * *

Tháng 6 - 1998, một hội nghị Việt Nam học được triệu tập tại Hà Nội. Người chi tiền là Quỹ Fulbright hay Ford gì đó tôi không nhớ. Trong quan khách đến có Marr và Tonnesson, hai nhà Việt Nam học uyên bác của Úc và Thụy Điển. Tôi đã đọc tác phẩm hai ông về Cách mạng Tháng Tám. Tôi còn đọc *Dân chủ hoá ở Việt Nam* của Tonnesson. Theo ông thế nào cũng có dân chủ ở Việt Nam – ông chỉ không khẳng định hình thái của nó – bởi vì bốn tiền đề: đảng phải nói đổi mới tức là đã cũ hay đã sai; có máy tính, giá đỡ vật chất của tin học; có cách mạng tin học và cuối cùng sẽ có một giai cấp trung lưu ra đời. Giai cấp trung lưu sẽ không cho phép ai bắt nó phải bỏ phiếu bầu ai. Thập niên 60 giai cấp trung lưu ra đời ở Nhật và Nhật dân chủ hoá thật sự từ đấy.

Nina chuẩn bị tốt nghiệp xong về nước. Cô rất muốn dự hội nghị này. Nhưng mai khai mạc thì hôm nay Đại học Sư phạm, nơi cô học, cho hay cô không được phép dự. Nina bần thần ra nói lại với tôi. Tôi nói: Quyền lợi công dân Mỹ bị vi phạm thì chính phủ Mỹ can thiệp. Đại sứ Mỹ Douglas Pete Peterson liền có một công hàm gửi Bộ ngoại giao và Bộ công an nước Cộng hòa Xã hội Chủ nghĩa Việt Nam nhắc lại rằng hội nghị này do *một hội Mỹ chi tiền, nguyên tắc hội nghị mà Việt Nam đã tán thành là người nước ngoài ở Việt Nam lúc hội nghị diễn ra đều được dự* vậy tại sao lưu học sinh Nina McPherson Mỹ kiều không được dự, *"xin quý ngài trả lời cho hay lý do cấm họp."* Đọc chỗ này tôi ngớ ra: không ngờ nổi Nhà nước ta lại quên được chính cái nguyên tắc mình vừa cam kết. Chết thôi, người ta dễ bảo là chỉ cần lấy tiền và mau xổ lồng cong đuôi! Nina cho tôi công hàm này. "Làm kỷ niệm. Nhờ anh gợi ý cho mà có nó chứ còn em thì đầu óc cứ rối cả lên." Dự hội nghị xong, Nina chuẩn bị về nước. Hương mời một bữa tối tiễn bạn rồi sáng sau Hương và Bình, cô giáo dạy tiếng Việt của Nina cùng sang Nội Bài với Nina. Hai hôm trước ba chúng tôi ăn trưa tại một nhà hàng. Về gần tới nhà, Nina nói: Em nhờ anh xem (gãi gãi đầu, ngúc ngắc đầu) xem cho em mấy chương *Lưu Ly* của chị Hương em dịch để giới thiệu trước với nhà xuất bản. Mấy hôm nay cái đầu em hỏng quá, dịch không thú. Chẳng hiểu cái gì đã khiến tôi sau một ngày một tối mà trao lại nổi cho Nina ba chương tiểu thuyết Nina dịch sang tiếng Anh với một số hiệu đính có lẽ khá giả cầy của tôi. Nina cẩn thận hỏi mai kia sách in rồi em cảm ơn anh và vài người nữa ở lời nói đầu, anh có thấy làm sao không? – *Sao* thì *sao* chứ *sao*? – Tôi đáp. Thị phạm một tinh tế tiếng Việt "ba sao".

Chiều sau, ở Nội Bài về, Hương gọi tôi. Hẹn sáng đến Hanoi Daewoo Hotel – Khách sạn Đại Vũ Hà Nội. Tôi đến. Hương và Nina đã ở đại sảnh. Tôi nghĩ thầm: Cậu chụp ảnh trộm đang đứng ở đâu đây. Rồi được Nina cho hay sáng qua ở Nội Bài, công an giữ Nina lại khám xét cho đến quá trưa, liền mấy tiếng đồng hồ, tịch thu hết các tư liệu trong *laptop* của Nina. "Thế là bao nhiêu cái em làm việc với chị Hương mất hết cả rồi. Từ sáng mai em còn phải làm việc với công an văn hoá." Hương nói ngày "làm việc" đầu tiên, tham tán đại sứ quán Mỹ đi cùng Nina đến. Rất nhã nhặn, công an văn hóa nói đây chỉ là để làm rõ vài việc, xin ngài chớ bận tâm. Làm rõ vài việc bằng hỏi thượng vàng hạ cám. Tại sao đang ở Trung Quốc lại sang Việt Nam? (*Sang học thêm tiếng Việt Nam mà!*) Sao ở Việt Nam nhiều người tốt không chơi lại đi chơi với phần tử xấu? (*Ai là phần tử xấu?*) Dương Thu Hương, Trần Đĩnh là phần tử xấu! (*Tôi thấy hai người rất tốt. Chị Hương là nhà văn mà tôi yêu và dịch tác phẩm. Anh Trần Đĩnh là người nhiều hiểu biết ở Việt Nam.*) – Không, hai phần tử ấy chống đảng, chống chủ nghĩa xã hội. Nói hẳn ra thế đấy. – Muốn *thế* thì nói *thế* chứ mình thì *thế* nào cũng *thế*. Tối hôm ấy tôi cho cô bạn Mỹ thấy tinh tế tiếng Việt "bốn thế." Hỏi hơn mười ngày. Mỗi chiều "làm việc" xong, Nina lại cho biết nội dung "làm việc." Họ hỏi em trắng trợn: Chị có biết đẹp như chị mà làm gián điệp thì nguy hiểm không? Bình, cô giáo dạy Nina cũng bị công an gặp hỏi. Hương và tôi không. Ba năm sau, một lần đến tôi, Tuấn, an ninh chính trị văn hoá A25 chuyên đi với các đoàn làm phim Mỹ – như *Một người*

Mỹ thầm lặng – bảo tôi Nina là gián điệp cỡ đấy anh ạ. Đã hoạt động ở Trung Quốc, dính líu sâu vào vụ Thiên An Môn rồi cả ở Tây Tạng, bị Trung Quốc đuổi mới sang ta. Tôi phì cười. Cười thật tình: Thảo nào tôi không làm được an ninh. Tôi chỉ thấy cô ấy là một cô gái rất hồn nhiên và giống như nhiều người Mỹ khác rất bênh vực dân chủ và nhân quyền. Thế sao ngày ấy không túm lấy mà làm to ra?

Ngày ấy ta đang muốn hòa dịu với Mỹ. Muốn hòa dịu để còn được vào WTO (The *World Trade Organization – Tổ chức Mậu dịch Thế giới.)* Còn nay sau khi Lê Khả Phiêu vào ghế tổng bí thư thì sự căng cứng bắt đầu rộ lên. Có lẽ Phiêu cho rằng bản lĩnh chính của tổng bí thư thời đổi mới là thắt chặt an ninh, tăng cường chuyên chính chống diễn biến hòa bình. Ông lên một cái liền bắt quản thúc trở lại Hà Sĩ Phu. Tỏ thái độ gay gắt với nước ngoài, nhất là với Mỹ, như trường hợp Brian Eads và nay Nina. Terry McCarthy của tờ *Time* phủ tin Trung Quốc, Thái Lan, Việt Nam nói với Hương và tôi là công an hiện theo bám nước ngoài gắt lắm. Anh này đạp xe như thi giành áo vàng trên đường phố Hà Nội. Ngày 30 – 4 – 1998, tờ *Asiaweek* viết các nhà ngoại giao và nhà báo nước ngoài đang làm việc ở Việt Nam cảm thấy công an và an ninh theo dõi họ siết sao, ngặt nghèo hơn trước. Có chuyện kỳ! Phiêu chuyên chính cao độ để nắm quyền cho chắc mà nửa nhiệm kỳ đã phèo! Tên Phiêu thì khó bền. Một cái hẩy bay vèo! Quanh quẩn thời gian đó, đại sứ Mỹ Peterson ở một cuộc phỏng vấn nói: "Chúng tôi hoan nghênh Việt Nam mở cửa làm bạn với thế giới. Nhưng làm bạn có pháp luật của làm bạn, tức là quy tắc chơi mà hễ là bạn thì phải tuân thủ. Quy tắc chơi này là chúng tôi không làm ăn với khu vực quốc doanh, chúng tôi đòi công khai, minh bạch, chẳng hạn về ngân sách, tài chính, chúng tôi yêu cầu ngân hàng là một định chế kinh doanh chứ không phải ngân khố Nhà nước..." Luật chơi này dần "đi vào cuộc sống" rồi "trở thành hiện thực" Việt Nam. Pete Peterson bị bắn rơi ở bắc Hà Nội ngày

10 tháng 6 năm 1966 rồi bị tù sáu năm: "Cơn ác mộng tồi tệ nhất trong đời tôi." Khi rời Hoả Lò, ông đã (theo lời ông) "giận dữ, ngập tràn hận thù và tự nhủ: ta sẽ không bao giờ trở lại nơi kinh tởm này nữa." Nhưng rồi ông học được rằng không nên bao giờ nói không và ông đã làm đại sứ Mỹ đầu tiên ở Hà Nội. Một lòng vun đắp cho hữu nghị Mỹ – Việt. Chủ nghĩa tư bản mở hơn chủ nghĩa cộng sản. Nó tự tin, cộng thì co lại cố thủ.

* * *

Tôi đọc quá thích *The voice of hope*, – Tiếng nói của hy vọng, Nina cho. Đàm thoại giữa Aung San Suu Kyi, chiến sĩ dân chủ người Miến Điện được giải Nobel Hòa bình và Alan Clements, nhà báo, nhà văn, nhà Phật học từng tu ở Ấn Độ tám năm. Báo chí ta hầu như không bao giờ nhắc đến tên bà. Xin kể qua tên vài chương sách: *Chân lý là một vũ khí hùng mạnh (chân lý tạo ra sức mạnh, chân lý không bao giờ tách khỏi thành tâm và thiện ý, tìm kiếm chân lý là quá trình khắc phục chủ quan); Làm việc cho dân chủ, dân chủ là một đại nghĩa xứng đáng để gáng chịu đau khổ vì nó; Các thánh nhân là những người có tội đang trên đường gắng gỏi; Tôi không thù ghét những người bắt giữ tôi; Bạo lực không phải là cách làm đúng; Ngoài tôi, không ai làm nhục được tôi* v. v...

Một đàm đạo tràn ngập trí tuệ và nhân ái. Dựa trên chữ "ngộ": gạt bỏ chủ quan, đạt tới khách quan. Chỉ khi khách quan mới có thể không thù hận người đã hành hạ đày ải ta. Mới có thể mong gỡ bỏ nỗi sợ cho dân và người cầm quyền, nhất là cho người cầm quyền, để đi tới khoan nhường, hòa hợp. Bà không biết đến phẫn nộ thần thánh, cái cho phép ta ngỡ có thể xúc phạm mọi điều, nhất là người khác. Bà đứng bên những nhà nhân văn lớn Martin Luther King, Nelson Mandela, Mẹ Teresa... những người có thể nói đã tiếp nhận giáo huấn của Mahatma (nghĩa là Tâm hồn vĩ đại) Gandhi không đề xướng hận thù và bạo lực. Cốt lõi tinh thần Luther

King ở trong *"Chúng ta có một giấc mơ"*: *chớ tìm cách thỏa mãn khát vọng tự do bằng uống vào cốc chua cay, hận thù... và thoái hóa ra thành bạo lực vật chất.* Tuyên huấn Việt Cộng đã ghép da anh hàng thịt cho ông để đánh tráo ông thành người ca ngợi Việt Nam thạo uống vào cốc chua cay thù hận và giỏi bạo lực đổ máu để thỏa mãn khát vọng tự do.

Chương ba mươi mốt

Hoàng Hữu Nhân đổ bệnh. Tôi vào bệnh viện thăm, anh phấn khởi nói mai kia đỡ bệnh anh về sẽ uống mật gấu. Mật gấu trị ung thư tốt lắm. – Thật ư anh, tôi hỏi, rất mừng. – Thật! anh rất tin tưởng nói.

Nhưng rồi anh chết. Đưa ma, tôi được chính chị Nhân cho biết trước khi chết, anh cứ lầm rầm một mình: "Họ nói dối, họ lừa... Phải làm lại hết... Phải thay đổi..." Lúc còn sống anh hay bảo tôi là bình tĩnh, thế nào họ cũng thay đổi. Mỗi lần tôi đến anh luôn thấy một người chạc 35, xuềnh xoàng, lặng lẽ đến ngồi xuống ghế. Một lần tôi hỏi anh: "Anh là thế nào mà vào đây?" Anh ta ấp úng, lí nhí gì đó. Tôi quay sang hỏi anh Nhân lúc ấy cũng đang nhìn người lạ: "Anh có biết anh này không?" – "Không,... tưởng là đi với anh." Tôi nghĩ thầm Lê Khả Phiêu mót trổ bản lĩnh chống địch tích cực hơn các tướng trước, nêu gương đây. Tôi rất khó chịu nhưng chủ nhà chưa đuổi mà mình chả lẽ lại thay mặt chủ. Có điều lạ là bị tên tò như thế, tay an ninh vẫn cứ thế ngồi chiếu tướng chúng tôi cho đến khi tôi đi. Lần sau tôi bảo anh Nhân: Anh phải đuổi những người trắng trợn như thế đi chứ. Chờ tang lễ Nhân bắt đầu, tôi đứng ở sân với Hồng Ngọc. Chợt Hoàng Tùng lẩm chẩm từ cổng đi vào. Đi thẳng tới tôi bắt tay. Đã bao lâu anh và tôi không giáp mặt? Hoàng Tùng nói luôn: Cậu là tớ yêu lắm... thế mà cậu như thế với tớ – không nói rõ "như thế" là thế nào. Sau mấy chục năm "tuyệt giao," câu đầu tiên là trách! Đúng hơn, bày tỏ tình xưa.

Thôi, thôi được, – tôi cười, không biết ai đây sao? (tôi chỉ Hồng Ngọc.).. Hoa khôi căn cứ địa, Hồng Ngọc, vợ Hoàng Minh Chính!

Đoạn tôi kéo Hoàng Tùng sang đám Chính, Lê Hồng Hà đứng cạnh đó. Thấy Hoàng Tùng, Chính cười to: Ố kìa, đối đầu gặp nhau này! Tôi nói: Hôm nọ tôi đến Trần Độ thấy anh ấy nói Hoàng Tùng vừa có quyển sách khá đấy. Nói Cụ Hồ chủ yếu là tinh thần dân tộc, đã bị mấy ông Trần Phú riềng... – Ô! Chính ngạc nhiên. – Viết rồi, in rồi nhưng tịch thu rồi, – Hoàng Tùng nói...

– Tịch thu, tôi hơi ngạc nhiên? – Ừ, thu hồi rồi nhưng Hữu Thọ (trưởng ban tư tưởng) nó vẫn đến nhà xin một quyển.

– À, chắc để nói " dạ, tịch thu là lệnh của đứa khác," tôi nói. – Tớ sợ chó gì chứ?...

Trong xã hội ta, cái đức tính được ao ước nhất là không sợ. Mà Hoàng Tùng ở mặt nào cũng sợ "chó gì" thật! Những người lãnh đạo hiện thời đều tép riu với ông. Nhưng họ tịch thu sách của ông... Thế rồi, như bị ám, Hoàng Tùng lại chỉ vào tôi nói với Chính: Cậu này là tớ yêu nó lắm thế mà nó cứ chửi tớ. Tớ cho nó đi Trung Quốc học...

– Không, tôi nói. (Lúc ấy ở Trường Đảng Bắc Kinh về, Hoàng Tùng làm Chánh Văn phòng trung ương, chưa về báo.)

– Ừ, yêu nó lắm... Nó đưa mấy đứa về báo làm tớ suýt chết với Lê Đức Thọ (mấy đứa là chỉ Trần Châu, Chính Yên.) Không, thật mà, tớ suýt chết với Lê Đức Thọ vì mấy tướng ấy thật đấy. Mặt trận thống nhất các nạn nhân của Sáu Thọ đang lan rộng. Lúc này thú thật tôi thấy gặp nhau lũ lĩ ăn nói với nhau những lời mon men đến bên sự thật như thế này nó vui. Có vui được với nhau thì mới có thể nói sang các cái khác mà vẫn nghe nhau được. Tôi kéo Hoàng Tùng đến chỗ Lê Trọng Nghĩa, Lê Giản ở trên hiên nhà tang lễ. – Có nhận ra ai không, tôi chỉ vào Lê Trọng Nghĩa?

– Ai nhỉ? – Lê Trọng Nghĩa tổng khởi nghĩa Hà Nội... – Ơ, cậu này ngày xưa đẹp trai lắm cơ mà. Lúc tra tấn, Tây nó toàn bắt cởi truồng ra cho nó vừa đánh vừa ngắm... Thế rồi dứt lời lại chỉ vào tôi: "Cậu này ngày xưa tớ yêu lắm..." Câu này như một điệp khúc để bù lại mấy chục năm qua cơ quan đấu đá, xào tái xào lăn tôi. Chợt hơi ngửa đầu nhìn ngước lên, giọng thấp hơn nữa: Mấy con rồi? – Một... 1967, ông đi Liên Xô với ông Duẩn về cho nó con búp bê Matrioshka rồi sau đó thì tôi nhật ký chìm tàu đấy. Nắm tay tôi khẽ giật giật, đầu gật gật: Thôi, chuyện cũ cho qua, chỗ anh em với nhau...

Hôm ấy câu nói với giọng khẩn nài của Hoàng Tùng đã làm tôi cảm động. "Thôi, anh em với nhau." Nghĩa là anh em như cái thời Hoàng Tùng và tôi gần như cùng một sóng điện – chế Mao. (Dĩ nhiên anh không thể quên là tôi đã vũ trang cho anh nhiều chuyện khốn nạn của Trung Cộng.) Cái thời tàu xe khó khăn, Hoàng Tùng nghĩ ra cớ thâm nhập dân tình trên Thái Nguyên để đưa tôi lên thăm mẹ vợ ốm nằm bệnh viện ở trên đó. Thời đảng còn chưa ngả hẳn theo Mao, Trọng Anh, phê bình sân khấu chê Hoàng Tùng với tôi – cốt nhằm tác động tới tôi: "Ông Tùng mà đi nói ta sợ Trung Quốc hơn sợ Liên Xô. Trung Quốc ngăn ta hòa bình với Mỹ... " Thế rồi Hoàng Tùng theo Mao. Trước Nghị quyết 9, từng cho đăng không sót một diễn văn, một họat động nào của Khrushchev, Hoàng Tùng tất phải thấy lạnh gáy và cố "chuyển" cho lẹ. Dạo Nghị quyết 9 mọi người hay nói đến "chuyển": "Tớ chuyển rồi." Tức là theo Trung Quốc phát động chiến tranh gây đại loạn cho Trung Quốc được nhờ rồi. Lê Duẩn quyết liệt theo Mao hay "lão phù thủy sính gọi âm binh" như Hoàng Tùng vẫn nói với tôi, thì Hoàng Tùng có lỗi gì khi theo Duẩn? Hồi ấy tôi không chịu được sự "chuyển" này. Cho rằng đằng sau tất cả biến động hay ý thức kỷ luật người ta viện ra chỉ thuần túy là cám dỗ của quyền lực, lợi lộc... Bị bẻ ghi đột ngột, con tàu cách mạng rẽ ngoặt, đứa lăn chiêng thì rơi ra khỏi đoàn tàu và bị gọi là sa ngã, đứa ngả nghiêng rồi bám ghế yên vị lại được thì tự hào đã "chuyển." Cơn bão kinh khủng đã qua lâu, nay về hưu Hoàng Tùng lại muốn rỉ rả với tôi như hồi nào.

Sau đó ít lâu, Trần Độ cho tôi cuốn *Kỷ niệm với Bác Hồ* của Hoàng Tùng. Vụt nghĩ chắc sở dĩ Hoàng Tùng "làm lành" với tôi là do âm vang niềm xúc động trong cơn viết ra mười nỗi buồn của Hồ Chủ tịch mà ông vừa mới hé lời thì đã bị bóp nghẹt. Cũng vụt thấy chắc Hoàng Tùng không quên ông và tôi trước kia giống nhau thế nào về **nhiều** quan điểm nhưng rồi vì không chịu theo ông "chuyển," tôi biến thành phản động chống đảng, lật đổ và bị ông đánh... hôi. Có lẽ bữa ấy gặp tôi, ông khó lòng mà không thấy tôi đã vội che chở ông tránh đòn Hoàng Minh Chính – khen quyển sách tôi chỉ mới nghe qua Trần Độ để cho Hoàng Minh Chính không "đối đầu." Ít nhất ông cũng thấy ở tôi có cái chất gì đó nó **khác** ông. Còn quan điểm của Hoàng Tùng cơ bản tất nhiên khác tôi – tôi trọng dân chủ hơn quyền lực của đảng còn ông lại không thể lơ là củng cố cơ đồ lãnh đạo độc quyền của đảng, không thể không gắng thu hẹp quyền lực của dân lại càng nhiều càng tốt. Ông đã cáu kỉnh nói với các chủ báo khi tình hình gay go do lạm phát quá bốn con số: "Đang giông bão thì ngồi im trên thuyền cho người ta lái." Đã có lúc tôi ghét ông. Đọc xã luận ông trên *Nhân Dân* năm 1979: "Biển Đông không phải là cái ao tù của Trung Quốc," tôi bình luận: "Đợi nó bạt tai cho tóe đom đóm ra rồi mới dám mở miệng." Nhưng hôm gặp nhau ở nhà tang lễ và sau đó ít lâu, thật sự tôi đã toan đến nhà Hoàng Tùng. Vừa để nối lại một quan hệ cũ vừa hy vọng có thể quân sư thêm chút ít! Chẳng hạn về cải cách ruộng đất, nói Bác Hồ phải theo vì Mao "gọi sang" – viết "gọi sang" phải chăng ông đã muốn qua đó bênh Lê Duẩn? Bênh như thế nào ư? Ngày ngày đọc các bài báo xin duyệt của một trưởng ban, Đ. Th., luôn có hai dòng nắn nót *Kính đệ trình*... Tổng biên tập duyệt, ông thừa biết chữ *gọi* khác chữ *mời*, như chữ *gửi* khác chữ *đệ trình.* Vậy dùng chữ *gọi,* có thể là ông muốn ngụ ý đảng theo Mao thời Bác Hồ để bênh Lê Duẩn, người từng bẻ lái cho đảng đổi sang hẳn chỉ độc một *monorail* Trung Quốc để rồi sau đó Bác Hồ ngồi chơi xơi nước cho tới lúc "đi xa." Từ 1950, Mao đã cài La Quý Ba, thư ký trung thành của Mao thời Diên An vào nách chóp bu của Việt Nam. Võ Nguyên Giáp không dễ nghe Mao nên đã bị đại sứ kiêm cố vấn – hay gian tế? – họ La báo cáo tường tận hành vi, ngôn luậnl ên Mao từ đấy cho nên, khi vừa sai Hồng vệ binh nã pháo vào tư lệnh của bọn tư sản, xét lại Lưu Thiếu Kỳ, Đặng Tiểu Bình và sau khi cho Duẩn "làm Câu Tiễn" (Lê Duẩn *dixit*) nằm chờ một tháng rồi Mao mới tiếp, Mao đã chỉ cho Duẩn đích danh Giáp là đại diện cho phái hữu Việt Nam cần hạ xuống, Nguyễn Chí Thanh là đại diện của phái tả cần đưa lên... Chuyện này Hoàng Tùng có thể không biết vì không được dự như Lê Trọng Nghĩa đi theo Duẩn chuyến ấy. Nghĩa đã kể lại với tôi.

Cuối cùng tôi không đến Hoàng Tùng.

* * *

Xong tang lễ Hoàng Hữu Nhân, Lê Trọng Nghĩa và tôi ra lấy xe đạp. Đang lúi húi mở khoá thì nghe: – Chào Trần Đĩnh, anh nhớ tôi không? – A, (tôi quay lại.) Phan Diễn! Quên sao được. Diễn đến bên hè, bắt tay. Tôi nói: Mình muốn chuyện với Phan Diễn nhiều nhưng khó đấy... Nói câu này, tôi nghĩ chắc Diễn sẽ nhớ đến câu tôi nói khi gặp lại anh lần đầu sau hàng chục năm ở hội nghị kỷ niệm 45 năm báo *Nhân Dân* ra hàng ngày tại Cung Văn hóa *Công nhân.* Đến muộn, tôi đang vừa lách ghế vào vừa đáp lại các chào hỏi thì ở hàng trên một người quay xuống chào rất vui: Chào anh Trần Đĩnh, anh nhớ tôi không? – Ô, Phan Diễn, nhớ chứ. Này, nói luôn, Phan Diễn là ủy viên trung ương tân cử duy nhất mà mình tán thành. Đảng nhiều cái sai đấy, nhớ nhá, cần phải sửa! Phan Diễn gật gật cười. Xong lễ, Phan Diễn ra tới sân thấy tôi chuyện trò với anh chị em ở đại sảnh thì lại quay trở vào: Chào anh Trần Đĩnh, tôi về. Hôm nay tôi chắc chào tôi xong, Diễn, ủy viên Bộ chính trị, sẽ đi. Nhưng Diễn dừng lại: Tôi ghi cho anh số nhà và số điện thoại để cần thì anh liên hệ, anh có số tay đấy không? Phải nhìn Phan Diễn lục ví trong áo vét tông, tìm một lá thư xanh da trời, xéra một mẩu bằng ba đầu ngón tay rồi để lên ví viết: (cq) 08042456, (nhà) 08043835 – 66 Phan Đình Phùng. Tôi không gọi Phan Diễn bao giờ. Tôi đã thấy rõ cái vòng cương tỏa nấp ở bên dưới các thứ mỹ tự tinh thần kỷ luật, nguyên tắc tập trung dân chủ, bảo vệ uy tín của đảng v. v... Tôi nhận ra nó đầu tiên quanh bạn thân Thép Mới. Rồi Trường Chinh!

Ít lâu sau, Quang Đạm chết. Tôi đến đưa anh hơi muộn. Trực trước áo quan bố, thấy tôi đứng ở một góc kín đáo, Tạ Quang Ngọc kéo Điền, em gái ra chào: Chú đến chúng cháu mừng quá... cháu cứ sợ chú không đến. Chú ơi, cháu nghĩ luôn đến chú. Chú gắng giữ sức khoẻ...

Mặc niệm. Một người ở đằng sau vỗ vai tôi: Xin chào thủ trưởng... Hải, nữ biên tập viên quốc tế báo *Nhân Dân* đã về hưu. – Thủ trưởng gì tôi, tôi đùa! ! ! – Thủ trưởng mà dân chọn thế mới quý chứ, Hải nói. Rồi tiếp: Ông cha đổ bao xương máu giành được độc lập nhưng nô lệ vẫn hoàn nô lệ. Được cái bao bì oách! Tôi ngớ ra thì chị nói: – Được cái bao bì độc lập đấy thôi. Chỉ phải tội là nhân ở trong, cái tự do hạnh phúc ấy đã bị người ta móc ra *cà lăm* một mình mất rồi Đảng thế này là mệt đây, mệt đây... Tôi chợt thấy tôi lầm rầm mãi câu này. Không ư? Dân đã nhìn ra thấy ngọn nguồn bất hạnh. Ở người dám nói sự thật, tôi cũng thấy vòng cương tỏa hiện ra lồ lộ ở trên mặt. Nó ngăn chặn cái sợ vì nó chỉ biết có tự do, nhân quyền.

Chương ba mươi hai

Tháng 2-1999, Lê Khả Phiêu đi thăm Trung Quốc. Có cả doanh nhân tư bản theo. Cất cánh tám giờ sáng ở Hà Nội. Năm giờ chiều chủ đón. Vậy là có một thời gian nán lại ở đâu đó lặng lẽ. Một so sánh nhỏ: Mấy tháng trước vừa đến đất Trung Quốc, Clinton liền ghé nghỉ Tây An, khai vị tưng bừng luôn bằng duyệt tượng lính đất nung Đại Đường, tọa đàm cùng nông dân thôn *Xihe* rồi tối xem vũ nữ xiêm y cổ xưa múa. Đài báo đưa tin rầm rộ. Đồng chí cũng không bằng đứa nước lớn. Một so sánh nữa: Lê Khả Phiêu là tổng bí thư phải chờ đợi khá lâu mới được Trung Quốc mời sang. Có lẽ một kiểu úm cho mà biết tiến thoái đúng nhịp trống. Năm giờ chiều "bạn" đón. Rồi hội đàm. Rồi chiêu đãi rồi... hạ màn. Liền một lèo. Đặc biệt không diễn văn! Gần tàn chiêu đãi, Giang Trạch Dân lên hát bài *Bông hồng nhỏ của tôi*. Hát xong bảo Nguyễn Mạnh Cầm sắp thôi Bộ trưởng ngoại giao hát. Cầm hát "Cây trúc xinh là ý a cây trúc mọc... một mình..." Như sinh hoạt liên cơ quan thời Diên An và Tân Trào! Trần Châu đùa: Bắc Kinh có lầm ra rằng Cầm ngụ ý tao không cần mày đỡ đầu không nhỉ? Nói thế thôi chứ nó thừa biết anh trơ cái thân còm ra nên phải quay đầu về lạy nó rồi. Một thứ *mentalité d' esclave*, – tâm tính nô lệ. Với Bắc Kinh thì việc "cáo chết ba năm quay đầu về núi" này là một thắng lợi quá lớn không tốn một giọt máu, một hạt mồ hôi, một viên đạn, một đồng xèng. Báo đài theo đoàn viết rằng trước khi lên đường, phía bạn bắt anh chị em kê khai khắp mặt các thứ mang theo, số lượng, kiểu loại, nhãn hiệu… và sắp lên đường lại kiểm tra xem có khớp đúng với khai báo hay không. Một nhà báo than chưa thấy đâu thít nhau quá xá thế này. Tôi đùa: Ta được cái đức tính lăn xả. Đánh Mỹ thì lăn xả vào ôm thắt lưng; nối lại với Trung Quốc thì lăn xả vào bám "đường lối." Tham quan mấy nơi trong đó có một "nhà máy hiện đại." Hỏi nhà báo chi li đến nách kia, tôi biết là nhà máy làm thuốc đánh răng. Có hiện đại không, tôi hỏi? – "Em cũng chẳng biết làm thuốc đánh răng thì thế nào là hiện đại nhưng đến xem cái ấy là hơi bị yếu." Tôi lại hỏi: "Hay cốt để liên hệ đến môi răng?" Bạn nhà báo cười: "Sao lại liên hệ?"–" À, đại khái bây giờ hiện đại răng có cắn môi cũng không sợ nhiễm trùng… – "Hình như Bắc Kinh mời chậm? Thường tổng bí thư ta mới lên vài tháng Bắc Kinh mời ngay. Đằng này từ 1997 cho đến mãi 2000! Có ý gì với Phiêu không?" – "Em không biết." – "Bắc Kinh có ý nhắc là Phiêu xâm lược Campuchia… Đe tí ti cho hốt mà rồi chân tóc rồi lia lịa gật." Không ký một hiệp định nào. Kinh tế vẫn biên mậu chui chui lủi lủi, cửu vạn, đòn gánh, hàng nhái, hàng lậu, hàng có chất độc, bạc giả (mua bao nhiêu cũng có!) Trong khi đó Trung Quốc ký hiệp định kinh tế với Campuchia và trợ cấp 100 triệu nhân dân tệ. Ta 20 triệu nhân dân tệ và không ký gì hết. Ở Campuchia, Bắc Kinh có cả bố con ông Sihanouk lẫn ông Hun Xen cách mạng, ta chỉ le lói chút bào ảnh Hun Sen. Kỳ dị là bao giờ, ở đâu Bắc Kinh cũng tay trên ta. Ta biết Trung Quốc ở đằng sau Pol Pot diệt chủng nhưng Phnom Penh vẫn có hẳn một đại lộ Mao Trạch Đông còn không ai của ta – dù ta đổ máu bao nhiêu cho họ – thì lại không vào nổi phố xá họ. Trên đường về, giữa chín tầng mây, tổng bí thư Phiêu họp báo phân tích thắng lợi của 16 chữ vàng. Chắc rất hớn hở: Tổng bí thư duy nhất lời, đem được chữ vàng về. Hơn Duẩn, hơn Linh và Đỗ Mười là cái chắc. Lúc ấy dân chưa biết ông còn có hạt máu đỏ vất lại bên đó, theo tin Trung Quốc. Có vị có khi lại phục thầm chỗ dấm dúi tông giống chui lủi và liều mạng này. Theo một số nguồn tin thì mười sáu chữ vàng Giang viết là: "*Sơn thủy tương liên, lý tưởng tương thông, văn hóa tương đồng, vận mệnh tương quan,*" mười sáu chữ chơi trên một chủ điểm "*tương*" – sông núi liền nhau, lý tưởng thông nhau, văn hóa giống nhau, vận mệnh liên quan tới nhau. Theo tôi cái vế cuối cùng mới đáng sợ: Nó cộp lại hết ý tứ Giang định nhắc nhở, : vận mệnh chúng ta móc xấu vào nhau, thiếu đứa này là đứa kia chết liền! Đó là *tương tương*, hai bên tương nhau. Chắc chắn Giang Trạch Dân không biết tiếng Việt. Mà có biết ông cũng không thư pháp chữ Việt. Nhưng đảng lại thích trình dân một bùa bảo lĩnh của ông anh để cho dân phấn khởi mà tin yêu thêm đảng. Bình đẳng thì hai bên cùng bàn bạc nội dung, cùng trao nhau một bản tiếng Việt, một bản tiếng Hán thế nhưng đảng cứ phải xin anh đề bút rồi nhận về xuýt xoa bình văn anh ban cho. Như kiểu xin ấn Đền Trần. Tức là chịu để cho anh chơi cha bố. Kiểu thế này! Vào đúng lúc tổng bí thư họp báo trên không giải thích thắng lợi 16 chữ vàng diễn đạt theo ngữ pháp, câu cú cũng như thi pháp Hán, Bắc Kinh cảnh cáo Philippines chớ này nọ với quần đảo Trường Sa. Cảnh cáo thia lia Phiêu. Ra ma hết bao nhiêu tấn xăng nhớt phục vụ cho chuyến đi xin hữu nghị. Rồi thành lệ. Hễ vị to nào của ta sang hữu nghị, bên đó anh lại mó đến Trường Sa! Được cái ta lăn xả trước hết vào hữu nghị. Tôi rất muốn biết Đỗ Mười, Lê Đức Anh, Lê Khả Phiêu giải trình thế nào với Bắc Kinh riêng một chữ "kẻ thù" bêu trong Hiến pháp. Chỉ suông miệng thôi sao? Còn gì nữa trong biên bản các cuộc gặp lúc cầu cạnh cho quay trở lại? Lê Duẩn khó lòng vắng bóng ở vai trò bung xung! Một nhà thơ cho hay năm 2005, hồi ký *Những cái lần đầu tôi thấy* của Tiền Kỳ Tham, nguyên phó thủ tướng, bộ trưởng ngoại giao có hai chương nói đến Việt Nam. Cả về chuyến thăm của Lê Khả Phiêu. Theo hồi ký này thì đoàn Phiêu chờ mãi chẳng thấy chủ nói năng gì. Xem lịch tiếp đón của chủ thấy 14 giờ Giang Trạch Dân tiếp khách, Lê Khả Phiêu bèn dẫn đoàn đến nơi nhưng đó là

Giang đón Đổng Kiến Hoa, thống đốc Hồng Kông. Lúc ấy Tiền Kỳ Tham mới báo Phiêu là 17 giờ Giang tiếp Phiêu. Phiêu đã đưa cho Tiền một tờ giấy gồm một số chữ, đề nghị Giang thư pháp. Tiền đưa nó cho Giang. Giang đọc xong lẳng lặng vo lại ném vào sọt giấy, lấy một tờ khác thư pháp theo ý ông. Nhận được thư pháp, Phiêu hỏi Tiền sao không có chữ bình đẳng hợp tác Phiêu nêu ra? Tiền Kỳ Tham viết trong hồi ký: "Tôi không trả lời Phiêu mà chỉ cười và nghĩ thầm rằng, người lãnh đạo cao nhất như Phiêu mà không hiểu nổi rằng xưa nay có bao giờ Việt Nam được bình đẳng với Trung Quốc!" Rồi tiễn Phiêu, Tiền viết: Máy bay cất cánh, tôi được biết Phiêu sẽ họp báo trên không phân tích thắng lợi 16 chữ mà ông từng thắc mắc là thiếu một số chữ với tôi... Trong hồi ký, Tiền Kỳ Tham nhắc tới cả việc các tác phẩm tiến bộ ở Việt Nam đã bị tịch thu như tập thơ của Nguyễn Duy. Ông có dẫn hai câu thơ trong tập thơ xấu số: *Điểm cấp thấp bán trôn nuôi miệng, Điểm cấp cao bán miệng nuôi trôn...*

Phó ban tư tưởng văn hóa Hồng Vinh họp báo nói cấm phát hành nó. Tôi chợt hiểu Ban tư tưởng còn có nhiệm vụ ngậm đắng nuốt cay chứ không chỉ phun lời châu ngọc. Cũng thấy rõ ràng là bạn "Mà lòng rẻ rúng đã dành một bên." Tiền Ninh, con trai Tiền Kỳ Tham, học ở đại học Michigan Mỹ sau vụ đàn áp Thiên An Môn đã cho ra một quyển sách "*Học ở Mỹ*" gây xôn xao vì cái giọng "lật đổ" của nó như Lý Quang Diệu nhận xét.

Đầu 1999, Vũ Quốc Tuấn ở Phủ thủ tướng rỉ tai tôi: Bộ chính trị vừa có một quyết định quan trọng. Ký hiệp định thương mại với Mỹ. Thấy tôi trố mắt, Vũ Quốc Tuấn bổ sung: Đa số phiếu, sáu ông tán thành cơ đấy.

A, lại cả biểu quyết nữa! Tôi nghĩ rất nhanh và thấy vui. Mới hôm nào Vũ Quốc Tuấn bảo tôi hai cố vấn Đỗ Mười và Lê Đức Anh vẫn lập trường lắm. Phản đối kịch liệt trang trại. Cố Mười nói đảng đấu tranh gian nan mãi mới đem lại được cho mỗi nông dân một sào mà nay lại toan cho tư bản nó lột đi mất của nông dân ư! Tháng 6 đúng là thế giới nói một hiệp định thương mại Mỹ – Việt có cơ được ký. Tháng 7 sẽ họp keo thứ bảy. Tôi chợt nhòm ngược lên thấy cánh gà sân khấu của việc thả tù chính trị hồi nào. Trong khi đó, mấy sĩ quan quân đội thắc mắc sao Trung Quốc cũng sẽ kỷ niệm to "chiến thắng Điện Biên Phủ." Không biết Trung Quốc đã ra một cuốn sách kể trong sáu đại chiến công của Giải phóng quân nhân dân thì có ba là ở Việt Nam: giải phóng Đường số 4, mở thông biên giới Hoa – Việt, chiến dịch Điện Biên Phủ và "cho bài học" ở sáu tỉnh biên giới bắc Việt Nam.

Quả nhiên tháng 5 – 2004, Bắc Kinh họp kỷ niệm Điện Biên Phủ. Mời ta, mời Pháp. Mời cả cựu chiến binh ba nước – làm như Trung Quốc đánh chác là chính vậy. Sau đó, báo đài Việt Nam nói về vấn đề Điện Biên Phủ, Việt Nam và Trung Quốc có một số "bất đồng do mỗi bên sử dụng sử liệu có khác nhau." Thì họ cốt thế, nếu để cho giống ta thì chỉ còn mỗi câu suông tình "giúp đỡ to lớn" thôi ư? Chỉ nói riêng việc chỉ đạo các anh thôi là tôi đã có đánh đó! Ra Hà Nội Tết Ất Dậu, 2005 về lại Sài Gòn, Nguyễn Khải bảo tôi Võ Nguyên Giáp hứa sẽ nói hết sự thật về Việt – Trung cho Hữu Mai viết. Mỗi người một kho kinh lịch, nhiều đấy, nhưng anh thủ kho lại phải đợi lệnh xuất kho. Nhận định của Đặng Tiểu Bình về Việt Nam bội bạc có vẻ vẫn còn in đậm trong lãnh đạo Trung Cộng. Hồ Mộ La, con gái chí sĩ Hồ Học Lãm, ca sĩ, giảng viên nhạc đến nhà tôi, than thở chị về Vân Nam tìm mộ bố, gặp đám bạn học xưa, họ đều kêu Việt Nam bạc. Chó nó không bao giờ cắn lại chủ, cậu nhớ lấy nha, họ bảo Mộ La! Việt Nam học cách mạng Trung Quốc mà quay lại đánh như thế. Họ cũng nhắc lại câu Chu Ân Lai: Ai tốt với Trung Quốc một thì Trung Quốc tốt lại mười, ai xấu với Trung Quốc một thì Trung Quốc xấu trả lại một trăm. Thảo nào dân ta được dạy là phải nghi ngút nhớ ơn họ! Thật trái ngược! Đồng thời nghe Mộ La, tôi cũng không thể không nhớ đến gian buồng của cụ bà Hồ Học Lãm sống với con gái bé của Hồ Mộ La ở phố *Hàng Cống* bên hông báo *Nhân Dân*. Chừng năm mét vuông, một mái dốc cao chừng hai mét rưỡi, chắc chắn hẹp hơn xà lim giam Cụ Hồ ở Trung Quốc. Trước buồng là đường cống cái của cơ quan báo. Cụ Hồ một Tết đã từ Câu lạc bộ Thống Nhất chui qua cửa sổ buồng bác Lâm thường trực cổng cơ quan báo mà sang báo *Nhân Dân* rồi đứng ở mép cống hỏi thăm cụ Lãm bà. Nghe Mộ La, tôi tự nhiên nghĩ: Ta chỉ trả miếng cái xấu gấp có chục lần nhưng ta thường quên hẳn cái ơn đã nhận.

* * *

Ký tắt được hai ngày, hai anh an ninh Tiến và Đoan đến tôi. Hỏi ký hiệp định thương mại này ta liệu có sợ mất không? Tôi hỏi mất cái gì thì lại nói à không. Tôi ngợ, có chuyện mới hay sao? Thì ra Việt Nam tẩy chay Hiệp định Thương mại Việt – Mỹ thật. Không giải thích công khai nhưng mấy luật sư Hà Tây bảo Trần Châu và tôi: được nghe truyền đạt ở chi bộ rằng bác Đỗ Mười chỉ thị phải nhớ Mỹ vẫn là kẻ thù của loài người và của ta. Đó là về chính trị, còn về mặt kỹ thuật thì có cái vướng nhất là rồi nó có thể sẽ trợ cấp cho bọn tay sai trước kia ở trong Nam. Nhất định nhiều hơn ta trợ cấp ta. Thế ra "bán nước" lại vớ bẫm ư? Cho nên Đỗ Mười nói ai thò tay ký là bán nước. Tích cực với việc ký tắt, Trương Đình Tuyển bị phế bộ trưởng. Nhưng tháng 12, Mỹ – Trung lại ký với nhau, chả sợ địch đọt gì cả. Dân Hà Nội kêu thế là Bắc Kinh xỏ. Hắn xui ta thận trọng để một mình hắn tha hồ hứng đầu tư Mỹ. Tôi hiểu thêm tại sao các nước kiểm tra đầu tiên hệ thần kinh của người ứng cử tổng thống. Lên cơn mà bấm nút phóng tên lửa hạt nhân thì chết cả nút. (Nhân thể kể một chuyện. Tr., con trai Đỗ Mười chập điện hàng tỉ vôn. Đã mấy mụn con, anh ta vẫn y như hồi ở Tú Xương một mực lắc không cho vợ nhập hộ tịch ở biệt thự mới xây xong tại An Khánh. Mà lấy đâu ra tiền mà xây biệt thự?)

Liền đó, báo đăng "Hiệp ước biên giới (đất liền) Việt – Trung đã ký kết thành công." Dân thấp thỏm chờ bản đồ đăng báo xem ta được miếng nào. Thì đồn ran lên là ta mất phần lớn thác Bản Giốc và Mục Nam Quan.

Rồi sẽ còn mất nửa Vịnh Bắc Bộ. Năm 1979, quân Trung Quốc phá hang Pắc Bó. Nghe đồn tượng Marx mà Cụ Hồ tạc vào vách hang nay bằng thạch cao. Cán bộ bàn nhau: Thế ra chúng nó ghét Mác à? Tôi muốn hỏi: Thế ta yêu Mác hơn nó mà sao không được Mác bênh?

* * *

Sau nghị quyết Trung ương về bản sắc đậm đà dân tộc, Hữu Ngọc, nhà văn hóa tên tuổi viết trên báo *Nhân Dân* một bài nói đến "tiếp biến văn hóa," "sốc văn hóa" rồi kêu gọi sẵn sàng làm cuộc "kháng chiến thứ ba" là kháng chiến về văn hóa. (Tuy ông thủ nhiều quỹ văn hóa nước ngoài giúp ta mà ông không hề kêu gọi kháng chiến chống "sốc tài chính ngoại" cũng như nay ông viết sách truyền bá văn hóa Việt Nam ra ngoài nhiều đến độ có lẽ họ phải chuẩn bị kháng chiến chống diễn biến văn hóa Việt. Phương tây nhận xét người Việt tham thích ăn người có lẽ đúng.) Tôi thư cho ông nói ông mới "dẫn luận" về "tiếp biến" tức là đem ý hệ Marx, cái đã vào ta và **thay đổi cơ bản văn hóa ta**, ra chỉ đạo khoa học cho nên ông không thấy rằng "tiếp biến" là bất khả chỉ huy. Hai ngoại tộc Mông, Mãn thống trị Trung Quốc hàng trăm năm cả thì rồi Mãn "tiếp biến" văn hóa của kẻ bị trị để hóa thành một bộ phận của nó còn Mông quay về thảo nguyên vớivẹn toàn cát sa mạc. Sao lại nhất hữu nhất vô như thế? Khi gửi, ngại dài, tôi đã bỏ một đoạn: Ngay như chủ nghĩa Marx là công trình Đức nhưng quê hương Đức "tiếp biến" yếu nên đã phải sang Nga dựng "sốc cách mạng." Ở Nga, Plekhanov "tiếp biến" nó sớm nhất thì hóa thành "phản bội"; còn Lê-nin, tiếp biến nó qua Plekhanov lại thành thánh nhân. Nhưng rồi Nga, quê hương chủ nghĩa Lê-nin cũng giữ nó nốt. Ở Trung Quốc, Lý Đại Chiêu, Trần Độc Tú "tiếp biến" chủ nghĩa Marx lại bị các nhà văn hóa lớn của Trung Quốc cùng thời gọi là "tay sai Nga Xô" và cuối cùng cũng bị chính đảng cộng sản đào thải vì đã "tiếp biến" giáo điều Nga Xô. Tiếp biến chủ nghĩa tư bản, Minh Trị Thiên Hoàng Nhật và Tôn Trung Sơn đều thành thánh nhân. Tưởng Giới Thạch và Mao Trạch Đông cũng đều thánh nhân Trung Quốc nhưng ở hai "tiếp biến" tương diệt.

Tôi nói ông kêu gọi "kháng chiến văn hóa" là dễ đi đến đóng cửa và khẩu hiệu này làm tôi nghĩ tới bài báo của tướng Trần Xuân Trường đăng trên báo *Nhân Dân* hồi tháng 4 nhận xét nền độc lập của Việt Nam "chưa vững chắc." Vậy thì nước Nga không còn đảng lãnh đạo chắc đã hóa nô lệ mất rồi. Và kháng chiến mà ông chuẩn bị sẽ là ùng oàng chứ đâu có thuần "văn hóa" nữa. Tôi biết nhà văn hóa này khi biên tập lại mấy trăm trang viết của Hoàng Xuân Hãn cũng đã "tiếp" rồi cho "biến" bằng cách bỏ đi các đoạn viết rất lý thú về Hồ Chí Minh và Cách mạng Tháng Tám. Trả lời tôi, ông nói "đồng ý với đa số ý kiến" của tôi. "Cuộc kháng chiến văn hóa tôi nêu lên chỉ là để nhấn mạnh việc bảo vệ bản sắc dân tộc, đừng để nó suy tàn trong toàn cầu hóa." (Đọc đến đây tôi nghĩ ngay: Vậy theo ông để cho văn hóa chỉ quấn quít với văn hóa Trung Quốc thì sẽ cường vượng?) Ông thanh minh không đứng trên ý hệ. Cũng nói đóng cửa là tự sát. Nhưng ông không nói quỹ văn hóa các nước giúp ta mà ông trông coi có gây "sốc đô la" hay không? (Tôi nghĩ thế là ông không thấy bị sốc *rúp* sốc *nhân dân tệ*, Việt Nam đã hóa ra ngất ngư đầu óc. Tất nhiên ông càng không nhắc đến cuộc "kháng chiến văn hóa" từng đã thắng lợi trên một trận địa hẹp vanh là hai hàm răng trong suốt cả nghìn năm Bắc thuộc; thế mà mới chỉ vài chục năm Pháp thuộc liền bỏ chạy khiến cho cả nước bây giờ sớm tối đều Colgate cho răng khỏi kiên trì mãi bản sắc... đen.) Ngại "sốc xã giao," tôi đã bỏ đi đoạn viết các thứ chống "diễn biến hòa bình,""sùng bái văn hóa ngoại," "sốc văn hóa" hiện nay *chính là kết quả của công cuộc "tiếp* biến" một ý hệ ngoại vào cải tạo cho dân tộc ta chỉ còn được phép thờ độc nhất nó là thần thiêng. Và nó đâu chỉ có gây sốc văn hóa? Nó gây sốc đảo điên dân tộc. Nó cho "tiếp biến" lập trường đấu tranh giai cấp, nó dẫn cả địch vào trong mọi mối quan hệ xã hội, họ hàng, gia đình, bè bạn để đấu tố nhau, xin mạng nhau. Tôi cũng rất tiếc phải bỏ một đoạn: có lẽ phục trang nữ Việt chịu nhiều sốc văn hóa nhất. Có thời nữ chỉ được "tiếp biến" váy. Rồi đến thời chỉ "tiếp biến" quần (nhà Minh.) Mảnh vải che hạ bộ phụ nữ mà chịu bao nhiêu "sốc" là "sốc" (Chú ý: không phải xốc.) Có lẽ nên nghiên cứu cái sốc văn hóa dâm ô nào đã đem tiếp biến *xịp* vào. Cái *xịp* này là dẫn tới tụt truồng rất dễ, chỉ cần ngoéo ngón tay giảng nhẹ một cái. (Một bạn xét lại bảo tôi, các cụ bà xưa không *xịp* nên chỉ cần tốc váy lên thôi, không có động tác thừa.) Ngại "sốc" tràn lan, tôi không hỏi người giữ quỹ quốc tế giúp đỡ văn hóa Việt có ăn lương phòng chống "sốc kinh tài" không? Tôi có tật khi viết thư thường như viết luận văn theo chủ đề. Phóng hết ý ra rồi xóa cho hợp đối tượng gửi thư. Sau đó, nhà khoa học Nguyễn Lân Dũng rất hay viết báo có một bài ca ngợi Nguyễn Mạnh Tường. Theo ông, luật sư Tường đã rất được đảng và chính phủ ta ưu ái.

Tôi thư cho tác giả nói chắc ông không đọc quyển hồi ký thê thảm *Người bị rút phép thông công* của Nguyễn Mạnh Tường nên không nhắc được đầy đặn đến đời ông Tường. Sự thật giấu một nửa là giả dối. Tác giả trả lời, ông [Nguyễn Lân Dũng] mới vào nghề báo nên còn có chỗ chưa đạt, xin thông cảm. Đến năm 2012, chắc đã đạt, ông có bài viết: Ban chấp hành Trung ương Đảng là đã đại diện cho toàn dân Việt Nam ta rồi! Trong khi dân Việt Nam biểu tình phản đối Trung Quốc xâm lược thì bị đảng đàn áp thẳng cánh Hồi ký của Nguyễn Mạnh Tường tôi đọc nguyên bản tiếng Pháp – *Un Excommunié* rất sớm. Đưa Vũ Cận. Đọc xong Cận đạp xe đến kính tặng thày Tường (dạy anh ở trường Tây Con) ba bông hồng anh mua ở quầy hoa chuyên bán cho Tây xã hội chủ nghĩa ví lép tại ngã ba Lê Duẩn – Điện Biên Phủ.

Chương ba mươi ba

Tôi vừa ngồi, Lê Giản đã càu nhàu: Sao dạo này các ông ấy hay than dân trí thấp... Đảng lãnh đạo toàn diện thì dân trí thấp tại ai?

– Ngày đánh Mỹ thì dân trí cao. "Ra ngõ gặp anh hùng" rồi "Tay súng tay cày," "Ba đảm đang..." Nay hết kẻ thù, cái đói nghèo nổi lên cần xóa bỏ nhưng khổ nỗi kẻ thù này nó lại gắn bó với anh quá nhiều thế là anh đổ ngay cho là tại vì... dân trí thấp.

– Luôn ca ngợi con thuyền này vượt mọi sóng gió, đáp đến mọi bến bờ thắng lợi mà lại than chân sào thấp trí. Mà đặc biệt chỉ đảng được nhận xét dân kém đầu óc chứ dân nhận xét ngược lại Đảng trí có vấn đề thì dân ngoẻo sớm. – Hegel nói rồi, tôi nói. Dân nào thì chính phủ ấy. Thuyền nan mơ đại dương là pha trò. Biết thế nên cho thuyền nan bám tàu lớn để nó kéo hộ. Lê Giản đứng lên lò dò ra bàn giấy lục trong chồng báo rồi quay lại, đưa ra một tờ báo: Xem đi, thấy cái thuyền nan này thì hiểu vì sao dân trí thấp. Tờ báo đưa tin Bộ công an kỷ niệm ngày 19 tháng 8 năm 1945 là ngày thành lập công an của nước Việt Nam Dân chủ Cộng hòa, có sắc lệnh ký hẳn hoi. Tôi kêu lên: Đâu đã có chính phủ mà ra sắc lệnh ngày ấy? Hôm ấy cả Cụ Hồ lẫn Trung ương đâu đã biết Hà Nội tổng khởi nghĩa? Còn mải đánh trại lính Nhật ở

Thái Nguyên mà Nhật đã đe là không ngừng lại thì nó đàn áp. Lê Trọng Nghĩa bảo sau 19 tháng 8 mấy ngày Sở liêm phóng Hà Nội mới hỏi Việt Minh rằng chúng tôi phải làm gì đây! Lớ ngớ quên mất cả "địch" cơ mà!

Cựu tổng giám đốc Tổng nha công an Lê Giản rất bực nói: Thì bịa dựng đứng lên thế tôi mới nói! Sáng qua tôi gặp ngay Phạm Thế Duyệt thường trực Bộ chính trị. Tôi bảo Duyệt là ngày 23 tháng 8 Cụ Hồ mới về đến Hà Nội và ngày 28 mới tạm công bố danh sách chính phủ mà rồi còn phải hai lần điều chỉnh thành viên nữa thì hỏi ra cái chính phủ nào, ra chủ tịch nào ký sắc lệnh ngày 19 ấy? Anh Duyệt bảo tôi cho tên người ký đi rồi cho tôi xem mặt mũi sắc lệnh! Điêu khiếp thế này, người ta cười cho.

– Duyệt bảo sao, tôi hỏi?

– Thôi, đã lỡ nói mất thì cứ để thế bác ạ. – Ối! Chơi cả trò cướp cờ với sự thật lịch sử! Nhưng sao cứ phải lấy ngày 19 tháng 8? – Vì phải đặt chuyên chính lên đầu, coi bạo lực là bà đỡ của cách mạng mà. Năm 1944 thành lập quân đội thì lập công an bét ra cũng phải đúng ngày tổng khởi nghĩa. Điêu rồi lại bắt tin cái điêu! Tin cái điêu mới là cao dân trí à? Nhà nào cứ dạy con dối trá thì nhà ấy cầm chắc lụn bại. Dối trá, nguồn của mọi đốn mạt, sẽ triệt hết mọi điều tử tế.

– Nghe đâu sau tổng khởi nghĩa, ông Sáu Thọ giục anh em mau đi giải quyết sinh lý cho đỡ bí kẻo mai kia mỗi thằng ôm một chức lại bù đầu lên. Còn mắng: Cái thằng này, thì cứ dẫn xác đến Sầm Công là nó kéo tuột mày vào giường nó đè ra nó dạy chứ lại còn phải vẽ lối cho mày nữa? Có người được Thọ cho cả xấp bạc Đông Dương giải bí. Rồi mấy ông bị lậu. Đấy, cái nào thật nghe là thấy thật ngay. Bây giờ nhiều người nhận nhăng vai trò lúc ấy lắm. Nguyễn Khang, Trần Tử Bình, Trần Quang Huy chết rồi. Còn Lê Trọng Nghĩa thì không được cất lời. Ừ, Trần Độ bảo một khi đã cộp vào mồm cái triện Mác – Lê thì cứ tha hồ mà nói văng tê. – Tôi vừa đọc tờ *Time*, số trích đăng ký lục phiên tòa thẩm vấn Clinton về vụ nhăng nhít với cô Monica Levinsky. Nó công khai đến thế này, anh nghe nhá. Chánh án hỏi Clinton: Ông quan niệm thế nào là tiếp xúc. (...) Vâng, như ông trình bày thì như thế là quan hệ chứ không là tiếp xúc nữa. Vậy ông trả lời đây, ông có quan hệ tính giao với cô Monica Levinsky chưa?... Ông trả lời có. Đúng, chúng tôi đã xét nghiệm thấy tinh dịch ông ở váy cô Monica Levinsky... (Đến lượt Monica Levinsky.) Hỏi cô có tính giao miệng với Clinton không? – Có. – Mấy lần? – Hai lần. – Ở đâu? – Ở Phòng Bầu Dục khi tổng thống điện thoại cho một thượng nghị sĩ.

Thế đấy, anh xem, dù bảo đó là các đảng phái bêu nhau thì cũng phải nhận rằng dưới cái chế độ được bêu tổng thống ấy, cái gì đã thắng? Sự thật thắng. Và giá trị dân, mặt dân cứ tự nhiên rạng rỡ theo. Với ta thì cái gì tôn giá trị đảng, làm cho đảng rạng rỡ lên mới là sự thật. Còn không là địch bịa đặt để bôi nhọ, hạ uy tín đảng. Vậy thì hãy thả cửa nói dối để có uy tín đi! Hồ Chí Minh đâu có dại đem sắc lệnh thành lập công an ra mở đường cho mọi sắc lệnh Nhà nước dân chủ cộng hòa? Tây du kí viết quá giỏi. Đấy, đi đánh đấm mở đường nhưng con bú dù lại chuyên pha trò hề. Nói là theo tư tưởng Hồ Chí Minh mà làm lại cứ...

Đỏ bừng mặt, Lê Giản ngắc ngứ một lúc mới bật ra: Còn cái này nữa. Bác nói quân đội trung với nước, hiếu với dân, đứa nào lãnh đạo dạo ấy mà chả nhớ thế, thế mà đem đổi nghiến ngay ra thành trung với Đảng, biến béng luôn quân đội thành của riêng đảng. Không biết nước với đảng khác nhau hay sao? Nước mất, đảng trốn ra ngoài, chạy sang Phòng Thành, Tịnh Tây náu nấp được chứ hỏi nước chạy đâu? Quân đội trung với Đảng thì để dân quân gái trung với nước à? Không còn Bác, họ cứ bừa đi. Mà... mà thật ra là ngu bỏ mẹ. Ngu chứ! Lính là con cái của dân, lương tiền nuôi lính là thuế của dân thế mà anh lại bắt dân ngủ với nhau để đẻ ra những thứ chỉ trung thành với riêng anh thôi. Anh lột hết của dân thế thì anh là cái... cái gì của dân? Vừa điên vừa ngu...

Lê Giản không biết sau mười lăm năm, một tân binh từ chối học mười lời thề của quân đội vì anh không thể trung thành với Đảng. Vừa giải ngũ, anh lính bị bắt luôn. Anh tên là Nguyễn Tiến Trung. Thạc sĩ. Chỉ thề trung thành với Tổ quốc Việt Nam là chống phá Nhà nước, cái Nhà nước chưa hề có mặt mũi, con dấu, chữ ký đã ra sắc lệnh lập ngành công an đàn áp. Thật ra NguyễnTiến Trung đã làm cái việc mà dân gọi là chiến sĩ đường phố: Lấy lại cái mà kẻ gian tà chôm chỉa mất của dân.

* * *

Sau đó, từ Nguyễn Thượng Hiền qua Yết Kiêu tôi đến Trần Độ. Kể chuyện Lê Giản rất cáu việc sắc lệnh lập công an khi chưa hề có chính phủ v. v... *Sinh con rồi mới sinh cha, Sinh cháu giữ nhà rồi mới sinh ông* Cả chuyện dẫn đường thỉnh kinh, Tôn Hành Giả vừa diệt tà ma vừa pha trò. Và Lê Giản bực việc đảng đổ mọi bê bối cho dân trí thấp.

– Thấy dân không tin, không nghe nữa – đấy, tin lựa chọn của đảng đến độ cả nước nhất loạt một người đi bỏ phiếu hộ cho nửa phố – nên phải kêu dân trí thấp. Lại đổ tại vì tàn dư phong kiến, đế quốc. Nhưng này, cụ Giản gớm quá, nhận xét bú dù phụ trách bạo lực kiêm cả pha trò cười thì giỏi thật. Đấy, báo *Quân đội Nhân dân* có bài nói rõ "quân đội ta không phải là của nhân dân mà là của giai cấp," hất luôn đi câu Trung với nước của cụ Hồ thì đích thị pha trò cười rồi còn gì!
– Đúng, chúa là sính hão huyền... Tối qua xem đá bóng với Thái Lan, tôi mới hiểu thế nào là "chảo lửa." Đích thị một thứ võ mồm đấu hão. Chảo lửa là gì anh biết khôn? À, gào, hét. *Việt Nam, Việt Nam.* Đến khi bị Thái uy hiếp dữ thì kéo cả Bác ra sân, rầm rập hát "*Như có Bác Hồ trong ngày vui đại thắng...*"

– Và thắng? Và vui thật?

– Không, thua quay lơ. Nhưng vẫn cứ "trong ngày vui giải phóng" ầm ầm với cái gì "Hà Nội rực rỡ chiến công." Tôi thấy thêm thế ra ở Việt Nam chỉ có mấy chục anh quần đùi áo số mới đáng được bước vào chảo lửa cho hàng vạn võ mồm ủng hộ. Còn trường không ra trường, lớp không ra lớp hay trật tự giao thông nát bét, trẻ con suy dinh dưỡng... bao nhiêu thứ đáng xấu hổ thì không được phép mở "chảo lửa" để chiến thắng! Tôi sợ người ta mượn bóng đá để kích chủ nghĩa dân tộc lên, mong nó sẽ che lấp đi những lỗ hổng ghê gớm trong đời sống đất nước. Hôm rồi tôi vào bệnh viện Việt – Xô khám sức khỏe. Một anh y tá hỏi tôi có xem đá bóng với Thái Lan không? Tôi nói không vì mệt và cũng vì hét ghê quá. Anh ta nói danh dự dân tộc thì phải hét chứ bác! Tôi hỏi thế 1958 Sài Gòn vô địch bóng đá, bóng bàn, xe đạp châu Á thì có hét ủng hộ nó không? Anh ta nói ngay: "Cháu nghe các bác lão thành nói ngày xưa chúng nó muốn bêu cộng sản nên bố trí cho Sài Gòn thắng chứ ngụy đá đâu hay bằng Hà Nội. Với lại theo cháu danh dự ở đá bóng vẫn cao nhất. Vì vừa có trí tuệ ở chiến lược chiến thuật lại có tinh thần chiến đấu và sức mạnh quần chúng như vũ bão..." Tôi nhắm mắt vờ ngủ. Thấy hình như võ mồm này là võ tuyên huấn mở rộng sang quần chúng.

Xã hội được chính trị hóa toàn diện. Có thể anh y tá này đang sắp vào đảng. Sửa lập trường cho Trần Độ, anh ta sẽ có thành tích vượt bậc để báo cáo và dễ được kết nạp hơn. Càng nỏ mồm chính trị thì càng ăn nên làm ra. Chính trị hóa đến mù quáng thế này. Hàn Quốc đá với Bắc Triều. Tiêu chuẩn thể thao đã bị thay bằng lập trường phe nên phùng mang lên ủng hộ Bắc Triều mặc dù phe tan tành và Bắc Triều chửi Việt Nam xâm lược Campuchia và cả mạn phía tây Hà Nội nom sang trọng hẳn lên là nhờ toà khách sạn Daewoo của Hàn Quốc. Báo chí làm om xòm về bóng đá vì sợ tội không yêu nước. Lòng yêu nước xưa thể hiện ở đổ máu thì nay ở chân đá, miệng hô. Chúng ta là một cơ thể suy nhược nặng. Người ta bèn truyền cho chúng ta một liều *moriamin* hỗn hợp hai thứ giả đạm là lòng yêu nước sai lệch và tự do cá nhân thỏa mãn ảo trong tường vây. Cái hay ở đây là lòng yêu nước và tự do này chỉ được biểu hiện ở một bãi cỏ có kiểm soát.

– Dân thì rõ là mượn sân bóng để xả bất mãn rồi. Nhưng sao không nổi "chảo lửa" lên đòi tự trọng? – Đây, báo hôm nay đây. Đang họp Hội nghị dân vận trung ương. Chữ dân vận anh thấy nghịch tai không? Ừ, nghịch vì nghĩa thực sự của dân vận chính là *tớ vặn cổ chủ bắt làm theo ý tớ*. Rõ vớ vẩn. Nếu dân thích thì việc quái gì dân cần anh vận với động. Có ai cần tổ trưởng khu phố đến vận để tối nó động vào vợ nó không? Anh cấm chợ ngăn sông, dân nó phản đối thế là anh vặn cổ dân cho nó chịu ngồi nhà không chợ búa, ngáp vặt thay cơm rồi khen đường lối đảng. Vì sao cứ chơi võ dân vận hoài? Vì gần bảy chục năm cầm quyền vẫn không xây nổi một chế độ được lòng dân và một nền nếp công nhân viên chức trọng dân! Đọc nghị quyết dặn "làm dân vận không phải là ngồi viết mệnh lệnh" đã đủ thấy cái dân vận của đảng là vặn cổ dân rồi. Dân mà làm chủ thật thì phải lập ban đảng vận để dân vận đảng cho động đậy theo ý chủ – đằng này tớ vặn cổ chủ bắt làm rồi lại bảo dân tự nguyện, nhoong nhoong trên đầu dân lại nói tôi là đày tớ của dân, ăn đủ cả hai mang.

Tôi đùa: Bertolt Brecht (nhà thơ Mác–xít người Đức – B. T) viết hai anh đố nhau cho mèo tự nguyện ăn mù tạc. Anh chủ con mèo dỗ nó ăn cứ bị nó cào, anh kia bèn ôm lấy con mèo rồi nhét một cục mù tạc bằng đầu ngón tay cái vào đít mèo. Thế là mèo ra một xó nằm tự nguyện liếm mù tạc. Hay nhỉ! Thế chúng ta thì được cho xơi gì?

– Xơi mù tịt!

– Đúng! À, nhân anh nói Brecht, tôi thấy Vũ Trọng Phụng còn sống không khéo sẽ thêm vào *Cơm thày cơm cô* một chương về hội nghị chủ vận của các cô vú, chị sen, anh xe, thằng ở họp tìm cách làm sao cho chủ tự nguyện chấp hành nghị quyết của mình còn chủ thì nơm nớp chờ xem liệu tớ có cho mình cái quyền thưa thốt lại với nó không.

Tôi đã đứng lên, Trần Độ lại cười rất thú vị: Tiên báo một tầng lớp Xuân Tóc Đỏ ra đời, phải nói là Vũ Trọng Phụng quá giỏi. Ngang với Tây Du Ký cho bú dù đi mở đường mà pha trò chứ không có hầm hố cái mặt. Tôi nói: Vừa qua, tôi đến Hoàng Minh Chính, nghe Hồng Ngọc, vợ Chính bảo đi họp phường người ta nói hẳn ở buổi họp rằng bọn phản động đang hoạt động ráo riết. Kể tên phản động thì có Chính, Trần Độ, Dương Thu Hương và Trần Đĩnh v. v... Còn nói "sẽ trục xuất con Dương Thu Hương..." – Nghe mà lạnh gáy! – Trần Độ vờ rụt cổ lại.

* * *

Tháng 3 năm 2000, tôi gửi một thư lên Tổng bí thư Lê Khả Phiêu. Đảng không giữ lời hứa "Mọi người đều sinh ra có quyền bình đẳng." Đại ý: Ở nước ta không bình đẳng nên không dân chủ và khiến cả nước nói dối. Đảng nói dối để tỏ ra đảng giỏi, đảng sáng suốt. Dân nói dối để tỏ ra trung thành cho được yên. Đất nước dối trá khó lòng mà làm nổi cái gì tốt đẹp. Rồi một thư gửi Ban tổ chức trung ương. Từ lãnh đạo của đảng đến kết nạp đảng viên ("anh thợ khóa vỗ vai anh thợ vá xe bảo cậu làm đơn đi, vào đảng được đấy! Và hai công nhân hè phố liền lãnh đạo toàn phường") rồi bầu trung ương đều là việc nội bộ bí mật của đảng mà dân không hề được bén mảng.

Vài hôm sau, Tiến và Đoan đến: Thư anh gửi các cụ đến chúng em rồi. Tôi bật cười. Kêu lên, công an sướng thật! Đọc thư riêng của tổng bí thư. Hai anh nói vớt: Các cụ có nghiên cứu ý anh...

Không thấy nhắc đến chuyện tôi nói ở một cuộc họp tổ dân phố sau khi gửi hai thư trên kia. Bác Huy, tổ trưởng đến van tôi đi bỏ phiếu bầu tổ trưởng tổ phó. "Bác thì em vẫn không mời nhưng hôm nay thực hiện dân chủ cơ sở, bầu cử phải đủ số người không thì quận bắt bầu lại, xin bác cố đi cho..." Thương ông, tôi dự. Khi phát phiếu bầu xong (giấy A4 in máy tính rất đẹp,) tôi xin nói: Tối nay có anh Hùng bí thư chi bộ Khu văn công ta và anh Lê Hoàng Hải, công an khu vực dự, tôi xin hai anh báo cáo ý tôi lên trên là bầu tổ trưởng dân phố, thì phải do dân bầu. Nhưng Trung ương, Thành ủy mà dân hãi như cọp thì dân lại không bầu! Từ nay cũng phải để dân bầu như tổ trưởng.

Tan họp, lúc túm tụm tìm giầy dép trước cửa nhà tổ trưởng Huy, các bà gần như đồng thanh khen: Bác nói hay quá. Làm như bác nói mới đúng chứ. Tôi không ngờ các bà các cô đồng tình sôi nổi thế. Trên đường về trăng suông len giữa các hàng rào cúc tần, tôi hỏi một bà: Sao các ông lại im, không như các chị? – Các ông ấy phải khấn vái đồng lương hưu. Chúng tôi đi chợ nên có lớp học riêng. Sáng qua một bà nói ở chợ đấy: Tôi yêu nước nhưng không yêu đảng thì tôi có tội gì, nói xem? Tôi đôi hồi lại có thư gửi đảng hay phát biểu ý kiến như trong hội nghị vừa nói. Không gửi ra ngoài vì tôi cần yên tĩnh để viết truyện tôi. Viết là cần cô đơn, cổ nhân đã dạy. Ầm lên thì chỉ cứ mải đối phó hàng ngày với nhà nước là đủ mệt. Tôi đã nói điều này với Hoàng Minh Chính, sợ anh cho tôi là trùm chăn.

* * *

Quê Hoàng Thế Dũng, xã Giai Phạm cũng là quê Nguyễn Bình, Nguyễn Văn Linh, được phong tặng Anh hùng vũ trang. Con trai anh bảo tôi: Các nước họ khoe G. D. P (*Gross domestic product, Tổng sản lượng nội địa – B. T,*) ta khoe anh hùng. Chú ơi, bây giờ bộ mặt của đường phố là gì? Cửu vạn, xe ôm, ve chai và gái điếm! Xưa Tàu Chợ Lớn mua trinh hai cây [vàng] lận, nay được nửa cây là sướng ngất luôn. Chú có biết ông Thướng, phó ban tổ chức trung ương không? Mấy hôm trước chúng cháu vừa nhậu với ông ấy. Cuối bữa chúng cháu hỏi anh có thích nghe chuyện về tình đoàn kết chan hòa của dân ta không. Ông gật. Chúng cháu bèn nói: Bây giờ thanh niên ngồi karaoke ôm, hát "Bác ôm phờ rồi Bác mới ra đi..." Ông Thướng cười. Chúng cháu lại nói, còn chuyện nữa về đoàn kết. Cái nhà ấy có anh con lấy vợ rồi ra trận. Ít lâu nhận giấy báo tử. Sợ tuyệt tự, ông bố chồng đã cho cô con dâu tham gia phát triển dòng máu. Đẻ được thằng bé thì thình lình anh con về. Đại hội gia đình họp nhất trí từ nay cả nhà gọi thằng bé là đồng chí cho được đoàn kết hòa thuận.

Thế Dũng nói xã anh phải chi 100 triệu đồng mừng được anh hùng, tỉnh cho ba chục còn thì xã bán đất công. Các cụ nói hội hè là dịp tham ô, thời xưa chánh phó lý cũng hệt thế này. Nó thành truyền thống của đứa có quyền mất rồi. Theo nó, tiền ở trong tay mà không xà xẻo thì là đồ óc cứt. Có điều xưa ít tiền, chả chấm mút được như bây giờ. Dũng nói ở xã anh hùng Giai Phạm quê mình còn một "thôn Văn hoá" nhưng có đánh bạc với hiếp dâm. Đứa hiếp dâm là con một cậu xưa theo mình cướp Đồn Bần! Một lần tôi rủ Dũng đến Trần Độ. Anh im nghĩ một lúc mới nói: Tớ chưa tới được... Năm tớ mới bị bắt, Trần Độ bảo vợ tớ là cháu bỏ nó đi chứ cứ ôm lấy thằng phản động mãi ư? Phải nghĩ tới tương lai mấy đứa con. Vợ tớ coi Trần Độ như em mẹ mình, gọi Trần Độ là cậu. Tôi lặng, nghĩ thầm, trong dòng lũ cách mạng, mỗi chúng ta như một cái củi dều lúc chìm lúc nổi, hành động, nói năng có phải đều tự mình quyết định lấy được cho mình đâu? Những khi cây củi dều bềnh lên giữa sóng cuồn cuộn, nó lại mở miệng phát ngôn chả ra cái làm sao. May sao phần lớn đời nó là chìm. Chìm vào lại với dân.

Chương ba mươi tư

Đúng sáng 30 tháng 4, Hương gọi tôi. Hẹn năm giờ chiều đến một khách sạn quen.

Đến đã thấy Hương ngồi ở sân cà phê ngoài trời. Lát sau một người nước ngoài đi đến. Khẽ nghiêng mình nói: Bà là nhà tiểu thuyết Dương Thu Hương? Xin chào bà. Tôi là nhà báo của BBC, đã liên hệ với bà và muốn được gặp phỏng vấn bà (Rồi liền đó băn khoăn.) Nhưng chúng tôi không chỉ phỏng vấn... , chúng tôi còn... quay phim... Nghĩa là... như thế... có phiền gì bà không? – Ồ, không, sợ phiền cho ông thôi.

Nhà đài BBC mừng ra mặt. Khẽ khàng gật đầu: Vậy xin mời... Khẽ khàng quay đi, hai bàn tay buông úp xuống xoè ra hai bên hơi dập dềnh vỗ vỗ, như muốn nói xin yên tâm, vâng, chúng tôi xin rất cẩn thận, vâng, rất cẩn thận... Ông biết rõ điều kiện hoạt động gay go như thế nào khi gặp những phần tử như Dương Thu Hương. Biết cả vụ phá Brian Eads phỏng vấn trước đây nữa. Gân cốt thả chùng, ông bước đi rón rén, một viên chức giáo vụ lành hiền ở một trường đại học cổ kính. Tự nhiên tôi nghĩ đến Georgetown. Ông sẽ dẫn chuyện. Kíp làm việc gồm ba người Mỹ, trong có một cô gốc Thái, cao, đẹp, hay im lặng cười. Mỗi lần cô cười, tôi lại ngỡ cô mới là người cầm trịch. "Sắc bất uy quyền dị khiển nhân" – Nhan sắc không có quyền uy mà dễ sai bảo người. Tôi chợt nghĩ ra.

Quay phim ở trong phòng ông trưởng nhóm và cửa đóng, rèm hạ lúc nào rất nhanh. Máy quay, đèn chiếu, máy ghi âm, microl ấy ra từ các bao các túi đồng loạt phát ra mấy tiếng kim loại va chạm e dè rồi tắt ngấm, kiểu tiếng nhạc cụ lén thử trước buổi diễn tấu long trọng. Khung cảnh vừa có vẻ vui đùa vừa căng thẳng. Như không khí vừa trân trọng, giữ gìn lại vừa thì thào, thân kín ở các cuộc chơi của trẻ nhỏ. "Bà có thể cho biết cảm tưởng hay ý nghĩ của bà về ngày 30 tháng Tư, bà ngồi đây, vâng ở ghế ấy, xin bà cứ nói tùy thích. Vâng,... Tại sao bà là chiến sĩ lại quay ra chống đối? Sáng nay chúng tôi vừa phỏng vấn Đại tướng Văn Tiến Dũng, chúng tôi dành tối nay cho bà." Ánh đèn dọi, những tấm rèm nhung mầu cổ vịt cao vút tự nhiên mang vẻ những hiệp sĩ nhân chứng đang thành kính tuyên thệ trong nhà thờ, tiếng camera rì rì êm và tiếng Pháp Hương vừa nghĩ vừa nói giật cục và mắt liếc về tôi chờ chi viện... Cô Mỹ gốc Thái ngồi xệp, hai gối gập lại về một bên kiểu lễ chùa ở cạnh chân ghế Hương, cầm micro ngước đầu lên nhìn chăm chú, cần cổ dài hơi gồ lên ở cuống gáy loa loá sáng, điểm nhấn đặc tả kỹ trên công trình điêu khắc ngà trắng óng ả... Tôi thấy rõ mình là ông từ coi đền. Thỉnh thoảng ông từ lại thoáng nghĩ đến một cuộc đột nhập... Lúc chờ nhà đài BBC ở sân trời uống giải khát, Hương nói khi Hương sắp ra khỏi nhà thì Nguyễn Chí Hùng an ninh điện thoại đến, một điều rất lạ vì lâu lắm rồi không gọi. "Chào chị Hương, chị dạo này khoẻ không?" – "Cảm ơn, tôi đâu phải là các mẹ mệnh phụ phu nhân lắm tiền tập nhảy đầm, tập *aerobic* để giữ nhan sắc, giữ eo..." – Chắc Hùng báo cho hay là đi gặp ai chúng tôi biết đấy, tôi nói. Bụng nghĩ khéo hiện ở đâu đó trong khách sạn đã có "người" rồi.

Chín giờ tối xong, Hương gọi taxi đi Thủy tạ. Cà phê. Mưa thình lình rất to. Mượn hai áo mưa ra mép thềm Thủy tạ bước xuống sân trông ra hồ. Thu lu xem mưa trên mặt nước.

* * *

Theo tin tham khảo mật, ở Trung Quốc, Thủ tướng Chu Dung Cơ đã thổ lộ ở hội nghị rằng nhiều khi ông thấy xấu hổ với lương tâm, với chức vụ vì chỉ cứ nói ra những điều cũ rích, rỗng tuếch, sáo mép. Thú thật là bảo ông giải thích chủ nghĩa xã hội là gì, ông cũng chịu.

Mấy cụ cựu chiến binh cho tôi mượn *Tin mật* hỏi sao dám nói thật đến thế nhỉ.

– Bên đó đã tắm gột, tẩy uế phần nào, tôi nói.

– Tắm gột? Là nhận ra phần nào mặt mũi thủ phạm từng gây cho đất nước các bất hạnh thời qua. Bên ấy có nơi làm bia kỷ niệm những nông dân bị chết đói trong thời kỳ Đại tiến vọt.

– Thế nay... ba đại diện là... ? Nôm na là bỏ giai cấp đi mà nhảy trở về lại với thế giới, với nhân dân. Thí dụ đảng đại diện cho sức sản xuất tiên tiến nhất chứ không phải cho quan hệ sản xuất tiên tiến nhất là công hữu hoá, tập thể hóa. Rồi thôi xóa bỏ giai cấp mà trước hết là thôi xóa bỏ đế quốc Mỹ. Trong khi nghị quyết đại hội ta vẫn nói ta đấu tranh giai cấp. Ba cụ im lặng, ba bàn tay đồi mồi nhăn nheo tự nhiên cùng xoay xoay ba cái miệng tách nhựa trắng có chữ *Vietnam Airlines* – con dâu cụ chủ nhà làm tiếp viên ở đó. Tôi chợt thấy ba cụ đang như cố cọ bóng chính danh giai cấp vô sản chúng tôi từng xây đắp. Tự nhiên thương nhau bạc đầu cả rồi mà xem ra chính danh ngày một hụt, như miếng da lừa.

Tình cờ vài hôm sau, xếp lại giá sách, tôi thấy lại một số Tạp chí *Kinh tế Viễn Đông* (*Far East Economic Review*, gọi tắt FEER) trong đó một giáo sư khoa chính trị trường đại học Úc đăng một bài về Việt Nam. Ông cho rằng năm 1991, Liên Xô và phe cộng sản sụp, Việt Nam trải qua *một cuộc khủng hoảng ghê gớm về ý hệ*. Bây giờ theo ông, Việt Nam đang ở vào cuộc khủng hoảng thứ hai có khi còn ác liệt hơn. Đó là *khủng hoảng về tính hợp pháp của chế độ*. Chế độ một đảng,

đảng tự chỉ định mình độc quyền lãnh đạo chứ dân không bầu. Rồi sớm muộn dân sẽ nhận ra nghịch lý này.

Nhìn lại bài báo, trong chớp nhoáng tôi bỗng nhớ lại như in những ngày đầu năm 1960, viết kỷ niệm thành lập Đảng, tôi gặp Trịnh Đình Cửu hay Lê Đình, Trần Văn Cung, hai trong năm người của chi bộ cộng sản đầu tiên còn sống đến lúc đó. Trần Văn Cung tiếp tôi trong phòng hiệu trưởng Đại học Kinh tế trước Bệnh viện Bạch Mai (phòng hiệu trưởng đại học y hệt phòng bí thư huyện, không có giá sách, trên cái đinh thuyền đóng rất kiên định vào cây cột gỗ sau ghế hiệu trưởng treo một xấp cà mèn men vẽ hoa và cá vàng mắt đỏ vây đỏ.) Còn Trịnh Đình Cửu thì tại nhà ông sát chân sóng ì uồm Hồ Tây. Những nhân vật lẽ ra lẫy lừng... mà sao nay gặp, tôi lại cứ ngậm ngùi cho cảnh hiu hắt lủi thủi của họ, nói theo cách bây giờ là hạ cánh xuống phải bãi rác. Đến nỗi tôi chẳng hề phản ứng khi nghe lần lượt từng ông chê Trần Phú. ("Cậu này hắn chả biết gì đâu... ," "Anh này năng lực cũng thường.") Hay khi Trần Văn Cung nói: Bọn tôi lúc ấy chửi An Nam cộng sản đảng của Hồ Tùng Mậu, Lê Hồng Sơn là "phản cách mạng".

Thoáng nghĩ lúc lập đảng các vị mới hơn hai mươi tuổi, đánh giá người dễ cay cú cá nhân lắm. Sau này, thân phận cá nhân của hai ông như cái bóng mờ cứ ám ảnh tôi. Một chút se lòng. Như kiểu Nguyễn Ái Quốc bị cho "de" để Trần Phú lên.

Vài hôm sau, Cao Xuân Hạo đưa tôi đĩa *Cám dỗ cuối cùng của Chúa*. Martin Scorcese, cái tên đạo diễn đã cám dỗ.

Cõi thế đau thương, Chúa tìm lối giải thoát khổ nạn cho dân bằng lên đường rao giảng Tình yêu. Và Chúa đã thành công, giáo lý của Ngài đã được tin theo nhưng Ngài chịu tội đóng đinh câu rút, máu me đầy người. Lúc ấy, quỷ Satanhóa làm thiên sứ đến báo tin mừng Đức Chúa Cha trên trời cho phép Chúa đã hoàn thành sứ mệnh, từ nay được trở về với mẹ và vợ con mà Chúa lìa bỏ. Chúa liền tụt xuống cây thập tự, về nhà hú hí. May thay, thánh Pierre, thánh Paul và Judas đến tố giác Chúa bỏ cuộc! Chúa giật mình. Leo lại lên cây thập tự trở về vị trí cứu thế. Để xứng danh Đấng cứu thế, Chúa phải vĩnh viễn làm biểu tượng hy sinh đau khổ. Hưởng thụ vinh hoa, lên xe leo biệt thự là thôi, hết Chúa.

Bộ phim bất thần cho loé lên trong đầu tôi một câu chuyện Thợ Rèn kể. Thợ Rèn thường về quê Thái Bình ăn Tết. Mồng một Tết năm ấy, bí thư tỉnh Lương Quang Chất mời anh đi thăm mấy bà con cơ sở cách mạng. Ở nhà đầu tiên, ông chủ mừng quýnh lấy vội bao chè ba hào tiêu chuẩn Tết trên ban thờ xuống, cầm mảnh vải điều vừa lau vừa thổi thật kỹ đủ cả sáu cạnh rồi mới bóc nó ra pha mời đồng chí bí thư. Nhưng người bảo vệ đã gạt chén trà sang bên. Rồi nghiêng bình thủy bên hông rót vào nắp bình thủy ít sâm tiêu chuẩn thường ngày. Trên đường đến "cơ sở cũ" thứ hai, Chất kể năm ấy Chất làm liên lạc cho tỉnh ủy thì bị lính và trương tuần đuổi gấp. Bí quá, ông chạy liều vào một nhà, tức là ông chủ nhà vừa rồi, nằm nép giữa hai bức tường đất nện ngăn đôi bếp với chuồng lợn. Rồi thì đói, bụng sủi ầm, có cơ lính chúng nghe cả thấy. Thò đại tay vào sau tường bếp sờ lần. Thấy cái vại bèn thọc tay thăm thú. Cà pháo! Vốc ra một nắm vừa nằm nấp vừa mút (cho im lặng và được hưởng thụ lâu.) Một lúc sau, binh tình xem vẻ yên, toan lủi thì một người ở đằng sau chợt nắm lấy tay nói: Vào nhà đã. Lúc anh vào tôi biết, tôi cứ chờ đây, nếu chúng sục thì dẫn anh chạy. Rồi thấy anh sủi bụng lại vét cà ăn thì biết anh đói. Nào, vào đây, tôi có ít khoai luộc đây... Bây giờ thì cách trùng! Ôi, vại cà cách mạng. Nhờ mày mà bao nhiêu lợi quyền đã qua tay tao! Một chuyện vui về Lương Quang Chất. Một sáng chủ nhật ở tỉnh ủy, nơi tôi đến làm phóng viên thường trú để lánh nạn *Mao – nhều* Hữu Thọ, Phan Quang đánh phá "xét lại," anh em văn phòng đang đánh bóng bàn thì bí thư tỉnh cầm một cặp kính đi vào, xuýt xoa: Gớm, kính Đức có khác, đeo vào sáng choang lên ngay! X., phó văn phòng bỏ vợt cầm lấy kính đeo vào mắt: Ôi chết thật, sao quăng quắc lên đến thế này cơ chứ lại! Bí thư thọc hai ngón tay vào hai mắt kính kéo cái gọng ra: Có sáng cái... cái... mép cậu. Chỉ gọng không thôi mà sáng à?

Tất cả cười rất vui. Như được thủ trưởng soi thấu ưu điểm trung thành nhất trí của mình vậy.

* * *

Năm 1960, ngồi xem lại bài sắp nói với đồng bào tỉnh Thái Nguyên trong mít–tinh sau đó, Cụ Hồ nói với tôi ở bên cạnh Cụ: Nói năm 1945 có 5.000 đảng viên là ngoa. 500 mới đúng. Thôi cứ cho ngoa thành 5.000. Năm ngàn người này từ đấy đã đoạt lấy quyền lực của 25 triệu đồng bào. Cụ nói câu kia trong gian nhà khách tỉnh ủy bằng gỗ mộc, hết sức thô sơ, cái nghèo lồ lộ, nhà khách nom cứ ngơ ngác như đang tìm một cái gì. Bây giờ nhà khách nào cũng đồ sộ nguy nga. Trong khi xóm dân khắp nơi biến thành khu ổ chuột đầy ắp trẻ con suy dinh dưỡng và ma túy và HIV. Những ngày tháng Tám tưng bừng, đứa thiếu niên 15 tuổi là tôi chỉ thấy đảng tù đày, máu me, biểu tượng của hy sinh cao quý. Nó đã theo vị Chúa tân thời để được hy sinh, gian khổ chuộc lại những tháng năm nhởn nhơ của nó. Nó đã một thời đắm chìm trong cuồng ảo xoá bỏ chế độ tư hữu, dựng xây chế độ đại đồng cho loài người sung sướng với công hữu mà chuồng xí khi ấy cũng dát vàng. Nhưng rồi tôi bắt đầu thấy Chúa tân thời phát hành bạc giả. Chấp nhận bạc giả thì vinh hoa, từ chối thì tan nát. Hai ngả rõ như ban ngày. May sao có một thằng Đại lưu manh sẽ tóm cổ tất cả bắt đi theo nó. Tên nó là THỜI ĐẠI.

THỜI ĐẠI là sản phẩm của nhân quần. Mông muội hay văn minh, hỗn độn hay ngăn nắp, lặng lẽ hay ồn ào thì cái nhân quần đầy đại trí, đại đức, đại dũng này nó vẫn cứ là kẻ khơi dòng chảy của tiến hoá, cuốn trôi đi tất cả quân tử lẫn tiểu nhân. Nhưng chả lẽ quân tử tiểu nhân đều như nhau sao? Không, có khác. Trôi đi thì quân tử ngửa mặt nhìn trời xanh còn tiểu nhân thì úp mặt xuống nhòm bóng tối rồi lặn xuống hòa vào bóng tối.

Chương ba mươi lăm

Rất cảm động, tôi xem Tổng thống Kim Đại Trọng của Nam Hàn ngồi cùng xe với Kim Châng In chủ tịch Bắc Triều Tiên ở Bình Nhưỡng. Báo *Time* đăng bài một giáo sư đại học Seoul đi theo: Hàng trăm nghìn con người đón reo hò, vẫy hoa và khóc. Người thì do tổ chức liên gia huy động rồi nhưng nước mắt thì tổ chức gì huy động, ông giáo sư hỏi? Đọc bài báo như thấy có một cái gì phi nhân cố cựu vừa nứt. Tôi chưa biết như báo chí thế giới sau này cho hay Nam Hàn đã phải lót tay hai tỉ đô la cho cuộc xum vầy này. Nhưng Kim Đại Trọng đã nhận giải Nobel Hòa Bình. Có điều giai cấp vô sản không thể xơi quả lừa ấy. Nếu cứ nhận Nobel Hòa bình thì cất đâu nguyên tắc chính quyền ra từ nòng súng, tức bạo lực cách mạng cũng như nguyên tắc chia đồng bào ra thành thù và bạn? Cho nên hòa hợp Nam Bắc Triều vẫn là chuyện mờ mịt và đôi hồi lại nổ một cơn khủng hoảng tương diệt nhau đến nơi. Cố nhiên ông giáo sư viết bài báo trên kia lúc ấy không biết rồi một nhà báo Pháp sẽ viết quyển *Đất nước nói dối*, cho hay liên gia ở Bắc Triều là năm nhà một tổ chức chịu trách nhiệm chung với nhau về mọi mặt. Tức là phải đục thông tường trong giữa năm nhà cho mọi người của liên gia tha hồ qua lại chan hòa trông nom đỡ đần đời sống tinh thần và vật chất của nhau. Nói theo chữ thế giới là dân phải tuyệt đối minh bạch, thấu suốt.

Nguyễn, chữa xe máy đường Cầu Giấy, hỏi tôi: Chú bảo nếu ngày nào Duẩn với Thiệu cũng ngồi chung xế cho dân Sài Gòn đứng đón như thế thì có hay không?

– Sao được, tôi nói à uôm qua chuyện, hơi ngại. Mỗi nước một cảnh.

– Không phải chú ạ, tại cộng muốn chỉ cộng được ngủ với Mỹ nên cố đá con vợ cả của Mỹ là Việt Nam quốc gia đi. (Tôi phì cười.) Thì đúng quá. Đang dọn giường chiếu ngủ với Mỹ đấy! Dân nói nếu cứ cho Mỹ hưởng chế độ hai vợ như ông Duẩn, ông Sáu Thọ, một tư ở Sài Gòn một công ở Hà Nội để hai mẹ An Nam ghì chặt lấy lão Mẽo mà đẽo mà hút từ ngày ấy thì nay chú phải thượng con Toi–ót–ta (Toyota, xe hơi Nhật – B. T) là ít, cháu thì con Ma–tịt. (Matiz, xe hơi Hàn Quốc, giá rẻ – B. T).

Hai anh bạn của Nguyễn sửa xe máy ở chợ xe Chùa Hà đến ngồi ở đó hỏi tôi:

– Bố là cựu chiến binh? – Ừ, sao biết?

– Mặt đỏ thế mà. Máu đánh nhau làm gì bố, chơi với thằng giàu trúng quả hơn chơi với thằng nghèo lòi xắng địn chỉ giỏi xúi uýnh hộ! Mấy người buôn tận Lào, Campuchia nói hai xứ này rước Tàu vào ghê lắm. Mà chả có xác liệt sĩ Tàu nào ở đó, ngoài xác Việt. Thủ đô Lào toàn công trình Tàu, sân vận động, nhà máy điện, khách sạn toàn người Tàu. Nhà văn hóa hữu nghị Lào – Trung to như hội trường Ba Đình còn nhà văn hóa hữu nghị Lào – Việt thì bằng cái nhà trọ be bé cho thuê 50 nghìn hai giờ gần dốc Cầu Giấy kia. Có những cha giỏi nhờ xương máu người để bước lên mở mày mở mặt. Ta đổ máu cho suốt từ 1945 thế mà ta dạt xa nhường đứa khác đấy. Tiền *ria* (riel) nay hơn cả tiền râu cơ mà. Sợ rồi đằng lưng đằng biển hai ngả đều *Nó* kẹp vào thì là toi đấy. Tôi hỏi Nguyễn nghe đâu ra thế thì trợn mắt lên: Dân họ nói đầy. Dân là trường chính trị mở thường xuyên chả có niên khóa, học kì, giáo trình gì như Nguyễn Ái Quốc kia đâu. Mà hễ nghe là tỉnh ngay con sáo sậu nhà mình ra cơ, chú bảo. Tôi cười cái vẻ sừng sộ lên nước dân "ta đây" của Nguyễn. Tôi quay hỏi một anh có chiều nghiêng mặt Hy lạp, thanh tú: Đất nước rồi khá ra chứ? Không khá được, anh ta cười, răng rất trắng. Đơn bạc lắm, ăn hết cả phần dân. Nguyễn nói luôn: Thì dân nó bạc lại cho trắng mắt ra. Dân bạc lại bằng gì, theo chú? À, bằng đểu, đúng, dân tự đểu hóa đi, một kiểu ăn vạ lại đảng... Đây, cháu nói chú nghe. Hồi sơ tán cả khu này bỏ đi hàng tháng, nhà cháu chỉ có sợi dây thép chằng cửa mà có ai mất gì đâu? Mà đều đói meo cả đấy. Đêm đạp xe tít mù khơi giữa đồng hoang tận Trung Hà, Hưng Hoá chả bị chẹt cổ. Thế mà bây giờ đểu thế chứ? Mới chíp hôi đã dí dao xin xế đẩy ra rồi! Còn cướp có ISO 9000 là quan, từ phường trở lên. Xơi từng điếu thuốc, đấy, ngăn kéo bàn làm việc quan mở sẵn, dân mời điếu nào là rung đùi gạt xuống, đem về cho vợ bán lẻ. Cháu nhớ ngày ấy chúa hay mất điện, nhưng lần ấy mất dễ chừng đến mười ngày liền. Bỗng nửa đêm đèn lòe sáng. Ối giời, reo hơn sấm. "Co... ó điệ... ệ... ện!" Chưa lúc nào, kể cả hòa bình, reo như thế. Nhà nào cũng mở cửa bổ ra sân. Đêm ấy, cháu hiểu thế nào là mặt đồng bào. Hớn hở tưởng muốn ôm lấy nhau cả chứ không hầm hè như cuối tháng xếp hàng thịt phiếu mà trên sạp chỉ có mỗi mẩu khấu đuôi. Lão gì bảo những lúc ấy bụng cứ khấn thầm cho trong đám xếp hàng đằng trước có đứa vợ hay bố mẹ nó chết phải chạy về. Bộ mặt đồng bào ấy nay hiếm thấy lắm chú ơi, thôi, cháu nói một cái đểu mới toe đây chú nghe. Thằng Phi Kiêm Húc, nó thích cái biệt hiệu có vẻ Hàn này, cả nước đang mê phim Hàn mà, như xưa có tên Lông Chi Chít Ngồi Xổm Không Ngồi Hẳn, thằng này lên giường là toàn phi với húc. Một trong số trai gọi *côn boi* (call boy, một dạng "đĩ đực" – B. T) có hạng. À, chú lắm chữ, cháu hỏi. Có đứa nó bảo chính là *côn bòi*, xin lỗi chú, cái bòi nó như súng côn Mỹ, thế có đúng không? Ừ, thế chứ, trai gọi, cháu cũng bảo là nói nhăng! Nói nốt, các mẹ gọi lên xe, bắt cho duyệt đồ nghề, lấy cả bút nạm ngọc ra gẩy gẩy, lật lật. Không bắt mắt thì cho mười đô thả xuống *tít tít* gọi đứa khác. Nhưng thằng này quá siêu, vừa bày ra là giữa rừng Trường Sơn cột cao thế 500 ki–lô–vôn lão Kiệt chong chỏng lên ngay, có mẹ như điện giật, rên lên *Ố-khề (O. K)* cơ mà, nó bảo cháu. Nhưng thằng này sắp chết rồi. Một vé, một vé rưỡi một trận cậu trút bom thả cái các mẹ, một ngày năm sáu phi vụ, nhiều nhất tám, nó khai thế. Hồng sâm Cao Li bằng ngón tay cái cháu nó nhá mỗi ngày ba khẩu. Chưa kể lòng đỏ trứng gà ngào với sâm banh, nước thịt bò ép, nước cam, dái bò, dái dê, dái hổ, dài gần bốn chục phân, tóp lại rồi mà vẫn bằng nửa cổ tay cháu, tóm lại các thứ trừ dái người..., toàn những mẹo các mẹ cho nó. Thế mà nó bảo hôm kia nó đến bệnh viện Đống Đa khám cứ đổ kềnh, không ngồi nổi cho bác sĩ đo huyết áp nghe tim phổi nữa. Người nhũn hoàn toàn, bảo đâu rỗng hết tủy trong ống xương rồi. Cái trò kia nó hút nhẵn tuỷ đấy nhá, chú nhớ để mà biết hãm cò chú lại. Vậy chú có nhận là đồ đểu thành đại trà rồi chưa? Nay nhà nào cũng phải đưa đón con đi học về học. Cạm bẫy, nguy cơ nhiều mà chú ơi! Cháu ngồi đấy ngày ngày thấy trẻ con đi học về, hễ ai đến gần hỏi gì chúng đều lùi xa. Thì bố mẹ dạy mà. Không cẩn thận nó bắt nó bán sang Tàu. Rồi cái gì bọn đồng ái, chuyên sờ mó hĩm với chim trẻ con. Đâm xe quanh đây là cơm bữa nhưng cấm có ai đỡ dậy giúp. Xuống giúp để đứa khác nó nẫng mất xe ư? Nghi nhau ăn cắp, đểu giả hết cả rồi. À, cháu nhớ hồi bom đạn, một ông bạn chú đến nói một câu cháu nghe thấy là không sợ Johnson đưa về đồ đá, chỉ sợ thành đồ đểu. (Tôi thầm nghĩ Vũ Cận. Hôm ấy chúng tôi tán đầu bảng của đồ đá chắc phải là tim gan đá trước rồi mới đến bát đá, đũa đá, hang động đá, công văn đảng cũng bằng đá rồi cuối cùng quá độ sang đồ đểu. Cố nhiên cậu Nguyễn này không biết Vũ Cận có hôm còn đọc rất to câu thơ nhắc người cầm bút với nhau: *"Văn chương là thứ chùi thay giấy. Cũng nên vừa khẩu vị vua quan."*) Tại sao đểu ra đông thế? Thì có được bài học lớn rồi. Cứ tin hoẳng vào cái sự chung sức chung lòng và chung hưởng. Ai ngờ, tướng tấn, tá tạ, uý yến, lính lạng, lập tức chia nhau, nhiều cha chiếm mấy biệt thự. Đến đổi mới bỏ *ka–ra–sô* sang *gút, ố–kẻ*, con cháu các cha lại lấy tiền và cô – ta Nhà nước mở công ty phất nhanh hơn bố mẹ. Đám này nay thành chuẩn giàu cho xã hội noi theo rồi chú ơi. Bố mở triều chính, con mở kinh doanh, hai món ngon nhất nước bố con nắm tiệt, quyền trong tay người ta cứ việc đánh thật lực vào cái cửa "vơ hết" mới ghê chứ! Đất nước thành cái *casino* của họ rồi. Bảo con ông gì Thọ trùm tư tưởng sang Mỹ kinh doanh vi vu lắm. Mắt ông tơ tưởng đã nhòm thì phải biết. Nhưng nay dân cũng nhòm trúng phải biết rồi. Lương tâm không bằng lương thực, đồng chí không bằng đồng tiền. Đồng chí còn bị đồng chí cho sài đẹn như thế – đấy ông Giáp sài đẹn quá chứ chú – thì dân ăn cám là phải. Thành ra tâm lý nay là thế này: tốt là thiệt, nhường là thiệt, nghe theo là thiệt. Mau mau mà bong sớm ra khỏi các tướng. Tôi câm đấy nhưng tinh đời thì anh nhìn vào mắt tôi anh khắc thấy tôi với anh đã xa lắc cù tỉ. Cháu thấy y như ngày bé chơi vòng tay làm kiệu khiêng một đứa làm vua. Đang hết lòng đội vua lên thì bỗng rời tay, vua ngã chổng vó. Vua đánh rắm thối quá, ăn rặt khoai lang với đậu mốc chua loét đem hấp lại. Bây giờ các vị bĩnh hẳn lên đầu mình chứ đâu chỉ xịt rắm. Mình không hê mình chạy thì chết à?

Thấy tôi nhấp nhổm muốn đi, Nguyễn hỏi: "À, gần đây có lão nom giống Minh Râu lắm, chú quen không?" – Minh Râu nào, tôi hỏi? Thế là ba bốn đứa bò ra cười. Coi tôi như quái vật tiền sử. "Chú ơi, không học ở cái trường Đỗ Lê La của dân nên chú mới mít đặc như thế đấy. Cả nước biết, mỗi chú không!"

Nguyễn chìa một tờ bạc ra: Đây. Xin lỗi chứ, không biết Minh Râu là ai là chú còn mết cộng lắm. Mết nhắm cả mắt lại mà không biết. Chú ơi, lủi cộng cho thật xa đi. Dễ lắm à. Chịu khó dự hàng ngày lớp chính trị của dân. Đến lớp ở chỗ cháu đây không cần đăng ký, nộp lý lịch, phong bì. Này, vào

Nguyễn Ái Quốc cũng phong bì đấy. Thứ hai nhớ rằng *Không
có việc gì khó, chỉ sợ bím không xìn, làm láo muốn trắng tội
thì cứ xỉa xìn mua.* Tù biệt giam mà vẫn có ca-ve chân dài vào
tận xà lim cho quạng *ô-vơ-nai* (overnight, ngủ qua đêm – B.
T) nhá. Ca-ve ra còn tán nó tù kỹ thế mà dũi khỏe chả kém
cái xe ủi. Thế là trong tù nó măm còn sướng hơn ối thằng.
Mấy hôm sau tôi đến lấy xe, Nguyễn lại bảo: Cháu mà như
Lào với Miên thì nay cháu xin Việt Cộng tí hoa hồng. Đấy, anh
mượn đất làm đường nên nước tôi bị bom đạn lây. Chú cười
à, bây giờ chú hỏi thăm nó đường, nó bảo chú xong mà chú
đi là nó *ka-ra-tê* (karate, môn võ Nhật – B. T) chú bắt nộp
tiền hao mòn kiến thức địa lý đấy. Bây giờ hỏi nếu như ta
xưa cho quân vào Lào với Campuchia lập căn cứ, Trung Quốc
cũng tung quân vào ta mở đường mòn để đánh nhau với ai
đó thì ta có chịu không?... A, có cái chuyện này phải hỏi chú.
Có ông giáo sư đại học giao thông hay chữa xe chỗ cháu một
hôm nói rồi đây sẽ lũ lụt dữ ở ta. Mười năm địch và ta thi
nhau bạt trụi Trường Sơn, ta phá làm đường, nó phá đường
ta làm, liên miên năm tháng thì đất om tơi phải biết. Lẽ ra
xong chiến tranh đảng hãy để cho Trường Sơn ngáp hoàn
hồn cái đã, thế nhưng lại vội làm thêm một con đường thứ
hai để... ngắm nghía lại quá khứ thì thôi rồi, cầm bằng lũ lụt
xả láng. Chứ lại không để ngắm ư, đứa nào dại cho tu-bin lạc
vào đó để rồi hết xăng, hỏng máy thì chống mông lên đẩy xe
về à? Ông giáo sư ấy bảo muốn tôn vinh thì làm một quảng
trường lớn 50 héc ta với một phức hợp liên hoàn bảo tàng
lịch sử bày đủ cả các thứ hiện vật xẻng cuốc Tàu, dép râu
Tàu, bình toong Tàu... và biển đề phải bằng cả tiếng Tàu
không nó kiện là vô ơn. Vâng, làm ở Đèo Mụ Giạ, nơi ta bắt
đầu xâm nhập đất Lào, chỉ thế cũng đã đủ khiến thế giới lác
mẹ nó hết mắt lên vì cái lòng thờ lịch sử của ta. Còn khôn ra
thì lấy tiền kia mà nâng cao con đường vốn có. Ghê quá, non
nghìn cây số đường mới, tính rẻ trăm mét rưỡi chiều rộng,
anh nhân lên xem là thấy đã đem bao nhiêu rừng cúng vào
cho cái bãi hoang khổng lồ có tác dụng lớn nhất là mở toang

toàng trận địa cho lũ đổ ngập khắp miền Trung! Hôm ấy có chú Lộc Bê, ca sĩ học Bun (Bulgaria – B. T) về, chú ấy đùa: Đúng quá, nếu để đời đời kỷ niệm chiến thắng Bạch Đằng của Ngô Quyền, Trần Hưng Đạo mà đem cắm cột lim lên rồi chỉ cho thuyền bè được thông thương lúc có thủy triều thì bỏ mẹ. Ông giáo sư giao thông nói một câu cháu thấy hay: Tự hào dân tộc cũng phải có đạo đức! Cháu hỏi là thế nào hả giáo sư, yêu nước là đạo đức rồi? Bảo đạo đức đây là không khai man, không ăn ké, không om xòm tốn kém. Cháu bảo giáo sư ra làm việc nước thì hay quá. Giáo sư nói tôi ra [làm việc nước] thì cũng lại nói như người tiền nhiệm thôi, thành khuôn đúc cả rồi. Anh thấy Honda này có cái nào khác cái nào không? Máy mà lại, kêu như nhau. Thì bộ máy cũng thế, nói y như nhau. Chợt mấy xe Hyundai chạy qua. Nguyễn nói: Giám đốc kỹ sư Hàn đấy. Đám này mới tự hào dân tộc này. Sang đánh người ta rồi nay lại sang làm chủ, làm thày. Chú nhớ ngày xưa phi công Bắc Triều vẫn từ Nội Bài về Hà Nội qua đường 32 đây. Đứa nào mặt cũng lạnh bỏ cha đi, trông phát khiếp. Mỗi phi công chết liệm ba chục mét vải diềm bâu trắng cùng hàng chục cân cá chép. Bảo đâu rồi họ theo Bắc Kinh bênh Pol Pot chửi ta... Thế đấy, Nam Hàn xưa đưa cả sư đoàn Bạch Hổ sang đánh ta thì nay phóng trên đường 32 này.

Ngày ở đại học Bắc Kinh, học sử, đến đoạn quân Cờ Đen "viện Việt" nhưng do nhà Thanh nhượng bộ Pháp nên Việt Nam thành thuộc địa, chúng tôi phản ứng rất gay gắt. Cờ Vàng, Cờ Đen là thổ phỉ, Nhà Thanh tác động gì nổi đến chúng tôi. Vị giáo sư sử sau đó gặp vài chúng tôi nói ông giảng theo "sử liệu thành văn hiện tồn." Hiệp ước Thiên Tân ký với Pháp, Trung Quốc bằng lòng cho Pháp lấy hầu quốc Việt Nam. Nhưng trước đó đã cử Cờ Đen sang giúp rồi. Tôi chợt giật mình. Thảo nào Pháp lấy lòng Nhà Thanh mới đặt cho phố Mã Mây Hà Nội cái tên Quân Cờ Đen, *Rue du Pavillon noir*, hỏi thổ phỉ thì sao được Pháp tôn vinh thế? Và nghĩ khéo chỗ rẽ vào Chùa Hà kia, nơi Hồng Linh san đất làm vườn rau, xưa không chừng Cờ Đen đã đóng quân ở đó. Biết ơn Trung cộng, chúng tôi lại ghét nhà Thanh "lùa thổ phỉ sang cướp bóc." Chê nhà Nguyễn cho Cờ Đen trấn cửa ngõ Hà Nội (thì mới giết Francis Garnier và Henri Rivière ở Cầu Giấy – song theo sử liệu Pháp thì Garnier chết bệnh ở vùng Vân Nam trong chuyến thám hiểm sông Mê Kông sang Trung Quốc) nhưng im re việc Bát Nhất leo kín cầu Long Biên chống Mỹ. Khúc Thừa Dụ đặt ra mẹo hầu quốc vờ, độc lập thật, ruột đỏ vỏ xanh. Có điều quỳ lạy (thời ấy, chầu thiên tử, vua hầu quốc phải quỳ lạy ba cái, khấu đầu chín cái. Ý hệ Khổng đã định thiên tử là bố, vua hầu quốc là con thì không thể tránh được nghi lễ quỳ này) cống vật, tiếp chiếu chỉ thì không vờ nổi với nó. Đinh Tiên Hoàng cử Việt Vương Liễn sang xin thiên triều nhận cho là quốc vương nhưng thiên triều chỉ phê chuẩn Nam Việt Quận vương, quận huyện thế thôi. Tình hình lép vế triều cống ấy cố nhiên lưu lại trầm tích sâu rộng, và trên các trầm tích ấy nhiều mùa màng lép vế, kém phận đến nay cũng đã sinh sôi um tùm, xum xuê hiện lên mặt ra phết. Chả hạn luôn ca ngợi mối tình mười sáu chữ vàng tuy trong bụng thừa biết nói ra như thế là để hối lộ nó. Cố nhiên đối phương cũng có mảng trầm tích của nó. Ấy là nước hầu chưa ho he thì thiên triều đã biết tỏng trong bụng thích gì, hãi gì để mà có cách xoa hay nạt.

* * *

Tiến, nay đã phó phòng chính trị Sở công an và Đoan an ninh đến: "Ký với Mỹ rồi, anh biết chưa?"

- Tốt lắm, cái máy kéo này mới kéo ta ra khỏi nghèo nàn và lạc hậu được.

- Thế nhưng liệu có lấn? Tôi vừa khẽ hử? Tiến đã nói luôn: Lấn được hay không là ở mình, anh nhỉ. Sắp Đại hội anh nghĩ gì về nhân sự không? – Không! Muốn ai thì cũng chủ nghĩa xã hội, viết trong dự thảo rồi đấy, nghĩ làm gì.

Tiến nói: Chậc,... lỡ viết rồi chả lẽ lại bỏ? Đoan tiếp luôn: Để vì tự ái thôi ạ.

Tôi hơi ngạc nhiên. Thì ra đến sân, Tiến quay lại hỏi: – Nhưng anh đánh giá các cụ cũng phải xét công nữa chứ? – Thí dụ ai? – Ông Lê Duẩn – Hình như ông Duẩn không gương mẫu kính trọng Cụ Hồ.

Chương ba mươi sáu

Đại sứ quán Cộng hòa Liên bang Đức chuyển tới Dương Thu Hương một thư mời họp một hội nghị quốc tế về dân tộc học tại Đức. Nhưng Hương nói rất tiếc. Năm 1994, ở Pháp về, tới sân bay Nội Bài, Hương đã bị công an lục soát hành lý và tước mất hộ chiếu. Đại sứ quán nói sẽ lo hộ. Không những thế đại sứ còn thân đưa xe đến đón Hương đi nghe dàn nhạc giao hưởng Đức sang biểu diễn ở Hilton Opera. Ít lâu sau đại sứ quán báo Hương đến cơ quan cấp hộ chiếu làm thủ tục. Người ta nói với đại sứ quán Đức rằng không hề có chuyện tịch thu hộ chiếu, chẳng qua vì từ nay sửa thành hộ chiếu đục lỗ nên thu về thôi. Vậy xin mời bà Hương cứ việc tới liên hệ. "Bọn này trí trá mà ngu. Ai lạ gì chúng là tổ sư tước hộ chiếu mà lại làm ra vẻ em trắng ngần," Hương bảo tôi. Hương đến Cục xuất nhập cảnh, người ta đưa bản khai, dặn khai xong đến công an phường lấy dấu và chữ ký xác nhận. Năm sáu anh công an phường kiếm cớ lần lượt ra nhòm người có bản khai lạ lùng như thế này. *Tên tuổi: Dương Thu Hương. Đã bị bỏ tù vì chống chủ nghĩa xã hội. Lý do ra tù: do sức ép quốc tế và sự sụp đổ của thành trì xã hội chủ nghĩa.* Hai tuần sau, tới hạn lấy hộ chiếu, trước khi tới Cục xuất nhập cảnh, Hương hẹn tôi đến khách sạn Metropole. "Vào đấy *cá* không theo được. Các cậu ít *xìn*." Cô giám đốc với mấy cô tiếp viên kéo đến trách yêu: Chị lâu nay bỏ chúng em nha. Gặp thấy Hương vui, tôi hỏi: Xong rồi?

– Không! Tôi ngẩn ra thì Hương phì cười: "Anh này, không mới hay chứ! Thế này, nghe em kể đây".

Theo hẹn, Hương đến lấy hộ chiếu. Một người nhận là "đại diện Nhà nước" nói khi khai có lẽ bà nghĩ chưa kỹ vậy hôm nay đề nghị bà nghĩ lại. – Nghĩ lại sao? – Chẳng lẽ bà khai bị tù vì chống này chống nọ rồi đến lý do ra tù thì lại không có gì sao? (Làm như Hương không trả lời mục này.) Vậy xin bà nghĩ lại. – À, lý do vào ra tù, tôi nghĩ đến đã mười năm nay, sao còn phải nghĩ lại? – Tôi biết khai chỗ này có khó thật. Chẳng hạn lý do trả lại bà tự do thì chúng tôi cũng không giải thích được. – Chỉ là đinh vít của bộ máy thì ông hiểu làm sao được lý do thả tôi? Chế độ các ông dựa vào bất minh, trí trá mà! Thôi vậy, đã thế thì cho tôi lấy lại bản khai, tôi không xin nữa. Hai lão Cục xuất nhập khẩu lập tức hốt hoảng: Nếu thế bà phải để chúng tôi làm biên bản. Biên bản nói Nhà nước đã vui lòng cấp hộ chiếu cho bà Dương Thu Hương nhưng bà thiếu thiện chí đã từ chối vì hận thù chủ nghĩa xã hội. Hương cầm xem đoạn nói: Nhà nước viết rồi đến tôi viết. Viết: *Tôi không hận thù chủ nghĩa xã hội như trong biên bản người đại diện Nhà nước viết bởi lẽ nó chỉ là một khuynh hướng ấu trĩ của tư tưởng nhân loại. Nhưng tôi chống nó tới cùng bởi lẽ nó đem hợp thức hóa chế độ độc tài, toàn trị lên đầu nhân dân.*

Ở Metropole ra, Hương đến bưu điện *fax* cho ngài đại sứ: "Như nhiều lần tôi đã nói với ngài rằng những người cầm quyền ở nước tôi là những người nói dối chuyên nghiệp, những chuyên gia lật mặt (Hứ, cái gì, cái gì... *experts en volte – face* à?) cho nên tôi đã làm đủ các thủ tục nhưng họ vẫn không cấp cho tôi. Một lần nữa xin cảm ơn ngài đã quan tâm đến tôi".

* * *

Cuối tháng 6 đại sứ quán Mỹ gửi Hương giấy mời dự kỷ niệm Quốc khánh Mỹ mồng 4 tháng 7. Hương bảo tôi không muốn đi vì ngại chỗ đông người. Nhất là gặp anh em nhà văn, em thường khó bình tĩnh. Có lão sang Mỹ thì khen Mỹ nhưng về lại chửi. Lâu nay em không dự quốc khánh Pháp vì thế. Rồi Hương lại báo sứ quán Mỹ vừa hỏi có dự không. "Hỏi lạ thế? Không muốn mình đến à?" Lạ là dấu hiệu của hiếm. Mà hiếm thì thường quý. Có thể sẽ có một cái gì đáng chú ý. (Hương cười cho rằng tôi đang dỗ con nít.) Từ ngày lập sứ quán nay họ mới mời, tôi nói. Không đến người ta lại nghĩ mình *rét*... Có lẽ phải tìm một chỗ khuất ngồi vậy. Mười rưỡi tối 4 – 7, tôi điện thoại gọi Hương: – Sao? Có phải nặng nề với đồng nghiệp nào không? – Không a... a... ạ. Chữ ạ kéo dài, vui. – Có gì đặc biệt không? – Không biết nữa... Mai, va... â... âng, tối mai anh đến chỗ ấy nhá.

– Nếu góp ý mà làm phiền gì thì xin lỗi...

– Các cụ nói đúng: gần mực thì đen.

Tôi hơi ngẩn ra. Tối sau ở một nhà ăn, tôi mới biết trong giới văn hoá văn nghệ, đại sứ quán Mỹ mời chỉ một mình Hương. – Sao nói cái gì gần mực thì đen, Hương? – Không thích nói gần đèn thì rạng. Lan man chuyện trong Thủy Tạ sau đó. Tôi nói *Time* phỏng vấn Hun Sen (thủ tướng Campuchia – B. T,) hỏi bây giờ ngài đánh giá Mỹ thế nào thì trả lời xưa ta hiểu lầm nhau, nay chúng tôi thấy may mắn là không có kẻ thù. Chúng tôi vừa ký với Mỹ một hiệp định tình báo. Bắt được Tà Mok Đồ Tể, chúng tôi thông báo ngay đầu tiên cho đại sứ Mỹ Kenneth Quinn. Khác ta xa. Hương nói tối qua Trần Đức Lương đến đại sứ quán Mỹ, có giới thiệu và Hương trông thấy nhưng báo đài ta im. Sợ mất thể diện Nhà nước cộng sản à? Ở vùng này Thái Lan mở cửa sớm nhất ra với phương Tây. Cùng thời với Minh Trị Thiên Hoàng Nhật. Thế kỷ 17, vua Naraiđã mướn Constantine Phaulkon, một người xứ Venise Ý làm tể tướng! 1833 Thái Lan đã lập quan hệ ngoại giao với Mỹ. Đầu những năm 30 thế kỷ 20 thì vua

Thái Lan đến Nhà Trắng. Chắc là đọc "Thoát Á luận" của một học giả Nhật lúc đó. Quyển sách hay đến nỗi vua Nhật cho in 2 triệu quyển. Còn triều Nguyễn ta hầu quốc nên vẫn ngưỡng thiên không dám thoát khỏi châu Á để lấy ánh sáng phương Tây. Đến nay đổi mới để lấy ánh sáng đồng tiền của chúng nó thôi. Có cái này hay: Nhà Thanh Trung Quốc khinh phương Tây nhưng tên các nước Âu Mỹ chuyển sang tiếng Trung Quốc lại đều hay đều đẹp. Mỹ, Hoa Kỳ, Anh Cát Lợi, Pháp... Có thể dùng chữ *mai* âm na ná *mỹ* để thay cho *me* trong *america* nhưng cứ phải là *mỹ*. Rồi cờ sao thì thành cờ hoa, Hoa Kỳ. Chắc tại kẻ dịch là trí thức Trung Quốc vốn trọng trí tuệ, khoa học phương tây, khác vua chúa. À, Bruno cởi truồng lên giàn hỏa, khi cha cố rửa tội thì quay đi nói: Chân lý là vô hạn. Người đầu tiên nói ra bản chất vô hạn của chân lý. Khác chủ nghĩa Marx. Với anh này thì chân lý có hạn. Bởi anh ta là cái nút đóng kín chân lý lại mất rồi, không gì vượt được anh ta nữa. Einstein nói: chẳng có nhà bác học nào suy nghĩ bằng công thức. Theo ông, cái đẹp đẽ nhất mà con người được thể nghiệm là cõi bí ẩn. Einstein có nói đến Lão Tử, *Đạo Đức Kinh*, người 2. 500 năm trước đã nói: bí mật là cửa dẫn đến hiểu biết. Quá giỏi! Bí ẩn chính là dạ con của trí tuệ. Coi mình giải thích được hết thì hết. Khốn khổ là chân lý gần như đều phải ra đời trong nước mắt và máu. Bởi luôn là từ trong mù mịt ló ra nên dễ bị coi là cố tình cà khịa, quấy thối trật tự hiện hành. Nói ra thì đúng nhưng buồn: khi thoát khỏi lối suy nghĩ cũ lại thường thấy mình vô cố nhân, *Tây xuất Dương quan vô cố nhân*, câu thơ Đường này quá hay.

Chương ba mươi bảy

Vùng này dạo này đi lại nhộn nhịp. Clinton đến Việt Nam thì ngay sau đó Giang Trạch Dân đến Lào, đến Campuchia. Rồi Trần Đức Lương sẽ tới Campuchia, Sihanouk mời. Thế nhưng mai khách lên đường thì hôm nay chủ kiểu: "phản động Campuchia" nổ súng ở Pnom Penh, biểu tình đập phá phản đối Việt Cộng viếng thăm và đòi truất Hun Sen, "tay chân Việt Cộng." "Phản động" Campuchia không chịu khép quá khứ, không chịu cho đông đà sang xuân. Có thể nhưng tôi e có lẽ còn có cả vị hàng xóm trên cao nữa xía vào. Từ thời đánh Pháp, vị giúp Việt Cộng để vừa phá vòng vây đế quốc vừa mượn Việt Nam làm thang leo lên trên trường quốc tế. Không chỉ thế, về lâu dài vị còn lôi Lào và Campuchia về quỹ đạo của mình. Năm 1981, trong phong trào vạch mặt âm mưu Trung Quốc thôn tính Việt Nam, Nhà xuất bản Thông tin Lý luận Hà Nội đã dịch bài *Giải quyết chiến tranh Đông Dương 1954*, của một nhà nghiên cứu Pháp và giới thiệu như sau: *"Trong hội nghị Genève năm 1954 về Đông Dương, những người lãnh đạo Trung Quốc đã cùng với đế quốc Pháp thỏa hiệp về một giải pháp có lợi cho Trung Quốc và Pháp, không có lợi cho nhân dân Việt Nam, nhân dân Lào và nhân dân Campuchia. Họ đã hy sinh lợi ích của nhân dân ba nước Đông Dương để đảm bảo an ninh cho Trung Quốc ở phía nam, để thực hiện mưu đồ nắm Việt Nam và Đông*

Dương, đồng thời giữ vai trò là một nước lớn trong việc giải quyết các vấn đề quốc tế: Trước hết là ở Châu Á".

Lạ là chúng ta hay quên. Lạ nữa là ai nhớ dai thì bị đánh. Do ít quên, tôi bỗng nhớ đến Nguyễn Đức Thuận mà tôi mến. Một mình ông phó bí thư xứ ủy từng giữ hai vai trò quan trọng: một nằm vùng ở miền Nam chỉ đạo đánh Diệm; một nằm vùng ở Campuchia trông coi Đảng cộng sản Campuchia và Sơn Ngọc Minh làm cách mạng, việc mà chắc chắn Sihanouk quốc trưởng hợp pháp, hay bất cứ nhà nước tự trọng nào, đều phản đối. Đảng cộng sản Đông Dương đấu tranh giải phóng dân tộc nhưng Campuchia độc lập rồi, đảng vẫn phải nằm vùng tại đó vì đảng còn cần đến Campuchia và Lào để giải phóng miền Nam và giúp họ tiến lên chủ nghĩa xã hội. Y như Trung Quốc giúp Việt Nam. Vì "quốc tế" một mà vì mình hai. Hơn nữa, độc lập của Lào và Campuchia là Pháp cho, vẫn còn nhà vua, vậy đảng phải đánh đổ vua của họ để đưa họ tiến lên cùng chung lãnh thổ xã hội chủ nghĩa. Nên lướt lại một đoạn lịch sử. Năm 1920, Liên Xô chi tiền lập Đảng cộng sản Pháp, năm sau chi tiền lập Đảng cộng sản Trung Quốc. Đến lượt mình, Trung Quốc chi tiền lập rất nhiều đảng ở khu vực, trong đó đáng gờm nhất và cũng chịu ảnh hưởng của Bắc Kinh nhất là cộng sản Indonesia, Mã Lai, *Philippines.* Theo Lý Quang Diệu trong nhóm người lập ra Đảng cộng sản Mã Lai có Nguyễn Ái Quốc. Nhưng lúc ấy chưa có phe nên Cụ thiệt, đành nằm trong bóng tối không được tôn thờ như Che Guevara. (Và theo sách *Ngô Kính Nghiệp nhất sinh* của tỉnh ủy Quảng Đông thì thư ký của Nguyễn thời đó là Ngô Kính Nghiệp, người đã bị Lê Đức Thọ sai giết ở Tuyên Quang đầu 1948 cùng một loạt đảng viên Trung Quốc khác.) Fareek Zakaria, một nhà báo tên tuổi Mỹ nói Mỹ sai lầm miết khi cho rằng khối cộng sản keo sơn như một nên không thọc vào phá. Thật ra lục đục nhất hạng. Đó, xem Xô – Trung, Trung – Việt rồi Việt Nam – Campuchia...

Hãy trở lại việc Chủ tịch Trần Đức Lương bị kiếu thăm. Cách đây ba chục năm ai ngờ mối tình hữu nghị trong sáng, mẫu mực, thủy chung Việt – Miên – Lào có ngày vỡ. Ai trong đảng đã hất Sơn Ngọc Minh đi mà đưa Pol Pot lên thay để cho đảng bộ Campuchia vào tay Bắc Kinh? Tôi đã hỏi Nguyễn Đức Thuận. Anh nói lúc ấy anh bị Diệm bắt rồi nên không rõ. Có lẽ vì bí mật anh không bảo tôi ai thay anh bên đó và chịu trách nhiệm việc thay ngựa giữa dòng này. Một tài liệu nói Sơn Ngọc Minh sang Bắc Kinh chữa bệnh đã bị đầu độc chết. Nhất định phải có cốp Việt Cộng nào đưa ông sang bên kia làm lễ tế thần? Ở mặt nào đó, Việt Cộng đã cõng rắn cắn mất toi chí cốt Campuchia.

Giá như Đệ tam Quốc tế không bắt lập Đảng cộng sản Đông Dương để Việt Cộng phụ trách cả Lào Cộng lẫn Khmer Cộng, giá như 1950, Stalin không giao Việt Nam cho Trung Quốc phụ trách và giá như xưa kia Việt Nam đã ký cam kết như hiện nay là không cho nước khác mượn nước mình tiến công nước thứ ba? Dân người ta thích vua thì để người ta có vua, cớ gì nhân danh cách mạng hạ vua người ta xuống? Giả dụ có thằng bảo thủ mà mạnh nó nhân danh cái gì đó đến hạ cộng sản xuống thì sao? Trong chuyến tàu vét của đợt 300 ngày cuối cùng Việt Cộng tập kết ra Bắc năm 1955, có một chuyện đặc biệt: Lê Duẩn lên tàu, làm thủ tục đăng ký với Ủy ban Quốc tế đầy đủ đâu đấy nhưng tối đến, Lê Duẩn và một số người quay lại, tại Cà Mau, tất nhiên với sự giúp đỡ của thuyền trưởng và vài ba thủy thủ Ba Lan. (Và nếu họ nay lên cơn hồi ký ôn lại! Và nếu có điều kiện mà xem lại thời gian này có trùng với việc Võ Nguyên Giáp cùng đại sứ La Quý Ba vào tận sát vĩ tuyến nghiên cứu trận địa để đề ra phương án tác chiến tương lai không?) Cùng Lê Duẩn lên lại bờ hôm đó có một số lập tức đi Biên Hòa và bắt đầu một cuộc thám hiểm ra Bắc ròng rã sáu tháng qua nẻo Trường Sơn (nhưng lúc về mất có bốn tháng) tìm lối mở đường Nam tiến mà sau này gọi là Đường mòn Hồ Chí Minh.

Và Sài Gòn chẳng lạ gì sự kiện này. Những người từng ở trong bộ phận tìm mở đường sau này bị bắt đã khai báo đầy đủ, không phải chuyện vu khống láo xược. Ngày nào ở Bắc Kinh Đại học, một sinh viên "phái hữu" đã nhờ tôi chuyển thư cho đại sứ quán ta phản đối chính phủ Hà Nội đưa quân vào chuẩn bị chiến tranh, vi phạm hiệp định *Genève* và tôi đã cự tuyệt thẳng thừng. Cho là Tổ quốc bị xúc phạm ghê gớm. Không thấy vì chủ nghĩa Mác – Lê mà một nửa tổ quốc quyết táng chết nửa tổ quốc theo chủ nghĩa tư bản kia. Kỷ niệm 50 năm mở Đường Trường Sơn, báo chí rồi hội thảo hết lời ca ngợi động lực mở đường Hồ Chí Minh là "khát vọng tự do." Vâng, khát vọng tự do của Việt Cộng là cao nhất nên để thỏa mãn nó, đảng đã thoải mái bóp chết khát vọng tự do của nhân dân Việt, của hai hoàng gia cùng nhân dân Lào và Campuchia. Cũng thế, coi khát vọng tự do và giải phóng của mình lớn hơn khát vọng tự do và giải phóng của Việt Nam nên Trung cộng đã "giải phóng" Hoàng Sa rồi Trường Sa. Chắc có ngày Bắc Kinh sẽ hội thảo khát vọng tự do đã là động lực cho họ chiếm đứt Biển Đông? Ôi, tự do, tự do! Mi để cho những cái lưỡi độc tài lợi dụng mi nhiều nhất để gây tội ác. Biết bao bí mật bị giấu kín! Một thí dụ nhỏ: Lê Hoài Cận ở Cục chuyên gia, làm phiên dịch ở đại sứ quán Algeria bảo tôi: Ta cho Arafat (lãnh tụ Palestine – B. T) mở mấy điểm huấn luyện đặc công... hình như là ở Hòa Bình! Những "chiến sĩ đặc công Palestin" ấy đã "đánh bom liều chết" ở đâu tại Trung Đông?

Tôi đùa: Do Thái nó biết nó cho biệt kích vào đánh thì lôi thôi. Buồn thay cho những nhân dân mà lòng yêu nước đã bị giam cầm vì mất tự do.

* * *

Tháng 10 năm 2000, Hà Nội liên tịch hội thảo với Bắc Kinh về con đường tiến lên chủ nghĩa xã hội. Chủ trì, Nguyễn Đức Bình cho ra một bài dài về ngày mai ca hát của toàn cầu hóa xã hội chủ nghĩa. Trần tục hơn, đại biểu Bắc Kinh tóm tắt con đường ấy vào hai tay: Một tay mở rộng cửa đón tiền tư bản đế quốc đầu tư và tay kia đánh mạnh tham nhũng. Báo *Nhân Dân* đăng tham luận của Võ Nguyên Giáp. Ba ý: cách mạng Việt Nam "sớm nhất Đông Nam Á," Việt Nam lập nước "cộng hòa dân chủ nhân dân đầu tiên" ở vùng này, bài học thắng lợi của kháng chiến là "gắn độc lập dân tộc với chủ nghĩa xã hội." Tóm lại ngụ ý độc lập của ta được chủ nghĩa Mác – Lê chỉ đạo thì không những danh giá mà còn vững chắc hơn độc lập của các nước quốc gia ở Đông Nam Á. Bất chấp vừa xin họ cho vào ASEAN! Tôi đã thư cho ông. Viết rằng:

1/ Đại tướng nói *"Việt Nam là nước thuộc địa đầu tiên đứng lên đấu tranh đưa cách mạng đến thắng lợi... "* Xin nhớ cho là Indonesia nổi dậy trước ta, ngày – 15 tháng 8 – 1945. Còn *Philippines* đã từng giành độc lập từ cuối thế kỷ 19. "Vả chăng đâu có nhờ cái đầu tiên này mà dân ta giàu mạnh đầu tiên ở vùng này? Cũng xin nhớ nước độc lập mà dân không tự do thì cũng chẳng nghĩa lý gì!

2/ Đại tướng viết *"ngày 2 – 9 – 1945, một nước Việt Nam độc lập đã ra đời, nước Cộng hòa dân chủ nhân dân đầu tiên ở Đông Nam Á."* Xin thưa: "Đại tướng thêm hai chữ nhân dân vào sau Cộng hòa dân chủ là sai. Quốc hiệu đầu tiên của ta là "Việt Nam Dân chủ Cộng hòa." Người như đại tướng thì không nên nhầm quốc hiệu.

3/ Đại tướng cho rằng *"Thắng lợi là do có đường lối chính trị, quân sự đúng đắn và sáng tạo của Đảng cộng sản Việt Nam gắn độc lập với chủ nghĩa xã hội."* Xin thưa không phải như thế. Từ 1945 đến 1951, đảng đã tuyên bố giải tán. Hơn nữa, Hồ Chí Minh đã phải tự phê bình là coi nhẹ cải cách ruộng đất trên tờ *Pour une paix durable, pour une démocratie nouvelle* (Vì một nền hòa bình vững chắc, vì một chế độ dân chủ mới) của phe cộng sản. 1954, đến khi đại tướng lệnh đào hào vây Điện Biên Phủ mới cải cách ruộng đất, tức là chưa làm xong cách mạng dân chủ thì lấy chủ nghĩa xã hội ở đâu ra mà gắn?

Cuối thư tôi nhắc đến việc Văn Tiến Dũng hồi ký "Đại thắng Mùa xuân" đã bỏ tên Võ Nguyên Giáp, may mà đại tướng sau này ra được hồi ký *Trong tổng hành dinh,* người dân mới biết phần nào sự thật. Tôi kết bức thư: "Tôi nghĩ càng yêu nước càng phải tôn trọng sự thật".

Thư tôi gửi đại tướng cũng biệt vô âm tín.

Tôi chợt thấy rõ hơn phạm vi ứng dụng khẩu lệnh "ba không" Việt Cộng cóp của Diên An: Không biết, không nói, không nghe. Tao làm kệ tao, mày nói kệ mày. Mấy ngày sau, Đài truyền hình Việt Nam lại có bài ca ngợi Việt Nam là "Nhà nước công nông sớm nhất Đông Nam Á." Tôi lại thư: Tôi rất xấu hổ phải là công dân làm hết mọi nghĩa vụ ở một nước mà Nhà nước của nó chỉ biết độc có công nông mà thôi. Hai hôm sau, Tiến – lúc này đã phó phòng chính trị Sở công an Hà Nội đến. Cười cười: Ngọc (ai?) Truyền hình nó bảo anh vừa có thư chửi chúng nó.

– Mách nhanh nhỉ. (Bụng ngạc nhiên thật).

– Không, tình cờ bia bọt nó gặp nó nói.

– Này hỏi thật, khoe là công nông mà lại ngóng đô – la Mỹ thìcó... thối không?

– Anh ơi, chúng nó biết quái gì, chấp làm gì?

– Nhưng chủ chúng quái. Ngày mấy bận Tivi véo von rót vào tâm trí dân châm ngôn mới Nghìn triệu dân đứng bên Đảng cộng sản Việt Nam, Khối kết đoàn công nông bền vững Thế thì nên cho bọn phi công nông bị gạt ra rìa được học cụ Lạc Long Quân làm lại vở thuyền nhân [con] Rồng [cháu] Lạc ra khỏi biển quê. Khi Tiến đi rồi, tôi thấy tổ tiên tôi, Lạc Long Quân và bà Âu Cơ té ra quan niệm rất thoáng về tổ quốc. Chỗ nào nuôi được nhau thì đó là tổ quốc. Rồi lại thấy mình ú ớ. Tổ tiên nào? Theo sách Trung Quốc, Lạc Long Quân là con

Lộc Tục, Lộc Tục là cháu sáu đời của Viêm Đế tức Thần Nông mà bản quán ở hồ Động Đình Hồ Nam, quê cụ Mao. Nhưng nghĩ đến đấy lại thấy lại cái cảm giác huyền bí và huyết thống phập phồng trong lòng đứa trẻ là tôi lúc nó ngửa cổ lên tìm ông Thần Nông trên vòm trời đêm mà người lớn chỉ cho: "Kìa, cong lưng ngồi bó gối đấy, trông thấy mũ tròn cao có tai giống như mũ vua bếp không, à lưng rõ là tròn chưa? Cụ ngồi nghĩ đấy...?" Lên bốn lên năm tôi còn bị dọa: "Có nín đi không thì Tàu Ô kìa kia...!" Sao lại ô? Ô là đen. À, quân Cờ Đen phụng mạng Hoàng đế Mãn Thanh sang bảo vệ hầu quốc Việt. Đánh Pháp là chính nghĩa nhưng chắc có cướp bóc, hãm hiếp dữ thì dân Việt mới gọi giặc Tàu Ô. Ngày bé vẫn lởn vởn trong tôi câu ca phảng phất một một chút gì buồn, tủi, đừng chờ mong. Ai ơi chớ vội làm giàu, Thằng Tây nó tếch, Thằng Tàu nó sang. Tây với Tàu thay nhau ở xứ này ư? Đến trường, thằng bé là tôi học: Thục Phán An Dương Vương, vị vua đầu ở Việt Nam nhưng mang máu Hán. Rồi lại học tổ tiên chúng ta là người Gô-loa. Khác ở chỗ Hán làm vua nước ta là ta tự nguyện nhận còn tổ tiên Gô-loa là kẻ xâm lược quàng vào cổ.

Chương ba mươi tám

Hội nghị trung ương lần thứ 11 họp trước Tết Tân Ty chừng nửa tháng. Tin đồn lan rất nhanh: Lê Khả Phiêu về vườn. Không lâu lại đồn ầm là "vẫn giữ Lê Khả Phiêu." Trong số người nói thế với tôi có Lê Tiến, phó phòng chính trị Sở công an Hà Nội: Bộ chính trị đề nghị giữ lại, anh ạ, Tiến khẳng định ở nhà tôi. Bật ra một câu khá hay của Trần Đức Lương ở Đại hội đảng bộ Nghệ An rồi không bao giờ nhắc lại nữa: "Phải thấy *cái nhục* về cảnh đất nước lạc hậu, nhân dân đói nghèo!" (báo *Nhân Dân*.) Xưa Việt Minh luôn xoáy vào "cái nhục mất nước" để kêu gọi cách mạng. Nay không thể xoáy vào nhục lạc hậu, đói nghèo. Để kêu gọi đánh đổ ai đây? Nhân các dịp đại hội, lễ lạt, báo chí thường đề cao Đảng rồi tinh hoa dân tộc. Sắp Đại hội 8 (1996,) một y sư lên truyền hình nói người Việt Thường, tổ gốc của Việt, đã sáng tạo ra châm cứu. Một giáo sư y học tên tuổi bèn bảo tôi: Nói phét không biết ngượng! Sáng tạo gì mà thuật ngữ toàn chữ Tàu, đấy xem, từ kim, di, ấn, huyệt đến cứu, châm... có phải toàn là tiếng Tàu không? Thế này chắc là Việt Thường hồi ấy sang phải đè cả đống Tàu ra hoa chân múa tay thị phạm cho nó nắm được nội dung khoa học châm cứu của mình rồi nhờ nó chuyển dịch sang ngôn ngữ nó để giúp ta lưu lại hậu thế.

Sau đó, một tờ báo lại viết người Việt là tác giả của Kinh Dịch. Vị giáo sư bác sĩ trên kia lại lắc đầu bảo tôi: Thế này rồi mai kia chúng ta sẽ nói chúng ta đẻ ra Internet. Rồi tờ *Nhân Dân cuối tuần* đăng một bài nói Phục Hy, cụ tổ nhân lên giống Trung Quốc chính là người làng Cần Kiệm, huyện Thạch Thất tỉnh Hà Tây, ngay dưới chân núi chùa Tây Phương, nơi cơm thuần có một thức ăn là hẹ, nơi Cụ Hồ rút khỏi Hà Nội về Chùa Thày (tập lại xe đạp) rồi đến ở đó trước khi vượt Trung Hà lên Phú Thọ, nơi tôi đã đến sống mấy tháng khai cung. Đúng là linh địa, miếu địa.

Tôi bảo vị giáo sư trên kia thì ông thở dài: Ông ơi, mất biển, đất, đảo cho *Nó* thì ức nên ngồi tranh tổ tranh tông với *Nó*. Bánh chưng là sáng tạo của ta mà hoàn toàn chữ Tàu, đúng chứ, tôi hỏi ông? (Tôi gật) Ông có nhớ ngày mới xong chiến tranh, các ông ấy nói sao không? Nói Mỹ sẽ bồi thường cho một khoản đô-la mà quy thành vàng rồi đem đúc ra thì phải to bằng năm cái Nhà hát lớn. Hội Phụ nữ đã lên kế hoạch cho mỗi cán bộ nhân viên một số tiết kiệm 500 đồng ăn cả đời nhoè. Rồi lại còn thế giới tư bản đang thèm rỏ dãi ra với ta. Vâng, tất tần tật dầu lửa thế giới chúng nó so với trữ lượng dầu lửa của ta thế nào? Ta bằng con voi thì thế giới bằng cái tem 80 xu dán lên mông voi. Rồi thằng Nhật thèm khói nhà máy xi măng Hải Phòng lắm, lạy van ta bán cho nhưng ta đâu dại! Khói chiến lược cơ mà! Lại cả bãi cát trắng gì đó ở Khu 5, Nhật tơ tưởng đếch ngủ nổi. Cát ấy là cát chiến lược! Anh em bảo mèo vùng ấy cũng chiến lược. Mèo chiến lược mới được đào cát chiến lược lên mà giấu cứt chứ? (Ấy, đã đứa nào xin nhập cứt mèo chiến lược chưa, tôi đùa theo.) Vâng. Xin lỗi, nói phét lắm! Theo y học, khỏe phét lác tự đề cao là vĩ đại cuồng, một chứng bệnh tâm thần. Có dạo anh Lê Duẩn nói lương tôi hơn lương cơ bản có mấy chục bạc, nghĩa là nếu sức sản xuất ta lớn như Liên Xô thì ta cộng sản lâu qua đi rồi vì quan hệ sản xuất ta ưu việt hơn Liên Xô, chỗ này nó kém ta vì nó bị xét lại.

Nhưng hãy trở lại Đại hội đảng. Đang chờ thì bỗng các thư động trời tới tấp quăng ra. Nguyễn Đức Tâm vạch tội Đỗ Mười, Lê Đức Anh vi phạm nguyên tắc vận động phế Lê Khả Phiêu. Vạch Lê Đức Anh khai man lý lịch. Mấy lão tướng như Hoàng Minh Thảo, Phùng Thế Tài, Đồng Văn Cống... cũng tham gia tố giác. Nêu tên cả ba cô bồ nhí của tổng bí thư, hai cô là gián điệp mà một là gián điệp của Đức.

Phiêu còn hay rớt? Nghe đồn bị dồn đến đường cùng, Phiêu đã vung lên một tờ giấy nói ai gửi tiền ở ngân hàng nào, bao nhiêu đô tôi biết hết, ít nhất 200 trương chủ, người nhiều nhất 2 tỉ đô. Tin đồn tóm lại nhiều vô kể. Có lẽ Đại hội 8 để lộ ra nhiều chuyện giật gân nhất. Cho thấy chất lượng nhân sự chóp đỉnh nay không ra thế nào và nội bộ chóp đỉnh đá nhau ghê quá. Vẫn còn lại bí mật sau: tại sao hai cố vấn từng đôn Phiêu lên thì nay lại quyết kéo xuống? Và: nếu Phiêu tổng bí thư miết cho đến 2006 thì liệu có việc vào WTO không?

Tờ *Người quan sát mới (Le nouvel Observateur)* của Pháp viết: Ban chấp hành trung ương đã không nghe đề nghị của Bộ chính trị giữ Lê Khả Phiêu lãnh đạo một thời gian nữa (*obtenir une reconduction*.) Báo này gọi Phiêu là người "siêu bảo thủ" và có xu hướng "độc tài." Nhưng sao Bộ chính trị lại khác ý hai cụ cố? Và Ban chấp hành trung ương sao lại theo hai cụ?

Trung tuần tháng 4 – 1996, giữa lúc họp Đại hội 8, tờ Washington *Post* viết: Tàu sân bay Mỹ *Kitty Hawk* đi đến một vị trí ở biển Nam Hải để có thể từ đó phóng máy bay chiến đấu bảo vệ các chuyến bay thám thính Mỹ sẽ cho bắt đầu lại ở bên ngoài bờ biển Trung Quốc. Nghĩa là Mỹ gửi tín hiệu để Trung Quốc đừng can thiệp vào các vận động của Việt Nam nhằm giúp Việt Cộng giành kiểm soát quyền lực. Một báo Mỹ cho rằng Bắc Kinh ngăn cản tự do hóa của Miến Điện và Việt Nam, hai phên giậu bảo vệ cho chế độ độc đảng độc trị của Trung Quốc đứng vững. Việc hạ Phiêu diễn ra trên đầu dân ù ù cạc cạc. Đáng chú ý là một tài liệu chui của Nguyễn Chí Trung, thư ký riêng của Lê Khả Phiêu viết tố cáo Đỗ Mười, lộ ra quá nhiều bẩn thỉu, đê tiện trong khâu nhân sự cao nhất. Dù là cộng sản và đều ở lớp chóp bu nhưng anh xuống thì gọi anh lên là đê tiện và anh lên thì gọi anh xuống là bẩn thỉu. Mà toàn ngồi trên đầu dân. Sức mạnh tàn phá ở trong nội bộ lãnh đạo chóp bu của cộng sản ghê gớm thật! Dư luận trong thời gian Việt Cộng chuẩn bị đánh ngã nhau này xì xào rằng Lê Đức Anh đánh Phiêu 10 điểm: 1/ Bán đất, bán biển cho Trung Quốc (thú vị là Phiêu đã chủ trương tranh chấp biển đảo chỉ song phương Việt – Trung, không cho ASEAN dính dáng, trúng phắp với chủ trương Bắc Kinh.) 2/ Lộ ý đồ bí mật chiến lược với Giang Trạch Dân (nói rõ Việt Cộng luôn coi Mỹ là kẻ thù.) 3/ Hoãn ký Hiệp định thương mại Việt – Mỹ. 4/ Thành lập A10 nhằm lật đổ nội bộ. 5/ Quan hệ với gái và gái gián điệp hẳn hoi (Đỗ Mười đưa cả ảnh Phiêu ngồi với thị Dung, thị Hà và một nữ gián điệp của nước ngoài nữa v. v... Chết cái Tổng bí thư vốn có tiếng háu gái... vớ vẩn, à uôm các cô "chị nuôi" trung đội từ thời còn làm giáo viên văn hóa trung đội ở sư 304.) 6/ địa phương chủ nghĩa: Thanh Hóa hóa, (một kết quả còn lại về lâu về dài là Tô Huy Rứa) vân vân và vân vân.

Trước đại hội, Tiến an ninh đến. Hỏi anh có định viết gì cho Trung ương không?

– Cũng có thể, tôi đáp.

– Anh viết gì?

– Cũng chưa rõ...

Đúng thế. Cuối cùng lại gửi Bộ chính trị qua ông Nguyễn Phú Trọng, người trông coi lý luận của đảng và nghe đồn cố vấn Đỗ nhắm *cho làm* tổng bí thư, một thư nói về "độc lập dân tộc phải gắn với chủ nghĩa xã hội." Thư tôi viết: Có một nét nên nhắc lại là trong lịch sử Liên Xô, Trung Quốc, Việt Nam, các nước xã hội chủ nghĩa đều đã từng đánh nhau, lật nhau dữ dội. Hãy xem Việt Nam đã chiến tranh với ai? Dạ, với những bốn nước. Thì hai là *đế quốc Pháp, Mỹ, và hai chủ nghĩa xã hội là Khmer Đỏ và Trung Quốc!* Tỷ số "xâm lược" Việt Nam của đế quốc và xã hội chủ nghĩa thế là huề. Nhưng khốn thay, đế quốc thua, về không, xã hội chủ nghĩa thì lại vớ đất, biển, đảo. Cuối thư tôi viết Đảng nói chủ nghĩa xã hội là con đường Bác Hồ đã chọn. *Xin thưa xưa nay không có ai hiểu "chọn" là đồng nghĩa với đúng.* Khi thư gửi đi rồi mới vớ được một tài liệu. Lời Goebels, trùm tuyên huấn quốc xã Đức kêu gọi dân Đức trên đài phát thanh ngày 28 tháng 2 năm 1944 mà nhà văn Nga Vassili Axionov dẫn trong sách *Trường truyện Mát–xcơ–va:* "Kẻ thù của chúng ta (lời trùm tư tưởng văn hóa quốc xã) lôi kéo chúng ta vào cuộc chiến tranh này vì *tấm gương của chế độ xã hội chủ nghĩa chúng ta* đe dọa hệ chính trị lạc hậu của chúng. Nếu chúng ta thua chiến tranh này, nước Đức *sẽ mất chủ nghĩa xã hội.* Một khi chiến thắng được bảo đảm rồi, chúng ta sẽ cho phục hoạt trở lại các *dự án xã hội chủ nghĩa* chính yếu của chúng ta..." (Tôi nhấn và chú thích: Hitler là chủ nghĩa xã hội nhưng quốc gia – quốc xã –, phân biệt với chủ nghĩa xã hội quốc tế tức cộng sản).

Nhân đà viết, tôi cũng viết cho trưởng ban tư tưởng Hữu Thọ một thư, coi như tổng kết thời kỳ ông tênh tênh gánh tư tưởng đất nước trên đôi vai gầy. Kể ra các hài hước ở công tác tư tưởng, trong đó cái hài nhất là hễ mùa xuân đến thì đảng lại căng lên ở khắp nước khẩu hiệu "Mừng đảng, mừng xuân, mừng đất nước." Tôi nói thế là hỗng. Chê cho một hồi. Ông trưởng ban thư trả lời: "Ông chửi tôi nhiều lắm." Tín hiệu miễn chiến bài: Tôi không cãi, tôi ghi nhận ông chửi tôi nhiều và ông hiểu cho thế là tôi đã biết.

* * *

Đây là vài râu ria hậu sự của nhân sự Đại hội 8. Nguyễn Hưng Định, nguyên thư ký cao cấp của phó thủ tướng Lê

Thanh Nghị, người đã dự cuộc biểu dương lực lượng trong đó Hồng Vệ Binh Bắc Kinh đả đảo Võ Nguyên Giáp tay sai xét lại, bảo tôi: Tôi nói cho ông nghe chuyện này, chính Lê Đức Bình, nguyên trưởng ban nội chính nói với tôi. Tổng bí thư mới đã yên vị, một hôm Đỗ Mười đến nhà Bình, gần nhà bà Thanh phụ trách Đời sống mà ông biết đấy, và chếch bên kia đường nhà Định, hỏi, "Này thằng Phiêu nó xin làm trợ lý an ninh quốc phòng cho thằng Mạnh, cậu thấy sao?" Bình đáp: Để anh ấy vào chỗ quan trọng ấy thì nguy to có ngày anh ạ. Ít lâu sau, Mười lại đến: "Này, không được làm trợ lý thì Phiêu lại xin cho nó dọn nhà đến ở gần Bộ chính trị?" – Dạ, không nên, anh ấy sẽ tung tin cho người của anh ấy nghĩ rằng anh ấy vẫn thao túng được Bộ chính trị. Ít lâu sau lại: "Này, tớ định cho thằng Hữu Thọ nó làm trợ lý thứ nhất cho thằng Mạnh" Bình vội gạt: "Chớ chớ anh ạ, cậu Hữu Thọ này là phần tử cơ hội số một của đảng ta đấy. Bài hắn phê phán chủ nghĩa cơ hội là hắn tự soi gương mà viết." Nhờ Bình can, Hữu Thọ chỉ là một trong ba trợ lý của Mạnh – Hết đời cố vấn rồi mà vẫn thao túng, vẫn gọi xách mé nó với thằng này thằng kia ráo cả, như đùa. Lão coi cái nước này như nhà lão vậy. Đây, Thọ Oth đây này, Thọ Oth nói với tôi chứ ai? Đỗ Mười lãnh đạo là nghe mẹo Hữu Thọ. Tổng bí thư học đến lớp ba và quân sư Thọ thì lớp năm lớp sáu. Hay như mới công bố đấy: hơn một trăm vị về hưu đã hơn mười năm mà vẫn lĩnh nguyên lương như lúc tại chức. Không tha cả tiền ăn trưa và lương cần vụ! Trong đó có một ông nhà báo được mệnh danh là ông Phát Sáng đấy. Không biết Phát Sáng là ai à? Phan Quang! Tỉnh ra thấy họ toàn là đùa với nước với dân thì đã quá muộn – đấy, ông xem, cha bố đến thế này. Đỗ Mười và Nguyễn Văn Trân không cho đặt tên phố Lê Thanh Nghị. Sau đặt được là phải nhờ Hội đồng nhân dân phường. Số là từ hồi Khu 3, Đỗ Mười dưới quyền Nghị bí thư khu ủy hay bị Nghị "uốn nắn" mà. Tôi rất vui: Khối thống nhất của đảng xem chừng rạn nứt ghê gớm. Nơi nơi chê đảng, người người ngán đảng.

* * *

Sau Đại hội đảng của Việt Nam ít ngày, Trung Quốc tuyên bố cấm đánh cá hai tháng trong vùng biển Việt Nam. Nửa tháng sau ra lệnh bổ xung: Cấm thêm hai tháng đi lại ở vùng biển ấy vì Trung Quốc "tập bắn đạn thật." Việt Nam phản đối nhỏ nhẻ, tôi không lạ. Quen nết rồi. Lạ là sao "bạn" lại dữ ngay sau đại hội Việt Cộng như thế. May sao có "kẻ thù chung" để cho Việt Cộng lớn tiếng quát sang hướng khác: máy bay trinh sát Mỹ do thám Trung Quốc đụng máy bay chiến đấu Trung Quốc phải hạ cánh xuống Hải Nam. Tội này lớn hơn tội cấm ta ra vào biển của ta, nên báo ta cho một trận trợ chiến với "bạn" sôi sục dài ngày. Đòi Mỹ chấm dứt do thám, chấm dứt xâm phạm vùng biển vùng trời Trung Quốc. Ngày 5 tháng 6 năm 2001, có lẽ để kín đáo đáp ơn Trung Quốc hôm trước vừa lại cho Việt Nam được "tự do" ra vào biển Việt Nam, báo *Nhân Dân* đưa tin mừng Đảng cộng sản Trung Quốc đã phát triển tới hơn 64 triệu đảng viên kèm đầy đủ các thứ tỷ lệ công, nông, trí, thanh niên, phụ nữ. Vẫn cái nếp kính đệ, kính bẩm thiên triều: Giang Trạch Dân đến thì xã luận cả tới lẫn về, Clinton được một [xã luận] là phúc tổ! Bởi kính bẩm thiên triều nên trong thời gian Trung Quốc bắn đạn thật ở biển Việt Nam, soái hạm Mỹ ở Thái Bình Dương thì theo dõi mà Hà Nội dửng dưng. Hình như Trung Quốc là một vùng băng khổng lồ có sức làm tê liệt phản ứng của Việt Nam? Và để cho giá lạnh phương bắc nhẹ đi, Việt Nam phải luôn nóng mặt ngay lên với Mỹ? Một kiểu giải thích cần thiết về lập trường keo sơn vốn gắn bó Trung – Việt. Không, vâng, chúng tôi không nhị tâm, quyết không mà, có Mác – Lê, Mao Chủ tịch chứng giám. Trữ lượng dầu khí Biển Đông chiếm 35% trữ lượng dầu toàn thế giới. Ai sẽ nắm vùng này? Thế giới và nhất là các nước trong vùng đều bàn đến. Bắc Kinh im. Việt Nam cũng lặng thinh. Chắc muốn tỏ nhất tâm.

Chương ba mươi chín

Bùi Sơn, con trai Bùi Lâm, "người cộng sản Việt Nam thứ hai" – theo lời Hoàng Tùng, người thứ nhất là Nguyễn Ái Quốc – đến đưa tôi mấy bức ảnh sao chụp mấy trang số báo *L'Impartial* ngày 4 – 5 – 1933 tường thuật tỉ mỉ các phiên toà Đề hình Sài Gòn xử mười mấy người cộng sản. Tờ báo, ở Thư viện Sài Gòn, vạch ra âm mưu xấu của chính quyền Pháp đem họ xử chung với hơn một trăm tên trộm cướp, mưu gây ấn tượng họ cũng chỉ là đám tội phạm hình sự tầm thường. Tôi trân trọng trách nhiệm của Bùi Sơn đối với lẽ phải và bố anh. Tôi thấy được đối tượng phản cảm của anh tuy anh không nói trắng ra và tôi không yêu cầu anh nói. Ở đây tôi kể lại chuyện này vì nó còn cho thấy hai điều đáng suy nghĩ. Tôi đã ngậm ngùi đọc mấy trang *L'Impartial*. Có lẽ chả bằng chứng nào về một vụ án nào mà lại không rưng rưng một chính khí cảm nó khiến ta thấy xôn xao âm thanh và cuồng nộ. Một sợi dây nào đó vẫn nối liền lương tri và lẽ phải vào nhau. Đọc bài báo, tôi mới hiểu thảo nào trong *Gửi Mẹ và Quốc hội*, Bảy Trấn (Nguyễn Văn Trấn – B. T) viết: Chỉ xin Đảng cho báo chí được hưởng tự do đôi phần của thời Pháp đô hộ. Té ra *ngay ở xứ thuộc địa, báo chí cũng có lúc tự do như ở bên Pháp*. Và tự nhiên tôi cũng thầm hỏi tại sao những người như Phạm Hùng, Lê Văn Lương sống sót được nhờ dân chủ Pháp mà lại sợ dân chủ ở Việt Nam? Báo chí Sài

Gòn tự do đưa tin, vụ xử mười mấy người cộng sản động sang tận Pháp, gây ra làn sóng phản đối rộng rãi và chế độ thực dân phải nhận là nó cũng biết sợ dân do đó mà Phạm Hùng, Lê Văn Lương thoát án tử hình và tôi có cái để viết *Trong xà lim án chém* (rồi bị ăn cướp cơm chim: xoá tên ở tư cách tác giả, điều mà hình như lúc xử ông Hùng, ông Lương không xảy ra ở xứ thuộc địa?) Một nét lý thú: Chế độ thuộc địa Sài Gòn cũng luôn phủ nhận nó có tù chính trị. Chế độ đẹp như thế này làm sao lại bắt tù chính trị. Không, chúng là tù hình sự, phạm pháp, phá rối an ninh trật tự. Bản chất giai cấp khác nhau nhưng độc tài nên lại cho ra những quyết định giống nhau. Phiên tòa đầu tiên xử đày Côn Đảo tổng bí thư Ngô Gia Tự. Ở Côn Đảo, ông cùng Tô Chấn – lẽ ra là Lê Duẩn – làm bè vượt biển bị bão mất tích do đó mà sáu bảy chục năm sau khổ thân Lê Giản phải lọ mọ tìm ra bằng được hai nhân chứng để xin cho Tô Chấn cái bằng liệt sĩ. Giá như Lê Giản có tờ báo này nộp đẳng! Các nhà cách mạng lúc ấy đâu mà biết rồi có ngày các ông sẽ phải lọt các thứ cổng quan mới được thừa nhận tư cách chính trị. Bắn chết cò Legrand, Lý Tự Trọng bị tử hình, nhờ đó tôi cộp được vào ông mấy trang Kiều của ai đó để lại, làm nổi lên nét bản sắc đậm đà dân tộc: nhà thơ lớn của dân tộc vào xà lim án chém đề huề lưng túi gió trăng cùng chàng thanh niên cộng sản vốn là liên lạc viên của Ung Văn khiêm và theo Khiêm thì hủ tiếu nó ăn hết veo hai tô bự, "mình vẫn mua cho nó mà," Khiêm bảo tôi. Bị cáo thứ 33, Ung Văn Khiêm, mở đầu phiên xử ngày thứ hai. Nhận đàng hoàng là cộng sản, như một vinh dự, nói "không tán thành hành vi bạo lực" (chắc là chỉ việc ám sát mà luật pháp thế giới gọi là khủng bố.) nên ông đã thôi chức bí thư xứ. Ban đầu phản đối bạo lực, cuối đời lại tiếp tục ủng hộ "hoà bình" nên mang án "xét lại," bị khai trừ đảng. Sợi chỉ đỏ xuyên suốt đời ông có lẽ là từ chối bạo lực. Trong phiên thứ hai này, sau Ung Văn Khiêm đến các bị cáo Bùi Công Trừng, Bùi Lâm, Ngô Đức Trì. Trừng nhận mình cộng sản nhưng "cộng sản Pháp," đã học ở Pháp, ở Liên Xô, "không đánh nước Pháp" vì ông "chủ trương cách mạng tư sản dân quyền." Cũng sợi chỉ đỏ không tán thành bạo lực xuyên suốt đời này làm cho vị "giáo sư đỏ" ở Côn Đảo cuối cùng đeo án xét lại và cũng như Khiêm, bị khai trừ khỏi đảng. Ngô Đức Trì khai hết, khai hết. Bùi Sơn nói tập báo quý như thế này nhưng ngoài cháu duy nhất lục tìm ra, tuyệt nhiên không một đảng viên, cán bộ, sử gia nào mó đến. Nó sắp nát mục rồi. Chú ạ, cháu nghĩ họ chỉ cần bỏ số tiền mua bốn chiếc vỏ xe hơi họ đang xài bây giờ là đủ phục chế như mới tập chứng tích này. Bùi Sơn đến tôi nhiều lần. Nhờ tôi viết hồi ký cho bố anh. Ở đám ma bà Tề, tức bà Vũ Đình Huỳnh; bà Hải vợ Bùi Lâm lại nhờ tôi hồi ký giúp. Gia đình Bùi Lâm cho rằng tôi viết Bùi Lâm tốt hơn cả. Tôi thật tình không thể giúp. Tôi đang bận viết về tôi mà không nói ra được. Ngay trước mặt Bùi Sơn, tôi đã phôn nhờ Hữu Mai giúp Bùi Sơn viết "người cộng sản thứ hai của Việt Nam." Hữu Mai nể tôi từ ngày tôi không đến nói về viết hồi ký ở Viện văn học vì, như tôi bảo anh; tôi không thích nói dối lấy lòng họ rằng người kể bảo sao thì anh nhà văn cứ bào hao ghi theo y quân lệnh. Nhưng Hữu Mai nói đang viết Lê Quang Đạo với tên sách đâu như là *Người lữ hành cô đơn*. Nghe Hữu Mai nói tôi chợt nhớ Mao đã bảo André Malraux rằng ông là người lữ hành cô đơn với một chiếc dù. Tài thật ông nào cũng dạy người phải rèn luyện tính quần chúng nhưng đều thích đi la mát lẻ! – Bố cháu đến nay vẫn chẳng gì hết, nhà cửa, huân chương, mọi thứ v. v... , Bùi Sơn nói. Có người bảo cháu xì tiền là xong. Rất đúng, chú ạ, đúng thật mà, cháu không bịa, nhiều lão thành cách mạng đã làm rồi, chú ơi. Nhưng phải đấm mõm để lấy vẻ vang thì bố cháu ở dưới kia nhắm mắt thế nào được? Mãi khi về làm Mặt trận rồi ông Phạm Thế Duyệt mới đến xin lỗi, thế nhưng xin lỗi rồi vẫn đâu lại đấy, như không. – Hồi đó chi bộ chưa biết lợi dụng cơ hội kết nạp đảng viên mới để nặn tiền. Đáng nặn quá chứ! Anh vào đảng lúc bí mật thì sau này chắc chắn anh lên to và quyền cũng như lợi của anh chắc chắn lớn, tức là anh trúng quả to thì phải lại quả trước cho chúng tôi mới phải chứ? Đùa thôi. (Thật ra tôi nói thế vì trong cán bộ đã xì xào phổ biến về chế độ nộp tiền mua quan, kể cả ủy viên Bộ chính trị.) Này, cụ Hoan kết nạp Trường Chinh vào đảng vẫn ở bên dưới nhà cháu chứ? – Vâng, Sơn nói. Bố cháu, người cộng sản thứ hai, người kết nạp tổng bí thư cứ chui rúc hoài trong các hộ chung cư còn ông Duyệt thì biệt thự ngay gần đó. Nhưng Sơn ơi, những tên xưa "xấu xa" như Vũ Trọng Phụng, Ngô Tất Tố... nay đều lên tên phố cả rồi. Ông Phụng nằm mãi trong sổ đen vì từng viết "chửi Nguyễn Ái Quốc" mà Ông già Hải Anh trong *Giông tố* là ám chỉ Nguyễn Ái Quốc đó. Rồi chống đảng. Bùi Công Trừng, Ung Văn Khiêm nữa, cũng đã lên phố. Yên tâm đi, đảng không lờ bố cháu mãi được đâu. Vấn đề sớm muộn thôi. Vớt đứa "xấu" nhưng chết rồi lên chỉ làm cho đảng thêm tiếng đoàn kết, trọng hiền tài. Vài ba lần Bùi Sơn thắc mắc không biết sao sau này ông Sáu Thọ rất hay hỏi thêm bố cháu về Cụ Hồ. Bố cháu đều bảo các điều tôi biết về Bác tôi đã nói hết với anh rồi. Tôi bỗng thầm nghĩ: A, thế ra vẫn sưu tầm tư liệu về Cụ Hồ. Và nhớ đến Nguyễn Trung Thành từng nói với Kiến Giang đầu những năm 80: Anh Sáu Thọ như trời như biển, anh ấy nắm cả hồ sơ lý lịch Bác. Chưa là tổng bí thư nhưng có khác nào tổng bí thư. Hồ sơ lý lịch càng dầy dấu vết thì bàn tay khống chế, thao túng bộ máy càng dễ tung hoành. Ta nắm tố chấy các người rồi mà! Bùi Sơn hay buồn rầu nói tới tình bạn của bố anh với Bùi Công Trừng. Hai gia đình thân thiết lắm, con cái coi nhau như anh chị em ruột, hai nhà gần như ngày ngày gặp nhau. (Tôi đùa chẳng thế Tây đánh số tù hai người liền nhau, ra tòa cũng lần lượt kẻ trước người sau.) Thế rồi cuối đời hai ông lại ốm và nằm Việt – Xô cùng nhà A1. Nhưng không tìm nhau. Mỗi khi ở phòng bệnh bố cháu đi ra, cháu đều thấy bác Trừng nấp sau khe cửa nhòm. Sau mới hiểu là bác ấy muốn xem bệnh tình bố cháu qua vẻ mặt cháu. Hôm bố cháu chết, phớt hết, chỉ mình bác Trừng nhào sang, phục xuống giường ôm lấy bố cháu khóc ghê quá.

– Chắc nhớ lại từ những ngày ở Paris, ở Côn Đảo, tôi nói. Bụng nghĩ Trừng yêu thương bạn thân thiết thời xưa như thế nhưng không chịu được những cái lăng nhăng của đảng. Ông là người phê bình Cụ Hồ đã lập ra quan hệ bác – cháu trong đảng cộng sản. Và báo trước "cứ môi môi răng răng lắm có ngày răng nó cắn đứt hết môi." Cũng từng phản đối chính sách lương thực là chính, học theo dĩ lương vi cương, lấy lương thực làm cương lĩnh của Trung Quốc. Theo ông, căn cứ thổ nhưỡng trồng cây công nghiệp mà xuất khẩu được lời nhiều gấp bội lúa rồi đem lãi ấy mà mua lương thực. Cái "lấy lương thực làm cương lĩnh" đã đẻ ra phong trào "không để người chết chiếm mất đất của người sống" ở Trung Quốc. Là sao? Là dọn sạch các bãi tha ma đi để lấy đất làm nông nghiệp. Là như ở ta phá đàn Nam Giao để lấy đất trồng sắn! Có thể hiểu là không để cho vết tích phong kiến chiếm mất đất nuôi dân. Giống Kỳ Vân và một số anh em xét lại, Trừng không tán thành hợp tác hóa nông nghiệp. Bùi Công Trừng lén mò sang khóc trộm Bùi Lâm được vì Ban tổ chức trung ương chưa hay. Bùi Công Trừng chết, Ban tổ chức trung ương có lệnh chỉ được làm tang ở trong phạm vi gia đình, cấm ngoại thủy không ai được dự. Đã có lúc tôi định bảo Bùi Sơn: Thế ra ông Nguyễn Văn Thiệu cũng đã nói lên được một sự thật cộng sản "chớ nghe cộng sản nói, hãy xem cộng sản làm." Nhưng không nói vì không muốn khoét sâu nỗi buồn của Bùi Sơn. Và cũng vì câu này thì nay ai cũng thuộc lòng hết cả rồi. Không biết chỉ có họa là giống ăn cơm chúa múa tối ngày. Nhân việc Bùi Sơn nhờ, tôi đã có mấy kết luận nhỏ. Đó là: 1/ Báo chí thuộc địa được tự do bênh cộng sản. 2/ Các đồng chí chí cốt luôn có khả năng biến thành phản bội, thù địch của nhau. 3/ Và các lãnh đạo lớp đàn em, khi các vị Bùi Công Trừng, Bùi Lâm bí mật hoạt động thì dái mới bằng cái đầu đũa nhưng nay quyền to đến thế và lợi lớn đến mức choáng mất tầm nhìn nên đã quên đi tất cả. Ôi chao, đấu tranh cho công bằng, bình đẳng, xóa bỏ giai cấp, giải phóng loài người nhưng chủ nghĩa chúng ta kiên định lập trường, không cho tội phạm Bùi Công Trừng ôm khóc Bùi Lâm.

Ba nhận xét trên kia khiến tôi đưa việc Bùi Sơn nhờ tôi viết hồi ký cho bố thành một chương ở đây. Tạm coi như chương nói đến chuyện đảng đền đáp, yêu thương các bậc lão thành cách mạng ra sao. Xin cộng nó với cái đoạn về toa-lét của Lê Giản mà tôi nói đến ở một chương khác.

Chương bốn mươi

Tôi đã từ chối viết hồi ký Lê Thanh Nghị, Nguyễn Duy Trinh. Sau khi xin phép "sát hạch trí nhớ" Lê Thanh Nghị, tôi đã xin lỗi là không viết giúp ông được. (Ông ngồi đó, Nguyễn Hưng Định thư ký của ông thay ông nói và nếu ông gật tán thành thì tôi sẽ ghi lại – ông không nhớ và nói không hấp dẫn.) Nhưng cũng trong dịp này Nguyễn Hưng Định cho tôi biết ra ngoài việc xin viện trợ, phó thủ tướng Nghị có một bảo bối rất lợi hại là rượu rễ cau, thứ làm cho đàn ông rắn rỏi. Mấy vị thủ tướng ngoài, nhất là vị Hulgaria, vô cùng chuộng nó. Có rễ cau là các vị ký viện trợ nhanh lắm? Tôi đã đùa bảo Định: Thảo nào Mỹ cứ nhè vùng cau quăng bom dữ. Và khéo mỗi viên đạn ta cũng có sức mạnh của rễ cau ngâm rượu. Định than rằng nhiều thành viên trong đoàn chính phủ sang các nước thường thuổng đồ dùng trong nhà khách chính phủ sang trọng của họ. Thuốc đánh răng, khăn mặt, bàn chải răng, xà phòng... Ở các chỗ này hễ thiếu thứ gì người ta lại lấy bổ sung. Có những cha mà va-li ních toàn những thứ như thế. Tôi chắc, Định nói, nhân viên nhà khách họ thừa biết chúng ta lấy chứ chả lẽ ăn à, nhưng ai lại đề đoàn chính phủ chống Mỹ ra khám va-li? Có một người lúc ấy tôi ưng viết. Xét từ phía nguyên vật liệu. Người ấy từ 1966 đã đặt cọc với tôi. Ôm vai tôi đi vòng quanh sân nhà người ấy, mỗi vòng cứ đến gần cổng sắt tôi lại ngường ngượng thấy

415

anh lính gác quần áo mới toanh liếc vào. Ông nói: Cậu viết
giỏi lắm, không ở tù mà viết y như thằng tù mà lại còn phải là
thằng lõi đời tù cơ. Cậu viết hay hơn mấy thằng chúng nó
(xin miễn kể tên.) Tớ sẽ nhờ cậu viết thời kỳ tớ chuẩn bị
tổng khởi nghĩa, hay lắm.

Tôi đinh ninh chuyện người ấy phải hay. Con người ấy
đầy cá tính, nhất là quyền biến, sắc sảo cái nhìn khá độc đáo.
Tôi đã chờ ngày ông gọi. Chờ hơn cả việc ông cũng đã *đặt cọc*
với tôi: – Sang Paris đàm phán, tớ sẽ đưa cậu theo làm báo
cho đoàn. Người ấy là Lê Đức Thọ. Cần nói ngay: Lúc ấy, Lê
Giản chưa cho tôi biết Sáu Thọ lệnh giết mười mấy đảng viên
người Hoa, trong có bố vợ tôi. Tới Đổi mới, anh mới vén dần
lên màn bí mật. Lúc ngỏ ý kén tôi viết cho ông, Thọ cũng
chưa dựng vụ án xét lại. Sau này, tôi "rễ thối," chân đi Paris
của tôi được Hồng Hà thay còn cái tay viết hồi ký thì Sáu Thọ
nhờ đại tá nhà báo quân đội Phạm Phú Bằng. Sớm nữa Bằng
đã được đại tướng Văn Tiến Dũng nhờ viết lại *Đại thắng mùa
xuân*, cái hồi ký Hồng Hà viết từ 1976 và gây xôn xao trong
cán bộ vì đá phăng tên Võ Nguyên Giáp đi. Một đại tá đến với
hơn một chục quả hồng xiêm "cây nhà lá vườn" của đại
tướng mời Bằng tới nhà đại tướng. Bằng nhận lời nhưng xin
được hỏi lại từ đầu và ghi âm ra làm mười băng những gì đại
tướng kể cùng hỏi đáp của hai bên rồi gửi tới nhiều nơi để
nghe và góp ý, coi như một cuộc xây dựng tập thể cho quyển
sách. Xúp! Hỏi tôi đặt kế hoạch chiến dịch thì cũng cần lấy ý
kiến tập thể đấy hả? Còn vì sao muốn viết lại? Không ai biết.
Định truy hồi cho Giáp chút công mọn nào chăng. Bằng cũng
làm phật ý một đại tướng khác, đại tướng bộ trưởng công an
Mai Chí Thọ. Bằng đề nghị một cách viết: Hết một phần đại
tướng công an kể, lại xen một phần ý kiến của Bằng, kiểu lời
bình và hồi ký sẽ đề cả tên Mai Chí Thọ lẫn Phạm Phú Bằng
như đồng tác giả. Xúp là cái chắc. Để tên hai tác giả mà lại có
bình Thánh Thán nữa! Có mà điên. Các vị không biết anh bạn
tôi rất trọng đường lối quần chúng. Trọng thật lòng. Cái hay
là từ quần chúng mà ra. Cuối cùng Lê Đức Thọ gọi Bằng đến.

Đưa một quyển sổ tay nói cậu xem rồi căn cứ đó viết cho tớ cái hồi ký. – Thưa anh, Bằng nói, trước khi làm việc, tôi có một đề nghị, xin anh cho tôi được nói một số điều cán bộ, nhân dân bây giờ thường nói mà chắc anh và anh Lê Duẩn chưa nghe.

– Thôi, về đi, Thọ đỏ mặt sẵng giọng.

Phạm Phú Bằng là con trai cả cụ Phạm Phú Tiết, nguyên tổng đốc Quảng Nam – Quảng Ngãi và Bình Định – Phú Yên, người cùng với Khương Hữu Tài Việt Minh, anh của Khương Hữu Dụng, làm cuộc khởi nghĩa ở Quy Nhơn. Cụ đã lệnh anh em bảo an binh mở cửa đồn đón cách mạng. Trong đồn này, từ 1944, cụ tích được hơn 150 khẩu súng, gồm cả "súng cối xay" (tức súng máy, đạn nổ rào rào như xay thóc,) với ý định dùng vào cuộc nổi dậy giành độc lập, một việc cụ đã bàn với mấy đại biểu Việt Minh và Cao Đài, một hai năm trước Cách mạng tháng Tám trong một hội nghị cụ triệu tập và chủ trì. Sau tổng khởi nghĩa, cụ làm chánh án Bình Định, rồi chánh án miền Nam, chánh án tòa án quân sự miền Nam. Có lẽ vì thế mà Cụ Hồ phong cụ là đại tá đầu tiên. Về sau, theo đà củng cố được chính quyền, hơi nhân sĩ hả dần, cụ ra Hà Nội, làm công việc soạn lại các sách Hán Nôm và dạy Hán Nôm, sống nghèo túng ở một gian phòng tập thể tại Mai Dịch, ốm thì đi bộ bên đường lầm bụi đến Bệnh viện E, Cổ Nhuế lĩnh hộp cao Sao Vàng, cơm toàn tép với rau muống. "Cụ cứ ngửa cổ lên nhai ngắc ngắc thế này, tội lắm, Nguyễn Khải kể với tôi. "Mình thấy cụ ăn mà thương quá. Cũng có đoàn kết đấy nhưng xem ra không bền." Bằng nói sau khởi nghĩa mấy ngày, Khương Hữu Tài bị nội bộ thịt. Có lẽ vì đã cướp chính quyền cùng với tổng đốc. Lúc ấy "thịt" rất dữ. Ở Quảng Ngãi cả ngàn chánh phó lý bị giết nên Bằng rất chợn khi người ta cử bố anh "về thăm" huyện Nghĩa Hành, nơi cụ từng làm quan. Nhưng cụ trở về yên lành. Dân sở tại đem cả hương án ra đón từ đèo Mật trên đường vào huyện. Cảng Hải Phòng là cụ nội Phạm Phú Bằng lập ra: Phạm Phú Thứ, tổng trấn Hải

Yên, tức bốn tỉnh Hải Dương, Hưng Yên, Quảng Yên, Hải Phòng. Lập cảng Hải Phòng mấy năm Việt Nam lập tức xuất siêu! Đi sứ sang Pháp, cụ từng nói – trước cả Minh Trị Duy Tân Nhật – nếu theo đường công nghiệp thì những phồn hoa như Paris, Luân Đôn đâu có là chuyện khó với Việt Nam! Ngài tổng trấn đã mở ở Hải Dương một trung tâm phát hành sách khoa học kỹ thuật gọi là Hải Dương học xã.

Trong thời kỳ chiến tranh với Pháp, khi cụ Phạm Phú Tiết và Phạm Phú Bằng ra chiến khu tham gia kháng chiến thì bà Phạm Phú Tiết và các người con gái đều ở lại Huế. Bằng có một người chị là Xuân Thọ (thường gọi thân mật là Souris Thọ) rất giỏi tiếng Pháp, tiếng Anh vào giữa thập niên 1950 làm việc trong ngành Ngoại giao của chính quyền Quốc gia, nhiệm sở sứ quán Việt Nam tại Nhật Bản. Cuối thập niên 1950 chị Xuân Thọ thôi làm việc, về nước lập gia đình với kỹ sư Ngô Trọng Anh. Hiện nay cư ngụ tại thành phố San Francisco, California, Hoa Kỳ.

Xét về mặt chính trị, gia đình Bằng có đi thụt lùi: Cụ Phạm Phú Thứ có khuynh hướng canh tân đất nước theo nền văn minh Tây phương, trong khi người cháu nội là Phạm Phú Tiết lại tin theo cộng sản.

Tôi dịch *Máu lạnh* của Truman Capote nhà văn Mỹ nổi tiếng vì muốn đưa ra loại "tiểu thuyết không hư cấu" (*non – fiction novel*, Pháp gọi là tiểu thuyết – sự thật, *roman – vérité*) do ông rồi Norman Mailer sáng tạo để ở ta có ai tinh ý đem so sánh nó với thể loại "người thật việc thật" đảng đề xướng mà theo đó thì "người kể" hay "người thật" – như mấy tử tù kể lại với Truman Capote – mới là gốc của sự viết; còn nhà văn như Capote chẳng qua chỉ là cây bút rỗng ruột ghi hộ. (Cần bổ sung: đến 2011, 12, bên Pháp gọi cả hồi ký 100% – như truyện yêu đương của cháu gái nhà văn lớn kiêm viện sĩ hàn lâm Francois Mauriac với nhà điện ảnh Jean Luc Godard – là "tiểu thuyết." Rồi *Biệt tích ở Shangri – La* (Lost in Shangri – La, của Mitchell Zuckoff) cũng tiểu thuyết. Cái quy tắc kinh điển về điển hình hóa dành cho thể loại tiểu thuyết xem ra trụ không nổi nữa rồi. Văn học "người thật việc thật" đã ra đời ở xã Điềm Mặc, huyện Quảng Nạp trong căn cứ địa như thế nào? Giữa tiếng ve rừng ran ran, tháng 5 – 1950, Thôi Hữu viết *Những ngày cuối cùng của Hoàng Văn Thụ*. Đăng nó lên *Sự Thật*, thấm nhuần tư tưởng văn nghệ phục vụ chính trị, linh hồn của *Nói chuyện ở Diên An* (Mao Trạch Đông,) Thép Mới đã thêm cho nó lạc khoản "Trần Đăng Ninh kể, Thôi Hữu ghi" định hình từ đấy một thể loại văn học thể hiện trung thành tinh thần văn nghệ hầu hạ chính trị, văn nghệ sĩ bưng bê nhà chính trị. Trong khi Stendhal, tác giả của *Đỏ và Đen* (Le rouge et le noir,) nói: Chính trị là gông cùm của văn học. Tô Hoài đã rất đúng khi cho rằng tôi viết hồi ký hay là do tôi đã kéo tai các cốp lên cho ngang với tôi, "chứ viết của này mà dạ bẩm, em kính ghi anh đây... là ngỏm." Thật ra sáng tạo đều là lên tầng, nâng cấp cho khách quan hay "kéo tai." Khách quan luôn là cái mà nhà văn mượn để gửi gắm tâm sự và tài năng mình vào. Tóm lại kẻ sáng tạo có thao túng, uốn nặn hiện thực thì mới hòng sáng tạo. Gabo, một trong những tổ sư hội họa hiện đại nói: *sáng tạo là áp đặt độc tài của trí tuệ*. Picasso còn ghê đến thế này: *Tôi vẽ cái tôi nghĩ*. Đối lại, Matisse nói: *Tôi vẽ bằng buổi*. Chơi chữ – vẽ, *peins* hay cái của nợ kia, – *penis* ở tiếng Pháp đều gồm năm chữ cái giống nhau, khác ở xếp đặt. Vả chăng, trong sáng tạo, hai mặt thanh tục này cùng tác động qua lại không nhỏ. Điều này mỹ học cộng sản tối kỵ! Cách mạng một dạ sắt son ấy mới... con nhà! Những năm còn phải bỏ tên, tôi dịch các chuyện hình sự Pháp, cao bồi Mỹ trong đó có chuyện của Louis l'Amour, vị tác giả đòi ta phải đấu tranh giành lấy nhân quyền, dân chủ. Tôi thích chuyện hình sự, chuyện miền Viễn tây cao bồi từ niên thiếu. Tôi dịch *Những con chim hồng hộc* của Trương Nhung và không ngờ được xuất bản. Tôi đã lên án được Mao ở quy mô cả nước, không chỉ có ở báo đảng rồi phạm tội khi quân mà bị xô đổ như hồi nào. Trương Nhung – Jung Chang và chồng – Jon Halliday, sau đã viết quyển sách dày hơn 800 trang *"MAO: Câu chuyện không được biết."* Giới thiệu quyển sách ngay bìa, báo *Time* viết: *"An atom bomb of a book."* – Một quả bom nguyên tử của một quyển sách. Trong đó âm mưu của Mao đã được vạch vòi khá tỉ mỉ. Chẳng hạn với Việt Nam. Mao chả coi cái xứ sở này ra cái gì. Ngoài tham vọng bành trướng còn tính cách khát máu của Mao: Mao coi chiến tranh khi kéo dài thì giống như thiên đường. Đọc sử, đến lúc hòa bình thịnh vượng thì Mao ớn. Có một việc có lẽ nên nói. Phê bình giới thiệu sách là cần và đáng trân trọng. Song hình như nhiều nhà phê bình hơi vội. Nguyên văn tiếng Anh của *Chim hồng hộc* là *The Wild Swans* nhưng có báo khen tác phẩm xong đã ngạc nhiên sao người dịch lại dịch thành chim hồng hộc. Bỏ qua mất chi tiết sau: trong truyện, tác giả nói rõ mấy mẹ con bà đều được đặt tên Hồng, tức chim hồng hộc tức thiên nga. Viết bằng tiếng Anh, Trương Nhung thêm chữ "hoang dã" – *wild* vào "thiên nga" để lột hết ý chữ hồng hộc cổ, cái chữ vốn đã vào thơ Việt từ lâu – *"Cánh hồng bay bổng tuyệt vời, Đã mòn con mắt chân trời đăm đăm,"* nó có lẽ còn chuyển sang làm tượng thanh tuyệt vời cho phó từ hồng hộc, hùng hục không chừng nữa. Và bản thân tôi lại muốn nhân dịp này tái bản câu Đức Thánh Trần có lẽ đã bị con cháu quên: Các tùy tướng Yết Kiêu, Dã Tượng của ta giống như chim hồng hộc bay được cao được xa là nhờ cánh nó có chín giẻ xương. Nếu tôi dịch là hoang dã thì hóa ra thừa nhận có nhánh thiên nga nhà lành nuôi trong ao hồ, khiến nhớ đến *Hồ thiên nga "la la la la sol la si la sol"* của Tchaikovski? Một nhà phê bình nêu ra ở trong bài: Nhà văn Phạm Toàn dịch là "thiên nga hoang dã" cơ mà! Tôi thư cảm ơn và nói: Phạm Toàn là bạn tôi, giỏi hơn tôi thập toàn, trừ một chỗ chưa toàn anh ấy phạm phải là tiếng Tàu kém tôi gần như hoàn toàn. *Linh Sơn* cũng thế. Một vài báo khen nó nhưng cho tôi dịch Núi Hồn là sai. Phải dịch là Núi Thiêng. Sách mới mở mấy trang, hai nhân vật đối thoại đã nói rõ: *"Chữ linh ở Linh Sơn là linh trong linh hồn,"* nhưng nhà phê bình đã bỏ qua. Và cả Pháp lẫn Anh đều dịch Núi

Hồn (La montagne de l'âme, Soul Mountain,) không đâu ra Núi thiêng hết. Mà họ thì không duy vật quá đến nỗi thiếu khái niệm thiêng. May chứ nếu là thiêng thì tôi không viết được lời tựa cho bản dịch: Linh Sơn, Núi Hồn ở đâu? Có lẽ ở trong ta. Nhưng ta ở về phía nào của Núi Hồn? Phía cộng hay phía trừ? Dịch thì khó tránh *phạm toàn*, tôi xin nói, nhưng người phê bình cũng nên nắm *toàn* nội dung tác phẩm. Dịch *Linh Sơn*, tôi đã fax cho tác giả: Tôi với ông là ba cùng, *tam đồng*. Cùng học Bắc Kinh đại học, cùng hội cầm bút và cùng thuyền gian truân chính trị. Cao Hành Kiện fax lại cảm ơn.

Năm 2004, Trung Quốc mở một Hội sách ở Pháp. Cao Hành Kiện không được mời, báo chí Pháp bèn rủa thậm tệ chính phủ họ – ti tiện, nịnh thị trường Trung Quốc nên bày sách theo ý Bắc Kinh. Xã luận tạp chí *Lire* của Pháp đổi tên hội sách, *Le Salon du livre* ra thành *Le Salaud du livre, Sách xà lù (khốn nạn, bẩn thỉu.)* Sang Pháp chuyến "sách bẩn thỉu" ấy có mấy nhà văn Trung Quốc nổi tiếng như Mặc Ngôn, tác giả của *Cao lương đỏ, Vú mẩy mông dầy.* Mặc Ngôn là "Không Nói" nhưng *l'Express* cho hay cuối cùng trong bản tự kiểm thảo làm theo yêu cầu đảng rồi cho đăng báo, ông *nói và nói lớn*: một, tôi đã vi phạm chủ nghĩa duy vật lịch sử; hai, tôi đã bị tiêm nhiễm nọc độc văn hóa Tây phương. Và bằng lòng cho thu hồi *Vú mẩy mông dầy.* Làm nhà văn ngoan vẫn sướng! Tôi cũng dịch *Ngầm* của Huraki Murakami viết về vụ giáo phái Aum đánh hơi độc ở Tokyo chấn động thế giới. Thoạt đầu chưa nhận dịch. Mở xem thì đúng chỗ Murakami đặt câu hỏi *"chẳng lẽ chúng ta lại chưa từng trao phó con người chúng ta cho một Hệ thống hoặc Trật tự to lớn hơn nào sao? Và [...] chẳng lẽ cái Hệ thống ấy lại chưa từng đòi hỏi chúng ta làm một vài kiểu "điên rồ" nào ư?... Các giấc mơ của bạn có thật sự là giấc mơ của chính bạn không? Phải chăng đó chỉ là cái nhìn của một ai mà rồi sớm muộn sẽ hóa thành ác mộng?"* Nhận ra đúng bản mặt mình từng bị một cái ý xằng nó sai khiến đi theo nó thả khí độc, tôi dịch. 2008, với tên Bản Quyền, tôi dịch *Đạo Đức Kinh* thông qua quyển *Thay đổi tư duy, thay đổi cuộc sống* của Tiến sĩ người Mỹ Wayne Dyer. Phần nào muốn chuộc tội với bậc vĩ nhân mà tôi đã từng bỏ qua. Sao tôi lại cam "sống mềm dẻo," "sống yên bình," "sống khuất phục"? Phải cải tạo tất cả đi mà sống chứ! Và *Thiên niên kỷ* (Millennium) của nhà văn Thụy Điển Stieg Larsson có lẽ là quyển cuối cùng mà tôi dịch chăng? Đọc tiểu thuyết trinh thám Pháp, Anh, Mỹ từ l4, 15 tuổi, tôi kính trọng tác giả đã nâng cao ghê gớm thể loại này lên, phân tích, suy luận và chiếc kính lúp quen thuộc đã bị thay thế bằng trí nhớ siêu đẳng như máy ảnh và tài xông pha trong cõi Internet như trong chỗ không người. Kể cả tội ác cũng dữ dội hơn trước. Cầm bút, tôi càng hiểu Aragon: "Cô đơn là một tiến bộ so với im lặng." Nhà văn! Hoặc mi im bặt! Hoặc hãy cô đơn như Camus nói: "Viết là phản loạn nên nhà văn phải bằng lòng với cô đơn." Cô đơn thì không theo đuôi. Thảo nào Nguyễn Trãi đã thơ: *Nguồn im ấy cố nhân* và *Hoa thơm thường héo cỏ thường xanh.* Thường héo vì hay bị vặt bỏ. Thường xanh vì cứ vờn múa với tập thể, với hội nghị. Nguyễn Du nói: *"Chân kinh, kinh chân chính, là kinh không lời."* Joseph Brodski thà chịu tiếng lưu manh để chân kinh chứ không cố ngoan để vào Hội nhà văn viết ngụy kinh cho chính quyền Xô – Viết. Bungakov, nhà tiểu thuyết vĩ đại nhất thế ký 20 của Nga bị trừng phạt thế nào cũng không quỵ. Và Henri Michaux, nhà thơ lớn của Pháp khi nhà xuất bản xin in tác phẩm thì nói ông bằng lòng nếu họ chỉ in 50 bản. Cioran, nhà văn Pháp gốc Rumania như Ionesco (và từng hâm mộ Hitler) đã viết những bảng đề như sau lên cửa: "Mọi viếng thăm đều là gây sự," "Tôi ghét những ai đến thăm," "Xin hãy nhân từ, đừng vào," "Người điên nguy hiểm ở đây!" " Chúa nguyền rủa kẻ bấm chuông... "

Từ những năm 1962 tôi không đọc văn học Xô – Viết nữa. Ngay cả *Một ngày của Dyonisevitch* của Soljenitsin làm xôn xao dư luận thế giới dạo ấy. Cũng không ghé qua một giây vào Triển lãm Liên Xô mở to lớn ở Vân Hồ hồi đó. Không đụng đến Aimatov, sách của ông được người Việt thích thú truyền tay nhau. "Tẩy chay" văn hóa Liên Xô, tôi muốn cho người ta thấy tôi chống Mao là theo chính kiến của riêng tôi. Hình ảnh Mao đã sứt mẻ nhiều ở tôi từ ngày đang ở Bắc Kinh. Phải nói là do được thể chế hóa chặt chẽ và che đậy tinh vi mà thói háo danh ngày một nặng. Đi kèm thói bốc thơm nhau quá thôi.

Trong một tiệc cưới, sắp tàn, Hoàng Cầm đến ngồi cạnh tôi hỏi: Có nghe tớ trả lời Thụy Khuê đài RFI phỏng vấn không? Thấy thế nào? – Được... Nhưng hồi Nhân Văn, Z. đã làm thơ đâu mà cậu nhận nó là nhà thơ Nhân Văn? – À, nó bảo khi trả lời [phỏng vấn,] anh nói là tôi đã làm thơ với các anh từ dạo Nhân Văn nhá, nhá.

– Họ khai man lấy lão thành cách mạng, các cậu cũng khai man lão thành phản động cho nhau. Cậu lấy tên tớ ký vào điện gọi D. T. ra thăm cậu ốm vờ còn được chứ việc này thì dở. Albert Einstein nói đại khái: Ta có được giá trị thật khi ta thoát khỏi cái tôi cỏn con của ta. Các vị lão thành cách mạng có thấy vơ lấy hết về mình cho cái cá nhân mình to lớn ra là tự tước bỏ đi giá trị thật của mình không?

* * *

Trong một bữa sinh nhật Kiến Giang, một giáo sư tên tuổi đến cạnh tôi, nói, tôi chào anh, anh không trả lời. – *We have not the same fame the same fate.* Số phận và tiếng tăm chúng ta không giống nhau, tôi nói tiếng Anh cho được nhẹ nhàng.

Niels Bohr nói: Tôi không cường điệu tôi, tức là bịa đó, thì tôi diễn đạt tôi sao được? Einstein nói tưởng tượng quan trọng hơn kiến thức. Nên cụ đã bịa mô hình về thuyết tương đối hay Stephen Hawking bịa ra hố đen! Nào là có 30% vật chất đen và 70% năng lượng đen hay lực phản hấp dẫn. Nguyễn Du thì bịa ai xẻ vầng trăng.

– Ờ thế sao đã chống đảng anh lại còn viết *Bất khuất*?

– Tôi viết vì không muốn lỡ dịp thử sức mình. Cũng là vì đang bị chìm tàu mà thấy vẫn được tín nhiệm, một thứ hám nhằng. Rồi vì thương tù Côn Đảo... Còn chống đảng thì sự này nó lớn dần lên chứ không đùng một cái to ngay. Anh liền bảo tôi viết bịa. Đứng đèn 500 oát, nhịn khát mười tám ngày. (Ý là bịa mà dốt.) Tôi nói hai chỗ này là theo lệnh ông Sáu Thọ, nhưng ngoài việc đó ra, tôi cũng đã bịa. (Giáo sư nhíu mày.) Tôi nói: Bịa cảm xúc, bịa hình ảnh, bịa chữ, bịa lời chứ tuyệt đối không bịa chuyện, bịa tình tiết. Người kể bảo bị tra tấn đau lắm thì bịa ra đau thế nào. Và mười lần đau thì mười lần bịa đau ra sao. Văn học và khoa học cần bịa. Phan Đình Diệu ngồi cạnh tôi nói: Anh Đĩnh nói đúng đấy. (Bụng muốn nói có một điều tôi rất thật thì các anh không khen: Đó là tôi đã bất khuất ở trong đời.) Một người khen bút ký tôi mà tôi không ngờ là Dương Bích Liên, người họa sĩ mê đọc và sành đọc. Một chiều chúng tôi làm một lèo hai vòng Hồ Gươm nói không thôi về cuốn sách cuối cùng của André Malraux: *Lazare*. Bỗng Liên khen các cái ký tôi viết nhưng không thích tôi viết cứ buồn buồn. "Này, (hơi gắt giọng) giết kỷ niệm thơ ấu đi, *tuer les souvenirs d' enfance*. Anh muốn động viên tôi: Việc gì mà buồn? Nhưng tôi đâu có buồn cho tôi? Tôi muốn cho vào văn học đang bay tít một chút se lòng, một chút *andante*, *lento*, thậm chí *requiem*.

Trên rừng, Liên kể với tôi: Một lần tớ đang vẽ thì Ông Cụ đến đứng xem ở đằng sau. Rồi hỏi: "Chú yêu chưa?... Yêu thì không vẽ mắt như thế này." Buổi chiều, cơ quan tổng vệ sinh, lá gom lại thành nhiều đống. Ông Cụ đến một đống nói chỗ này của Bác rồi ngồi xổm xuống châm thuốc hút và đốt từng chiếc lá. Tự nhiên tớ muốn đến hỏi thế Bác đã yêu chưa. Cụ hỏi sao hỏi thế, tớ sẽ bảo yêu thì mắt mới nhìn xa đi như mắt Bác lúc này. Ông Cụ buồn mà. Vẽ Ông Cụ buồn nhìn khói mới thích. Biết Cụ buồn cái gì vẽ lại càng hay. Thật ra tranh của Liên luôn như có một màng sương khói hiu hắt phủ ở trên. Bức *Hoa Lau* chẳng hạn. Hành quân lên biên giới mở Đường số 4, Dương Bích Liên, Vũ Cao và tôi đi tới giữa Đèo Gió thì bỗng đứng sững. Một dải lụa ngũ sắc chăng bên dưới vực chợt vút dâng lên rực rỡ sát mặt chúng tôi. Chim các màu. Đỏ, vàng, xanh, tím... hàng chục nghìn con... Chúng đổ nhào xuống lòng vực rồi lại tung mình lên ở sườn núi đối diện thả xòa ra bức trướng lụa hoa như bầy cung nữ ướm xiêm áo cho một nữ chúa ẩn mặt. Hay một triển lãm di động luôn biến đổi màu và bố cục. Tôi hỏi, chim gì, đẹp quá? Liên nói, chim lửa. Tôi ngợ nhưng im. Hội họa ấn tượng có tên đâu? Chợt thấy Liên đứng như bức tượng im lìm đối lại bức rèm hoa phấp phới một góc trời. Bức tượng này đang bị quấn vào tấm mạng màu hết thu vào lại tỏa rộng. Ở Liên vẫn có nét lầm lì bí ẩn. Đồn là anh tự thiêu với tất cả tranh ở trong buồng. Tay nắm ở cửa buồng Liên hình thoi bằng đồng, mỗi lần nhìn nó, tôi cứ nghĩ đó là con dấu đồng của một vị thần nào gửi giấu ở đây có mang ý nghĩa kỳ lạ mà tôi không sao đọc ra nổi. Có khi tôi run run tay nắm lấy nó. Cầu thang gác lên buồng Liên luôn tối. Tôi nghĩ nó muốn làm một tiền sảnh âm u để cho vài bước nữa thế giới màu bùng nổ.

Đến nay khi viết các trang trước mắt đây tôi mới thấy thêm một lý do viết Bất Khuất. Nên nói ra cho được thật trung thực. Đó là tôi vẫn muốn chứng tỏ với đám Mao – nhều rằng tôi đâu kém họ về tinh thần cách mạng. Thật quái gở. Bị đánh tơi tả cả đời vì chống chiến tranh mà trong vô thức vẫn thầm muốn đọ tài với Mao – nhều ở chuẩn bạo lực cách mạng! Song cũng cần nói, trong quyển Bất Khuất tôi không chửi Mỹ một lời, điều cực hiếm trong văn chương cộng sản thời chiến. Tôi đã thấy ở Mỹ cái nẻo đi vào sáng sủa hơn cả!

Sau này nhận ra những hồi ký tôi viết cho thiên hạ chỉ là bưng bê hầu hạ chính trị, chính cái chính trị nó tàn hại đời tôi, anh tôi, vợ tôi..., tôi vẫn thỉnh thoảng mượn Diderot ra để tự bào chữa. Ông tổ sư Bách khoa toàn thư, tức là trùm về định nghĩa, tức là sáng láng mọi mặt, đúng không? Thế mà đã bị ngôi làng Potemkin của nữ hoàng Nga Catherine II bịp, đã yến tiệc linh đình với nữ hoàng và rồi viết tán dương nữ hoàng lên chính ngay trong khi quân lính của nữ hoàng đang tàn sát dã man cuộc nổi dậy của nông dân Pougatchev. Phải chăng cái viết tự thân nó dễ dụ người? Như đàn bà con gái với đàn ông hay như ma túy vậy. Phải chăng trí thức dễ mù lòa chính trị? Giữa lúc nạn đói đang làm chết hàng triệu triệu người Trung Quốc, Tổng thống Pháp Francois Mitterrand bị Mao lừa ngay nhãn tiền đã ca ngợi đời sống dân nước này được nâng cao. Picasso, Sartre cũng từng say cộng sản. Thêm Diderot vào đây để hiểu chỗ bất toàn của danh nhân văn hóa. Huống gì tôi, kẻ xoàng!

Một hôm Hoàng Ngọc Hiến đưa tôi quyển *Người hiền không có ý* của Francois Jullien, mời dịch. Hiến dịch *Xác lập cơ sở cho đạo đức*. Tôi từ chối. Vì không đồng ý Hiến gọi "người hiền không có ý" thành "minh triết là vô ý." Người hiền ở tiếng Trung Quốc là trí nhân, hiền nhân – kẻ hiểu lẽ trời và lẽ đời – cái hiểu này tự nó đã không dám "minh triết" do đó người hiền khôn, không chảnh chọe để rồi biết phận mình mà ngoan, mà lành, không ra khỏi vị trí mình, tức là không vi phạm quy luật tự nhiên và quy luật xã hội. Nên biết Trung Quốc có thành ngữ "tam ngu thành hiền": Ba anh ngu cộng lại thành anh trí thức. Chúng ta quen hiểu hiền là lành hiền, thậm chí ú ớ nhưng cơ mà cái bụng tốt. Nên nhớ bụng dạ tốt ở đây đúng ra là anh đừng phá quấy vũ trụ và xã hội. Theo tôi, chia minh triết của phương Đông ra với triết lý của phương Tây là giả tạo. Tôi cho rằng đã mò vào triết học đích thực thì phải ngại chữ minh triết, cái khái niệm mang đầy tinh thần quả đoán, ngạo nghễ chủ quan dễ sa vào sai lầm đặc thù của người cộng sản – vỗ ngực nhận mình nắm hết mọi tri thức để mà đứng ở đỉnh cao chân lý. Hoàng Ngọc Hiến dịch *Fonder la morale* là "Xác lập cơ sở cho đạo đức" chính là đã nhuộm cho chữ dựng (*fonder* – chỉ đơn thuần là dựng lên) một màu sắc quá minh triết! Sao lại xác? Chính xác, chân xác, xác thực rồi ư? Trong khi chúng ta mới tạm "xác lập" được có nửa móng chân vũ trụ, vũ trụ sụp vào hay nở mãi, trọng lực lại có cả sức li tán nữa? Một tối Dương Thu

Hương mời ăn nhà hàng, Hiến nói anh đã dịch sách Jullien và
sắp đi Pháp, tác giả mời. Tôi mừng Hiến và nói tiếng Pháp:
Tôi từ chối dịch vì muốn dành cho ông sự độc nhất – *je veux
te réserver l' unicité*. Độc nhất đã dùng chữ minh triết, rành
rọt, chân lý giải quyết đâu ra đấy hết cả rồi nhưng dĩ nhiên
tôi không nói.

* * *

Một chuyện lý thú khác cũng dính đến viết. Đầu những
năm 70, Như Phong nhờ tôi sửa giúp (thực tế là gần như viết
lại) hồi ký của Trần Cung, phó viện trưởng Viện kiểm sát
nhân dân tối cao. Ông là người đang nằm bệnh viện mà nhảy
xích lô đến gặp Nguyễn Trung Thành nói đừng thiết kế cho
Đỗ Mười vào Trung ương, Đại hội 4. Hồi ký *Đệ tứ chiến khu*
khá dầy viết về căn cứ du kích ở vùng Đông Triều, Quảng
Yên. Tôi giúp nhưng rồi Như Phong bảo tôi là "trên" đếch
công nhận chiến khu này. Chúng tôi rất ngạc nhiên. Mãi mới
chú ý đến cái tên Đệ tứ – ôi, Đệ tứ thì phạm húy to quá! Hoặc
dính đến Tờ–rốt–kít (Leon *Trotsky, người Nga, lãnh đạo
phe Đệ tứ Quốc tế – B. T)* hoặc Đệ tứ chiến khu của Trương
Phát Khuê ở Quảng Tây. Chính Khuê cho Cụ Hồ ra tù rồi
được ngày ngày đến Sở thông tin Mỹ đọc báo. Thêm một tình
tiết: Đầu năm 1945, Cụ Hồ đã nhờ OSS (tình báo Mỹ hồi Thế
chiến 2 – B. T) điện cho Sainteny, đại diện của *de Gaulle* năm
điều (một nghị viện của Đông Dương qua phổ thông đầu
phiếu, một toàn quyền Pháp cho tới ngày công nhận độc lập
của Đông Dương trong vòng năm đến mười năm, chương
trình cùng phát triển kinh tế, tự do theo Hiến chương Liên
hợp quốc và cấm buôn bán thuốc phiện) và đề nghị đàm
phán. Rồi Messmer nhảy xuống Đông Triều để bị Nguyễn
Bình giam mãi. Theo Duiker, Sainteny không đi gặp Cụ Hồ vì
lụt lớn lúc đó. Nhưng lạ một, ai cho Messmer nhảy và lạ hai,
lại nhảy sai địa điểm để không gặp được Hồ Chí Minh? Và
phải chăng Messmer bay từ Đệ tứ Chiến khu của Trương

427

Phát Khuê? Theo David Marr, Đệ tứ và Việt Minh không tiếp xúc và từng đụng độ. Nhưng Lê Trọng Nghĩa cho biết Tổng khởi nghĩa vừa xong, Nguyễn Bình tìm ngay Trung ương. Và tư lệnh Đệ tứ đã được cài cho lá cờ soái Nam tiến đánh Pháp sớm nhất, lúc quân Tưởng đầy ngoài Bắc.

Các nhân chứng đã chết, cái chiến khu có tên lập lờ Tờ–rốt–kít và hơi hướng Trương Phát Khuê cuối cùng được đảng thu nhận và đổi thành Chiến khu Đông Triều. Rồi có ngày sẽ mất hẳn Đệ tứ chiến khu. Tất cả lịch sử đều qua viện giải phẫu thẩm mỹ, dù tay nghề dao kéo chỉ là ở cấp thị trấn nhỏ. Một tối đọc báo Pháp, một làng ở Algeria bị lụt, chết mấy nghìn người. Tổng thống Bouteflika, người lãnh đạo dân giải phóng đất nước ngày xưa đến ủy lạo nhưng dân ném đá, la ó, chửi, ông phải vội lên máy bay đi. Nửa tháng sau, thủ tướng Pháp, kẻ đô hộ cũ đến. Dân hoan nghênh, reo mừng, tới tấp đề nghị chính phủ Pháp nới luật định cư để cho họ được sang làm công dân Pháp. Nhà báo nổi tiếng Delfeil de Ton viết: Tôi thuật lại chuyện này mà buồn vô hạn. Đứng lên đuổi Pháp để giải phóng tổ quốc thì nay lại đứng lên xin cho đổi lấy tổ quốc Pháp. Rồi lại xem một bài về nhà văn Đức Gunther Grass (giải Nobel văn học 1999.) Ông không muốn tổ quốc Đức thống nhất, tức là muốn xén bé tổ quốc đi. Có lẽ ông nghĩ thà bé tổ quốc còn hơn to mà phải đeo cái u cộng sản. Gấp báo lại, thở dài. Người ta muốn co lại, thậm chí cả với cái giá đất nước bị bé đi thì tôi đã từng muốn nó lớn tràn ra khắp thế giới. Để cho bao nhiêu lợi quyền tất qua tay mình.

Chương bốn mươi mốt

Từ Capri, hòn đảo ông lưu đày tới rồi khuất phục trở về, Gorki viết *Người mẹ*. Từ chỗ phê phán tính bất nhân của cộng sản ngay lúc Cách mạng Tháng 10 mới thành công, nay ông quay sang ca ngợi nó. Ông đã cho bà mẹ từ tình mẫu tử tự nhiên đi đến có "ý thức," nghĩa là thành chiến sĩ tự giác lợi ích vô sản để nhặt lấy lá cờ đào trong tay đứa con, phất cao lên và đi tiếp, bất chấp đàn áp. Chỉ ôm đứa con than khóc trong mưa đạn không thôi, bà mẹ đã đủ nêu gương. Nhưng như thế mới dừng lại ở tình người, bà phải thăng hoa tới ý thức giai cấp, phải qua bước thánh hoá này để cáng đáng cái tuyệt đối – chiến sĩ thoát ly hiến dâng đời cho sự nghiệp bạo lực giải phóng giai cấp. *Người mẹ* đánh dấu văn nghiệp Gorki kết thúc. Thay vì văn nghệ phục vụ con người, ông cho nó chuyển sang phục vụ một giai cấp rắp tâm quản lý loài người bằng chuyên chính. Và cuối cùng ông đã thành nhà văn tuyên bố chống lại sự thật, chống lại chính ông.

Nguyễn Đình Nghi, anh cho tôi nói tới ngọn cờ đỏ đặc biệt của bố anh: Nhà văn, nhà thơ, nhà báo, nhà soạn kịch, nhà đạo diễn Thế Lữ, một trong số 29 hội viên đầu tiên và cuối cùng của Thanh niên Cách mạng Đồng chí hội, tiền thân đảng cộng sản. Thế Lữ đã gieo mầm lớn: Kết nạp Nguyễn Văn Linh và cái mầm đã hóa thành đại thụ. Nếu cứ đà đó ông lên, chắc chắn không có Tố Hữu tung hoành ở lĩnh vực tư tưởng văn học, văn hoá và làm khổ những ngày già bấu víu vào sân khấu ọp ẹp của ông. Nhưng ông sớm từ bỏ cờ đỏ.

Một hôm tôi hỏi Nghi, cùng học ở Bắc Kinh, anh coi tôi là một trong vài ba bạn bè tin cậy:

– Ông cụ ông có kể chuyện ngày ông cụ được vỡ lòng cộng sản như thế nào không?

– Không!

– Có nói chuyện ông cụ vào đảng rồi hoạt động như thế nào, nhất là chuyện ông cụ kết nạp Nguyễn Văn Linh không?

– Không, sau này Đĩnh nói rồi anh chị em đoàn kịch nghe Thép Mới kể lại tôi mới biết. Hỏi thì ông cụ im...

– Một vùng im bặt à? Mà là vùng rất quang vinh và ầm vang đấy chứ nhỉ? Thế cụ có nói tới Quốc Dân Đảng và các đồng chí bè bạn trong đảng, trong *Phong Hoá, Ngày Nay, Tự lực Văn đoàn* như Nhất Linh, Khái Hưng, Hoàng Đạo, Thạch Lam, Tú Mỡ... không?

– Nói luôn, nói nhiều! Họ thân ái, yêu thương, kính trọng nhau lắm, việc ấy hầu như ai cũng biết.

– Chuyện ông cụ ông bỏ cộng sản đi với Quốc Dân Đảng thật tiêu biểu. Ngược với cụ Trần Huy Liệu bỏ Quốc Dân Đảng đi với cộng sản. Theo tôi, đóng góp của Thế Lữ vào văn học lớn hơn đóng góp của Trần Huy Liệu vào sử học thế nhưng đảng thiên vị.

– Ừ, nghĩ... nghĩ thôi cũng mệt lắm... , Nghi nói khe khẽ. Vẻ anh mệt mỏi.

Mấy hôm sau, Nghi điện thoại gọi. "Ra mình ăn trưa đi... Có một mình thì Đĩnh dễ đi thôi mà. Đi đi..., này, có cái này... hay đấy.

Cái "hay đấy" của Nghi hay thật. Quá hay.

Trong bữa ăn, Nghi kể: Ông cụ tôi, như tôi đã nói, không hề hé ra một lời nào về hoạt động cộng sản của cụ. Không bao giờ. Cả khi ông Linh tổng bí thư bảo với tôi "ngày anh còn bé tôi hay đến nhà ta ở Ngõ Nghè lắm," ông cụ nghe tôi kể lại cũng im. Một vài anh em thỉnh thoảng nói cụ Thế Lữ dịp này mà gặp cụ Linh thì phải biết, công kết nạp vào đảng cơ mà, thì tôi càng lấy làm lạ thấy cụ cứ một mực căng lặng. Cụ không khoe, không kể gì hết về đoạn đời đỏ của cụ, tóm lại như vậy, nhưng... nhưng, cụ có nói chuyện này: lúc Tổng khởi nghĩa, đoàn kịch Anh Vũ của cụ đang diễn ở Huế thì Việt Minh đã lùng bắt cụ để thủ tiêu vì là Việt Quốc *Quy Dét* (từ chữ QD – chỉ Quốc Dân Đảng; tương tự kiểu nói "lộ bem" tức lộ bí mật, từ chữ tắt BM – B. T.) Mình đã nhờ người hỏi Hoàng Yến từng phụ trách công an Huế dạo đó, Yến bảo có, huy động lực lượng rất ghê bao vây, lùng bắt rất dữ. Dạo ấy hai ông Nguyễn Chí Thanh, Tố Hữu phụ trách xứ ủy Trung Kỳ triệt để trừ gian ghê lắm. Chính dạo ấy đã truy sát những Phạm Quỳnh và các trí thức thân sĩ khác suốt cả dẻo Trung bộ. Nghi nói tiếp: May ông cụ tôi trốn được. Ra tới Thanh Hóa, vào nhà Đỗ Văn cơ sở đầu tiên của Quốc dân đảng Quy Dét, cụ náu lại mấy hôm rồi mặc áo the, đeo râu giả, nón dứa, toàn đạo cụ đoàn kịch, cụ cải trang trốn về Hà Nội.

Cái gì khiến phủ nhận lý lịch cộng sản, không báo công, tranh công nhưng khủng bố đỏ thì ghi lại và nói cho con trai cả? Thế Lữ không cho hay. Từ cộng sản sang Quốc Dân Đảng, từ "tiên phong" rớt về "phản động," Thế Lữ đi hết quỹ đạo long đong, điên đảo của thân phận trí thức một nước nghèo, lạc hậu dấn theo chủ nghĩa cộng sản nguyện "đứng ở bên lề tiến hóa của loài người," gạt bỏ trí thức. Lần đầu phát Giải thưởng Hồ Chí Minh, Nghi bảo tôi: Người ta lờ ông cụ tôi.

- Ông cụ có là đảng viên đâu chứ, tôi nói. Ở ta mẻ vinh hoa đầu bao giờ cũng giành cho cộng sản, người chiến sĩ tiên phong. Đã thành nguyên tắc. Hồ Chí Minh trước hết là cộng sản rồi mới Cha già dân tộc. Mà chú ý, chỉ Cha dân tộc thôi chứ không cha già Đảng được! Huân chương lao động mãi rồi cũng đến tay Thế Lữ. Đảng ngày một rộng bụng hơn. Nghi bảo tôi lúc đón bằng khen, ông cụ ngồi đánh phịch một cái xuống sân khấu, thương quá. Tôi hỏi Nghi, tại sao?

– Đứng lâu mệt hay cụ bị chồn chân.

– Có nghĩ nhà thơ, nhà văn, soạn giả, nhà đạo diễn và diễn viên Thế Lữ muốn châm biếm không? Con hổ nhớ rừng có câu gì nhỉ? À, *"Ta vốn ghét những cảnh sửa sang, tầm thường, giả dối!"* Có khi lúc đứng chờ huân chương, ông cụ đã nhớ tới lần đáp máy bay vào Sài Gòn cùng vợ chồng Học, con của cụ ở nước ngoài về thăm. Là giáo viên toán trung học ở Bờ biển Ngà (Cộng hòa Côte d'Ivoire là một quốc gia nằm ở Tây Phi – B.T) vợ chồng Học (được Nhà nước coi là "trí thức lớn") được xếp cho lên ngồi tít cao cao một mình một bàn cạnh buồng lái tuy cùng giá vé. Cho tới lúc "trí thức lớn" dọa cứ đứng không ngồi nữa mới đành (theo chỉ thị mật của đảng) chiều "trí thức lớn "vớt" ông bố Thế Lữ từng theo đuổi hai cuộc kháng chiến nhưng chưa phải là trí thức, được lên ngồi cùng con, "ăn theo" con. Tôi nghĩ có khi lúc chờ nhận huân chương, cụ cũng nhớ cả lại lúc cụ phải lên báo cáo điển hình ở lớp chỉnh huấn trí thức năm 1953 để tự lột xác, làm nhục mình cùng bè bạn chí cốt của mình trước bao nhiêu trí thức khác, tôi nghĩ có khi vì nhớ lại thế mà ông cụ tức cảnh sinh tình ngồi phệt luôn xuống sàn, như muốn cho thấy tay không tôi còn lom khom đứng nổi còn phải mang tấm huân chương cao quý thì quá sức lẽ mình. *Ta vốn ghét cảnh sửa sang, tầm thường, giả dối...*

– Mình... mình... không biết... thật, mình không biết nữa.

– Ông có nghĩ rồi Nhất Linh, Khái Hưng sẽ vào tên phố không? Nghi lùi lại nhìn tôi. Hỏi gì quái gở? Tôi cũng chẳng hiểu vì sao lại hỏi thế.

– Trong các bạn ở *Tự lực Văn đoàn*, cụ Thế Lữ có thích ai hơn cả không?

Nghi lại lắc lắc đầu. Yêu ngang nhau, trọng ngang nhau... nhưng có vẻ nhỉnh hơn một chút về Nhất Linh Nguyễn Tường Tam. Khen là người đa tài, thổi *clarinette* hay lắm, có đạo đức, có nhãn quan chính trị sắc bén. À, khen Nhất Linh rất giỏi làm báo nhưng làm báo là phụ mà hoạt động chính trị mới là chính.

– Năm l962, tôi nói, một lần tôi hỏi Trường Chinh về *Tự lực Văn đoàn*. Ông ấy đánh giá cao vai trò của tổ chức này trong văn học nhưng phê phán họ "cải lương, thất bại chủ nghĩa," sau Yên Bái đã bỏ chính trị quay đi làm văn học.

– Xưa những lần ông cụ đưa tôi ở Hải Phòng lên báo *Ngày Nay* ở Quan Thánh, được gặp các bạn nhà văn của bố, tôi chẳng khác gì đi hội vậy, thấy các ông cứ như ánh sáng cả.

– Thế ông có nghĩ có ngày tên các ánh sáng ấy sẽ thành tên phố không?

Lần này Nghi chỉ khe khẽ nói:

– Làm sao mà có ngày ấy được... Ta ngặt lắm... Khái Hưng là ta... *thịt* mà. Bác Tam không trốn kịp thì cũng bị.

"Ta là ai" tôi hỏi. Rồi im. Nghi cũng im. Hồi Nghi rủ tôi đến ngủ ở nhà anh ở sau Nhà hát lớn "chạy B52," – "*nó* có tránh dân đấy, không thì Hà Nội cũng như Dresden, Hamburg chả còn một viên gạch nào nguyên." Có một sáng anh đưa tôi xem quyển an–bom (album) lớn của gia đình. Ở trang đầu, trên cùng bên trái, dán ảnh anh và tôi, do Học, em trai anh, chụp. Theo thời gian chụp, bên dưới, phía phải là ảnh anh và Nguyễn Đình Thi. Ra về, tôi bảo anh: Để cái ảnh ông chụp với tôi xuống các trang sau nhé.

– Sao?

– Tôi không hợp với những mở đầu. Với lại tôi là bụi bẩn đảng phủi đi, không phải bụi óng ánh của đảng. (Tôi nghĩ Nghi biết việc Thi nói với Phạm Văn Đồng rằng "nhờ ánh sáng của đảng mà các hạt bụi trên người chúng tôi cũng óng ánh" – Nguyễn Khải kể với tôi.

Một bữa Nghi nói có lẽ anh sẽ dựng "Hồn Trương Ba da hàng thịt" cho Lưu Quang Vũ. Tôi nói: Cần có tư tưởng trả giá công bằng ở đây, nếu không thì dễ thành *farce*, – hài kịch. Và triết học của chuyện này nó dễ chỉ cho người ta đi theo con đường ăn ngang ngồi tắt. Tôi gợi ý thế này, sau khi hồn Trương Ba nhập vào rồi thì trên tay áo anh hàng thịt liền xuất hiện một băng vải đề *Ta, vẫn Anh hàng thịt*. Hàng chữ này, nổi như một nhân vật riêng biệt, cứ to dần cho đến lúc lan ra hết cả ngực áo. Bởi tôi sợ cái sự trú ngụ vào thân thể kẻ khác để ăn boóng vớ bở lắm. Thay mặt nhân dân chính là kiểu trú ngụ này, đúng không? Cố cho thấy cái băng vải kia là một miếng da lừa mà cứ dùng thì nó teo lại rồi biến. Thế mới công bằng. Không được biến không thành có. Rồi Nguyễn Đình Nghi chết. Chỉ ít phút sau, Nguyên, con trai anh, vợ anh lần lượt báo tôi tin buồn.

Tôi đến ngay và an ủi: Bố cháu như ông cháu cũng đã có được sự nghiệp. Nguyên nói: Bác ơi, trước khi chết ít lâu, một hôm bố cháu nói sự nghiệp mà làm gì con? Sự nghiệp đầu tiên là sống sao cho đúng là mình. Bố không hy vọng còn sống được lâu, con nghe đây và làm theo ý bố. Nếu bố chết, nếu mẹ và con đăng tin buồn trên báo cho bố thì chỉ viết ba điều ngắn gọn thế này. Một, tên Nguyễn Đình Nghi; hai, 73 tuổi; ba, đạo diễn kịch. Thế thôi. Cháu hỏi vậy các thứ danh hiệu Nghệ sĩ Nhân dân, huân chương, đảng viên là bỏ cả? Ừ, bỏ cả... Con và mẹ Dung bằng lòng không? Cháu nói ngay: Bằng lòng quá bố ạ! Cùng chúng tôi một lứa một thời, Nghi từng phấn đấu chân thành để vào đảng. Sắp chết, anh tự nguyện mang đi chỉ hình hài suông cùng cái nghề suông. Như tôi, trong khi làm cộng sản, anh chắc đã buộc mình sống trái tự nhiên, dửng dưng với bao tồi tệ, để tin vui được đúng như yêu cầu tư tưởng đảng đề ra. Một nét chung cuối đời Nghi là u uẩn, là ngán. Tôi nhớ một hôm anh hết sức buồn kể lại: "Rạp *Công Nhân* diễn một vở kịch tôi dựng. Tôi đứng trên gác để nhìn bao quát. Thình lình ở giữa rạp, một đứa phanh áo ngực đứng lên gọi to cô nhân vật chính đang độc bạch tâm tư cách mạng trên sân khấu: Thôi, em ơi, lải nhải mãi thế, về mau lên cho anh còn *đ.* chứ. Cái chữ *đ.* nổ như quả trái phá. Tôi giận quá, nắm tay lại toan hét: "Đuổi cổ nó ra!" nhưng bỗng lại sợ, sợ ghê gớm. Cô diễn viên chính vẫn tiếp tục giãi bày ước nguyện chiến đấu đến cùng cho lý tưởng giải phóng. Người xem cứ lặng như tờ, theo đúng văn minh nhà hát. Và tự nhiên tôi thấy rõ ràng sụp đổ toàn bộ một nền văn hóa, đạo đức mà chúng ta theo đảng ra sức xây dựng từ lâu. Ông ơi, cái xấu, cái đểu nó thống soát hết cả rồi, đã mạt pháp rồi thì xã hội này mới nhất trí câm nín chịu nhục như thế được chứ nhỉ? Giá như cô vai chính bỏ chạy? Giá như có ai đó lên sân khấu quỳ lạy xin lỗi người xem? Không, cứ như không hết cả. Này, thành gỗ đá hết cả rồi hả, Trần Đĩnh? Mới hiểu tại sao Hồng vệ binh lật trời đảo đất như vậy được. Mà Ba Kim, Lão Xá chịu tự tát vào chính mặt mình, Tào Ngu chịu làm cần vụ chuyên cọ rửa chuồng xí của cái nhà hát xưa vẫn diễn *Nhật Xuất, Lôi Vũ.* "Làm nhục các đứa con tinh hoa của đất nước vì sợ chúng phản. Không thấy chính mình mới là phản lại tất cả, có phải thế không nhỉ?" Nhìn Nghi lúc ấy tôi tưởng anh bị thương đâu đó. Một cái đau ngơ ngẩn. Chợt nhớ một đêm tránh B52, cầm xem số tạp chí đặc biệt về đại nữ kịch gia Manouichkine tôi vừa cho anh, Nghi bỗng thở dài: Bây giờ làm sân khấu buồn quá, cái gì các ông ấy cũng cấm, cái gì cũng moi ra sai hỏng cơ bản và đều là do phẩm chất kém cỏi của mình. Vì trước hết chúng ta chưa đổi hết tiền thật của chúng ta ra thành tiền giả. Nâng phẩm chất cách mạng lên bằng làm đồ giả thì được toàn là đúng.

Nghi đưa khăn lên mắt tôi mới biết anh khóc.

Một lần tôi hỏi Nghi khi anh vào đảng, cụ Thế Lữ có nói gì không, anh nói không, tôi nghĩ tính cụ phẳng lặng như thế. Hôm ấy tôi bảo Nghi tôi chứng kiến một người được tuyên bố kết nạp đã khóc nấc lên ở trước đảng bộ: "Ôi cha mẹ ơi, sao không cố sống tới hôm nay để thấy con được vào đảng yêu quý, cha mẹ ơi!" mà ngượng quá!

Năm 1975 lần đầu vào thăm mẹ anh ở Sài Gòn ra, Nghi khẽ bảo tôi: Có một chuyện tôi rất buồn. Mẹ tôi quắc mắt hỏi, sao anh bỏ Chúa, đứa nào nó xui anh?

Có lẽ Nghi bỏ đảng khi biết mình sắp đi gặp mẹ. Tránh phải thanh minh khi mẹ anh quắc mắt hỏi: Sao anh bỏ Chúa mà theo ma quỷ?

Chương bốn mươi hai

Ở Sài Gòn, Hồng Linh phải mổ gấp, tôi vào vội. Sáng sau tới Bệnh viện Bình Dân Điện Biên Phủ, thấy Linh lòng thòng dây dợ, ống nhựa quấn đầy người đang co cao chân run rẩy tập đi tại chỗ ở đầu giường. Phẫu thuật sáng qua. Ruột ngắn đi bốn mươi phân. Bệnh nhân xung quanh đều khen bác gái "gan lắm." Một mình vào mổ (con cái còn đang leo cầu thang lên) bác gái giơ tay chào "tôi đi du lịch đây," biết bị ung thư mà cứ như không.

Mười ngày sau đã về. Một mình leo mấy tầng cầu thang – đòi thế, tôi đỡ bên không nghe. Mệt thì ngồi xuống chiếu giữa nghỉ. Tôi chợt liên tưởng đến ngày Linh lên chín làm tiểu quỷ liên lạc viên của trung đoàn 98 tiểu phỉ, ngày ngày hãi hùng nghe xung quanh xì xào "bố nó đặc vụ bị khử," đứa bé con liền tập nuốt nhịn từ đó cho hết đời. Mấy chữ "ung thư" nghe ghê rợn bằng thế nào được chứ? Mà có lẽ nuốt nhiều quá nên nay thành ung thư? Khi tôi về Hà Nội, Linh cõng thằng cháu lên hai ra tận Lăng Ông chờ taxi đưa tôi ra sân bay. Tôi nhớ mãi hình ảnh hai bà cháu ngồi trên vệ hè. Chỗ vệ hè đó thành di tích lịch sử của cá nhân tôi. Dịp vào Sài Gòn này, tôi đến thăm vợ chồng X. đã hàng chục năm không gặp. Một biệt thự trong cả một dẫy phố toàn biệt thự. Anh béo to hơn nhiều. "Nào, ngồi đi, thích rượu gì? Whisky, cognac, vodka, bordeaux hay rượu thuốc, cái gì cũng có."

Miệng nói, một tay ngoắc cổ chai rượu thuốc, một tay bưng bát mực tươi xào; chai rượu thuốc đặt xuống rồi lại quay vào bưng ra một bát tú ụ bò nướng.

– Không kiêng, tôi dè dặt hỏi, biết anh bị bệnh.

– Kiêng cái gì?

– Rượu. Tôi nói, nhìn vợ anh ngồi đối diện. Chị vẫn đẹp nhưng mệt mỏi và buồn. Lúc tôi bấm chuông, chị ra, tôi nhận ra nhưng làm như mắt kém khẽ hỏi: "Thưa, tôi xin hỏi ông X. có ở đây không? – "Anh Trần Đĩnh, tôi ở báo Nhân Dân khi anh đi học nước ngoài mà." Tôi phải xin lỗi cho sự mụ mị diện mạo của tôi.

– Kiêng để làm gì, X chợt lườm chéo tôi, cà khịa.

– Cho khỏe! (tôi chẳng lẽ im).

– Để làm gì? (Đến đây tôi thấy X. thật tình chán đời.) Để sống phải không? (Cười nhếch mép) À, thế sống để làm gì? Cậu cho sống là sướng phải không? Thế cậu với thằng Châu anh cậu sống sướng lắm đấy hả?

Chẳng hiểu sao X. lại mở đầu bằng một chuyện tôi không hề nghĩ tới. Có lẽ muốn cho tôi biết là anh cũng nhiều kiến giải độc đáo, không phải kẻ a dua. – Cậu nhớ năm 1983 báo Nhân Dân các cậu tương lên một bài khoe Việt Nam đã tự túc được lương thực rồi kính cẩn dâng lên Bác rằng từ nay dạ, chúng con xin thưa Bác đất nước chúng ta không còn hai tiếng giáp hạt nữa chứ. Cậu biết sao không? Tớ bảo anh em cắt nghiến ngay đi không phát cái đoạn văn bịp. Cả ông Cụ đếch ngửi được ấy của báo đảng. Về khoản bịp, cha này phải sếp sòng – Nhưng anh em phe ta lại sốt sắng nhận bịp, nhất tề gửi điện mừng lây và thông báo vội rằng với thắng lợi lịch sử to lớn của Việt Nam, chúng tôi từ nay thôi viện trợ lương thực. Ta sợ co vòi, phải thưa thốt lại là sự thật vẫn thiếu ăn

– Thế nhưng đứa viết thì leo lên cao mãi.

– Đảng quý cái biệt tài biến không thành có.

Như để tôi biết không phải nay anh mới tỉnh, X. lại nói: – Năm 55 nhỉ? Dân Thiên Chúa giáo Ba Làng nổi lên, ta cho một trung đoàn vào đàn áp, cậu ở Trung Quốc không biết. Chủ trì một hội nghị tổng kết sau đó, tướng Giáp nói đây là một vụ phản loạn, tớ bèn giơ tay xin đính chính ngay là không thể gọi là bạo loạn, đây là nhân dân bất bình mà phải lên tiếng. Cậu biết sao không? Giáp tán thành ý kiến tớ, không gọi là bạo loạn nữa. Mình làm bậy dân ức, dân ức thì lại bảo dân bạo loạn, trong khi chính mình bạo lực với dân trước. Giáp không gọi là bạo loạn nhưng đã bằng lòng cho một trung đoàn vào đàn áp.

Đảng cộng sản Pháp xưa được Liên Xô chi tiền thì hùng mạnh nay hết Liên Xô thì hết hơi, X. lại nói. Cậu nhớ dạo Léo Figuère sang kiểm tra xem ta có đúng là cộng sản thật không chứ? À, Nguyễn Thành Lê báo Cứu Quốc đem tên ông ấy đổi béng ngay ra thành Phi–gơ. Sợ chữ "ghe" nó tục. Ông ta khẽ hỏi người phiên dịch sao lại là "gơ" thì tay này nói quê hương ông Lê không có âm "ghe!" Cộng sản đi hia Khổng Tử lại được tiếng là chu đáo, thận trọng.

Cụ Hồ viết "mình vì mọi người, mọi người vì mình." Dạ, không thể đâu ạ. Tớ vì mọi người nhưng Tố Hữu, Hoàng Tùng, Trần Lâm có vì tớ bao giờ không? Phải sửa chứ.

Hình như vớ được tôi, anh biến ngay tôi thành đối tượng cho anh xả. Mà cũng có thể là muốn tỏ ra không kém tôi ở khoản nói năng "phản động." Lại nói luôn: Có biết mỗi tối bây giờ trước khi ngủ tớ nghĩ đến cái gì ghê nhất không? À, nghĩ xem mai mua cái gì nhậu. Rắc rối cơ mà khoái đấy. Khoái lắm ấy. Cái gì mới nhậu, cái gì lâu rồi, lúc nghĩ lại, nhớ lại là sướng lắm.

Tôi nhảy sang chuyện khác. Hàng chục năm không gặp, chuyện mới chưa biết nói thế nào, tôi gần như vu vơ hỏi X. lâu nay có gặp Z. không?

Z. nào?... À, vẫn gặp. Hắn vẫn pum nhưng khỏe. Bảo khỏe được là nhờ hút thuốc phiện. Bà vợ sau trẻ hơn những ba chục tuổi cơ mà. Trần Minh Tân nói dạo này hắn lại trích nọc ong cho người bệnh lấy tiền nữa, mỗi lần chỉ cần cho năm con ong chích vào người bệnh năm cái là được năm sáu nghìn đồng. Ong thì sáng sáng ra hàng chè vợt vài chục con, chả phải nuôi.

– Ong thì tớ không biết nhưng nếu thế thật thì cha này đúng là sinh ư nghệ tử ư nghệ. Lúc bí thư tỉnh, được Tố Hữu o bế lắm, tỉnh của Z. chiếm thời lượng tuyên truyền hơn hẳn các tỉnh khác. O bế thì mới chọn cha quản việc buôn thuốc phiện lậu. Và cũng vì thế mà cha nghiện, tử ư nghệ đó. Rồi nếu nay nhờ ong mà sống thì sinh ư nghệ. Ngày xưa tỉnh cha này có phong trào nuôi ong mà. Hoa nhãn đầy ra. – Nhà văn, nhà báo về tỉnh ông ấy khi đi đều được tặng mật ong, long nhãn.

– Tao cũng lấy. Nhiều lần chứ chả phải một hai... Ừ, uống đi mày, chiều đến sướng nhất là uống rượu và đi đón cháu.

Đời biết bao chất liệu tiểu thuyết, tôi nghĩ thầm. Và tiếc. Cựu bí thư tỉnh sáng sáng ra hàng chè vợt ong về cứu chích người để tự cứu thì hay thật. 1971, viết về lũ lụt tôi đã gặp bí thư ở mấp mé bờ nước mênh mang. Ông chỉ mấy quả bí đao trên xe nói: Báo cáo nhà báo, ăn dã chiến thế này để còn chống lụt ạ! Trưa tôi đến quán cơm hẹn nấu cho nhà báo thì họ bảo hôm nay nghỉ. Nhưng trong bếp mấy người hí húi mổ hai con gà chắc sống thiến, nằm ụ lên thành đống ở trong một cái sọt tre mắt cáo nông lòng. Thấy tôi tần ngần (ăn đâu?) một cô khẽ bảo tôi: Anh thông cảm, bận chiêu đãi thủ trưởng.

Lại nhớ nhà văn N. K. (không phải Nguyễn Khải) kể con ông Lành sơ tán về Hưng Yên được ở hẳn tòa nhà xây cho tỉnh ủy sơ tán, ngày ngày có ba du kích theo dõi máy bay gõ kẻng cõng ba cháu xuống hầm, ba cô săn sóc sinh hoạt cùng ba cô giáo dạy riêng, đúng tam tam chế hết. Ông Nguyễn Lương Bằng một lần đi xe khách thăm con sơ tán về kêu dân đi lại khổ quá thì bị ông Tố Hữu phê bình đi xe khách là không giữ kỷ luật bảo mật. Chất liệu tiểu thuyết cho cả đến chuyện tôi xin X. phiếu mua một tivi Ba Lan Beryl rồi đến lĩnh phiếu (đưa phiếu cho tôi, vợ Trần Lâm, tổng giám đốc Đài phát thanh đã ái ngại hỏi thăm anh Trần Châu ra tù thì ở đâu) lĩnh xong ra cổng Đài phát thanh đã có người mua lại. Anh ta dúi cho tôi ba trăm đồng rồi chở tôi đến nhà một người quen sắp ra tàu nhờ mang ba trăm cứu đói vào đưa giúp cho bố tôi và các em. Ái ngại tôi tay trắng, người mua phiếu ti vi đã chở tôi ra Hàng Giầy đãi một bát sủi cảo quốc doanh rẻ hơn nhà Khựa năm hào một bát. Chưa bao giờ tôi làm một việc gì mà nhẹn như cú sang tay này. Nhờ một người mang tiền vào cho bố thì ông ta hỏi vay luôn năm chục! Có lẽ cái gì ở cái xứ nghèo khổ này cũng có thể viết được thật. Riêng viết buổi tối X. khoái trá nghĩ xem đã nhậu cái gì hôm nay để hôm sau nhậu không bị "giáo điều" cũng đã đủ hay rồi. Tôi ngờ X. đau và hình như cả oán. Và tự hành cái thân cho hả. Nhưng đau và oán làm gì? Dân tộc có số phận của dân tộc – hãy xem nó nằm ở đâu, cạnh những ai ai – cái này lại quyết định số phận mỗi cá thể song quanh quẩn thì cũng trong một khuôn mẫu. Xem nước ta và Triều Tiên. Cùng xã hội chủ nghĩa và cùng đều khỏe vũ đấu. Ngày nào Bắc Triều và Việt Nam cùng tiền đồn xông xáo ra đòn trước. Rồi buôn ma túy, mê làm bom nguyên tử. Lê Duẩn từng ôm mộng này! Ông lý lẽ: Ta chiến thắng toàn đế quốc lớn thì thừa sức làm bom nguyên tử! Trần Đại Nghĩa bẻ lại ông tại một hội nghị: Thế nhưng Nhật đại bại mà thành cường quốc thứ hai thế giới đấy ạ! Thế nào rồi ta với hai miền Triều Tiên đã có sự tráo đầu đổi đuôi kỳ quái. Nam Hàn – đồng minh với Mỹ, năm 1966 đã đưa hai sư đoàn Mãnh Hổ, Bạch Mã và Lữ đoàn Thanh long Thủy quân Lục chiến sang tham chiến ở miền Nam (mà nói cho công bằng cũng không phải chỉ vì tiền như ta từng chửi họ) thì nay là nước đầu tư rất nhiều vào ta.

Bắc Triều cho phi công sang đánh giúp ta rồi thì bênh Bắc Kinh và Pol Pot, lạnh nhạt với ta. Lạ là ta dám nhờ tiền và công nghệ Nam Hàn nhưng Bắc Triều lại không chịu mở quan hệ làm ăn với đồng bào. Giọt máu đào, kể cả đất đai, vốn dĩ phải chào thua ý hệ nhưng trong quan hệ ta với Nam Hàn, ý hệ lại chào mừng lợi ích kinh tế! Trên đường về lại lẩn thẩn nhớ đến Léo Figuère mà lúc nãy X. nhắc đến Năm 1950, ông sang tìm hiểu Hồ Chí Minh cộng sản thật hay giả. Nhận ra nhau rồi, Cụ Hồ nhờ ông chuyển cho con gái Maurice Thorez, tổng bí thư Đảng cộng sản Pháp hùng mạnh một sợi dây chuyền vàng nhưng khi ông dọn đồ lề về thì nó đã không cánh mà bay. Chắc vào tay một trong những người cộng sản Việt Nam có vinh dự phục dịch ông. Rồi sau hơn mười năm xác định được tình đồng chí, tên của Thorez đã bị Hữu Thọ đổi sang thành tên chó: "Hoan hô... ô... ô... hai con Tô Tô (Tô-rê và Tô-gli-a-ti) chết rồi!" ở ngay giữa sân báo đảng, cứ địa Mao-ít rình rịch tiếng chân tiểu phỉ xét lại. Càng nở mồm chửi thì càng đỏ danh hiệu chiến sĩ kiên cường. Càng khỏe bôi nhọ kẻ thù càng thắm son lòng yêu nước. Và leo lên... Đặc biệt hôm ở X. về tôi bỗng lên cơn tự xỉ vả. Ôi ta đèo bòng lâu với cộng sản bằng mọi giá. Sao ông Lý Quang Diệu lại né cộng sản bằng mọi giá? Cốt tránh nội chiến mà ông cầm chắc là cộng sản sẽ phát động để cướp chính quyền, Lý Quang Diệu đã xin cho Singapore rút khỏi Liên bang Malaya. Song nước tí hon cần phải tự vệ giữa trùng dương cộng sản Indonésia, Malaysia, Philipin vây quanh chứ? Thế là xin luôn lính Anh trở lại che chở hộ trong năm năm. Chả ai chửi Singapore hèn. Mà Singapore cũng chả hám cái danh anh hùng thường tình được đo bằng núi xương sông máu. Tôi đã rất lạ mà thầm hỏi cái gì khiến Lý tin người Anh đến thế? Ông học ở Anh nên không có lối nhìn mọi sự theo cặp kính ý hệ chăng? Và càng lạ hơn là dân ông lại không nghi ông tay sai đế quốc! Trong khi mới chỉ ký tạm ước 6 tháng, Cụ Hồ đã phải tuyên bố "Hồ Chí Minh chết thì chết chứ không bán nước!" Vậy là vì Lý và cả nước ông tin đế quốc Mỹ, Anh và sợ cộng sản! Ta trái lại. Ghét Pháp, Mỹ, Anh nhưng tin chết thôi Trung Quốc, Liên Xô, hai tấm gương ta noi theo quên cả mình bởi chỉ mải lo hết lòng trung trinh với họ.

Thử xem hiệu quả của hai lòng tin. Tin đế quốc nhưng Lý đã làm cho mỗi đầu dân thu nhập bình quân 23.000 đô la Mỹ. Singapore, Indonesia, Thái, Malaysia... sáu nước lập ASEAN kết bạn với nhau đề phòng họa cộng sản đang thọc tới sát sườn họ. Một dạo họ nhìn ta chính là mũi tiên phong mở đường cho Trung Cộng tiến xuống công phá họ. Còn ta? Chỉ 400 đô la. Một bạn trí thức bảo tôi: " Nga và Đức cũng đã phải chắp tay vái lạy hai cụ tiên tổ của họ hãy cắp nón đi khỏi đất nước. Có lẽ dân Đức và Nga phải học người Việt về lòng chí hiếu đối với Mác – Lênin." Tôi cãi: "Không phải người Việt mà là một dúm nhỏ người Việt".

Trên đường ở X. về, ghé nhà Thế Vấn. Theo Vấn, nếu như ta chịu ảnh hưởng văn hóa Anh như Gandhi, Mandela, Nehru, Lý Quang Diệu, Aung San Suu Kyi thì có khi đã đi nẻo ôn hòa. Tôi bảo anh: Đúng! Giá cứ làm bếp mãi ở khách sạn Carlton Luân Đôn, không biết chừng Cụ Hồ cũng lập ra một đảng dân tộc giống như đảng Quốc Đại của Gandhi. Gandhi tốt nghiệp luật sư xong sang Nam Phi làm việc đã lập ra ở đây Đảng Quốc Đại với tên tuổi sáng chói sau này của Nelson Mandela. Trở về nước, Gandhi lại tổ chức Đảng Quốc Đại Ấn Độ và xưa nay nó luôn là một trong vài đảng chủ chốt ở chính trường Ấn Độ. Từ Quốc Đại Gandhi, Mandela lại chợt nhớ tới một lần tôi đùa Văn Cao: Quốc ca uống máu phanh thây ghê quá! Thì Văn Cao thở dài: Tao cũng là *inspirer* – cảm hứng từ quốc ca Pháp. Cái gì... các luống cày chúng ta uống máu quân thù – *abreuve nos sillons* đó mày.

Rồi lại nhớ nhẳng tới Kết, anh bạn nông dân già người Kinh Kệ, huyện Lâm Thao, Phú Thọ, chỉ huy sở của Xứ Nhu. Rồi Hồng Thao, có họ gần với Kết đã đem cờ búa liềm cắm vào cứ địa khởi nghĩa của Quốc Dân Đảng. Kết bèn đặt tên cho bốn đứa con Ninh, Bang, Tô, Viết – vừa là Liên Bang Xô

Viết vừa là Lê-ninh. 1951, tôi đã về làm thuế nông nghiệp đầu tiên tại nước ta ở đấy. 1960, ở Bắc Kinh về, tôi trở lại thăm. Kết, một ông già cười như mếu, lào phào nói: "Cải cách ruộng đất bỏ tù đây. Bảo là Quốc Dân Đảng cấy tôi vào phá cộng sản từ xưa cơ." Tôi chợt nhớ lại thời "trăm hoa đua nở" lừa đời đã đọc các bài báo ở Bắc Kinh Đại học tố cáo việc bố mẹ bị tù đày vì được Tưởng [Giới Thạch] cấy vào phá hoại cộng sản. Rồi nghĩ thầm: Nguyễn Thái Học mà thành công thì có truy tìm cộng sản được cấy lại để phá họai ông không? Nhưng hỏi Kết: "Thế sao không khai tên các con là Liên Bang Tô Viết ra chứ, khổ? "Kết càng như mếu: "Nó đấm tôi một cái, chửi: Sư mày, trò bịp cách mạng ấy mày lại còn mang ra bịp bố cải cách của mày nữa ư? Ông lạ gì, họ nhìn chúng ta đều là gian, là xấu, là bịp cả." Thêm một chút về Hồng Thao. Anh là một trong những "xét lại" hăng hái ở báo đảng. Nhưng rồi anh "chuyển," tức là im lặng không phản đối nghị quyết 9, tuy anh đã bị đưa đi cơ quan khác. Sau này anh thanh minh với tôi: Tớ nghe thằng Lê Toàn Thư, trung ương ủy viên, bạn cùng học ở Hà Nội, cùng trọ một nhà. Nó vạch ra cái hay của Mao và thuyết phục tớ nên giữ ý thức kỷ luật. Tớ với nó học ở Hà Nội, cùng trọ với nhau ở phố Hà Trung, cùng hoạt động".

Sau này Đào Phan bảo tôi Lê Toàn Thư nói, "Tớ ở trong trung ương nhưng có biết gì đâu, nghe mấy ông kểnh cả".

* * *

Ở Sài Gòn, tôi rất buồn được tin Hoàng Thế Dũng đột tử. Vợ con anh nhờ tôi viết điếu văn nhưng bụng dạ tôi nào có yên trước bệnh tình của Hồng Linh nên tôi xin cảm ơn và kiếu. Báo *Quân đội Nhân dân* (Dũng là phó tổng biên tập thời Văn Doãn là tổng) sau mấy chục năm mời anh dự lễ kỷ niệm thành lập báo. Anh đến. Lên nói và chết. Chết đứng Từ Hải tại giữa triều đình. Dũng chết, tôi mới thấy hết chất quyết liệt ở sau nét hiền hòa nhường nhịn hàng ngày của anh. Một nhà văn nói: Cái chết của bất cứ ai cũng là một giấc mơ bỏ dở. Dũng vẫn mơ thứ cộng sản mang mặt người. Lúc đầu tôi tranh luận với anh, có khi rất căng, sau thôi. Thì tôi chả cũng có lúc tin như anh đấy thôi. Vả chăng *Thiên hạ hà nhân bất mộng trung,* – gầm trời ai mà không trong mộng? Nguyễn Du nói đó. Ít nhất con người còn có lưng vốn này để bình đẳng với nhau.

Chương bốn mươi ba

Kim Lân mời tôi cơm. Tiễn tôi di cư vào Sài Gòn. Có thêm một hai bạn trẻ. Kim Lân bữa nay đặc biệt xôm chuyện. Tôi chợt thấy muốn ghi âm và phân tích cái giọng đặc biệt dân dã, chum chúm khép nép mà chất chưởng, chua chát, buồn mà buồn cười của anh.

– Trần Đĩnh đến đền thờ Sĩ Nhiếp chưa, Kim Lân hỏi? Này, xem ra ngày xưa các cụ ta có trước có sau đáo để nhá, ai lại làm đền thờ cả thằng thống trị. Nhưng không có ông thái thú tổng giám đốc nha học chánh đầu tiên ở An Nam mình lúc ấy bị gộp vào quận Giao Châu Trung Quốc để mở ngôi trường đầu tiên ở huyện Thuận Thành Bắc Ninh, tạo ra mẻ học trò thò lò mũi xanh, chốc đầu thối tai đi tiên phong gieo hạt giống trí tuệ Tàu cho xứ sở thì làm gì có Nguyễn Trãi, Nguyễn Du, Cao Bá Quát... lớp kẻ sĩ biết *sất* phu hữu trách. Cái chú bé con đầu tiên đến lớp cũng là một thứ Kha Luân Bố vượt biển tìm bờ chữ cho con cháu sau neo đậu vào. Thằng Đĩnh này nó bảo *đọc* và *viết*, hai chìa khóa chính của học vấn và kiến thức là chữ Trung Quốc. Nó lại bảo kỹ nữa thì phải thêm cả cái chìa khóa mở vào khoa học cũng "made in China": đếm – đếm là gọi trẹo đi của chữ *điểm*. Rồi tách từ *tích*, phân tách..., những phạm trù có tính công cụ của khoa học. Hừ, xem, cấm có chữ nào các cụ để cho nguyên xi. Như *hớn* trong động hớn là bẻ quẹo chữ *hứng* Tớ bảo chắc ta chỉ

447

cho ông anh quá cảnh vào thượng tầng thôi thì nó hỏi thế "tôi mó đùi cô" là thượng hay hạ? Hạ mà mó đùi cô là Tàu nhá. Chữ *xểnh* nghe nôm na chưa? Thế mà là do chữ *sảng* là lầm lẫn của Tàu mà ra xểnh tay, xểnh mồm, nói sảng. Rồi luýnh quýnh loáng quáng là từ chữ *quýnh* chỉ nước chảy cuồn cuộn. Rồi cuốn, cuộn, quấn, quấn, quận là ra từ chữ *quyển.* Phải nhận ông cha giỏi ta hóa chữ Tàu. Chỉ một chữ *vinh* trong quang vinh mà xén ra thêm thằng vẻ vang, vung vinh. Hai thằng này chọi nhau, hay không? Các cụ cho biết *vẻ vang* chính là anh em con dì con già với *vung vinh.* Chả bù bây giờ Hà Nội bắt sóng điện Bắc Kinh *hai phai* (hifi, phát âm thanh chất lượng cao) tuyệt đối và nhanh nhảu quá.

Một lúc Kim Lân rầu rầu nói: Tớ kể một chuyện về Nam Cao. Hồi ấy, khoảng 1951, lâu quá rồi ông Nam Cao không thò ra được cái gì, sau *Đôi mắt* và *Ở rừng.* Khốn nạn, tắc tị cả lũ là vì các đấng thân yêu nhất của mình, đồng chí, chi bộ, Trung ương đều nói mình phải lột xác, cải tạo triệt để chứ lý lịch, lập trường hôi hám quá. Lúc ấy trộm vía, đang mê Mao, vặn lạp xường nhau ghê lắm. Như thế hỏi ai cầm bút mà chả run? Thế nào một hôm Nam Cao lại mời tổ văn nghe ông ấy đọc bản thảo rồi góp ý. Bọn mình mừng quá, ông anh cựa quậy rồi. Nam Cao đọc. Hết chương một, ngừng lại. Tất cả lặng như tờ. Đọc chương hai. Lại ngừng, lại lặng như tờ. Sang chương ba. Lần này Nguyên Hồng cười phá lên rồi líu tíu chỉ vào Nam Cao nói: "Nam Cao ơi Nam Cao, sao viết giả thế hả?" Nam Cao cầm bản thảo lên, không nói không rằng giơ nó xé làm đôi, xoay ngang xé làm tư, xoay ngang nữa xé làm tám... Bọn mình ngồi vừa thương vừa phiền. Khổ, ông Nam Cao mà toan nhập vào một bần cố nông đứng ra làm nhân vật chính của một tiểu thuyết. Kể ra ác thật, bắt đẻ cho thật mắn con để phục vụ nhân dân lao động, nhưng con nào cũng phải mặt hoa da phấn, tài cao đức trọng như chư vị bần cố nông binh. Ông giáo Nam Cao đang lột xác để cho ra đời đội ngũ mặt hoa da phấn, tài cao đức trọng này. Tội thật, nhận mình phế vật phải lột xác là đã trắng mắt tự khinh mình chẳng ra cái chó gì rồi thì còn làm nổi cái khỉ gì nữa? Sau chuyện này vài tháng Nam Cao vào Nam Hà làm thuế nông nghiệp các đồng chí Trung Quốc vừa sang dạy cách làm, rồi chết. Ba mươi tư tuổi. Chưa bằng nửa tuổi Trần Đĩnh với tớ ngồi đây. Cái chết đó là bản thảo thành đạt nhất của cuộc thâm nhập thực tế giả (thuế nông nghiệp kiểu Tàu bê sang ta thì giả quá rồi!) hay là sống giả thêm một bước. Thương ông Nam Cao thật. Cũng biết mắt trắng mắt xanh, cũng khinh nhờn nhiều anh lắm cơ đấy. Ấy thế mà... Nam Cao chết, người ta lại bảo Kim Lân lên đường. Thì lên đường. Tớ xuống huyện, huyện ủy hoan nghênh, cho một giao liên đưa, bảo đồng chí vào nam phần Bắc Giang trước rồi chúng tôi vào sau. Nghĩa là mình đi xích hầu đánh động cho họ. May mà tớ nhát, thuyền sắp đến bến, tớ bảo anh giao liên hãy cho thuyền ghé vào dưới bến một quãng xem. Thì nghe thấy lính Tây sụt chó, tiếng chó đánh hơi. Tớ vội tụt xuống đám bèo, thò có cái mũi lên chờ. Khoảng nửa giờ, bọn lính bật lửa châm thuốc hút kéo nhau đi. Tớ bèn lội ngược sông cho tới lúc nghe thấy tiếng búa lò rèn bờ phía bắc đập chí chát thì biết đến vùng ta rồi mới sang sông trở về không đi nữa. Chưa hết. Lại bắt ba anh Nguyễn Tuân, Như Phong, Phan Kế An xâm nhập nam phần Bắc Ninh. Khi về, ba lô anh nào cũng vài bao thuốc lá Cotab, xà phòng Shang-gai, Nguyễn Tuân bảo tiếng Anh, tiếng Tàu nó đề là *Shanghai by night, Thượng Hải chi dạ*, chốn hoa lệ bậc nhất cõi Viễn Đông, hòn ngọc này mới đáng hòn ngọc. Anh này hễ chỗ nào có tí thơm thơm ngon ngon là hít được ra nhanh lắm! Thế nhưng vào chỉnh huấn lại tự xỉ vả là mê tư sản, sa đọa. Này, nói chứ dễ nhận sai, dễ chịu mắng mỏ quá. Đảng cải tạo cho mất cái thói ẩm ẩm làm theo này mới đúng. Ngừng một lát, Kim Lân nói tiếp: – Nói chuyện mới. Thế nào gần đây đùng một cái ông Tố Hữu lại mời tớ. Lạy thánh mớ bái chứ em vốn cả hãi ông. Ông tên Lành nhưng em gặp em cứ ghê ghê. Thì ra ông gọi lên nhờ viết tựa cho quyển hồi ký mới ra. Đã phải vời đến tớ là thôi rồi đây. Im không nói tiếp. Một lúc, tôi hỏi: Rồi? Thì khẽ thở dài: Có mỗi cái tên Kim Lân

Kim Lân mà đứng vào cạnh ngài thì để mà rụng tiệt hết cả ư? Này, ông Lành có con mắt ghê. Tớ họp hay ngồi dưới cùng, một hôm ông ấy xuống hỏi sao dạo này im không viết, chuyển ngành mà không báo cáo ư? Tớ bốc cơn dân chủ nói: Gớm, ông anh lại cứ phê bình em! Thế là tớ lạnh toát ngay người, gớm! mắt ông ấy nhìn lúc ấy, chết chết... Đùa xuôi là dân chủ, đùa ngược là phạm nguyên tắc tập trung ạ! Tôi hỏi: ông này có nói với cậu là ông ấy ngủ trưa bị Xuân Diệu nghịch tuột hết ra quần phải không?

Kim Lân tru miệng lại, tròn mắt nói: Mày nhớ kinh thật! Có chuyện ấy. Tớ đang tắm suối, ông ấy ra giặt quần đùi đã tố khổ rồi lại còn hỏi tớ có mang xà phòng theo không mà. Tớ chỉ đống lá chuối vo lại thay sơ mướp cọ người bảo có xà phòng kia đấy. Ngày xưa thân ái vầy nhau thế mà sau quan cách xa nhau thế!

Tôi lại nói Tô Hoài một lần bảo tôi: Nam Cao nếu còn sống thì không vướng Nhân Văn cũng sa vào xét lại các cậu. Tớ biết Nam Cao, bề ngoài phẳng lặng thế thôi chứ bụng ngổn ngang lắm. Từ lúc chưa Đại hội 20 gì cơ... Kim Lân xen luôn: Tô Hoài nói đúng đấy. Tâm sự tơ vò ra phết đấy. Tôi kể chuyện Võ An Ninh nói với tôi ngày Võ là viên chức kiểm lâm một tỉnh nhỏ. Buồn tình Võ chụp ảnh và triển lãm. Ai ngờ thứ hai, chủ Tây gọi gặp luôn. Đã lo lỗi gì ai ngờ chủ khen ông có tài chụp ảnh, tôi đã xem triển lãm, nay tôi lòng thành muốn được giúp ông. Thế này, tôi xin tặng ông một phòng tối với đủ thiết bị in tráng, phóng ảnh để ông đùa vui trong đó. Chủ Tây mời Võ dự dám cưới con gái. Cuối tiệc đề nghị Võ chụp ảnh gia đình. Bà chủ liền xếp đặt thì ông chủ nói: Đây là lĩnh vực ông Võ, chúng ta theo lệnh ông. Kim Lân nhành mồm: Thực dân lại mua chuộc nhân tài thế cơ chứ nhỉ.

Thế rồi đùng một cái, quặt sang chuyện Nông Đức Mạnh: "Khí vô phép chứ ông này tớ thấy ngây thơ cụ cơ mà vụng." Đợi tôi nhìn anh chằm chằm một lúc, Kim Lân mới nói tiếp:

"Báo vừa đăng rằng ở hội nghị lý luận trung ương, tổng bí Mạnh kêu gọi các nhà lý luận hãy gắng tìm hiểu xem bóc lột là gì! Nghĩa là cả đời ông ấy chỉ học có bóc bánh và lột lạt thôi. Chả lẽ lại văng tục với tổng bí thư cộng sản chứ. Tớ như ông Marx là tớ về tớ bóp cổ cho lè lưỡi ra mà chết đành đạch ngay ở giữa trụ sở đảng. Đảng cộng sản tồn tại là do có chế độ người bóc lột người và sứ mệnh lịch sử của đảng là phải xóa bỏ giai cấp để triệt hạ bóc lột và giải phóng loài người, thế mà tổng bí thư đ... biết. Mà Bộ chính trị chắc là thấy chí lí quá – đảng ta trong sáng thế cơ mà – cho nên im. Xin lỗi, tớ đến đây phải dùng chữ *cu cậu*... Cu cậu vờ ngây thơ cụ để tỏ ra rằng Đảng ta chưa từng tóm cổ thằng tư sản nào ném nó ra khỏi nhà máy vì đảng đâu có biết bóc lột là gì. Cứ bị các cu cậu thế này bảo ban thì... , Kim Lân thở dài lắc đầu.

Tôi chợt muốn nói nhiều về Kim Lân, về khối trí tuệ sâu sắc và hài hước rất dân dã khác người ở anh. Bèn kể chuyện hồi đầu 1967, một tối Kim Lân và tôi đi xe lửa lên Thái Nguyên. Anh ra đầu toa, rải ni lông rồi nằm đắp áo mưa ni lông, úp mũ lá lên đầu bảo tôi: Họ hỏi thì cậu cứ bảo cậu là người nhà, tớ bị thổ tả vào trong sợ lây sang cả toa. Gần Đa Phúc quả nhiên nhân viên đoàn tàu hỏi ai là người đi cùng người ốm ngoài kia. Tôi nói khẽ: Ông ấy có nhiệm vụ đặc biệt, đừng để ông ấy bị lộ. Kim Lân cười: Tớ nhớ. Đi thăm vợ con sơ tán ở Chợ Đồn Nhớn, Phú Bình, cậu xuống Phổ Yên, còn tớ đi Lưu Xá. Lúc đến ga tớ xuống thì mấy tay nhà tàu nhìn tớ kỹ lắm. Một đứa nói: Đặc biệt cái cứt, y thằng nghiện... Này, xưa nay tớ nhận oai mà cấm bao giờ người ta tin đâu. Mặt tớ nó đ. oai được. – Kim Lân còn nhớ tối bị mèo vây đánh không, tôi nói. – Mèo đâu, cọp! Nhà thằng Phan Kế An! Hôm ấy hẹn thằng Đĩnh này đến nhà thằng An. Vừa tới chỗ cầu thang rẽ thì *chúng* lao xuống mở giao thông chiến luôn, gớm, tớ hết hồn rúm vào góc tường khua khua cái túi xách đỡ đòn, kêu cứu thì thằng này chạy ra giải vây. Lạ, mèo nó cũng nhận ra tớ là đứa bắt nạt ngon! Một bạn trẻ nói:

Thảo nào nhân vật của bác kém mọn... *Con chó xấu xí, Vợ nhặt, Lão Hạc.*

Tôi suýt kể một chuyện nhưng kịp dừng vì con gái anh quanh quẩn hầu rượu gần đó. Kim Lân một lần bảo tôi là tao ghét chủ nhật. Nhà đây có bốn hộ, một anh công an, một anh xế lô, một cô nửa lao động lầm than nửa điếm và gia đình tao. Chủ nhật ba nhà đều gà kêu và thớt chặt côm cốp, mỗi nhà tao im lìm. Được cô điếm thảo lảo, đêm tắm, kia, cái vòi ngoài cửa sổ bàn làm việc của tao, đấy, mày nghiêng đầu sang phải một tẹo, thế, là thấy nó,... đấy... đấy. Biết tao làm việc ở đấy, cô ta tắm cứ phát đùi đen đét: Gớm lẳn thế, gớm trắng thế, sư nó chứ giám đốc sở gì mà phát rồ lên cắn làm tím mẹ nó đùi non người ta mất mấy ngày. Sáng sau gặp tao hỏi tối qua tắm cháu khí ầm có làm bác mất giấc không? Có nhẽ họ táo bạo được cũng là nhờ chủ nhật có gà cải thiện. Họ coi xoàng mình qua tiếng thớt, mày ạ. Thớt ông cả tiếng lại dài hơi.

Đối với tôi Kim Lân có những nét đơn sơ mà làm tôi xúc động. Trong số đó nên nhắc đến chuyện này. Một sáng sau một thời gian dài, tôi đến Kim Lân. Anh đang ngồi chăm chú xem một ấm trà bé tí. Gian phòng khách nhỏ nom như một chuôi vồ thờ tự với mấy bậc tam cấp thấp bé, sứt mẻ mà nhìn thấy tôi luôn nghĩ đến cửa một tòa tháp Chàm. Tôi dắt xe đứng yên nhìn Kim Lân một lúc. Thì chợt nhận ra, anh quay phắt người lại, kính tụt xuống đầu cánh mũi rồi anh hét lên: *Thằng Trần Điĩ... ĩ... ĩnh!* Tiếng quát thất thanh lên vừa vui, vừa hờn. Sao lâu thế?

* * *

Trần Độ gọi.

Anh vừa sao photo được hơn 40 quyển *Một cái nhìn ngoái lại* và anh muốn tặng tôi một.

Chuyện đôi hồi anh bỗng im lặng nhìn tôi. Với tay lấy máy ảnh, vẫn nằm lẳng lặng giơ máy lên, nghiêng bên này, ngả bên kia, bấm liên hồi nhay nháy... Rồi sau tặng tôi năm tấm ảnh, chả biết sao lại chỉ ký vào ba tấm của hai hình nghĩ ngợi, còn ba hình tôi cười toét thì không. Trần Độ là nhiếp ảnh gia bẩm sinh. Anh có cho tôi xem nhiều ảnh chân dung, như chân dung Nguyễn Sáng anh chụp rất đẹp.) Nằm ngửa, cái vịt để đi tiểu đặt giữa hai cẳng cà khẳng cà kheo, hai tay khum khum che, anh cứ xả tại chỗ như vậy. Anh cho biết dạo này mệt nhiều nhưng thuốc men không thấy có gì đặc biệt. Anh gầy hơn thật song vẫn vui vẻ, thanh thản. Các ông nhà mình lờ đi câu Putin nói rất hay ngày 1 tháng 5 năm 2001: Nước Nga đã tự đặt mình ra bên lề của tiến hóa nhân loại. Tôi vừa đọc *Ánh sáng đến từ phương Tây* của Daryush Shayegan, nhà triết học Iran nổi tiếng thế giới. Theo ông, trên thế giới nay không nơi nào, không cá nhân nào không mang một cái gì của phương Tây ở trong mình và phương Tây vẫn tiếp tục ảnh hưởng đến tương lai thế giới. Theo ông, Nhật, Hàn quốc, Đài Loan, những rồng những cọp mới mẻ rùm beng thế giới cũng chỉ là những học trò làm bài giỏi bằng tiếng Anh. Bao giờ anh ra bài mẫu bằng tiếng nước anh cho thiên hạ họ làm theo cơ! Chính văn minh phương Tây đem cái hiện đại đến cho loài người mà một nét đặc sắc của hiện đại là *tha tính*, tức là sự khác. Ở đây có một oái oăm: Marx góp phần giúp cho hiện đại ra đời thế nhưng đảng cộng sản lại không dung cái khác. Với cộng sản thì mọi cái khác mình đều sai hay phản động cho nên phải cải tạo thế giới *cho nó giống hệt TA*, cái TA đã được chính TA mệnh phong độc đoán là "con người mới," "kiểu mẫu tiên tiến nhất," "mục tiêu đi tới của loài người". Tóm lại, thay Con Tạo. Nhưng Con Tạo thật thì phóng tay cho muôn loài khác nhau tồn tại – vì *đa dạng là điều kiện sống sót*, bởi lẽ nếu tai họa xảy ra, chết thằng này thì còn thằng kia, thí dụ bọ cạp chịu được phóng xạ. Một dạo mục tiêu phấn đấu là cả nước phải có ý thức tư tưởng Mác – Lê, anh nhớ chứ. Báo cáo chính trị ở Đại hội 4, 1976, nói phải "xây dựng con người mới *từ lúc mới lọt lòng*," *nguyên văn ạ*, và "với từng người…, tiến hành cách mạng tư tưởng và văn hóa, áp dụng phổ biến phê bình tự phê bình là biện pháp có tầm quan trọng đặc biệt." Khổ, các cháu mới lọt lòng cũng phải cách mạng tư tưởng. Ở chỗ này Minh Việt đã nhận xét: "Mẹ trật vú cho bóp lấy tem sữa là để chúng rèn mồm mép lớn lên nói năng không ngượng đấy!" Anh Độ à, có một nét lý thú. Ông triết gia Iran nói sau bốn trăm năm chật vật cuối cùng thời hiện đại ra đời là nhờ công ba vị "sư phụ của hoài nghi" đã đập phá thần tượng, tức là vạch trần bản chất sai giả, lừa bịp, dối trá của các ý hệ vốn dĩ khống chế đầu óc con người. Một là Nietzsche: Luân lý ư, dỏm thôi, tất cả chỉ là thằng khỏe thắng thằng yếu. Hai là Freud: Đằng sau hành vi con người là vô thức nhồi đầy xung lực tính dục *libido*. Ba là Marx: *Tất cả ý hệ, bất kể hoa mỹ đường mật đến đâu cũng đều nhằm giấu đi việc con người thống trị con người*. Nhưng đến Marx, để tránh bịp bợm, Marx nói toẹt luôn ý hệ cụ ra là *giai cấp công nhân thống trị toàn xã hội*! Được cái thẳng thắn nhưng thế là cụ tự mâu thuẫn kinh khủng và cho thấy cụ không chấp nhận dân chủ tự do. Tự dưng mình cụ phịa ra rằng công nhân tiên tiến nhất và rồi cứ phải nói theo cụ chứ không con cháu cụ tống vào nhà pha. Trần Độ giơ tay: Này, nói thật chứ bây giờ tôi có cái này lạ lắm… Là hễ nghe thấy cái gì là sự thật thì trong người sướng ghê lắm ấy… Anh nói về cái khác ấy hay đấy. Vũ trụ, thế giới phát triển ngày một phức tạp, phong phú, khác nhau là quy luật tự nhiên, tất yếu… Thế nhưng chủ nghĩa Mác – Lê lại phải đồng hoá hay thủ tiêu cái đa dạng cho cuối cùng *chỉ còn có mình và con người mới của chế độ công hữu*. Khác nào chỉ được nội hôn, một nhà lẹo quanh để tránh gien tạp! Trong khi cộng đồng nào cũng cần một yếu tố dị để có lối phát triển. Một đặc tính của tri thức là kị giậm chân. Krishnamurti, triết gia Ấn Độ đã nói tri thức vừa xuất hiện liền thành quá khứ, đồng thời gây chia rẽ và làm đau khổ. Cách đây hai nghìn năm, Aristote đã nói suy nghĩ và đau khổ là đồng nghĩa. Vì suy nghĩ là rồi sẽ phủ nhận cái hôm nay của mình.

Tôi đã có cảm thụ ấy, Trần Độ nói. Năm 1987 sang Liên Xô với Nguyễn Văn Hạnh nghiên cứu *glasnost*, gặp tri thức mới, tôi đã bắt đầu thấy chia rẽ với cái mình hôm qua, với các đồng chí của mình. Anh dịch được quyển ấy thì hay quá. Quyển sách này là quà của Annick Guenel, một bạn gái Pháp năm 1998 sang ta cộng tác với ngành y tế; theo lời Nguyễn Văn Ký ở Paris, đến tìm tôi. Dương Thu Hương chiêu đãi (có rượu vang) cô ngay buổi tân giao. Và Hương đùa, giới thiệu tôi là người quyến rũ bẩm sinh, – *séducteur né*. Tôi ấp a ấp úng thanh minh, ngượng. Tối sau, tôi và Annick ăn ở hè Hàng Buồm, Annick nói: Hôm qua anh được khen, sao lại thanh minh? Rồi hàng năm Annick sang, tôi vẫn đưa đi cuốc bộ các phố đêm, ăn những món của vỉa hè. Một tối cà phê Thủy Tạ, tôi thấy Annick cựa quậy dữ. Muỗi đến thăm viếng hương hoa thiên nhiên Pháp và mỹ phẩm Paris. Tôi phải mượn Thủy Tạ cái quạt nan rách mép rồi lùa tay bảo vệ vùng trời mút–xơ–lin sương khói dưới gầm bàn. Chắc chân có bị các tua quạt rách chúng cù, chúng gãi. Trong thư kèm sách, Annick viết: Nếu không bị cái tên phương đông của tác giả níu lại thì đã không mua *Ánh sáng*. Và đang rét dưới không độ, Paris không có muỗi. Từ 2010, Annick không sang nữa. Một lần ở trước Rex, Annick hỏi tại sao tôi lại dấn chân vào chỗ gay thế này. Tôi nói chết nỗi là tớ luôn thấy mấy lão Voltaire, Montesquieu, Diderot diễn thuyết trước mặt tớ. Annick cười, không cãi được. Annick có mặt trong đám biểu tình dữ dằn của sinh viên ở Paris năm 1968.

Chương bốn mươi bốn

Báo *Nhân Dân* năm nay đặc biệt kỷ niệm báo ra hàng ngày nên tổ chức một buổi riêng ôn lại thành tích tuyên truyền chiến tranh chống Mỹ. Khoảng chừng năm sáu chục người dự, gồm toàn bộ các tổng biên tập xưa nay, từ Hoàng Tùng, phần lớn nguyên ủy viên biên tập và chức sắc hàng vụ trưởng. Kỷ niệm đánh Mỹ cơ mà, vắng mặt sao được?

Tôi đến. Vừa vào phòng họp, tôi bị Hồng Hà túm ngay lấy, tươi cười bá vai đích thân rước lên trên đầu phòng họp: Chà chà, Trần Đĩnh…, Trần Đĩnh thì phải lên đây, nào, lên đây, ái chà, Trần Đĩnh thì phải ngồi thật cao… cao… nào… Tôi ngớ ra nhìn Hồng Hà đon đả. Vẫn cái cười bặm môi dưới lại để cố giấu nó đi. *Ngồi thật cao*, tai tôi lần đầu tiên nhận lấy cái từ tổ ba âm gắn nối quái gở này. Hắn chỉ thấy có mỗi cái ngồi cao! Để được ngồi thật cao hắn đã không cho tôi giấy chứng nhận là cán bộ, đã cấm tôi vào Sài Gòn chịu tang bố, đã cấm tôi đưa Hoàng Cầm vào cơ quan, đã chỉ thị cho bộ phận thường trực cấm tôi đến báo… tóm lại cho tôi ngồi lên cao tít ở trên cực đỉnh của trấn áp vô văn hóa để cho đảng thấy hắn luôn nhớ vạch vòi bọn phản động! Hắn phải như thế với tôi vì cần xóa trắng câu vè phân loại xét lại ở báo *Nhân Dân*: "*Trần Châu, Trần Đĩnh, Hồng Hà…*" Bụng đã định hỏi: Có cao bằng thứ trưởng ngoại giao Từ Đôn Tín để cho cậu bí thư trung ương đảng phải xin Tín cho chỉ thị giải quyết việc Việt Nam rút quân ở Campuchia về không? Nhưng tôi kìm lại, chỉ giật tay về, gắt: Thôi đi, cao thấp *chó* gì. Vừa quay ra thì Hữu Thọ túm lấy. "Ối kìa, Trần Đĩnh, Trần Đĩnh khoẻ nhỉ... " Tôi nói, hơi quá rành rọt: Cậu khai man tuổi! Sao ở nội san lại viết Trần Đĩnh là đàn anh hơn tuổi? Đồng hồ quay ngược à? Năm sáu anh em đứng đó nhe răng ra cười khoái trá, (rõ nhất hàm răng Như Đàm) Hữu Thọ nhăn nhó, vẻ thảm hại quen thuộc: Không, Trần Đĩnh hơn tuổi mình thật mà... thật mà nhỉ, hơn... hơn chứ... Nhưng tôi đã đang chán cho tôi. Đáp lời hai người tôi đã có phần nào tức tối? Mà lại không dám hỏi hai cựu chiến binh *Mao – nhều* câu này, câu luôn có sẵn ở trong tôi: *Bao giờ ra trước nhân dân nhận tội đã theo Mao. Tội tày đình đấy. Nhờ Mao mới vênh vang thế này, biết không?* Trần Kiên, cựu phó tổng biên tập, giới thiệu quan khách. Đến tôi, anh nói: "Trần Đĩnh, phóng viên chiến tranh." Tôi đứng lên: Dạ, tôi không chiến tranh, tôi chỉ Bất Khuất. Một vạt người cạnh đấy vỗ tay. Cao Việt Hòa, phóng viên nhiếp ảnh nói to: Tôi phải học cách nói của anh Trần Đĩnh. Lát sau chị Lý y tế, dân Rạch Giá tập kết bảo tôi: Nghe anh nói không chiến tranh với lại bất khuất mà eo ôi, tôi sợ quá!

Nói độp ra như thế vì thật sự tôi đang rất chối bởi chứng kiến một giàn chân dung toàn *Mao – nhều* háu đổ máu dân nay vẫn hết sức hớn hở đã được cùng Bắc Kinh đánh Mỹ, mặc dù nay Bắc Kinh ra đòn ức hiếp, bắt nạt đã rõ lù lù. Thế rồi tự nhiên tôi nghĩ về mặt người. Mặt người thế ra không bằng cây cỏ. Mặt người biết chiều nịnh kẻ quyền thế nhưng cây cỏ không! Ông chủ trồng nó mà không hợp chất đất, không thuận thời tiết, không đúng kỹ thuật thì nó tự sát không cho thằng ngu hưởng! Vẻ như tôi đã học được cái nết này của cây cỏ do đó bị đảng đập nát. Trong cái chậu nước từng bị một chính khách gian hùng lắc cho đại loạn như ông kêu gọi, các vị *Mao – nhều* thống soái trong đảng đã biến tôi thành mảnh ván tàu chìm. Bị xốn xang một lát tôi lại tự dặn đừng tự vẫn đục. Hãy cố theo chú út Alyusha trong *Anh em nhà Karamazov* (trường thiên tiểu thuyết của văn hào Nga Fyodor Mikhailovich Dostoyevsky – B. T,) bị người ném đá mà vẫn dửng dưng. Ừ đó, Boris Pasternak (văn hào Nga nổi tiếng với cuốn Doctor Zhivago – B. T) bị các nhà văn đấu tố tơi bời đã nói – có ghi trong biên bản cuộc đấu tố: "Tôi không trông chờ sự công bằng ở các anh, các anh có thể bắn tôi, đày ải tôi, các anh muốn làm gì tôi cũng được nhưng tôi nói trước là tôi tha thứ cho các anh." Tôi xin thua Pasternak. Vâng, thế thì công bằng ở đâu? Liên Xô sụp, các nhà văn bồi bút và bồi phán vẫn sung sướng như thường. Như những người từng đày ải Lão Xá, Ngải Thanh, Đinh Linh... Đây cũng thế. Người ta bợ Mao nên lên cao, khi chống Mao, người tavẫn công lớn còn tôi vẫn tội to đùng: chống đảng, lật đổ. Tôi đã bị giằng co một lúc giữa cởi và buộc, giữ và buông. Tôi còn nặng chấp. Tuy biết cuối cùng họ cũng là vì miếng cơm manh áo. Giá như trận đấu công bằng và tôi thua như Ông già thua Biển cả? Con khẹc. A, không, có lẽ do không khí ngôi thứ, những thành đạt vẫn mặt trơn trán bóng hí hửng nhởn nhơ xung quanh mà tôi nổi cơn cớ chăng. Sự so sánh tầm thường dễ làm người ta kém cỏi đi thật.

Thế nhưng bỗng hiện lên một bộ mặt đã lâu không nhớ tới, nó làm tôi khuây: bộ mặt trong quyển *Và gió lại tiếp tục các chuyến đi của nó* của nhà văn Nga Bukovski, người mở ra phong trào tin chui viết lủi *samizdat*, cái phong trào minh bạch, công khai góp phần gió bão làm sập chế độ xô viết. Bukovski bị tù 12 năm. Trong tù, Bukovski gặp một bộ xương không răng, mặt xanh lè lè: toàn chữ là chữ. Trán xăm: *Lê-nin ăn thịt người!* Má phải: *Nô lệ của ĐCSLX!* Má trái: *BCHTƯ chết đi!* Đó là Klocki Tarassov. Năm 1944 bị tù vì ăn cắp. Rồi tù mãi, tù mãi mấy chục năm để cuối cùng thành tù chống cộng. Người ta lột đi mấy biểu ngữ phản động. Không thuốc tê, thuốc mê. Lột sống, bóc tươi. Nhưng mặt vừa lên da non. Tarassov lại xăm. Chế độ và người tù cá lẻ đấu với nhau ở quanh động tác lột và xăm. Và họ đã phải bắn chết cái biểu ngữ độc đáo duy nhất khác thường này. Hủy nó để tránh trông thấy chính bộ mặt chế độ xô – viết tự phơi bày ở trên mặt ông. Thời nào, nhà cầm quyền cũng đều chu đáo đóng kim ấn lên mặt nạn nhân, chẳng hạn chống đảng, lật đổ như chúng tôi, rắc cho một vòng vôi bột quanh cái xác chết thổ tả, dịch hạch để xã hội ghê tởm mà xa lìa, một cách hủy diệt đến cùng nhàn nhã nhất. Nhưng nhà cầm quyền không biết khi họ đóng kim ấn, rắc vôi bột vào nạn nhân thì chính lúc ấy, như một thứ phản hồi, họ đã trực tiếp nhận lấy dấu kim ấn và vôi bột mà nạn nhân đóng trả lại, rắc trả lại họ, Vậy tức là *nạn nhân có vũ khí đánh trả.* Đó là *tội danh và bộ mặt nạn nhân và họ không được để mất nó.* Tôi đã bị đóng kim ấn! Bị rắc vôi bột. Và tôi nhận ra giá trị tố giác tuyệt đối của bộ mặt nạn nhân. Nói như Camus (Albert *Camus, nhà văn Pháp đoạt giải Nobel Văn Chương năm 1957 – B. T)*: tình ý xót thương cho bất hạnh bản thân nó khiến cho ta hạnh phúc. Đúng thế! Tôi đã hạnh phúc mang kim ấn cùng vòng vôi bột đi diễu hành giữa thanh thiên bạch nhật, ở trung tâm Hà Nội. Đó là những khi tôi đòi kéo bằng được xe bò diễu quanh các phố Hàng Bài, Tràng Tiền. Không kéo xe bò thì ngày ngày tôi vác bộ mặt nạn nhân tươi tỉnh đi trình đường phố, nhận minh bạch đàng hoàng mình chống đảng. Học Nguyễn Công Trứ: *"Càng phong trần danh ấy càng cao."* Và *"Nợ tang bồng trang trắng vỗ tay reo."* Thật ra tôi đã muốn đem mình ra làm giáo cụ trực quan. Có thể một ai đó qua giáo cụ tôi sẽ phân biệt được ranh giới thiện ác mà vì vậy hết hiểu lầm dối trá là chân lý. Vậy phải vinh dự với bộ mặt nạn nhân. Phải giữ cho bộ mặt nạn nhân luôn đối kháng tuyệt đốivới cực quyền. Nghĩa là phải tử tế, phải tốt. Phải khác họ hoàn toàn về sống, về cư xử với đời, với người. Lầm chân lý, tôi đã tự nguyện làm thủ phạm tàn phá trước hết vào chính ngay mình. Tôi vốn yêu viết. Nhưng đã không viết nổi. Đứa thủ phạm là tôi bắt tôi viết dưới bóng tối của Thù Hằn và Dối Trá, lầm chúng là những bó đuốc của đạo đức và tư duy mới mà tôi đã cấy cưỡng vào tôi. Ôi, giá như tôi viết về một vùng đất mà ánh sáng hoá thạch của những con mắt nạn nhân chẳng chéo trong không gian, nhiều đến nỗi đi cứ phải lấy tay vén như vén mành mành trúc vậy, mà nắp quan tài ở đó tự sáng tối tùy theo kẻ lìa đời bước vào đó tốt hay xấu, mà những vết nhọ chính trị trên các mặt quan bỗng nổi lên thành những mảng lục địa bóng mọng như trứng cá *caviar* Biển Đen và hễ gió khẽ thổi là chúng phát ra các chữ khiến phụ nữ nghe phải trốn chạy. Tôi đã thường phải mượn Freud (Sigmund *Freud, người Austria, cha đẻ của Phân Tâm Học – B. T)* để tự an ủi: Hạnh phúc chẳng qua là nén đi đau khổ. Mà có thể thật. Freud có một chuyện rất êm ả giúp tôi tự bào chữa. Ông khám bệnh cho một đứa bé ở trong một gian phòng tối. Nó bỗng đòi ông nói. "Ông nói lên đi ông." – "Ông nói cũng có được gì đâu, đèn tắt cơ mà cháu." – "Không, khi có tiếng người nói, cháu thấy ánh sáng!" Tôi đã là đứa bé trong bóng tối mất nước nghe thấy tiếng gọi. Rồi một thời dài đứa bé ngoan ngoãn đi theo tiếng gọi ngỡ là đèn trời. Song phải nói càng sống tôi càng nhẹ nhõm. Đất nước quay trở lại với thế giới càng nhiều tôi càng thấy mình đang được nhân quần xóa án. Tự nhiên nhớ lại đầu những năm 90, tôi và con gái đạp xe đi thăm Trần Châu. Qua bờ bên kia sông Đáy sắp tới nhà anh, hai bố con dừng lại chữa xe. Ở giữa sườn con đê vắng ngắt, người chữa xe đặc sệt quê, bỗng nói: Cụ hôm nay đưa con gái về chơi? Tôi nói: Tôi là ông em, đây là con gái tôi. – "À..., giống thế! Các ông đúng, họ sai... , bây giờ họ làm những cái các ông đã nói đấy." Câu nói ngắn gọn giữa hiu quạnh làm tôi rớm nước mắt. Ít ra nạn nhân Trần Châu đã đem lại cho chốn này một cái nhìn, dù cô độc.

Thế rồi tôi bỗng vụt trở lại với hội nghị. Lưu Thanh đang nói về 12 ngày đêm "Điện Biên Phủ trên không," đêm B52 cuối cùng hết nhẵn SAM 3, chỉ còn SAM 6, Hải Phòng bắn 100 quả làm pháo hoa chiếu sáng choang trời. Tính vừa xoẳn đến viên đạn cuối cùng để thắng Mỹ thì hạch toán tác chiến quá là siêu! Lưu Thanh nói xong, Nguyễn Sinh, xưa phóng viên thường trú Vĩnh Linh, Vĩnh Mốc lên nói. Lại tố cáo những chiến công giả người ta gán cho những Mẹ Suốt, chị Trần Thị

Lý sông Lấp Quảng Bình. Sông đã lấp thành tên mà báo cứ ca ngợi cô Lý oằn lưng chèo lái... Hầu hết nghe đều cười. Tự giễu và rộng lượng. Nhưng khi Sinh nói ở Vĩnh Linh, anh đã chứng kiến những người ở phía bên Nam kia bị ta bắt sang chôn sống kêu rất lâu dưới huyệt, tôi lại thấy mọi người lạnh mặt lại. Sẵn sàng bao dung với ta và hóa đá với địch. Người là một con vật sính ảo tưởng. Hồi nào, khi hai mươi tuổi, ở đầu bất cứ sổ tay nào, tôi cũng viết một câu tiếng Pháp: *La temporisation, c'est la fin. Lê–nin.* – Để dịu nguôi đi là tiêu. Lúc ấy chưa đọc Thomas Mann: *Trước mọi hưng phấn bồng bột, hãy thận trọng.*

* * *

Chuyện dưới này có lẽ để vào đây mà hợp. Tháng 3 – 2010, báo Nhân Dân kỷ niệm 60 năm ra báo hàng ngày và nhận huân chương Anh hùng Lực lượng Vũ trang (!,) tôi được mời ra. Buổi Ban biên tập chiêu đãi các vị về hưu khá đông. Hà Đăng, cựu tổng biên tập, cựu trưởng ban tư tưởng trung ương, cựu trợ lý tổng bí thư đi cụng li đến đầu bàn tôi. Chờ Hà Đăng chúc rượu được hai người, tôi gọi: "Này, Hà Đăng!" Và nói: Hà Đăng... hỏi cậu mấy câu... Chỉ cần cậu gật đầu nếu là sự thật. Hồi cậu là tổng biên tập, tớ có gửi cho cậu một thư giống như thư tớ gửi Hữu Thọ, phó tổng biên tập. Thư nói tớ tiếc là đảng chưa đuổi Hữu Thọ, phần tử hết sức cơ hội chủ nghĩa, có phải thế không? Nụ cười hơi xun lại trên miệng Hà Đăng rồi anh gật. Câu hai: Sau đó mấy ngày, báo họp kỷ niệm có mời các cụ về hưu, tớ vừa đến thì cậu ra ôm lấy tớ, trước mặt cả những Hoàng Tùng, Hồng Hà... và nói "Viết hay quá, như *Khi chúng ta đánh*. Thì tớ bảo cậu "Tớ viết cái ký ấy lúc cậu còn đi học tuy cậu bằng tuổi tớ, Tế Hanh mách tớ thế mà, vậy thì làm sao cậu đọc được nó mà khen? Đúng không?" Hà Đăng lại gật. Sang câu thứ ba: Sau khi cậu ôm hôn tớ thì Hữu Thọ đến ôm hôn tớ tiếp. Rồi nói to: "Tôi cảm ơn anh Trần Đĩnh đã nhận xét tôi!" Có thế không? Hà

Đăng lại gật. Nụ cười bớt thêm kích thước. Có vẻ chưa bao giờ anh bị chất vấn thế này. Trừ chất vấn đàn áp người. Bắt chước nhà đài cảm ơn người bị phỏng vấn, tôi bảo Hà Đăng: Cảm ơn ba cái gật của cậu. Nguyên Thao ngồi cạnh Hà Đăng và chéo trước mặt tôi nói: Anh ấy đề nghị đuổi từ tám hoánh mà vẫn cứ cho lên, lạ thế chứ lại! Ở báo Nguyên Thao có tiếng là thẳng tính. (Từng bợp tai Th., một ủy viên biên tập.) Một lần tôi cảm động nghe anh nói: "Ở cơ quan này, một người tôi hay nghĩ đến là anh. Và tôi chả cần hỏi tuổi anh mà nhớ vì anh đã bảo tôi một lần là tao cùng tuổi với đảng." Vũ Kiểm ngồi bên tôi nói: Em nghe anh chất vấn anh Hà Đăng mà sợ quá.

– Nhớ chớ để cho họ xây dựng uy thế tầm bậy trên đầu mình, tôi nói. Đầu mình là để nghĩ chứ không để đội thiên hạ lên rồi gật vì sức nặng của cái đít họ. Thật ra lúc hỏi Hà Đăng, tôi thấy mình đang là một pháp quan lịch sử hỏi một quan chức lớn của đảng ôm đầy trên mặt một bọc xấu hổ không thể che giấu nổi. Hồi vừa có Nghị quyết 9 ngả hẳn theo Mao, tôi đã đến bảo Hà Đăng và Trần Kiên đang đứng chuyện ở sân cơ quan: Này, cái cơ quan báo đảng này có máu phản. Thằng học ở Liên Xô như cậu (hất đầu về Hà Đăng) rồi đứa thường trú hàng năm dài ở Liên Xô (hất đầu về Trần Kiên) thì phản Liên Xô còn tớ học Trung Quốc thì phản Mao. Thật ra khi cảm ơn Hà Đăng "ba cái gật," tôi đã định nói thêm: Năm 1960 tớ vừa ở Trung Quốc về, cậu phê bình tớ kiêu ngạo không nói chuyện với cậu, hôm nay cậu rút lại cái ý kiến đó chưa?

Buổi họp năm 2003, tôi đã cáu. Ngỡ đâu sự thật sẽ cứ chết giấp mãi. Đâu biết chỉ năm sáu năm sau, chính tay Trung Quốc đã cho sự thật lộ ra ở ngay Hà Nội. Lột đi ở họ tấm mặt nạ chiến sĩ đánh Mỹ trên bàn cờ do Mao Chủ tịch bày quân để họ trở thành những học trò trung thành của Mao và như vậy chắc họ khó lòng mà không có phần tiu nghỉu, ngượng nghịu trước mắt tôi. Chưa bao giờ hai chữ

Mao – *nhều* hiện lên rõ bằng thế ở mặt họ. Mao càng *nhều* thì biển càng hẹp *nhều*, đảo càng rụng *nhều*, mặt mũi càng xấu xí *nhều*… Ai mà chả thấy thế, trừ họ. Vì nhận tội quá khó. Rất tiếc khi hỏi Hà Đăng thì chưa có người phát hiện Hà Đăng, dưới quyền chỉ đạo của Phan Diễn đã xóa hết các chữ Trung Quốc ở các bài viết, bài nói của Lê Duẩn, Tố Hữu, Nguyễn Khánh trong tập 41 của toàn tập văn kiện đảng liên quan đến cuộc xâm lăng 1979 của Trung Quốc. Y hệt như người ta đục bỏ chữ "quân Trung Quốc xâm lược" ở bia kỷ niệm chiến thắng của Sư đoàn 33 ở Lạng Sơn. Hôm ấy, sau khi hỏi Hà Đăng, tôi kể cho anh em dự chiêu đãi chuyện tôi với Hồng Vinh, người mở đầu cho lứa tổng biên tập không chống Pháp. Lúc Hồng Vinh tức Lự, mới lên báo, tôi được Thuyết, thường trú ở Nam Định nay trưởng ban thư ký, nói bố mẹ Lự cất vó bè cạnh một con sông con ở rìa thành phố, nghèo lắm. Chiều tối tôi đến thăm hai người già. Vắng tanh, nhá nhem, búi tre còi, chiếc bè nhỏ hẹp và tấm vó trống không như một cái bóng vừa bị cái hình nó chán nó vất lại bỏ đi. Tôi bước xuống bè, nó khẽ đu đưa và lá tre mốc rắc lả tả lên đầu tôi cái mùi gốc rạ, búi tre nghèo mà giá như lưu tồn lại được ở các nhà bảo tàng đất nước thì sẽ vĩ đại lắm. Tôi muốn thăm hai bậc bố mẹ quê mùa để hai người yên tâm cho đứa con nó sống một thân trên Hà Nội. Có bác tóc bạc ở cơ quan về thăm thế này thì con mình khá đấy. Hồng Vinh hết sức cảm kích chuyện này. Hay nói em cảm ơn anh, anh là người duy nhất đến thăm bố mẹ em. Sau này khi đã tổng biên tập, trung ương đảng, một lần Hồng Vinh nói với tôi như thế, tôi cười bảo: "Nên nhớ lúc ấy cậu là phóng viên tập tọe, chưa là trung ương nha." Thật tình tôi không ngờ Hồng Vinh đã được Hữu Thọ, Hà Đăng nhắm kế cận như anh chị em ở báo xì xào. Khi sắp đi học ở Trường Nguyễn Ái Quốc, Hồng Vinh đến chào tôi: "Chào anh, em đi Nguyễn Ái Quốc…," tôi dặn: "Học ở đấy cẩn thận… Nguyên lý bị bẻ queo và chắp vá pha chế lung tung lắm đấy…"

Năm 1997, lúc Đông Nam Á đang bị khủng hoảng, Đinh Thế Huynh, phó tổng biên tập viết một bài phân tích đăng hai kỳ báo nêu ra một tổng quan: Khủng hoảng cho thấy chủ nghĩa tư bản tiếp tục xuống dốc, các nước trong Hiệp Hội Đông Nam Á (ASEAN) khốn đốn vì đi theo quỹ đạo tư bản này, Việt Nam ta không lao đao vì theo chủ nghĩa xã hội và chủ nghĩa xã hội thì đã được dân ta tán thành từ thời đảng "còn trong bóng tối." Sặc kiểu chủ nghĩa hùng hục nói lấy được. Tôi thư cho Hồng Vinh, nói đảng đề ra kinh tế thị trường chính là nhảy vào nhờ vả quỹ đạo tư bản, phê phán nó tức là phê phán phương hướng đảng sai; Việt Nam sở dĩ chưa lao đao vì chỉ mới mon men đến, cũng nên nhớ chính vì nhờ quỹ đạo tư bản mà các nước Đông Nam Á đã phát triển hơn ta để đầu tư vào cho giai cấp công nhân ta có được tí công ăn việc làm nuôi vợ con. Còn viết dân ta tán thành chủ nghĩa xã hội từ lúc đảng còn trong bóng tối là sai lầm *sơ đẳng* về nguyên tắc vì theo chủ nghĩa Mác – Lê, quần chúng, kể cả công nhân, *không tự động* có tư tưởng cộng sản mà phải được đảng tiên phong giáo dục cải tạo. Viết như thế là thủ tiêu vai trò của đảng đó. Hai nữa là nếu dân ủng hộ từ trong bóng tối thì tại sao đảng vừa ra ánh sáng lại giải tán ngay?...

Được ít lâu, gặp tôi ở ngoài cơ quan báo, Hồng Vinh khẽ nói, hơi lúng túng: Em đã nhận thư anh... cảm ơn anh.

Chả lẽ lại bảo cậu nên cho xin lỗi trên báo về các cái sai như thế. Vài tháng sau, tôi đến họp với các cụ về hưu. Đến cửa phòng họp thấy Hồng Vinh đã tổng biên lâu đời đứng cùng một vị khách. Hồng Vinh nắm tay tôi: Lâu lắm em mới gặp anh.

Tôi hỏi bằng tiếng Trung Quốc: Sao đi Trung Quốc bí mật thế? Chết, em chỉ biết có *xia xìa* với *chai chen* thôi. Rồi quay sang nói với ông khách: Đây là anh Trần Đĩnh, tiếng Pháp, tiếng Anh, tiếng Trung Quốc giỏi lắm.

Tiếc là nước mình không có người giỏi để dùng người giỏi, tôi cười cười nói. Hồng Vinh cười theo, như tán thành gớm sao anh nói đúng thế! Không biết tôi nói câu kia cốt là để vị khách chắc ở trên Ban tư tưởng trung ương nghe.

Trưa hôm báo đảng chiêu đãi, tôi chất vấn Hà Đăng. Tối, Đinh Thế Huynh chiêu đãi một số khách sau khi đưa đi thăm phòng thờ Hồ Chủ tịch, lúc sắp quay trở ra, tôi hỏi to: Thế hoa quả cúng thì ai xơi? Khéo đồ thờ mà lại thành tham ô đấy!

Sau đó, đang bữa, tôi nói tôi xin kể một chuyện có lẽ ở Việt Nam, theo tôi, "hiếm có ai được như tôi." Đó là ở tỉnh ủy Thái Nguyên tôi theo Cụ Hồ ra sau nhà tỉnh ủy, ai ngờ Cụ đi tiểu ở dặng chuối và tôi đã nhòm thấy cái vùng thâm u của Cụ.

Chuyện có thật nhưng chả hiểu sao lại nổi cơn nói ra như thế. Muốn "người hóa" lại cho lãnh tụ à?

* * *

Cũng trong dịp được mời họp mặt hàng năm này, B., một phóng viên về hưu gặp tôi nói: Vâng, em không đến dự... Chán rồi. Gặp mấy đứa chúng nó chả lẽ lại chửi... Ơ kìa, thật mà, em chửi thẳng vào mặt nhiều rồi mà! Chả lẽ mai mời anh đến báo để xem em biểu diễn. Chờ thằng H. nó lên xe đi là em sẽ giữ lại, mở cửa ra chửi "Tiên sư mày, đồ chó leo bàn độc!" Biết B. thừa sức làm thế nhưng tôi im.

– Nghe đâu đại hội tới nó Bê Xê Tê (BCT Bộ Chính trị – BT) đấy.

Tuy không chú ý nhân sự đại hội đảng bao giờ – cũng là sáu cạnh một con súc sắc, cũng là do một tay đẽo gọt nên và cũng lại chính cái tay ấy lỉa con súc sắc ra – nhưng lần này tôi hơi ngạc nhiên. Ra thế! Con đường lên hóa ra là con đường êm ả, hiền hòa hằng bao năm nay với Trung Quốc. Báo đảng không đụng đến Trung Quốc bao giờ. B., lại nói: Nếu đúng thế thì các cha tổng biên tập trước đây phải tủi lắm. Nhất là Hoàng Tùng, khéo có thể nhổm dậy kêu lên: Tôi tù đày Sơn La như thế mà chẳng dám mơ Bê Xê Tê. Mà nếu đúng như thế thì tên cậu ta thiêng thật. Thay đàn anh mà. B., liền quàng vai tôi rủ đi uống cà phê: Đảng này thành cái ao cạn đến bèo rồi mà anh... À, có câu này anh nghe có hay không nha? Những người đảng ghét, dân yêu, Ngẫm ra không ít bậc "Siêu anh tài," Những người đảng đến khoác vai, Xem ra phần lớn là loài bất nhân! Không phải em làm. Trên mạng mà, đầy... Bố ơi, bố phải học trực tuyến online đi. Bố không online là bố đ. được với cái bọn này đâu, em cáu đấy. Cuốn sách vỡ lòng để nhảy lại vào đời thực đấy ạ. Khốn nạn, cả nước bị Nó bóp mồm, Nó bợp tai.

Chương bốn mươi lăm

Có sự tình cờ này. Lê Đạt ở Hà Nội là người báo tôi tin Nguyễn Khải chết nên ngày 22 tháng 3 tôi đang định gọi Đạt nói mai tôi đến giỗ 100 ngày Nguyễn Khải thì được tin Đạt chết. Ngã cầu thang. Con rể út Hoàng Minh Chính báo.

Trong một thư gửi tôi, có lần Khải nói giá như có một đêm Trần Đĩnh, Lê Đạt, Nguyễn Khải chuyện với nhau tới sáng nhỉ. Giữa những năm 80, một tối tôi đến Đạt. Nghe Nhiên, con gái cả gọi, Đạt chạy vội xuống và ngã. Người văng đi gần hai mét, đúng là vẽ một *parabôn*, từ trên cầu thang gỗ ọp ẹp 9 gác Lãn Ông liệng qua mặt tôi xuống nằm gọn vào góc trong cùng của cái bể nước con con. Tôi đỡ Đạt dậy – mắt Đạt đã như thất tinh lạc – đinh ninh anh không chết thì tàn tật. Nhưng trời còn thương, lại đi bộ ngày ngày với tôi rất khỏe... Sau đó ít lâu, một tối Khải bảo tôi phiền ông nói với ông Đạt, ông Dần hộ là tôi sẽ đến thưa với các ông chuyện để các ông có lương và vào hội, (tặc lưỡi) thì là sửa... nhưng có nhận sai bao giờ đâu mà sửa. Ông nói trước cho kẻo tôi đến lại bị các ông ấy tế. Ông Thi gây nên chuyện nhưng đùn cho tôi... Nhưng đến giúp các ông ấy cũng là hợp ý nguyện tôi. Sau vụ vớt xác tàu đắm này, tôi đưa Đạt đi bệnh viện Việt Xô! Bệnh nhân đầy hành lang nhìn con người xuềnh xoàng lơ ngơ theo tôi. Tôi vừa xin lỗi rẽ lối vừa nói: Ông này muốn bỏ bục công an ra khỏi tim người ("Bỏ bục công an ra khỏi tim người" là một câu trong bài thơ Bục Công An của Lê Đạt – B. T) nên hơn bốn chục năm mới đến khám bệnh. Bệnh nhân bỗng đều nhìn Đạt với con mắt gần gũi. Lại dẫn đến *Nhà xuất bản Phụ nữ* để rồi sau Đạt tặng cho mấy chữ rất nữ: *Vườn chữ nữ*. Đạt rất ngại đến cơ quan Nhà nước. (Dấu hiệu tâm thần của những kẻ bị đàn áp, khủng bố?) Một sáng, anh vào tôi nhờ đến huyện đội Từ Liêm lấy cho con trai anh đi bộ đội một giấy chứng nhận trình độ học. Xong việc, ra ngoài cổng, tôi thấy Đạt ngồi xổm cách đó năm chục bước, ven con đường rải đá mà sau này chú ý đến trí thức thì đặt cho tên Dương Quảng Hàm, mặt lo lắng nhìn tôi. (Họ có cho không?) Hệt trong bức ảnh tôi từng xem, chụp năm 1949, ở Văn phòng Tổng bí thư, Đạt ngồi như thế này, nhưng sát bên Cụ Hồ cũng xổm. Hình tượng quyền lực tối cao mang nét mặt lo âu của kẻ thường dân mới gây xúc động làm sao! Nay thế nào ba hôm nữa 100 ngày giỗ Khải thì Đạt chết! Trăm ngày trước, có vòng hoa Trần Đĩnh, Lê Đạt khóc Nguyễn Khải thì đã lại vòng hoa khóc Lê Đạt! Sáng nay, Thùy họa sĩ, con gái út cưng của cụ Tam Kỳ, nhà tư sản ủng hộ đảng mà *được* ép vào đảng rồi khi đảng diệt tư bản thì lại *bị* ép làm đơn xin ra vì "vào đảng chỉ là để phá đảng," gọi hỏi tôi có gửi gì cho anh Đạt không. Tôi nhờ một vòng hoa. "Đề sao anh?" – "Thùy đề hộ là Trần Đĩnh, Phan Thế Vấn khóc Lê Đạt."

Rồi con trai Lê Đạt gửi vé máy bay mời tôi ra dự 49 ngày của bố. Tôi đến nhà chị dâu Đạt lấy vé máy bay, chị bảo ở Tây Nguyên về ghé Sài Gòn thắp hương cho người anh mới chết, Đạt đưa số phôn nhờ tôi gọi chú nhưng gọi mấy lần không được. Số trời không cho hai anh gặp nhau, chị nói. Trong hơn nửa tháng ở Hà Nội, tôi ngủ cạnh ban thờ Lê Đạt, nghe đêm mõ gõ miên man như tín hiệu mê dụ vào nơi thăm thẳm nào – hay Đường Chữ. Hay Đường Phật với Thúy, vợ Đạt để quên Đường Đời khốn khổ... Cô gái xinh đẹp diễn kịch thổ cải mừng Tết ở góc rừng cuối cùng của Văn phòng trung ương và của Cụ Hồ, từng làm xốn xang bao chàng trợ lý tổng bí thư thì rồi bao hoạn nạn. Anh cả, bộ đội bị nghi là Quốc Dân Đảng đã bị trói giật cánh khỉ và giẻ nhét đầy mồm chờ bắn. Ông này sau mỗi lần ở Tây Bắc về thăm em gái lại nhắn ra Hàng Cá, Hàng Đồng gặp. Tránh thằng em rể phản động. Lương Thúy đang bậc 12, sau Thế Lữ bậc 14, thì liền tụt xuống bậc 2 vì "tội vợ Nhân Văn." Ngày nhiều lần thắp hương cho chồng, Thúy lại khấn: "Bạn thân thiết ở đây, kìa, đấy, có trông thấy không? Đang nhìn đấy." Ở người đàn bà mang "tội vợ Nhân Văn" này, hay là vợ các "thương binh ta bắn," tôi luôn thấy một tư thế chắp tay, cầu xin thầm thì. Một thành kính rên rỉ mải miết. Viết một bài thơ thêu thành trướng treo ở cửa phòng thờ Lê Đạt. Một trường phái thơ tôi gọi là Mụ Sảng. Tôi thích mấy câu *Bàn tay cứng cáp đáp lễ địa ngục... Voi vọt đầm lầy, hồ lô bay.* Tôi hỏi hồ lô là quả bầu chăng? – Không, cái xe lu lăn đường đấy, mà nó cũng mọc cánh bay lên đấy ông ạ... – Sao lại đáp lễ địa ngục? – Thì nó chả làm cho mình thấy rõ mình là người thế nào đấy thôi... Cái mình ấy là voi vọt đầm lầy, hồ lô bay và hay hơn nữa, biết đáp lễ địa ngục. Địa ngục gồm một thời gian dài cơ quan, tập thể liên tục ép bỏ chồng đến nỗi mộtdạo rất hãi ban ngày, gồm chuyện một tuần mấy lần chặt lốp, cắt săm xe đạp và ô tô thay củi đun bếp, khói hun đen nhẻm khắp nhà. Gồm cả những đêm giá buốt, Thúy diễn kịch ở Hải Phòng, Đạt từ chỗ lao động cải tạo xuống tìm vợ. Không có giấy chứng minh nhân dân, Đạt không thuê được nhà trọ, hai đứa ngồi ghế vườn hoa suốt đêm nghe còi tàu thủy hú thi với gió biển. Hồng Linh cũng mười lăm năm không giấy chứng minh nhân dân, nếm cho hết món đòn đuổi người Hoa. Tao không cấp, tao lưu lại trên mặt mày một bãi đờm. Tôi đã xin Phan Việt Liên ảnh Đạt ngồi xổm bên Cụ Hồ cũng xổm – và hình như đây là cái tư thế xổm ủ ê *duy nhất* của cụ thấy ở trên ảnh – hai người ngán ngẩm hệt hai bố con lão bán gà toi chợ chiều ế ẩm. Cách đó một mét, Trường Chinh đứng, mặt cũng tư lự như ế một cái gì. (Hồi ấy có khi công việc qua thị trấn Đại Từ trần xì một con phố nhỏ nhà cửa rải rác – sợ bom –, ông còn mua lẻ thuốc chống sốt rét về phát cho anh em ở quanh ông.) Không ai làm dáng, lấy le, không một mỉm cười, không một ánh vui trong mắt, đằng sau là lán nứa, sạp nứa cùng ngổn ngang những gốc cây cụt. Một vùng mới khai khẩn, còn tanh bành và bức ảnh có hai đấng đầu não nom bơ vơ một màu hoang vắng, nguyên thủy, kiết xác khiến cảm động, cái mà nay tôi có thể gọi là màu của "một mình giữa vòng vây," vùng giải phóng đang cứ hẹp dần lại. Trung Cộng chưa Nam hạ, chưa thành đại hậu phương. Ôi, nếu quyền lực mà đều mang bộ mặt kém mọn, ưu sầu, rầu rĩ này thì phúc cho dân lắm. Xem ảnh ngồi xổm của hai bố con lão bán gà ế, chợt tôi thấy thiếu Tố Hữu. Thì nhớ ra chuyện Khuê, vợ Trần Dần mới bảo tôi hôm qua: Bữa ấy ông Tố Hữu đến nhà để bảo ông Dần viết phê phán Lê Đạt, Hoàng Cầm, Nguyễn Hữu Đang ra *Nhân Văn*. Ông Dần vừa ra cửa tiễn Tố Hữu quay vào thì bố ông Dần nằm trên giường ở góc nhà gọi nói: Không chơi được với con người này, cái mắt ấy là không tin được. – Dạ, thưa bố, ông ấy là cấp trên của con... – Thế thì càng không tin được... Người bố nhìn bằng mắt người, Trần Dần nhìn bằng mắt đồng chí. Con mắt đòi đến ở với xóm nghèo, xóm thuyền thợ. Tôi chợt thầm hỏi nếu Tố Hữu cũng chụp thì trong con mắt ông có cái nét âu lo, lủi thủi, ế ẩm chung của toàn bức ảnh không? Hay tưng bừng? Ông có cái gien tưng bừng để chuyên dụ người theo ông.

Về bức ảnh này, tôi đã nhắc đến ở một chỗ đông. Tối ấy có cuộc nói về thơ Lê Đạt ở L' Espace – Alliance Francaise. Tôi dự và ẩn mặt. Nhưng chủ tịch đoàn moi ra và đòi tôi nói. Tôi nói rất vắn. Trên phông lớn trang hoàng sau chủ tịch đoàn, có dòng chữ "Bóng chữ ngã dài trên đường chữ," tôi chỉ vào nó, nói: Nếu Lê Đạt làm câu này, tôi sẽ góp ý nên sửa là "Bóng chữ *ngã* dài trên đường chữ." Cậu tự gọi là phu chữ mà, và cậu thừa biết đã có bao nhiêu xác chữ ngã trên đường chữ mà... Rồi tôi nói hai điều về con người Lê Đạt: Trung thực, trọng lẽ phải. Chính Đạt đã nói trái ý Trường Chinh ngay trong bữa sơ kiến để tổng bí thư xem nên nhận anh làm thư ký hay không. Và nói đến bức ảnh hai ông cháu nhà bán gà ế chợ chiều, ủ ê, tiu nghỉu. Để kết luận năm phút nói ngắn gọn như sau: Nếu tất cả các bộ mặt quyền lực đều giống bức ảnh hai ông con nhà bán gà ế thì hay biết bao nhiêu cho dân.

Lê Đạt và tôi chơi với nhau thiếu một năm tròn một hội. Đã một lần, Đạt bảo tôi: Mày mà không viết thì tao coi là thất bại của tao. Khi biết tôi lại viết, Đạt nói tao mừng quá. Có gì tao đọc với. Sợ ồn ào, tôi chỉ: Ờ, ờ... Đạt không nhìn thấy một dòng nào tôi đã viết. Tôi cần hết sức lặng lẽ, cô đơn.

* * *

Viết là nhu cầu máu thịt nói lên sự thật đã sống. Lê–nin lại đòi người cầm bút làm chiếc ốc vít phục vụ đảng. Ông đã hô: "Đả đảo nhà văn phi đảng." Nhà văn phi đảng thì cũng sẽ giẫy chết như đế quốc. André Malraux viết: Cuộc đời chẳng ra cái quái gì nhưng cũng chả cái quái gì bằng được cuộc đời. Như muốn góp lời, Claudel viết: Không có gì bằng được việc chống lại một cuộc đời hèn kém, ngu dốt và bền gan cam chịu. Nhu cầu dùng văn chương tự diễn đạt đời mình dù nó chả ra cái quái gì thật là ghê gớm. Tôi cứ nhớ chuyện một phụ nữ Nhật bị liệt thần kinh toàn thân, trừ mi mắt còn mở khép được. Thế là hình thành ở bà một hệ tín hiệu cộng trừ nhị nguyên thay cho ngôn ngữ. Mở là gật, nhắm là lắc. Người thân đưa một bảng chữ cái đến trước mắt bà, cầm bút chỉ vào từng chữ. Và theo mắt bà mở khép mà ngày ngày tháng tháng ghép lại những chữ cái được mi mắt đánh móoc chấp nhận để cho ra đời một quyển sách có tên: *Tôi muốn sống*. Vâng, bà đã chống lại cuộc đời hèn kém. Nhu cầu tự diễn đạt cũng đã khiến Gunther Grass giải Nobel viết hồi ký thời ông từng là lính SS Quốc xã. Lòng trung thực giúp ích hơn lý tưởng. Nó làm cho ta gột rửa tội lỗi còn lý tưởng thì dẫn đến tự yêu mình vô độ, tôn mình làm chân lý vô địch do đó sát hại luôn trung thực. Trong khi văn học chân chính thì nhất thiết trung thực. Đầu thế kỷ 21 người Nga nói nếu không có

Soljénytsin thì người ta sẽ không biết nhìn thế kỷ 20 ra sao. Và Trung Quốc tuy bị *Google* kiện tội tin tặc mà vẫn có *blog* Hán Hán chủ trương phải nghi ngờ trật tự đang tồn tại, nếu không thì bạn đã bắt đầu đi vào con đường gian dối rồi đó. Hán Hán cho rằng có hai lô-gic: Một của Trung Quốc, một của thế giới. Cũng như cái gì là tính người thì hợp với thế giới, cái không hợp với thế giới thì không có tính người. Nhà văn Hán Hán nổi tiếng thế giới này tiên đoán Trung Quốc có thể là công xưởng lớn nhất thế giới nhưng không thể là cường quốc văn hóa được. Hán Hán nói ở đất nước này có ba hạng người: chủ, đày tớ và chó. Đày tớ dễ chuyển hóa thành chó. Chính quyền không đụng đến vì ngại mấy chục triệu người chờ đón đọc blog Hán Hán. Có những người làm theo lời Jésus nói: *"Kẻ nào dè xẻn đời thì đánh mất đời."* Họ biết rằng đánh mất đời nhất là cam câm, không dám nói, úp một cái nồi đất đen nhẻm lên những mầm ý nghĩ nảy xanh trong đầu. Hình như kẻ không dè xẻn đời thường chọn khinh mạn. Cao Bá Quát, Hồ Xuân Hương... Đâu như Mark Twain đã nói: Bất kính là để bảo vệ tự do. Nhà văn của chúng ta ngược lại đã tự nguyện tước đi tự do hay nhu cầu tự diễn đạt. Bởi đảng và lãnh tụ ra rả nhồi vào đầu họ rằng họ xấu xa, bẩn thỉu vì bệnh tự do chủ nghĩa, họ chả có tư cách gì để thưa thốt với dân, rằng đất nước và nhân dân – trong có nhà văn họ – đã được lãnh tụ và đảng cứu vớt ra khỏi vòng nô lệ, rằng để đền đáp công ơn này, họ phải tôn kính, phải nghe lời và làm đày tớ cho lãnh tụ và đảng trên con đường vẻ vang giải phóng loài người. Ôi, đã làm đày tớ thì có đời thuở nào còn dám sáng tạo? Tiền chiến viết tốt, sau cách mạng viết dở vì thế! Của riêng còn có chút này mà đem gửi tiệm cầm đồ thì chết mất ngáp là cái chắc! Một tờ báo phỏng vấn Hữu Thọ và vị cựu trưởng ban tư tưởng chất ngất một dũng khí bảo vệ độc tài, đã nói: – Trí thức là không được phép hèn. Vụt nhớ phái hữu Trung Quốc nói vô sản lãnh đạo đại trí thức của tư bản bằng tiểu trí thức của nó.

* * *

Đọc bài phóng viên Hồng Thanh Quang trên "An Ninh Cuối Tuần" sau Tết Đinh Hợi, phỏng vấn chủ tịch Liên hiệp các tổ chức hữu nghị Việt Nam viết: "Những người Mỹ chân chính biết ơn Việt Nam bởi vì chúng ta đã tạo ra một cơ hội cho họ nhìn nhận lại bản thân và làm cho đất nước họ tốt đẹp hơn, hữu lý hơn?" Tốt quá, diễn biến hòa bình được như thế cho bọn đế quốc thì Lê–nin, Stalin, Mao vái mệt. Sực nhớ hồi Vụ bảo vệ hỏi cung, 1968, tôi có kê ra một tội châm biếm láo. Cũng là muốn diễn biến hòa bình cho đế quốc. Như sau: Thắng Mỹ rồi chúng ta chả cần xây dựng gì cho mệt, chỉ cần mở một hệ thống trường dạy toàn năng cho toàn thế giới. Gì ta cũng nhất, cũng giỏi cả mà. Sáng kiến kiến quốc này đã nằm trong biên bản gốc mang tên tôi ở trong két Vụ bảo vệ đảng.

Chương bốn mươi sáu

Tháng 8 – 2005, Hoàng Minh Chính, Hồng Ngọc và tôi đã điện thoại cho nhau ở Mỹ. Lúc ở nhà Đoàn Viết Hoạt gọi cho Chính, tôi chợt hình dung ra sân ga Bắc Kinh buổi sáng tôi tiễn đám Kỳ Vân, Hoàng Minh Chính đi học trường đảng Liên Xô. Tàu lăn bánh, Chính là người cuối cùng đứng trên bậc lên xuống cười toét và hô to với tôi một mình ở dưới ke: "Cấm yêu là thế chó nào. Vì dân chủ đấu tranh đi!" Tôi buồn nhìn con tàu đang bỏ tôi lại màlao về chân trời dân chủ – kìa, Đại hội 20 vừa vạch tội bạo chúa Stalin xong.

Ô, thế ra đã nửa thế kỷ. Và cũng lại ồ, thế ra đâu phải là chân trời dân chủ ở đó. 2006, ra Hà Nội, tôi đến Chính. Chính giơ tay lên nói như hô: Mình vừa thông báo ra khỏi Đảng Dân Chủ! Miệng cười toét. Mới tháng trước, Hoàng Minh Chính phone vào cho tôi, cũng tiếng cười này, hỏi Thọ (con rể anh) đã đưa tôi hồi ký *Một cơn gió bụi* của Trần Trọng Kim chưa. Tôi nói có và sau đó chúng tôi chuyện quanh sự kiện Tổng khởi nghĩa. Trần Trọng Kim quả đã là một mầm độc lập như Sukarno hay ông Aung San, bố bà Aung San Suu Kyi Miến Điện. Chắc là ăn năn việc phất cờ "Đại Đông Á thịnh vượng" với dân vùng này nên cuối cùng Nhật đã muốn giúp cho mấy nước ở đây độc lập thật. Đại bại rồi ra tòa án binh đến nơi thì hỏi còn cấy bù nhìn, tay sai thuộc quốc như Việt Cộng chửi nữa để làm gì? Mà bộ trưởng chính phủ ấy sau cũng trong nội các Hồ Chí Minh gần hết! Bù nhìn tay sai mà được Việt cộng vời đến thế! Theo Tonnesson viết về Cách mạng Tháng tám thì Sukarno, Trần Văn Giàu, Phạm Ngọc Thạch từng gặp tổng tư lệnh quân Nhật ở Sài Gòn và Sukarno được Nhật cấp cho máy bay về nước nên ngày 17 tháng 8 Indonésia đã độc lập, sớm hơn Việt Nam hai ngày để nước này về sau diệt sạch sẽ cộng sản sở tại. Trước ngày 19 – 8, không muốn mang tiếng đem em bỏ chợ, tổng tư lệnh Nhật vào Huế gặp Bảo Đại và Trần Trọng Kim, nói: Nếu các vị yêu cầu, Nhật với 50.000 quân tinh nhuệ có thể dẹp Việt Minh trong vòng một đêm, Việt Minh có quá lắm là 5000 người còn súng ống lại càng quá ít. Nhưng hai ông này từ chối. "Tay sai mà thế ư?" Chính nói tiếp: Vậy thì đúng là vận nước đã đến và nếu Việt Minh, *trong đó có mình*, hợp tác với chính phủ Trần Trọng Kim cùng lập chính phủ thì hay bao nhiêu. Nên nhớ khi Việt Minh từ chối hợp tác, Trần Trọng Kim đã cảnh cáo rằng lịch sử sẽ phán xét. Thế là vị học giả này thay mặt cho hiền tài "biết trước nhất định có ngày cộng sản sẽ phải ra trình diện trước tòa án lịch sử." Tiên tri chưa? Lúc ấy Liên Xô chưa sụp nhá. Theo David Marr, trong lần công bố đầu tiên, chính phủ *gồm mười vị toàn cộng sản*, phải đến lần công bố thứ ba, cái lần mà Cụ Hồ nói chính phủ không phải là của Việt Minh và Cụ chỉ có một đảng Việt Nam thôi ấy, đến lần ấy cộng sản mới bớt đi mà thêm vào chính phủ năm trí thức ngoài đảng, trong có một người theo đạo Thiên Chúa. Biết là để cộng sản toàn phần thì dân sẽ cho về vườn nên phải độn thêm trí thức, nhân sĩ. Chính cười khơ khơ: Chả thế mà đảng phải vào bí mật tức là độn thổ! Cụ Kim viết giá như cụ cứ chống cự thì Việt Minh không làm gì nổi vì chính phủ của cụ được Nhật ủng hộ còn Việt Minh chỉ là lừa dối lôi kéo dân chúng đi theo thôi, nhưng cụ Kim từ chối, không muốn "cõng rắn cắn gà nhà,""nồi da nấu thịt,"... mình đọc rất cảm động. Rồi xấu hổ là chúng mình ít nhiều đều đã góp mồm vào công trình bịp dân, dối trá mà cụ Kim lên án. – Ông nhớ vai trò giáo sư Hoàng Xuân Hãn trước sau tổng khởi nghĩa chứ? Từng bị Việt Minh từ chối cộng tác lo toan việc nước với Trần Trọng Kim nhưng ông vui lòng tham gia chính phủ của Việt Minh. Thừa biết Trần Trọng Kim đã nói lịch sử sẽ phán xét Việt Minh, thừa thấy lịch sử ngày càng có thêm tang chứng để phán xét nhưng cuối đời vì dân tộc, quốc gia ông vẫn gửi tặng Nhà nước hơn 10 tấn sách báo với ba đề nghị: Tặng không, mở cửa tự do cho tất cả thanh thiếu niên đang học hành, và có đầy đủ thiết bị chống ẩm, chống mốc. Hà Nội nghèo không đủ điều kiện trông coi bảo quản quà tặng?

– Chính là tại lập trường địch ta không muốn dây vào với trí thức.

Hà, con gái cả Chính cho tôi biết sau lần thứ hai tù ta, Chính đã vất hết sách Lê–nin.

* * *

... 10 giờ đêm hôm ấy, cháu Đào Lan Hương mời tôi xuống. "Hai ông công an đến xem hộ khẩu nhưng chưa gặp được chú nên cứ ngồi lại." Tôi gặp hai người nói:

– Chào anh khu vực, chào anh A25.

– Sao bác bảo tôi A25, anh trung niên thường phục nói. Tôi rất *quen* A25. Tiếp xúc thường xuyên mà... 2002, anh Tuấn A25 có mời tôi gặp cục trưởng Khổng Minh Dụ nhưng tôi kiểu. Tôi và ông Lê Kim Phùng đã chuyện trò thẳng thắn, đã hiểu hết nhau cả rồi, gặp cũng chỉ thế thôi. Còn sáng nay đến ông Chính, tôi đã chờ các anh tới. Các anh biết tôi quá rõ nên khuya khoắt vẫn chú ý trông nom, đúng chứ? A, vậy xin hỏi, nếu ra Hà Nội mà tôi không thăm ông Hoàng Minh Chính thì chả lẽ hóa ra các anh lâu nay vẫn theo dõi một cha quân tử dỏm hay sao?

Thế là A25 và chống đảng bắt tay nhau giải tán.

Rất khuya, lên sân thượng tôi chột dạ nhận ra một cái hồ gần sân bay Bạch Mai, cạnh đường Trần Điền. Như một mảnh gương hắt sáng rồi bỗng thành một sàn diễn lung linh. Bất chợt đầu óc tôi nhảy sang hồi ký Vũ Kỳ. Đêm ấy trên máy bay có thể Cụ đã thấy ánh nước của cái hồ kia, mảng nước lưu giữ nhiều chi tiết lịch sử hóa thạch. Vâng, đúng thế! Rồi nó có thể sẽ cho sự thật lóe lên. Chẳng hạn cho thấy ánh mắt Cụ Hồ dời bỏ những đèn hiệu đặt lệch mà quay sang nhìn nó như nhìn vào một điểm thân thiết cuối cùng để giã từ khi máy bay chúc xuống. Lúc máy bay lìa trời sao thiên thu cùng chuỗi đèn hiệu đặt sai để rúc vào bóng đêm sẽ là cõi vĩnh hằng kia, không biết Cụ Hồ nghĩ sao về đảng yêu dấu của Cụ? Có thể Cụ lại nhớ đến lúc cụ còn bé mẹ dặn khi sợ, con hãy niệm Nam mô...

PHẦN BA

LÓ ĐẠI LƯU MANH
cũng là góc vài chân dung nạn nhân

Chương bốn mươi bảy

Rõ ràng tôi là nạn nhân chính trị, sản phẩm đàn áp khốn đốn của một chế độ độc tài, chuyên chế, toàn trị, cực quyền. Nạn nhân ở phận mình, nạn nhân ké của vợ và bố vợ, nạn nhân ké nữa của bố đẻ và rồi nạn nhân của tội đồng đảng lật đổ với anh ruột. Bị đàn áp, kềm kẹp, bao vây, bị bôi nhọ... tầng tầng, ngày ngày tháng tháng. Nhưng tôi luôn trung thành với cái mệnh bạc của mình, không rời nó, dù chỉ trong một thoáng. Nhờ niềm tin vào lẽ phải, lẽ phải muôn đời chiến thắng. Lẽ phải ấy cố nhiên có ở trong tôi. Và ở cái cộng đồng mà tôi sống trong nó, cạnh nó. Chính nó đã góp sức giữ cho lửa tin trong tôi không tắt. Tôi không thể không nói trước hết đến sự đồng tình, thông cảm của một số bạn bè từng nâng đỡ, đùm bọc cho các mảnh ván tàu tan tác trên biển ác là chúng tôi.

Kể sao cho xiết những tấm lòng đồng tình, bao che, an ủi tôi đã được hưởng, những tấm lòng tôi vẫn luôn nhớ ơn.

Như Kim Lân tuột cả dép đuổi theo tôi kéo xe bò ở Bờ Hồ để nắm tay, ngoẹo đầu nói, "Ờ, trông vẫn tư cách lắm!" Cái gì run rủi cho anh gặp tôi ở ngay trung tâm của đất nước vào đúng lúc tôi đang muốn phô diễn bộ mặt hớn hở của tội đồ coi mọi được thua của cá nhân trước núi xương sông máu của đất nước đều nhẹ hơn lông hồng ấy! Tôi bắt đầu tin từ đó rằng một khi đã lên đường thì lòng tốt bao giờ cũng hoàn thành trọn vẹn quỹ đạo hành trình của nó. Trước đó mấy năm, ngay khi đảng vừa cất mẻ vó xét lại đầu tiên, lập tức Kim Lân đã xếp hạng tôi là "người ngay bị thằng gian nó móc túi rồi nó lại túm tay mà la làng lên là ối, bắt cho tôi thằng ăn cắp." Tôi dám chủ quan khẳng định rằng ở nước này duy nhất chính trị phạm được chánh án Kim Lân tuyên bố trắng án thành lời là tôi. Buổi sáng thu quá đẹp ấy Kim Lân đã thay lẽ đời công nhận phận người tôi. Trời xui làm sao, ở trước ngay cổng Viện kiểm sát Nhân dân Tối cao. Trước cây si ít nhất cũng vài trăm năm đời chứng kiến biết bao sử tích vui cũng như buồn. Cũng chính tại nơi đó, Nguyên Hồng đã bảo tôi: "Mày là Tư Mã Thiên nói thật nên bị thiến. Tao thì chán rồi tao quay về với Yên Thế thôi. Từ nay vợ con hết tiêu chuẩn ăn theo, tao phải lo chạy gạo..." Như Nguyễn Thành Long và vợ cùng Bích Ngọc, Trà Giang, em trai, em dâu, thư cho Phạm Văn Đồng đề nghị Nhà nước hãy dùng tôi vì tôi "chắc chắn sẽ góp được nhiều điều tốt đẹp cho đất nước." Chẳng hạn Hoa Hồng, con gái mười một, mười hai tuổi của Nguyễn Thành Long reo lên: "Chú Đĩnh ơi, tối qua, ông Tám (tức Phạm Văn Đồng) nói sẽ giải quyết cho chú rồi đấy!" Như các cháu gái công nhân tổ đồng mô Nhà in báo *Nhân Dân* nức nở tiễn tôi. Như Trai, tổ trưởng đảng nói: "Chúng em thấy anh Trần Đĩnh mới thật là người cộng sản!" (tức là phải chống đảng, lật đổ?) Như Quỳnh, anh thanh niên kiêm sư phụ đúc chữ: "Anh chưa sang, em nghe phải dạy nghề anh, em sợ quá, vì họ nói anh cực phản động, nhưng nay anh chưa về em đã nhớ anh." Như T., cô công nhân xếp chữ gốc nhà tư sản, da trứng gà bóc, má ửng đỏ chứa chan thẹn thò, một tối bảo tôi: "Anh muốn đi đâu em cũng đi, không sao..." Như Hồ Đắc Hoài, chuyên gia đầu đàn về dầu khí, trong một bữa giỗ Vũ Cận đông người vẫn từ xa gọi với đến: "Anh Trần Đĩnh, em ở đây vẫn nghe anh nói không sót một lời đấy nhé..." Hoài cho tôi biết cụ Hồ Đắc Điểm, bố anh, ngay sau Cách mạng tháng Tám đã khuyên Hoài: "Con thích thì có thể đi làm với họ nhưng hãy nhớ là phải lánh xa quan lộ của họ." Khi nghe Hoài nói câu này, tôi nhận ra hết cái nghĩa đảo điên hỗn xược của chữ thân sĩ yêu nước. Ai cho anh vạch ra thân sĩ với chiến sĩ? Và ta, bạn, thù?

Tất cả đã cho tôi có những giây phút xúc động hết sức sâu sắc về cái tình phi vô sản quá ư hiếm…

Nhưng ở đây tôi nói đến Nguyễn Khải bởi lẽ anh vẫn bị tiếng là "khôn." Và cho đến nay trong giới văn, anh đã cất tiếng phủ nhận mạnh nhất.

Biết tôi "chống đảng" (biết lồng phồng cả mớ chứ không rành rọt cụ thể,) nhưng Khải không lánh tôi như không ít người khác. Song tôi đã chuẩn bị anh sẽ rời tôi. Viết mắn và được yêu mến, anh dễ coi tôi kém tài hoặc lười viết, chỉ vùi đầu đọc, trong khi tôi lại thấy không viết nổi. Tôi viết cho các vị chẳng khó khăn và rất được khen nữa nhưng tôi luôn thấy có một quyển sách nào đó của tôi chờ tôi. Nó thế nào, tôi chưa hình dung ra. Chỉ biết tôi không thể viết cho tôi bằng văn thơ lúc ấy. Và tôi khổ vì thế.

Nhưng thế nào rồi Khải ngày càng gần tôi, càng thích tâm sự.

Khoảng tháng 8 – 1967, bốn "xét lại" đầu tiên, trong có Trần Châu vừa bị bắt thì chỉ tháng sau, Khải xẹt báo *Nhân Dân* (thường dắt xe đứng ở ngoài hè nghển cổ nhòm thấy tôi thì vẫy) bảo trưa tôi tới nhà mẹ anh ở cuối Lò Đúc, nơi gia đình anh sơ tán đến, ăn vịt xáo măng, "này, bà Bắc nấu ngon đấy." Cha này khá, không sợ liên quan, tôi thầm cho Khải một điểm son. Thế nhưng lúc đứng ở trên hè chờ cơm, tôi đã giật mình nghe Khải cau mày: "Bắt người ta thế này, con cái người ta chúng sẽ oán hận mãi đây".

Lời chê ngụ ý đồng tình với nạn nhân, bất bình với việc bắt bớ. Trong khi thường là ái ngại chép miệng, "khổ, sao mà dại thế," "khổ tại cái mồm không biết giữ!" thì Khải đã lấy quan hệ nhân quả oan oan tương báo, luật trời quen thuộc của dân thay cho tâm niệm đạo đức thống lĩnh: đảng toàn là đúng, dân toàn là sai.

Trong một bài viết sau này, Khải đã nói anh cũng từng có các quan điểm của Đại hội 20, tán thành chung sống hoà bình, dân chủ nhưng "may là anh không sống trong một cơ quan nhiều cạm bẫy và đồng nghiệp nham hiểm thành ra anh thoát nạn".

Bắt xét lại thế là, theo Khải, nham hiểm và cạm bẫy!

Tất nhiên thực chất của vụ án xét lại thì Khải chưa thể biết. Ngay cả chúng tôi.

Vài lần Khải cho biết con trai Kỳ Vân ở Vũng Tàu "hay về chơi với bà chị tôi, cái bà ở đường Duy Tân Sài Gòn mà hay được tôi đưa vào truyện ấy (hình như chị Hoàng?) Ông Kỳ Vân có họ với bà ấy mà." Những lời Khải thì thào về Kỳ Vân – với vẻ mặt hớn hở – như xì mật hiệu nhận nhau. Khải biết tôi quý Kỳ Vân.

Sau 1973, ra nghị quyết chính phủ ba thành phần, muốn tỏ ra miền Bắc dân chủ cho "ngụy Sài Gòn" phát thèm, Hoàng Tùng mở mục *Sống cho ngày mai* mời nhiều nhà văn, nhà khoa học và trí thức góp ý kiến, tập trung vào vấn đề dân chủ. Nguyễn Khải có bài hay, rất được chú ý. Như Minh Chi, em trai nhà Phật học uyên thâm Thích Minh Châu.

Vài ngày lập tức trở mặt. (Hoàng Tùng không biết Nghị quyết Ba thành phần chỉ là hỏa mù ném vào mắt dân Nam còn bạo lực vẫn là quyết định).

Nguyễn Khải, Minh Chi bị phê phán dữ dội. Khải bảo tôi tướng tuyên huấn nhà binh Hoàng Minh Thi, biệt hiệu Thần Sấm đe trị thẳng thừng anh còn Tố Hữu thì gọi anh là "thằng xỏ lá".

Một sáng đến tòa báo tìm tôi để lại mời xuống quán Cây đa Nhà Bò ăn vịt xáo măng "bà Bắc nấu," anh dặn tôi: Hễ có ai hỏi bị đánh Khải nó bảo sao thì bảo hộ là nó nói nó ngu nó có biết gì đâu, đảng dạy cái gì nó nói cái ấy.

Một lần họp bàn vấn đề viết anh hùng, chủ đề trung tâm mà nhà văn phải phấn đấu thể hiện, V. Đ. P. nói văn học chúng ta chưa có nhân vật anh hùng đơn giản là vì nhà văn chúng ta có anh hùng gì đâu cơ chứ! (Nhìn một lượt các nhà văn rồi cười mỉa một cái "hứ!") Khải bèn đứng lên và càng nói hai gò má càng đỏ rạng. "Nói như anh P. thì Victor Hugo phải rất đểu mới dựng ra được Javert hay Dostoievski phải lưu manh lắm mới dựng ra được bố cô điếm Sonia đáng thương cảm hay sao?"

Ngày cháu Huỳnh, con trai cả của Khải cứu bạn ở sông Hồng mà chết đuối, tôi đến chia buồn. Tiễn tôi về, Khải nói: Tôi biết sớm muộn tôi cũng sẽ phải đóng góp vào với mất mát của anh em một cái gì... chứ chả lẽ tôi chỉ có hưởng?

Tôi bắt tay Khải lâu. Biết anh muốn nói anh tìm được an ủi trong mất mát của bạn bè mà tôi là một. Lúc ấy cạnh nhà Khải, trên mảnh hiên hẹp, một chị đang xỏa tóc vào chậu thau đầy nước bồ kết gội đầu. Tôi thầm nghĩ: Giá các đứa con được sống mãi trên người bố mẹ chúng như các tép chanh trên mái tóc này. Tôi đã nguôi lòng hơn khi thấy nhiều "tép chanh" cháu Huỳnh lưu lại: chiếc quần bộ đội bố thải và chiếc thắt lưng cũng bộ đội của Trung Quốc mà mẹ Bắc nằm như thiếp lịm đi ôm chặt vào lòng, cái đầu thắt lưng chống lên nâu bóng như một cán lưỡi lê đâm vào người mẹ, chiếc quần đứa con cởi ra để ở trên bờ để rồi thôi, không còn mặc lại nữa thì mẹ không buông... Bài văn cháu ốm không làm được nhờ bố giúp bị cô giáo phê "Lần này em viết ẩu..." Và tín hiệu cháu vẫn nhoi nhói gửi về ở lòng đỏ quả trứng luộc trên bát cơm cúng trên bàn thờ... Dưới bức ảnh thờ to bằng ngón tay cái. "Cháu không có ảnh chân dung, tôi phải nhờ phóng to riêng mặt cháu ở bức ảnh chụp chung với lớp." Rồi tờ giấy bố bắt viết trước tai nạn một tuần: *Con từ nay không bơi sông nữa, Con từ nay không bơi sông nữa...* Đưa tôi xem bản cam kết của con, Khải nói: Nhưng tôi biết nó sẽ chết... Vì người ta đều dạy nó như thế mà...

Tôi hiểu ý Khải. Người ta chỉ cốt dạy con cái chúng ta hy sinh. Còn người ta bất cần kỹ thuật cứu mạng. Miễn sao mày nêu tấm gương hy sinh anh dũng. Lũ lượt nhảy cẫng lên mà "hy sinh!" Tao cần món đó.

Một buổi chiều, vào năm 1984 gì đó, sau khi nghe Khải đọc ba chương bản thảo *Một cõi nhân gian bé tí* và tôi vừa nhận xét "Viết về cái bé tí và nạn nhân là trúng rồi đấy;" ngay trước cửa nhà anh bên Khánh Hội, lúc tôi lên xe đạp, Khải khẽ nói vào tai tôi: "Trần Đĩnh nhỉ, chủ thuyết thế là sai mẹ nó rồi chứ còn gì nữa, đúng không?"

Tôi hoàn toàn bất ngờ. Khải đã nghĩ đến thế. Và đặc biệt, đã tin tôi đến thế. Mặc dù từng nghe Khải nói với tôi: Nhiều tối trước khi ngủ tôi thường nghĩ đến ông. Ông tin hay không tùy nhưng tôi lòng thành như vậy.

Hay một lần, cũng 1984, trên đường dẫn tôi từ Khánh Hội tới nhà Phạm Xuân Ẩn, đạp xe qua khách sạn Bến Nghé, Khải nói: Ông Trần Đĩnh à, tên của bạn bè lợi hại lắm. Có những lúc nghĩ đến tên ông, tôi đã không làm bậy.

Rồi một mồng năm Tết 2005, trên tầng cao tòa cao ốc của Hoàn, con trai út, ở quá bệnh viện 175, sau bữa cơm chỉ có hai chúng tôi, Khải khe khẽ lắc đầu nói: Này, ông ơi, những chữ mới hôm nào sang sảng, rạo rực thế, ừ, chẳng hạn chuyên chính, phe, anh cả, anh hai, thành trì, tự kiểm thảo, lập trường, bốn phương vô sản đều là anh em... mà sao nay nghe cứ tít mù khơi, mà này, nói cho đúng là pha trò, ừ pha trò quá thể đi chứ nhỉ, này, nghe thấy cứ y như những Mẫu Thượng ngàn, Hoàng Bơ, Soái Thoản trong miệng các cô đồng ngày xưa ấy.

Lại trưa mồng năm tết Ất Dậu, trên gác năm nhà anh ở 44B Cao ốc Đặng Văn Ngữ, quận Phú Nhuận, sau bữa ăn cũng chỉ hai chúng tôi, Khải bỗng lặng lẽ ngồi xếp lại mấy quyển sách rồi buồn buồn nói, như bâng quơ:

– Những cái tôi đã làm chẳng ra cái gì...

Tôi im, cảm động. Con người càng sống càng vèo trông lá rụng đầy sân. Nhất là ở cái xã hội rặt phù thế, toàn là sự đời trôi nổi không chằng không rễ do ai đó nổi hứng xằng bày đặt ra.

Anh đã quay đầu khỏi bến mê.

Nhưng ngay sau câu tổng kết buồn trên kia, Khải đã lại cao giọng líu tíu, "Anh nói đại đoàn kết thì anh phải đoàn kết cả với chính kiến, chủ nghĩa của tôi nữa chứ? Đằng này anh "cải tạo" tôi rỗng tuếch não rồi mới cho tôi vào cái mặt trận để vỗ tay mừng được anh cho đi theo vỗ tay anh... Nói thế hóa ra lúc cai tù giải tù đi làm cỏ vê là lúc đoàn kết nhất! Ừ, dạo này lại hay nói bao dung! Sao không xin người bao dung mình? Không sai lầm bao giờ à?" (Trên báo, Võ Văn Kiệt vừa nói về bao dung, kiểu ra tay hào hiệp mà để xí xóa tội mình).

Hai gò má Khải đỏ ửng lên, điều từ lâu vẫn khiến tôi nghĩ anh có chính nghĩa cảm. Tôi đã vài lần bảo anh: "Ông có chính nghĩa cảm, phải cái hơi nhát." Và Khải lại cười hiền lành.

Trưa ấy, Khải nói, chậm rải: Tôi kể chuyện này chắc ông không thể nào ngờ. Người ta quyền thế lắm. Người ta quen coi như mẻ, như rác hết tất cả rồi mà. Cái đấng chí tôn làm cho mình co rúm lại, là Đảng ấy, cũng chả ra cái gì trong mắt người ta... Thế này, hôm ấy, mấy đứa nhà văn được ông Sáu Thọ gọi đến. Mình thấy một vị tướng bắt tay ông Thọ ở trên tam cấp xong là cứ thế giật lùi cho tới giữa sân mới quay lại đi bình thường. Ông biết ai không? Lê Đức Anh... Tiếp bọn mình, ông Sáu Thọ cười kha kha nói luôn: Này, cái đảng của các cậu ấy mà. Ừ, nói cái đảng mà các cậu vẫn sinh hoạt, đóng nguyệt liễm và thi hành nghị quyết ấy. Này nói thật nhá, tớ chỉ bỏ nửa tháng là đánh tan đánh nát nó ra không còn mảnh giáp thôi à. Khốn nạn còn gì nữa? Tư tưởng sập, lòng tin mất... Đổi mới thì phải từ từ chứ chưa chi đã "im lặng đáng sợ" với "cởi trói!" À, thế nghĩa là ông ấy gọi đến đe bọn nhà văn đừng có nghe tổng bí thư Nguyễn Văn Linh kêu gọi. Mình mà nói như Thọ thì mình chết tươi vì chống đảng. Thọ chả cần gì ngoài lợi của Thọ. Đảng trở thành công cụ đắc lực của Thọ. Dạo chống im lặng đáng sợ, mình đã tham luận, nói nhà văn viết giả, nói dối lẫn nhau. Thọ gọi lên giác ngộ cho mình hiểu rằng đừng ngu mà viết bậy như Nguyễn Văn Linh xui.

– Sáu Thọ nói thẳng với đám nhà văn như vậy thì với đám tay chân, Sáu Thọ còn chửi Linh đến thế nào. Đảng như cỗ xe tam mã, mỗi con mã muốn chạy đến một ngả và đều lăm le đá vỡ mõm con bên cạnh rồi lại dạy giữ gìn thống nhất của Đảng như con ngươi mắt mình.

Cũng sáng Tết đó, đang chuyện, một cú điện thoại gọi Khải. Khải nói trong máy: "Cảm ơn các anh, tôi dạo này yếu, vâng, đi lại hay ngã, các con tôi chúng không muốn tôi ra ngoài đó một mình ạ..."

Tôi hỏi Khải sau đó: Yếu thế rồi cơ à?

– Không. Hoàng Ngọc Hiến nhắc ra họp đại hội nhà văn.

Ngừng một lúc, lại cái giọng lơ lửng, rầu rầu: Nhà sập rồi, tiếc gì viên ngói vỡ nữa.

Tôi chợt thấy cỗ xe tam mã tôi ví von không là gì cả so với nhà sập rồi.

Khải hay kiếm dịp an ủi tôi. Mừng cháu đích tôn đầy một tuổi, Khải mời tôi. Tôi đến hơi muộn, Khải giới thiệu tôi với những anh em ở đó, tôi nhớ có giáo sư Tương Lai, người tối ấy tôi mới được thấy mặt: Anh Trần Đĩnh, người bằng tuổi tôi nhưng tôi luôn coi như anh.

Thương tôi, Khải công kênh tôi lên.

Tình cờ trước đó ít ngày, về việc Trung Quốc làm tàng ở Biển Đông, Tương Lai có viết một bài báo với ý là dân ta hãy cứ lạc quan, yên tâm vì chúng ta có thời đại và nhân dân thế giới ủng hộ, tôi đã thư ngắn cho ông: Nếu thời đại và nhân dân thế giới đứng về phía cộng sản thật thì Liên Xô và phe đã y nguyên. (Chả lẽ lại viết với Trung Cộng thì nhân dân thế giới và thời đại đứng về phía họ từ lâu rồi đấy, khéo ta cũng là nói theo họ).

Viết *Thượng đế thì cười*, Nguyễn Khải lõm tổ chức "quyền lực cao nhất nước" và đã phải bỏ những chỗ đồng chí Nguyễn Khoa Điềm trưởng ban tư tưởng văn hóa thấy hỏng. Thành tích văn chương của đồng chí không bằng Khải nhưng trình độ chính trị của đồng chí cao hơn. Tôi bảo Khải là Trần Độ bảo tôi chính Nguyễn Khoa Điềm yêu cầu khai trừ Trần Độ. Thế là đồng chí phang cả anh nhà văn lẫn anh tướng quân từng phụ trách tư tưởng. Tôi kể chuyện cụ Hồ Đắc Điềm dặn Hoài, "Con đừng theo quan lộ của họ!" rồi nói: Thân sĩ Hồ Đắc Điềm đâu ngờ sẽ có ngày một nhà lãnh đạo cộng sản trùng tên giúp cụ chứng minh đầy đặn câu cụ dặn con trai hãy tránh xa đường danh vọng của cộng sản. Tàn bạo, bất nhân.

Cuối tháng 3 – 2006, Khải gọi tôi "đến xem một cái... , này, rất vui, thật đấy, đến nhá." Tôi nói tôi mắc hẹn rồi. "Thôi, cố nhá, chỉ một giờ thôi, cố đến đi, vui đấy... "

Lúc này Khải đã dọn về một chung cư ở Đường 48 kéo dài, Khánh Hội, gần đầu cầu Kênh Tẻ và một công viên. Tôi đến, Khải trải chiếu lớn ra giữa nhà bảo ngồi đây rồi nói: Đây, xem hộ cái này và góp ý để sửa.

Nét mặt Khải chờ đợi. Hơi lạ. Thường là Khải đọc tôi nghe, có khi ba bốn chương tiểu thuyết...

Đó là bản thảo *Nghĩ muộn*. Viết tay. Không có lề, dòng lên xuống khấp khểnh, giập xóa, như vừa mới buông bút, còn hơi tay sau một lèo lia. (Sao không đánh máy, tôi thoáng nghĩ.) Khải nằm nghiêng chống tay đỡ đầu – chiếu rải trên sàn gác – mặt ngơ ngơ nhìn tôi đọc.

Ý viết thế này: Chủ nghĩa hứa suông. Bản thân chủ nghĩa là mất bình đẳng. Đuổi được kẻ địch ra khỏi bờ cõi rồi thì mặc kệ dân. Sau kháng chiến, đất nước tối đi, dân buồn đi, ích kỷ vụ lợi, danh vọng thành ra mục tiêu nhắm tới. Nhà văn nói dối. Ngồi với nhau là y rằng mắt la mày lét như một lũ hội kín. Đã đến lúc trả chủ nghĩa lại cho khoa học xã hội và trả quyền lực lại cho Hiến pháp.

Có lúc sợ tôi cho rằng anh chưa đủ "mạnh" liều lượng, Khải nằm sấp xuống giơ tay rê rê vào mấy dòng *"trả chủ nghĩa lại cho khoa học và quyền lực cho dân"* khiến tôi phì cười.

Tôi đã góp ý. Ý cuối cùng là không nên nhắc đến tên bất cứ cá nhân nào (để lốc cốc tụng niệm,) quá lắm thì chỉ *một người* và *chỉ một lần*. Trong *Nghĩ muộn*, Khải nói đến Hồ Chủ tịch ba bốn lần, "đồng chí Lê Duẩn" một hai lần. Hiểu việc xóa này khó tôi dành lại sau cùng.

Toan nói "Thế ai lấy đi của dân cái quyền lực mà nay ông đòi trả lại?" nhưng rồi chỉ nói "Cá nhân nào rồi cũng bị lịch sử soi rọi hết, đừng để cho ta bị tẽn tò. À, nhân thể kể một truyện ngắn hư cấu tôi vừa đọc của một nhà văn Mỹ, viết về hai nhân vật chính, trong đó có Ba hay Cụ Hồ…"

Khải nhổm dậy, mặt hơi nghiêng lệch về một bên, ngơ ngơ chờ…

– Một nhân vật, già ốm tên là Đạo, cùng con gái, con rể và cháu ngoại sống ở Mỹ, vượt biển. Ông Đạo và Nguyễn Ái Quốc là bạn thân, từng sống ở Paris lúc anh Ba làm nghề sửa ảnh rồi cùng làm việc ở khách sạn Carlton Luân Đôn. Tu Phật, ông già đang phiền muộn vì người ta vẫn tiếp tục thù hằn, giết tróc nhau, nhất là khi con rể và cháu ngoại ở trong tổ chức diệt Cộng có vẻ đã tham gia vụ giết một người Việt bị nghi là thân cộng. Vào chính cái đêm ông âu sầu nghi con và cháu gây tội ác thì Ba chợt đến. Một hình bóng lúc xa lúc gần nhưng mùi nước hàng ngòn ngọt, cái mùi quen thuộc hồi ở Carlton, cứ phảng phất ở người Ba và nước hàng còn dính ở tay Ba – ở cả quả đấm cửa Ba nắm lúc mở ra. Hồ nhắc đến cái bàn cẩm thạch bôi qua dầu để đổ đường thắng lên rồi ngào cho nó không cứng lại và vón cục – "Tớ đã chọ tôn giáo để tìm hài hòa... Cậu có thất vọng vì tớ không đi cùng một đường với cậu không," ông Đạo hỏi? "Rất phức tạp đấy, tớ nay hết quyền hỏi đến sự lựa chọn của bất kỳ ai đó rồi," Hồ đáp. "... Dưới ấy cậu có yên lòng không" ông bạn hỏi tuy biết Hồ đang băn khoăn lắm với chuyện nước hàng làm bánh ngọt? "Không, không hề yên lòng." "Cậu đã giành được đất nước rồi mà, đúng không?" "Dưới ấy không có đất nước đâu... nhưng có cả triệu linh hồn bọn trẻ đất nước chúng ta... Cậu vẫn thờ Phật chứ?... Cậu thì không có làm trò chính trị bao giờ."... Thoắt ẩn thoắt hiện Ba đến gặp bạn mấy đêm. Một bên băn khoăn chuyện nước hàng, một bên băn khoăn chuyện vẫn còn bạo lực, Quốc – Cộng vẫn giết nhau. Rồi Ba đi... Còn lại một mình, ông Đạo chợt nhận ra xưa rửa bát trong bếp khách sạn Carlton, ông đã nhiều lần nghe sư phụ nổi tiếng làm bánh ngọt Escoffier dạy Ba. Ông nhớ nhưng Ba thì quên. Lẽ ra rắc đường kính Ba lại đi phết nước hàng lên mặt bánh.

Khải lẩm bẩm: Cụ Hồ muốn ông bạn không bao giờ làm chính trị gỡ giúp cho một chi tiết bếp núc bé tí bé ti nó đang ám mình.

– Còn cụ bạn thì lại bị một chuyện chính trị lớn ám, nhưng vướng thằng cháu ngoại nên tránh thổ lộ. Với lại chả lẽ lại kêu ca với Hồ rằng nay dân Việt vẫn giết nhau vì ý hệ quốc gia, cộng sản. Người có tín ngưỡng tôn giáo bền chí hơn vì họ đi tới cái hoàn hảo tâm thức còn người chính trị thì luồn lách tới cái ghế.

– Ba trở lại với nghề bánh ngọt trong khi Đạo vẫn loay hoay với cái đạo có thể làm cho con người gặp quả phúc. Chuyện quá sâu... Tay nhà văn này tên là gì thế?

– Robert Olen Butler. Mười lăm truyện ngắn ở quyển sách này đều dính đến chiến tranh Việt Nam. Truyện có Nguyễn Ái Quốc tên là *Mùi hương thơm ở Núi Kỳ Lạ*, – *A Good Scent from a Strange Mountain*, cả quyển sách lấy cái tên này. Giải Pulitzer Mỹ năm 1993. Có lẽ nhà văn này đã thấy cái bàn mà người ta nói là của ông Hồ làm bánh ngọt thời chạy bàn ở khách sạn Omni Parker tại Boston mà nảy ý viết Bác Hồ lúc chết rồi lại chỉ còn có lo một chi tiết làm bánh ngọt!

– Câu chuyện ghê ở chỗ nay Bác day dứt muốn nắm được kỹ thuật làm bánh ngọt xưa... còn cái mà Bác cả đời bôn ba vì nó thì...

Khải lại lắc đầu. Và trong mắt Khải, tôi như thoáng thấy Khải rủa yêu: "Bố sư thằng này, nó đọc ghê thế!" Tôi đã toan đùa: "Ông có biết có những cao bồi bỏ hẳn ra nửa đời chỉ để học cách rút súng bắn mà đối thủ không thấy không?"

Bước ra hè, tôi nói: "Cái tôi hay giục ông viết là cái tôi vừa góp ý đấy nhỉ! Chắc còn chứ? Hay là buông bút?"

Khải đứng tựa cửa nhe răng cười nhìn tôi mở khóa xe. Cái cười như nói: "Anh học mãi mà rút gươm vẫn lộ quá nhưng này, tớ thích đấy!"

Trên đường về, tôi vui mãi. Và chợt hiểu sao Khải không đọc bản thảo như mọi lần. Tiểu thuyết hư cấu là có đứa thứ ba nó chen vào, mình làm mõ thôi. Còn đây làm mõ rao những lời tâm huyết của chính mình cho người khác nghe thì ngượng.

Sau đó theo hẹn đến Lê Trọng Nghĩa cùng Phan Thế Vấn ở cuối đường Lê Văn Sỹ, tôi kể lại ngay câu chuyện này.

Tôi không biết hai tháng sau Khải viết *Đi tìm cái tôi đã mất*. Mới đây, Lyudmila Ulitskaya, nhà văn nữ Nga được giải

Sách lớn, nói: khi chấp nhận một ý hệ thì ta sẽ tự động để mất quyền độc lập suy nghĩ. Bài học của 70 năm nhất trí với cầm quyền bị xóa đi mất cái tôi.

Có lần Khải hỏi tôi có biết miền Nam đã cho anh cái gì không và trả lời ngay: Tôi hiểu ra nhu cầu tự do của con người. Ở ngoài Bắc chỉ nói độc lập.

– Cộng sản – tôi nói, chỉ cốt nước độc lập, cái điều kiện địa chính trị cần để tiến lên mục tiêu vĩ đại là chủ nghĩa xã hội, chủ nghĩa cộng sản. Vì chủ đích cộng sản, phải giết chết nguyện vọng tư hữu muôn đời của dân, phải nhét dân vào chế độ công hữu và như thế thì tất yếu phải diệt tự do. Có thể ví cộng sản chỉ cốt lo cho dân được bát cơm suông thôi! Độc lập mà không tự do thì khác nào dân chỉ còn có mỗi động tác cơ khí lùa gạo luộc vào mồm, à, ông thử xem có nước nào đi khoe khoa ẩm thực của chúng tôi chỉ gồm có mỗi công nghệ hết sức phức tạp và tinh tế là luộc gạo thành cơm không? Tự do chính là các kiểu nấu, các loại gia vị cọng hành, củ gừng, nhánh tỏi, dúm tép hóa thân thành mắm, những cái có thể gọi là cái hồn của miếng ăn.

– Y thế, thằng nhà văn ta có mỗi cái bút làm cái bát kiếm gạo luộc rồi còn thì toàn là gắp thức ăn lãnh đạo đã làm sẵn, bày sẵn ra theo thực đơn chiến đấu và sản xuất, trung thành và anh dũng... Đến cái ăn cũng là ăn dựa, ăn leo, ăn dối.

– Sáng tác chả khác nào làm tình, thế nhưng nhà văn ta toàn là làm tình hơi, làm tình bóng, làm tình hờ. Có phải toàn chọc bút vào không khí loãng cả không? Chả bao giờ xuất tinh.

– Ừ, làm tình theo còi lệnh toe toe mà... Còn sướng thế đếch nào được.

Hồi này, tôi đang viết tập sách đây. Nhận dần thấy rằng không có mục tiêu rất cụ thể và khát vọng rất cháy bỏng của cá nhân thì anh không thể viết nên cái gì được. Như tôi, mục đích ban đầu viết sách này là tố cáo sai lầm phát động nội chiến của đảng. Rồi theo thời gian, sự phê phán lấn sang toàn diện. Viết là một quá trình mở mắt dần dần và vượt qua cái sợ..., tôi đã viết trong *Nghi lễ một lời mở sách*. Một nét đặc biệt là mục đích viết càng đậm chính khí và tính nhân văn thì khát vọng thể hiện nó lại càng thêm bỏng giẫy và bạn càng đạt kết quả tốt đẹp. Còn để cho mục đích và khát vọng của đảng chi phối thì thất bại là định mệnh. Một vài lần muốn nói với Khải ý đó nhưng lại thôi. Ai chả biết, vấn đề là làm sao thoát ra thôi. Hay là phải đau khổ, đau khổ, đau khổ nữa, đau khổ vì đảng, là nạn nhân của đảng, bị đẩy sang phía đối lại khốn nạn, mạt kiếp thì mới chia lìa được?

Cũng thời gian ấy một hôm Khải gọi tôi: "Lâu nay có gặp Cao Xuân Hạo không?... Ờ, ông đến ông ấy ngay đi... Tôi gọi cho ông ấy thì ông ấy cứ vặn Khải nào, Khải nhà văn hả, rồi hỏi luôn Trần Đĩnh còn trong này không? Này, vậy ông đến đi".

Tôi đi. Hạo đã đứng chờ ở sau cổng. Diện mạo ít thay đổi, vẫn đôi mắt tròn tròn cười cợt nhưng rồi Hạo bảo tôi: "Mình không đếm nổi quá 9 nữa rồi. Với mình, bây giờ sau con số 9 là trống không cho nên mình mới vặn mãi Khải nào".

Chả biết có phải vì ngao ngán cho Hạo không mà ra về đến đầu ngõ đổ vào Phạm Văn Chiêu, tôi cho xe tụt lăn kềnh xuống cái hố bên cạnh một quán sửa xe máy, vịn mãi vào máy nổ bơm xe đang rung nẩy lên bần bật mới lóp ngóp dậy được. Nhớ những lần tôi nhắn Hạo đến Khải ăn cơm, Hạo bao giờ cũng cà vạt, vét tông, mũ phớt màu ngọc trai và ôm một chai vang ngoại nguyên hộp. Nay hai bạn cùng tuổi này đều không còn.

Khải như luôn vướng một mặc cảm ân hận với một số bạn bè. Khoảng tháng 12 – 2007, một tuần ba lần anh gọi tôi. "Không ở Thống Nhất nữa, sang Viện tim mạch rồi, đến chơi đi, đường Thành Thái, lầu 3 phòng 6, ông đi xe buýt 59 ấy, tôi hỏi rồi mà... Đến đấy! Đến lấy luôn sách Lê Đạt tặng ông, con tôi nó mang vào, tôi đang để ở đây. Nhân tiện nếu có thể thì mang cho tôi mượn quyển *L' Homme sans qualité* – Người không phẩm chất, của Robert Musil, này, sách này mỗi Trần Đĩnh có thôi đấy hả, nghe nói cha này ghê lắm, như Kafka mà tôi chả hề biết.

– Cha Musil này không vướng vào bất cứ ý hệ nào, cha thấy đều là trò nhố nhăng nhưng cha lại cho rằng không có âm nhạc thì chả còn nên sống làm gì ở thế gian này. Mình đã có một lần cảm thụ giống Musil. Bệnh viện lao Hà Nội sinh thiết phổi sau đó đưa cho một mẩu giấy đề "Nghĩ là có tế bào u ác." Mình đã gần như đổ sập. Nhưng chỉ sau ba phút, không hề phải cố gắng, chợt thấy mình hoàn toàn tự do, ngườinhư vừa được giải thoát, tự nhiên vút dâng lên, nhẹ tênh, trời gần hẳn lại và tự khẽ nói với mình: "Thế là hết nợ đời... " Cảm thụ khoan khoái vô bờ này đã được Musil mô tả. Ông nói trong một giây phút ông thấy được vẻ huy hoàng của chủ quyền, – *la splendeur de la souveraineté.* Mình hiểu đó chính là quyền tự do, quyền tự quyết của cá nhân.

Mắt Khải hơi hiếng đi khi anh nghển cổ như để thở lấy không khí ở một tầng cao hơn rồi lắc đầu khẽ nói: Thế thì cha này bố tổ sư thật.

Tôi mang Robert Musil đến. Phòng bệnh rất rộng. Khoa, con trai cả và một người cháu ở với Khải. Khải nói ngay mình không làm *stent* như từng bảo ông nữa, mà mổ hẳn, các thứ quanh quả tim hư hết cả rồi. Mình đã nói với bác sĩ là chỉ cần giúp tôi sống thêm hai năm để tôi còn có tí gì thì cố viết ra. Hai năm là đủ đấy. Người sờ vào đâu cũng ra chuyện rồi ấy mà. Giọng Khải bỗng thanh thản như vừa có được quyền tự quyết huy hoàng. Phennày còn tí ti gì giữ kín mãi thì viết ra.

Rồi lại líu ríu lên: Mà đấy, hay thế, ông và ông Lê Đạt đấy nhỉ, khổ thế thì lại khỏe.

Tôi nói tai Đạt có cả một búi long.

– À, tướng đấy à, thọ hả, Khải hỏi?

Tôi cười: Nghe thế. (Thật ra nghe Dương Thu Hương bảo: Anh thấy đứa nào đầy lỗ tai lông là đứa ấy chỉ cứ sống quắt sống héo lại thôi chứ không chết).

Khải chợt vui. Như tìm thêm ra được dấu hiệu của lẽ công bằng. "Đấy, khổ thì lại sống lâu".

Tám giờ sáng 16 – 1, Đạt phôn tôi: Nguyễn Khải chết rồi à?

– Tớ ốm, có biết gì đâu, tôi đáp, không tin, ai bảo mày?

– Việt Phương. Làm vòng hoa thì đề tên tao với nhé.

Trước đó hơn nửa năm, vợ tôi chết, Lê Đạt phôn, nạt: Sao Linh chết mà không bảo? – Cô ấy bảo không báo ai, nhưng sao cậu biết? – Khải nó báo.

Chiều hôm Linh mất, Khải phôn hỏi tôi về Georgetown rồi tôi hỏi ai mách Khải câu *Cổ mạch hàn phong cộng nhất nhân* Khải đề ở đầu cuốn *Một cõi nhân gian bé tí*. Khải nói chính cụ Vũ Hồng Khanh, quản thúc chung thân ở quê. "Ông biết không, đám thanh niên ở đó sạc tôi sao đại tá quân đội cách mạng lại đi xưng con với thằng phản cách mạng? Tôi nói rằng tôi lỡ coi những người già lão là bố mẹ mình cả mất rồi". Khải vừa nói đến đây thì Mây, con gái tôi gọi thất thanh: "Bố! Sang ngay... Mẹ..." Khải đã đoán ra.

Sau khi Linh mất, tôi bị ốm luôn nên đã phải nhờ con gái đưa vòng hoa đề *Trần Đĩnh – Lê Đạt khóc Nguyễn Khải* đến phúng. Khóc vì anh vừa làm một tổng lục soát, biết mình đã mất cái Tôi, lá cờ phướn của mỗi cá nhân bởi đã dại dột trao vào tay kẻ khác cho nó thả cửa phất bừa.

Tối 100 ngày, thấy tôi, Thúy, con gái Khải nói ngay: "Thấy bác, cháu lại nhớ bố cháu hay gọi bảo này cô Thúy, mai cô không về nấu phở thì cô chết với tôi, tôi đã mời bác Trần Đĩnh đấy!" Rồi thấp giọng: Trong các hồ sơ của bố cháu, cháu thấy một hồ sơ bố cháu đề Trần Đĩnh.

Sau đó ba anh chị em ân hận bảo tôi: Bố chúng cháu chết, chúng cháu cuống lên lo đưa bố về nên để quên sách của bác ở bệnh viện mất. Tôi an ủi: "Không sao!"

Thầm nghĩ: Cuối đời quyển sách Khải ao ước đọc thì đấy, thôi, cho nó đi với Khải.

Không biết đã đọc được dòng nào của Robert Musil chưa? Ít ra cũng có chút gì của tôi bên anh những ngày cuối cùng sống toàn trong phòng vô trùng và thở ô-xy, như vợ anh cho tôi hay. Sắp dọn hẳn vào Sài Gòn, tôi lấy lại ở Lê Đạt quyển sách này. Đạt mượn rồi giữ tới mấy năm.

Giỗ một năm bố, đón khách ở cửa thang máy, Thúy gục vào vai tôi nghẹn ngào: "Cháu nhớ bố cháu lắm... Bố cháu rất yêu bác." Trước mặt tôi, Nguyễn Duy tế nhị quay đi.

Nghe cháu Thúy nói tôi rất cảm động. Và hơi xấu hổ. Tôi đã có chút nào đó chưa đầy đặn với Khải.

Hôm nay lúc Khải đã ra người thiên cổ, viết đến đây, đến bức thư ngày 18 – 7 – 1999 của Khải gửi tôi, tôi phải xin lỗi Khải ngay, xấu hổ mà xin lỗi Khải rằng tôi đã có lúc chờ đợi Khải, như nhiều nhà văn, nhà thơ khác, né tránh tôi. Rằng tôi cũng chưa thật tin Khải lại buồn não nề đến thế. Chưa thật tin Khải lại nhớ tôi, cần tôi chuyện trò đến thế! Tôi vẫn nghĩ Khải muốn chia sẻ với tôi chỉ là vì ái ngại cho tôi mà thôi! Không thấy Khải đã sang cùng một vòm trời với tôi.

Mới mở đầu cái thư nói trên kia, Khải đã "Ông Trần Đĩnh thân thiết, tôi nhớ ông lắm đấy, ông Trần Đĩnh ạ." Khải tự nhận xét: "Người làm sao, văn làm vậy. Tôi quen sống trong nhân nhượng, trong dàn hòa, bằng lòng với chút hạnh phúc bé nhỏ, nên văn cũng thế, thiếu quyết liệt, thiếu triệt để... Sống đã vậy thì mong gì viết được khác." Bức thư viết quá ruột gan chân tình, đến nỗi từng chữ đều thở ra cái buồn. Ngay sau đó viết "tôi thèm được nói chuyện với ông lắm" và cuối thư thì cho tôi sánh cùng Hà Nội trong cái nhớ của anh: "Nhớ ông lắm ông ạ! Nhớ Hà Nội lắm!"...

Và chết rồi Khải vẫn gửi lời lại cho tôi. Qua con gái anh, Thúy. "Bố cháu yêu bác lắm!"

Năm 2013, tôi đưa các cháu con Khải thư Khải viết cho tôi trên kia, muốn các cháu giữ bút tích bố. Thúy nói: "Bố cháu muốn hơi tay bố cháu được bác giữ mà, bác cho chúng cháu một bản phô-tô đã quý rồi ạ... "

Khải, cảm ơn bạn. Và hết lòng xin lỗi bạn, tôi chưa đầy ắp với bạn.

Không hiểu sao tôi cứ cảm thấy Sài Gòn đã có một ánh sáng nào đó rọi chiếu ra cho Khải nhận được nhiều điều hết sức Khải mong, khai sáng. Cho Khải thấy mình đã đánh mất cái tôi và phải đi tìm nó. Cho cả nước thấy, chứ đâu mình cá nhân ai, đã bị lấy mất cái tôi.

Sáng hôm báo chí đưa tin Khải chết, một cháu gái tên là Vân (nhiều phần là Thanh Vân ở một cơ quan báo điện tử – tôi đang ốm không nhớ rõ) phôn hỏi cảm tưởng về Khải. Tôi nói đôi lời. Trong quyển *Thương nhớ Nguyễn Khải* do chính Thúy thiết kế bìa, có một vài lời của tôi, tôi rất cảm động. Vì như quá hiểu tôi, các cháu cho nó nằm riêng ra một chỗ, ẩn cư, tách khỏi loạt bài của các nhà văn tên tuổi. Tiếc rằng các cháu nghe tôi ốm ho nói qua điện thoại nên khi viết lại đã có vài chỗ lầm – như *stent* thành *stain*, hay ghi Lê Đạt đã cùng tôi đến viếng.

Khải, cùng Canh Ngọ như tôi, tham gia chống Pháp từ năm 15, 16 tuổi, bắt đầu lớn khôn con mắt chỉ thấy có Bác Hồ và Đảng. Tôi may mắn hơn: được thấy trí thức Trung Quốc sôi sục chống đảng, được thấy dân Trung Quốc khốn khổ vì đảng. Nhưng đều là phải qua một quá trình chật vật vất bỏ đi cái bàn tay ma quái nó phù phép.

* * *

Còn câu chuyện này tôi để ở dưới cùng.

Khải một hôm bảo tôi từ nay, tuy yêu Cụ Hồ rất nhiều, nhưng tôi *không bao giờ viết đến Cụ ở trên sách báo nữa.* Tôi thấy ở câu ấy một biểu tượng li khai. Nguyên do thế này. – "Một lần nhà in nó xếp thế nào bát chữ bị xô, mẹ nó, ác thế, chữ *tịch* trong "Hồ Chủ tịch" của tôi lại ở vào đúng chỗ xuống dòng mà thế nào khốn nạn chưa một chữ *tịt* ở chỗ khác tận đâu mả mẹ nhà nó, nó lại nhảy bố nó ngay vào đầu dòng dưới để hứng đón lấy chữ Hồ Chủ ở cuối dòng trên. Tất cả tòa soạn báo, tất cả nhà in, tôi xin nói là toàn bộ công nhân viên, binh lính, sĩ quan, không sót thằng nào, con nào, toàn bộ phải tập hợp lại đứng im thin thít ở tòa báo cho an ninh quân đội điều tra, vặn hỏi gần hết một ngày liền. Đứng im và câm như tội phạm. Tôi không chỉ câm mà còn tái mặt đi, nghi can chính mà, bụng cứ nghĩ chết to rồi…, thằng nào hại mình ư? Hay gián điệp thật? Còn hai đầu gối thì chốc lại đảo đồng va nhau lịch kịch. Tự nhiên thấy xương chân mình nó vang rất xa ông ạ, là xương ống mà, cộng hưởng, đứa ở cạnh mình khéo nghe thấy rõ... Ừ, run như chó bị mưa ấy. Có lúc nghĩ làm thằng cộng sản mà lại sợ đồng chí an ninh của mình đến thế này thì lạ quá. Nhưng rồi lại thấy mình đúng là một con chó đang run lên cầm cập. Về nhà mặt vẫn còn tái nhợt, hai cẳng thỉnh thoảng lại ôn tập bài múa run".

Kinh lịch run như chó bị mưa có góp phần thai nghén cho *Nghĩ muộn* và *Đi tìm cái tôi đã mất* không? Ừ, mà có lúc nào Khải nghĩ: giá anh Ba cũng ghét sát sinh như ông Đạo trong *Mùi hương thơm ở Núi Kỳ Lạ* của Butler không? (Butler sang Việt Nam tặng sách này cho Dương Thu Hương *"Thân tặng em Dương Thu Hương, văn em viết hay lắm."* Hương đem tặng tôi).

Chương bốn mươi tám

Đến đây, sau Khải, cho tôi nói sang Q., một bạn học từ bé cho đến cuối 1946 chiến tranh xa nhau, hai bên trận tuyến, rồi mãi tới 1975 mới gặp lại.

Sau bao năm bằng tin bạn thân gặp lại thì cố nhiên hay quá rồi. Nhưng vừa bắt tay, cái đầu tiên sau vài chục năm, Q. đã hỏi tôi: "Thế nào Sao Đỏ Con? Già thì đỏ bạc màu đi rồi hả?" Ha ha cười rồi giải thích: "Nghe ông chống đảng! Đỏ phai là bội bạc lại cờ đỏ. Tôi nghe tin này rất mừng. *Mais on revient au peuple, quoi*, – Thì trở lại với dân mà".

A, nhờ Q., tôi nhớ lại tên "Sao Đỏ Con" bạn bè đặt mà tôi tự hào – trong lớp học, tôi bênh Việt Minh nhất. Lúc ấy tôi cũng khen dữ *Con đường sáng* của Hoàng Đạo, nhà văn Quốc Dân Đảng. Tôi thích lý tưởng tưng bừng và văn trong sáng của tác giả.

Tôi thấy Q. như có một nét mới, cái nhìn đặc biệt chất chưởng. Chẳng hạn tưng tửng:

– Đánh Mỹ là một công trình giao thông nhằm chuyển đi một dinh cơ mà các ông miệng ghét bụng thèm. Phải cái tội quá tốn kém.

– ... ?

503

– Dinh cơ sứ quán Mỹ đó! Xẻ dọc Trường Sơn để vào đuổi nó bán xới con mẹ hàng lươn rồi rinh tùng rinh nó ra tận Hà Nội! Vì nguyên lý cộng là cứ phải đánh đế quốc ê mặt tái mào đi rồi mới vớt lên cho làm đối tác. Cũng như trảm tư sản dân tộc bắt hưởng cảnh ăn mày gọi là cải tạo cái đã rồi mới cho sống lại. Đùa thôi, chính là tư duy cộng sản đã vỡ tan vỡ nát khi đi vào cuộc sống.

Cũng hôm ấy Q. bảo tôi: Thoạt đầu dân Sài Gòn nói XHCN là Xạo Hết Chỗ Nói, tôi chưa tin. Sau thì tin. Tại sao? Đọc Tố Hữu *"Ngôi sao chân lý giữa trời, Việt Nam, vàng của loài người hôm nay."* Ông ơi, phét quá! Phải là cỡ đại hâm. Tôi đã sống với lính Tây, Mỹ, Thái, Hàn, Úc... đến đánh Cộng nhưng chưa thấy thằng nào khoe là ở quê nó máy lạnh bò đầy đường như, xin lỗi, các ông. Nếu là Quỹ Ford tôi sẽ chi vài triệu đô mở hội nghị khoa học thảo luận đề tài về *nghĩa vụ nói phét*. Rồi nghĩa vụ *cãi văng tê*. Sau hiệp định Genève, thế giới tố cáo các ông cài người ở lại phá hoại thì các ông chửi là vu cáo bỉ ổi và lời các ông hay dùng nhất lúc ấy là "vả vào những cái mồm nói láo." Nay báo chí lại tự hào ngay từ lúc hiệp định Genève chưa ráo mực đã sớm cài người, rồi mở đường mòn với "con thuyền không số" để chuẩn bị cách mạng. Lạ à? Đọc *Nhân Dân* 21 tháng bảy linh tư đi.

Tôi đọc. Gia Lai gặp mặt 154 cán bộ được đảng phân công ở lại "bám dân bám đất, lãnh đạo chống lập tề, chống bắt lính để tiếp tục sự nghiệp giải phóng miền Nam, thống nhất nước nhà ngay sau hiệp định Genève".

Sau đó mấy hôm Q. gặp tôi. Nói ngay: Chú ý là *ngay sau* và *tiếp tục sự nghiệp giải phóng* tức là hệ mẹ nó Genève đi từ sớm và uýnh luôn sang màn hai, *thế nhưng lại nói vì nó không chịu tổng tuyển cử*. Anh cài người, từ Lê Duẩn, anh chôn vũ khí lại, anh phá Chính quyền Quốc gia thì hỏi còn đứa nào tổ chức được tổng tuyển cử nữa mà anh cứ vu cho nó phá tổng tuyển cử! Lưỡi không xương, ông cha nói hay thật đấy! Gần đây cố vấn quân sự Trung Quốc tung ra hồi ký cho hay tháng 3 năm 1955, La Quý Ba, Vi Quốc Thanh và Võ Nguyên Giáp đã vào tận Bến Hải nghiên cứu bờ biển để sớm đề phương án tác chiến "tương lai." Tháng 9, Võ Nguyên Giáp lại sang họp với Bành Đức Hoài và tướng lĩnh Trung Quốc bàn thêm. Trung Cộng không lộ ra thì có đến mùa quít dân mới biết đảng đã cùng với Bắc Kinh chủ động tiến công trước cả Mỹ nhiều. Ông biết Wilfred Burchett viết sách nói ký xong Genève, Phạm Văn Đồng ứa lệ đau đớn bảo ông rằng Bắc Kinh đã mua chuộc Pháp và phản bội Hà Nội. Rồi Đồng lại tuyên bố công nhận Hoàng Sa của Trung Quốc và không hề ứa lệ. Trong khi Hội nghị San Francisco 1951 đã công nhận Hoàng Sa, Trường Sa là của nước Việt Nam Cộng Hòa! *Chả ma nào hiểu nổi lúc nào ứa lệ thật mà giả, lúc nào thản nhiên không mà có.* À, vậy thì nhờ chính đế quốc thừa nhận mà Sài Gòn thu hồi đất đai, biển đảo rồi chiến đấu bảo vệ nó. Ngược lại, ông anh cộng sản lại nẫng mất toi của Việt cộng.

– Ô hô! bất giác tôi kêu, rõ to.

Q. nắm tay tôi lắc khẽ như muốn vỗ về:

– Theo tôi, Mao mở chiến tranh thảm khốc ở Việt Nam là để dọn cho mình một bàn tiệc và đặc biệt qua đó lại còn được hưởng một món cực hiếm: đất đai của chính chiến hữu cộng sản. Một bạn tôi, sĩ quan Thiết giáp, năm 1983 vừa tù tận Lao Kai về liền bảo tôi: Nên hiểu câu ông Hồ nói *Đánh cho Mỹ cút, đánh cho ngụy nhào* thành ra *Đánh cho Mỹ cút, đánh cho Hoa vào*, ở tù tôi rút ra cái sự thật kinh khủng lù lù ấy. *Thằng Tây nó tếch, thằng Tàu nó sang*

Mất một lúc tôi như say sóng. Choáng. Và đột ngột hiện lên trước mắt tấm tranh vẽ khổng lồ suốt những năm chiến tranh vẫn treo trước tòa nhà đối diện cửa hàng Bách hóa tổng hợp: Ông Hồ sơ–mi lính chống nạnh nhìn đoàn quân lớp lớp ra trận. Rồi tôi không còn ngước lên nó bao giờ nữa. Có thể chống nạnh nhìn con em rầm rộ, lũ lượt dấn thân vào cõi chết như thế được không? Muốn phủ dụ: nay thế giặc nhàn, Bác chống nạnh ung dung thế này là vì thế..., cháu sẽ hy sinh nhưng cháu đã được Bác xét duyệt, vinh dự đấy, phấn khởi lên. Cố nhiên đây là tác phẩm dựng theo ý họa sĩ nhưng họa sĩ thì không thể tránh được cái khâu thỉnh thị đồng chí Tố Lành, tuyên giáo.

Một khi hé ra, sự thật quá đơn giản thường giống một cú đấm táng vào giữa mắt. Bàn tiệc linh đình, lớp lớp đàn em tưng bừng bưng dọn cho Mỹ cút ở Biển Đông để Hoa vào thế chân. Ôi, chỉ việc đổi "ngụy nhào" ra "Hoa vào" là thấy rõ cả một nước cờ siêu thủ. Thiên hạ đại loạn, Trung Quốc được nhờ mà.

Chúng tôi rồi hay gặp nhau. Q. thường ra Hà Nội. Khoảng 1997, một bữa Q. nói: Tôi còn ngồi được với ông một hai giờ nữa rồi vào trong kia, con cháu chúng mang tôi sang Anh. Coi như tôi nhảy đứt vào cái xã hội nó không đội dân lên là những gỉ gì gi. Nhưng bên đó chính phủ nói dối là phèo với dân ngay. Ở các nước ấy, đâu có chuyện thình lình nhà cầm quyền phát hiện ra dân bị trói mấy chục năm mà thủ phạm trói là thằng nào con nào chả có ma nào biết. Chả bù ở các nước vừa thấy có mảng rau câu lạ dạt đến bờ biển là đã chu chéo báo động. Ừ, vì chúng ta là dân bèo dân bọt chả bằng được rau câu mà. Thôi, bây giờ tôi mách ông nên tìm đọc hồi ký *Hồi ức và suy nghĩ* của Trần Quang Cơ viết Đỗ Mười, Lê Đức Anh, Hồng Hà "làm nhục quốc thể," quy luỵ với Bắc Kinh, kể cả với đại sứ Trương Đức Duy, mở ra thời kỳ Bắc thuộc mới.

– Hồi đánh Pháp, *Tắc Vầy* Đức Duy là cán bộ Hoa kiều vụ của Lý Ban vẫn lĩnh lương của ông Đỗ, phó tướng của trưởng ban kinh – tài Nguyễn Lương Bằng.

– Ngày nào nhân viên Việt Cộng quèn đừng mong đến bên đầu não thế rồi thành đại diện của Nhà nước Trung Hoa thì gặp ai cũng được và ra yêu cầu là Việt Cộng nghe. Thế nào mà anh hùng sắt đá lại hóa thành con ốc vỡ vỏ và người xéo vỡ lại chính là Bắc Kinh. Nhục chứ! Từ nay khó khăn là phải vật nhau với Ông Anh vốn chả còn lạ gì gan mề phèo phổi họ nhà sứa của chú em.

– Nghe ông, tôi nhớ đến nhà văn Pháp Claude Roy ân hận mãi về việc mình đã vào đảng. Khi bỏ đảng Roy nói: Vào Đảng cộng sản là *"theo đuổi có hiệu quả công cuộc ăn cắp cuộc sống, ăn cắp lòng tin..."* của người dân.

– Ô, tuyệt cú, bao giờ dân mình đọc được các ý này.

Rồi chúng tôi chia tay nhau. Bất giác tôi hỏi Q.: Ông toàn ở thành phố có trông thấy giòi bao giờ không?

Q. nhìn tôi, ngạc nhiên: Lúc bé về quê có thấy. Sao?

– Nhưng đã quan sát vận động của giòi kỹ chưa? Vận động thuần túy cơ học thôi.

Q. lắc.

– Theo tôi, trong các dạng vận động cơ học của sinh vật, xin nhắc lại là đây tôi chỉ nói vận động *thuần túy cơ học*, thì dạng động học của giòi là đáng xem xét hơn cả. Về tổ chức và hành vi, nó đồng dạng, thuần nhất không thứ gì bằng, về hoạt lực, nó tích cực nhất, năng động nhất, cạnh tranh nhất, hiệu quả nhất. Thế nhưng cá thể giòi không làm lợi gì cho tập thể giòi cũng như cho cái môi trường nuôi nó. Khi nó thành ruồi bay đi rồi thì cái không gian – tức là cái xã hội giòi – từng đã tưng bừng hơn hội lễ dung chứa nó lập tức trở nên rỗng tuếch, không một dấu tích, ngỡ như không khí cũng sạch trơn, hư vô hoàn toàn. Thôi, tào lao với nhau thế được rồi nhỉ.

– Ý giòi quá hay. Hay lắm. Thôi, chia tay... hãy ôm khẽ nhau một cái.

Tôi thú thật là bịn rịn. "Đi may mắn... , tốt lành..." tôi hơi ấp úng. "À, H., quên, em gái ông, cứ quên..."

– Chết rồi, Liên Khu 1 đầu kháng chiến. 28 tháng giêng 47. – Giọng Q. hơi nghèn nghẹn. – Em nó lên chơi bà bác trên Hàng Đường trưa 19 tháng chạp thì tối nổ súng, mất liên lạc với nhà. Đi cáng thương binh tử sĩ ta đánh đầu cầu Doumer, em nó bị đạn súng cối chết ở gần bóp Hàng Đậu.

Tôi im lặng nắm chặt tay Q. mà bụng ngổn ngang khó tả.

H. thường đỏ ran mặt mỗi khi tôi đến tập ghi – ta hoặc nghe tiếng Anh Assimil (giáo trình tiếng Anh nổi tiếng của Pháp – B. T) với Q. Chơi đàn và nghe đĩa lúc ấy, tôi lơ mơ tới người con gái với chiếc áo dài màu *cyclamen* mà tôi luôn đinh ninh là màu môi má H. tràn sang. Một lần theo Q. lên gác, khi qua gầm cầu thang bày giầy dép, tôi thoáng thấy đôi xăng–đan da đỏ quai viền kim tuyến thật mảnh đặt ngoan ngoãn trên một bục gỗ con: H. đi nó hôm theo Q. và tôi đến *kermesse* – chợ phiên đầu tiên sau ngày Độc lập ở Ấu trĩ viên. Tôi khẽ tụt dép ướm chân vào chiếc xăng–đan tôi ngắm vụng hôm nào, nó mềm mại như thuận lòng, như đáp lời, như một bàn tay ngửa ra trao. Thằng ngố, thế mà ngỡ đã có thệ ước dưới cái gầm cầu thang mờ tối lơ lửng một mùi nước hoa xui tìm một cái gì…

Sau cuộc chuyện trò dài ấy với Q., tự nhiên cả đêm những lời Q. nói lởn vởn mãi trong tôi. "Nhà triết học Trần Đức Thảo, tôi không quen," – Q. nói, "nghe đâu ông ấy bị tâm thần, luôn sợ an ninh. Nhưng cuối đời ông ấy viết đả mấy người phê bình đảng thì tôi nhận ra đó là sự sụp đổ thê thảm của một đời trí thức".

Không hiểu sao tôi không thanh minh hộ Trần Đức Thảo. Mà lại thú thật với Q: Nghe ông, tôi xấu hổ... Tôi hay sợ... Nó ló ra luôn, rất tức thì, và tôi phải cố lắm.

– Tôi khác gì đâu? Ở chỗ này cần nói rõ một tí. Sợ chính là ông thần hộ mệnh nội sinh. Hộ cho cái mệnh sinh học là thân xác và cái mệnh tinh thần là phẩm giá, lương tâm. Việc đáng réo chửi là trên cái nền tự vệ Bản Năng ấy, người có quyền lại cài cấy thêm hệ thống sợ vào mỗi chúng ta, gieo vào chúng ta một Ý Thức Sợ và cái sợ ngoại sinh này lại được vun trồng, tưới bón công phu để cho có một con rô–bốt hay con ma xó hay thằng cò sợ nấp sẵn ở trong mỗi chúng ta, nó ngày một ranh ma tự động *remote* cho ta cái sợ ngày một tinh vi. Tôi hỏi ông kết quả đầu tiên của lập trình Sợ luôn được nâng cấp ấy là gì? Ờ, cố nhiên là hèn... Nhưng... ừ thôi được, cho là hèn đi, vậy biểu hiện đầu tiên của hèn là gì? Là ăn gian nói dối, đúng chứ? À, đúng! Cái này là đặc thù của con người, khiến con người đốn hơn con vật. Sợ vãi đái ra trước mặt ông nhưng chó mèo không ăn gian nói dối với ông! Chó mèo, gà vịt, hay rận rệp, đúng, rận rệp mà cũng ăn gian nói dối, uốn lưỡi nhất trí bậc thày cả thì tôi dám chắc cuộc sống sẽ quả ư kinh hoàng. Những ngày xung quanh đi cải tạo, tôi có khi cả tuần không ăn, sụt chín cân trong hai ba tháng! Nhất là hồi họ gọi vợ tôi đi tra hỏi: làm "phát ngôn viên" cho ngụy đã chửi cách mạng những gì? Mãi họ mới vỡ lẽ là đã lầm "phát ngân" thành "phát ngôn!" Có tiền gì đâu mà có phát ngân thì tất phải lầm chứ? Cũng như có văn hóa đâu nên bắt oan người ta rồi tha về mà chả thèm xin lỗi một lời. Nhưng tôi nói, như ông, tôi đã cố vượt cái sợ. Tôi đã nghĩ nếu vào trại tôi sẽ học nhiều người mót lấy bo bo trong cứt tù già không tiêu nổi thải ra rồi ngâm suối vài ngày để nấu lại ăn. Phải sống! Vì tôi tin Mỹ sẽ trở lại, tư sản như Phạm Nhan rồi sẽ mọc đầu do đó mình còn có thể sống và nên sống. Nói sao rồi nhỉ? À, nói tôi cũng đã không sợ như ông. Mà bảo ông không sợ là có chứng cớ. Đó, đời ông một con dê–rô tổ bố nhưng ông vẫn chọn cái vô dụng chứ không kiếm cái hữu dụng. Hữu dụng nay dễ kiếm lắm. Lên báo lên ti-vi nịnh khỏe vào. Muốn họ nhà mình danh giá chỉ cần mua bên văn hóa cái giấy công nhận cho ông cụ tổ bốn đời của mình tại xã này xã nọ đã có công phục dịch quân Quang Trung khi đánh ra Bắc. Khắp nơi lễ tổ. Nghe đâu các nước thèm có một ông tổ như ta để làm lễ quốc tổ lắm.

– Hàn Quốc vừa bắt bốn anh Việt ăn cắp chó quỳ lạy con chó vừa cắt tiết xong. Họ bảo bọn mày thạo lạy lắm mà, cái gì cũng lạy lia lịa được, vậy lạy chó của chúng tao đi.

– A, (tự nhiên Q. dừng lại nhìn tôi, nhìn từ trán xuống cằm rồi nhướng một bên mày lên.) Mà ông cũng văn chương đáo để cả đấy chứ... Sao không cho trào ra?

Chả hiểu sao tôi không đáp lời Q. hỏi mà lại khẽ nói: Tôi chả thiếu lúc hèn. Nhưng tôi đã cố không để cho sập cái cứ địa cuối cùng là nhân phẩm vì nó giúp tôi chống lại họ. Thà sập thân phận xã hội. Nếu hỏi trong đời đã có lúc nào tôi *nói năng âm vang nhất* thì tôi có thể nói tới lúc sau đây. Lần ấy, 1975, kết thúc chiến tranh, Lê Duẩn đặc biệt đến báo *Nhân Dân* nói về thắng Mỹ. Cơ quan báo đảng biến thành hội lễ tưng bừng, mọi người hớn hở trạt bâu vào nhau nồng nhiệt hoan hô tổng bí thư. Tiếng vỗ tay reo hò im bặt khi Lê Duẩn lập bập cất tiếng. Cũng lại chả hiểu sao tôi bỗng cùng lúc đi khỏi chỗ ngồi, rẽ quặt ngược chiều xuống hàng ghế cuối hội trường, một mình chống hai tay vào thành ghế rồi đứng đó – vâng, tạo nên một khoảng trống khá rùng rợn giữa hai diễn giả chênh lệch vô biên về quyền lực để chất vấn tác giả của "thắng lợi": "Thắng gì? Thắng ai?" Mà tôi tin rằng Lê Duẩn nhìn mắt tôi đã đọc ra được chất vấn chát chúa của tôi. Tôi cũng có viết. Cho tôi. Con rắn bò còn để lại vết cơ mà. Cả một đời bò lê trong đàn áp chả lẽ lại không có chút mùi vị địa ngục nào lưu lại? Nếu *Trời còn cho có hôm nay, Tan sương đầu ngõ, vén mây giữa trời*" thì tôi sẽ trình làng một chút chứng tích. Chống lại họ, tôi đầu tiên học chối từ hư danh. Hư đốn mãi với danh nghĩa chiến sĩ giải phóng loài người rồi mà. Có người bảo tôi sao không xin vào Hội nhà văn. Tôi cười. Tôi đã chống đảng thì vào cái hội con của gã bố ấy làm gì? Người ta bảo tôi nộp đơn xin trợ cấp chống Mỹ thì tôi nộp một sơ yếu lý lịch ghi bị khai trừ đảng vì ở trong tổ chức chống đảng, lật đổ. Ý là không chống Mỹ mà chống đảng, tôi không xin trợ cấp chống Mỹ. Chính là tôi muốn cho thấy tôi phủ nhận mọi nấc bậc ở thang giá trị hiện hành vốn là một xếp đặt nhảm. *Lưng khôn uốn, lộc nên từ*, Nguyễn Trãi đó. Đất nước này rồi phải dựng lại các giá trị chân chính. Nó như một chiếc bít tất thối, nhưng người ta vẫn cố hết sức uốn lưng khom gối để rúc lọt nổi toàn thân vào nó. Từ lâu tôi chỉ mong lìa thoát hết mọi ràng buộc ú ở chúng dễ làm cho ta tầm thường đi mỗi khi ta còn lấy chúng làm chuẩn giá trị. Tôi chỉ mong được ở cái bậc thang của chính mình, nạn nhân mang bộ mặt chứng nhân của bạo tàn chuyên chế. Tôi đã lỡ là đồng chí của họ nhưng rồi giật mình không chịu tòng phạm với họ nữa. Vâng, cự tuyệt hết, vâng, tôi ấy, ấy thế mà có một lần tôi đã co giò toan lên một con tàu, gia nhập – e*ngager* một cuộc đi mà tôi nhận được lời mời từ trên tít chín tầng mây gửi xuống. Hồi ấy tháng 9 năm 1967, vừa bắt đám Hoàng Minh Chính, Trần Châu, Phạm Viết, Hoàng Thế Dũng, tôi đến Trường bổ túc văn hóa sơ tán về huyện Văn Giang, Hưng Yên gặp Trần Thị Vân, chị họ Trần Thị Lý để viết hồi ký, sau [cuốn hồi ký] Nguyễn Đức Thuận. Tâm trạng tôi rất đặc biệt. Luôn thấy mình đang bị nhòm ngó sát sườn, luôn thấy tim gan, đầu óc mình bị phơi ra trần trụi. Như con nhái mổ phanh ở lớp học sinh vật. Và chán và thấp thỏm chờ – đến *lượt* mình – một trạng thái mệt mỏi, ngán ngẩm nhưng cứ phải giữ vẻ bình thản, có khi lại còn hiên ngang khiến họ gai mắt. Đêm ấy, đúng Trung Thu, nửa đêm rét, tôi kéo chiếc chiếu đầu giường nhà chủ đắp lên người và thế rồi thao thức, ngổn ngang không ngủ lại được. Chợt như có tiếng bẻ ngón tay lắc rắc khe khẽ, ở rất cao, đúng hơn, như có tiếng lụa rũ mở, không đúng hơn nữa, tiếng xập xòe khép đóng của những nan quạt ngà... ở giữa trời trăng vằng vặc. Ô, cánh chim sải gió khoan thai, hùng mạnh. Và rồi tiếng gọi vào tai tôi: *Hu... u... hu...* Tiếng gọi hết sức thanh cao như được xoe tròn, chuốt cho thật dài thật nhẵn, lọc cho thật sạch rồi gói bọc vào không khí chính thu thành những ống pha lê trong vắt mà gửi xuống cho mình tôi. Một đàn ngỗng trời – hay thiên nga? – đang bay qua tôi để thiên di xuống phương nam ấm áp. Tôi vội ra sân nhìn theo, cố nghe vớt tiếng gọi. Không còn thấy gì, ngoài có lẽ vài gợn sóng trăng chấp chới bạc đầu ở gần chân trời, cái chân trời bỗng như một cửa mở của một vương quốc trong sáng khác thường. Và nhẹ nhàng lướt đi tít trên cao, mắt tôi thấy, một con thuyền *galère* thời xưa. Tôi đứng bơ vơ ở sân một lúc nghĩ đến câu *Nous sommes dans une même galère*, – chúng ta cùng trên một con tàu, của Camus cùng câu *cô hồng thiên ngoại*, chim hồng một mình ngoài trời, mà buồn. Tôi vừa để lỡ mất một lần kết nạp thênh thang nhất, sạch sẽ nhất trong đời.

Nghe tôi, bên lông mày nhướng lên của Q. dịu dần dần xuống. Rồi anh khẽ khàng:

– Tôi hiểu nỗi ông. Ông đã kiên trì làm cho được đúng ông để *nên* ông. Đời này, cái đời ở đó *tout se vend tout se paie*, – cái gì cũng mua bán được, thì kiên trì làm mình là cực khó. Ông chống họ về tinh thần và còn chống họ cả ở từng bước chân, từng lời nói. Còn tôi, tôi cũng đã cố giữ lấy manh chiếu – thành trì của kẻ đã bị tước đoạt sạch. Trên manh chiếu ấy, tôi có một vũ khí. Đó là con mắt nhận ra thấy ở sau bất cứ sử thi, bi kịch, tráng ca nào đều có *một gã hề*, cái thành tố không thể thiếu của phận người. Kìa, trên đường thành người, chúng ta đã bao lần bốc bải cứt đái rồi đó! Làm Viagra để chữa tim mà hóa ra chữa lò xo cò súng, hề không? *Nhìn ra tay hề này rồi thì thấy chả có ai đáng sợ hết.* Tôi xưa yêu Việt Minh vì Việt Minh có đủ hai cái tiêu biểu nhất lúc đó: thứ nhất, có Cụ Hồ – Nguyễn Ái Quốc vai vế của Quốc tế Cộng sản; thứ hai, lại có cả Mỹ đứng bên. Lúc ấy gọi là "*Bộ đội liên quân Việt – Mỹ ở chiến khu về*" cơ mà. Té ra Việt Minh thuần đỏ! Đó, ở canh mở bát đầu ngỡ họ thân Mỹ ấy, khối người tẽn tò. Mà một nhân tố gây cười là gì? Là tẽn tò, đúng không? Lúc biết Việt Minh chính cống cộng thì lại nghe đồn Cụ Hồ ngang Xít và Mao. Trần Văn Giàu chẳng vai vế gì trong đảng mà còn hơn Thorez với Tito cơ mà! Nhưng độc lập rồi Việt Nam một thân trỏng trơ chống Pháp mãi! Thế là canh mở bát thứ hai lại tên tò nốt, ngỡ ta cộng sản cỡ bự thì hóa ra là cộng sản bị Quốc tế ruồng! Có một món nay luôn nói đến là "tự hào," ngỡ thứ hàng này tối độc, không đụng với ai vậy mà ông xem, ta tự hào đã vũ trang giành độc lập thống nhất còn độc lập do đế quốc thí cho thì xấu hổ nhưng Xing (Singapore – B. T) lại tự hào nó đã nhận độc lập của Anh cho rồi sau làm ăn giỏi khiến Trung Quốc phải noi gương; và độc lập sau ta 10 năm thế mà nay vượt ta hơn trăm năm. Một điều cộng sản không thấy là tự hào và xấu hổ thường cặp díp đi đôi. Đúng mà! Ông cha chả vẫn nói: *Anh hùng như thế khúc lươn. Khi co thì ngắn khi vươn thì dài.* Hay *Anh hùng nằm ngủ vỉa hè, Rách phơi của nợ lại khoe ông đây hiển hách võ công bề bề.* Cứ xem đấy, trong khi chửi đế quốc như chó thì suốt ngày khúm núm biết ơn ông anh! Ta lấy máu đổ đầu rơi làm chuẩn để tự hào, họ lấy nguyên vẹn sinh linh. Đảng tự hào với nền độc lập bắt nguồn từ Cách mạng tháng Mười (Nguyễn Ái Quốc từng reo: Con đường cứu dân tộc của tôi là đây.) Nhưng chính quê hương Cách mạng tháng Mười (Liên Xô – B. T) đã lờ Việt Nam lúc mới chào đời đang cần ôm ấp tã lót. Vậy tự hào mặt nào, xấu hổ mặt nào? Thêm một thí dụ: Ánh lửa bạo lực cách mạng mở đường cho các ông vào Sài Gòn nhưng Sài Gòn lại mở mắt cho các ông thấy ánh sáng văn minh thế giới để sau rẽ vào xếp hàng nhờ vả nó. Ít ra "Ngụy" nó cũng tự hào là bước đúng sớm hơn Cộng **một chân**! Cái chân kinh tế thị trường mà các ông khiêng về làm mảnh phao cứu sinh đấy. Khi bị thẩm vấn ông đã nói dân ta anh hùng nhưng thua thằng hèn. Rất hay. Khi co thì ngắn, khi vươn thì dài... Co ngắn làm XHCN, vươn dài thì thành Xấu Hổ Cả Nước hay Xám Hối Cả Ngày. Ừ, Xin hèn tận cốt nhục.

Chả biết thế nào, chia tay nhau chúng tôi dừng lại ở kết luận: Cộng sản mang ở trong lòng sức mạnh phá phách. Cần có quyền lực thì lãng phí máu xương nhân dân, khi nắm quyền lực rồi thì tham nhũng tiền của của dân. Phong kiến tạo ra được nhân tài nhưng cộng sản triệt sạch. Biến dân thành những linh hồn chết.

Sắp quay gót, Q. nói: Nên hy vọng hay không đây?

Thật thà tôi chả thể kết luận. U ám lắm.

Tôi toan níu Q. lại. Không, tôi hy vọng. Tôi muốn trao đổi điều này với Q. Nhưng rồi lại buông Q. ra.

Tôi đã nói đến hai vế anh hùng và bán nước đối chọi trên Mặt Mẹ Việt Nam. Gặp Q., tôi thấy ở trong con mắt Việt có hai cái nhìn trái nghịch nhau sâu thẳm, nhức nhối, định luật hơn nhiều so với hai mặt mẹ dẫu sao chỉ là trò tuyên huấn bày đặt giả tạo, xấu và ngờ nghệch.

Nhưng sao không có bố anh hùng? Khôn ngoan cứ là loại trước, kẻo mai kia có đứa nó trình ADN thì quăng đứa "bố anh hùng" giả đi đâu?

Chương bốn mươi chín

Vào Sài Gòn sống, qua Q. móc nối, tôi được quen một ông bạn đặc biệt tinh quái, tinh quái ở con mắt biếm họa sâu sắc mọi sự liên quan đến cộng sản. Như nhòm thấy tổ chấy cộng. Cụ ví: cái tổ chấy ấy nó như xăng dễ cháy mà mắt mình lại như cái bật lửa hay cướp cò, chết thế. Rồi tự thú: Cái tính tôi nó nghịch, hay lỡm. Mà cộng thì lại nhị ngôn, cái thứ tạo lỡm nhạy nhất. Nhị ngôn quá chứ? Thống trị dân từ đầu đến chân, từ quá khứ – đó, tóm lý lịch ba đời con người ta nhét giọ! – đến bắt làm con – mà là con của Bác, mất trật tự quá ta – thế nhưng lại nói lấy dân làm gốc, làm chủ. Hứa thì trăm voi nhưng không được một tăm nước xáo! Bây giờ địa chủ đỏ lấy mất đất của nông dân chủ lực quân của cách mạng kia. À, còn, còn các ông anh ngoài biển cướp biển của ngư dân Việt Nam để gọi là phối hợp đồng tác chiến nữa. Hai gọng kìm cộng sản kẹp thế thì dân nào chịu nổi? Cụ ơi, đau quá mà bất lực thì sinh lỡm. Nên lỡm mang tính đảng phái rất rõ đấy nhá, nó thuộc về những người thấp cổ bé họng – cộng sản không lỡm được đâu, chỉ thạo trần mỗi quy trình bất biến tự hương bái và bạt tai dân, đem chữ lãnh đạo toàn diện ra mà khui tới hồn cốt là thấy hai cái động tác xoắn xuýt hương bái và bạt tai này đó. Nói chứ, nếu Cộng sản tự lỡm được như tôi thì phúc tổ cho dân quá đi đấy!

Xin giới thiệu vội: Cụ là nạn nhân lớn của cuộc cải tạo công thương nghiệp trong Nam. Và thông gia với chị gái Q. Bởi lẽ cụ bạn tinh quái hay "bình loạn" – chữ của cụ – nên tôi đi bộ hàng chiều với cụ.

"Kiểu này ta có thể sưu thành sách như *Vừa đi đường vừa kể chuyện* của nhà văn nhất tập nhất tót vào lừng danh rồi biến: Trần Dân Tiên. Lấy tên ấy là tỏ ý đặt dân lên trên hết tất tần tận, gớm, hơn đế quốc thực dân chưa? Nhưng ông lại lòi đuôi ra khi cho đăng ký trước thế giới rằng dân Việt có một "Cha già dân tộc," bất chấp vị Cha già đã nhận mình là Bác dân.

Lại gật gù: Kẻ độc quyền ăn nói thường như vậy đấy. Nào, hãy soi vào cái chiêu bài vì dân trước. Đây xem, dân thích tư hữu thì đảng vì dân ra sao? Thì đảng diệt luôn tư hữu! Dân thích yên ổn làm ăn thì đảng nội chiến, đánh Mỹ, đánh hàng xóm láng giềng..., dân muốn ăn nói đàng hoàng thì đảng bịt miệng. Mời xem Hiến pháp 1980 nói: "*Chủ nghĩa Mác – Lênin là hệ tư tưởng chỉ đạo sự phát triển của xã hội Việt Nam*" Thế rồi nghị quyết đại hội đảng nào cũng "làm cho *toàn dân nắm được ý thức hệ Mác – Lê*." Muốn bụm miệng cười ghê quá à. Dân Đức, dân Nga đã cho hai ông tổ nội bị cả kim la này ra rìa mà Việt Cộng cứ xì xụp. Ý dân bản chất là phản động, tư hữu tới cùng mà, nên đảng mới phải nêu "ý đảng lòng dân," công thức canh ty kiểu Mác – Lê. Đảng nhường cho dân cái lòng làm theo ý đảng. Để cho cái lòng thực hiện hợp đồng đúng phắp thì có vị trọng tài tên là chuyên chính! Lại có các thứ chẳng dính gì đến dân đến nước mà cũng bắt dân "tự hào," như "*đã đánh lùi từng bước, đánh sập từng bộ phận chủ nghĩa đế quốc*" – xin lỗi, may mà chưa đánh sập chứ không thì moi đâu ra cái nạng vạn dặm của nó để mà mượn chống, tiến lên định hướng? Rồi thì "*đã dựng nên Nhà nước công nông đầu tiên*" – lại xin lỗi cụ chứ ở ta... éo có thằng nào khổ bằng hai thằng công nông nhá. Đấy, đi trên đường gặp cái xe nào mà cứ hãi khiếp vía lên thì chính Công Nông nó đó.

516

Khiếp vía cứ y như khi nghe Lê Duẩn nói ở Hội nghị Trung ương 25, khóa III, tháng 10 – 1976: *"Nhất thiết phải xóa bỏ giai cấp bóc lột, xóa bỏ sản xuất cá thể, xác lập quan hệ sản xuất xã hội chủ nghĩa... Đường lối đó là đường lối của giai cấp công nhân không ai được chống lại."* À, xem ai chống lại? Dạ, là thằng dân vẫn ôm giấc mộng tư hữu từ tổ tiên ông cha nó. *Nhưng mộng nghìn đời của tổ tiên mà bằng được cái mộng công hữu ông Marx ôm suốt mấy chục năm ròng, ôm cùng với hệ thống nhọt mạch lươn làm cho đít ông ấy máu me, đau đớn khốn khổ ư? Rồi lại chỉ rước công nông trí lên. Mà trí thì cũng là mới được móc ra. Còn con người mới xã hội chủ nghĩa Ông Hồ xây dựng là gì đây? Nghĩ mãi thì ra là ba cái hồn Do Thái Đức, Nga La Tư và Hán hộn tạp pí lù lên thay cho hồn Việt.*

Nói một thôi có vẻ mệt, im được chưa tới ba phút cụ bạn đã lại: Này, nhân nói đến anh Hán, anh ta từng là trung tâm tập hợp bạo lực chống Mỹ, rồi là thày toàn diện của Việt Cộng thế nhưng lại thua trò một khoản tối quan trọng đấy.

– ... ?

– Khoản dũng cảm yêu nước! Xem đây, bơm hơi sức, súng đạn cho Việt Cộng uýnh đến cạn máu me nhưng sau sáu chục năm hơn rồi hắn có mó gì vào Đài Loan vẫn tách riêng ra của hắn đâu!

Tôi đứng đực một lúc với cái sự thật trời đánh này, như cụ bạn đã cho tôi nhòm thấy củ tỉ cộng sản. Ừ nhỉ, *hắn lại chả thiết giải phóng!*

Chiều nay, đi quá nhà thờ N. H. một lúc, cụ bạn thình lình dừng lại: Hôm nào ta nói ở cái xứ câm nhân tạo này dù trời sập đất lở thì rồi cũng chỉ im như cái... rắm xịt.

Im một lát rồi đá vào một cột xi măng bên đường:

– Trông cái cột này, cụ. Sứt mẻ, lở loét, lòi cuội với cọc thép ra. À, tượng đài lịch sử rồi cũng như thế đấy. Trần ai này cái bị vầy vò nhất, phá bậy nhất, vùi lấp nhất và được hương bái quỵ quỳ nhất chính là lịch sử! Kể ngay một thí dụ: ở Hàng Bún Hà Nội, có một bia kỷ niệm vụ quân Pháp giết nhân dân xóm này ngày 17 tháng 12 năm 1946. Bia cũ gạch vữa sơ sài có dòng chữ nhắc lại vụ sát hại. Dành cho dân thường thôi mà. Nhưng ở bia mới làm bằng hoa cương sang trọng thì khắc nổi thêm hình búa liềm vào. Dành cho đảng ạ. Xí không còn sót thứ gì!

- Đầu chiến tranh với Pháp, lính Liên khu 1 có quá lắm ba cha cộng sản và mười chàng Việt Minh thế nhưng nay tại nhà lưu niệm ban chỉ huy trung đoàn người ta cũng bệ búa liềm lên. Xóa luôn danh phận cả nghìn người không cộng sản.

- Mà đâu ra búa liềm dạo đó? Ngày ấy chơi khăm Việt Cộng, sinh viên ủng hộ Việt Nam Quốc Dân Đảng, thì chính tôi chứ ai, đem treo cờ búa liềm lên đều bị bắt cơ mà. Vặn tôi *nó* giải tán rồi sao còn bệ *nó* ra? – "Tôi nhớ *nó*." – "Nhớ hay xỏ lá phá hoại *nó*?" Ấy, cộng sản lại bắt đứa treo cờ búa liềm, vâng, bá láp thế đấy ạ. Bởi lúc ấy đã xảy ra một sự kiện kinh hoàng với cộng sản mà nay chả mấy ai biết, kể cả nhiều người lớn tuổi: ấy là *đảng vừa ở trong bóng tối nhảy ra hưởng ánh sáng tự do và cầm quyền thiếu tám ngày đầy ba tháng thì ngày 11 tháng 11 năm 1945 đã phải "giải tán," tự xóa sổ hộ tịch, giấu biến cờ quạt, chui lại vào bóng tối, vâng, biết dân ghét cộng tam vô, tay sai Đệ tam Quốc tế ạ.* Ngày ấy chỉ thấy cờ Quốc Dân Đảng, cấm thấy búa liềm, giấu đi như thời thoái trào ấy mà. Ngày ấy cả khu vực Hàng Bún, Cửa Bắc, cho tới chợ Đồng Xuân quành xuống Hàng Đào, Hàng Gai quay ngược trở lên, số lượng đảng viên cộng sản đếm chưa hết phần tư cái móng ngón tay út.

- Thế sao 1945, 46 lại chưa dám nhận làm bố dân?

- Vì... mới nắm quyền.

- Cóc phải! Vì ngày... ấy... đa... đảng!

– ... A, thảo nào ngày ấy Ông Hồ mới nói "Hồ Chí Minh chết thì chết chứ không bán nước" ở ban công Nhà hát lớn! Đã có một bộ phận dân nghĩ như thế thật thì mới phải công khai phủ nhận trước dân và thế giới khả năng bán nước hay tư cách Việt gian chứ. Bữa ấy tôi đứng cách có bốn năm bước ở sau lưng Ông Hồ, Cụ Huỳnh Thúc Kháng và Võ Nguyên Giáp. Trèo tường hông bên trái vào. Cùng Hải Rỗ Bát Đàn. Chính quyền mới mà. Chưa quen canh gác trật tự.

– Lúc ấy dân nghi ông Hồ bán nước không ít đâu. Nhưng nghe tuyên truyền, rất nhiều người vẫn *ngây thơ* tin rằng Hồ Chí Minh đã cho Pháp vào để đuổi Tàu Tưởng đi. Bịa, bịa. Pháp vào Đông Dương thay thế Trung Quốc là việc hai nước cùng phe Đồng Minh thương lượng với nhau, chả phải hỏi han gì Ông Hồ. Ông Hồ không thích cũng phải chịu. Không chịu thì họ bứng ông đi luôn! Nên biết "Hoa quân nhập Việt," quân Tưởng vào còn là để "diệt cộng cầm Hồ," diệt cộng bắt Hồ Chí Minh. Cho nên Cụ Hồ mới phải thề chứ, lúc ấy đảng kiềng dân thật. Không kiềng có mà dân a lê hấp đá đi cho Việt Quốc, Việt Cách lên. Chính quyền không một xu, hạt thóc, hỏi ai nuôi, ai che chở đây? Rồi Pháp trở lại, nguy cơ lớn quá! Vậy phải mọi cách lấy lòng dân. Phải thanh minh không bán nước! Phải giải tán đảng! Hương, một cháu gái đã giải thích: "Thời chú, đất nước còn gần." Câu nói quá sâu sắc! Nghĩ chợt thấy ờ, đúng vậy, ngày ấy đất nước gần vì đảng cần dân đổ máu để giữ lấy *cho đảng* cái chỗ sau này đảng sẽ cầm quyền và thực hành món chuyên chính theo lệnh hai cha mũi lõ; còn nay đất nước ở đâu đầu đâu ấy, của ai đó mất rồi, sờ mò mãi chẳng thấy. Phải nói hôm ấy nghe Hồ Chí Minh nói chết thì chết chứ không bán nước, tôi chạnh thương vì thấy ông ấy như đang thưa thốt với các đấng sinh thành là dân, tôi nghĩ khi đứa con kém mọn đã dám đưa hẳn hai ngả bán nước hay là chết ra để tự thanh minh thì khó có thể phản lại bố mẹ.

– Mẹo *agit-prop* – tuyên truyền kích động – của đại học Đông Phương. Vì nó mà dân ta rút đầu ra khỏi cái thòng lọng thực dân để rúc vào cái cổ dề chuyên chính và toàn dân thì chỉ ba năm sau đã quay ra làm con của Cha già chung. Vấn đề bây giờ là làm sao cho mặt nạ rụng. Mà việc này chả khó. Chính chúng ta là phù thủy úm ba la cho rụng mặt nạ. Hay mở nắp bô!

Tôi nhìn cụ bạn, thấy hơi quái dị.

– Ừ, cứ xếp hai ba hiện tượng cùng phạm trù vào cạnh nhau là tự nó nổ đoành ra một phát sự thật có sức làm kênh nắp bô đi cho tới khi bật ra hẳn.

Cười khà khà nhìn tôi: Nào, thử nhá, hãy mò vào chiến thắng 1975 của Việt Nam và thất bại ở Bức Tường Berlin năm 1989, hai cực trái nghịch của phe cộng. Ờ, thấy sao? Thấy phe cộng mới hơn ba chục năm đã bước vào thế bĩ, đánh lộn nhau, để thoát khỏi vai phó tướng được nguyên tắc tập trung dân chủ áp đặt, "gió Đông" đã cho nổi binh đao để chọi lại Bức Tường Ô Nhục "gió Tây" dựng lên, để nện ngay chính Mỹ là kẻ Xô cộng đang muốn hòa hoãn. À, chúng mày ngồi vườn hoa bàn chuyện miễn chiến thì ông ị cho một bãi tại nhãn tiền thối hoắc. Ừ, ông sẽ làm cho máu chảy xương tan thật rồi khi Mỹ bắt đầu oải thì ông đòi phải bàn bạc tay đôi với ông. Lúc ấy, lắm người tin Mao, ngỡ cái khẩu lệnh Mao nêu ra – đánh Mỹ để bảo vệ sự trong sáng của chủ nghĩa, mà muốn đánh Mỹ thì phải đánh Liên Xô – là chính danh cách mạng hảo hán can tràng nên đã hăng hái nghe Mao nổ súng. Để tới năm 1972 Nixon gặp Mao thì Liên Xô và phe cộng chìm nghỉm. Mao thực tế đã góp sức cùng Mỹ hạ phe cộng, đúng không? À, quá đúng. Nhưng vết rạn nứt, vâng, mới là vết rạn thôi xảy ra sớm nhất, xảy ra công khai trong phe cộng là ở đâu? Cứ xem *Cộng hòa Nhân dân Trung Hoa vừa ra đời thì quạng ngay quả đấm đối ngoại phũ phàng đầu tiên vào đâu là rõ ngay tắp lự.* Vâng, **quạng vào chính Việt Nam**! Đó, đòi Biển Đông và các quần đảo Hoàng Sa,

Trường Sa. Kỳ dị chưa, ơ hơ hơ! Nhưng còn chỗ này kỳ quái hơn nữa cơ: là *cả phe cộng*, **nhất là Việt Cộng, đều coi Trung Cộng nhận vơ lãnh thổ Việt Nam là chính đáng, là chân lý, là phải nên không phản đối, còn Mỹ kia kìa mới đích thị thằng xâm lược Việt Nam.** Cái nhìn cộng sản kinh dị chưa?

– Bởi theo nó thì bốn phương vô sản đều là anh em..."vô tổ quốc" như thế!

– Rất hay! Hồi đánh Mỹ, Lê Duẩn nói chúng ta cần hiểu tự lực cánh sinh ở cả cái nghĩa chỉ để một mình Việt Nam đổ máu chứ Việt Nam phải có nghĩa vụ bảo vệ cho đại hậu phương yên bình. Lê Lai liều mình cứu chúa thế đấy!

– Đời ác ôn thật! Giá như 1960 Đặng Tiểu Bình hạ béng nó Mao đi để đại trị với cách nhìn "một quốc gia hai chế độ" thì Sài Gòn sẽ tồn tại vô tội vạ chẳng có Đông Dương loạn li.

Đến đây cụ bạn liếc tôi:

– Úm ba la thêm vào chỗ này nữa nha: cộng sản bảo làm cách mạng cần nhiệt tình, thôi được, cho qua, nhưng tôi hỏi thêm là vậy có cần tri thức hay không? Điên mới bảo rằng không, hầy. Lại hỏi tới, nhạy bén thông tin có phải là một bộ phận quan trọng của trí tuệ cách mạng không? Nào, đây, ở Pắc Bó nhờ đám tình báo Mỹ OSS, Cụ Hồ đã kịp thời có thông tin về Nhật đầu hàng, tức là có tri thức để đề ra chủ trương mới. Thế nhưng, éo le thay, chỗ này khó ăn nói với dân đây, vâng, éo le đến nực cười chỗ này, chờ cho khởi nghĩa Hà Nội *thành công đã ba ngày, long trời lở đất cả lên rồi thì đầu não cách mạng mới ngã ngửa ra.* Vì tình báo OSS Mỹ thôi ốp ở bên, chả còn ai thông luồng trí tuệ cho nữa! Vậy thì có thể suy ra là năm 1949 Việt Cộng không biết Chu Ân Lai tuyên bố về lãnh thổ chủ quyền ở Biển Đông! Không biết điều này nghĩa là gì? Nghĩa là ở giữa Việt Nam và Trung Quốc đã bày ra trận mạc về chủ quyền lãnh thổ, mầm tai họa lâu bền nhưng Việt Cộng vẫn bình chân như vại! A, thưa cụ, đến đây lại bật ra câu hỏi tiếp theo: Vậy mù tịt thông tin hay yếu kém bản lĩnh chỉ đạo như thế mà cớ sao Việt Cộng lại cứ đòi độc quyền dắt dẫn dân tộc không chịu hợp tác chung sức với người khác ở trong nước? Tôi bổ sung một điều nữa cho thấy tri thức cách mạng của đảng hạn hẹp. Đó là về công tác tình báo, phe đã phân công cho ta chỉ làm tình báo nội địa còn tin tình báo quốc tế thì hai ông anh bao sân, cho gì biết nấy. Còn lúc ở trên rừng bọn tôi không biết các chuyện tuyên bố với bản đồ chủ quyền lãnh thổ này thật.

- Có biết đấy. Ngô Mạnh chuyên gia cung cấp thông tin cho Cụ Hồ sau này vào Sài Gòn bảo tôi ngày ấy ông ấy đã có nhắc đến chuyện này, trong bản tin tham khảo đặc biệt in ronéo đưa Cụ Hồ.

Tôi chợt nhớ có lẽ tôi đã đọc tin "Trung cộng tuyên bố chủ quyền biển Đông" bên bếp lửa cho anh em báo *Sự Thật*. "*La RPC procl. Mer de Ch. sa sveraineté.*" Đúng cách Ngô Mạnh viết tắt.

- Nhưng hỏi sao Bắc Kinh chiếm Hoàng Sa, Trường Sa mà Mỹ và thế giới lại mặc kệ? Ừ, vì đó là chuyện nội bộ hai anh em nhà cộng, về ai cũng rứa cả, và đặc biệt nữa, Bắc Kinh lúc ấy so với Hà Nội lại hết sức niềm nở, thân thiện với phương Tây. Chính việc Việt Cộng cự tuyệt bắt tay với Mỹ năm 1977 đã tạo thuận lợi cho Bắc Kinh chiếm sáu đảo ở Trường Sa năm 1988! Anh tự trói anh vào cái cột trơ trụi giữa trời thì anh chết với lang sói thôi. Nếu Việt Cộng nhận đề nghị bình thường hóa của Tổng thống Carter thì e Bắc Kinh chưa chắc đã dám chiếm trắng trợn thế.

- Bởi hồi ấy đang cho rằng Mỹ sắp chết đến nơi, có điên mới đưa tay cho nó bíu? Với lại Liên Xô chưa sập nên cà cuống còn cay được.

- Vâng, chính vì vị anh hùng này có cái gót A-sin (*Gót chân Achilles* là một câu ngạn ngữ rất nổi tiếng nói về điểm yếu của mỗi con người – B. T) Vị cứ phải núp dưới bóng đa

Liên Xô, bóng đề Trung Quốc thì mới thi thố được hai món võ độc là múa rá và đâm lê. Nên khi Liên Xô tan thì cà cuống lại vội cuống lên cà lấy Bắc Kinh.

– Thế là cầu xin cưu mang che chở *hai lần* ở chính cái kẻ tuyên bố công khai chiếm lãnh thổ Việt Nam! Mà lần cầu xin thứ hai là sau khi đã có dũng khí vạch mặt nó trên Hiến pháp là kẻ thù trực tiếp!

– Năm 1980 W. Burchett viết quyển sách theo đó, Phạm Văn Đồng đã giọng "rớm lệ" bảo tác giả rằng ở Hội nghị Genève, Trung Quốc "phản bội chúng tôi hết sức ti tiện," "họ muốn bỏ ba nước Đông Dương vào túi họ" v. v... Nhưng hình như Đồng đã giấu các giọt lệ này đi với Cụ Hồ và Bộ chính trị?

– ... ?

– Có giấu thì Bác với Bộ chính trị mới không sợ ông anh bỏ túi lần nữa để năm 1955 vẫn cho Võ Nguyên Giáp cùng tướng Vi Quốc Thanh vào tận vĩ tuyến 17 nghiên cứu phương án tác chiến mới ở miền Nam rồi sang Bắc Kinh để Bành Đức Hoài xét duyệt chứ.

– Vâng, tới 1956 – 1957, Bắc Kinh nẫng Hoàng Sa thì chính Đồng lại ráo lệ tuyên bố công nhận.

– Nhớ mang máng là hồi 1976 vẫn giải thích Trung Quốc vĩ đại không chỉ là đồng chí, mà còn là ông thày tin cẩn đã nhiệt tình giúp chúng ta để có được hôm nay, thế thì khi nào chúng ta muốn nhận Hoàng Sa về, Trung Quốc sẽ sẵn sàng trao lại.

– Ghê chưa, thế là cho hắn canh ti cổ phần mất rồi!

– Hay thật! Hai trang sử kề nhau mà đảo điên ngay tức khắc. Trang trước, tàu Việt nện tàu Maddox Mỹ theo dõi tàu không số chở vũ khí Trung Cộng vào Nam đánh Mỹ và trang kế theo thì tàu Việt bị Hải giám Trung Cộng đuổi chạy re trên chính vùng biển của mình.

– Cuốn *Đằng sau tấm màn tre – Trung Quốc, Việt Nam và Thế giới ngoài châu Á* (Behind the Bamboo Curtain: China, Vietnam, and the World beyond Asia) do Priscilla Roberts biên tập, Trung tâm Woodrow Wilson và Đại học Stanford xuất bản 2006 vạch ra chính Lê Duẩn thừa nhận Duẩn biết Mao muốn chiếm Việt Nam nhưng vì lẽ Việt Nam nghèo mà sứ mệnh lịch sử là phải đánh Mỹ nên Duẩn cũng đành tra cả hai tay hai chân vào cái còng viện trợ của đàn anh.

– Nhiều người vẫn tưởng Duẩn chống Mao. Lầm to! Dịp Nghị quyết 9 cuối 1963 nhất biên đảo theo Mao, Duẩn đã tôn Mao lên làm "Lê–nin thời ba dòng thác cách mạng." Viết thành sách hẳn hoi, *Nhà xuất bản Sự Thật* đó. Cụ Hồ ba đào vì chuyển biến này. Khi Mao ức hiếp quá Duẩn mới bỏ "Lê–nin thời ba dòng thác" mà quay về Lê–nin oa–la–din.

– Để rồi Nguyễn Văn Linh lại mở màn hai: ôm lại Anh Hai, y như các nước Đông Nam Á cũng bằng mọi giá quyết diệt cộng nội địa bằng xong. Vùng này nổi rõ hai tấm gương ý hệ kiên cường xin tiết nhau.

Bỗng cụ bạn khẽ huých vào sườn tôi:

– Vấn đề bây giờ là xem có gỡ ra khỏi được hay không? Thằng con tôi ở Hà Nội mua căn hộ trong một chung cư ở quá Ô Cầu Giấy. Đầu chung cư xây một bức tường mỹ thuật hoành tráng đề tiếng Anh *Landlord* (chủ đất – B. T) với tên họ thiếp vàng rực rỡ tức người chủ sở hữu công ty bất động sản có tòa chung cư này. Nó dần phát hiện ra lúc cải cách ruộng đất người ta đã bắn hai địa chủ ở cái bãi trống gần chung cư. Cải cách trước thì bắn địa chủ cho thuê ruộng lấy tô, đổi mới nay thì tôn vinh địa chủ cho thuê nhà lấy lợi tức. Mà lúc nào cũng đúng, cũng vĩ đại, cũng đòi dân biết ơn. Đúng là ma quỷ! Thế là con không thể nhìn được bố ạ... , con tôi nó nói. Có lúc con định sẽ bảo ông *landlord* có tên thiếp vàng kia hãy sửa một lễ mà thưa với hai vị *landlords* bị công nông liên minh bắn trước kia: "Chúng tôi thấy vết máu oan khiên của

524

các vị trên tấm biển chúng tôi nhưng chúng tôi tin máu của các vị sẽ tìm về được tới đúng bàn tay của kẻ từng gây họa cho các vị." Vẹm (biến âm chữ VM tức Việt Minh – B. T) là ai, thưa bố? Chính là chủ sới bạc còn đất nước chính là con thò lò bị họ búng cho quay tít, bố ơi. Nay giết tư sản mai rước tư sản lên. Thê thảm. Hàng chục năm rồi cứ tháng 5 Bắc Kinh lại cấm đánh cá hẳn một quý ở biển Việt Nam thì đáp lại sao? Nịnh rất bợm! Trung Cộng họp đại hội đề ra ba chữ Tam Nông, Việt Cộng bê luôn tam nông vào nghị quyết mình tức thì. Còn nữa. Giữa lúc dân Việt sôi lên phản đối cho Trung Quốc khai thác bốc-xít thì Bắc Kinh cử Lý Nguyên Triều, trưởng ban tổ chức Đảng cộng sản Trung Quốc sang ký kết giúp đào tạo cán bộ cao cấp Việt Nam, hay nói cách khác mở lại trường đảng cao cấp hay khoa sản từng đỡ cho ra đời bao nhiêu lứa lãnh đạo của Việt Nam và Việt Cộng. Ký lả bảo rằng em xin rúc đầu sâu hơn nữa vào hom *Hoa hóa* đây ạ! Vâng, chính thế. Năm 2008, Hồ Cẩm Đào và Lý Trường Xuân, trùm ý thức hệ và Lưu Văn Sơn phụ trách tuyên truyền đã mở phong trào *"Hoa hóa, hiện đại hóa và toàn dân hóa chủ nghĩa Mác,"* thế mà cứ ký đại! Cụ biết không? Mỗi lần ra Hà Nội, đến ngã tư Hàng Bài –Tràng Tiền rồi Hilton Opera –, tôi lại giơ tay chào kiểu nhà binh rồi nói: "Chủ nghĩa tư bản, cảm ơn mi thắng vẻ vang cộng sản. Thì đấy mi xâm lăng đất nước nó, làm biến đổi đất nước nó, lại còn cài cả mầm mống của mi vào đất nước nó nữa kia." Tại sao chào lối nhà binh? À, là tôi thay mặt anh con cả tôi, đại tá công binh "ngụy" chết ở trại cải tạo Lào Cai. Có điều cụ ơi, gần đây tôi nhìn nước ta sao cứ giống hệt một cỗ xe cút kít, xe một bánh hai càng, tức xe bù-ệch (*brouette* tiếng Pháp – B. T) ấy, do một người đẩy và lái, thùng xe chính là thằng dân nằm duỗi thẳng cẳng ra đó để chủ nó, một cha vai u thịt bắp võ biền nhưng mồm lem lém lý thuyết nó lên chất đủ các thứ rác rưởi vào mình. Xe lăn đi nghiêng ngửa, loạng choạng còn người đẩy, tức là chủ xe thì dần cứ lún chân xuống, không cất bước lên được nữa. Nó sa lầy. Sức nặng khiến nó sa lầy là gì? Là chính những bao tải tiền nó lột của dân rồi quàng lên cổ, quấn quanh mình và nó ngã gục vì núi tiền bẩn đó. Cuối cùng cái thùng xe cút kít bật dựng đứng lên thành người.

Tôi thở dài. Con thò lò bị búng quay tít, lũ chủ sới bạc, cỗ xe cút kít bật dậy thành người.

Có lẽ thấy tôi âu sầu, cụ bạn khẽ huých tôi và nói tiếp:

– Có chuyện này để dành giờ mới nói... Sáng nay tôi có việc đi buýt lên Thị Nghè. Buýt (xe bus – B. T) đỗ, tôi xuống hơi chúi người, mấy người xe ôm đứng đó đỡ tôi. Tôi cảm ơn rồi chả hiểu sao lại phét lác: "Mình còn khá lắm. Sĩ quan Dù ngày xưa mà lại." Cụ biết sao không? Mấy người tự nhiên hớn hở, tiến sát đến trước mặt, cười toác, như gặp người nhà vắng bóng lâu. "*Good!*" – một anh nói. Một anh nắm tay: "Bố mới bên về à? Bố đi đâu con xin chở đãi bố một cuốc." Một anh giơ ngón tay cái lên: "Dư Quốc Đống! Bên [Mỹ] về thì bố lại được lĩnh lương thôi!" Thì ra trong lòng người ta vẫn cứ sống động nguyên vẹn cả một thời óng ánh nào. Tôi rất cảm động. Nghĩ mãi mới nhớ ra Dư Quốc Đống là tư lệnh sư đoàn Dù thiện chiến của Quân lực Việt Nam Cộng Hoà.

Im lặng rồi nói tiếp: Này, sau đó tôi tự hỏi sao những người kia, những người đang sống rất cực nhọc kia lại trung thành với một chế độ đã sụp đổ, cái có thể coi như đã phản bội họ đau đớn như thế. Trong khi những người từng đánh đổ Chế độ Cộng hòa Sài Gòn thì nay đầy bất bình mà chửi thầm cái hệ thống rút cục đem lại cho họ phẫn uất hay vô cảm. Chẳng phải Trần Độ đã ân hận đánh đổ một chế độ mà té ra nó lại tốt hơn cái chế độ ông ấy tiếp tay xây dựng lên đấy ư?

Đảo chiều được là nhờ dân đã thấy Việt Cộng chỉ là đứa em cúc cung phục vụ Trung Cộng. Nội dung phục vụ ông anh có một phần thế này: *vâng, làm miu em giấu hộ cứt cho mèo anh*. Đúng, một thời gian dẳng dặc hẳn ỉa đầy ra ở Hoàng Sa, Trường Sa mà dân ta có thấy qua một tẹo mùi gì đâu. Vâng, đảng vùi cứt mèo anh kỹ lắm. Trọng Lú còn bảo Biển Đông là bình yên vô sự.

Tôi tặc tặc lưỡi. Giấu hộ cứt cho mèo anh, ôi, lão này kinh thật. Đúng, báo chí toàn chửi Mỹ mà chả dám ho he một lời về Bắc Kinh! Nhờ báo Nhân Dân, Trung Cộng hiện ra trong sáng, mẫu mực, ngược lại với Mỹ xấu xa, mưu đồ.

Thì cụ bạn đã lại nói: Kể lại các bãi vùi từ thời Cụ Hồ nha. Ừ đây, có lên án Chu Ân Lai đem Việt Nam hối lộ cho Pháp ở Genève không? Có lên án Cách mạng Văn hóa không? Có lên án Bát Nhất bắn giết ở sáu tỉnh biên giới Bắc không? Tạm kể vậy. Thêm một tí hố vùi hộ mèo anh bĩnh ở bên ngoài. Khối đấy. Nepal có hai Đảng cộng sản Nepal ML và Đảng cộng sản thống nhất Nepal M, nhưng đưa tin về họ, báo *Nhân Dân* chỉ chú thích mỗi ML là Mác – Lê còn M kia thì lờ. Sao thế? Dạ, M là Mao–ít nên phải giấu kẻo bị ông anh cho là móc máy. Hay sau bạo loạn Tân Cương, Trung Quốc cách chức bí thư thành ủy Urumqi, báo *Nhân Dân* đưa đầu đề là *thay*, chữ cách chức chỉ hé ra tí tẹo ở trong bài. Với dân Việt mà cũng tinh tế hộ cho một tí tẹo như thế nhỉ?

Mưa dầm thấm lâu, dần người dân đã nhận ra cái điều ghê gớm sau: Viên đạn Bát Nhất làm đổ máu Việt ở Hoàng Sa, ở biên giới Bắc rồi tây nam *chính là thằng anh cùng cha cùng mẹ với thằng em nó hiện đang nằm ở trong nòng súng Việt Cộng.*

Đàn áp dân phản đối Trung Cộng cưỡng đoạt lãnh thổ, Đảng ngỡ đã giam giữ và khống chế được cơn lũ yêu nước của dân. Nhưng hậu quả lại hóa ra là tức nước vỡ đập. Nhưng ai hay qua đó, ít nhất cho tới năm 2010 này, dân bắt đầu nhận ra *Trung Cộng xúc phạm đến lợi ích Việt Nam, Việt Cộng vẫn lặng lẽ đồng âm tín.* Xem đây, ở Hoàng Sa, Trường Sa, một bên hủy hoại thể xác Việt, một bên chôn vùi tinh anh Việt vào im lặng. Trong cuộc biểu tình chống Trung Quốc ở Hà Nội hồi tháng 6, dân đã giương cao tên các quân nhân Sài

Gòn hy sinh năm 1974 ở Hoàng Sa và gọi là liệt sĩ, anh hùng, đón nhận vào lòng mình người lính Sài Gòn! Một hạm trưởng Sài Gòn hy sinh lại tên là Ngụy Văn Thà! Vâng, *Thà Như Ngụy*. Thà như ngụy dám đánh kẻ xâm lược. Giương ảnh nêu tên các "chiến sĩ Cộng Hòa" lên *chính là người Bắc u – mê – theo – cộng bắt đầu chuộc lỗi lầm từng u mê thù ghét, bắn giết những tấm lòng yêu – nước – phủ – nhận – cộng*. Bắt đầu nhận thấy xưa đi giết anh chị em Cộng Hòa không có hề vì "độc lập dân tộc" mà là để mở rộng bờ cõi cho Trung Cộng, Xô Cộng, để lấy đất cho cái chủ nghĩa được coi làm báu vật "bảo đảm cho độc lập dân tộc." Bản thân tôi một đời bốn lần chống, chống Pháp, chống Mỹ, chống Tàu rồi chống Cộng. Chống cộng ngay từ lúc nó ló mặt thì không chừng đỡ phải chống ba thằng kia!

– Này, như điềm báo trước ấy nhỉ. Sau Thà Như Ngụy thì đến Đoàn Văn Vươn. Vươn thành Đoàn thành hàng ngũ rồi kìa. Tôi vẫn tin một vĩ nhân có tài biến đổi có tên Đại Lưu Manh... hay thằng Thời Đại.

– Đại gì, đại... đại nào? Cái gì?

Tôi tủm tỉm cười khất mai nói, biết lão này đêm nay khó ngủ. Mai tôi sẽ bảo lão cái ANH trong câu "bao giờ em bén cái duyên anh" ở bài hát Đèn Cù kia chính là thằng Đại Lưu Manh hay thằng Thời Đại, hắn sẽ lôi cổ mọi kẻ cầm quyền ngang bướng với nó mà bắt đổ lướt đi chẳng khác nào cỏ rác như Phan Chu Trinh nói.

* * *

Đêm đó, tôi đọc tờ giấy to cụ bạn đưa hồi chiều. Một ngày tin của *Mạng Hữu nghị Hoàn Cầu*. Phải nói không thể ngờ.

Chúng ta phải hành động thôi. Cái đồ Việt Nam coi hễ ai có sữa thì là mẹ này. Hễ ai có sữa cho thì gọi là mẹ. Không mạnh tay thì có lỗi với những anh em đã hi sinh trong chiến tranh tự vệ.

Đã đến lúc hành động rồi, mạnh mẽ kêu gọi lập tức giành lại Nam Sa.

Đất nước không thể mất những hòn đảo này, đó là cả núi vàng lấp lánh đấy. Đi bảo vệ Nam Hải đi. Bọn ta đi bảo vệ thì Giao Chỉ sợ một phép không dám xâm nhập nữa.

Nếu Việt Nam còn sinh sự, dẹp gọn luôn, biến làm một tỉnh của Trung Quốc.

Tối nay đến sông Bắc Luân cho tụi nó một trận. Nếu cứ như thế này, Nam Sa hết hi vọng thu hồi.

Xin mời, năm 79 đã nếm mùi, bây giờ làm trò ai mà sợ ai? Đừng nghĩ rằng Mỹ sẽ giúp tụi mày, cho những con khỉ này biến khỏi trái đất.

Chả lẽ đất ta nhiều quá, không cần Nam Sa nữa hả?

Hãy cho những con khỉ này biến khỏi trái đất đi.

Nhịn nhịn nhịn, nhịn hết nổi rồi, chả lẽ cỡ Việt Nam cũng hoa tay múa chân được, ta không động đến được Mỹ, nhưng đến Việt Nam cũng không đụng nổi ư?

Đừng nói quần đảo Nam Sa, cả Việt Nam cũng là lãnh thổ Trung Quốc, không nhớ là Từ Hy Thái Hậu, gọi Việt Nam là An Nam sao?

Muốn chết đấy, đừng xem Trung Quốc nhịn là yếu đuối! Xem tụi mày được mấy nả?

Loại sài lang mắt trắng dã, quên ai cho chúng mày cơm ăn, đạp bằng Việt Nam đi.

Ha ha..., đến lúc dạy cho Việt Nam một bài học rồi, luôn tiện cảnh cáo mấy nước tốt hỉn đang còn chiếm giữ đảo của Trung Quốc.

Việt Nam bé tí mà dám ngông cuồng như vậy. Đã đến lúc đánh rồi! Trẻ con không nghe lời thì phải đánh đòn thôi.

Bây giờ đào của ta một thùng dầu, thì rồi sẽ trả ta một thùng máu. Đồ ngu muốn chết đấy.

Con mẹ nó, nước tiểu nhân, trại tập trung, Việt Nam đấy. (Ma đích, tiểu nhân quốc, tập trung doanh, Việt Nam).

Khuất phục Việt Nam thì Nam Sa yên ổn. Khuất phục Việt Nam chỉ bằng thép và máu, không còn cách nào khác.

Ngay đến ranh con (Việt Nam) cũng dám ăn hiếp chúng ta, hãy nhiệt liệt kêu gọi đánh đuổi kẻ xâm lược Việt Nam, bảo vệ Nam Sa của chúng ta.

Bài học chúng ta dạy cho "Việt bá" – kẻ vong ơn bội nghĩa 30 năm trước vẫn còn trước mắt. Hôm nay – 30 năm sau – tiểu Việt bá lại đang chiếm đóng mấy chục hòn đảo và hát vang tuyên bố chủ quyền, làm sao có thể nhẫn nhịn được! Đường đường một nước Trung Hoa, trường thành gang thép lẽ nào không giữ được vùng biển bao la của đất nước?

Việt Nam chẳng có chút tín nghĩa nào. Đừng tin Việt Nam.

Nếu Việt Nam xâm phạm Nam Sa, Trung Quốc xuất quân chiếm Hà Nội!

Quân đội chúng ta đâu???? Nên thanh toán đi thôi! Bọn đồ chó Việt Nam.

Xin thử xem xưa nay trên thế giới đã có ai khinh miệt dân Việt chúng ta bằng mười sáu chữ vàng chưa?

Anh ôm giấc mộng vĩ đại giải phóng loài người mà anh không giải phóng nổi anh ra khỏi cái danh hiệu Trung Quốc *Bọn đồ chó Việt Nam?* Anh nói quý độc lập tự do mà thin thít nghe những câu chửi sặc giọng côn đồ như thế sao?

Cái đồ Việt Nam coi hễ ai có sữa thì là mẹ này... Hễ ai có sữa cho thì gọi là mẹ. Đau thật. Có cái đút vào là miệng xưng con hết. Ôi, chân dung trung thực con cháu Ông Anh tặng.

Quãng những năm 1970 – 80, *Văn học Xô viết* đăng truyện ngắn *Cây tre* của một nhà văn hình như người Litva Liên Xô kể chuyện ông nhặt một mẩu tre cụt vì bom Mỹ ở tận Nghệ Tĩnh quê Bác đem về nước. Rồi nhà văn kinh hoàng chứng kiến sức sinh sôi hãi hùng của tre. Tre ăn trụi hết – tủ lạnh, ti vi, thảm len, thảm hoá chất, ô tô... – và cứ thế nó man rợ bành trướng thành rừng khắp phố nọ phường kia, có cơ *tre hóa* hết mất thành quả Cách mạng Tháng Mười. Công binh phá mìn, xe tăng ủi... Vô ích. Nhà văn nghĩ khéo phải giở vũ khí nguyên tử ra "chinh phục" tre ma quái này.

Quốc tế vô sản mà cứ ăn bám mãi thì người ta cũng bỉ.

Học Câu Tiễn, đề nghị từ nay ở nhà các vị ủy viên trung ương nên ngày đêm mở đĩa nhạc ngâm đoạn thơ *Hoa trên đá* của Chế Lan Viên.

"Sinh thời nào chúng bịp theo thời ấy, Thời hổ thật chúng bày trò hổ giấy. Giả cách mạng, giả anh em, giả mặt trời hồng. Thối hoắc gió Tây rồi còn giở giọng gió Đông, Quỳ gối cho đế quốc cỡi từ lâu rồi còn đóng kịch, Pháo Bắc Kinh thay vào bom Mỹ. Hôm qua bạn bè nay thành đao phủ, Vẫn hát Quốc tế ca và dương cờ đỏ. Lũ "thái thú" tân trang bằng một ngọn cờ hồng".

* * *

Chung quy có lẽ do thiếu một thứ mà sang 13 tháng 6 năm 1990, tôi đã nói với Lê Kim Phùng, cục trưởng A25 và sáu bảy quan chức an ninh: **trí tuệ**. Thiếu **trí tuệ** nên mới cứ đem miếng cao 16 chữ vàng dán đắp lên các vết thương tong tỏng máu trên mình đất nước rồi nguyện dù gì xảy ra ở Biển Đông (ngụ ý mất cả Biển Đông) cũng không làm phai được tình hai anh em cộng sản. Thiếu **trí tuệ** nên mới dám khinh dân, lừa dân, đàn áp dân. Mới không biết điều sơ đẳng này: Nước có thể chở thuyền, lật thuyền. Và thuyền thì hiện đang trành dữ.

Chắc Nguyễn Chí Hùng, cựu trưởng phòng chính trị Sở công an Hà Nội dự hôm đó vẫn nhớ. (Cuối 2011, con rể Hoàng Minh Chính gặp Hùng ở Hà Nội đã bấm điện thoại để Hùng chào thăm tôi.) Chắc nhớ cả cái ý tôi nói năm 1991, 92 với anh ở nhà tôi rằng Đảng nên chọn tổng bí thư ở trong toàn dân, nếu chưa là đảng viên mà dân bàu thì lúc ấy cho anh ta vào đảng cũng có sao? Thời bí mật dân dành bát cháo củ khoai cho là cứu cái mạng sống cá nhân của đảng viên. Nay dân bầu người cầm quyền là cứu cái hồn đất nước.

Chương năm mươi

Đúng ra, sau ngày Bắc Kinh xâm lược sáu tỉnh biên giới Bắc, ít nhiều Lê Duẩn và Lê Đức Thọ đã riêng rẽ mó đến vụ án. Muốn rửa đi chút nào hai bàn tay nhúng chàm Bắc Kinh. Duẩn tự ý đưa Ung Văn Khiêm trở lại đảng. Lê Đức Thọ, trưởng ban vụ án xét lại chống đảng cũng đã cho Lê Liêm làm chuyên viên ở Ban khoa giáo trung ương.

Quãng 1980, một hôm Nguyễn Văn Thẩm đến tôi. Là thư ký của ủy viên trung ương Lê Liêm, Thẩm bị bắt ngay sau khi khai cung ởlàng Cần Kiệm trước tôi ít lâu. Sau này, anh thường xuyên lui tới Vụ bảo vệ và đặc biệt hay được Sáu Thọ gặp. Anh kể là Sáu Thọ chăm thể dục lắm. Tập trên sân thượng, tập hàng giờ. Tập mắt – đánh tròng mắt láo liên trái phải, phải trái, tập răng – đập hai hàm răng khờm khợp vào nhau, tập tai – úp hai tay vào hai mang tai và đập khe khẽ... Tóm lại chăm giữ gìn sức khoẻ nhất hạng.

Hôm ấy Thẩm bảo tôi là Sáu Thọ "nhờ" anh nói với chúng tôi rằng Sáu Thọ sẵn sàng cho chúng tôi đi làm, nhưng mỗi người phải viết một cái thư nhận đã có một lỗi gì bất kỳ, nhì nhằng xí xố cũng được, rồi gửi cho Sáu Thọ.

Tôi nhờ Thẩm nói lại với Thọ: Giải quyết vụ án xét lại không khó, miễn là đảng người lớn. Thế nào là người lớn? Là biết mình biết người, mình có đúng nhưng cũng có sai, người có sai nhưng cũng có đúng. Thứ hai, đảng đi bước trước, chủ động gặp anh em đặt vấn đề, kêu gọi hai bên cùng thiện chí. Thứ ba không cò kè bớt một thêm hai. Có thế thôi, chứ theo tôi thì anh em thà chết chứ không hàng đâu.

Tôi biết Thẩm sẽ nói. Còn chúng tôi qua Lê Liêm đã biết tẩy Sáu Thọ. Cách đây ít lâu Lê Liêm bảo tôi anh vừa được Sáu Thọ gọi lên nói tớ cho cậu đi làm. Ở Ban khoa giáo trung ương, làm chuyên viên. Lê Liêm bèn cảm ơn nhưng nói thêm nhân thể anh cũng "giải quyết cho các anh em khác." Thì có biết không, Lê Liêm hỏi tôi? "Ông ấy đang quàng vai mình đi ở sân nhà liền giẩy mình ra cáu luôn: Thôi, không đi làm nữa. Giải quyết cho anh em cái gì?"

"Ông ấy sợ chúng mình thừa cơ sẽ đòi dữ, ông ấy khó đối phó".

Sáu Thọ vẫn toan nắm đằng chuôi giải quyết tí rỉn. Cho anh em một chút quyền lợi nhưng đổi lại ông có bằng chứng trong tay là lời thú tội mới nhất của từng thằng và thế là trước công luận, trước lịch sử, ông vô tội. *Kẹt lớn cho Thọ: Trong hồ sơ vụ án, các bị cáo xét lại không hề ai nhận tội.* Thì làm sao nay chúng tôi lại nghe ông mà nhận tội, dù thế nào cũng được như ông nhử khéo.

Thừa biết bên Trung Quốc trùm xét lại Đặng Tiểu Bình đã xoá hết các án xét lại, phái hữu, đi đường tư bản v. v... mà theo thông lệ thì đảng sẽ "học" tắp lự ông anh vở này. Thế nhưng khốn thay Duẩn, Thọ không thể sắm vai Bao Công như Đặng Tiểu Bình. Đặng không hề bắt xét lại và hơn thế chính bản thân với tội danh "Khroutchev thứ hai của Trung Quốc" Đặng còn bị bắt, hành hạ, làm nhục, con trai cả bị Hồng vệ binh đẩy từ lầu tư Viện vật lý Đại học Bắc Kinh xuống tàn phế cả đời. Lê Trọng Nghĩa cho tôi hai tập *Ngã đích phụ thân,* – Bố tôi, của Đặng Mao Mao, con gái Đặng viết về nỗi oan nghiệp này.

Vụ án xét lại chính là một bi kịch đau đớn nhất, bộc lộ rõ nhất bản chất – và cả truyền thống – đầy âm mưu bè cánh của đảng ở tít trên đỉnh chóp bu cộng với sự chỉ trỏ, thúc ép của các ông anh bên ngoài vun xới, sử dụng.

Đảng không thể tự tay xóa án xét lại. Đời nào Duẩn, Thọ lại nhận mình đã theo Mao hạ bệ tất cả những Việt Cộng nào cản trở công cuộc Mao phóng tay "căng đế quốc Mỹ ra khắp thế giới mà đánh" để cho "thiên hạ đại loạn, Trung Quốc được nhờ." Đầu tiên phải kể từ việc không biểu quyết hay bỏ phiếu trắng ở Hội nghị Trung Ương 9. Thật ra khi nói với Duẩn rằng ở Việt Nam, đại biểu của phái hữu đại khái như Võ Nguyên Giáp, đại biểu của phái tả đại khái như Nguyễn Chí Thanh, tức là Mao đã loại Hồ Chí Minh. Vì thế Hồ Chí Minh suýt nữa về trường Đảng để Nguyễn Chí Thanh lên chủ tịch nước.

Có thể nói Lê Trọng Nghĩa tiêu biểu trong việc đáp trả yêu cầu của Sáu Thọ. Nguyễn Trung Thành gặp Nghĩa bảo viết tường thuật lại vụ của mình để Sáu Thọ xét và cho công tác. Lúc này Đỗ Đức Kiên, Lê Minh Nghĩa đã nhận công tác. Một sau là tổng cục trưởng, một bộ trưởng biên giới.

Lê Trọng Nghĩa đã viết: Tôi bị khai trừ vì cái tội mà quyết định do anh Lê Đức Thọ ký ghi rõ là "lợi dụng chức vụ cục trưởng tình báo đưa tin sai lệch nhằm kéo Đảng ta rời bỏ đường lối cách mạng của Trung Quốc mà theo đường lối xét lại phản động của Liên Xô".

Chính phủ vừa ra *Sách Trắng* lên án Mao Trạch Đông có dã tâm thôn tính nước ta từ lâu, làm một chia li căn bản. Nhưng Nghĩa vẫn đeo tội toan "kéo đảng rời bỏ đường lối cách mạng" của Mao!

Nếu Đảng hành sử đúng chữ trượng phu quân tử, đưa nguyên văn nghị quyết khai trừ Lê Trọng Nghĩa có chữ ký của *trưởng ban chuyên án* Lê Đức Thọ ra soi dưới ánh sáng của Sách Trắng thì vụ án xét lại được xóa bỏ ngay lập tức và Nghĩa có công lớn sớm biết ngăn chặn âm mưu của "kẻ thù!"

Thọ chờ Nghĩa để tự cứu sẽ viết Giáp đã xui anh chống đảng. Như một vài người khai như thế đã được bềnh lên. Nhưng Nghĩa vẫn tôn trọng sự thật: Tôi thấy bắt tôi là nhằm đánh đại tướng Võ Nguyên Giáp.

Sau đó Nguyễn Trung Thành gặp lại Nghĩa, ngán ngẩm kêu anh Sáu Thọ đọc tường trình rồi, anh Sáu Thọ cáu lắm.

Nghĩa là Nghĩa vẫn nằm bẹp dưới hầm chông. Nếu Nghĩa làm giống hai bạn đồng sự ở Bộ tổng và từng cùng tù đầy?

Nhân đây nên nói đến vai trò của Lê Trọng Nghĩa, một trong ba nhân vật chủ chốt làm Tổng khởi nghĩa ở Hà nội: Nguyễn Khang, chủ tịch Ủy ban khởi nghĩa, Trần Tử Bình và anh. Các sách của Patti, Tonnersson, Marr, Trần Trọng Kim đều nhắc nhiều đến Lê Trọng Nghĩa. (Trần Trọng Kim nói đến nhưng không nêu tên.) Tonnersson còn viết rằng không biết Nghĩa nay ở đâu. Tôi đã nhiều lần nghe anh mắt rơm rớm nói đến ngày 19 tháng 8. Nhất là những khi nói ở nhà tôi, sát Chùa Hà, nơi tối ngày 17 tháng 8 các anh họp quyết định hai hôm sau, 19 tháng 8 sẽ Tổng khởi nghĩa, không cần Trung ương thông qua, xét duyệt. Phụ trách đối ngoại của Ủy ban khởi nghĩa, Nghĩa lãnh đạo Đảng Dân Chủ và là người trực tiếp đàm phán với Bộ tham mưu quân đội Nhật, chính quyền Trần Trọng Kim, Phan Kế Toại và các đảng phái chính trị, góp phần quan trọng cho Tổng nghĩa diễn ra hòa bình, nhanh gọn. Tới khi nhận được báo *Đông Phát* báo tin tổng khởi nghĩa đã thành công ở Hà Nội, (do Công, con bà Nguyễn Thị Năm tức Cát Hanh Long đưa cho Hoàng Thế Thiện để chuyển cho,) Trường Chinh, Võ Nguyên Giáp còn bán tin bán nghi, sợ tái diễn việc dân Vác–sa–va (Warsaw, Thủ đô của Ba Lan) khởi nghĩa "non" rồi bị Hitler tiêu diệt. Thường vụ Trung ương càng không biết, như Tonnersson viết trong *Cách mạng tháng Tám*, ở Sài Gòn, tổng tư lệnh Nhật đã gặp

Sukarno và Hatta của Indonesia, Aung San của Miến Điện, Sơn Ngọc Thành của Campuchia và Phạm Ngọc Thạch, lãnh tụ *Thanh niên Tiền Phong* thân Nhật và hứa giúp các nước này độc lập. Đặc biệt cấp máy bay cho Sukarno về nước ngay nên Indonesia độc lập sớm trước Việt Nam hai ngày. Đã biếu Trần Văn Giàu và Phạm Ngọc Thạch một kiếm võ sĩ đạo và một súng có báng nạm ngọc. Của làm tin cho lời hứa long trọng của ông. Nên biết ở Sài Gòn, *Thanh niên Tiền Phong* giành chính quyền trong *cờ vàng sao đỏ* tràn ngập *chứ không phải cờ đỏ sao vàng.*

Sáng 17 – 8 – 1945, chớp lấy cuộc mít–tinh của công chức chính phủ Trần Trọng Kim, Việt Minh ra mắt ở Nhà hát lớn; tối hôm đó, ủy ban khởi nghĩa Hà Nội họp ở Chùa Hà, quyết định ngày 19 – 8 sẽ khởi nghĩa ở Hà Nội. Thì ngày 18 tháng 8, Nhật bắt một số công nhân nhà máy xe ô tô Aviat có hành vi quá trớn. Dân lập tức đổ xô đến đen ngòm trước Bộ tham mưu Nhật ở đường Phạm Ngũ Lão biểu tình đòi thả. Trần Châu và tôi, hai anh em, những học sinh yêu nước nhưng không Việt Minh, đứng ở ngay trước cổng khu nhà, sát sau lưng là một khẩu cào cào với ba lính Nhật đã đặt tay vào cò súng. Hết sức căng thẳng. Chúng tôi đâu hay chính Lê Trọng Nghĩa đang đàm phán ở bên trong. Phía Nhật và Nghĩa nhắc lại thỏa thuận không làm hỗn loạn và không đụng đến quân đội Nhật. Khi chia tay, một sĩ quan Nhật bảo khẽ Nghĩa rằng Nhật muốn đàm phán thêm với Việt Minh ở khách sạn *Asia* Hàng Bông tối 19 tháng 8. Nghĩa cả mừng, như vậy là Nhật không biết kế hoạch tổng khởi nghĩa sáng ngày 19. Hoặc là Nhật biết nhưng lờ, miễn là Việt Minh làm theo đúng thỏa thuận với Nhật, *không gây rối loạn.*

Tối 19 tháng 8, gặp Nghĩa ở khách sạn *Asia*, phía Nhật thừa nhận Việt Minh đã nắm chính quyền. Nhưng như Lê Trọng Nghĩa viết trong Lời nói đầu của hồi ký về Tổng khởi nghĩa, Tổng khởi nghĩa của Hà Nội là "sự kiện nằm ngoài dự kiến của Trung ương".

Không theo Quân lệnh số 1 của Trung ương đảng (theo Quân lệnh này, Trung ương đã trực tiếp chỉ đạo trận đánh Nhật ở thị xã Thái Nguyên,) Nghĩa đã cùng Trần Đình Long, cố vấn đối ngoại, đàm phán nhã nhặn, biết điều với Nhật, tranh thủ họ đồng tình, không hề biết Terauchi đã hứa ủng hộ Việt Nam, Indonesia, Miến Điện độc lập. Vậy là lúc đầu hàng, quân Nhật đã biết xót máu, không thích đẩy Việt Nam vào một cuộc nội chiến mà Đồng minh sẽ quy trách nhiệm vào Nhật cũng như không muốn để cho một số lính Nhật nữa phải chết oan. Cũng như chính phủ Trần Trọng Kim, từ Thủ tướng Kim đến các ông Phan Kế Toại, Nguyễn Xuân Chữ đều không yêu cầu Nhật đàn áp Việt Minh. Ngày 18, ông Toại trốn. Tối hôm đó, Hoàng Xuân Hãn do Nguyễn Thành Lê dẫn đường đã đến gặp Nghĩa ở 101 Trần Hưng Đạo báo tin trên và đề nghị Việt Minh cộng tác với chính phủ Trần Trọng Kim. Dĩ nhiên Việt Minh bác. Biết nổi dậy hòa bình mà sao không biết hòa hợp dân tộc? Tôi không đặt câu hỏi này ra với Nghĩa bao giờ.

Nghĩa cho tôi hay một chuyện khá lý thú nữa. Ngày 22 – 8, Hà Nội sắp công bố danh sách chính phủ cách mạng lâm thời, ngày 28, Nhật đã mách *Thanh niên Tiền phong* tuyên bố mình cũng là một bộ phận của Việt Minh. Sao vậy? Nhật tránh xảy ra xung đột giữa *Thanh niên Tiền Phong* và Việt Minh. (Nếu Nhật mà cũng nguyên lý chính quyền ra từ nòng súng và tiếc công tiếc của thì chắc đã xui *Thanh niên Tiền Phong* khăng khăng đòi chia quyền lực với Việt Minh rồi Nhật ủng hộ như đã từng ủng hộ. Ít ra cũng cấy được ảnh hưởng lâu dài tại Việt Nam sau này.) Thế là một nhát tất cả cờ vàng sao đỏ ở Sài Gòn liền biến ra thành cờ đỏ sao vàng. Tô Hòa, cựu tổng biên tập *Sài Gòn Giải Phóng* và Ngô Y Linh tức Nguyễn Vũ, đạo diễn kịch từng kể những ngày cướp chính quyền hai anh sát cánh nhau ở bên kia cầu Thị Nghè, tay phất toàn cờ vàng sao đỏ, "cờ đỏ sao vàng là cái gì bố đứa nào biết!" Trần Văn Giàu cùng Dương Quang Đông sau khi vượt ngục (1943) đã cùng Phạm Ngọc Thạch *Thanh niên*

Tiền Phong cướp chính quyền. Dĩ nhiên được Nhật hết sức ủng hộ. Có súng đạn Nhật cấp. Cũng dĩ nhiên cờ *Thanh niên Tiền Phong* ngược hẳn lại với cờ Việt Minh.

Lê Trọng Nghĩa đã bảo tôi: Nếu sống cho có thủy có chung thì ta nên cảm ơn Nhật đã không đàn áp dân nổi dậy. Nhật thua Đồng minh nhưng ở ta còn oai lắm, tôi đàm phán tôi biết chứ không như sau này cứ bảo rằng Nhật tan rã, mất tinh thần.

Một hiện tượng đáng chú ý: Khởi nghĩa đã thành công ở Hà Nội một hai ngày rồi mà trên căn cứ địa Cụ Hồ vẫn chưa hay biết. Trường Chinh, Võ Nguyên Giáp đóng đại bản doanh ở đồn điền Nghiêm Xuân Yêm tại Cù Vân vẫn chấp hành "Quân lệnh số 1" của Trung ương cho một cánh quân vây đánh đồn Nhật ở thị xã Thái Nguyên.

Ngày 22, một sĩ quan Nhật tìm Nghĩa mời Nghĩa lên xe Nhật cắm cờ Việt Minh đi Thái Nguyên bảo Việt Minh ngừng đánh Nhật nếu không Nhật sẽ tiến công. Viên sĩ quan Nhật nói thêm: Tôi biết ông cũng chỉ là cấp địa phương thôi.

Tại sao biết?

Tối 21, một phụ nữ trẻ, sang trọng đã đến Bắc Bộ Phủ xưng là Lý Hán Tân, ở 175 Charon (Triệu Việt Vương bây giờ) tìm Nghĩa nói chồng chưa cưới của cô lên Thái Nguyên đã bị mất tích, cô xin Việt Minh tìm giúp. Nghĩa nói anh ở Hà Nội không biết gì trên Thái Nguyên. Người phụ nữ trẻ bèn nói nếu có tin thì xin ông dù là đêm cũng báo cho biết.

Lý Hán Tân làm việc cho Nhật và là nhân tình của G., tổng thư ký Hội hữu nghị Việt – Nhật. Cô có nhiệm vụ tìm hiểu Nghĩa ở cấp bậc nào của Việt Minh.

Lúc đó, nhờ đọc được tin khởi nghĩa trên tờ *Đông Phát* và nhờ nhận được báo cáo của Trần Đăng Ninh, Trường Chinh đã về Hà Nội. Mới gặp Nghĩa, tổng bí thư ngờ anh là phần tử thân Nhật (thì mới lờ Quân lệnh cách mạng số 1 mà thương lượng với Nhật chứ!) Cụ Hồ với ông nghĩ mãi mới ra Quân lệnh đòi quân tổng khởi nghĩa tấn công các đồn binh Nhật, tịch thu Ngân hàng Đông Dương, tiêu diêu diệt đảng phái phản động thế nhưng đám Hà Nội đã làm ngược lại hết! Nhưng rồi nhận ra là chính vì làm trái Quân lệnh số 1 mà Hà Nội đã giành ngon được chính quyền, Trường Chinh bèn ra lệnh cả nước ngừng đánh Nhật – tức là lặng lẽ phế bỏ Quân lệnh số 1 tuy nó vẫn được lấy làm cơ sở để phê phán Tổng khởi nghĩa ở Hà Nội không tước vũ khí quân Nhật, không tịch thu Ngân hàng Đông Dương và không tiêu diệt các đảng phái phản động (có đăng trên *Cờ Giải Phóng* mà tôi, mười lăm tuổi đọc ở Nhà Thông tin cạnh hàng Chabot Tràng Tiền).

Ngay sau đó theo lệnh Trường Chinh, Lê Trọng Nghĩa đã cấp xe hơi để ở 101 Trần Hưng Đạo – nhà thờ họ quan lại của Hồng Ngọc, vợ Hoàng Minh Chính sau này – cho Lê Đức Thọ lên Thái Nguyên bảo ngừng đánh Nhật.

Cần hiểu đặc điểm ở Việt Nam lúc đó. Đồng Minh chưa vào tiếp nhận Nhật đầu hàng thì dù đã độc lập – nền độc lập được Nhật đồng tình – Việt Nam *vẫn ở dưới quyền kiểm soát chặt chẽ của quân Nhật.* Cho nên Đồng Minh kéo quân vào Việt Nam mà chẳng ngó ngàng gì đến Việt Minh. Chả thấy Việt Minh đón tiếp, chiêu đãi đại diện Đồng minh nhập Việt hay cùng Đồng minh tiếp nhận quân Nhật đầu hàng (tức là Đồng Minh không coi Việt Minh đã đánh Nhật) cùng biết bao sự kiện lớn lúc đó v. v... Hơn nữa, Việt Minh làm gì lớn vẫn phải được phép của Nhật.

Một thí dụ. Khoảng 22, 23 tháng 8, Trường Chinh chỉ thị cả nước ngừng đánh Nhật (thực chất là sửa sai) và lệnh cho một đơn vị Quân giải phóng từ Thái Nguyên kéo về Hà Nội gây thanh thế. Ai hay đến Cầu Đuống, *lính Nhật đã hầy hẩy xua Quân giải phóng trở lui, không cho vào Hà Nội.* Nghĩa phải nhờ ông tổng thư ký Hội hữu nghị Việt – Nhật và cô Lý Hán Tân xin Nhật cho Quân giải phóng vào Hà Nội.

Sự kiện trọng đại này đáng vào sử sách quá chứ! Đúng! Nếu như Nhật dứt khoát cấm Quân giải phóng qua cầu Đuống?

Chỉ hai việc đầu não cách mạng Tân Trào mù tịt tin Hà Nội khởi nghĩa thành công và Việt Minh vũ trang phải được Nhật cho phép qua Cầu Đuống mới vào được Hà Nội, đã đủ cho thấy vận hội khách quan vô cùng tốt đẹp của đất nước. Nói lại: vận hội của toàn dân nhưng cuối cùng đã bị Việt Cộng *ẵm gọn làm vốn liếng riêng của mình.*

Tân Trào ba ngày không biết Hà Nội đã khởi nghĩa thắng lợi và quân chiến khu về phải xin Nhật cho qua Cầu Đuống, chỉ hai việc ấy thôi đủ nói Việt Minh chả có đuổi Nhật gì hết. Và tuy ngày 23 tháng 8 mới vào Hà Nội, Cụ Hồ vẫn cảnh giác bắt đi vòng qua sông Hồng ở mạn cây đa làng Sọi có Vũ Đình Huỳnh chờ đón Cụ lên xe hơi qua cầu Sông Cái rồi rẽ phố Hàng Khoai, và thế là Cụ đã được ngắm thủ đô ở cái góc mang tên thứ lương thực tiêu biểu nhất của dân ta – đúng là nông thôn bao vây thành thị. Rồi Cụ hài lòng ra ngay chỉ thị tiếp tục hòa hoãn với Nhật, tha Bảo Đại, một lần nữa mặc nhiên thừa nhận Quân lệnh số 1 yêu cầu tiến công Nhật, đàn áp chính quyền Trần Trọng Kim và tiêu diệt đảng phái phản động là duy ý chí kiểu con ếch nằm trong đáy giếng.

Theo chỉ thị của lãnh tụ tối cao tiếp tục hòa hoãn với Nhật, (chứ chả lẽ chuyển sang vũ trang?,) Lê Trọng Nghĩa lại lấy xe ở 101 Trần Hưng Đạo cho Trần Huy Liệu, Nguyễn Lương Bằng, Cù Huy Cận vào Huế nhận thoái vị của vua Bảo Đại.

Nghe Nghĩa nói lại tình hình ngày ấy, tôi đùa: Nếu Nhật không thắc mắc tại sao Hà Nội "hòa bình" mà Thái Nguyên lại choang Nhật để phái cô Lý Hán Tân đến xem Lê Trọng Nghĩa là trung ương hay Hà Nội, nếu Nhật coi Hội Việt – Nhật và ông tổng thư ký của nó chỉ là cây kiểng bù nhìn, kiểu Đảng Dân Chủ của Dương Đức Hiền, Đảng Xã Xội của Nguyễn Xiển, nếu Nhật không thực tâm ủng hộ độc lập của dân Việt thì sẽ không thể có chuyện Nghĩa nhờ ông Tổng thư ký Hội Việt – Nhật giúp cho Quân giải phóng được "rầm rầm tiến về" thủ đô độc lập qua Cầu Đuống. Cái công của Nhật mở cửa cho vũ trang của cách mạng ĐƯỢC về Hà Nội lớn quá chứ!

CẢM ƠN NHẬT đi!

VÀ CẢM ƠN MỸ! Mỹ không nghi binh để cho Nhật đảo chính Pháp thì với tư cách nước Đồng minh chiến thắng Đức – Nhật, chính phủ Pháp sẽ vẫn tại chỗ tiếp nhận đầu hàng của Nhật, giải giáp quân Nhật, không có cơ hội cho Việt Minh chắc chắn sẽ khó lòng nổi dậy tung hoành trong hiện trạng – *status quo* ấy.

Theo Tonnersson, không nên quên cả công của quân Tưởng nữa. Chính họ đã ép Pháp – Việt ký Tạm ước 6 tháng 3 cũng như góp phần lập liên minh các đảng lúc đó. Việc này đã tạo cho Đảng cộng sản cơ hội hợp thức hóa trong mắt nhân dân và thế giới.

Một nét để thấy tình cảnh cùng tâm trạng thấp thỏm lo lắng của các vị thân sĩ ở ta thời đó. Sau đêm 19 tháng chạp 1946, kháng chiến chống Pháp bắt đầu, các vị thân sĩ, khoảng hơn một chục vị như Phan Kế Toại, Phan Anh, Nguyễn Văn Huyên, Nguyễn Xiển, Vi Văn Định v. v... được đưa đến một nơi an toàn ở Bắc Giang nằm khoèo dài. Nghĩa kể khi Nghĩa đến trông nom các vị, cụ Phan Kế Toại đang rầu rĩ bỗng nhỏm bật dậy mừng rỡ kêu lên: Ôi, người cố tri.

Nghĩa bảo nghe tiếng reo mà anh vừa ân hận vừa cảm động. Các cụ tập hợp nhau ở đấy "mà lòng khiếp hãi đã dành một bên." Thừa biết cộng sản giữ mình lại là để cho không ở vùng Pháp chiếm sẽ bị đế quốc lợi dụng chứ bần nông vô sản thì đoái hoài gì tài cán "buôn dân bán nước." Cất vào kho, nhắc đến tên, thế đã là kháng chiến ghê lắm. Làm sao mà các cụ lại không đọc các tài liệu, sách báo đế quốc nói tới khủng bố đỏ?

Tổng khởi nghĩa được 11 ngày, ngày 30 tháng 8, Nghĩa bị điều về với Đảng Dân Chủ cùng Hoàng Minh Chính.

Theo tôi lý do nằm ở năm khuyết điểm mà báo *Cờ Giải Phóng* sau 19 tháng 8 mấy ngày đã nêu ra công khai. Đó là các anh đã không tuân theo Quân lệnh số 1 là đánh đồn binh Nhật tước vũ khí, không tịch thu Ngân hàng Đông Dương, không tiêu diệt các đảng phái phản động và hai điều khác nữa tôi không nhớ. Tóm lại: hữu khuynh, không theo đúng "Quân lệnh số 1" của Ủy ban khởi nghĩa đánh vào các đô thị, các đồn binh Nhật, chặn đường rút, tước vũ khí của Nhật (không cho phép vào tay Đồng minh).

Nhưng thử hỏi nếu Hà Nội, Sài Gòn nổ súng theo đúng Quân lệnh số 1? Thì chắc chắn Nhật đàn áp, chắc chắn Việt Minh tan! Và Trần Trọng Kim vẫn thay mặt Việt Nam tiếp xúc với quân Anh, quân Tưởng kéo vào.

Ôi bạo lực, bà đỡ của cách mạng! Bài học hòa bình hay như thế mà sao mi cứ lên án nó? Mi giết chết bà mẹ mang thai để khi đứa con ra đời thì mi nhận nó làm tài sản riêng!

Tôi cứ muốn đổi bài *Súc sắc súc sẻ* ra thành *Lịch sử lịch sử, Còn đèn còn lửa, Mở cửa cho pháp quan vào, Bước lên thềm cao thấy thày dạy bảo, bước xuống thềm thấp thấy bà răn đe, bước ra đằng sau thấy dân nằm xó...*

Nghĩa kể tối hôm nhận quyết định đi khỏi Ủy ban cách mạng lâm thời, anh đạp xe đến Ngã tư Sở, vào quán gọi cà phê. Cô chủ quán xinh đẹp luôn nhìn người khách đẹp trai, là vì sao mà anh chàng hững hờ thế. Anh chàng đang không hiểu tại sao mình phải đổi công tác.

Hai mươi năm sau, 2009, đã 88 tuổi, Nghĩa mới bảo tôi cô hàng cà phê rất đẹp ở Ngã tư Sở tối hôm anh rời Ủy ban cách mạng Hà Nội ấy tên là Li Li. Tối ấy Li Li hay nhìn anh, có vẻ rất mến và bản thân Nghĩa cũng xao xuyến. Ừ, không thì sao nhớ mãi tên?

Tôi đùa bảo Nghĩa: Đúng là cái đẹp hút nhau còn thằng bạo lực thì lại quyết đẩy nàng hòa bình xấu xí đi.

Tôi hỏi lần đầu thấy Cụ Hồ, Nghĩa có cảm tưởng gì? Nghĩa láo liên mắt, bịt miệng nói khẽ: Thấy không phục bằng Phan Anh. Phan Anh nói quá hay tuy thân Nhật.

David Marr trong *Vietnam 1945* đã nhận xét: Không ai trong số làm nên cuộc khởi nghĩa thành công ở Hà Nội và Sài Gòn đã có mặt trong chính phủ thiết lập sau đó. Còn trong *Cách mạng tháng Tám* thì Tonnersson mấy lần chú thích ở cuối trang: Lê Trọng Nghĩa nay ở đâu không ai biết.

Trong tác phẩm này, nhà Việt Nam học Tonnersson đã phân tích yếu tố thời cuộc khách quan tốt đẹp Mỹ tạo nên cho dân Việt Nam và Việt Minh – xin chú ý hai vế – làm Tổng khởi nghĩa tháng 8. Lúc đó, sau khi Mỹ giải phóng đảo Luzon Phi – li – pin, Nhật nhận định Mỹ sẽ đánh vào Nhật. Nhưng bằng ngả nào? Nhật đang phân vân thì Mac Arthur cho đánh phá ác liệt trong cả tháng hệ thống giao thông, cầu đường, bến phà dọc Việt Nam. Thế là Mỹ vào Đông Dương rồi! Đểtránh bị trong ngoài giáp công, Nhật đảo chính Pháp, tạo ra một chân không chính trị hay một đất nước không có chủ vô cùng thuận lợi cho Tổng khởi nghĩa. Việt Minh phát triển rầm rộ trong mấy tháng sau đảo chính. Không ai chối cãi được rằng nếu không bị Nhật lật thì Pháp, nước trong Đồng minh sẽ *tại chỗ nguyên canh nguyên cư* tiếpnhận đầu hàng của Nhật và Việt Minh phải choảng Đồng minh là Pháp chứ không thể tổng khởi nghĩa hòa bình.

Trong một lễ kỷ niệm Cách mạng tháng 8, Vũ Oanh chỉ Lê Trọng Nghĩa hỏi cố vấn Đỗ Mười: Ai đây, anh nhớ không? Đáp ngay: Thằng Nghĩa này với thằng Chính xưa tù ở Hỏa Lò với tớ mãi.

Đúng, Nhật đảo chính Pháp đêm 9 tháng 3 – 1945 thì đêm sau, trong Hoả Lò, theo đề xuất của Trần Đăng Ninh, Lê Trọng Nghĩa liên hệ với một số tù hình sự cỡ đầu gấu để bàn việc cùng nhau vượt ngục Hỏa Lò. Người mở đường trèo mái nhà ra là Hoàng Minh Chính, người bọc hậu là Nghĩa cùng với tù đầu gấu. Ngồi trên nóc nhà tù, nghe lính Nhật chạy bên dưới, tù đầu gấu bảo Nghĩa lột áo len ra nộp. Đêm ấy Chính và Nghĩa đầu trọc lóc sư cụ đến nhà Tam Kỳ, anh ruột Xứ Chương tức Lợi nghỉ.

Số anh em vượt ngục đêm đó gồm toàn cốt cán cần gấp cho phong trào. Đỗ Mười cũng tù Hoả Lò nhưng không thuộc diện trên và ông không bao giờ nói điều ấy ra. Khi thấy động, lính Nhật nổ súng thì thừa cơ láo nháo ông đã chui cống số 10 trốn ra ngoài được. Tên ông là Cống, lại chui cống số 10 nên ông lấy ngay con số đó làm bí danh đại hên từ đấy.

Nghe chuyện này, tôi đã phá cười bảo Lê Trọng Nghĩa: Lộn tùng phèo hết cả! Các ông leo lên nóc thì rớt. Cống rúc cống lại vọt lên. Hóa ra hè với cống lại có thể oai được như cống với nghè! Thảo nào có câu "Mác xít có số" số thày, quyền vãi xuống như chơi.

* * *

Trở lại chuyện Lê Trọng Nghĩa, cục trưởng tình báo bị Đảng bỏ tù.

8 – 1 – 1968, Nghĩa họp giao ban xong thì được Văn Tiến Dũng bảo sang bên Phạm Ngọc Mậu có việc. Nghĩa lái xe sang. Mậu nói luôn: Đồng chí bị bắt! – Đồng chí mà bắt, Nghĩa vặn?

Tổng cục chính trị có hai vị tướng Song Hào và Mậu lừng tiếng nhờ phương châm nhân sự bất hủ sặc mùi vị Mao: Đề bạt bần cố nông một năm một lần là chậm, đề bạt tiểu tư sản năm năm một lần là nhanh.

Người ta đã hỏi cung Nghĩa rất nhiều vấn đề, trong đó xoáy rất lâu, rất kỹ vào câu hỏi ai giao cho anh liên hệ với

CIA để chuẩn bị đàm phán Việt – Mỹ? Người ta chắc mẩm Giáp, viên tướng "sợ Mỹ, đầu hàng đã toan đi đêm với Mỹ".

Nghĩa nói: Đồng chí Lê Duẩn.

Sự thật là thế. Duẩn đã chỉ thị kỹ cho Nghĩa việc liên hệ với Mỹ. Cách mạng văn hóa của Trung cộng phát triển đến mức loạn to thì Duẩn tất phải lo sớm tới đàm phán, mặc dù Bắc Kinh gay gắt ngăn cản: chưa nhờ được gì ở đại loạn thì bỏ dở sao được? Song ở phía Duẩn, trong tình hình rất dễ dàng thành anh dắt em bỏ chợ thế này mà vẫn yên trí theo Mao Chủ tịch kiên quyết đánh Mỹ cho đến người Việt Nam cuối cùng được ư?

Nghĩa lúc ấy hết sức phục Duẩn khi anh nói ta đàm phán, e Trung Cộng sẽ cáu thì Duẩn bảo hãy đề nghị với Mỹ tiếp xúc với ta ở Vác–sa–va, chính cái nơi mà tháng tháng Mỹ và Trung Quốc đều kỳ đàm phán bí mật đã hàng năm nay. Duẩn còn dặn Nghĩa không được để cho Mỹ hiểu lầm ta muốn đàm phán là làm theo Liên Xô hay Trung Quốc. Nhưng, Duẩn lại nhắc, cũng không được để cho Mỹ ngờ rằng Việt Nam không còn cả Trung Quốc lẫn Liên Xô hậu thuẫn. Đàm phán là tuyệt mật. Cũng là sản phẩm của tình thế. Nghĩa đã giao cho Trần Ngọc Kha, ăng ten tình báo ta ở Paris liên hệ.

Và việc tiếp xúc với CIA theo lệnh tổng bí thư đã thành nghi án nghiêm trọng cho Nghĩa. Đúng, xé rào đi đêm với Mỹ mà lại cho toàn dân, toàn đảng biết sao?

Kha, cấp dưới của anh ở Paris về, bị bắt ngay tại sân bay cùng chiếc xe đạp mang về làm quà cho đứa con trai bé.

Có sự chuẩn bị đàm phán với Mỹ nhưng dĩ nhiên Tổng bí thư cần giữ cho mình hình tượng kiên cường đánh Mỹ và tổng bí thư thừa biết đánh Nghĩa đau thì Giáp mang họa lớn nên ông chẳng hơi nào mà đi thanh minh cho Nghĩa. Vả chăng ông đã ngờ việc Giáp thành lệ đưa Nghĩa đến dự các cuộc họp của Bộ chính trị để có tin ngay của Cục tình báo, bộ phận thân tín của Giáp. Có khi đang họp ông nhìn Nghĩa với con mắt khá lạ.

Còn một việc nhỏ nhưng thú vị. Quân ta đánh trận Núi Thành (Quảng Nam) thắng lớn. Báo viết một đại đội ta tiêu diệt một tiểu đoàn địch. Tức là dựng tỉ lệ một ta diệt ba địch cho yên chí mà xông lên! Kiểu Bê Quăng Sai (ý diễu B52 – BT.) Kiểu Mỹ là hổ giấy. Nhưng Nghĩa lại nói với nhiều người rằng Võ Nguyên Giáp nói với anh trận Núi Thành là do một nhóm nhỏ đặc công đánh. Cái tỉ lệ một thắng ba kia liền thành trò bịp. Người ta bèn vặn hỏi anh. Có âm mưu chia rẽ hai đại tướng, (làm như hai đại tướng rất keo sơn) và hạ uy tín Nguyễn Chí Thanh không?

Cuối những năm 90, sau nhiều lần Nghĩa làm đơn xin minh oan, người ta gửi anh một công văn nói anh đã bị khai trừ khỏi đảng, thủ tướng Phạm Văn Đồng đã ký quyết định khai trừ quân tịch của anh, từ nay anh không có tư cách gì nêu lại vấn đề của anh nữa.

Nghĩa sau đó vào Cầu Giấy kể lại với tôi. Rồi ngơ ngác: *Thế là mất hết à?*

Tôi còn nhớ như in cái chõng tre Hồng Linh làm mà Nghĩa lúc ấy ngồi ở trên. Cái chõng thành biểu tượng của trơ trụi, trống trải, bần hàn.

Bây giờ trong thẻ bảo hiểm của Lê Trọng Nghĩa, (Nghĩa cho tôi đọc) ở mục "chức vụ" đề "Theo chỉ thị 15 của thành ủy..."

Nó nghĩa là gì? Nghĩa là đất nước này không hề có công dân. Chỉ có các đối tượng để đảng căn cứ vào phán xét của đảng mà gia ơn hay trừng trị. Pháp luật cũng một thứ cây kiểng như Mặt trận, Đoàn Thanh niên Cộng sản... Nghĩa là đảng là uy quyền tuyệt đối, là độc tài hết nghĩa của độc tài. Đùng đùng "đảng" bắt người ta bỏ tù, *chẳng cần tòa xét xử,* đùng đùng "đảng" tha rồi bắt người ta chấp nhận các đối xử thuần "nội bộ đảng".

Mà kỳ quặc, anh đâu có còn cho người ta là đảng viên của anh mà anh vẫn ôm chặt người ta vào vòng giam hãm của anh? Thật là một đất nước đảng sự, phi dân sự! Giống các "xét lại" khác, Nghĩa đã bị Đảng tước đoạt hết những gì anh đã góp cho đất nước.

Dịp kỷ niệm 61 năm Cách mạng tháng 8 và 2 tháng 9, Nghĩa thảng thốt nói với tôi: Đến nay thì tôi đang tự hỏi, tôi là cái gì đây?

Câu hỏi không ở mặt triết học như Hamlet mà ở pháp lý, chính trị.

Một con số không. Một bóng ma. Đảng đã đánh là tước đoạt mày cho kỳ sạch nhẵn. Đất nước đảng sự, phi dân sự là thế mà! Nên ai cho Nghĩa – cũng như chúng tôi – tiếp cận pháp luật? Tiếp cận, dù chỉ như Cha Nguyễn Văn Lý thôi là đảng lôi thôi to ngay.

Nghĩa luôn nói với tôi Tổng khởi nghĩa đã mở ra một chính phủ dân tộc dân chủ, như Hồ Chí Minh nói ngày 30 – 8 – 1945 khi giới thiệu chính phủ cách mạng lâm thời: *Chính phủ này không phải của Việt Minh, không phải của các đảng phái mà là do các bậc hiền tài của đất nước lập ra.*

Câu này Nghĩa nhớ lòng và rồi anh còn lấy ở trong báo thời đó ra. Cũng như câu Ông Cụ nói trước khi giải tán đảng tháng 12 – 1945. "Tôi chỉ có một đảng, đảng Việt Nam." Nghe Nghĩa nhấn mạnh hai điều này, tôi thật sự phân vân: Nghĩa đã khước từ Cộng sản chưa? Cảm thấy đã nhưng không tiện hỏi.

Hôm ấy, Nghĩa bảo tôi mấy hôm trước, 4 – 3 – 2010, bà Hà, vợ Võ Nguyên Giáp mời một số cán bộ, bạn bè thân tín của Võ Nguyên Giáp đến nhà, cuộc gặp mặt coi như chuẩn bị cho việc Võ Nguyên Giáp từ biệt cõi đời. Mọi người ca ngợi Võ Nguyên Giáp.

Mỗi mình Nghĩa nói: Chúng ta ca ngợi anh Giáp đã nhiều, chúng ta nên biết anh Giáp còn phải mang một vết đen, vậy nhân dịp anh Giáp sắp trăm tuổi chúng ta hãy cố sao xóa được vết đen đó đi ra khỏi đời anh Giáp.

Riêng tôi, tôi hết sức cảm ơn Lê Trọng Nghĩa. Tin tôi, mến tôi, Lê Trọng Nghĩa đã cho tôi nhiều tư liệu quan trọng rồi hiện lên ở trong sách này. Anh tham gia chỉ đạo và thực hiện Tổng khởi nghĩa Hà Nội, anh là chánh văn phòng đầu tiên của Bộ quốc phòng, anh phụ trách tình báo và anh dự hầu hết các cuộc họp của Bộ chính trị cũng như thường đi theo các ông lớn ra ngoài. Anh biết quá nhiều.

Bản thân anh hàng chục năm nay luôn bận bịu với những trang bản thảo – như tôi. Sau này mỗi lần ra Hà Nội gặp Nghĩa, tôi rất cảm động thấy anh sôi nổi mang các xấp giấy để rời từng tờ ra trao đổi với tôi những ý anh rắp viết. Tôi cũng biết nhiều cây bút, nhiều nhà nghiên cứu có tên tuổi ở nước ngoài, chẳng hạn bà nhà văn Lady Borton đã gặp anh trò chuyện. M. L. Pribbenow, một cựu nhân viên CIA Mỹ, theo giới thiệu của Võ Nguyên Giáp đã đến tìm Nghĩa. Viết về Tết Mậu Thân 1968 và vụ án xét lại, ông nhắc đến Nghĩa với lòng ưu ái và mến trọng.

Tôi nhớ mãi khoảng 1986, 87, trong bữa ăn trưa quá xoàng xĩnh ở căn nhà cấp 4 của vợ chồng tôi, Linh chợt bảo Lê Trọng Nghĩa: Anh nên viết chuyện anh đi. Anh có thể nhờ Đĩnh, Đĩnh sẵn sàng giúp đấy.

Trước mặt bè bạn thân, Linh luôn nói Đĩnh trống không.

Tôi cố nhiên sẵn sàng nhưng hoàn toàn không ngờ Linh có ý ấy. Nghĩa cảm ơn và nói anh sẽ làm lấy, có gì anh sẽ trao đổi ý kiến với tôi. Tôi biết anh viết tường trình sự vụ kiểu tình báo, không văn học.

Tôi muốn để riêng ra một chỗ câu chuyện Lê Trọng Nghĩa kể dưới đây.

549

Đầu 1957, chuẩn bị đánh Tết Mậu Thân đầu 1968, Duẩn dẫn đoàn đại biểu đảng sang Liên Xô thăm hữu nghị. Chả phải để nói kế hoạch Tổng tiến công và Tổng nổi dậy giải phóng miền Nam mà cốt để phòng Mỹ trả đũa đòi Liên hợp quốc cho quân vào can thiệp như từng xảy ra ở Triều Tiên thì Liên Xô *veto* – phủ quyết. Ở Liên Xô về Trung Quốc gặp Mao mới là chuyện anh em ruột gan dãi bày mọi thứ. Nhưng Mao nạt ngay, bỏ đó không tiếp. Dám vẫn đi lại với Liên Xô ư? Sắp có sự lớn, sang đó làm gì? Mà lại sang đó trước! Mao đòi phải độc quyền đầu nậu chiến tranh.

Mao om hầm lập trường em trong suốt một tháng. Duẩn nằm chờ còn anh em đoàn viên thì đi tham quan các nơi thỏa chí.

Duẩn dặn anh em "ở lại làm Câu Tiễn." Nghĩa kể: đến Tứ Xuyên anh em được chiêu đãi một bữa tiệc 99 món, trong có một món đặc biệt, mỗi người một bát lưỡi chim sẻ nấu với thuốc bắc. (Tôi đùa hỏi anh: Cho ăn lưỡi này để mách lẻo giỏi hay để vâng dạ giỏi?) Đúng một tháng Mao cho gặp. Báo *Nhân Dân* đăng tin Mao Chủ tịch đã tiếp đồng chí Lê Duẩn và *tiễn ra tận xe hơi*. Tốt đẹp đưa ra, xấu xa đậy lại nên không ai biết vụ nằm Câu Tiễn cả tháng.

Trong buổi tiếp, Mao tưng tửng chỉ thị một điều: Cách mạng Việt Nam muốn tiến lên thì cần làm như Trung Quốc, hạ phái hữu xuống, đưa phái tả lên. Ở Việt Nam, phái hữu đại khái như Võ Nguyên Giáp, phái tả đại khái như Nguyễn Chí Thanh.

Về nước Lê Duẩn họp Bộ chính trị (Nghĩa theo lệ ngồi đó để nếu cần thì cung cấp tin tức) có nhắc lại câu này nhưng cười nói Mao Chủ tịch nói thế thôi chứ chúng ta cứ đoàn kết đánh Mỹ. Mấy tháng sau, cho Giáp đi Hung, bắt "xét lại." Giá như Giáp hồi ký cái đoạn người ta thuyết phục ông đi dưỡng sức. Bao bí mật cứ bị ỉm đi vì cái nguyên tắc tập trung dân chủ.

Mao gặp xong, tối chiêu đãi đoàn. Xong chiêu đãi, mời đoàn đảng ta xem xi nê. Đèn tắt, máy chạy. Màn hình hiện lên dòng chữ *Chú bé kiêu ngạo*, Phim hoạt hình dài cho thiếu nhi. Duẩn lại dặn anh em ở lại làm Câu Tiễn, ông về phòng.

Ôi, Câu Tiễn, phải chăng là cái dớp muôn đời của các nước lỡ mang tên Việt?

Bản thân làm Tổng khởi nghĩa rồi Cục trưởng tình báo, Nghĩa là con mắt soi nhìn vào tận hậu cung của Tổng hành dinh cách mạng. Tôi vẫn đùa anh: Ông đếm được cả đảng có bao nhiêu chấy rận... Làm sao cho chúng lên sàn diễn được đây?

20 tháng 6 – 2014, điện thoại réo chuông. Nghĩa gọi, giọng yếu ớt: Mình vừa nằm bệnh viện... hai tuần... không thở được... Ra rồi có gì lại vào...

Tôi buột kêu chóa lên: Ôi, tôi thương anh quá mà không làm gì được cho anh.

Chương năm mươi mốt

Tôi muốn mời một người bạn một đời chiến trận có mặt ở đây. Chiến tranh miết ba chục năm, chả lẽ tiếng nói khá mạnh bạo và thẳng thắn của một người lính thực thụ lại không có được một chương trong cuốn sách này sao?

Người bạn đó là thượng tướng Vũ Lăng. Anh đã xuất hiện sớm từ đầu quyển sách này – anh bảo lúc sắp công đồn sợ có khi vãi đái ra và tôi mong cái sợ của con người ta không thủy phân hóa mà hóa ra thành sẹo sù sì đầy mặt thì có lẽ sẽ không có chiến tranh: Chả ai nói phét được về lòng dũng cảm của mình để dụ quần chúng cầm súng đi theo nữa.

Vũ Lăng và tôi quan hệ với nhau ở nhiều mặt. Ngoài việc tôi hay đi với lính tráng đánh nhau, còn có việc Trung đoàn Thủ đô mà anh lúc ấy làm trung đoàn phó, là Con Nuôi của báo *Sự Thật* và Hội nghiên cứu chủ nghĩa Mác; rồi Vũ Lăng lại anh em cọc chèo với Trần Châu, anh tôi cho nên hai chúng tôi càng dễ gần nhau hơn. Anh rể họ tôi, Lê Khôi tức Bình đã chốt đến cùng ở Bắc Bộ Phủ những ngày cuối tháng 12 – 1946 cho đến khi quân Pháp tràn vào mới rút ra. Về đến mạn Hàng Dầu thì gặp Vũ Lăng ở Liên Khu 1 toan vào ứng cứu. Không gặp Bình có khi Vũ Lăng gay go nếu cứ thế kéo đến Bắc Bộ Phủ đã đầy lính Pháp.

Tôi muốn được nói ngược thời gian, tức là nói đến đoạn cuối đời của Vũ Lăng trước.

Một sáng khoảng giữa 1990, Vũ Lăng mời Hoàng Thế Dũng và tôi đến ăn trưa ở nhà anh tại Hai Bà Trưng, Sài Gòn. Hoàng Thế Dũng từ 1947 đã là cựu chính ủy của Trung đoàn Thủ Đô từng cùng với Vũ Lăng xông pha bao phen trận mạc, thắng có bại có bên nhau. Chính bữa sáng hôm ấy, Vũ Lăng nhắc lại một chuyện chả biết nên cười hay nên mếu của Trung đoàn Thủ Đô. Sắp kỷ niệm Cách mạng tháng 8 và 2 tháng 9 khoảng 1948, trung đoàn thình lình được lệnh phải đánh một trận kỷ niệm hai ngày lễ lớn. Chả kịp chuẩn bị, trung đoàn chọn đánh bốt Pheo trên đường số 6 lên Hòa Bình. Thế là đánh văng tê. Đánh cả đêm, thương vong nhiều, cả ba tiểu đoàn trưởng đều hoặc chết hoặc bị thương. Cuối cùng hối hả rút. Trời đã sáng, xa xa tiếng xe tăng Pháp rì rì tiến đến và máy bay "bà già" (máy bay trinh sát L. 19 – B. T) bắt đầu è. "Cậu nhớ không, Dũng? Cả trung đoàn cứ thế bỏ đường cái nhào vội xuống khe vực lòng suối. Bây giờ trong sử trung đoàn khéo mà lại có những trang ca ngợi chiến thắng ấy đấy. Đã lâu lắm rồi, Trần Đĩnh có nói một câu mình còn nhớ: Trâu bò ăn cỏ ra đạm, chúng ta hơn trâu bò vì ăn không nói có mà lại làm nảy ra được sức mạnh cách mạng phi thường.

Bữa ấy, sau đó, Vũ Lăng than chán lắm, muốn về hưu. Anh và Nguyễn Hữu An, hai danh tướng đều "bị" về dạy học. Vũ Lăng ớn là chặng đường vừa mới xong, người ta vất các anh liền, thay bằng những tướng tá mới. Sao ư? Người ta cần đưa lên đám mới "ít biết tổ chấy của người ta" và cũng dễ thu phục hơn để bảo vệ cho người ta dễ ăn không nói có.

Hồi chuẩn bị Đại hội 6 (1986,) ở Đại hội đảng toàn quân Vũ Lăng đã phơi bày "ruột gan" – tức là lộ trận địa, tức là thân Giáp, trong một bài tham luận khá bộc trực. Anh càng cần bị gạt đi.

Tôi bảo Vũ Lăng: "Không hưu gì hết. Đất nước còn cần đến võ tướng như anh, như Nguyễn Hữu An... Nói như vậy, tôi nghĩ đến năm 1979. Chúng ta chỉ chú ý trước mặt, không nhìn đến "đại hậu phương" và đã bị nó nện cho một quả đó. Thôi, ông hãy về Đà Lạt chọn hai cậu thiếu úy, trung úy mới tốt nghiệp, kể cho họ các cái ông đã nói với tôi rồi tự tôi hay tôi nhờ một nhà văn khác – (tôi đã nghĩ đến Nguyễn Khải) viết lại thành hồi ký văn học cho ông".

Chưa làm thì chết. Những ngày nằm chữa ung thư ở bệnh viện 108, Vũ Lăng rất vui mỗi khi Hoàng Thế Dũng và tôi đến thăm. Những ngày ấy tôi chợt nhận thấy mặt Vũ Lăng rất giống diễn viên điện ảnh Harrison Ford và tôi vơ vẩn ngỡ đâu như tôi có buồn thêm lên vì lẽ đó. Bây giờ anh đã thành người thiên cổ. Đến thắp hương vĩnh biệt Vũ Lăng, tôi viết vào sổ tang – thay mặt cả Trần Châu và Lê Trọng Nghĩa, Hoàng Thế Dũng, toàn tội đồ của đảng – là tiếc anh không lưu lại được nhiều điều thiết yếu cho ký ức chung của đất nước.

Đầu 2000, vợ anh, Hoàng Việt Hoa bảo tôi cô sắp ra một quyển bạn bè nhớ về Vũ Lăng, cô mời tôi góp phần. Tôi cảm ơn nói: Tôi không thể vì nếu viết thì tôi sẽ viết những sự thật của Vũ Lăng mà đảng không thích.

Năm 2005, Hoàng Việt Hoa tặng tôi quyển *Thượng tướng Vũ Lăng – Từ một quyết tử quân* vừa xuất bản. Tô icảm động thấy Hoa đã đưa mấy lời tôi ghi sổ tang vào quyển sách, thấy như qua đó tôi đã trò chuyệnvới Vũ Lăng.

Đúng là Vũ Lăng đã nói với tôi những điều không thể hồi ký theo kiểu đảng ta lãnh đạo tuyệt vời.

Kiểu ăn không nói có.

Dưới đây tóm tắt những chuyện Vũ Lăng đã nói với tôi trong nhiều dịp.

Ngày 5 tháng 7 – l967, Nguyễn Chí Thanh đột quỵ. Ngày 28 bắt bốn "xét lại" đầu tiên. Không bắt ngay tắp lự thì Bắc Kinh lại hậm họe: Tại sao đại diện của phái tả chết mà đại diện của phái hữu vẫn nguyên? Tháng 9, tướng Giáp "đột bệnh" phải đi "đột dưỡng bệnh" tại Hungaria. Cả Cụ Hồ. Rồi bắt "xét lại" đợt hai. Rồi đợt ba.

"Hôm trước, Vũ Lăng nói, giao ban ở Bộ Tổng mình còn gặp Lê Trọng Nghĩa, hôm sau đến thì nghe nó bị bắt! Mình đã chợn. Là *favori*, – cưng của tướng Giáp khéo mình cũng "bị sờ gáy mất".

Nhưng Văn Tiến Dũng vừa thay Giáp đã gọi Vũ Lăng đến giao cho một việc mà Dũng ra lệnh hẳn hoi là "chỉ ba người, anh Duẩn, tôi và anh biết. Không ai được phép hỏi anh việc này và anh càng không được phép lộ ra với ai, nếu có người thứ tư biết thì anh dứt khoát phải ra tòa án binh!"

– Việc gì ghê thế? Vũ Lăng nói tiếp. À, được lệnh lên kế hoạch đánh vào Sài Gòn, tạm gọi là *Ngôi sao năm cánh*. Chợn quá, nghe mà bụng nghĩ thế là cho phăng teo kế hoạch của tướng Giáp rồi! Giáp chỉ cho đánh Tây nguyên thôi. Lê Trọng Nghĩa chuẩn bị, bọn mình có loáng thoáng mà. Mình thú thật với tướng Dũng là mình mù đặc địa thế Sài Gòn. Dũng bảo sang hỏi Trần Văn Trà sắp lên máy bay đi Campuchia về B. Khó chịu bị quấy rầy bất chợt, Trà cứ đay làm gì mà lúc tôi đang quá bận ông lại đến hỏi dấm dớ. Nói dối quanh rồi Lăng cũng lấy được vài nét địa lý sơ sơ với rất nhiều Bà nghe cứ na ná Bà Đen, Bà Điểm, Bà Chiểu, Bà Quẹo... Bà Lớn tuốt, chỉ thiếu Bà Lang Trọc. *Bà Lang Trọc* là cái tên quen thuộc của Hà Nội hồi những năm 40.

Vũ Lăng cười nhếch mép: Tôi hỏi ông chuẩn bị chiến trường như thế thì liệu có khác gì ngày bọn này đánh Pheo rồi thua chạy bán sống bán chết không hả?

– Ông xem phim *Chiến tranh và Hòa Bình* của Nga có thấy họ cố cho Koutouzov lờ phờ ghê không? À, theo tôi chính là họ muốn chống lại cái kiểu nhiệt tình duy ý chí thối của khối anh chỉ đạo quân sự.

Sau bữa học mót vội vã địa hình trận địa chính đó, Vũ Lăng đêm đêm đến Bộ Tổng ở điện Kính Thiên buông rèm xuống lên phương án Tổng tiến công Tổng nổi dậy.

Tôi nói: Lê Trọng Nghĩa kể lại với tôi thì căn cứ báo cáo của Nghĩa về chỗ yếu nhất của địch là Tây Nguyên, Giáp đã lên phương án đánh vào đó song đến cuộc họp Bộ chính trị duyệt phương án mà Nghĩa dự như các cuộc họp khác xưa nay của Bộ chính trị (Giáp họp Bộ chính trị thường kéo cục trưởng tình báo theo để kịp thời cung cấp tin tức và đôi lần Nghĩa cảm thấy ông Duẩn nhìn mình với con mắt thắc mắc "Sao cái anh này lại hay đến ngồi ở đây?") Duẩn đã cho phăng teo.

Theo lời Nghĩa kể, Duẩn nói nơi địch yếu nhất không phải là Tây nguyên mà Sài Gòn. Vì sao? Vì ở Sài Gòn ta có Anh Hai tức là dân, còn địch thì không. Duẩn nói ông không thạo quân sự nhưng thạo chính trị cho nên nắm chắc tình hình Anh Hai do đó nhìn ra chỗ mạnh cơ bản của ta ở Anh Hai đồng thời cũng là chỗ yếu chí mạng của địch. Ông tin rằng chỉ cần quân chủ lực ta nổ súng là lập tức ở giữa Sài Gòn ầm ầm nổi lên mười tiểu đoàn Anh Hai ngay.

Tôi nói: Trước Tết Mậu Thân một thời gian, chính tai tôi nghe Hợp, đại tá của Binh đoàn 559, bảo: "Anh Thanh vừa điện ra đòi gửi gấp ngay vào các kinh nghiệm tiếp quản thành phố kia kìa. Trần Đĩnh ạ, lúc tớ nói với cậu đây khéo trong kia họ giải phóng bu nó Sài Gòn mất rồi. Mới là tướng ngụy lật Diệm mà dân còn đổ ra trắng đường Sài Gòn để hưởng ứng thì nay cách mạng về dân đổ ra đường phải bằng lũ." Thấy rõ Duẩn và Nguyễn Chí Thanh cùng một tư duy tả khuynh duy ý chí. Không thích Giáp, Duẩn đã hay kiếm dịp đè Giáp, huống chi nay biết Bắc Kinh muốn hê Giáp thì nhân dịp Duẩn phải tỏ cho Bắc Kinh thấy ông đã phối hợp nhịp nhàng với ông anh.

Vũ Lăng gật gù: Thì bứng Giáp đi dưỡng bệnh ở Hun (Hungaria – B. T) đó.

– Lê Trọng Nghĩa cũng kể rằng Cụ Hồ vừa được triệu gấp ở Bắc Kinh về để họp hội nghị này, nghe Anh Ba cả quyết Anh Hai Sài Gòn ủng hộ cách mạng dữ như vậy, Ông Cụ đã hỏi thêm về Anh Hai thì bị Tố Hữu ngắt lời luôn, Bác chữa bệnh xa nước lâu ngày, tình hình phát triển, nhiều cái Bác không biết rồi, ý là thôi đi, Bác hỏi làm gì. Nghĩa kể lại chi tiết này còn lè lưỡi: Ông nhà thơ quên béng mất, *"Người là Cha, là Bác, là Anh... Người ngồi đó với cây chì đỏ, Chỉ đường đi từng bước từng giờ..."* Ở đây có chuyện chiếc máy bay đêm đưa Cụ ở Nam Ninh về đến sân bay Bạch Mai thì phát hiện đèn hiệu đặt lệch 15 độ, hồi ký Vũ Kỳ mà chắc ông có đọc, đã kể tường tận lại vụ Ông Cụ chỉ còn cách cái chết có một sợi tóc. Thế là lần ấy Ông Cụ có ba đại sự: một sự cố mấp mé cái chết, một câu hỏi bị gạt, một góc bàn để dự họp và đến khi Tổng tiến công – Tổng nổi dậy thì một cái buồng vắng lặng ở Bắc Kinh để Vũ Kỳ và Ông Cụ tự dò các đài phát thanh, cũng theo hồi ký Vũ Kỳ. Về lý do đánh Tết Mậu Thân, theo ông, tôi hỏi Vũ Lăng, thì là vì duy ý chí chủ quan khinh địch hay trong sâu kín còn có ý gì khác? (Vũ Lăng nhíu lông mày.) Tôi thì ngờ rằng ở sau *mong muốn* cố giành thắng lợi quan trọng trong Tết Mậu Thân, Duẩn còn có tính toán *không thể thổ lộ* là đưa nhanh đất nước *thoát khỏi cái thế hiểm nghèo: Đại hậu phương đang Cách mạng văn hoá loạn như nội chiến mà chẳng biết rồi sẽ còn tan hoang đến đâu.* Đánh một trận nổi đình đám để nếu thắng dứt thì còn gì bằng, còn không cũng có thể sẽ làm cho Mỹ nản chí mà xuống xề đàm phán, như vậy Duẩn sẽ không mang tiếng "bỏ cuộc." Ai ngờ chiến lược bị đánh sập rồi mà Mỹ lại "lên xề" xốc tới. Bảy năm gian nan nữa. Mà ở đây chỉ cần biết làm tính cộng trừ thôi là thấy ngay sai đúng.

Vũ Lăng gật gật đầu không nói.

Như thông lệ làm gì cũng thắng, ta đã hết sức ca ngợi đại thắng Tết Mậu Thân. Trong *Báo cáo chính trị* Đại hội 4 (1976,) Lê Duẩn nói nó đã "làm sập chiến lược chiến tranh cục bộ của Mỹ." Hãy xem: chiến lược này bắt đầu tháng 5 – 1965, ba năm sau, 1968 nó bị sập.

Sập tức là sụp, là quy, là hết hơi, đúng không? Ấy thế mà sập rồi Mỹ vẫn buộc ta phải ác chiến thêm *bảy năm* nữa, từ 1968 đến 1975, *dài gấp đôi cái thời gian ba năm ta bỏ ra để làm cho nó sập!* Đúng là chiến thắng của ta dựa phần lớn vào một một phép cộng hết sức đặc biệt cũng như vào sự vận động ngộ nghĩnh của chiến tranh ở Việt Nam.

Sập mà còn đánh trả ác ôn lâu và dữ thế chứ!

Nên thế giới đánh giá Việt Cộng thua to ở Tổng tấn công Mậu Thân là chí lý.

Ở phía Hà Nội, đầu những năm 1980, trong một hội nghị Trần Độ công khai nói đến thất bại của Tết Mậu Thân. Sau này anh bảo tôi anh đã thảo diễn văn cho Nguyễn Hữu Thọ sẽ đọc trên Đài phát thanh truyền hình Sài Gòn Tết Mậu Thân. Ta chiếm được đài nhưng không có mã khóa nên không phát được bài của Thọ. Cũng may – Trần Độ nói – chứ không thì hô to bao nhiêu ê mặt bấy nhiêu. Hai chân Tổng tiến công và Tổng nổi dậy cùng đi là tư tưởng quân sự cốt lõi của Duẩn, theo ông Duẩn, không tính tới cuộc khởi nghĩa của hàng chục tiểu đoàn Anh Hai là "phi cách mạng".

– Nhưng rồi chính quân miền Bắc cũng đã đành phải "phi cách mạng," nhảy lò cò suốt chiến dịch. Chả Anh Hai nào theo Việt Cộng giải phóng mà lại chạy đến trại Mỹ – ngụy, tôi đùa.

Don Oberdorfer, nhà báo Mỹ, tác giả cuốn *Tết! Điểm ngoặt trong chiến tranh Việt Nam* (Têt! The Turning Point in the Vietnam War) in lần đầu năm l971 và tái bản năm 2001 cho rằng trận Mậu Thân 1968 có 58.375 Việt Cộng bắc và nam đã bị chết. Dân chết 14.300 người, kể cả phụ nữ trẻ em. Đặc biệt tố cáo có hơn 2.500 dân, trong đó có một số giáo sĩ, linh mục Đức đã bị quân chiếm đóng Huế tàn sát ở Huế. Don Oberdorfer viết khá tỉ mỉ vụ thảm sát tai tiếng ghê rợn này.

Đảng tuyên truyền rùm beng cho thắng lợi Tết Mậu Thân. Lờ đi sự thật đau đớn là kế hoạch nổ súng bất ngờ của đảng đã lọt vào tay Mỹ. Sau này CIA Mỹ giải mật một tài liệu cho hay Mỹ biết chính xác ngày giờ quân Bắc vượt vĩ tuyến vào Nam nhưng tướng Creighton Abrams và đại sứ Bunker không báo cho Chính phủ Sài Gòn biết. Nixon đã khoái trá bảo Kissinger: Xong keo này sẽ có một bên nướng nhẵn hết quân. Theo tài liệu được giải mật này thì CIA cài được người vào Trung ương cục miền Nam (Cục R.) Người ấy là ai thì Mỹ cố nhiên không giải mật.

Sau này một lần nói chuyện với khá đông cán bộ và Duẩn xưng mình, Duẩn xì ra hai điều Mao nói với Duẩn khi Duẩn đến Bắc Kinh báo cáo kế hoạch đánh một keo thắng ngay bằng tổng tiến công và tổng nổi dậy. Nghe xong ý đồ to lớn của Duẩn, Mao hỏi: "Cái chổi của đồng chí có đủ dài không?" Quên đi vụ Mao Chủ tịch sai quân hầu dọn cho Duẩn xem phim hoạt hình "Chú bé kiêu ngạo," Duẩn kể lại rằng mình nghe mà ngạc nhiên quá! Sao Mao Chủ tịch lại thiếu ý chí chiến thắng như thế. Duẩn còn ngạc nhiên khi Duẩn báo cáo Tây Nguyên của chúng tôi là nơi địch yếu vì đất rộng người thưa thì Mao lại nói à, chúng tôi đưa vài triệu người sang đó mà hay đấy. Không hiểu bụng dạ Mao hoặc quá tin yêu Mao, Duẩn đã không nhận ra là Mao châm biếm quyết sách hiếm có của Bộ chính trị Việt Cộng. Mao sẵn sàng tỏ ý chả tin tẹo nào vào giấc mơ đại thắng của Duẩn. Đánh động cho anh em thấy cái chổi của chú em ngắn lắm. Thái độ khinh thị này càng lộ ra rõ nhất ở câu cho vài triệu dân Trung Quốc sang Tây Nguyên. Ừ, mà nếu chú chọn chỉ đánh Tây nguyên mà thắng thì chúng anh có thể cho di dân dần sang được đấy.

Tôi còn sợ rộng ra là có khi nhờ một cái lõng hớ hênh nào đó ở Bắc Kinh mà CIA đã biết được kế hoạch Việt Cộng Tổng tiến công – Tổng nổi dậy...

Lê Trọng Nghĩa và Vũ Lăng cho tôi hay Tết Mậu Thân quá gay go, Giáp được cho về nước. Ở đây nên biết cuối 1967, Giáp đã xin cho về vì sức khỏe đã khá nhưng trong một cuộc họp Bộ chính trị, Sáu Thọ nói tưng tửng: "Thôi, anh ấy thì còn về làm gì nữa".

Vũ Lăng khen Giáp: Tài là *giê–nê–ran* (general, tướng – B. T) về cấm có hỏi tôi ở nhà vừa qua làm gì và sắp tới sẽ làm gì. Bơ đi y như hiểu rằng tôi đã nhận được lệnh cấm khẩu và *giê–nê–ran* tổng tư lệnh nên biết phận, đừng có mà tọc mạch chõ vào.

Tôi đùa: Giáp quen sống trong vòng vây hãm của Duẩn, Thanh, Thọ rồi. Mà khi Giáp đang tung hoành thì lại có người sống trong vây hãm của Giáp.

Theo Vũ Lăng, khoảng giữa 1968, ba ngày liền, Bộ chính trị bặt tin Ban chỉ huy mặt trận Khe Sanh gồm Cao Văn Khánh, Lê Quang Đạo, Trần Quý Hai. Văn Tiến Dũng bảo Vũ Lăng tìm ai có thể vào xem xét rồi báo cáo gấp cho Bộ chính trị. Vũ Lăng nói tôi đi thì Dũng nói anh đang bị đau đôi đốt sống cơ mà. Vũ Lăng bảo ông ấy muốn mình đi nhưng nói thác ra như thế thôi.

Vũ Lăng lên xe đi một ngày một đêm. Liên tục thay xe. Ở trận địa Khe Sanh đất đá tơi vụn ra như cát bởi bom đạn. Lính bơ phờ ngồi gục đầu lên súng. Tới sở chỉ huy thấy trong hang Cao Văn Khánh co ro bên cổ máy thu phát hỏng. Lê Quang Đạo, Trần Quý Hai đã lánh đi nơi khác, Sở chỉ huy này cục trưởng tác chiến Lê Ngọc Hiền bố trí bị lộ, thám báo địch thường đến bắn phá, nổ mìn. Đêm, Lăng và Khánh leo núi đá tai mèo đi tìm hai tướng di tản và cuối cùng một báo cáo đã được gửi ra. Dũng bảo Vũ Lăng về. Vũ Lăng xin ở lại. "Về để chết bom ở dọc đường ấy ư?"

Hồi ấy một tối tôi đến nhà Vũ Lăng đúng lúc anh đang bận chuẩn bị đi Khe Sanh. Đã có Hoàng Phong, báo *Cứu Quốc* ở đó, Hoàng Phong, là anh em cọc chèo với đám Vũ Lăng, Lưu Văn Lợi và Trần Châu anh ruột tôi. Một giường đầy thuốc men và các nhu yếu phẩm.

Vũ Lăng nom căng thẳng. Bỗng anh hỏi tôi: Ông Đĩnh, tôi hỏi ông, ông sợ gì tôi, nào, tôi hỏi ông?... Ông sợ gì tôi mà ông không đến mặc dù tôi nhắn, tôi mời. Ông sợ tôi sợ các ông xét lại chứ gì? Tôi nói ông biết nhá, tôi đã nói với tất cả con rể và anh chị em nhà cô Hoa rằng Trần Châu là người tốt nhất trong chúng ta.

Ra đi có thể không về, phải chăng Vũ Lăng muốn có một lời kín đáo với Châu và tôi? Tôi lờ mờ thấy và im.

Vũ Lăng đã đi tới hết chiến dịch. Hoa, vợ anh một hôm bảo tôi vừa qua cô có một giấc mơ sợ quá. Có một người quấn đầy vải trắng vén màn lên nhìn cô khẽ bảo: Anh đây, Vũ Lăng đây! Như một làn gió nhẹ rồi tan. Tôi ngỡ người tôi cũng sắp tan theo mất.

Vũ Lăng cho hay ở Khe Sanh anh không thể nằm yên trên mặt đất nửa phút. Người cứ nẩy tung. Ông hiểu hỏa lực Mỹ nó thế nào. Máy bay và pháo nó kinh hoàng. Đất mà bom, tên lửa, pháo làm tơi như cát bờ biển cơ mà. Nhưng pháo ta đâu có kém. Quả đạn bằng thằng con út Trần Châu đây này, (thằng bé được tôi đèo đến Vũ Lăng) phải cẩu lên nạp vào nòng. Pháo Liên Xô. Xe tăng Bắc cũng lần đầu tiên xuất trận ở đây. Rõ ràng là đối đầu giữa Mỹ và phe ta. Máu phe cũng có góp nhưng là đựng trong các bịch để truyền cho thương binh.

Nghe Vũ Lăng tôi chợt nhớ tới chuyện Hoa mơ thấy Vũ Lăng về gọi, người quấn đầy bông băng. Nhưng cố nhiên lúc ấy không ngờ Tổng thống Mỹ Obama sau này trong diễn văn nhậm chức tổng thống đã nhắc tới bốn chiến thắng oanh liệt trong lịch sử của quân đội Mỹ, trong đó có Khe Sanh.

Vũ Lăng cũng đã kể với tôi vài điều về chuyện đánh tàu Mỹ Maddox theo dõi đường mòn trên biển của ta. "Vụ này mình đã có biết qua qua nhưng đến khi nằm với Trần Quý Hai ở Khe Sanh thì mới hiểu đầy đủ. Hai trực Quân ủy cả hai đêm ta đánh mà. Đêm đầu kỷ niệm thành lập Hải quân, ta cho ba tàu phóng lôi từ Ngọc Vừng ra nện thình lình thẳng Maddox. Một ngư lôi ta phóng sạt boong tàu rồi nó mới biết, cho nên Quốc hội Mỹ xem lại màn hình chả thấy gì mới chửi Johnson bịa chuyện. Bọn này chết vì đầu óc lệ thuộc bằng chứng màn hình. Đêm thứ hai, ta cho hai tuần la ra, nhưng Mỹ đã đề phòng nên xáp lại. Quý Hai trực ban xin chỉ thị và được lệnh đánh. Hai tuần la của ta bị cả, Mỹ vớt được một số lính thủy ta. Đến năm nào đã thả trung úy Bảo về thì phải. Rồi Mỹ đánh tan ba căn cứ hải quân của ta ở Cát Bà, ở Lạch Trường, Sông Gianh và dưới Vinh, Bến Thủy. Được tiếng dũng cảm đánh trước tàu chiến Mỹ thì nướng sạch hải quân. Trung Quốc bèn trang bị lại cho hoàn toàn.

– Giá như lờ phờ như Koutouzov nhỉ, tôi đùa rồi bảo Vũ Lăng: Do đó, theo Nghĩa, đã phải đổi Bộ tư lệnh Hải quân ra thành Bộ tư lệnh Quảng Ninh rồi sau đó Johnson đe ném bom miền bắc. Trần Quý Hai giơ đầu chịu báng, bật khỏi Quân ủy về binh chủng thì có lộ ra chuyện Duẩn lệnh đánh đêm thứ hai không?

Vũ Lăng lắc: Đến đây thôi, cả ông với tôi hãy tạnh đi, biết nữa mất chỏm đội mũ rơm chống bom bi!

Theo Nghĩa kể với tôi thì mấy hôm xảy vụ Maddox, Lê Trọng Nghĩa trực ở Quân ủy trung ương. Khi Maddox tiến đến hai tuần la của ta, người chỉ huy điện về xin ý kiến. Trần Qúy Hai điện hỏi Duẩn, Duẩn bảo đánh! Vì sao Duẩn hăng thế, không rõ. Muốn chứng minh cho Mao thấy Duẩn quyết tâm đánh Mỹ ư? Nhưng không ngờ Bắc Kinh lại không thích ta đánh vượt mặt họ nên liền rút cố vấn không quân đang giúp xây dựng sân bay Kép về và đe không thể tiếp tục viện trợ. Do đó Cụ Hồ rất cáu. Đòi kỷ luật người ra lệnh đánh. Ông

Cụ và Giáp chất vấn, mọi người đổ cho Tố Hữu. Còn Văn Tiến Dũng bênh Duẩn thì nói: Đánh trước nó đã sao? Không đánh nó cũng đánh cơ mà!

Cần nói thêm: Quanh vụ Maddox đã có quá nhiều cách tường thuật, kể cả từ phía Mỹ. Ở đây tôi chỉ kể lại những gì Nghĩa và Vũ Lăng nói với tôi thôi!

Đòi kỷ luật người ra lệnh đánh, Cụ Hồ và Võ Nguyên Giáp có lẽ đã làm cho Lê Duẩn liên hệ lại vụ hai người từng hủy thư Khroutchev gửi Giáp tỏ ý ngại Lê Duẩn lãnh đạo thì sẽ nổ chiến tranh lớn với Mỹ. Và giận bèn gọi giận.

Dân có nỗi oan của dân, lãnh tụ có nỗi oan của lãnh tụ. Ít ra giữa con người còn có chỗ bình đẳng ở các nỗi oan.

Bảy năm sau khi "đánh sập chiến lược chiến tranh cục bộ của Mỹ," trong chiến dịch Hồ Chí Minh, quân đoàn Vũ Lăng đánh sân bay Tân Sơn Nhất và Bộ Tổng tham mưu. Sắp nổ súng thì được lệnh rút, nhường Bộ Tổng tham mưu cho sư 320 đánh. Văn Tiến Dũng muốn sư đoàn cũ từ thời chống Pháp của mình có dịp lập công lớn. Vũ Lăng từ chối: Chúng tôi không thể đánh nơi chúng tôi chưa nghiên cứu trận địa.

Đánh xong hai nơi, lính đóng tại Bộ Tổng tham mưu cấp báo lính 320 với xe tăng hộ tống đang kéo đến đòi lính quân đoàn 3 rút đi nhường chỗ này cho họ. Hai bên súng ống đã lăm lăm. Cuối cùng dàn hòa, nhường dãy nhà dưới cho 320.

"Xem phần ảnh trong *Đại thắng mùa xuân*, Vũ Lăng nói, có ảnh ông Dũng chống ba toong mà ông bảo nom như thống sứ Trung Kỳ đi bắn cọp ấy, ông thấy ảnh chụp Bộ Tổng tham mưu treo hai lá cờ chứ? Cờ to ở nhà chính là của quân đoàn tôi, cờ bé ở nhà ngang là của sư 320 con cưng của ông Dũng. Viết hồi ký về toàn bộ chiến thắng, ông ấy gạt Giáp, và ở một hiện trường thì định gạt tôi. Không ngờ lại tham quá đến thế. Toàn xí phần của người khác.

Năm 1959 tôi ở Bắc Kinh về, Vũ Lăng cho mượn báo cáo của tướng Catroux, nguyên toàn quyền Pháp ở Đông Dương, nghiên cứu thất bại Điện Biên Phủ theo yêu cầu của Quốc hội Pháp. Catroux cho rằng Giáp, một "thiên tài nghi binh" đã lừa được Navarre lên Điện Biên để phá kế hoạch Việt Minh "đưa Lào ra khỏi khối Liên hiệp Pháp." Navarre càng không biết thu đông năm ấy, Bắc Kinh gợi ý nên nhổ hết Lai Châu, chốt cuối cùng của đế quốc ở nam Trung Quốc do đó đã gợi ý đánh lên Tây Bắc. Chuyện "bạn" điều binh khiển tướng này của ta, Lê Trọng Nghĩa cho tôi biết.

Sau này hồi ký của Đoàn cố vấn quân sự Trung Quốc ở Việt Nam cũng cho hay Vi Quốc Thanh đã đề ra hướng này với Quân ủy trung ương Đảng cộng sản Việt Nam. Vũ Lăng nói ở Điện Biên Phủ, cái "hầm ngầm cố thủ" mà ta dùng cả hàng tạ thuốc nổ phá làm rạn núi ra kỳ thật chỉ là một hầm rượu tầm thường. Thì tôi sau đó theo *Giê–nê–ran* đi thị sát đã vào hầm rượu ấy mà. Hoảng báo đã tạo nên chiến công lãng phí lưu lại nghìn thu cho cháu con tấm tắc nức nở.

Ở đây cũng nên nói điều này. Lê Trọng Nghĩa cho tôi biết khi Giáp đặt phương án đánh mới ở Điện Biên Phủ – tức là kéo pháo ra – là căn cứ vào báo cáo tình hình địch của Nghĩa. Nghe Nghĩa xong, Giáp đã dặn Nghĩa không được để lọt tin này vào tai cố vấn. Giáp còn dặn Nghĩa là *bạn* rất ngặt về giai cấp xuất thân cho nên cần giữ kín đáo gốc gác thành phần. Chính thời gian ấy bản thân Giáp cũng như Lê Trọng Nghĩa (đạo gốc,) Hoàng Đạo Thúy (xì–cút Hướng đạo) đã bị *bạn* "rà soát" lý lịch. Bạn đã với tay xa cho đúng như cương vị phụ trách. Không chỉ góp ý về chiến đấu, bạn còn chỉ trỏ về nhân sự.

Ngay sau Chiến dịch biên giới (tháng 10 – 1950,) trong hội nghị tổng kết kéo dài, nhiều tướng tá ta đã bất đồng về chỉ đạo chiến thuật với cố vấn Trung Quốc. Và Mao không ưa Giáp có lẽ từ ngày ấy, qua báo cáo của La Qúy Ba.

Lại xin trở về Vũ Lăng. Sau này, khi than chán muốn về hưu, Vũ Lăng bảo tôi nếu không có các tướng lĩnh học nghệ thuật chiến tranh và tác chiến thì với tư tưởng chỉ đạo chiến tranh của Duẩn, chúng ta cầm chắc ăn cám. Thật mà! Tư tưởng Lê Duẩn là chỉ có tiến công, cấm được nói đến phòng ngự. Tôi bảo Vũ Lăng: Nghĩa bảo tôi rằng: "Tướng Nguyễn Văn Vịnh và mình thảo báo cáo viết đối phương tiến công, tấn công đã bị Duẩn gọi đến sạc, tiến công, tấn công là của cách mạng, sao đem dùng cho Mỹ – ngụy?"

Khốn nạn, Vũ Lăng nói, chán nản, đánh nhau mà không phòng thủ thì đúng là cho lật nhào toàn bộ lý luận quân sự cổ kim đông tây! Nhưng Tố Hữu đế ngay tư tưởng Lê Duẩn lên thành "thế ta là thế đứng trên đầu thù." Lính tráng bọn mình, từ Giáp xuống đành đứng trên đầu thù mà phòng thủ chui vậy. Tôi cho ông hay một tai họa về không phòng thủ. Chỉ riêng tại khu vực thành cổ Quảng Trị, trận địa ác liệt nhất trong chiến tranh với Mỹ, ba trung đoàn bị xoá sổ riêng vì B52 rải thảm. Thấy ta ở Quảng Trị không có tuyến phòng thủ, Mỹ liền cho ngay các đơn vị sừng sỏ đến, cộng thêm B52. Gay quá, Giáp phải cử gấp Cao Văn Khánh vào. Tôi hỏi khẽ Khánh là *giê–nê–ran* nói sao. Khánh bảo *giê–nê–ran* dặn vào bảo anh em phòng thủ. Khánh vào lập phòng tuyến sông Thạch Hãn. Tan ngay. Lui về Cửa Việt, tan nốt. Hay đùa, tôi bảo Vũ Lăng: Kiểu này cũng khốn như đi đường buồn ị mà lại không có giấy chùi đây.

Kỷ niệm 30 năm kết thúc chiến tranh, Võ Nguyên Giáp viết trên báo *Nhân Dân* ngày 14 – 4 – 2005: "Do nhận thức không đúng, nên trong một thời gian dài, một số cán bộ cho rằng trong chiến tranh cách mạng chỉ có tiến công, phủ nhận phòng ngự. *Thậm chí coi phòng ngự là điều cấm kỵ.* (Tôi nhấn.) Vì thế một số trận đánh bị thương vong".

Giáp vẫn né tên Duẩn. Tại đởm lượng? Hay tại tôn trọng ý thức kỷ luật của đảng? Tôi chợt nghĩ, nghĩ khá dai dẳng, nỗi sợ cái uy Duẩn đã góp bao nhiêu phần vào tinh thần kiên cường đánh Mỹ của Giáp?

Nhưng trước mắt tôi lại cứ hiện lên cái nét kỳ cục của hai thời cơ phát động chiến tranh: Để đánh Mỹ thì chống Liên Xô cho có *thêm thù*. Mở Tết Mậu Thân để giải phóng miền nam thì chọn lúc Đại hậu phương sắp *Cách mạng văn hóa tanh bành*.

Mao từng nói triết học chung quy là thằng khỏe đánh thằng yếu. Và tôi cứ nhớ đâu như Mao còn nói "đứa khỏe cũng là đứa khéo xui khéo dỗ".

Chương năm mươi hai

Không thể không đưa những ngày cuối của Trần Độ vào góc vài chân dung nạn nhân ở đây, tuy anh đã xuất hiện ở một số chỗ khác trong cuốn sách này.

* * *

Vào Sài Gòn bị ốm phải nằm Chợ Rẫy, Trần Độ ra Hà Nội thì lại bệnh viện Hữu Nghị liền. Hai ngày sau về nhà, anh gọi tôi: Mai 2 tháng 9, đến tôi chơi đi. Nằm liệt đây, thế nào lại bị gẫy xương hông.

Cười khì một cái nhẹ như tự giễu mình.

Kể ngay ở Sài Gòn anh bị hai công an vạm vỡ nhảy tót lên xe anh chẹn cổ lấy đi tập *Nhật ký rồng rắn* anh viết suy nghĩ của anh trong hai năm 2000 và 2001. Tôi hỏi anh có nghe nói đến Bùi Quốc Huy không? Tôi xem cách thức lên xe bắt chẹt ông già thế này dễ Bùi Quốc Huy lắm.

Trần Độ nói mình cũng không rõ là anh nào. Ở ta tai nạn kiểu ấy chắc chả ít. Cái Trâm, đứa con dâu út của tôi ở Sài Gòn luôn gọi ra nói con sợ cái đống dây điện lằng nhằng ở đầu giường bố lắm đấy, *nó* nghe trộm bố suốt ngày suốt đêm đấy. Có khi vừa nói vừa thút thít.

Mắt thấy lắm dây điện quanh Trần Độ tôi cũng có ngại thật. Nhưng anh xua tay, ý là "Không sao đâu." Tôi ngờ anh có cách. Một bữa đã gặp một sĩ quan thông tin dưới quyền anh ngày xưa cầm các dây điện lên đứng im lặng xem.

– Nghe nói ông Giáp, bà Hà đến thăm anh, tôi hỏi?

– Có đến đấy.

– Vui không anh?

– Chả vui... (Chớp chớp mắt nhìn trần) Cảm động thì có. (Im một lát nói tiếp:) Anh Giáp nắm tay mình thế này nói thương Trần Độ lắm, thương Trần Độ lắm, chẳng làm cái gì, chẳng qua nói thật... Đến đây bà Hà khẽ giật tay ông Giáp, ông Giáp bèn thôi... (Ngừng một lát lại nói:) Không biết tôi nghe có lầm không nhưng tôi nhớ là anh Giáp có nói thế này: Tôi nhất trí với những cái anh đã viết... Đến đây bà Hà lại giật một cái, ông Giáp lại im.

– Bà Hà chắc còn sợ cái phương án Sáu Thọ đày cả nhà ra đảo Tuần Châu... Ra đảo thì ông Giáp thành An Tiêm nhưng dưa ông Giáp trồng là dưa Tây – về chứ không phải Tây – qua...

– Anh phải thấy bà Hà giật tay ông Giáp và ông Giáp nghe lời, Trần Độ cười.

– Cũng có lúc chả phải đến bà Hà giật. Phan Kế An bảo tôi một tối ông Giáp cùng một bảo vệ đến nhà An chơi theo hẹn. Lúc này ngồi chơi xơi nước, Giáp đang học piano và làm giao hưởng *Điện Biên Phủ* với Lê Liêm. Bốn chương, mỗi anh viết hai. Ai hay lão Podonski, hình như phó đại sứ Liên Xô tình cờ lại đến trước. Lão này bị coi là "giặc tình báo." Đến lưng chừng cầu thang nhìn thấy phòng khách có Tây, ông Giáp bèn quay lui luôn. An ra mời thế nào ông Giáp cũng nhất định để khi khác.

– Ghê nhỉ... (Trần Độ nói và tôi chả tiện hỏi cái gì ghê. Rồi Trần Độ nói tiếp:) Ai cũng hãi mạng lưới công an phủ kín mí.

À, trước khi về, anh Giáp ghé xuống sát mặt mình nói: Phải sống đấy nhé, nhất định phải sống đấy, nhất định sống... Làm cứ như nhật lệnh, không nghe thì kỷ luật phắt. (Trần Độ lại cười.)

Giáp đọc thấy cái gì báo trước trên mặt Trần Độ. Năm sau Trần Độ chết.

Những ngày ấy tôi đã nghe giáo sư Đào Đình Đức bảo Trần Độ bị ung thư bàng quang. Cùng anh khám chữa bệnh cho Trần Độ, Bửu Triều nói với anh như thế. Nhưng tôi coi việc bác sĩ giấu bệnh nhân là bí mật nghề nghiệp. Và tinh thần lạc quan của Trần Độ thường làm tôi quên đi.

Xê hông dịch vai đổi thế nằm, Trần Độ chợt hoạt bát lên: Này, tướng văn nghệ Chu Phác đến cho biết đã nộp lên Lê Khả Phiêu tập *Rồng rắn* kẹp cổ mình mà lấy! Đọc rồi Phiêu nói cái này gồm hai phần thì phần đầu nhận xét tình hình và phê phán là đúng hết cả... , chỉ có phần hai tức là về cách sửa và dự báo thì không theo được. Chà, bảo khó theo cũng là một cách nói thế thôi.

– Đại ý anh viết sao?

– Thì nói là sai, là suy đồi. Viết suy nghĩ và cảm xúc cá nhân tôi về đảng, về tình hình, về lối ra là dân chủ... (Ngừng một lát nói tiếp:) Ngày càng rõ là trong mắt Đảng, dân chẳng ra cái đinh gì, đấy, tôi mớinói tăng quyền dân lên, dân chủ hoá là bị ngay tội chống Đảng. Thế ra thân với dân là phản động? (Trần Độ lắc lắc đầu.)

– Thân Quốc Gia chết, thân phương Tây chết, rồi thân Xô Cộng chết, thân Trung Cộng chết, đấy Hoàng Văn Hoan, Chu Văn Tấn, Lý Ban. Nay thân dân như anh chết nốt.

– Thời bí mật Đảng chưa có gì trong tay, dân là vốn liếng duy nhất, là chỗ dựa duy nhất. Lúc ấy anh Việt Minh chưa nói duy nhất mình cầm quyền mà nói mai đây rặt thằng chân lấm tay bùn ra thay Bảo Đại, quan bảy toàn quyền Tây cai trị nước. Lúc bọn tôi nói thế, bọn tôi cũng tin như thế thật. Ngày mới độc lập, đâu cũng băng rôn "Tổ quốc trên hết," đâu cũng Ban thờ Tổ quốc! Nay biến! Đường phố, cơ quan đều căng "Đảng cộng sản Việt Nam quang vinh muôn năm" và ở hội trường, hội nghị nào cũng cờ búa liềm kèm cặp quốc kỳ. Trung Quốc chỗ này có vẻ ý tứ, ít phô cờ búa liềm ra trêu người dân.

– Có một nghịch lý thù lù, tôi nói. Đảng nói đại đồng công hữu, nhưng làm thì lại cùng cực tư hữu, độc hữu. Một mình chiếm đứt mọi thứ, từ chủ nghĩa Mác – Lê, đảng, chính quyền, nhân dân, đất nước cho chí thiên nhiên. Có mùa xuân mới có muôn loài nhưng cứ sắp Tết là phải mừng Đảng, thứ nhì mừng Xuân, bét tĩ mới mừng Đất nước! Tôi vừa nhận xét cái kỳ quái này cho cậu trưởng ban tư tưởng... (Trần Độ xen vào: Cậu gì tên là Đồng – hồ – quay – ngược ấy hả?) Đúng, anh cũng nghe đến cái tên ấy ư?... Sơn Tùng kể lại với tôi những năm 70 anh xin Tố Hữu duyệt cho phim *Nguyễn Tất Thành*. Xem xong kịch bản, Tố Hữu gọi lên sầm mặt nói: Tôi không thích một chút nào cái tên Nguyễn Tất Thành cả! Là gì đây? Chẳng là gì hết. Với chúng ta, phải là Nguyễn Ái Quốc, phải là Nguyễn Tất Thành đã đầu hàng giai cấp công nhân, đã sang Liên Xô, đã làm việc cho Quốc tế... Cố nhiên bộ phim bị phá sản. Tôi bảo Sơn Tùng: Học Tố Hữu, tôi cũng nói tôi chẳng thích tý nào chữ Việt Nam. Là cái gì đây? Chẳng là cái gì cả. Phải là Việt Nam đã đầu hàng cộng sản, đã theo Liên Xô, Trung Quốc và v. v...

– Đấy, thế là lòi cái ẩm ớ vớ vẩn ra ngay. Cánh ta bị bịt mắt dài thật, Trần Độ nói. Tôi nghĩ mãi cái gì đã khiến cho coi thường dân! Thì chính là cái nguyên lý cho rằng dân, kể cả công nhân, đều bất khả tri Mác – Lê. Đầu tối, bụng lại ngập ngụa ý thức tư hữu cho nên dân tất yếu phải phản động, lạc hậu. Cho nên tất yếu đảng phải nói, "ý Đảng lòng dân," không thể nói ý dân được. Ý dân thì vứt ý Lê–nin! Lê–nin bảo nông dân là đại dương của chủ nghĩa tư bản! Đảng quý, dân tiện đã được chẻ hoe ra như thế, tức là đảng đã dành sẵn lòng rẻ rúng một bên cho dân rồi cơ mà. Ông biết cho là tôi đã rất đau đớn khi viết rằng cái chế độ tôi phá nó té ra lại tốt hơn cái chế độ tôi góp sức xây nên.

Chính tai nghe anh nói câu này tôi xúc động hơn khi mắt đọc nó. Tôi nhìn thấy nét mặt anh ân hận, thấy giọng anh buồn buồn. Tôi nói:

– Có cả một lý luận làm nền cho ý thức đảng quý dân tiện. Nói rõ khi chưa có chủ nghĩa Mác – Lê chỉ đạo thì lịch sử là mù, tự phát nghĩa là quần chúng làm nên lịch sử cũng chỉ là lũ phu hồ và đám thống trị xưa như Trần Nhân Tôn, Lê Thái Tổ... thì rặt đồ sẩm sờ, cái lịch sử họ làm ra rặt là tự phát, dỏm. Phải đến khi có những nhà mác–xít sáng mắt Xit, Mao, Trần Phú, Nguyễn Văn Cừ, Lê Duẩn... thiết kế thì lịch sử mới lên giai đoạn tự giác tức là làm gì đều đúng cứ phăm phắp cả! Vỗ ngực tự đề cao bậc nhất trên đời!

Trần Độ lặng nằm nhìn trần. Rồi nói tiếp:

– Ngày xưa với bọn tôi nhục nhất là đầu hàng. Đầu hàng địch và dân đều nhục. Kìa, đầu hàng dân là "theo đuôi quần chúng," là "thủ tiêu lãnh đạo của Đảng," bỏ ý đảng công hữu làm như ý dân tư hữu mà. Tóm lại nghe địch, nghe dân đều phản động, chỉ có nghe Trung ương là đúng. Hỗn với dân ghê thế nhưng lại nói phục vụ nhân dân.

Rồi tôi có *Nhật ký* (năm) *Rồng* (năm) *Rắn* mà công an lên ô tô chẹn cổ lấy mất. Đúng là những dòng tâm huyết đau buồn, ân hận, cay đắng của "một kiếp người" đã "trọn tuổi xuân hiến dâng cuồng nhiệt" (để) tạo nên một "xã hội lừa dối: lãnh đạo dối lừa, đảng dối lừa, cán bộ dối lừa... tung hô lừa dối, hứa hẹn lừa dối" và nó "làm cho con người co quắp lại, sợ sệt, làm cho con người dối trá, lưu manh hoá," *"Ta đã làm cho xã hội hiện nay lại có đủ các đặc điểm của bộ máy ta đã đập tan"*.

Người cộng sản Việt Nam duy nhất sám hối công khai. Về tội lỗi của đảng với nhân dân, đất nước.

Phải nhận rằng sau vụ công an chẹn lấy *Nhật ký*, Trần Độ cay đắng hơn, càng đi sâu phê phán hơn. So với những hồi ký anh viết về Trường Chinh, Nguyễn Chí Thanh trước đó thì khác hẳn. Rõ là đổi dòng.

Năm 2002, Trần Độ ra vào xoành xoạch bệnh viện. Có ngày tôi đến tầng hai thăm Hoàng Minh Chính xong lại lên tầng ba thăm Trần Độ. Anh không nói được nhiều nữa nhưng vẫn rất thích nghe.

– Ông đọc nhiều mà lại nhớ dai, ông cứ điểm hết cho tôi những gì ông đọc, tôi khoái nghe lắm. Người khác đến tôi cáo mệt nhưng ông đã đến thì phải ngồi cho thật lâu.

– À, tôi nói, mới nhất là tờ *Kinh tế Viễn Đông* (The *Far Eastern Economic Review*) có bài nói Mỹ đã chuyển hướng chiến lược sang châu Á – Thái Bình Dương, coi đây là địa bàn chính. Trước kia là Bắc Đại Tây Dương và Tây Nam Á.

Trần Độ ngắt lời: Chắc là để ngăn Trung Cộng bá chiếm vùng biển từ Nhật qua Trường Sa đến *Philippines*. Trung Quốc vừa chiếm hòn gì ở Trường Sa, bất chấp Công ước Liên hợp quốc công nhận nó là thuộc vùng kinh tế đặc quyền của *Philippines*. Chỗ này sẽ là vũ đài chính trị, kinh tế, quân sự ghê gớm đây.

– Hòn đảo ấy là Mischief Reef cách Hải Nam những 1.300 cây số và *Philippines* có 220 cây số, Mỹ sợ Trung Quốc sẽ dựng một Trường thành trên biển nên đã cảnh báo và đáng nói là lần đầu tiên ta không chửi Mỹ thọc mũi vào Biển Đông.

– Này, vậy ta và Mỹ có chỗ ngứa ngáy giống nhau à? Vậy thì gãi có giống nhau không? Trước kia là chửi ngay Mỹ âm mưu nhảy vào xâm lược sân sau của ta và Trung Quốc đấy.

– Người thảo kế hoạch này là Dennis Blair, Tổng tư lệnh quân Mỹ ở châu Á – Thái Bình Dương, tôi nói. Ông ấy đến ta được các cốp, cả Giáp, tiếp. (Trần Độ xen vào: Xưa thằng thảo thứ này thì đừng hòng mà đến chứ đừng nói gặp!) Báo ta chỉ nói hai bên bàn chuyện "hợp tác." Nhưng theo báo Mỹ thì hợp tác ở năm điểm sau: Việt Nam cam kết chống khủng bố; máy bay Mỹ có thể đáp xuống sân bay Việt Nam trong điều kiện thời tiết xấu; Việt Nam rà soát ở Việt Nam các tài khoản có thể cấp cho Bin Laden (trùm khủng bố – B. T;) Việt Nam sẽ cử phái đoàn quan sát cuộc tập trận *Hổ mang* của lính Mỹ và Thái và hai bên đã bàn tới cảng Cam Ranh.

– Chà chà, thảo nào cứ thấy bà phát ngôn béo mấy hôm nay tuyên bố liền liền rằng Việt Nam sẽ dùng Cam Ranh vào phát triển kinh tế, Trần Độ bình. Hai chục năm trước ai ngờ ra thời cục này, ghê thật! Vậy là có cái anh tổng tư lệnh Mỹ hắn đến hắn bàn với ta cả một lô xách xông. Nhưng tôi nghe nói Giang Trạch Dân vừa qua sang cũng có đề cập Cam Ranh. Còn ngỏ ý muốn ta mở một cảng ở Đà Nẵng cho 900 tàu đánh cá Trung Quốc làm bến.

Tôi nói: Lưu Văn Lợi mới bảo tôi rằng chủ nhật vừa rồi Lợi gặp Đỗ Mười một tiếng rưỡi, đề nghị không nên để Trung Quốc vào khai thác bốc–xít ở Tây Nguyên với cả một hệ thống đi kèm là Trung Quốc sẽ mở lớn đường 14, lập một cảng biển riêng để chuyên chở bốc–xít. Lợi hỏi nếu "ta *cứ phải* bằng lòng" thì sao không cho thêm vài nước cùng khai thác để họ kèm chặn nhau nhưng Đỗ Mười chỉ mỉm cười bí hiểm. Coi như vấn đề này có nói anh cũng chả hiểu nổi...

Trần Độ im lặng. Tôi toan hỏi anh thấy sao thì anh nói:

– Chắc không cho vào đâu... Đang tranh chấp biển đảo, đất liền và toàn ở thế bị họ tước họ rỉa thế này mà để họ vào leo lên tận nóc nhà Tây Nguyên thì bằng là xác nhận tình hữu nghị với họ quan trọng hơn mất biển đảo ư?

– Tôi cũng thấy như vậy... Không thì là *Alzheimer*, chứng lú lẫn.

– Vị trí chiến lược quân sự, quốc phòng hết sức ghê gớm thì các ông ấy cho vào sao được. Để họ trong núi ngoài đảo đều quặp mình gọn cả thì... (lắc đầu im.) Theo tôi không có lý do gì các ông ấy lại phải lụy Trung Quốc đến mức buông cả chuyện an ninh quốc phòng như thế.

– Ngay hồi đánh Mỹ, quân Trung Quốc vào làm công sự, dân đã kháo họ đào lấy vàng tổ tiên họ chôn giấu đồng thời chôn cất sẵn vũ khí để khi động dụng là có cái xài liền, chắc Đảng đã phải nghe thấy quá!

Xin nói rõ ngay, lúc ấy chưa có hồi ký Trần Quang Cơ vạch bộ ba Đỗ Mười, Lê Đức Anh, Hồng Hà quỵ lụy Trung Quốc, làm nhục quốc thể. Cũng chưa biết Bắc Kinh bôi trơn cho các vị hàng trăm triệu đô la để được lên nóc nhà yếu địa của ta. Càng không biết Đảng đã cho Trung Quốc xây trụ sở Bộ công an mới nhưng ta cứ bầy để làm hàng mẫu không ở. Dân Hà Nội kháo rằng bạn nhồi chi chít bọ nghe lén, nhìn lén vào tòa cao ốc hữu nghị đồ sộ.

Từ yếu địa chiến lược lan man sang chuyện dân ta nghèo khổ. Tôi nói:

– Theo International *Herald Tribune*, một phần ba dân Việt Nam chưa có nổi mỗi tháng 10 đô la Mỹ trong khi mỗi năm dân Mỹ mua 11 tỷ đô la hoa, 110 tỉ đô la mỹ phẩm và 1 tỉ đô la cà–vạt. Một ngày kỷ niệm quốc khánh Mỹ dân Mỹ tiêu hơn 2 tỉ. Anh chắc biết GDP Mỹ 15.000 tỉ đô chiếm riêng một phần ba GDP toàn thế giới, ta thì 50 tỉ. Dân Mỹ mua 42% hàng hóa thế giới và thế giới chia nhau tiêu pha chỗ 58% còn lại.

– Biết hạnh phúc là do dân quyết định nên dân Mỹ phang chính phủ để bắt phải làm đúng yêu cầu của dân. Ta thì tất cả đều do đế quốc, thực dân, phản động phá hoại nên dân phải nghe Đảng để mà phang bên ngoài. Đế quốc có tác dụng giúp cho đảng đỡ bị dân quấy phá. Đảng xập xí xập ngầu đem nhất thể hóa Đảng với đất nước để hễ ai đụng đến Đảng thì Đảng phang vì tội không yêu nước.

– Anh nói Đảng nhất thể hóa đảng thành đất nước, tôi kể anh nghe một chuyện mới xảy ra ở Mỹ. Thế vận hội mùa đông mở ở Salt Lake City (bang Utah,) sau khi Tháp Đôi bị đánh. Ngay trong số dành cho lễ hội lớn này, tờ *Time* Mỹ đã có hai xã luận chửi lối yêu nước lố bịch. Vặn luôn: Thế vận hội là của cả thế giới, tỏ lòng đoàn kết với Mỹ, vận động viên nước nào đến cũng cầm thêm một lá cờ Mỹ nhưng người Mỹ lại cho diễu hành đầu tiên vào sân vận động lá cờ Mỹ rách bươm ở Tháp Đôi, Thế vận hội của riêng anh ư? Rồi lễ bế mạc lại cho đội bóng khúc côn cầu trên băng của Mỹ thắng đội Liên Xô ở thế vận trước đi khép hậu để nói rằng Mỹ đã thắng chiến tranh lạnh. *Time* viết: Tại sao không mời cả đội bóng Liên Xô cùng đi. Họ cũng góp phần chấm dứt chiến tranh lạnh chứ bộ mình anh không thôi đấy? Đó, người ta bảo nhau yêu nước là gắn với nhân cách tốt đẹp chứ không phải để kiếm cớ phét lác, vỗ ngực chửi thiên hạ nằm mê một đêm hóa ra ta. Anh nhớ 1972, Nixon gặp Mao chứ? *Time* viết: Một vấn đề quan trọng là xem về lâu dài hai nước học được ở nhau nhiều bao nhiêu. Tôi thích cái văn chương sánh vai cùng tiến này hơn cái văn chương *lạp xường* muôn sự dẫn đến tao sống mày chết, tao thắng mày thua mà tao thì bao giờ cũng sẽ đè mày ra nhét cứt vào mồm mày. Mỹ đang vào công nghệ na nô, *nanotechnology*. Tôi chờ món này ra đại trà, dân chủ sẽ lại phát triển dữ hơn nữa.

– Tôi nghe nói máy tính, Internet đều là của quốc phòng Mỹ rồi nó tháo khoán cho thế giới dùng ké? Nó găm thì chẳng quân đội nào điện tử hóa nổi. Ta cũng chẳng đe sẽ làm chính phủ điện tử. Thế mà không cám ơn Mỹ.

Tôi nói nhà Việt học Tonnersson coi Internet và đại dương thông tin của Internet là hai trong bốn nhân tố khiến cho một đất nước dân chủ hoá. Tôi đùa là truyền bá Internet

Mỹ đã nối dáo cho giặc dân chủ ở từng nước. Mà đâu chỉ Internet? Mỹ là nước duy nhất báo cho loài người biết đâu có động đất, sóng thần và có thiên thạch nào đến gần quả đất tới mức nguy hiểm cần phải ngăn chặn. Mà ngăn chặn thì có lẽ chủ yếu cũng là nhờ Mỹ! Ta khinh cái tâm đế quốc bẩn chứ cái đầu của nó thì vẫn nên dỏng tai nghe đấy. Vì đầu nó đại học, còn thường là trung học, tiểu học.

– Anh khác mà nghĩ ra được các của này như Mỹ thì phải giấu vào tận bẹn để bắt chẹt, Trần Độ pha trò.

– Thế mà Xịt–ta–lin (Joseph *Stalin, lãnh tụ Cộng sản Liên Xô – B. T)* đã ca ngợi Mỹ đấy, 1942, 43 gì đó, trong lần gặp Roosevelt và Churchill, Xịt nói nhờ sản xuất Mỹ to lớn ghê gớm mà chúng ta chiến thắng. Tôi nhớ sản xuất Mỹ lúc ấy lớn hơn cả sản xuất của Đức, Nhật, Ý gộp lại. Đâu như năm phút một máy bay, hai tuần một chiếc tàu.

Trần Độ lè lưỡi: Là dân tuyên huấn chúng mình đều đã từng ra sức che mắt dân cho tối om tất cả đi, trừ ta.

Trước khi về tôi hỏi Trần Độ có biết Thiết Vũ? Viết kịch? – À, vâng, ở cạnh nhà anh đấy. Sĩ quan nhưng 1954 ra quân đội vì gia đình tư sản. Từ nay tổ quốc lên chủ nghĩa xã hội, phải gạt mày ra, mày thành lực cản phá rồi.

– Như Đặng Văn Việt mà anh gặp hôm nọ ở đây, cũng về nhà vì lý lịch.

– Vâng... Hôm nay tôi kể anh chuyện này. Một chiều Thiết Vũ rủ tôi đến phố Hàng Giấy, bảo tôi đứng ở hè chờ anh vào nhà đối diện một lúc. Một chốc tôi thấy Thiết Vũ ra ban công với một cụ già tóc bạc phơ rồi chỉ vào tôi mà nói gì đó... Rất nhanh Thiết Vũ xuống. Rầu rầu bảo tôi: Cụ ấy là ông bác họ rất gần, hẹn tao tối nay đến ăn cơm tiễn Lê Thành Khôi mai về Pháp. Khôi là con cụ Lê Thành Ý, nguyên giáo sư trường Albert Sarraut, em út ông bác họ kia. Ông bác ở giữa là bố thằng Lửa Mới. Tao đến kiểu, bảo mày ở tỉnh ủy Bắc Ninh mời tao tối nay sang bàn việc viết lịch sử đảng bộ cho họ, nói thế cho oai. Không ăn được! Ngày mới độc lập, tao theo Việt Minh, Nam tiến chí chết, Khôi theo Việt Quốc chửi Việt Minh chí chạt. Hễ Khôi đến nhà, tao lại hét người nhà đuổi đi "không tôi cho *nó* ăn kẹo đồng." Bây giờ *nó* thành học giả ở Pháp, chính phủ ta mời về, Trường Chinh, Phạm Văn Đồng tiếp *nó* long trọng, còn tao kịch tác gia lương cán sự 5, quanh năm vay ăn. Tao kiểu là phải chứ! Khi Khôi sang Pháp học, mẹ tao cứ ca cẩm thằng Tân nhà tôi, là tao, vác súng làm đày tớ cho Việt Minh rồi khổ, ở lại sang Pháp học có hay không? Hóa ra thành công dân Pháp lại cao sang hơn làm công dân Việt, dù công dân Việt đã chiến trận từ những ngày đầu tiên. Còn nữa. Em trai Thiết Vũ là phi công cùng lớp Nguyễn Cao Kỳ. Tai nạn bay chết. Trong sân bay Tân Sơn Nhất trước kia có con đường mang tên anh ta. Lê Thành Khôi đã viết sách lên án Việt Minh sau Cách mạng tháng Tám giết rất nhiều người không hề xét xử. Trong sách *Việt Nam: Lịch sử và Văn hóa* (nguyên bản tiếng Pháp *Le Viet Nam: histoire et civilisation*, 1955 – B. T) Khôi còn dẫn lời Trường Chinh viết trong *Cách mạng tháng Tám*: "Chúng tôi chỉ tiếc (...) đã không trấn áp được đầy đủ bọn phản động..." Khôi kiên trì con đường sử học độc lập phê bình đảng. Tôi quý mến ông ta hơn khi đọc ông ta viết: Sắp Cách mạng tháng Tám, tư lệnh quân Nhật đã gặp Bảo Đại và Trần Trọng Kim hỏi có cần quân Nhật dẹp loạn Việt Minh không? Họ có năm nghìn người và không vũ khí còn quân Nhật chúng tôi năm mươi bảy nghìn toàn tinh nhuệ, nếu các ngài đề nghị chúng tôi chỉ quét một đêm là xong. Nhưng hai vị này kém quan điểm bạo lực, nặng "nhiễu điều phủ lấy giá gương" nên từ chối, và rồi đều khốn cả. Anh xem, hai anh em họ đó, hai cách đối xử, đứa chống lại thì được trọng vọng còn đứa kiên trì theo Đảng thì trống không một đời. Anh Độ, nếu Thiết Vũ được làm lại thì anh bảo nên thế nào?

Trần Độ chớp chớp mắt im lặng.

- Phan Kế An có một bạn bác sĩ, Vinh, ở Hải Dương, tôi nói tiếp. Đầu những năm 70, một hôm cán bộ tỉnh đến mời Vinh hãy tạm đến ở một chỗ khác. Vì sao? Bí mật ạ! Chuyện của lãnh đạo cơ mà! Nửa tháng sau, Vinh trở về thì nhà khác hẳn. Bồn tắm, bếp điện, quạt trần, quạt tường, tủ lạnh... đều mới hết.

Vinh chưa hiểu sao thì chợt xe tỉnh chở khách quý của ủy ban tỉnh đến: Ông anh ruột trí thức của Vinh ở Pháp mới về nhưng cứ dứt khoát xin ở nhà ông em.

Tuần sau, ông anh trí thức về Pháp. Vinh lại được bảo tạm đi ở chỗ khác. Về nhà lần này, tất cả những gì sang đều không còn. Trên tường trên sàn những chỗ nhổ quạt, dỡ buồng tắm chẳng ai thèm sửa. Vinh đề nghị tỉnh lắp lại các thứ đó và xin thanh toán. Ông anh Pháp kiều mới cho tí tiền. Nhưng tỉnh nói đây là chuyện tiêu chuẩn, cấp nào mới được ngồi xí bệt, tức là ị có giật nước vừa mát vừa sạch vừa không sợ viêm tĩnh mạch.

- Hay nhỉ! Anh xem cái tiêu chuẩn ghế ở ta ghê gớm chưa. Ị có ghế phải là lãnh đạo và Việt kiều phê phán đến tận xương cốt lãnh đạo!

- Cuối cùng, tôi thêm chuyện này. Năm 1960, theo viết Cụ Hồ, tôi đã đến dự đại hội đảng bộ Hà Nội ở Câu lạc bộ Lao Động Tăng Bạt Hổ với Cụ. Hôm ấy Cụ đóa dữ. Mắt quắc lên. Lôi ra mắng một lô cái bậy, kể từ đái đường... Nhại cả động tác khuỵu đầu gối kéo hai vạt váy trước sau lên đái. Nhưng có một việc mà Cụ bảo là "kiểu đâu dã man đến thế." Dân vào Bodéga mua bánh ngọt phải đứng ăn tại trận, không cho mang đi, sợ ra bán lại kiếm lời. Thế người ta, Cụ hỏi, mua về cho bố già người ta thì sao? Trần Danh Tuyên bí thư thành ủy bữa ấy xanh mắt. Sau anh em thành ủy cho hay đúng là có một bà mang đến nhà Bodéga một tờ giấy viết: "Tôi chẵn tám chục, chả còn sống bao lâu, nay giở chứng thèm ga-tô, thói xấu đế quốc chưa dứt, kính xin cửa hàng gia ơn cho con tôi được mang về cho tôi một chiếc thì tôi xin đội ơn." Cửa hàng quyết lắc. Đứa cháu trai đi theo mẹ để mang bánh về cho ông mừng liền oà khóc ù té chạy. Khiếp đảm hay tủi thân cho ông?

Mắt Trần Độ rơm rớm.

* * *

Nhưng rồi căn bệnh tiểu đường nó đã làm Trần Độ suy sụp khá nhanh.

Chẳng bao lâu sau hôm hai chúng tôi tán sôi nổi về chữ "khác," – *altérité* – cái chữ cộng sản kỵ nhất, ghét nhất, cần tiêu diệt nhất – một thu hoạch tôi mới có khi đọc quyển *Ánh sáng đến từ phương tây* của nhà triết học Iran Daryush Shayegan, Trần Độ đã vào bệnh viện. Và gia đình cho hay lần nay xem ra khác các lần trước.

Khánh Trâm, con dâu út Trần Độ đưa Kiến Giang và tôi đến thăm Trần Độ. Phòng cấp cứu A1 bệnh viện Hữu Nghị.

Bước vào phòng, tôi chột dạ liền. Ngỡ lầm buồng. Người nằm đó là Trần Độ? Chăn vải trắng che đến ngang ức, chừa ra hai vùng vai ngực nổi ụ lên căng bóng, thoáng ánh đồng đen (như tượng Quan Thánh Trấn Quốc, tôi nghĩ,) một miếng ni lông lồng phồng nhàu nát một màu xanh hoa lý vô lý – cái màu tự nhiên nom trai lơ – che lấy cổ và lòng thòng từ dưới đó những ống nhựa trắng bò ra móc lên mũi lên miệng pho tượng như đang dẫn tải một cái gì vô vị. Đặc biệt khuôn mặt! Trẻ đi đến hai chục tuổi, tròn căng, nung núc bứ lên vẻ phè phỡn, phô phang. Thì ngay sau đó tôi sững sờ: Trần Độ phù đến thế kia ư? Hàm răng giả như quá trắng, hơi kênh ra một cái cười mỉm hợm hĩnh khoe "này, xem ta đây trắng không?" Biến dạng hết! Một cái đau lẫn sợ nhói lên ở tôi: Phù thủy, pháp thuật đang hành Trần Độ.

Tôi cúi xuống, đặt tay lên vai trái anh đầy ụ, nói khẽ: Trần Đĩnh... đến thăm...

Thế là lột sột, loạt soạt ở sau tôi. Tôi ngoái lại, miếng ni lông hoa lý nhấp nhô giẫy cựa. Mấy ống nhựa trắng nhất tề khẽ rung rồi nảy lên bần bật.

Và lần đầu tiên trong đời, tôi chứng kiến một con sóng triều màu bồ quân đỏ xậm, đỏ tối đang từ ngực Trần Độ rần rật dâng lên vai, lên cổ, lên mặt anh. Con hồng thủy tía đỏ lan đi rầm rộ, nó kéo đôi môi anh mấp máy rồi kéo đến hai mí mắt húp híp cũng nhấp nháy, hai mí mắt chớp lia lịa rất nhanh như hấp tấp chèn nhau, lấn nhau rồi bắt đầu rối loạn. Trong khi tôi bị hút chặt vào đôi môi, đôi mắt anh bỗng sống động lạ thường, chúng đang trở thành những tín hiệu *morse* cuống quít, lắp bắp, chấp chới cầu cứu trên một toàn thân phù sưng rắn câng như khối đồng xanh đúc cứng. Rồi ở bên trái tôi chói gắt lên một hồi bíp... bíp... bíp hốt hoảng. Trên màn hình, những đường huỳnh quang gẫy khúc như một thứ thước gập đang vội nhoang nhoáng quăng mình theo nhau vào một vòm hang động tối và bây giờ khi đã lén bò vào đo trộm, yểm vụng một cái gì đó yếu mệnh nhất bên trong Trần Độ rồi thì chúng cuống cuồng bỏ trốn.

Một nữ bác sĩ khẽ nói, bệnh nhân cần yên tĩnh, mời các bác ra.

Tôi liền rất buồn tự trách. Đã một lần Ung Văn Khiêm bị tai biến não khi đang nghe tôi ở nhà Phan Thế Vấn.

Đến cửa phòng bệnh, tôi ngoái lại. Thấy tấm bìa treo xộc xệch ở cuối giường:

Trần Độ

Viêm bàng quang

Sơ sài như đang phỉ báng.

Ra hành lang tôi thở dài bảo Kiến Giang và Trâm, hai ngày nữa thôi...

Trước đó sự biến dạng ghê rợn đã làm cho tôi cứ mơ hồ một cái gì không phải, một cái gì bố trí, man trá. Và thật tình chỉ đến lúc thấy anh được âm thanh quen thuộc của bạn bè, đồng đội đánh thức mà ra sức giẳng giật, vùng giẫy khỏi nút ghì siết của bất động, lúc nhìn anh khao khát phá vỡ gông cùm của bại liệt, của câm nín để được cùng chúng tôi tương ứng tương liên, tôi mới nhận ra, mới chịu nhận ra đúng, pho tượng đồng xanh phù cứng rắn câng này là Trần Độ, và kia, vâng, chính anh đang lẩy bẩy dướn dậy, níu bám lấy chúng tôi để báo rằng anh thiết tha muốn sống nữa, vâng, đúng thế, bởi chính trong những năm tháng tàn lụi này của đời, anh mới đang được sống có ý nghĩa hơn cả, vậy thì nào, chúng tôi hãy giơ tay cho anh nắm lấy mà đưa anh thoát ra khỏi cái biển sương lạnh buốt nó đang nham hiểm nhấn dìm anh xuống vực thẳm không lối về. Qua tín hiệu *morse* cấp cứu của mắt và môi anh, không, qua tín hiệu bấn loạn của toàn thân anh phóng gửi đến đồng đội có mặt giây phút ấy, tôi lần duy nhất được nghe tiếng con người cất lên đòi sống mãnh liệt, đắm say và xót xa đến thế. Vậy mà chúng tôi quay lưng đi... Chúng tôi là đám bạn đến phá cái trật tự mê mụ nó đang đắp khuôn uốn hình cho anh rồi chờ anh sắp chật vật ngoi tới ngưỡng ấm áp của cõi dương thì lại đùng đùng bỏ đi. Bỏ mặc anh trở về với khung tượng đồng để đợi từng hơi chết lướt tới. Anh một mình chìm về lại với chốn vắng của riêng anh có chật vật như khi lên đường tìm đến chúng tôi không? Bây giờ nghĩ lại việc anh cố giẳng cố dứt để lên tiếng, để ra hiệu, để tiếp tục chuyện trò, để kêu đồng đội hãy mau cứu anh ra khỏi chốn hiểm nghèo này, tôi vụt hiểu sâu sắc câu tương khí tương cầu đồng thời thấy mình phạm lỗi ruồng một người thân trong cơn hoạn nạn. Để rồi quay ra ân hận cả về một chuyện nhỏ nhoi mới nhất: Tôi đã sai hẹn với anh, một cái hẹn bình thường ta có thể không cần tuân thủ lắm nhưng giờ phút này tôi lại đang tự quở mắng mình thậm tệ vì nó.

Hôm đến lấy sách anh tặng, hôm cửa sổ ra sân mở hết khiến căn phòng anh thường đóng kín bỗng thênh thang một không khí boong tàu dập dờn sóng, tôi hẹn nghe xong một chuyện sẽ đến kể lại cho anh.

Chuyện ấy Cao Xuân Hạo báo trước chắc là Trần Đĩnh nghe sẽ thích. Ở Trần Độ ra tôi đến Nhà xuất bản Giáo dục đường Trần Hưng Đạo gần ngõ Hạ Hồi gặp Hạo có lẽ gần mười năm chưa thấy mặt. Hạo nói, tôi nghe và đúng là rất thích nhưng rồi lại theo Hạo đi đến ngả khác.

Chuyện rất thích ấy như sau:

Năm 1989, Cao Xuân Hạo sang Tiệp họp hội nghị ngôn ngữ học các nước xã hội chủ nghĩa. Đúng sáng khai mạc, chủ nhà lên nói cần thay tên gọi của hội nghị: Nước Tiệp vừa trải qua cuộc Cách mạng nhung và tin đại hỉ thông báo với các ngài là Tiệp Khắc đã dứt bỏ chủ nghĩa xã hội. Lập tức mấy đại biểu Liên Xô tự phát xin lên diễn đàn. Lên thay mặt nước Nga tự phê bình hành động tự áp đặt chủ nghĩa xã hội cho Tiệp, đã từng đưa xe tăng đại bác và bộ binh đến đàn áp Tiệp để duy trì chủ nghĩa xã hội. Ôi, sám hối thế ra đã nung nấu từ lâu trong mọi công dân "xã hội chủ nghĩa," tôi khẽ kêu lên với Hạo khi nghe tới đây.

Mấy ngày ấy, Hạo cho biết tiếp, báo chí Tiệp tập trung bàn đến một vấn đề coi như trung tâm: Xử lý sao với những người cộng sản bản xứ? Không phải là hành hạ họ, xử lý họ. Không! Đây chỉ là chuyện lo cho đạo đức của người Tiệp. Có nên chăng lập các khu *ghettos* riêng cho cộng sản? Vì nếu để cho cộng sản sống trộn với dân thì sợ dân sẽ tiêm nhiễm thói xấu ghê gớm nhất của họ là vô liêm sỉ, dối trá...

Bữa ấy, Hạo còn nói anh sang Liên Xô, một giáo sư tên tuổi ở Liên Xô (tôi không nhớ tên Nga nhưng anh giải thích tiếng Nga tên ông này có nghĩa là nhanh, *vite, fast*) đã bảo anh rằng ông xác nhận bằng tai mắt ônglà Cung điện Mùa đông bị chiếm không hề có nổ súng.

Tôi đã không đến Trần Độ kể lại ngay như đã hứa. Ai hay anh chết? Có lý do ấy. Nhưng, có phần nào cũng là sợ, ngại tới nhà anh cứ xoành xoạch, ngứa mắt an ninh.

Tôi nhớ kỹ hai việc trên đây vì hôm đó tôi quá vui, được nghe no nê hai chuyện nhất trí hết sức nức lòng – Giáp nhất trí với những điều nghịch thiên đảo địa mà Độ nói và các nhà khoa học phe cộng thì nhất trí với việc dân Tiệp cho chế độ cộng sản nhào.

* * *

Đưa ma Trần Độ, anh em bảo tôi viết một lời vào trướng của mấy chúng tôi: Trần Thư, Lê Đạt, Kiến Giang, Hồng Sĩ, Phan Thế Vấn. Tôi nghĩ đề hai câu *Thiên hạ tri âm—Thiên hạ chi âm*, thiên hạ yêu (biết đến) tiếng nói – tiếng nói của thiên hạ. Tiếng nói rằng tôi đã bỏ tuổi thanh xuân đi đánh đổ một chế độ để lập nên một chế độ khác nhưng thế nào nó lại xấu hơn cái chế độ tôi đánh đổ. Cuối cùng để lại có câu trên, hy vọng đọc lên người ta cũng sẽ thấy được cả vang động của *thiên hạ chi âm* nữa.

Một dẫy bàn chắn hết chiều ngang cổng ra vào với hơn chục người xem xét, với năm sáu cái bàn kê liền nhau thành bức chiến lũy trên đường phố. Tôi vừa kịp nhận ra nét lạ đó thì Hoàng Minh Chính đã gọi to tôi: "Xoè trướng ra cho người ta chụp ảnh!" Tôi ngỡ Chính đùa thì một người đến nói ngay: "Bác cho xem trướng với." Miệng nói tay mở sổ, quyển sổ dầy tới hai đốt ngón tay rồi vừa nhìn trướng vừa lúi húi ghi. Tôi chưa biết nhiều vòng hoa, bức trướng đã bị an ninh yêu cầu cắt xén, sửa chữa hoặc từ chối như bức trướng của cánh Hoàng Minh Chính.

Lần lượt sau đó bốn năm người nữa đến, xin bác cho xem trướng, ghi ghi chép chép. Tôi cuộn trướng lại thì người ta đến tự tay gỡ trướng, miệng xin phép sau.

Tôi bèn nói: Để tôi đọc cho anh ghi tên từng người kẻo sót này, đã mang mặt đến đây thì việc gì phải nặc danh?

Huy động quá nhiều cửa công an đến, giẫm lên chân nhau để phô trương thanh thế. Còn ghi tên là đe "ông theo dõi mày từ nay đây!" Tôi chợt nhớ tới đám ma vợ một bí thư tỉnh. Cũng ghi tên từng người viếng cùng vật viếng. Nhưng để trả nghĩa bằng cất nhắc.

Những chuyện thất nhân tâm trong tang lễ Trần Độ đã được nói đến quá đủ, quá nhiều. Ngày nào nhật lệnh Võ Nguyên Giáp ban ra, cả nước răm rắp làm theo thì nay chữ "thương tiếc" của Giáp trên băng viếng Trần Độ đã bị cắt thẳng cánh. Sau đó hai vị thượng tướng Lê Ngọc Hiền và Nguyễn Hòa đến và đều bị yêu cầu bỏ chữ "kính viếng" và "đồng chí Trần Độ." Hai vị tướng cáu. Đánh đông dẹp bắc, vượt vĩ tuyến 17 như bỡn, không gì cản được ta mà nay lại đi tước xén tình cảm ta? Lời qua tiếng lại. Cuối cùng đám tư tưởng – văn hoá – an ninh hỏi: "Các bác có là đảng viên không? Có! Vậy các bác nghe đảng hay nghe ai?" Băng giấy "Thương tiếc đồng chí Trần Độ" lặng lẽ rớt xuống. Vòng hoa vô hồn được phép khiêng qua, một cái xác không mặt, vô thừa nhận. Quang Hưng, ca sĩ quân đội nhặt băng giấy lên. Đem về cho mọi người trong khu tập thể quân đội Mai Dịch xem và... chửi.

Bước vào lễ sảnh thấy ngay một cái gì hẫng hụt. Một ngôi nhà chưa ai ở, chưa bàn ghế và hình như được đẩy cao trần lên. Trống trải đến trơ trên. Phải một lát mới nhận ra tấm băng–rôn đỏ thắm với dòng chữ vàng quen thuộc VÔ CÙNG THƯƠNG TIẾC vẫn chạy dài trên bức tường ở trong cùng lễ sảnh đã biến mất. Thay vào đó tấm vải đen với năm chữ trắng lạnh ngắt: LỄ TANG ÔNG TRẦN ĐỘ.

Tôi bảo Hoàng Minh Chính: Vẫn để xổng mất chữ lễ! Lẽ ra chỉ TANG TRẦN ĐỘ

Chính *ừ, đúng* khá to rồi nghển cổ nhìn quanh. Tôi cảm thấy có vẻ anh muốn tìm ban tổ chức để mách cho sửa kịp sai sót lớn này.

Chờ lễ tan, tôi nghĩ miên man. Chợt nhớ đến hôm tôi đến thắp hương chị Câu mà Trần Độ mới tìm thấy mộ, anh có nói tôi thương chị tôi chưa yêu và chưa được yêu thì như để anh khuây khỏa, tôi bảo Lưu Động có cho tôi hay rằng anh em xưa xì xào Câu và Đào Năng An yêu nhau. Nghe tôi, Trần Độ nói: "Khi tù ở Hỏa Lò tôi hay gần anh An và tôi luôn coi anh An là một người anh." Thế rồi không hẹn mà nên hai người đã đi đến một kết luận giống nhau. 1979, Trung Cộng đánh Việt Nam, Đào Năng An nói Mao–ít cố nhiên là không hay rồi nhưng còn cái *ít* khác thì cũng chả có hơn gì. Hai chục năm sau, 1999, Trần Độ ân hận đã đánh đổ một chế độ té ra còn tốt hơn cái chế độ anh bỏ sức ra xây dựng. Lúc tù Hỏa Lò, còn trẻ cả, hai người có nghĩ rồi sẽ gặp nhau ở điểm tâm đắc này không? Thấy cái đúng có vẻ như vẫn có một hệ rễ ngầm len lỏi tìm nhau và kết lại để rồi có ngày vươn lên thành rừng cây lớn.

Đọc *Kiểm soát và Trừng phạt – Sự ra đời của nhà* tù (Surveiller et punir – Naissance de la prison, 1975) của Michel Foucault mà Nguyễn Văn Ký tặng, tôi thấy lại toàn bộ lịch sử trừng phạt con người, hay dùng chữ của chính tác giả: *lịch sử chính trị của thân xác*. Thân xác con người ta là có lịch sử chính trị của nó! (Cái chính trị kia, nó chiếm đoạt thân xác con người từ bao giờ, tôi đã tự hỏi?) Ở thời cổ, kẻ bị trừng phạt nhất loạt là *có tội*, hay *thủ phạm*! Hay kẻ trừng trị tất yếu đúng, tất yếu có giá trị răn đe và giáo dục. Nhưng cái lịch sử chính trị của thân xác nói trên kia đã có thay đổi. Từ khi Chúa Jesus chịu tội đóng đinh câu rút, hay kể từ Mặc khải Thiên chúa giáo hay nói cách khác, từ khi chính nghĩa bị đàn áp thì bắt đầu nảy ra một loại người gọi là *nạn nhân*, những người đeo đuổi một đạo lý mà bị trừng phạt bất công. Từ trong biển lớn các nạn nhân oan nghiệt, tầng lớp thánh đã ra đời cùng với nạn nhân số một Jésus.

Trừng phạt thời cổ có nhục hình, tùng xẻo, ngựa xé, đổ chì chảy vào họng... Bởi kẻ chịu nhục hình đều bị coi là đã phạm *tội giết vua* – chữ nay là lật đổ! Giết bố cũng không lớn tội bằng giết hay lật đổ vua!

Với Trần Độ, cả vong hồn cũng bị tùng xẻo.

Rồi chợt nhớ đến câu "Đảng ta là đạo đức, văn minh," tôi bật nghĩ rất nhanh: A, có lẽ ra đặt một vòng hoa đề câu ấy với tên tác giả đàng hoàng rồi mang vào mà hay đây!

Gia đình đưa thi hài Trần Độ về quê. Cùng xe an ninh bám sát. Sau Bùi Công Trừng, Lê Liêm, Đặng Kim Giang..., một công thần nữa bị xua khỏi Nghĩa trang Mai Dịch, cái tên mà tôi hiểu ra là nơi chôn các sai nha, dịch lại hoặc đến *mai* sẽ bị *dịch* đi nơi khác. Hay mò ra câu răn trong dân gian: "*bất hạ Mai Dịch kỳ*," – không đánh cờ ở Mai Dịch, nghe đâu cờ ở đó bịp bợm lắm.

Và Trần Quang Huy, một trong mấy mũi xung kích công phá dữ dội "xét lại" trong Hội nghị trung ương lần thứ 9 đã là người đầu tiên tự ý cự tuyệt Mai Dịch. "Chết tôi không vào đó, chỗ ấy nhiều tên tuổi bẩn thỉu." Ông còn nói với Lê Trọng Nghĩa: "Tôi tưởng chỉ Trung Cộng mới độc ác, ai hay Việt Cộng không kém".

* * *

Võ Nguyên Giáp đã nói với Trần Độ "Thương Trần Độ lắm... thương Trần Độ lắm..., chả có tội gì, chẳng qua là nói thật..." Vị tướng rất hiểu địch kia thế ra không biết ở trên đời này sự thật chính là kẻ thù không đội trời chung với "ta." Vị tướng, khai quốc đại công thần cũng nói với Trần Độ "mình nhất trí với những gì Trần Độ đã viết..."

Trần Độ viết gì? Viết ta đã "trọn tuổi xuân hiến dâng cuồng nhiệt" (để) tạo nên một "xã hội lừa dối: lãnh đạo dối lừa, đảng dối lừa, cán bộ dối lừa… tung hô lừa dối, hứa hẹn lừa dối" và nó "làm cho con người" co quắp lại, sợ sệt, làm cho con người dối trá, lưu manh hoá.

Khi Trần Độ kể với tôi chuyện Giáp nhất trí này, cả người kể lẫn người nghe đều im lặng hồi lâu. Đều thầm hỏi Giáp có thực sự nhất trí với tổng kết cơ bản này của Trần Độ không? Đến nay ta vẫn không thể hiểu, thật tiếc?

Dẫu sao qua điều này ta biết Trần Độ xông pha trong đời – và cả trong đảng! – hơn vị chỉ huy. Và không phải cứ nhất trí là tất yếu có kết thúc giống nhau.

Trút hơi thở cuối cùng, Võ Nguyên Giáp, chiếc đinh vít trong bộ máy gây ốc-xi hóa của đảng vẫn phải che phía tối tăm của mình đi, chìa phía sáng chói ra cho đảng mượn để đảng tự đề cao là đã đoàn kết thống nhất, quý trọng hiền tài!

Nhưng Giáp cũng đã náu mình chờ cơ hội có lời: *Tôi không chơi với các anh nữa!* Thì đó, chối từ Mai Dịch, điểm đến tuyệt đích của các đấng sinh thành ra cách mạng hay chốn đô hội phồn hoa cuối cùng của danh vọng mà rẽ gót về một hoang địa tịch mịch giữa biển trời. Rút kinh nghiệm lần bỏ phiếu trắng ở Hội nghị trung ương 9, Giáp chờ chết rồi mới tỏ thái độ.

Mà biết đâu nhất tướng công hầu cũng *phần nào* muốn nằm xuống theo cách của vạn cốt khô, những người lính từng nghe ông lên đường rồi hóa làm cát bụi lơ lửng, vật vờ?

Và cũng có nghĩ đến Bùi Công Trừng, Lê Liêm, Trần Độ… những tội đồ ông từng nhất trí nhưng bị cấm bén mảng vào Mai Dịch, để thêm một lần ông có thể nhất trí với họ cùng đi tới cõi đại đồng bao la xào xạc của thế gian lắm oán nhiều hận này?

Tin Giáp chết vừa loan, Hương, cô cháu gái tôi khá am hiểu đạo Phật nói ngay: Bấy lâu nay ông Giáp đã thiền, vậy ông cho rải tro mình ra biển thì hay! Hoàn toàn vô ngã! Không còn một cái gì! Không còn gì thì có hết thảy.

Rừng chiến khu Trần Hưng Đạo, Cao Bằng với Võ Nguyên Giáp cất tiếng hô tập hợp ba mươi tư người cộng sản vũ trang đầu tiên "Gươm súng vai… Vác!" ở cách Vũng Chùa bao xa?

Ngay đó. Một quay đầu.

Nếu ông chọn về lại Việt Bắc hay vùng Đá Chông, Sơn Tây? Thì vẫn cung đường "chính quyền ra từ nòng súng" hay "bạo lực làm nên tất cả" – cho đảng và cá nhân ông.

Thương Giáp – ông cùng trên con thuyền "xét lại chống đảng" và còn bị quy là tay lái – tôi đã ngờ ngợ: Ra đi từ chiến khu Trần Hưng Đạo rồi rời xa Mai Dịch mà đến Núi Chùa là Giáp còn muốn chia tay cả với quá khứ chinh chiến tốn kém máu xương nữa chăng? Nhưng lại một bí mật không được giải, thật tiếc.

Giá như Giáp cho hay đã nhất trí ra sao với Trần Độ cũng như nguồn cơn nào khiến ông chọn nơi đến trú ngụ cuối cùng này? Đời một người đúng là một đống cỏn con bí mật như André Malrauxnói.

Nhưng không có cái bí mật đó thì chắc gì ông có nổi riêng một khoảnh sơn thủy quá đẹp. Xét theo góc độ mỹ học, mộ của Giáp ở Núi Chùa thiên tạo rõ ràng hay hơn Lăng Hồ Chí Minh nhân tạo nhiều. Và về quyền sở hữu, nhờ gia đình chi tiền mua, Giáp có hẳn lãnh địa trúng luật phong thủy. Ở Việt Nam, mộ Giáp là hiện thực duy nhất cho thấy ở mặt cáo phó học, tư nhân ưu việt hơn Nhà nước.

Khi chết, ông hơn hẳn các vị đứng đầu nước này một đẳng cấp.

Nhiều tướng đảng được Duẩn tin yêu hơn Giáp lắm (như Nguyễn Chí Thanh) mà chỗ nằm vẫn còn cõi trong khuôn thước tiêu chuẩn tẻ nhạt. Các vị đâu được nghĩa trang riêng và lính gác mộ. Vâng, trừ Hồ Chí Minh! Tuy cả hai thày trò này đều chung vết chính trị không được Mao ưng!

Về Vũng Chùa, Đại Ngã vậy là đã kén nơi VÔ NGÃ!

Và sau một binh nghiệp lẫy lừng nguyên soái đã tới nương vào nơi chỉ cho phép phấp phới ngọn cờ Cấm Sát Sinh!

Hai đối cực đẩy gạt tuyệt đối của Ngã cũng như của Sát liệu có hòa hợp nhau ở đây không?

Giáp bảo nhất trí với Trần Độ nhưng chốn cuối cùng hai người dạt tới khác nhau. Trần Độ lập mộ ở xó vườn nhà. Mộ ông phản ánh được đời ông, giản dị, nhức nhối như sự thật ông đã giấy trắng mực đen lên án chủ nghĩa và chế độ.

Về Đèo Ngang – đèo là đã chia ranh giới mà lại còn ngang hay ngược – phải chăng Giáp còn muốn than *"Nhớ nước đau lòng con quốc quốc, Thương nhà mỏi miệng cái gia gia"*?

Có đau lòng chứ! Ông có muốn một lần tạ lỗi, mong lấy hồn thiêng trấn giữ Biển Đông từ nay chăng? Trung Cộng chiếm Hoàng Sa giữa lúc ông chuẩn bị Thần tốc vào Sài Gòn! Giải phóng *kia*, mất *đây*. Chiến *thắng* kèm chiến *bại*. Mỹ *cút*, Hoa *vào*.

Phải nhận rằng thái độ của ông với Trung Cộng trước sau như một. Bắt đầu bằng bỏ phiếu trắng, phản đối đường lối Mao, rồi ông đã có bài báo gọi đích danh Trung Cộng là kẻ có âm mưu xâm chiếm Việt Nam và lá thư vì an ninh quốc phòng phản đối cho Trung Cộng khai thác bôc–xít ở Tây Nguyên.

Giáp lạ gì năm 1971, một Nghị quyết của Trung ương khóa ba từng bêu ông lên bằng tên X. – chả lẽ lại vạch tên Tổng tư lệnh đang chói chang nổ súng – với tội chống Đảng cùng bốn ủy viên trung ương Ung Văn Khiêm, Bùi Công Trừng, Lê Liêm, Nguyễn Văn Vịnh và chúng tôi.

Ông cũng không lạ việc Hồng vệ binh bôi nhọ ông ở ngay trước lễ đài Thiên An Môn cùng bài báo Bắc Kinh vu cáo trước thế giới rằng ông phản Hồ Chí Minh! Mao Chủ tịch đã nói hẳn với Lê Duẩn: "Đại biểu của phái hữu ở Việt Nam đại khái như Võ Nguyên Giáp, đại biểu của phái tả ở Việt Nam đại khái như Nguyễn Chí Thanh" và "cách mạng ở Việt Nam muốn tiến lên thì phải hạ phái hữu xuống"!

Ông chết rồi vẫn bị Bắc Kinh hạ xuống. Thủ tướng Trung Quốc sang trưa 13 – 10, người ta liền xén luôn nửa ngày Quốc tang ông! Đảng xén ngon vì biết rõ Giáp vẫn bị Bắc Kinh không ưa (Ông là người duy nhất ở Việt Nam *trên sách báo công khai* vạch âm mưu xâm lược bá quyền của Mao) Nếu ưa thì Lý Khắc Cường sẽ xin đến hương khói cho Giáp một nén, dẫu là tượng trưng. Cũng thấy ngay toàn thể trung ương kém Lý Khắc Cường. Giáp mất, Trung ương không dám hoãn tang ông – hoãn cũng là một thứ xén – để họp yên Hội nghị trung ương lần thứ 8 mà còn thêm mục toàn bộ trình diện cúi đầu trước vị công thần kiêm phần tử chống đảng.

Giáp có nhớ cuối tháng 9 – 1990, Trung Cộng đặc cách mời ông sang dự khai mạc Á vận hội rồi gặp Giang Trạch Dân? Rất long trọng. Khác hồi 1978 ông sang cảm ơn Trung Quốc chi viện đánh Mỹ thì đã bị cho ăn cơm có cả bát mẻ. Thế sao nay khác? À, sau hội nghị Thành Đô, Bắc Kinh đang ép Nguyễn Văn Linh. Thế là người ta chợt thân mật với ông. Ngầm dọa Hà Nội hãy trông một tiềm năng "lật đổ" các anh đang được chúng tôi trọng vọng đây! Bị úm, Nguyễn Văn Linh bèn củng cố luôn nhận định: Trung Quốc dù bành trướng song vẫn là nước xã hội chủ nghĩa! Phát triển tới chót vót nguyên lý "chủ nghĩa xã hội bảo đảm độc lập dân tộc." Phạm Văn Đồng, Đỗ Mười, Lê Đức Anh v. v... tất cả nhận thoải mái đóng góp bác học này.

Trung Cộng cao tay hơn Việt Cộng một đầu, một với thật. Nhìn ai đều là phương tiện. Xong việc lại bỏ giọ.

Đảng là một bọc trứng kỳ dị như bọc trứng Âu Cơ dung nạp thả giàn! Tổng tư lệnh chống Mỹ, người học trò xuất sắc của Hồ Chủ tịch, người anh cả của Quân đội Nhân dân Việt Nam, người cộng sản mẫu mực, kiên trung và đầu sỏ của bè lũ chống đảng!

Ở xứ này dễ thành người hai mặt hai lòng. Quen với đạo lý "gặp thời thế thế thời phải thế" lắm rồi.

Giáp nhắm mắt – hết là tiềm năng chống đảng – nên đã được toại nguyện cá nhân, làm gì tùy thích. Sự đối xử hậu hĩ cuối cùng của đảng với Giáp tương đẳng với sự cam chịu hậu hĩ cả đời của Giáp. Đảng viên biết đặt danh dự cá nhân xuống dưới uy tín đảng thì được đảng hết mực thương yêu thôi.

Vốn vô cùng ưa chuộng huyền tích và đang khát huyền tích nguyên vẹn nước sơn, dân kén ngay Võ Nguyên Giáp làm huyền tích mới.

Huyền tích mê hoặc người vì luôn mang sự lạ: Phù Đổng, con của một vết chân, là một đứa bé tự kỷ "ba năm chẳng nói chẳng cười trơ trơ." Bà Triệu vú dài ba thước. Bác Hồ nhân thân ba đời ẩn hiện, vợ con mờ ảo. Giáp thì trung thần kiêm gian thần, *trung thần với chính cái dân nước đang được đảng sáng suốt lãnh đạo, gian thần với chính cái đảng đang cúc cung tận tụy phục vụ dân nước.*

Vì gian nên lúc sống Giáp chịu đắng cay, vì trung nên vừa nhắm mắt Giáp liền hưởng thụ. Đảng chắc chắn giật mình trước việc dân xót thương Giáp vượt xa vô cùng vô tận những Lê Duẩn, Trường Chinh, Phạm Văn Đồng. Giáp không vấy bùn nhơ chính trị. Nhưng nếu Giáp cũng như các vị này? Thì dân không nườm nượp tiễn Giáp.

Tiễn Giáp đông chính là dân xây một nhà bảo tàng tiêu biểu cho tình cảnh trớ trêu của các anh hùng cộng sản ở đất nước này gồm có hai phần danh vọng và tủi hổ chẳng kém nhau chút nào cường độ sáng tối!

Mô hình nó cóp-pi chính cái phận dân – *chủ đấy mà tôi đòi đấy!*

Lần đầu tiên với số lượng trăm nghìn, dân để cho hiện ra ở quốc tang Giáp cái vực sâu mênh mông khôn lấp khôn dò giữa dân và đảng.

Sao không nói hàng hàng lớp lớp dân tiếp bước nhau đến vĩnh biệt Giáp chính là đang diễn tập hành quân lật án? Lật án oan cho Giáp rồi tiến tới lật cho mình cái án phải "làm quần chúng bị lãnh đạo," kiếp kiếp đời đời không được ngửng trí tuệ dậy.

Nhưng!

Nhưng không báo nào đưa tin có bà mẹ một người lính Sài Gòn đã ra tiễn Giáp! Ai cho phép mẹ khi đã có đứa con chết trận ở Hoàng Sa.

Không, không phải! Có con là tử sĩ vì chống lại ông anh đại hậu phương giúp ông em tiền tuyến đi đánh đổ từng bộ phận của chủ nghĩa đế quốc Mỹ và tay sai của nó, bà mẹ tự không cho phép mình ra.

Báo đài cũng không thấy nói có Giám mục Võ Đức Minh cai quản giáo phận Nha Trang – Khánh Hòa ra cầu nguyện cho Giáp. Gọi Giáp là bác ruột, giám mục có thể đã cầu nguyện cho Tổng thống Ngô Đình Diệm bị sát hại.

Và cô ruột giám mục là em gái Giáp, vợ trung tướng Quân lực Việt Nam Cộng Hòa Nguyễn Ngọc Lễ thì ngày 30 tháng 4 – 1975 đã bỏ chạy sang Mỹ, không ở lại đón anh.

Công bằng thôi! Anh không công nhận người ta hy sinh bảo vệ Hoàng Sa, bảo vệ đất nước thì người ta cũng không công nhận anh là anh hùng giải phóng. Sao anh khinh mạng những người lính Sài Gòn bị Trung Cộng giết hại thế? Sao mảnh đất không có cờ búa liềm che phủ lại bị anh rẻ rúng vậy?

Anh có biết khi anh bôi nhọ tất cả những người Cách mạng Quốc gia thì bản thân anh đã lụi tối đi trong lòng những người dân trọng giá trị chân chính của đất nước? Mãi đến đầu thế kỷ 21 anh mới cho hó hé ra chút nào Nguyễn Văn Vĩnh, Phạm Quỳnh, Tự lực Văn đoàn, Phan Khôi... Anh choán hết chỗ thờ phụng trong ngôi đền danh nhân đất nước! Ai muốn nhận danh phận yêu nước đều phải qua cửa anh xét duyệt.

Ở xứ sở này, nơi bị lưỡi đao giai cấp chặt đúng ngang lưng thành hai vùng Quốc – Cộng đầm đìa máu me thù địch thì chữ "chung một ý, chung một lòng," chỉ dùng thuần cho hai lĩnh vực đau thương hay yêu quý không thôi cũng đã chướng tai chối mắt rồi. Cần phải chữa thành "riêng dân Nam một bên ý, riêng dân Bắc một bên lòng".

Thế thật mà! Trong khi Hà Nội kỷ niệm thành lập quân đội, người Việt ở Mỹ cũng kỷ niệm thành lập quân đội! "Buồn thật! Đất nước thiêng liêng bằng vậy mà cũng chia hai – sáng hay tối, quốc hỉ hay quốc hận?"

Con gái một bạn tôi ở Huế kể: "Cháu đi ăn cưới. Người ta hát. Phần lớn ca ngợi chiến thắng và cháu ớn. Nhưng đến bài "Huế của ta ơi, ơi Huế tự hào" thì cháu nghiến răng lại vì suýt khóc. Bà nội cháu, ba bác và chú cháu bị Việt Cộng vào giết một lúc. Nói Huế tự hào là bảo bà và các chú bác của cháu chết rất đáng đời hay sao? Giết dân lành mà tự hào? Bà con Thiên Chúa nói là chiến thắng của quỷ dữ.

Tôi đã nói với Lê Kim Phùng, cục trưởng A25 năm 1990 rằng Đảng có hơi bị yếu kém trí tuệ. Kèm hai thí dụ làm bằng mà tựu chung chỉ cốt để vỗ ngực tự khen và chỉ mặt chửi cha thiên hạ.

Còn một nữa lúc ấy tôi không nói ra và nay thì nói. Đó là mù lòa trí tuệ nên không thấy lòng dân. Dân đã ngán Đảng quá xá *("Dịch lợn rồi lại dịch gà, Bao giờ dịch đảng dân ta reo mừng")* mà Đảng không cảm nhận được, lại đổ cho dân bị thế lực thù địch lôi kéo. Khác nào xưa Pháp đổ cho dân bị cộng sản lợi dụng rồi tăng cường đàn áp. Kém trí tuệ nên không nhớ câu "tức nước vỡ bờ" của dân cũng như phép rửa mặt sáng chiều đảng vẫn dạy bảo nhau. Nhưng kìa, sao mà rửa mặt được? Cái thứ anh cần vã lên mặt để rửa chính là nước mắt dân đổ ra vì các chính sách trói buộc của anh nhưng anh không thấy, anh không động lòng. Anh đổ tại cho dân trí thấp!

Tồn tại nào cũng không thoát được cái gông trí tuệ. Nói gông để nhấn mạnh cái sức mạnh trói buộc.

Một thử thách rất nhỏ, đến bao giờ anh tỉnh ra để cúi đầu tưởng niệm chân thành những lính thủy Sài Gòn hy sinh ở Hoàng Sa? Đến bao giờ anh lấy gương quân đội Sài Gòn bảo vệ lãnh thổ để chứng minh Hoàng Sa, Trường Sa là của Việt Nam? Và khi nào anh tự hỏi sao trong dân tộc anh cứ phải định hạng ra kẻ thù để mà tiêu diệt?

Ngày mở màn cải cách ruộng đất, đi viết hai vụ **đầu tiên** (lúc đó được cho là vinh dự) bắn địa chủ "phản động, gian ác, phá hoại kháng chiến" – bà Cát Hanh Long Nguyễn Thị Năm và cụ Cử Cáp – đều thân sĩ kháng chiến từng gặp Trung ương, Bác Hồ, tôi đã vùi kín ở riêng một góc lòng một phản ứng chống lại cái ác.

Nhưng thua đứa cháu cụ Cử Cáp! Cháu lên năm lên sáu, đang ngồi với bà trên thềm cao gần nửa mét, thấy anh đội viên đưa tôi vào nhà liền kinh hoàng trợn mắt lên và như một hành vi tự sát gieo mình xuống mảnh sân trình đất đỏ vùng chè Phúc Trìu, Thái Nguyên. Cháu công khai bày tỏ nỗi khinh bỉ, ghê tởm những người đến phá nát gia đình cháu. Người ta mới bắn ông cháu tối qua. Còn dặn tang gia chia vui với thắng lợi của nông dân vươn mình, đừng to tiếng khóc. Phải chấp hành thôi! Lòng dân muốn mếu nhưng ý đảng muốn cười mà. Ý đảng là quy luật. Đảng là đấng tiên tri trần tục biết vạch ra cho loài người quy luật, đường hướng để cất chân đi theo mà vươn tới tương lai tươi sáng.

Chương năm mươi ba

2004, Hồng Linh ra Hà Nội để từ biệt Hà Nội. Từ biệt ngôi nhà một tầng cửa chạm nổi chim hoa cạnh lối vào hông Khánh Ký sau là khách sạn Phú Gia phố Hàng Trống mà hồi sáu bảy tuổi Linh vẫn nhặt búp đa thối ở ven hồ (còn tôi qua đó đến báo *L'Action* gặp bố vẫn cho tay chạy bần bật trên các con song sàn sạn bụi,) từ biệt dẫy Núi Bò, làng Ngọc Khánh mà cuối 1946 mấy mẹ con Linh tản cư tạm về đó. Sáu chục năm trước, 1944 đi xe điện vào trường học tránh bom ở Trại Nhãn Cầu Giấy tôi vẫn thấy một cái lán xưởng ở bên kia đường tàu điện thuộc làng Giảng Võ và ở đầu một con đường đất dẫn vào cánh đồng hiu quạnh – với một cây gạo, tín hiệu chới với giữa trời – của làng Ngọc Khánh mà nay là đường Ngọc Khánh, địa chỉ của những Đặng Đình Hưng, Việt Phương, Huy Du, Tạ Bôn, Bích Ngọc, Trà Giang, Hoàng Ngọc Hiến... Lúc ấy tôi không thể biết trước khi rút khỏi Hà Nội để rồi gia đình lìa tan, mấy mẹ con Linh đã sống nhờ ở tại cái lán xưởng ép dầu đó của người Hoa và vẫn thường vượt đường tàu điện ra dạo mát trên dẫy gò loằng ngoằng giữa đầm nước nay thành khu ngoại giao Vạn Phúc (trước khi lên voi làm khu ngoại giao, thần tích Linh Lang đã xuống làm quảng trường rác trung tâm thối khẳm một vùng).

Năm 2004 ấy, Linh cùng tôi ra Hà Nội được vì sau ba năm cắt ruột, bệnh viện giải nguyền không cần "tái khám" nữa và thật là vui. Ở nhà Cường, Lan và Li Li toàn dân múa, Linh còn thị phạm một số động tác múa Chàm. Năm 1977, Linh đã vào Phan Rang hai tháng chuyên sưu tầm múa Chàm. Lúc ấy còn sợ lựu đạn Fulro quăng đến nhưng dân Chàm lại thích Linh múa Chàm hệt con gái Chàm.

Thì giữa 2005, di căn sang gan. Không thể chữa. Tôi đang ở Mỹ, tin dữ làm tôi ngơ ngẩn. Tôi điện hỏi Linh có cần tôi về không, Linh bảo không. Linh đâu biết di căn, con nó giấu. Chín tháng noi gương một vị cốp cực to uống mật và máu rắn hổ đất *naja* cùng sừng tê và mật gấu, Linh đã dậy sớm thổi xôi bán ở gần nhà được. Cho vui – vài lần ba bà cháu bị công an đuổi chạy. Rồi làm không nổi.

Cuối 2006 *scan* thì ba cái u đã vỡ. Bác sĩ nói sống được ba tháng nữa. Linh nào hay. Tuy vẫn tả cho người đến thăm là gan bị cứng như gỗ đè lên tim nên tim vốn bệnh thì nay càng khó thở và đau. Mép sườn phải gồ lên một thăn dài rắn câng – đúng hơn là một tảng đá mài. Sang 2007, bắt đầu chống hai tay lên gác. Tư thế di chuyển nguyên thủy này khiến tôi não lòng.

Tháng 4 nằm suốt. Nửa cuối tháng chỉ ăn cháo. Người nhão nhanh ghê gớm. Da vàng như trát nghệ.

Hai tối 23 và 24 tháng 5, Linh có lúc đã nhắm nghiền mắt, người rất lạnh. Mây lại xoa bóp, chuyện trò với mẹ... Bảo tôi: "Không tiếng người thân thấy vắng vẻ là mẹ đi đấy... Không xoa cho ấm là mẹ lạnh mẹ đi đấy." Nhiều khi tôi ngỡ như con gái đọc thần chú buộc giữ mẹ lại.

Và mẹ tỉnh lại thật. Nhưng không nói, không ăn. Quá yếu. Các âm nói ra đều dấu nặng. Nhấc đầu lên cũng phải nhờ. Trước đó mấy lần hỏi tôi có thuốc giúp cho chết không? Muốn chết lắm! Tôi nói Linh vẫn rất có nghị lực mà, hãy cố. Biết là nói cho có nói. Nhưng thật lòng vẫn thầm mong một kỳ diệu. Hy vọng vốn dĩ vô bờ. Một lần tôi nghe Linh bảo hai cháu, giọng đã méo: Bà sẽ chết..., bà mong sống tới hè này để dẫn các con đi học bơi...

Thương nhất khi hai cháu bé ngồi cạnh chỉ bảo: "Bà ơi, bà thè lưỡi ra không nó thụt vào, không kéo ra được đấy bà ạ," "Bà ơi, bà ăn đi, ăn để sống trăm năm, không ai cho bà chết đâu." Khi còn hơi sức, thường bảo cháu: "Bà không muốn chết để còn xem các cháu lớn lên học hành thế nào." Trên bàn đầu giường là một từ điển Hoa có kiểu phiên âm mới Linh không quen, mấy sách dạy tiếng Hoa. Bà đang dạy cháu lên bảy: *kai xue liao, xiao peng you, shang xue qu...* Đã khai trường, các bạn bé, đi học đi. Khen cháu rất nhớ, viết rất đẹp. Thằng cháu dạy lại bà. *Monkey, kitchen, chicken, crazy...* Con trả lời cô ra thành ăn *kitchen* đấy, ha ha, ăn bếp, *crazy monkey* khỉ rồ ha ha... Bà có một nhật ký về cháu cho đến lúc mổ ung thư. Và một nhật ký về tôi từ 1955 và về con gái mới đẻ từ 1966 nhưng nửa chừng thì dừng và tôi sợ không dám mở. Bìa là hình bích họa tiên nữ múa trong động Đôn Hoàng. Mua ba tháng sau khi đến Đại học Bắc Kinh học Hán ngữ.

Như đã làm với mẹ chúng, bà ngày ngày nắn trán, gò má, hàm ếch cho từng cháu – bà còn từng lấy chỉ cột răng của mẹ chúng lại cho khít và đều. Kiên nhẫn như khi bà lên tám, tít tận trên Đồng Văn, Cổng Trời, Mã Pì Lèng. Mẹ bà kiết lị nặng, bà đều đặn đi bắt nhái về để mẹ thịt cho mấy đứa em ăn, vào rừng kiếm củi, con rựa quá nặng chém cả vào tay. Mẹ bà bế các con theo mấy người Hoa dạt lên đó...

Còn tôi, mỗi khi nhìn Linh chăm sóc mặt cho con cháu, tôi lại thấy như có chút gì từ trong cung cấm của các cung tần mỹ nữ nhà Thanh xưa đã len lỏi không hiểu bằng ngả nào vào đến tay Linh. Truyền thống đi ra sao?

Cuối cùng một tuần không nói. Chỉ lắc gật. Mở miệng thở, tôi thấy âm u bên trong: Lưỡi đen!

Năm giờ chiều 25 tháng 5, Nguyễn Khải gọi tôi hỏi về Georgetown và Kissinger. Rồi tôi hỏi sao Khải lại đưa lên đầu sách *Một cõi nhân gian bé tí* câu *Cổ mạch hàn phong cộng nhất nhân,* – lối nhỏ xưa cùng với gió lạnh và một người? Hỏi, vì tôi linh cảm Linh sắp một mình trên con đường cũ mòn với gió lạnh.

Khải nói ông biết ai nói nó với tôi không? Cụ Vũ Hồng Khanh, nhân vật chính trong truyện. Ông cụ bảo tôi sống mãi mới thấy câu thơ ấy thật là hay. Rồi ai cũng như ai hết, chỉ còn lại riêng mình với gió lạnh và con đường nhỏ.

Tôi nói: Này, thế ra "kẻ thù" đã gây hứng cho nhà văn cộng sản bằng một câu thơ chữ Hán của Nguyễn Du nhưng mà tôi cứ ngỡ như ở thơ Đường! Mấy nhà cách mạng thuộc nổi câu đó không? Đưa câu ấy lên là ông đã có ý cảm ơn Vũ Hồng Khanh.

– Mình xưng con với ông cụ thì đám trẻ nó bảo bác là đại tá nhà văn quân đội mà xưng con với thằng phản động già? Mình nói cụ ấy bằng tuổi bố tôi, xưng hô khác sao được... Ừ, ở cái làng Thổ Tang ấy, có mộ Cô Giang vợ chưa cưới của Nguyễn Thái Học tự tử sau Yên Bái thất bại nhưng như đã bị san đi thì phải.

– Đúng là đào mồ của tất cả chứ không chỉ của đế quốc! Viết ra ai đã dạy cho bọn trẻ hung bạo như thế đi. Dạy cho đấu tố lẫn nhau là điều cực đểu ít thấy trên thế gian này. Tôi chắc thế nào cụ Vũ Hồng Khanh cũng đã có lần nói với cán bộ xã rằng Bác Hồ đã đến thăm cụ ấy một tối ba mươi Tết Bính Tuất ở phố Hàng Bún và cán bộ xã sẽ quát "câm ngay thằng phản động, cấm nói láo... "

Tôi nói đến đấy thì ở buồng bên Mây gọi to: Bố!

Tôi đặt vội máy chạy sang thấy Linh ngửa đầu ra thở, giấy trắng giắt quanh cổ thành một vành yếm. Mây nói mẹ vừa xùi bọt mép và thổ huyết!

Ba giờ trước đây, Thế Vấn đến thăm đã nói khe khẽ: Sắp đi, ung thư thường chảy máu và đau. Mừng là không đau.

– Không, tôi nói, cố nhịn đấy.

Tôi hiểu Linh.

Tôi biết là giờ phút cuối cùng. Hai bố con ngồi cạnh Linh. (Là cả nhà nhưng tôi chẳng còn thấy ai khác.) Mây vừa xoa bóp vừa nói: Mẹ mở mắt ra, mẹ yên tâm, các thày đang làm lễ cho mẹ ở chùa, mẹ hãy thanh thản, các sự tốt lành chờ mẹ, mẹ nghĩ như thế mà yên tâm nha...

Nhưng mẹ mải ngửa cổ lên thở. Thở hắt ra. Ở cổ khẽ nhoi lên bập bùng một chấm nhỏ – giọt sống này không đủ sức trốn khỏi cái lạnh đang vây kín lấy nó. Bất lực nhưng tự trọng, nó cứ đi theo những lễ tiết chuyển giao ngặt nghèo đã trở thành độc ác và quá thừa. Một bàn tay hay giơ lên an nhàn chấm vào cánh mũi, vành tai, mái tóc, kiểm kê, hay một cử chỉ biểu tượng, một phù phép, đúng hơn nữa, bắt đầu tập sửa sang ở tiền sảnh một cuộc đời mới. Mãi sau con gái mới bảo mẹ đang bắt chuồn chuồn.

Ôi, ai đến đón Linh đi mà giơ tay níu lấy? Rồi tự nhiên tôi nhận ra một im ắng khác thường. Thấy rõ đang chứng kiến một ngôi sao xẹp dần xuống, vùi tắt đi cả một kho tàng năng lượng mà có lẽ tôi chiếm mất phần lớn ở trong đó. Cứ ngỡ khi bỏ đi cuộc đời sẽ đóng sầm cửa lại rất to.

– Mẹ ngừng thở rồi bố ạ, Mây bảo tôi.

Tôi nhìn: Hơi thở yếu ớt đã hóa thành chất lỏng – một rớm máu nhỏ nhưng thắm ở khóe miệng. Màu sắc cuối cùng ở một con người vừa lìa đời. Ngọn đèn hậu của cỗ xe.

"Đồng hồ bố bao nhiêu? – Bảy giờ, à, mười chín giờ hăm lăm? Mồng 9 tháng Tư ta. Đúng tuần Phật Đản, tốt cho mẹ quá. Thôi, mẹ đi thanh thản, mẹ yên tâm nhé. Bao nhiêu điều tốt đẹp với nơi yên vui đang chờ mẹ kia, mẹ sắp trông thấy rồi đấy... Bố giữ chặt hai ngón chân cái mẹ để con buộc tay xong rồi buộc chân cho mẹ... Nhớ không để nước mắt rơi vào mẹ..."

Tôi rất buồn nhưng nhẹ người. Ít ra Linh hết cực hình vượt quan tái. Tôi khẽ xoa mặt Linh rồi dừng lại trên má phải. Năm mươi ba năm trước, tôi hôn cái đầu tiên lên đó, ngoài cửa Nhà ăn của lưu học sinh, nơi anh chị em Việt Nam đang liên hoan với hiệu trưởng Đại học Bắc Kinh Mã Dần Sơ. Sau khi Linh hát xong *Chàng buông vạt áo em ra* rất hay..., tôi rủ Linh ra dưới một cây lê. Trước đó ba bốn tháng cô bé *Ất Cơ* thuộc vào nấc đẹp nhất trong cung bậc *teen* đứng ở đầu chiến hào hát tiễn lính lên A1, Him Lam Điện Biên Phủ.

Trong trường ca "Bước ký vào 21" (chưa ra mắt,) Lê Đạt viết về Linh: Con chim hồng ức lửa bước bay xuân/ Gót thả sáng/ pháo Mường Thanh nổ đỏ / ... Bao nhiêu lính Điện Biên hầm bùn MườngThanh... / trước giờ xuất kích đã khẩn xin chi viện / cô văn công có đôi chân lạ bà mụ như nặn ra để vũ... / và bao nhiêu người đã ngã / mắt chưa thôi chập chờn bay bước chim hồng ức lửa / lung linh một dối dăng hạnh phúc. / H. L. bị chủ nghĩa Mao chống Tàu xưa...

Gò má phải ấy là bến thiêng đầu tiên tôi neo đời mình vào. Nó vừa mới rời Mường Thanh, A1 vài ba tháng.

Nhưng tôi đã phụ Linh. Chuyện riêng mà tôi thú lỗi ở đây bởi vì Linh, nạn nhân của tôi cũng là nạn nhân đàn áp chính trị và đặc biệt, dù khổ vì thế Linh vẫn không xa tôi một phút trong chiến hào cố thủ phẩm giá người của cặp vợ chồng mà Lê Đạt gọi là *"một đôi nhân vật sử thi Hy Lạp."*

Đầu những năm 80, L., vợ một chiến hữu thân tìm tôi nhờ tôi giúp chồng cắt một quan hệ. Tôi nói: Cảm ơn chị tin tôi nhưng tôi không thể giấu chị rằng tôi đã sai lầm trước anh ấy rồi chị ơi... Chị nói chị rất yêu anh ấy, vậy thì tôi xin chị hãy nên nhẹ nhàng, khoan thứ vì lòng khoan thứ có thể giúp anh ấy mạnh hơn cả.

Lúc nói thế tôi thấy Linh ở trước mắt.

Đang yêu tôi có thể chết theo Juliet nhưng rồi tôi đã làm Juliet khóc. Linh đã chờ tôi mãn hạn lao động cải tạo mới đưa tôi ra toà án huyện. Tòa cố nhiên hòa giải và Linh chấp nhận ngay. Tôi đã nói với bà thẩm phán rằng mọi sự không hay trong nhà đều do tôi gây ra nhưng thấy tôi ở báo đảng nên bà thẩm phán lại thiên vị, cho là tôi gương mẫu tự phê bình như đảng dạy. Bà liền nghiêm giọng khuyên "các chị văn công có nhan sắc đừng thấy các anh ấy lam lũ mà… "

Linh chỉ khẽ cau mày. Đời quá nhiều trái khoáy: Tôi bị đảng đánh bất cần toà thì trong chuyện gia đình lại được tòa chủ động bênh. Riêng mình Linh bị đánh tứ bề, không nơi che chở…

Sau này lâu nữa, một lần Linh hỏi: "Nếu anh có con thì đem nó về, Linh coi nó như Mây". Biết Linh thật lòng, tôi nói: "Linh thừa hiểu. Nếu có thì đã báo với Linh."

Rồi các chủ nhật bạn bè, toàn chống đảng đến đầy nhà. Minh Việt có lần bảo tôi: "Bạn đông thế thì gạo xoay đâu?" Linh coi bạn bè của tôi như anh em trong nhà, như chính bạn của Linh.

Linh luôn trông nom xây đắp cho gian nhà nghèo của chúng tôi. Từ món đồ nội thất đầu tiên, cái hòm bôi phẩm đỏ Linh mua ở Hàng Hòm, gần nhà hai anh em bác thợ đóng giầy ba–lê nổi tiếng cho giới múa, từ hai giá sách Linh tự đóng lấy bằng chính cái hòm đựng đồ mà trường đại học Bắc Kinh cho tôi khuân gia tài về nước, từ cái bàn, bốn cái ghế – thùng xà phòng mậu dịch thải – thấp tè không lưng không tay và mặt ghế là các nắp che đi các thứ tạp nham cất ở trong. Cho đến kiệt tác tạo nên môi – trường – Linh rất thân quen với cả xóm là dẫy rào tre cho ô rô và tầm xuân mọc tràn – mỗi đầu xuân lại cho nở bồng ra mênh mang một đại cao trào giao hưởng màu hoa xoan, là chiếc cổng tre hai cánh kẽo kẹt do chính Linh chặt tre, pha nan, vót nhẵn đan thành. Và sau đó cây khế…

Linh đã góp một nét xanh nhỏ bé vào cái thế giới xanh bao la mà chúng ta đang cùng khao khát.

Bây giờ hết cả. Còn lại một thứ của Linh: Cây soài đồ sộ rợp bóng ở bên phải Tam quan Chùa Hà. Linh trồng nó từ hạt rồi tặng Nhà Chùa khi nó cao hai mét. Có lẽ trăm năm sau vẫn đó.

Linh đã đi tôi vẫn ngồi cạnh. Mây mấy lần dặn bố không được để rơi nước mắt vào mẹ rồi kéo chăn lên mặt Linh.

Nửa giờ sau, tôi mở chăn. Mây khẽ reo: Mặt mẹ tươi quá kìa...

Tôi còn thấy Linh hơi mỉm cười. Hai mí mắt thành hai vòm trời bằng lặng, êm ả – hai bãi biển tinh mơ lúc con nước ròng quét đi hết mọi sầu muộn, hai khóe miệng hài lòng nhẹ nhõm mím lại rất vừa phải và một xíu ánh răng cười chào. Nét mặt Linh chợt vằng vặc sắc thư nhàn. Tôi đọc ra được sự chuyển tiếp khoan thai tới chữ Không. Lúc này nếu có chết tôi cũng như không.

Linh đã bàn với tôi là chết thì thiêu rồi rắc sông, không báo ai nhưng con gái không chịu. Trước đây hai tháng Mây bảo mẹ: Khổ, ông ngoại sáu chục năm trong giới cô hồn, cứ chờ Đảng xóa tội bỏ nợ cho mà. Bây giờ mẹ cho con đưa ông lên cửa Phật. Chùa Già Lam. Tôi nói: Rất hay, chỗ ấy có thày Thích Tuệ Sỹ bị ta tuyên án tử hình vì chống chế độ nhưng rồi phải thả. Mây nói thế thì ông đến đó là hợp! Hôm nay, Mây bảo tôi: Đưa mẹ lên với ông để từ nay hai bố con được chuyện trò.

Đúng, bù lại cho những ngày chín mười tuổi nghe người ta nói đến bố thì Linh sợ và không bao giờ dám hở ra chữ "pá" với ai. Nay hai tội nhân bố con, một mái chùa có một nhà sư chống bạo quyền suýt chết.

Tình cờ hôm làm lễ cầu siêu cho cả Linh, thày Tuệ Sỹ dẫn đầu các vị sư đi quanh lễ đường. Mỗi lần thày đi qua mặt, tôi ngồi bệt trên sàn lại cúi đầu rồi ngước nhìn lưng thày mỏng dẹt quay đi mà nghĩ: đạn sút thì làm tan hết cái lưng kia. Rồi bất giác nhớ mấy câu của ông: *"cười với nắng, một ngày sao*

chóng thế, đỉnh đá này và hạt muối đó chưa tan." Và (ve)
"khóc mùa hè mà khô cả đại dương." Tự nhiên yên tâm hẳn.
Linh và *pá* đến đây là về nhà.

Trong hai ngày 26 và 27 tháng 5, giới múa gửi điện hoa,
điện chia buồn đến. Đều "Thương tiếc *Cô Hồng Linh.*" Đọc
chúng, tôi vào một góc tường khóc kín. Hai chục năm nay,
Linh bỏ Hội múa (và cả hai tổ quốc? Đã bảo tôi: "Tổ quốc là
con người đặt ra mà thôi.") nhưng Hội vẫn tặng hoài tạp chí
Vũ Điệu cùng quà Tết. Cách đây một tháng, một số anh chị em
bay vào thăm. Một bước vi sư, nửa bước vi sư; đời biết nghề.
Nhưng đời thương số phận và yêu nữa là cốt cách.

Một vòng hoa cũng làm tôi xúc động. Của Hoàng Minh
Chính và Lê Hồng Ngọc. Cùng hội bệnh hiểm, họ với Linh sẽ
cùng thuyền. Nhưng Linh xuống trước để đón bạn đến sau
cho đỡ lạ. Tôi đã vơ vào, điều Linh rất không thích. Con chim
nhỏ này có quỹ đạo bay, vùng bay, quy cách bay riêng. La bàn
dẫn nó bay là cảm hứng nhân văn của *riêng* nó chứ không
phải ánh đèn sân khấu tắt bật theo đạo diễn đời...

Phong, em kế Linh thay mặt ba đứa em ở Canada, Mỹ,
Trung Quốc ngơ ngẩn gọi về. Thôi chị sẽ được gặp *pá, má!*

Mỹ Điền gọi xin lỗi bị kẹt xe – đến thì xe tang đã đi. Khổ,
ông già tám lăm! Đã phúng rồi đưa làm gì? Anh đã sớm cho
Linh một lọ nước hoa Pháp. "Mẹ tôi cũng ung thư chết, *khi ấy*
cần cái này lắm – anh nói. Tôi sẵn mà, bên Pháp cho".

Ba ngày sau, Lê Đạt gọi. Như quát: Linh chết sao không
báo? Thằng Khải vừa báo tao!... Thôi, thắp hương hộ tớ...

Sao Khải biết? Tôi không báo rộng bạn bè theo lời Linh
dặn. Nhưng bạn bè vẫn biết. À, Khải đoán tại sao tôi hỏi *Cổ*
mạch hàn phong cộng nhất nhân, – một người ra đi một mình
trong gió lạnh trên con đường nhỏ cũ xưa. Rồi lại nghe Mây
hốt hoảng gọi và tôi kêu lên, giập vội máy?

Bà chết hai chục ngày, ba ông cháu đi dạo chiều. "Bà hay đưa chúng con đi lối này," đứa cháu gái năm tuổi rưỡi nói rồi chạy lên bãi cỏ hái ba bông hoa cỏ màu hung tím. "Con thương bà con hái cho bà như bà vẫn hái. Con muốn cố vượtngoan để bà sống lại".

Hai cháu cắm hoa cỏ vào lọ. Ba bông hoa cỏ rung lên những óng ánh của một loài ngọc lạ, biên ra những chấm vũ đạo. "Bà nghĩ ra điệu múa *Vẫy Gọi Cháu* kia, thấy không?" tôi hỏi hai đứa bé. Đứa anh bảy tuổi rưỡi nói: Hương vừa nói cảm động đấy, ông ghi lại đi nha...

Ba ông cháu thắp hương ở bàn thờ. Đứa anh hỏi khẽ: Hương muốn cho bà sống lại à?

– Trong phim nói ước mơ chỉ là ước mơ thôi, anh Phúc ạ... Giọng con bé khẽ lay, nghèn nghẹn.

Tôi cố không nấc. Tôi vừa thấy chiều sâu có nước mắt của tuyệt vọng. Và chiều cao mà thời đại – thằng Đại lưu manh – đắp vào con trẻ. Thấy cả Linh khoan dung tha thứ cho tôi sau buổi ba ông cháu viếng Linh tại một vạt cỏ hoang bên đường xưa bà hay đi dạo qua với hai cháu.

Đứa anh hỏi tôi: Có *come true* (sự thật hiển hiện) không ông? Bà sống lại chứ?

– *Come true*, – tôi nói.

Nghĩ chúng chắc chắn sẽ được "thần linh pháp quyền" che chở, chứ không như bà ngoại yêu của chúng, ông ngoại của chúng. Rồi cụ đẻ ra bà ngoại chúng. Không thế có lẽ nên tìm một liều bả chuột. Tốt nhất nhãn hiệu Trung Quốc. Quẩn quanh lại cứ là Trung Quốc ư?

* * *

Linh là người đầu tiên đọc quyển sách này, quãng từ 1990 – 95, lúc nó mới tạm hình thành. Sau đó tôi đã viết đi viết lại nhiều lần. Mỗi lần là một lần thắng cái sợ để sự thật lộ rõ ra hơn.

Linh đọc và chỉ nói, chuyện của Linh còn nhiều lắm…

– Đúng, chuyện Linh thừa thành một sách riêng, tôi nói. Buồn là anh không có thì giờ…

Có đúng là không có thì giờ? Hay là vẫn bị cái sợ nó trói? Lôi tội của đảng ra phải từ từ, chứ cả hai bố mẹ thì ai nuôi con?

Chuyện của Linh phong phú hơn chuyện tôi. Từ bé đến chết, Linh luôn là nạn nhân. Và nạn nhân thì nhiều chuyện hơn người thường. Giá như Linh tự kể chuyện mình bằng ngôn ngữ hình thể, món thiên bẩm mà Linh sử dụng khá tốt!

Trong đời mình, Linh nghe tôi hai lần có tính quyết định. Lần đầu nghe rồi theo tôi, *bất chấp kỷ luật đảng*. Lần hai nghe rồi phản đối chiến tranh bạo lực, *bất chấp đường lối đảng* để sẵn sàng dấn thân vào những gian nan mới.

Chiều ấy, tháng 1 năm 1964, Nghị quyết 9 vừa công bố trong đảng bộ, đi làm về tôi rủ ngay Linh đi bộ từ Khu văn công Cầu Giấy, đường 32, lên chợ Bưởi rồi quay luôn về. Tôi nói say sưa, tưởng chừng Linh là người duy nhất trên đời mà tôi cần phải kéo cho xa ra khỏi vùng bóng tối sắp vây kín lấy đất nước. Và Linh im lặng suốt nhưng nhìn mặt Linh tôi biết Linh gật đầu. Có điều bữa ấy không phải Linh chỉ có nghe *thấy* tiếng của tôi. Còn tiếng của quá khứ như ở sát bên. Bố bị giết, tuổi thơ lầm than mồ côi, chị em mỗi đứa lưu lạc một nơi, chống phái hữu.

Với tôi, Linh tình lý vẹn toàn.

Chương năm mươi tư

Nghĩa tử là nghĩa tận. Tôi thấy cần đưa chung vào đây vụ án giết mười mấy cán bộ đảng viên cuối 1947, đầu 1948, trong đó có bố vợ tôi, ông Hồng Tông Cúc. Chính cựu giám đốc Tổng nha công an Lê Giản, người phụ trách của họ thời đó, cũng xin minh oan qua con đường pháp lý chính thức. Như Nguyễn Trung Thành đã làm trong trường hợp chúng tôi vậy.

Tháng 6 năm 1992, Lê Giản gọi đưa tôi xem cái đơn anh gửi Ban chấp hành trung ương đảng đề nghị lập một tiểu ban xét lại vụ giết oan mười mấy cán bộ và đảng viên Trung Quốc trong đó có Hồng Tông Cúc, bạn anh và là bố vợ tôi hồi cuối năm 1947.

Đơn – mười một trang lớn – viết tỉ mỉ, xúc động. Theo đó thì chính Lê Đức Thọ sau Cách mạng tháng Tám đã trao những anh em này cho Lê Giản để tổ chức một nhóm công tác đặc biệt trực thuộc Lê Giản. Nhóm có quỹ riêng và chỉ làm việc với mình Lê Giản. Rồi Lý Ban xuất hiện. Nhóm trưởng Ngô Kỳ Mai (hay Ưng Khầy Mùi) cùng tù Sơn La với Lê Đức Thọ thế nào rồi hoá thành đặc vụ Tưởng Giới Thạch. Lan cả sang Xìn Xí Pô, cố vấn quân sự Trung Quốc phái sang ta, cũng tù Sơn La với Thọ. Trong hồi ký *Một cơn gió bụi*, trong bảy "yếu nhân" Việt Minh, Trần Trọng Kim nêu ra có

Pô cùng với Hoàng Quốc Việt, Nguyễn Lương Bằng, Bùi Lâm. Ở Sơn La, Ưng Khầy Mùi và Xìn Xí Pô đã dạy tù cộng sản hát *Xền Xên* – Tiến lên, quốc ca Trung Quốc sau này. Họ phần lớn là bạn cũ của Lê Giản. Riêng Ưng Khầy Mùi còn kết nghĩa anh em. Ưng Khầy Mùi và Hồng Tông Cúc lại thân hơn một nấc nữa: đổi tên cho nhau.

Năm 1947, Pháp đánh Việt Bắc, nhằm đúng căn cứ địa trung ương, Lê Giản bận bảo vệ Trung ương và Hồ Chủ tịch chạy giặc, đã gửi anh em tổ đặc nhiệm này ở ty công an Tuyên Quang của Nguyễn Văn Luân. Tình cờ ghé qua ty, nghe nói có họ ở đây, Lê Đức Thọ đã lệnh giết. (Lê Giản, khi nói với tôi đã hất đầu, bắt chước động tác ngụ ý thủ tiêu của Sáu Thọ mà Nguyễn Văn Luân làm lại cho anh xem.) Đều mất xác. Bố vợ tôi – Hồng Tông Cúc, lúc ấy ba mươi tuổi.

Trong đơn Lê Giản viết một câu nói lên hết nỗi lòng anh: "Khi tôi quay lại đón anh em thì như "sét đánh ngang tai," anh em đã "bị thủ tiêu hết".

Năm 1951 hay 52, vẫn đơn viết, một đoàn cán bộ Đảng cộng sản Trung Quốc sang tìm hiểu vụ này, Lê Giản đã gặp họ, trình bày rằng các anh em đó bị thủ tiêu *oan*. Đoàn Trung Quốc nghe chăm chú. Lê Giản hy vọng vụ án sẽ được làm sáng tỏ nhưng rồi mọi sự lại rơi vào im lặng. Lê Giản đành nuốt hận một mình, từ nay anh không được phép thổ lộ với ai. Tôi cho rằng Trung Quốc thấy đã có Lý Ban rồi thì cho qua – Lý Ban là tỉnh ủy viên Quảng Đông hoạt động ở Trung Quốc mãi cho tới cuối 1945 nên đáng tin hơn số anh emkia – nhưng Lê Giản nói chỗ này anh không biết.

Tôi đánh máy rồi photocopy nhiều bản trao lại Lê Giản, nói rất cảm ơn anh. Lê Giản nhăn rút mặt lại đấm mạnh tôi một cái nói: "Tao đã đau khổ quá mà mày lại cảm ơn!" Tôi ngỡ anh bật khóc.

ĐÈN CÙ

Văn phòng trung ương báo anh là đã nhận được đơn, sẽ nghiên cứu. Báo tôi, Lê Giản lắc đầu: Thế này là sang bước om tép ngâm tôm đây... Còn biết làm sao nữa bây giờ?

Hệ thống chân rết Sáu Thọ chăng lên bao la rồi. Phận kẻ bị oannhỏ như con sâu cái kiến làm sao mà chòi tới được công lý, cái thứ vốn bị đảng coi là xấu xa, phản động của chế độ tư bản.

Đơn Lê Giản đề nghị minh oan cho hơn mười cán bộ đảng viên Trung Quốc là có cả ý kiến của thiếu tướng Nguyễn Văn Luân, nguyên trưởng ty công an Tuyên Quang thời thủ tiêu nhóm đặc nhiệm. Luân nhiều lần ngùi ngùi bảo tôi: Lương tâm và trách nhiệm của bọn tôi là phải xin minh oan. Luân và Lê Giản đã lên lại tận nơi các anh em kia từng bị giết. Nhưng nay nhà cửa phố xá dầy đặc cả rồi, không nhận ra nổi địa thế xưa nữa, Luân cho tôi hay.

Tháng 2 – 1998, Lê Giản lại làm giấy chứng nhận ông Hồng Tông Cúc là cán bộ hoạt động bí mật của Nha công an "bị mất tích trong đợt tập kích của giặc Pháp đánh lên Tuyên Quang tháng 10 năm 1947," và đưa cho con cháu của ông Hồng Tông Cúc giữ cho địa phương đỡ quấy quả.

Lê Giản và Nguyễn Văn Luân, quan chức kỳ cựu ngành công an thường bảo vợ chồng tôi: Minh oan cho các đồng chí ấy là chúng tôi làm theo đúng lương tâm người cộng sản.

"Vậy thì hai anh đã công nhận rõ rằng người phụ trách đảng cộng sản là không có lương tâm," tôi thầm nghĩ. Và thương cho hai anh còn tin vào hai chữ lương tâm thấp cổ bé họng trong chế độ này.

Mà ngay đến Lê Giản thì nông nỗi nào cũng có ít lênh đênh.

Một hôm đến anh, tôi thấy anh giập giập xóa xóa, thuật lạithời kỳ bị tù ở Madagascar được quân Anh giải phóng khỏi nhà tù Pháp, huấn luyện công tác tình báo như lấy tin, truyền

613

tin, mật mã, điện đài rồi thả dù xuống Việt Bắc để tìm Việt Minh theo nguyện vọng của các anh. Với quân lính Anh thì miễn là sẵn sàng đánh Nhật, ngoài ra chuyện vặt hết. Đảng lúc ấy người hiếm của kiệm nên tin ngay các anh. Nhưng nay người ê hề, chế độ phải ngặt nghèo, đảng cần xét kỹ quan hệ của các anh với đế quốc để xem có đáng được cấp huân chương, trợ cấp không. Có thể tin cậy kỹ thuật tình báo các anh học của chúng nhưng bụng dạ các anh, đảng phải cảnh giác. Tôi thật không ngờ đến giữa những năm 90, đảng lại lôi chuyện xưa ra bắt các anh từng được đảng tin dùng mãi phải lận đận giãi bày tấm lòng son, một việc làm nếu biết suy nghĩ sẽ thấy là hết sức nực cười, lố bịch. Ừ, nhưng mà biết thế nào được! Nhân dịp khai lý lịch lấy tiền trợ cấp này có khi lại lòi ra chuyện man trá.

... Có một chuyện tình cờ rất hay: Không hề bàn với nhau, trong thời gian Lê Giản gửi đơn, Lý Bạch Luân, tức Lý Nguyên Cát, cựu bí thư Yên Bái, cựu phó bí thư và phó chủ tịch Quảng Ninh cũng gửi Trung ương một đơn xin minh oan cho Hồng Tông Cúc, với tư cách bạn thân thiết của Hồng. Bằng vào quan hệ lâu ngày, Lý khẳng định những anh em bị thủ tiêu oan đều là người trung thành với cách mạng. Theo Lý, đây là một vụ *giết người oan trái do một cá nhân ra lệnh*, không có xét xử của đảng. Không cả ai luận tội kết án.

Lý Bạch Luân viết: "Tôi đã định nhiều lần nói ra nhưng lại sợ không hay cho uy tín của đảng nên đành im cam chịu một mình. Tôi đã bao đêm không ngủ nghĩ tới các đồng chí bị giết oan cùng gia đình vợ con họ không còn đâu nương tựa".

Cuối 1948, Lý viết tiếp, trên đường công tác qua Hoa kiều vụ Liên khu 10, tôi thấy ở đấy có hai cháu bé giống Hồng Tông Cúc quá bèn thăm hỏi rồi đưa về Trung đoàn 98 của tôi hoạt động tiễu phỉ ở Đông Triều, Đồng Vành, Bến Tắm Hải Ninh. Cháu Hồng Linh là chị, lúc này lên mười, đứa em Hồng Phong lên tám. Ba đứa em dưới đều cho làm con nuôi.

(Linh kể lúc mới làm "bộ đội" nhớ mẹ đau quặn bụng, không đi nổi cứ ôm bụng ngồi sụp. Có lẽ vì thế mà bảy chục tuổi từ giã cõi đời liêu xiêu vì ung thư, hay chính mối oan chính trị này di căn sang cơ thể.) Trước đó mấy mẹ con theo bà con người Hoa lên tận Quản Bạ, Đồng Văn, Mã Pì Lèng, Cổng Trời, Lũng Cú. Mẹ kiết lị nặng, chỉ nằm – mà may vẫn sống sót; chị cả bảy tám tuổi ngày ngày đi bắt ngoé nhái về để mẹ thịt cho lũ em từ một tuổi rưỡi trở lên ăn. Rồi những ngày theo bộ đội tiễu phỉ, nhìn bộ đội mổ bụng phỉ lấy gan nhai sống, những tối cố nhớ xem hôm ấy trong lán có ai coi vẻ tươi tỉnh với mình thì lén đến chân giường người ấy mượn tạm dép ra suối rửa chân. Đoạn suối này hổ đã vồ mất mấy anh bộ đội. Có lần qua vùng "bà ngoại" tản cư, xin phép về qua thăm. Bà (thật ra là "*xai pua*," sai bà, – bà giúp việc lâu đời trong nhà) ho lao được dân cho lên ở một cái lán. Đứa cháu dưới chân núi ngửa cổ gọi mãi bà: Bà đi giặt thuê. Lại cắm đầu chạy đến hơn cây số mới đuổi kịp đơn vị. Linh không biết là bố bị giết ở đó, mẹ nay làm cấp dưỡng ở ty công an Tuyên Quang, cái cơ quan đã giết chồng mình, và "bà ngoại" ở lại chỗ có xác ông chủ cũng chết, mất luôn tăm tích. Nghĩa là có thể bố đã nghe thấy tiếng đứa con gái gọi bà... Cả một tuổi thơ gian truân lặng lẽ tha một quả núi đen ngòm ở trong đầu: Bố nó đặc vụ bị ta thịt. Hầu như câu "bố nó đặc vụ bị ta thịt" là tiếng nổ duy nhất sớm chiều vọng lên làm nỗi kinh hoàng nhật tụng trong lòng đứa bé phải gánh chịu oan bố, không người an ủi. Thế mà đứa bé đã không sa vào cái vực đốn mạt là nịnh hót, cầu cạnh xin một con mắt đỡ đần. Thế này là "tuổi thơ rên thầm" phản diện bên cạnh "tuổi thơ dữ dội" chính diện đấy Phùng Quán nhỉ? Một đằng dữ dội vì chiến đấu cho chính nghĩa, một đằng câm lặng vì ở phe phản động. Bốn năm sau, 1952, Linh cũng không biết mình đã trở lại trung đoàn 98 múa hát liên hoan sau trận đánh Mộc Châu. Lúc ấy Vũ Lăng mới về phụ trách 98. Và tôi thì lần đầu tiên gặp Hồng Linh ở đó, cô văn công mười bốn tuổi, cạnh các chị Thùy Chi, Song Ninh...)

Trở lại đơn Lý Bạch Luân. Cuối đơn ông viết: "Là một đảng viên cộng sản Việt Nam, tôi cả đời hoạt động cho cách mạng Việt Nam, nay đã gần chín chục, tôi xin Trung ương trước hết vì sự trong sáng của đảng, vì kỷ cương và công bằng xã hội và vì quan hệ Việt Trung lâu dài, hãy minh oan cho vụ án".

Lý viết thư này ở thị xã Quảng Yên. Ông đã bị xúc đi khỏi Hòn Gai, bất chấp là đảng viên từ 1930 và bí thư tỉnh. Ông còn nhẹ nợ, không phải như Lê Giản viết tường trình vì sao lại được tình báo Anh chọn huấn luyện và rồi lại về Việt Nam? Lẽ ra ông cũng phải viết vì lý do gì mà Trung Cộng lại cho ông sang Việt Nam chứ nhỉ?

Tôi chắc khi đơn tâm huyết của mình không ai đếm xỉa mà cứ phải nghe những pháp chế, công bằng, đạo đức, văn minh thì Lê Giản, Lý Bạch Luân dứt khoát cũng thấy mình đã vớ phải một cha đại bịp lăm lăm một khẩu súng sẵn sàng nhả đạn ở trong tay.

Hồng Phong, em dưới Linh, rồi định cư ở Canada. Trong bữa ăn li biệt Lý Bạch Luân, người cưu mang Phong cho đến trưởng thành, Phong nói: "Bố mẹ chúng con rồi chúng con đều tuyệt đối tin cách mạng, theo cách mạng. Ông cũng thế. Nhưng rồi chúng con tan nát, ông thì bị hắt hủi đến xó này. Ôi, con thật tình sợ cách mạng quá rồi, sao cách mạng lại chỉ thích đầu rơi máu chảy, thù hận nghi ngờ và tiêu diệt?"

Năm 1997, Lý Ch., một người Việt gốc Hoa cho tôi quyển *Một đời Ngô Kính Nghiệp* của Ban nghiên cứu lịch sử đảng tỉnh ủy Quảng Đông xuất bản tháng 3 năm 1990. Theo sách này, Ngô Kính Nghiệp từng "bị tù với Hồ Chí Minh và từng là thư ký chính trị của Hồ Chí Minh." Ông ở trong số người bị giết nói trên. Vợ con ông trốn được về Trung Quốc do đó Đảng cộng sản Trung Quốc đã minh oan, bình phản tuyên dương cho ông. Nhắc đến tên Ngô Kỳ Mai (Ưng Khầy Mùi,) Hồng Tông Cúc, cuốn sách đã vạch tội *"Việt Cộng thủ tiêu oan các đảng viên chân chính của Đảng cộng sản Trung Quốc mà đến nay vẫn chưa phục hồi danh dự.*" Nay kéo Việt Nam, Trung Quốc lại lờ. Như đã lờ sau khi nghe Lê Giản trình bày vụ án oan thảm khốc. Quyển sách kể đủ tên 13 người "bị Việt Cộng bí mật hành quyết" gồm: Ngô Kỳ Mai (Ưng Khầy Mùi, Ngô Kính Nghiệp, Trình Mẫn Đức (Xìn Xí Pô,) Hồng Tông Cúc, Ngô Kỳ Anh, Trần Tinh Minh, Chung Quỳ Hưng, Lâm Trung, Lý Lý, Tô Cô, Tẩy Trung Nam, Phùng Chỉ Thương, Lữ Giang Vượng.

Năm 1991, Hiến pháp Việt Nam bỏ câu Trung Quốc là thù, Ban dân vận trung ương cử hai cán bộ đến gặp Linh. Định lập một đoàn văn công người Hoa, ban mời Hồng Linh giúp. Linh đã dự cuộc họp nhưng khi Ban lại mời lần hai thì Linh kiểu. Đề nghị đảng minh oan cho bố chúng tôi rồi hãy dùng chúng tôi. Không nói mới hôm nào đảng đuổi tôi đi cơ mà!

Từ đấy tạnh luôn...

Tờ báo năm 19 tuổi tôi làm phóng viên mang tên *Sự Thật.*

Ôi, cái tên mới thích chui rúc ẩn nấp làm sao! Mà một chỗ ẩn nấp để có thể rúc rích tốt nhất là dưới ghế bành của Ban tổ chức.

Chương năm mươi lăm

Đã nói thì nói cho kiệt. Cuối cùng, nạn nhân vĩ đại!

Vâng, đó là Hồ Chí Minh. Vâng, vào mấy thời điểm quan trọng nhất của cuộc đời cách mạng vô sản mà ông quyết liệt dấn thân, Nguyễn Ái Quốc – Hồ Chí Minh đều nạn nhân đích thực. Nạn nhân trước hết của chủ nghĩa cộng sản và của đảng chính trị kiểu Lê–nin.

Cuộc trường chinh của vô sản Đông Dương vừa khởi động, Nguyễn Ái Quốc – Hồ Chí Minh liền nạn nhân lập tức.

Các đồng chí Trần Phú, Hà Huy Tập, Lê Hồng Phong sớm cho ông nếm đắng cay. Lập xong Đảng cộng sản Việt Nam, Nguyễn Ái Quốc tức thì mất ghế. Mất đứa con tinh thần: Chính cương. Mất cả tên dân tộc (Việt Nam) của đảng. Chửi Pháp thâm hiểm lập Đông Dương (Indochine) nhưng thay ngon cái tên Đông Dương cho Việt Nam. Lệnh Stalin mà!

Ngay từ đầu đã ra oai, Stalin nhằm giáo dục cho toán cộng sản Việt cộng đầu tiên, những lãnh tụ tương lai của Việt Nam – trong có Nguyễn Ái Quốc – thấm thía hai chân lý nền: Việt Nam dưới Liên Xô và răm rắp tuân lệnh Stalin.

Nguyễn Ái Quốc đã là một *a–giăng* thâm niên sáu năm của Quốc tế Cộng sản! Đã theo học môn tuyên truyền kích động ("agit-prop") ở Kommunisticheskii Universitet

Trudjashikhsja Vostóka, nơi chuyên đào tạo các nhân viên gốc Viễn Đông. Sách "Komintern i Vyetnam," – "Quốc Tế Cộng Sản và Việt Nam" của giáo sư Nga, Anatoli A. Sokolov nói đến việc Hồ Chí Minh *ứng dụng chủ nghĩa cộng sản Liên Xô vào Việt Nam*. Đám báo *Sự Thật* chúng tôi từng nghe Nguyễn Khánh Toàn, Trần Văn Giàu kể về thời các ông cùng Nguyễn Ái Quốc học làm cách mạng vô sản ở đó. Kể lại cũng để tỏ ra chúng tớ ngày ấy không kém thưng ông Bác lắm đâu.

Và mới nhất: báo *Nhân Dân* ngày 30 – 6 – 2013 ra một bài kỷ niệm rất trang trọng viết: "Nguyễn Ái Quốc đến nước Nga ngày 30 – 6 – 1923 và đã có khoảng thời gian hơn *sáu năm học tập và hoạt động ở quê hương của Cách mạng Tháng Mười, đất nước của Lê–nin vĩ đại, trung tâm của phong trào Cộng sản và Công nhân quốc tế*, (tôi nhấn) từ ngày 30 – 6 – 1923 đến tháng 10 – 1924; từ tháng 6 – 1927 đến 11 – 1927 và từ tháng 6 – 1934 đến tháng 10 – 1938".

Tóm lại sáu năm ở Liên Xô chỉ để học phương pháp làm cách mạng **vô sản**. Cách mạng dân tộc đã cũ tàng tu, chả còn gì phải học.

Ngày Hồ Chí Minh lần đầu đến nước Nga 90 năm trước mà báo đảng gọi là "sự kiện lịch sử, đã tạo ra bước ngoặt quan trọng trong cuộc đời hoạt động của Người và cũng là bước ngoặt quyết định đối với cách mạng Việt Nam." (Tôi nhấn).

Đúng, có qua cửa Mác sân Lê mới thành lãnh tụ giai cấp kiêm dân tộc được. (Như thời phong kiến phải qua cửa Khổng sân Trình).

Nhưng sao bước ngoặt của Hồ Chí Minh chỉ được là "quan trọng"? Người làm cho số phận Việt Nam neo cột vào Liên Xô mà lại không là quyết định ư?

Cuối cùng bài báo công nhận: "Sau 90 năm nhìn lại,... Liên bang Cộng hòa Xã hội Chủ nghĩa Xô – viết (CCCP) *chỉ còn là ký ức đẹp đầy nuối tiếc*".

Song "… Chủ tịch Hồ Chí Minh, người Việt Nam đầu tiên **khám phá** (tôi nhấn) ra nước Nga Xô – viết, học tập nước Nga, đã suốt đời giáo dục nhân dân ta ghi nhớ công ơn to lớn của Lê–nin và Cách mạng Tháng Mười, trân trọng xây đắp tình hữu nghị thắm thiết, thủy chung, trong sáng giữa nhân dân hai nước Việt – Xô (Việt – Nga ngày nay.)" (tôi nhấn).

Cài kỹ thêm cả "Việt – Nga ngày nay," bài báo muốn dặn rằng Hồ Chí Minh đã báo trước rằng dù có hết là Liên Xô thì nước Nga vẫn đáng quý hơn mọi nước.

Một câu hỏi nổi lên: Sao Đảng bỗng rầm rộ kỷ niệm lẻ *ngày Hồ Chí Minh đến Liên Xô?* Chắc đơn phương lấy lòng Trung Cộng mà cứ bị ức hiếp hoài thì lôi ông anh cả ra cho cân lại "hai vai hai gánh ân tình," nền tảng của thắng lợi chinh chiến xưa, mặc dù ông đã theo chủ nghĩa tư bản, nhá rau ráu thặng dư giá trị.

Theo bài báo, trước khi về nước *lập đảng (*chú ý cực kỳ quan trọng*: đảng vô sản chứ cấm là dân tộc,)* Nguyễn đã phải nếm đủ mọi thử thách thể xác ở cấp cơ sở để rèn cho mình có đức tính trung thành tuyệt đối với Quốc tế và Stalin.

Xin đọc tiếp một đoạn nữa: "Qua Nguyễn Ái Quốc và các đồng chí của Người, cách mạng Việt Nam đã *thật sự gắn với cách mạng vô sản thế giới, gắn bó với Lê–nin và Cách mạng Tháng Mười.* (Tôi nhấn.) Những người lãnh đạo cách mạng Việt Nam hoạt động và rèn luyện ngay tại *cơ quan đầu não và trường học lớn của cách mạng vô sản thế giới là Quốc tế Cộng sản.* (Tôi nhấn.) Từ đây, đường lối của Quốc tế Cộng sản, chính sách, kinh nghiệm của Nhà nước Xô – viết, công tác đào tạo cán bộ của Đảng Cộng sản Nga đã **trực tiếp tác động đến sự phát triển của cách mạng Việt Nam**. Đó cũng là hành trang Nguyễn Ái Quốc chuẩn bị được để lên đường về Tổ quốc, gánh vác sứ mệnh trọng đại mà lịch sử đã lựa chọn và giao phó." (Tôi nhấn mạnh).

Vậy thì sẽ thế nào? Vậy thì hành trang "made in CCCP" trăm phần trăm mà Nguyễn Ái Quốc đem về Tổ quốc... *tất yếu sẽ dẫn Việt Nam đến số phận CCCP Liên Xô!*

Là sụp đổ. Hay là sau nhờ có thêm kim chỉ nam *mà số phận Việt Nam* không hóa thành hồi ức đẹp đầy hối tiếc?

Vậy phải ca ngợi trước tiên công **khám phá** ra Mao cuối 1949 chứ?

Bài báo trên còn viết rõ "Sự ra đời của Đảng Cộng sản Việt Nam năm 1930 và thắng lợi của Cách mạng Tháng Tám năm 1945 là những thắng lợi đầu tiên của tư tưởng Hồ Chí Minh, người học trò trung thành, xuất sắc của Lê–nin".

Không phải thế! Là thất bại đầu tay lập nước!

Trần Phú đã được Stalin cử về lập lại đảng rồi làm tổng bí thư kèm luận cương Trần Phú để từ đó mỗi năm nhận 5.000 quan Pháp hay 1.200 đô la Mỹ do Quốc tế Cộng sản cấp cho mà hoạt động. Rồi Stalin lại một lèo phủ nhận nốt Cách mạng Tháng Tám và nước Việt Nam Dân chủ Cộng hòa cùng Hồ Chí Minh là chủ tịch ngày 2 – 9. *Về sứ mệnh vĩ đại của mình, cộng sản thường nói: "lịch sử đã lựa chọn và giao phó."* Nhưng dân Việt lại chửi lịch sử là thằng ác ôn nào mà chuyên trao cho các ông những nhiệm vụ khốn khổ khốn nạn.

Mà kìa, cũng thằng lịch sử ấy đã trao cho Đảng cộng sản Liên Xô sứ mệnh bỏ ghế lãnh đạo, về vườn.

* * *

Một nguyên tắc như sinh tử lệnh về tổ chức của Quốc tế cộng sản: *Tất cả các đảng cộng sản và lãnh tụ của nó ra đời* ***dứt khoát phải do Stalin chọn và duyệt***. Tự nhận là anh tôi ngay. Vận mệnh của cả loài người trong tay Stalin mà.

Đền đáp lại công ơn đề bạt có xét duyệt nghiêm ngặt này năm 1949, mừng Stalin thọ 70, các đảng cộng sản, hay hệ thống chân rết biệt động đội quốc tế của Stalin đã tôn ông lên làm "Cha các dân tộc" – cha cả Lạc Long Quân, Âu Cơ.

Và tuy Stalin xóa sổ Việt Cộng, báo *Sự Thật* vẫn ra một số đặc biệt chúc mừng Cha. (Tôi đã xúc động xem hình "cha các dân tộc" hiện ra dần dần dưới lưỡi dao khắc của Phạm Cao Tăng. Một tài năng hiếm có, Tăng đã bị tù vì làm bạc giả thời Pháp. Rồi sau chuyên làm giấy tờ giả cho tình báo, anh được Nhà nước tuyên dương nhưng... bí mật).

Dân tộc vốn dĩ xấu, phải có giai cấp tốt cải tạo. Nguyên lý này phải nằm lòng. Để chứng minh xin xem một câu văn ngắn trong cương lĩnh cứu quốc của Việt Minh do Hồ Chí Minh và Trường Chinh soạn ở Hội nghị trung ương 8 Pắc Bó tháng 5 – 1941: 1/ *Pháp – Nhật không chỉ là kẻ thù của công nông mà 2/ còn là kẻ thù của các dân tộc Đông Dương.*

Sao không Pháp – Nhật là kẻ thù của dân tộc Việt Nam mà cứ phải chỉ li tách riêng "công nông" khỏi "các dân tộc"?

Phải lớp lang trên dưới ngăn nắp như vậy bởi Quốc tế Cộng sản có cây nỏ thần chuyên nhằm bắn rụng các chú chim líu lô bài ca quốc gia.

Xem thêm một chuyện: Năm 1935, Trần Văn Giàu ở Nga xô về Sài Gòn và bị bắt. Tòa án Pháp xử ông năm năm tù và báo *Đàn bà Mới* đã "lợi dụng dân chủ" đăng lại gần hết đối đáp của tòa và Giàu. Dẫn một đoạn sau đây: [...] *"Anh làm (việc lập lại đảng cộng sản Đông Dương) có ai giúp tiền cho anh?"* – *"Tiền của giai cấp vô sản giúp"* – *"Năm 1932 – 1933, anh có 600 đồng. Tiền đó của ai giúp?"* – *"Tôi đã nói là tiền của giai cấp vô sản giúp. Giai cấp vô sản không có quốc gia, không có chủng tộc, không có địa vực, cứ đi tới, đi mãi".*

Học ở trường đảng Liên Xô càng giỏi, càng lâu – chẳng hạn sáu năm – thì phần dân tộc ở trong lòng càng teo tóp. Người ta nuôi khống anh ư? Không chỉ Giàu, *tất cả những ai* từng làm *a–giăng* biên chế ăn lương của Liên Xô đều có chung phẩm chất thờ Quốc tế, nhẹ Quốc gia như Giàu thổ lộ ở trên kia. Để rồi hun đúc nên "quy luật" cao siêu này: Chủ nghĩa xã hội bảo đảm cho độc lập dân tộc.

Thử giả dụ: Nếu giống như trường đào tạo quan lại thuộc địa của Pháp, trường Kommunisticheskii Universitet chuyên dạy lật đổ của Quốc tế cộng sản cũng không nhận Nguyễn Ái Quốc vào học? Thì sao?

* * *

Trên kia nói về đận nạn nhân đầu tiên của Nguyễn – Hồ (Stalin không công nhận đảng cộng sản do Nguyễn Ái Quốc lập rồi nước Việt Nam Dân chủ Cộng hòa và Hồ Chí Minh là chủ tịch.) Đến đây sang đận thứ hai là nạn nhân của Hồ Chí Minh.

Ai cũng biết Nguyễn rất khao khát về quê hương hoạt động. Nhưng sao từ khi ra đi "tìm đường cứu nước" 1911, mãi đến 1941, ba mươi năm sau, Nguyễn mới về Pắc Bó? Thực dân Pháp ngăn chặn?

Nhưng Hà Huy Tập, Lê Hồng Phong, Nguyễn Thị Minh Khai... vẫn về ngon đó! Mà Nguyễn Ái Quốc hoạt động bí mật nào có thua.

Vậy đã có người cấm Nguyễn về nước cứu dân và người ấy phải đủ dữ. Ai đây? Stalin, còn ai nữa?

Phải đợi tới năm 1940, khi Đệ tam Quốc tế Cộng sản giải tán (để Liên Xô được Mỹ viện trợ mà chống Đức) và Trung ương của Nguyễn Văn Cừ đã bị Pháp cất lưới – tức là khi không còn cấp trên cộng sản nào ngăn chặn – Nguyễn Ái Quốc – Hồ Chí Minhmới tới sống nhờ Đệ tứ Chiến khu của tướng Trương Phát Khuê – địa bàn hoạt động quen thuộc của các đảng quốc gia Việt Nam – để bắt liên lạc với Trung ương còn lại ở trong nước.

Dịp đi Bãi Cháy viết hồi ký cho Trường Chinh, tôi có hỏi Trường Chinh tại sao Hội nghị trung ương 8 tổ chức Trung ương mới mà Bác không làm tổng bí thư? Trường Chinh nói tôi có đề nghị Bác làm nhưng Bác kiếu, nói còn bận công việc của Quốc tế.

Tôi tin là thật vì không biết Quốc tế đã giải tán. Nhưng Bác thì thừa hiểu rằng còn Stalin thì Bác không thể đảm đương chức trách lãnh đạo nào hết.

Vậy cớ sao 1945, Hồ Chí Minh lại ra làm Chủ tịch nước?

Chắc Hồ Chí Minh nghĩ mình đã lập công cho được một nước Việt Nam cộng sản ra đời thì Stalin sẽ xá hết, xóa hết.

Ai ngờ chính trong dịp Đại Khánh vẻ vang này, Nguyễn Ái Quốc – Hồ Chí Minh và cả một Việt Nam búa liềm đã bị Stalin công khai hắt hủi, ruồng bỏ. Trong khi Sukarno vừa được máy bay Nhật đặc cách đưa từ Sài Gòn về Indonésia giành chính quyền (trước Việt Nam hai ngày) liền được Stalin công nhận ngay!

Có điều lạ: Stalin từng lệnh cho Trần Phú thay Nguyễn Ái Quốc làm tổng bí thư đảng thì sao sau mồng 2 tháng 9 năm 1945, Stalin lại không yêu cầu Hồ Chí Minh xuống cho người khác vừa mắt Stalin lên thay làm chủ tịch nước mà cứ một mực gạt thẳng. Lý do? Phải chăng Stalin không muốn *De Gaulle* thấy ông thân thiết với Việt Cộng?

Bảy Trấn bảo tôi lúc chưa bị Pháp bắt, Hà Huy Tập, Lê Hồng Phong, Nguyễn Thị Minh Khai ở trong Trung ương của Nguyễn Văn Cừ vẫn hay cho đàn em ôn lại bài học Quốc tế kỷ luật Nguyễn Ái Quốc. Trong đàn em này có Lê Duẩn. Đã nghe đàn anh đem bài học phản diện Nguyễn Ái Quốc ra rèn giữa lập trường (chẳng hạn Hà Huy Tập nói tớ đã viết hẳn ra rằng chủ trương cách mạng thiếu quan điểm giai cấp của Nguyễn Ái Quốc là "ngu ngốc và buồn cười") thì Lê Duẩn rất khó hình dung Nguyễn có ngày lại là lãnh tụ tối cao của Đảng và dân tộc. Vậy khi biết Hồ Chí Minh là Nguyễn Ái Quốc thì Lê Duẩn có chột dạ không? Rồi lại biết Hồ Chí Minh cùng Việt Nam Dân chủ Cộng hòa bị Stalin tiếp tục lờ nữa thì Lê Duẩn sẽ phản ứng sao? Duẩn tất yếu phải tin anh hùng Stalin vừa chiến thắng Hitler, cứu vớt loài người chứ sao lại đi bênh chằm chặp Hồ Chí Minh ôm tình báo Mỹ ở bên mình? Khó mà không dành lòng nghi ngại sẵn ở một bên.

Từ đầu thập niên 50, vùng căn cứ trong Nam tự nhiên có kiểu gọi mới: Cụ Hồ là đèn 500 bu-gi, Duẩn 200 bu-gi. Dư luận cho rằng độ *lux*, – độ rọi này do Sáu Thọ định lượng và như vậy là Thọ lờ hẳn tổng bí thư Trường Chinh. Không được vào Bộ chính trị nên Thọ ức? Hay bất mãn vì bị đẩy vào Nam? Có ý kiến nói sau khi được Duẩn truyền cho Thọ các nhận định của lãnh tụ Stalin về Nguyễn Ái Quốc mà cánh Hà Huy Tập phổ biến cho các ủy viên trung ương thời Nguyễn Văn Cừ, Sáu Thọ liền hàng phục lệ Duẩn và nảy ý phò Duẩn. Ít ra Duẩn đã cùng công tác với các vị từng hoạt động với Đệ tam Quốc tế. Hàng phục đến mức Sáu Thọ xưng em với Lê Duẩn nhưng hai người chưa dám đụng đến Hồ Chí Minh. Mai Lộc, đạo diễn điện ảnh cho tôi hay là khi anh về thăm vợ, Thọ đã nhờ anh mang mấy quyển an – bom chống Pháp của Quân khu 7 cho Duẩn lúc ấy ở nhà gia đình vợ anh. Trên đường đi, chính mắt Mai Lộc đọc lời Thọ đề tặng Lê Duẩn và ký *Em, Sáu Thọ*. Trường Chinh đừng mơ tưởng nghe được chữ em này ở miệng Sáu Thọ. Nếu tin cậy nhìn Hồ Chí Minh thì 1946, Lê Duẩn đã không chê ngay Hiệp định sơ bộ và Tạm ước 6 tháng 3, đã không phê phán sau Điện Biên Phủ sao không đánh một lèo đi để giải phóng cả nước. Rồi sau này định cho Nguyễn Chí Thanh thay Hồ Chí Minh làm chủ tịch nước và cuối cùng để tuổi già Bác có những ngày hiu hắt xứ người v. v...

Tinh thần cơ bản của Hội nghị trung ương lần thứ 9 khóa 3 là gì? Là *Lê Duẩn đã bắt đầu cho Tư tưởng Mao công khai đổi ngôi lên làm tư tưởng Lê-nin trong thời đại ba dòng thác cách mạng Á-Phi-La*, lấy "thiên hạ đại loạn Trung Quốc được nhờ" làm mục tiêu cụ thể trước mắt – vừa phá đường lối hòa bình của Khroutchev vừa mở cơ hội cho Trung Quốc vươn mình, lại vừa ra hiệu với Mỹ rằng "tớ với cậu choảng Mỹ là có chỗ giống nhau." Hồ Chí Minh không biểu quyết – tức là không tán thành "thiên hạ đại loạn, Trung Quốc được nhờ." Ta biết Lưu Thiếu Kỳ, Đặng Tiểu Bình bị khốn đốn vì đã gỡ bỏ tư tưởng Mao Trạch Đông ra khỏi điều lệ đảng!

Duẩn đã chọn đứng về Mao, lãnh tụ của *thời đại ba dòng thác cách mạng Á–Phi–La!* Biết trong điện Panthéon thờ các vị thần, Hồ Chí Minh chỉ là á thần. Á là thứ hai, á cũng là câm.

Trước việc Stalin lờ Hồ Chí Minh và nước Việt Nam Dân chủ Cộng hoà, trong lớp phụ trách của đảng khó tránh khỏi có hai cách nhìn. Một bên Hồ Chí Minh và Trường Chinh, Võ Nguyên Giáp, Hoàng Quốc Việt, Phạm Văn Đồng... – giải thích sự tình theo Hồ Chí Minh như thế nào đó. Và một bên là Lê Duẩn v. v... – giải thích theo những người đã khuất: Trần Phú, Hà Huy Tập, Lê Hồng Phong, Nguyễn Văn Cừ... Với cách nhìn lãnh tụ riêng biệt, hai phe cùng tồn tại chờ đến lúc quyết liệt chống nhau. Lúc quyết liệt đều có tay ấn của lãnh tụ tối cao ngoại bang dính vào nữa, hoặc Stalin, hoặc Mao Trạch Đông.

* * *

Thế nhưng – xin đi tiếp dòng chuyện – tại sao đang lờ hẳn thì đến 1950, Stalin lại tiếp Hồ Chí Minh? Và đang khai trừ, trục xuất thì lại quay sang lưu dụng?

Ngày 1 – 10 – 1949, Trung Cộng lập nước Cộng hòa Nhân dân Trung Hoa và Mao sẽ đi gặp Stalin đầu năm 1950. Hồ Chí Minh sang Bắc Kinh dịp đó nhưng phải chờ Mao hội kiến Stalin xong. Lần đầu tiên hai lãnh tụ cộng sản sừng sỏ hội đàm, một người đã bị thành trì cách mạng giập tên xóa sổ thì sao mà cùng dự được?

Ở đây lại mượn báo đảng ngày 30 – 6 – 2013: "Cuộc gặp gỡ của Chủ tịch Hồ Chí Minh với đồng chí Xta – lin (tháng 2 – 1950) có ý nghĩa vô cùng quan trọng. Đây là *cơ hội thuận lợi* (Tôi nhấn.) cho Chủ tịch Hồ Chí Minh được trực tiếp trình bày với các nhà lãnh đạo Liên Xô về tình hình cách mạng Việt Nam, về những chủ trương, đường lối của Đảng Cộng sản Đông Dương và Chính phủ nước Việt Nam Dân chủ Cộng hòa đang tiến hành để nhận lấy sự ủng hộ, giúp đỡ của Liên Xô từ đấy".

Vậy nay thì cơ hội thuận lợi ở đâu ra?

Ở Mao. Phải nói đến vai trò rất lớn của Mao Trạch Đông trong việc trục vớt Việt Cộng trở lại phe cộng sản, tuy *Việt Cộng không nhắc đến nó bao giờ.*

Từng hai phen đánh trượt thí sinh Hồ Chí Minh thì nay nghe Mao, Stalin đã gặp Hồ Chí Minh và cho gia nhập phe!

Và cho Trung Cộng "phụ trách" luôn Việt Cộng. Để ghi nhận cho Trung Cộng cái công vớt nạn nhân bị chính Stalin đẩy té biển đồng thời cũng là để hối lộ vị anh hùng đã làm cho con Sư tử ngủ phương Đông thức dậy nhưng lại kị Xô.

Bằng cách vừa **cho Mao gộp vấ nề Biển Đông và Việt Nam vào chung một hồ sơ Trung Quốc** lại vừa giúp Stalin lánh xa cái người Stalin từ lâu đã không ưa.

Bởi thế, 1951, ở Hội nghị San Francisco, Liên Xô đòi Biển Đông và mấy quần đảo – trong có Hoàng Sa, Trường Sa – cho Trung Quốc! Bất cần Hồ Chí Minh nghĩ sao.

Còn lại vấn đề này: Mao xin Stalin nhận Hồ Chí Minh và Việt Nam là do động cơ vô tư trong sáng, hoàn toàn vì lợi ích quốc tế vô sản của Mao hay sao?

Câu trả lời ở trong *Sách Trắng* của Hà Nội công bố năm 1979.

Té ra từ rất rất lâu sóng bạc Biển Đông đã lấp lóa trong tầm nhìn Đại Hán của Mao. Trước khi lên cầm quyền toàn cõi Trung Hoa, Mao đã nuôi mộng xơi cả Việt Nam. Nay cơ trời đã hé rạng cho Trung Hoa nên mới run rủi cho Việt Cộng tự nguyện đem mình đến xin làm phên giậu để Mao thao túng, sử dụng cái yếu địa này làm bàn đạp vươn ra xây chín khúc lưỡi bò.

Vậy là cùng với "Chính quyền công nông đầu tiên xuất hiện ở Đông Nam," mầm họa của dân tộc cũng cắm rễ luôn vào cơ thể Việt Nam. Trong tay Xô Cộng, Trung Cộng, ý hệ cộng sản đã trở thành một thứ "ngựa thành Troie".

* * *

Trong kho lưu trữ văn kiện của Liên Xô và Bắc Kinh không thể không có các biên bản ghi chép buổi Stalin và Mao Trạch Đông bàn về có *nên công nhận Việt Nam và cố nhiên cả Hồ Chí Minh* hay không.

Tôi cũng đã nhiều lần thầm hỏi: Điều gì khiến Hồ Chí Minh quên nhanh được các sầu tủi Stalin, Mao gieo cho Cụ?

Chỉ thấy báo đảng viết Hồ Chí Minh đã nói: "Việt Nam có câu tục ngữ "**Uống nước nhớ nguồn.**" Càng nhớ lại những ngày tủi nhục mất nước, nhớ lại mỗi bước đường đấu tranh cách mạng đầy hy sinh, gian khổ mà cũng đầy thắng lợi vẻ vang thì giai cấp công nhân và nhân dân Việt Nam **càng thấm thía công ơn to lớn** của Lê–nin và Cách mạng Tháng Mười." (Hồ Chí Minh: Toàn tập, Sđd, t. 12, tr. 305).

Suy tôn một nước khác, chứ không phải dân, lên làm *nguồn sống* của mình!

* * *

Có một trớ trêu này! Là khi Nhà Thanh sụp đổ, Việt Nam đã toan theo phong trào Duy Tân của Nhật tràn sang Trung

Quốc thì *một chuyện đã bẻ ngoặt số phận Việt Nam rẽ sang một ngả khác.*

Để cho Liên bang xô viết trứng nước có hai cánh tả phù hữu bật hai chân trời đông tây, Lê–nin đã chi tiền lập Pháp Cộng và Trung Cộng.

Thế là sử thi giải phóng loài người ra đời cùng với hài kịch! Hài kịch quá: Bộ ba hạt nhân "cách mạng vô sản" Nga, Trung Quốc, Pháp đều được cho ương ở *ba đế quốc phản động bậc nhất – Đại Nga, Đại Hán, Đại Pháp –* trong đó hai đứa đã cai trị, đàn áp Việt Nam!

Là hài kịch nên Liên Xô búa liềm vẫn giữ y nguyên đất đai đế quốc Nga, nằm trên 14 múi giờ gồm hơn một trăm sắc tộc và 200 ngôn ngữ đàn em! Mãi tới năm 2008, sau 200 năm chiếm đóng, quân Nga mới rút hết khỏi Abkhazia hay gì đó, tôi không nhớ.

Còn Trung Quốc, sừng sững với tuyên ngôn *Phổ thiên chi hạ, mạc phi vương thổ,* – dưới gầm trời này không đâu không là đất thiên triều ông và đến nay lại thêm *mặc phi vương hải,* – không đâu không là biển ông cho nên mới vài chục năm giương búa liềm lên mà đã *đánh Việt Nam ba lần,* (hai lần ở biển,) đánh Ấn Độ, Nội Mông, Liên Xô, Tadjikistan...

Và đặc biệt: trong khi đế quốc trụi đi thì vô sản này cứ phình ra to thêm. Và phình sang đầu óc Việt sớm hơn cả đất biển nhưng đảng lại coi là đại thắng lợi của chủ nghĩa Mác – Lê và tư tưởng Mao Trạch Đông.

Lịch sử Việt Nam đã chịu hai ý hệ thống trị: Khổng và Mác–xít–Lê–Mao. Đều từ Trung Quốc sang và đều gây khiếp đảm cho kẻ theo nó.

Quốc gia có số phận như cá nhân. Chúng ta vớ phải một hàng xóm sống với tiêu chí kép "Phổ thiên chi hạ, mạc phi vương thổ" và "vô sản tứ hải giai huynh đệ." Ngả nào anh ta cũng giăng lưới, cắm đăng hết. Mà chúng ta xem vẻ lại mết anh ta. Không cho chúng mày thoát thật!

Một chút so sánh ngộ nghĩnh: Mỹ, kẻ thù muôn đời muôn kiếp không tan thì toàn chịu lép trước Việt Nam – rút quân, tốn kém bao tiền của, mạng sống mà chẳng sơ múi gì trừ nghe chửi, hòa bình buôn bán thì bị nhập siêu trong khi anh "Răng" toàn xơi của em "Môi" – chiếm luôn biển đảo, cả vú lắp miệng em rồi xuất siêu, trúng thầu... Ngay đến dân số cũng kỳ dị: Dân Việt cả triệu di cư sang nhờ Mỹ còn dân Trung Quốc lại thành làng thành phố sang sống nhờ Việt Nam.

* * *

Lần thứ ba Hồ Chí Minh là nạn nhân lớn là vào hồi Nghị quyết 9, vào chính lúc Mao dạy "một tách đôi" là quy luật biện chứng để phá sự thống nhất của phong trào cộng sản. Tấm lòng son hai vai hai gánh ân tình của Hồ Chí Minh liền chịu cơn thử thách kinh hoàng.

Lớn đến độ sau đó Hồ Chí Minh ngồi chơi xơi nước. Còn suýt theo máy bay đâm xuống đất. Thoát nạn để chứng kiến hai cộng sự cùng mình làm nên Việt Nam Dân chủ Cộng hòa hạ đài thiểu não.

Tôi đã đùa bảo Hoàng Minh Chính: Vì tên tuổi Hồ Chí Minh quá chói lọi nên vụ án này mới cho đội tên ông! Có người muốn là vụ án Hồ Chí Minh cơ.

Tháng 7 – 1966, Cụ Hồ kêu gọi dân Việt đánh Mỹ.

Thế nhưng *chưa đầy nửa năm,* sức khỏe Cụ bỗng sa sút nghiêm trọng, khó đi lại, chỉ nằm, phải sang Trung Quốc chữa bệnh.

Sao sức khỏe Cụ sa sút nhanh thế? Anh em xét lại lờ mờ thấy việc Cụ đi Trung Quốc và Võ Nguyên Giáp đi Đông Âu

TRẦN ĐĨNH

"dưỡng bệnh" – một người không biểu quyết, một người bỏ phiếu trắng – là kết quả nhân sự ghê rợn của Nghị quyết 9.

Đi chưa tới nửa năm Hồ Chí Minh đã về. Nhưng khoảng một tháng lại đi. Lần này vắng nhà rất lâu. Rồi lãnh tụ tối cao đã phải cùng Vũ Kỳ lọ mọ dò đài tự cung tự cấp tin diễn biến Tết Mậu Thân. Bộ chính trị chỉ cần Bác phát vào micro lời chúc "tin mừng thắng lợi nở như hoa..."

Cần chú ý: Đầu tháng 7 – 1967 lãnh tụ về nước thì cuối tháng 7 bỏ tù mớ xét lại đầu tiên – *những kẻ phản đối nội chiến, cần phải nói rõ ra như thế* – và tháng 9, Giáp rời nước đi dưỡng bệnh.

Phải chăng về nước để cố ngăn chuyện đàn áp xét lại?

Cụ biết chuyện đàn áp sẽ xảy ra và nó sẽ là mũi dao đâm chí mạng vào mạng sườn đảng để rồi chính nó chứ không phải cái gì khác sẽ *giam nhốt đảng ở trong vòng gian dối* cứu mệnh. Chả lẽ để dân qua Lăng lại kháo nhau "Ông Cụ trong kia cũng bị cho nghỉ việc đấy" sao?

Đảng rất chăm chút gìn giữ dấu tích lãnh tụ. Càng nhiều thì uy tín đảng càng dầy trong lòng dân. Đó, căn nhà số 9 Villa Compoint, Paris 17. Nhưng căn nhà Hồ Chí Minh ở "chính chủ" cách Bắc Kinh sáu chục cây số để chữa bệnh thì lại hương tàn khói lạnh! Hồ Chí Minh không bằng lòng Mao lên ngôi Lênin của thời đại mới thì sao Mao lại cho xây dựng dấu tích lịch sử của Hồ ở nước ông được?

Đã không cho nhà lưu niệm mà còn xúc phạm!

Năm 2013, báo chí Trung Quốc bỗng nói đến cuốn sách *"Hồ Chí Minh sinh bình khảo"* của học giả Hồ Tuấn Hùng, giáo sư chính trị Trường Đại học quốc lập Đài Loan ở Đài Bắc, cháu họ nhân viên tình báo Trung Cộng Hồ Tập Chương. *Bắc Kinh không hề lên tiếng bác bỏ!* (Còn riêng cá nhân tôi thấy Hồ Chí Minh hết sức Nghệ và hết sức Việt Nam)!

ĐÈN CÙ

Vẻ như ganh với giáo sư Hồ Tuấn Hùng, *China Org. com*, một cổng thông tin điện tử của chính phủ Trung Quốc có bài đánh giá mười công trình kiến trúc xấu nhất thế giới. Đã chọn Lăng Hồ Chí Minh. Nhận xét giống như nhà xí công cộng thời La Mã!

Lịch sử không thể lờ đi sự thật này: Với Hồ Chí Minh, ai vung nhát dao đầu tiên và ai hạ lưỡi dao cuối cùng? Thưa, hai lãnh tụ Quốc tế tối cao Stalin và Mao.

Pierre Brocheux nói: *"Trong vụ án xét lại chống Đảng cũng vậy, ông Hồ Chí Minh cũng đã nhận ra bản chất của chế độ nhưng chẳng làm gì được. Hơn nữa, kể từ năm 1960 chính nhóm Lê Duẩn, Lê Đức Thọ, Nguyễn Chí Thanh mới thực sự là những người nắm quyền. Theo nghiên cứu của tôi thì cả một giai đoạn trước khi qua đời, ông Hồ bị cách ly khỏi quyền lực, tức là không hề có quyền gì. Ông ấy bị biến thành một biểu tượng"*.

Cuối cùng một vấn đề nổi lên: Nạn nhân chính trị của đảng đều kháng cự hết. Thí dụ chúng tôi! Chúng tôi coi lẽ phải cao hơn uy tín đảng.

Hồ Chí Minh có câu nổi tiếng *Không có gì quý hơn độc lập, tự do*. Một nguyện ước xa vời. Công dân nước Cộng hòa Xã hội Chủ nghĩa Việt Nam vào nhà tù xã hội chủ nghĩa chính vì hai chữ tự do. Và bản thân Hồ Chí Minh? Có được tự do lập đảng không? Có được tự do bỏ ngoài tai ý muốn của Stalin và Mao không? Có được tự do xử lý hình hài sau khi chết không?... Có lẽ chỉ được tự do duy nhất là đi gặp Mác, Lê... Nhưng ai kiểm chứng? Chưa nói dân tiếc giá như Bác nói đi gặp cả Trần Hưng Đạo, Lê Lợi, Quang Trung nữa... Ta có thể thấy lòng trung của Hồ Chí Minh với Lê–nin, Stalin, Mao là vô bờ. Và phải chăng vì thế mà lòng trung của Hồ Chí Minh với nước Việt, dân Việt không ăm ắp?

Hồ Chí Minh còn một câu nữa: "Không sợ thiếu, chỉ sợ không công bằng." Nhưng vừa độc lập, công bằng liền bị vi phạm. Bác Hồ kêu gọi Tuần lễ vàng, dân hưởng ứng nồng nhiệt và vàng đó đã được hối lộ cho tướng lĩnh Tưởng Giới Thạch ở Hà Nội để họ không thực hiện nhiệm vụ *"cầm Hồ* (bắt giữ Hồ Chí Minh) *diệt cộng"* (ép cộng sản rút lui.) Vì lợi ích dân mà phải hối lộ bẩn thỉu còn tạm xá. Nhưng đằng này hối lộ thành công, yên ổn đâu đấy rồi, Đảng liền theo đúng chủ thuyết tiến lên "cầm dân miệt chủ," giữ dân làm *kẻ bị lãnh đạo* còn đảng thì nắm hết, hưởng hết.

Phải nói trong khi cho quân Tưởng vàng, Bác cũng có cho dân những lời châu báu: "Hồ Chí Minh chỉ biết có mỗi Đảng Việt Nam" nên đã *giải tán đảng cộng sản.*

Sau đó sang Pháp, Hồ Chí Minh tuyên bố trên *Journal de Genève:* Bạn bè chúng tôi không nên lo chủ nghĩa mác–xít sẽ du nhập vào đất nước chúng tôi. Lại trên báo *Le Pays:* Những lí thuyết mác–xít không thể áp dụng ở nước chúng tôi được.

Lúc ấy chưa được phép nói nhân dân Việt Nam coi Liên Xô, tổ quốc Cách mạng Tháng Mười Nga là tổ quốc thứ hai của mình.

* * *

Có thể khẳng định một điều: Chiến tranh "chống đế quốc Pháp, Mỹ" của Việt Cộng đều chịu sự chỉ đạo của ý thức hệ cộng sản – chính quyền ra từ nòng súng, vừa "giải phóng dân tộc" vừa "đánh đổ từng bộ phận chủ nghĩa đế quốc," góp phần quan trọng "giải phóng loài người".

Vậy cuộc kháng chiến chống Pháp của nước Việt Nam Dân chủ Cộng hòa năm 1946 thì sao?

Vì thực dân Pháp quay lại! Quá đúng. Không thể bác bỏ. Tướng De Gaulle đang muốn phục hồi danh dự Đại Pháp vốn xây dựng lâu đời trên hệ thống thuộc địa. Mà khốn thay Roosevelt, tổng thống Mỹ lại phất cờ giải thực!

(Nhưng chú ý: Thực dân Pháp quay lại không có nghĩa là không thể thương lượng thỏa hiệp. Indonesia chiến tranh với Hà Lan một thời gian rồi độc lập đó).

Phải thấy còn một cái VÌ rất quan trọng khác nữa.

Có thể nói chiến tranh Việt – Pháp nổ ra năm 1946 là vì Stalin không công nhận nước Việt Nam Dân chủ Cộng hòa ra đời ngày 2 tháng 9 – 1945 cùng chủ tịch Hồ Chí Minh của nó. Và lý do không công nhận nằm ở trong một mẹo sách lược toàn cầu của Stalin!

Vâng, là thế này: Ngay sau khi Thế chiến 2 kết thúc, để kéo De Gaulle lìa bỏ Mỹ – Anh, Stalin đã chủ trương ủng hộ De Gaulle khôi phục thế lực Đại Pháp bằng chiếm lại các thuộc địa đã mất – ít nhất với Đông Dương thì cũng từng nêu ý kiến trao nó cho quốc tế quản trị. Cho nên Stalin phải lờ Việt Nam Dân chủ Cộng hòa. Công nhận thì bằng nắng Đông Dương của De Gaulle mà đẩy De Gaulle ngả hẳn theo Mỹ – Anh mất ư? Ở đây chưa nói chuyện Stalin không mấy ưng Hồ Chí Minh.

Theo Stalin thì Việt Nam ở tư cách thuộc địa sẽ đóng góp được cho cách mạng vô sản nhiều hơn. Nguyên tắc này rồi dẫn tới "qui luật" chủ nghĩa xã hội bảo đảm độc lập dân tộc. Và Stalin nắm nguyên tắc này hơn ai hết.

Kết quả là các đảng cộng sản liên quan với Pháp, nhất là Đảng cộng sản Pháp, đều nhận được chỉ thị ủng hộ De Gaulle lấy lại thuộc địa. Khi làm chánh soái đưa quân viễn chinh Pháp sang Việt Nam, tướng D'Argenlieu đã được Maurice Thorez, tổng bí thư Đảng cộng sản Pháp lúc đó là phó thủ tướng Pháp, cổ vũ nhiệt liệt: Hãy tấn ra trò *chúng nó* đi nhá!

Trong khi Hồ Chí Minh không! Không nhận được một thứ gì hết! Thế là bên bày ra ở trước mắt Việt Cộng con đường duy nhất là vũ trang chiến đấu. Đó, hai bài học chói lọi: Một của Xô Cộng đã nêu năm 1917, một của Trung Cộng hiện đang tiến hành với cái tên "Trì cửu chiến" mà rồi Việt Cộng chuyển sang thành "Trường kỳ kháng chiến nhất định thắng lợi." Mà cũng chẳng phải bước ngoặt hiểm trở gì vì từ 1941, noi theo hai bài học chói lọi nói trên, Cương lĩnh Việt Minh đã nêu "đánh Pháp đuổi Nhật," vậy bây giờ có nổ súng đánh Pháp thì cũng là chấp hành tiếp cương lĩnh đó ở trong điều kiện đảng đã cầm quyền ở cả nước – tức là so với thời Tân Trào thì còn thuận lợi hơn rất nhiều. Trì cửu chiến mà Việt cộng chuyển sang thành Trường kỳ kháng chiến nhất định thắng lợi, ngụ ý thắng lợi cuối cùng là đảng nắm chính quyền. Nếu chẳng may kẻ thù có mạnh hơn thì tạm dạt sang lánh nạn bên Quảng Tây, chờ thời cơ. Cù cưa chiến. Việt Nam dứt khoát phải do cộng sản lãnh đạo, dù đất cát có bị nát bươm ra vì bom đạn!

Thử giả thiết nếu Hồ Chí Minh nhận được của Stalin chỉ thị thỏa hiệp với Pháp?

Thì Việt Cộng sẽ chấp hành tắp lự! Việt Nam sẽ theo đúng Tạm ước và Hiệp định sơ bộ đã được Hồ Chí Minh ký kết mà gia nhập Liên hiệp Pháp! Nghĩa là sẽ không có cuộc kháng chiến chống Pháp – hoặc có thì cũng chóng kết thúc – cùng chuyện mở biên giới cho "kim chỉ nam" vào chỉ đạo cách mạng Việt Nam. Sẽ không có hằng hà sa số các loại nạn nhân trong đó có Hồ Chí Minh.

Cũng có thể có người nói: Không, Hồ Chí Minh sẽ chống lại.

Vâng, dám chống thì đã không có cải cách ruộng đất, thảm họa của dân Việt.

Kíp tới cuộc kháng chiến chống Mỹ, tình hình lại càng khác xa nữa. Stalin không còn, Lê Duẩn xoay trục đã suy tôn Mao lên làm Lê–nin thời đại cách mạng Á–Phi–La. Đền lại, ở Việt Nam, Mao Trạch Đông xoay trục nhân sự thì Lê Duẩn, Nguyễn Chí Thanh vọt lên.

Còn nếu nói không bạo lực là phản động thì các vị Gandhi, Phan Chu Trinh, Nelson Mandela, Martin Luther King Jr., Aung San Suu Kyi... đều đáng phỉ nhổ cả?

* * *

Đến đây có thể khép lại phần bàn về nạn nhân Nguyễn Ái Quốc – Hồ Chí Minh.

Nên nhớ nạn nhân vĩ đại thì dễ dắt díu cả một đất nước, một dân tộc nạn nhân theo.

Để tránh chuyện này, các nước người ta đòi dân phải bỏ phiếu bầu người cầm quyền. Anh trình cương lĩnh anh ra, dân đánh giá rồi chọn. Lúc này thì ứng cử viên thường là đẹp đẽ phô ra, xấu xa đậy lại.

Nhưng Hồ Chí Minh đã đem giấu lý tưởng huy hoàng nhất của mình đi – mục tiêu cộng sản. Vừa mới quen hơi bén tiếng mà cộng đem mình ra chọi thì cộng thua là cái chắc. Dân không ưa công hữu, thứ ảo thuyết ngoại lai. Nhưng cộng phải bằng mọi cách tồn tại ở xứ sở này.

* * *

Ô, tồn tại! Hamlet đã tự hỏi, "tồn tại hay không tồn tại" – *to be or not to be*. Rồi để giải quyết được cái điên loạn thật trong triều, chàng đã phải giả điên, giết nhà vua kiêm chú ruột và cuối cùng hy sinh, cởi được câu hỏi chính yếu và giữ vẹn toàn nhân cách. Đằng này Hồ Chí Minh và Việt Nam Dân chủ Cộng hòa tồn tại là nhờ tay Stalin và Mao. Và dân Việt Nam bèn trúng độc như nàng Ophelia thơ ngây.

Trong Hamlet, các nhân vật chết hết. Cái tồn tại âm tính đến phũ phàng, đau xót này nêu ra bài học là muốn tồn tại thì trước tiên phải tự tại. *Đức Phật Gautama, Thích Ca Mâu Ni đã chỉ ra: "Con người phải là chỗ dựa của chính mình. Chớ tìm trú ẩn ở nơi khác".*

Tự tại mới độc lập đầu óc để nhận rõ tốt xấu, không dễ dàng và đam mê dâng nộp mình cho cái ác.

Song chúng ta lại mắc nợ đồng lần. Dân nợ Đảng cái công "giải phóng" để rồi cả đời vâng lời Đảng. Đảng mắc nợ Quốc tế đã trao cho quyền lãnh đạo Việt Nam cùng cái chủ nghĩa dọn đường tới tương lai bằng bạo lực để rồi một mực kiên trung vâng lời nó.

KẾT

Vô sản Việt Nam, Trung Quốc hãy rời nhau ra!

(Nửa thế kỷ trước, lúc Trung Quốc, Liên Xô đánh nhau tồi tệ, báo Pháp Le Monde đã có một biếm họa đề, "Vô sản toàn thế giới, tan tác đi!" chế khẩu hiệu "Vô sản toàn thế giới, hợp nhất lại!"của Marx. Xem ra quy luật chân chính phải là thế, kẻo lại hóa thành cây lớn với dây leo).

Giữa tháng 3 – 2014, trước Quốc hội Nhật, Trương Tấn Sang, chủ tịch nước Cộng hòa Xã hội Chủ nghĩa Việt Nam tuyên bố chống dùng vũ lực trên Biển Đông.

Năm 1959 sục sôi vũ lực! (Đêm không ngủ, ngày không ăn vì nó)!

Nghị quyết 15 mở ra cuộc đổ máu kinh hoàng mười năm tiếp theo cho người Việt. Bãi tắm Đồ Sơn, danh lam khoe mông chọe vế, cái thắng cảnh nghỉ mát nổi tiếng chính là nơi dựng đại kế hoạch thảo phạt miền Nam.

Sính sấm sét bão bùng (chính quyền ra từ nòng súng) rồi lại sính sóng yên biển lặng. Tổng bí thư Lê Phú Trọng chỉ thị: xảy chuyện gì ở Biển Đông cũng không được làm chi hại đến mối tình mười sáu chữ vàng!

*Ôi, nếu **Đầu nhà** ngang tầm **Đầu ngoại!***

*Thì đã biết không cho thiên hạ **đánh Mỹ bằng máu đứa khác!***

... Hai ba ngày sau khi Trương Tấn Sang tuyên bố phương châm nhũn con chi chi, Trung Quốc tuyên bố dựng đèn biển ở Hoàng Sa, Trường Sa...

*Kỷ niệm Điện Biên Phủ lần thứ 69, Hà Nội trương lên câu **Sức mạnh Việt Nam, Tầm vóc thời đại**... Bạn 16 chữ vàng phái ngay giàn khoan khủng HD981 và tàu quân sự vào tận lãnh thổ Việt Nam tung hoành, xem sau **Điện Biên Phủ trên đất liền** và **trên không**, Hà Nội có dám mở một **Điện Biên Phủ trên biển** nữa không!*

Hay co lại hãi hùng?

*A,... tới đây xin dừng lại ở chữ hãi hùng. Tại sao **sợ chết** – hãi hùng – và **không sợ chết** – anh hùng – hai tư thế đối nghịch này lại cùng dựa lưng vào chữ **hùng**?*

*Vốn là hãi **hung** (sợ) nhưng nó không thuận vần, ông cha bèn trẹo nó ra thành **hãi hùng** và thế là vô tình minh họa tài tình cho tục ngữ **Anh hùng như thể khúc lươn, Khi co thì ngắn, khi vươn thì dài**... Hèn và bạo thường ôm nhau sống êm ấm ở cùng một chủ thể. Giống hai mặt sấp ngửa tạo nên đồng tiền.*

Trong vụ giàn khoan, Trung Quốc vi phạm hai điều: Luật pháp quốc tế và tình hữu nghị vô sản thiêng liêng. Nhưng Hà Nội không đụng đến việc ông anh phản bội tình cảm. Một cái gì đó có lẽ còn hơn cả đứt ruột nát gan, không dễ mà thổ lộ. Hình như đụng đến chỗ đó sẽ có cơ trắng tay, mất hết. Ta "tiến về Sài Gòn, ta tiến về thành đô..." nào đã đủ, còn phải tiến đến Thành Đô xứ bạn nữa mới thực sự vững nền bền móng.

Phải nhận là thâm: Xưa dựng anh hùng ở đây để dụ đứa nơi khác đừng sợ cọp giấy. Nay dùng anh hùng xưa để hù các kẻ xung quanh hãy nín thinh, đừng cứng cổ. Tiền đồn hai mang chuyên dụng: lúc xung trận, *lúc nép mình. Nép đến mức khi Dương Khiết Trì sang Hà Nội về vụ giàn khoan, báo Trung Quốc có tờ viết Dương đến để đưa đứa con hư trở về. Quyền huynh thế phụ thật.*

Không thể không nói đến lời lẽ của báo Hoàn cầu Thời nay *(Global Times) tiếng Anh, phụ bản của Nhân dân Nhật báo (báo Nhân Dân, Hà Nội cũng ra một tờ Thời Nay – bắt chước?) viết ngay sau khi Lê Hồng Anh sang xin Bắc Kinh "hàn gắn sứ tmẻ" trong vụ Giàn khoan:* "Việt Nam đối đầu với Trung Quốc là chiến lược không thông minh. Việt Nam nên uyển chuyển hơn khi quan hệ Việt – Trung trở nên canh chẳng ngọt cơm chẳng lành. Hai nước cần nhìn vào thực tế để thỏa hiệp trong những thời điểm nhất định. *(Xin chú giải: Uyển chuyển là tu từ của cúi đầu, khom lưng; thoả hiệp là tu từ của dạ dạ, nghe lời)* Trung Quốc đã rất kiềm chế, nhưng tình hình có thể mất kiểm soát nếu Việt Nam tiếp tục khiêu khích.

Chơi trò leo dây giữa Mỹ và Trung Quốc là nguy hiểm cho Việt Nam. Hà Nội cần dừng ngay kiểu xoay trục và giữ một thái độ nhất quán về biển Đông. Hà Nội cần chiến lược lớn và thông minh hơn là mẹo vặt và cơ hội".

Chỉ có thể bình một câu: đe dọa ra mặt, khinh miệt ra mặt!

Tự nhiên như nghe thấy tiếng véo von: "Ta ôm nhau chặt, ta bay lên cùng, như vạt áo quấn theo thân người..."

Cách đây nửa thế kỷ, "sen đầm quốc tế" Mỹ nói vào Việt Nam để ngăn chặn cộng sản bành trướng. Nay Thủ tướng Nguyễn Tấn Dũng mời "sen đầm" thò mũi vào Việt Nam cộng sản càng dài càng hay. Xưa Trung Cộng đỡ lưng Việt Cộng. Nay hết xoa lưng mà đấm huỳnh huỵch. Bó đũa kết đoàn hóa thành ngọn dáo khiêu chiến cái que. Ngược lại Mỹ thôi đấm thì xoa.

Xưa câu Lê Lợi vi quân, Nguyễn Trãi vi thần viết lên lá bằng mỡ rồi cho trôi sông trôi suối để xây nên sự tích sấm trời bằng miệng kiến mà còn lưu lại hậu thế thì hỏi những "tình môi răng" và "Tư tưởng Mao Trạch Đông là tư tưởng Lê-nin thời ba dòng thác cách mạng" in hằn lên giấy mực cho dân nước học tập sẽ ẩn vào đâu cho kín nổi đây?

Thế là đã già nửa thế kỷ, cái đèn cù với bộ ba Mỹ – Trung – Việt bạn thù một lũ đổi chỗ như bỡn cứ lồng tít, tít mù ấy mấy lại vòngquanh về điểm xuất phát, với Việt Nam mê tít cung thang. Mà chủ quyền Việt Nam hụt lớn và tình đồng chí trong hậu cung đảng mẻ to. Vật chất, tinh thần đều bại thảm.

Ngày xưa Hà Nội gọi chế độ Việt Nam Cộng Hòa là ngụy bán nước vì để cho quân Mỹ vào. Nay nhiều người gọi Việt Cộng là bán nước. Thì đó, để Trung cộng chiếm dần biển đảo mà cứ im mãi, khi đấu tranh lại nêu cao "nhân nghĩa"? (lời Nguyễn Thiện Nhân "tổng kết ý dân" gửi Quốc hội họp ngày 20 – 5 – 2014 về vụ giàn khoan Trung Quốc).

Tháng 3 – 1946, Hồ Chí Minh nói ở Nhà hát lớn Hà Nội: Hồ Chí Minh chết thì chết chứ không bán nước!

Hình như đang có hiện tượng phục tổ ở đây.

NGHI LỄ MỘT LỜI GẤP SÁCH

"NGÀN NĂM MÂY TRẮNG MÃI RONG BAY"

("Bạch vân thiên tải không du du")

Quanh Hồ Gươm có hơn 90 loại cây. Người Pháp đã dựng một sưu tập thực vật quý quanh vùng nước này. Tiếc không có biển đề tên từng loại.

Trên rẻo đất trồi ra hồ, ở trước tòa Đốc lý cũ, có cây lộc vừng và từ đấy đến vùng vông bên hông Tháp Bút (mùa đông hàng chục cây vông rụng hết lá trông giống như quần thể điêu khắc Calder đổ bằng bê tông miêu tả các các dạng tâm thế quằn quại đóng băng của bão) là mấy cây muồng hoa đào. Hoa lộc vừng đền miếu thâm u bao nhiêu, muồng hoa đào đài các, lộng lẫy bấy nhiêu. Tại ria vườn hoa Con Cóc, trông sang đầu hồi khách sạn Métropole, nơi trước kia là dẫy bếp lò cao chiều chiều thả mùi thịt, mùi bơ thơm lừng sang vườn hoa, các cụ hưu trí ngồi vườn hoa thường đùa là vừa được Ban tổ chức trung ương cấp tem phiếu cho đặc cách đến hóng mùi bồi dưỡng miễn phí từ xa (xa là vì phải giữ thể diện quốc gia,) cũng có một cây muồng hoa đào, thân uốn vặn một thế đứng của vũ nữ Ấn Độ. Mỗi khi tán lá nó ngả xòa ra gánh trọng lượng con lũ hoa ào ào trổ rộ, tôi lại ngỡ trông thấy một sườn Phú Sĩ ngập cánh anh đào. Hay gò má *geisha* tranh cổ Nhật. Sau cơn bão số mấy một năm quá mắn bão, nó đổ. Cùng cây lá trắng trước trụ sở tù mù mang tên Đoàn Kết nhiều phần là của Đảng dân chủ. Màu hoa – là – lá này ngỡ đâu như mẫu mã *prototype*, – đơn bản vị của sắc tuyết. Hai cây muồng hoa đào và lá trắng luôn khiến tôi nghĩ tới bàn phấn mỹ nhân.

Một chiều tôi bắt gặp một sự kiện chắc một đời chỉ thấy một lần: Cả một mùa lộc vừng cùng lúc rủ nhau lìa đời, trút thả hơi thở mênh mang xuống trạt kín lấy một vạt hồ rộng. Những cánh hoa lộc vừng dập dờn, khe khẽ chao sóng nom ngỡ một rừng bướm xuân mê mải động tình. Thèm vớt được tấm thảm ren xao động này làm mảng trời riêng. Rồi lại thèm có cung sinh tử của loài hoa vượt chuẩn vương giả này. Ở nó, chết là sống tiếp một lần sống huy hoàng nữa. Rời bỏ chiều cao, cái sống này khoe lộ hết mình trên pha lê nước, đốt cháy đến quang tử cuối cùng, phô tông cuối cùng, nộp hết lửa vào lễ hội, giữ nguyên vẹn cho đến giây phút cuối cùng cái đẹp phơi phới nguyên bản. Tôi đã có diễm phúc ngắm mãi một nghiệp sống *xú ve*, (sous – verre, dưới kính,) dan díu, bồng bềnh, nghiệp sống – tầng – phóng – thứ – hai mang chứa phần hồn, kiếp sống tác phẩm...

Hồ chiều như một sàn diễn vũ trụ. Tôi lại được chiêm ngưỡng ngay sau đó tiền sử ra đời!

Một con rùa đang nhích dần ra khỏi mặt hồ, leo thận trọng lên đảo tháp. Trước mắt tôi, Hồ Gươm bỗng êm ả, bỗng bát ngát mở ra cửa mình đàn bà. Mặt nước gợn trau là màng ối đang đau đáu, khoan thai tự xé bóc cho khởi nguyên mốc thếch, sợ sệt, lặng lẽ trình diện.

Hai màu phẩm nhuộm hàng xén chợ quê (bạc hà và hồng hoàng của rượu chanh, rượu cam quốc doanh) rót loè loẹt từ biển hiệu *Thủy tạ* xuống mảng hè đầy que kem, tàn tích xa hoa một chiều chủ nhật người xương xẩu chen nhau đi để nhìn người gầy guộc. Nay vắng ngắt. Kéo lê thúng lom khom mót que kem để bán lại, những đứa trẻ chợt nom rỗng xẹp, nhẹ bỗng, như bằng cặn nê-ông gồm các xác thiêu thân nát vụn anh ánh ngân nhũ.

Bên kia, từ trong ngõ tối và khai sặc sụa, hai người đàn bà trẻ rời nhà vệ sinh không đèn đóm thong thả qua đường. Vai tựa vai, họ như đặt ướm từng bước. Hai áo len đỏ cà chua móc *crô-sê*, – những hình hoa hình trám giống những miếng cà rốt tỉa làm dưa góp đính lỏng lẻo vào nhau, hai quần phăng ống túm màu *mát-tít*, hai đôi guốc Sài Gòn bạc xám hoa lau, gót dẹt dài tựa một mỏ chim hạ – nhác thấy nét viền đen men theo rìa mỏ hay một mí mắt, còn thân guốc thì là cổ hạc khoan xuyên vào gió. Hai vùng mông tròn lẳn như hai đôi mặt âu yếm gù nhau. Thoáng một lần âm điện ở cương vực thâm nghiêm của vương quốc sinh nở.

Ở đất nước này chỉ còn thiên nhiên và đàn bà tràn trề nghĩa! Mê mải phát nghĩa!

Mới hôm qua, trên khúc rẽ đền bà Kiệu ra Cột đồng hồ, một xe máy chở một thiếu phụ lướt êm như trôi đi. Thường đầy ắp người và xe đạp để vón lại thành một dòng rác rến lừ đừ đặc sệt, lúc này con đường bỗng quang quẻ, bừng sáng, như dạo khúc tiền tấu dọn lối cho đại điển lễ mở màn. Người thiếu phụ khoan thai ngửa cổ lên dâng mặt cho lưỡi dao bén ngọt của gió. Gió liền tíu tít ập đến và những phoi cẩm thạch liền vun vút bay ra và các biến tấu của vũ khúc tóc liền cuồng vui vờn ôm lấy tòa nhan sắc mà con tạo đang đích thân chế tác ra từng chi tiết để đặt ra chuẩn đẹp của giống người. Người thiếu phụ quay lại: bức điêu khắc về "sắc bất ba đào dị nịch nhân" hiện ra toàn vẹn ở trước mắt tôi. Còn tôi, tượng kẻ mất hồn.

Ôi, Hà Nội quá nhiều Bích Câu. Chỉ thiếu kỳ ngộ nên đành hóa tượng.

Tối ấy, trước khi về nhà, tôi tạt qua chuồng công. Hay nhà nguyện củatôi.

Ở đầu cành cây làm chỗ công đậu, thù lù một khối đen đúa. Một người ăn mày nào mới đem vật bất ly thân, cái bị rách của ông quàng vào đó.

Tôi bỗng thèm một bị ăn mày. Đựng cái đời tôi chiêu như thanh ti mà mộ đà như tuyết, cái đời đã nộp hết tô sống rẽ. Quyển sách này là cái bị ăn mày ấy? Thà thế! Còn hơn cái bọc da thối tha Trần Thái Tông khuyên từ bỏ trong *Khóa hư lục.*

Tôi rất yêu hai câu thơ của Ferdinand Pessoa: *Tất cả những gì tôi có là những gì tôi cảm* và *Đẹp là bóng của các vị Thượng đế*

Nghĩ cái bị ăn mày là đời mình, chợt thấp thoáng thấy bóng các vị Thượng đế.

XIN THÔNG CẢM

Gồm nhiều chuyện, thường là kinh lịch của bản thân tôi, kể cả những điều tôi đọc, sách này được viết từ những năm 90 thế kỷ trước nhưng vì lý do khách quan tôi không thể cho ra mắt sớm do đó chắc chắn khó tránh khỏi những bất cập về diễn biến cùng ý nghĩa của những vấn đề tôi nhắc đến mà không thể bổ sung cập nhật cho chính xác hoàn toàn – đòi hỏi này e có phần duy ý chí. Vả chăng không nhằm nghiên cứu – việc này hoàn toàn vượt quá bản lĩnh cùng mục đích viết văn học chủ yếu dựa vào cảm quan cá nhân của mình tôi – tôi không thể tra cứu rộng khắp và đầy đủ các sự kiện nói đến trong sách. Vậy xin bạn đọc thứ lỗi nếu có những thiếu sót ở bình diện thông tin vốn vượt khỏi tầm với tri thức chim cánh cụt cũn cỡn của tôi nhưng lại vô cùng cánh đại bàng quẩy gió bốn phương ở phía bạn đọc có mắt thiên lý vọng.

Xin cảm ơn.

T. Đ

Trần Đĩnh: *"Ở Đèn Cù, cái tôi Trần Đĩnh hiện ra nguyên vẹn, không chung vai diễn với bất kỳ ai."*

Phỏng vấn do Đinh Quang Anh Thái thực hiện đầu tháng 11, 2014

Đinh Quang Anh Thái (ĐQAT): *Ông viết Đèn Cù bằng lối văn "truyện tôi", có gì, nhớ gì thì ghi lại, bình thản, không để cảm tính chen vào; nhưng độc giả vẫn cảm được những nỗi đau vô cùng to lớn của ông, của gia đình ông, và lớn hơn, của Việt Nam: Nỗi đau như những giọt máu nhỏ xuống từng trang giấy. Không biết cảm nhận như thế có nói được phần nào tâm tư của ông không ạ?*

Trần Đĩnh: Tôi nghĩ tâm tư có lẽ chính là sự lắng đọng của những điều ta từng sống hết mức, từng lăn lóc lâu dài với chúng. Tới mức lắng đọng nào đó, tâm tư của người viết sẽ trở thành hơi thở của hắn và khi được thể hiện thì tâm tư đó sẽ ra tự nhiên, bình thản như hơi thở. Việc nhào nặn ở vô thức và ý thức này chính là công trình làm giả - hay đúng hơn, sáng tạo - vì nó là hậu-trải nghiệm, sống lại, và về chất, nó có khác đôi phần với diện mạo ban đầu vốn dĩ thường thô mộc của trải nghiệm. Trong điện ảnh có diễn viên đóng thế nhưng không ai chê bộ phim là giả. Viết bình lặng nỗi đau cũng là một kiểu đóng thế. Thế cho tiếng khóc, tiếng gầm. Chắc hẳn nhiều người đọc thấy tôi có lúc đuối giọng. Viết bình lặng nỗi đau cũng là một kiểu đóng thế. Thế cho tiếng khóc, tiếng gầm. Đã từ lâu, chả hiểu sao khi nghĩ, khi nhìn, tôi luôn cố tìm sự bình lặng.

Nhận là "truyện tôi", tôi có ý khoanh những điều tôi đã sống, đã trải vào phạm vi cá nhân. Như thế tôi hy vọng sẽ tránh lên mặt "ta đây nạn nhân", thân phận vốn dễ được đồng tình, bảo hộ. Và đồng thời tôi cũng không gây hận. Đôi lúc chợt nhẩn nha viết về cái đẹp của thiên nhiên, về cảm thụ riêng của bản thân là tôi muốn cho chính tôi rồi người đọc lãng đi được một thoáng những giây phút nặng nề bày ra trước đó. Một làn gió thoảng mơn trớn vết đau.

Tôi nhiều cái xấu. Như chậm mở mắt [trước cái Ác.] Như hay sợ. Tôi đã viết trong Đèn Cù: "Nếu tát cạn được bụng mình thì tôi sẽ thấy vô số xác cái sợ ở đó". Song có một cái xấu hình như lớn hơn mà tôi luôn cố lìa cho xa là thói không ngay thẳng với bản thân. Nhờ đó tôi đã không tự vẽ mình thành kẻ vừa nhận thấy cái xấu liền phủi nó sạch bong. (Tức là vừa mạnh mẽ lên án người dối trá vừa cho bản thân mạnh bạo bịa đặt, tự tô vẽ mình, điều mà khi cầm bút hình như ta để bỏ quên đi mất.) Vâng, một thời gian tôi còn le lói hy vọng vào một thứ cộng sản có mặt người.

Mong được ngay thẳng, tôi dành một chương thú nhận lỗi lầm với vợ .

Đèn Cù là tiếng kêu đau của tôi. Nó không mang mục tiêu chính trị rõ rệt. Vâng, đúng vậy. Tôi đau, vợ tôi, anh ruột tôi , bố vợ tôi và các bạn bè thân thiết của tôi đau. Quốc tế cộng sản có câu ca tập hợp "hỡi những ai cực khổ bần hàn" nhưng chúng tôi, những chiến binh của Quốc tế [cộng sản] đã bị đẩy vào biển khổ và bị gạt bỏ hết sức dửng dưng, không được hưởng qua cảnh tượng dù là kệch cỡm của pháp đình [cộng sản.]

ĐQAT: *Khi thấy đứa con tinh thần, Đèn Cù, ra mắt độc giả, ông có nguôi ngoai chút nào không, vì đã trút được những u uất chất chứa bao năm nay trong lòng?*

Trần Đĩnh: Tôi không thấy rõ điều này. Vì tôi không bao giờ thấy đau khổ của mình là ghê gớm. Trong đất nước biết bao người còn khốn nạn hơn gấp bội. Tôi cố đánh giá đúng chỗ của mình ở vùng đất đẫm nước mắt này. Tôi không mượn cái khổ để tự nâng cấp. Tất nhiên tôi rất sung sướng khi nhiều người ái ngại, áy náy cho tôi. Còn gì bằng được nhiều người quan tâm, chia sẻ. Mà quan tâm là yêu, chia sẻ là yêu. Được trăm nghìn người yêu là hạnh phúc vô cùng. Viết "truyện tôi," tôi mong được xã hội chìa ra cho tôi một bàn tay anh chị em, bạn bè. Từ đó cùng đứng bên nhau ngăn chặn tệ nạn giày xéo cuộc đời người khác để thực hiện cái lý tưởng chưa từng tỏ lộ hình thù nhưng được bảo là giải phóng nhân loại thiêng liêng lắm, huy hoàng lắm.

Tôi thích khái niệm người hiền. Hay người khôn ngoan. Vì khôn (ở trí tuệ sáng) và ngoan (ở lòng nhân ái từ bi.) Viết Đèn Cù, tôi chỉ thấy hài lòng vì đã làm được một điều mình hằng tâm nguyện.

ĐQAT: *Đèn Cù được xuất bản ngoài nước, nhưng cũng phổ biến rộng rãi trên mạng Internet và bản truyền tay cũng được đón nhận nồng nhiệt tại quê nhà; tâm trạng ông ra sao khi thấy mọi người đọc ông?*

Trần Đĩnh: Được đông người ân cần đón nhận quyển sách mình viết về đời mình, cái cảm thụ ấy, cảm thụ bát ngát về một nhân quần thân thiện, bầu bạn, giao hòa, chính là một bù đắp, một nuôi dưỡng hết sức to lớn cho kẻ viết. Ở Đèn Cù, cái tôi Trần Đĩnh hiện ra nguyên vẹn, không chung vai diễn với bất kỳ ai.

ĐQAT: *Một số người nhận định, Đèn Cù là liều thuốc "trục độc" Chủ nghĩa Cộng sản khỏi cơ thể Việt Nam; có người nói Đèn Cù là lời "giải thiêng" huyền thoại Hồ Chí Minh. Ông có tâm đắc với những cảm nhận này không ạ?*

Trần Đĩnh: Nhận xét này vượt khỏi ý định cầm bút viết Đèn Cù ở tôi. Ý định tôi là viết sự thật. Cho thấy nên xa lìa chủ nghĩa cộng sản coi thường con người. Cho thấy công cuộc thần thánh hóa một cá nhân là đòi hỏi phải dìm một số đông cá nhân khác vào trạng thái đầu óc mụ mị, thấp kém. Và phải nói dối .v.v... Còn ở tôi, những mục tiêu "trục độc" và "giải thiêng" chưa hình thành rõ như thế. Song các nhà văn, nhà báo đã nhận ra ý tại ngôn ngoại này. Tôi xin chịu tầm nhìn và sức cảm của các vị. Phóng cây lao đi, người viết có mấy khi biết nó sẽ lao bao xa. Giới phê bình đo cái đó.

ĐQAT: *Đèn Cù toàn tập là một công trình nhiều năm; sau Đèn Cù, ông có dự tính gì không?*

Trần Đĩnh: Tôi không quen báo trước sẽ viết cái gì. Rất dễ thành anh Cả Phiệu, viết bằng miệng. Dĩ nhiên anh viết nào cũng đều muốn viết liên tục nhưng trước tiên cần xem tâm tư đã đủ chứa chan chưa.

ĐQAT: *Cám ơn ông đã trả lời phỏng vấn của Người Việt nhân dịp Đèn Cù II ra mắt độc giả.*

Chân dung Trần Đĩnh, tranh họa sĩ Nguyễn Thanh Bình

Ở Chùa Tây Đen Sài Gòn: Annick, cô bạn Pháp và Trần Đĩnh.
Cô Annick viết Con Bò Canh Gác Cho Chúng Ta
(Hình: tư liệu của tác giả)

Hoàng Thế Dũng, Trần Đĩnh, Trần Châu. Hoàng Thế Dũng là Phó biên
tập báo Quân Đội Nhân Dân, bị bắt cùng đợt với Trần Châu
(Hình: tư liệu của tác giả)

Trần Đĩnh - Trần Độ chụp, ký tặng (Hình: tư liệu của tác giả)

Trần Đĩnh đến thăm Trần Châu (Hình: tư liệu của tác giả)

Giáo sư **TRẦN ĐỨC THẢO**

VẤN ĐỀ CON NGƯỜI

VÀ CHỦ NGHĨA

«LÝ LUẬN KHÔNG CÓ CON NGƯỜI»

In lần hai có viết thêm

NHÀ XUẤT BẢN THÀNH PHỐ HỒ CHÍ MINH
— 1989 —

Trần Áng Mây, con gái Trần Đĩnh và chồng con
(Hình: tư liệu của tác giả)

Ở Tam Đảo, từ trái: Họa sĩ Trần Lưu Hậu, Trần Đĩnh, Họa sĩ Việt Hải
(Hình: tư liệu của tác giả)

Ở nhà Trần Đĩnh, từ trái: Nguyễn Đình Dũng, nhà báo;
Lê Trọng Nghĩa, Lê Đạt, Hồng Linh, Trần Đĩnh
(Hình: tư liệu của tác giả)

Vợ chồng Hoàng Minh Chính (Hình: tư liệu của Đinh Quang Anh Thái)

Hồng Ngọc,
vợ Hoàng Minh Chính
(Hình: tư liệu
của Đinh Quang Anh Thái)

Tp Hồ Chí Minh ngày 18/3/1999.

Ô. T. [illegible] thân thiết!

Tôi nhớ ông lắm đấy Ô.T.[illegible] ạ, nói rất thật lòng, vì rằng nay tôi ông ít bạn về [illegible] muốn đi bạn với ông mới, [illegible] nghiêm là xong. Ở Trung này, tôi cứ nằm lì ở nhà, ở cái xó [illegible] ông để tôi ở, ngày dần hàng xóm [illegible] biết tôi còn [illegible] hay ra Hà Nội. Ngồi viết chút chút lại nằm đọc, đọc 1 chút lại ngủ, rồi mới nhớ lại bừng dậy, đọc tiếp. Sống như thế là rất buồn, nhưng tôi đã sống như thế một mạch 20 năm nay, [illegible]

kể cả [illegible] Sống thế [illegible] năm Thìn, [illegible] mùa thu. [illegible] cao, con ít lắm, con đâu hơn nữa [illegible] xa xôi [illegible] nhìn lại [illegible] chỉ biết [illegible] lạ được [illegible] trang không?

Người làm sao vẫn làm vậy. Tôi quen sống tự nhiên [illegible] hạnh phúc bé nhỏ, [illegible] với cái hữu hạn của 1 kiếp người nên vẫn [illegible] thế, thiếu triệt để, thiếu quyết liệt, ~~[illegible]~~ [illegible]

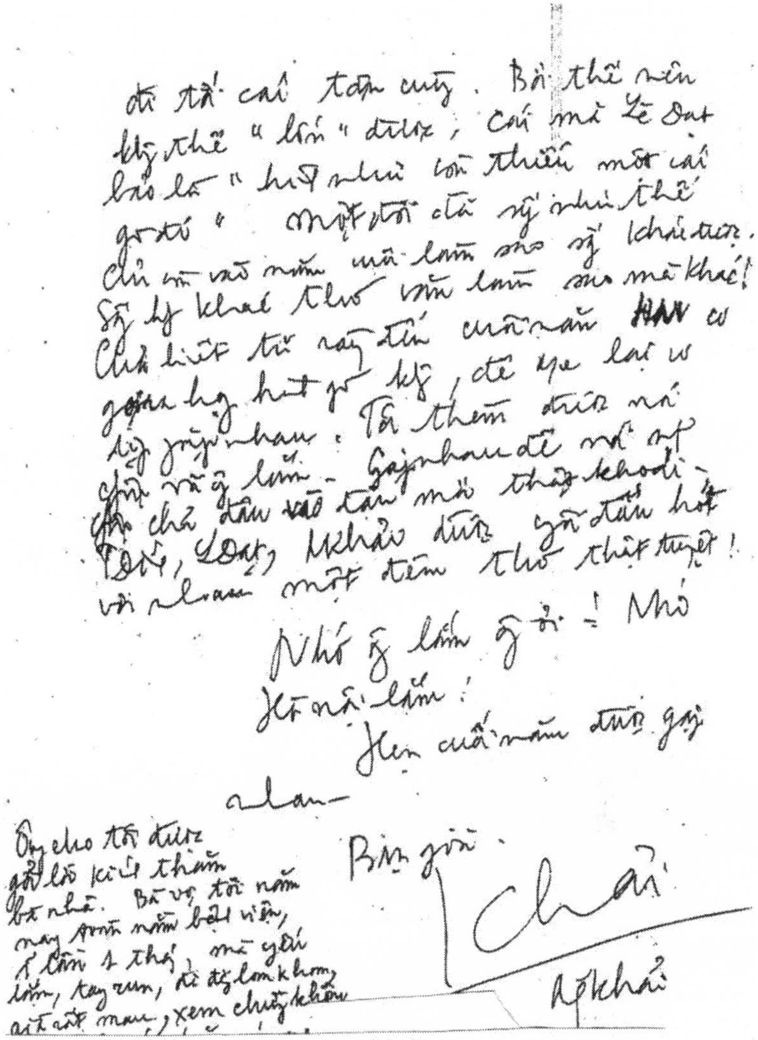

Thư Nguyễn Khải gửi Trần Đĩnh.

Made in the USA
Charleston, SC
27 December 2014